அழகிய மரம்

18ம் நூற்றாண்டில்

இந்தியப் பாரம்பரியக் கல்வி

அழகிய மரம்

18ம் நூற்றாண்டில்

இந்தியப் பாரம்பரியக் கல்வி

தரம்பால்

தமிழில் : B.R.மகாதேவன்

அழகிய மரம்: 18ம் நூற்றாண்டில் இந்தியப் பாரம்பரியக் கல்வி

Azhagiya Maram: *18m Nootrandil India Paarambariya Kalvi*

by *Dharampal* ©

Tamil Translation by *B.R. Mahadevan* ©

This edition is published in Tamil in arrangement with *Other India Press.* Originally Published in English as *The Beautiful Tree: Indigenous Indian Education in the Eighteenth Century*

First Edition: May 2016 (Thamizhini)

Second Edition: December 2019 (Kizhakku)

496 Pages

Printed in India.

ISBN : 978-93-86737-86-1

Kizhakku 1175

Kizhakku Pathippagam

177/103, First Floor,

Ambal's Building, Lloyds Road,

Royapettah, Chennai 600 014.

Ph: +91-44-4200-9603

Email : support@nhm.in
Website : www.nhm.in

Kizhakku Pathippagam is an imprint of New Horizon Media Private Limited.

இந்த வரலாற்று ஆராய்ச்சியில் மிகுந்த
ஆர்வம் காட்டியதோடு வழிகாட்டவும் செய்த
ஸ்ரீ ஜெயப்ரகாஷ் நாராயண் அவர்களுக்கு

உள்ளே

இந்தியப் பாரம்பரியக் கல்வி பற்றி மகாத்மா காந்தி

...விஷயம் அதோடு முடிந்துவிடவில்லை. எதிர்காலக் கல்வி பற்றியும் நாம் கவனிக்க வேண்டியிருக்கிறது. நான் கூறும் இந்தக் கருத்து பொய் என்று நிரூபிக்கப்பட்டுவிடக்கூடும் என்ற பயம் துளியும் இன்றிச் சொல்கிறேன். இந்தியாவின் இப்போதைய கல்வி நிலை முந்தைய ஐம்பது அல்லது நூறு வருடங்களுக்கு முந்தைய கல்வி நிலையைவிட மிகவும் மோசமாக இருக்கிறது. பர்மாவிலும் இதே நிலைதான். ஏனென்றால் பிரிட்டிஷ் நிர்வாகிகள் இந்தியாவுக்கு வந்தபோது, இங்கு நிலவிய அமைப்புகளைப் புரிந்துகொண்டு அதை வளர்த்தெடுப்பதற்குப் பதிலாக அவற்றை அப்புறப் படுத்தத் தொடங்கினார்கள். மண்ணைத் தோண்டி வேரை எடுத்து ஆராய்ந் தார்கள். அதன் பிறகு அந்த வேரை அப்படியே மட்கி வாடும்படி விட்டு விட்டார்கள். அந்த அழகிய மரம் அழிந்துவிட்டது.

பிரிட்டிஷ் நிர்வாகிகளுக்கு இந்தியப் பரம்பரியப் பள்ளிகள் போது மானதாக இருக்கவில்லை. எனவே, அவர்கள் அவர்களுக்கான செயல் திட்டத்தைமுன்வைத்தார்கள். ஒவ்வொருபள்ளிக்கும்இத்தனைகட்டடங்கள் இருக்கவேண்டும்... இன்ன இன்ன உபகரணங்கள் இருக்க வேண்டும் என்பதுபோல் பல விஷயங் களை முன்வைத்தார்கள். அப்படியான பள்ளிகள் எதுவும் இந்தியா வில் நிச்சயம் இருந்திருக்கவில்லைதான். பிரிட்டிஷ் அதிகாரிகள் செய்த ஆய்வுகளில் கிடைத்த தரவுகள் எல்லாம் நம் முன் இருக் கின்றன. இந்தியப் பாரம்பரியப் பள்ளிகளை அவர்கள் ஒரு பள்ளியாகவே மதிக்கவில்லை என்பதால் அவையெல்லாம் அழிந்து விட்டன. அதோடு ஐரோப்பிய பாணி பள்ளிகள் அதிகக் கட்டணம் வசூலிப்பவையாக இருந்ததால் மக்களால் அதன் முழுப் பலனைப் பெற முடியவில்லை. ஒருநூற்றாண்டுக்குஉள்ளாகஇந்தியமக்கள்அனைவருக்கும் அடிப்படைக் கல்வி என்ற இலக்கை யாராலும் அடைய முடியாது என்றே சொல்கிறேன். எனது பாவப்பட்ட தேசம் அவ்வளவு செலவு அதிகமான ஐரோப்பிய பாணி கல்வியைப் பெறும் நிலையில் இல்லை. எனவே, பிரிட்டிஷ் அரசு இந்திய பாரம்பரியப் பள்ளி ஆசிரியர்களை மீட்டெடுத்து ஒவ்வொரு கிராமத்திலும் ஆண், பெண் குழந்தைகள் இருவருக்குமான பள்ளிகளைத் தொடங்க வழி செய்ய வேண்டும்.

முன்னுரை

இந்தியக் கல்வியின் வரலாறுபற்றி, குறிப்பாக 1930-40களில், ஏராளமான ஆய்வு நூல்கள் வெளியாகின. ஒருவகையில் பார்த்தால், பிரிட்டிஷ் அதிகாரிகளாகவும் அறிஞர்களாகவுமிருந்தவர்கள் 19ம் நூற்றாண்டின் மத்தியிலேயே இது தொடர்பாக எழுத ஆரம்பித்திருந்தனர். எனினும் இவற்றில் பெரும்பாலானவை பழங்கால இந்தியாவைப் பற்றியவையாக இருந்தன. சில நேரங்களில் 10-12ம் நூற்றாண்டுகள் பற்றியவையாக இருந்தன. எஞ்சியவை பிரிட்டிஷாரின் காலத்திலும் அதற்குப் பிறகும் இந்தியாவில் கல்வி எப்படி இருந்தது என்பது பற்றி எழுதப்பட்டவை. பழங்காலக் கல்வி அமைப்புகள் (நாலந்தா அல்லது தட்சசீலத்தில் இருந்தவை போன்று) பற்றிய விரிவான ஆய்வுபூர்வமான படைப்புகள் நீங்கலாக ஏ.எஸ். அல்டேகர்[1] போன்றோர் எழுதிய பழங்காலம் பற்றிய பொதுவான பல படைப்புகள் வெளியாகின. அதற்குப் பிந்தைய காலம் பற்றியும் பல படைப்புகள் வெளியாகியுள்ளன: இந்திய அரசால் வெளியிடப்பட்டு சமீபத்தில் மறுபதிப்பும் கண்ட செலக்‌ஷன்ஸ் ஃபிரம் எஜுகேஷனல் ரெக்கார்ட்ஸ் (இரண்டு தொகுதிகள்),[2] எஸ்.நூருல்லா, ஜே.பி. நாயக் போன்றோரின் படைப்புகள் ஆகியவற்றை இந்த இடத்தில் குறிப்பிடலாம்.[3] இவர்கள் தமது படைப்பை, ‘கடந்த 160 வருடங்களிலான இந்தியக் கல்வியின் வரலாறை விரிவாக, ஆவணபூர்வமாக, இந்தியக் கோணத்தில் எழுதுவதற்கான முயற்சி’ என்று (அந்த நூல் பேசும் காலகட்டம் மற்றும் அது எந்தக் கோணத்தில் ஆராயப்பட்டிருக்கிறது என்பது பற்றிச் சுட்டிக்காட்டும்வகையில்) குறிப்பிட்டிருக்கின்றனர்.[4]

ஒருவகையில் அகடெமிக் ஆய்வு அம்சம் சற்றுக் குறைவாக இருந்தபோதிலும் 1939ல் பண்டிட் சுந்தர்லால் எழுதிய பிரமாண்டப் படைப்பு மிக அதிக வாசகர்களைச் சென்றடைந்தது.[5] அவர் எழுதிய

நூலில் சுமார் 40 பக்கங்கள் கொண்ட 36 வது அத்தியாயத்தின் தலைப்பு 'இந்திய பாரம்பரியக் கல்வியின் அழித்தொழிப்பு.' ஏராளமான பிரிட்டிஷ் ஆவணங்களை மேற்கோள்காட்டிப் பேசும் அந்த நூல் கிட்டத்தட்ட 100 ஆண்டு கால வரலாற்றை விவரிக்கிறது: ஜூன் 1814ல் இந்தியாவுக்கான கவர்னர் ஜெனரலுக்கு இங்கிலாந்தில் இருந்து வந்த அறிக்கையில் ஆரம்பித்து மாக்ஸ் முல்லருடைய கருத்துகள் வரை பேசுகிறது. 1909ல் பிரிட்டிஷ் தொழிற்கட்சித் தலைவர் கேர் ஹார்டி எழுதியவையும் அதில் மேற்கோள் காட்டப்பட்டிருக்கிறது. அந்தப் புத்தகம் எழுதப்பட்ட காலகட்டத்தில் கையெழுத்து ஆவணப் பிரதிகள் எளிதில் கிடைத்திருக்கவில்லை. எனவே, அன்றைய தேதியில் அச்சில் இருந்தவற்றை மட்டுமே வைத்து அந்தப் புத்தகம் எழுதப்பட்டிருக்கிறது. இருந்தபோதிலும் 'பாரத் மேம் அங்ரேஜி ராஜ்' (பாரதத்தில் ஆங்கிலேயர் ஆட்சி) என்ற அந்த அத்தியாயம் 18 -19ம் நூற்றாண்டுகளில் இந்திய பாரம்பரியக் கல்விபற்றிய மிக மிக முக்கியமான படைப்பாகத் திகழ்கிறது.

13ம் நூற்றாண்டில் ஆரம்பித்து 19ம் நூற்றாண்டின் ஆரம்பப் பகுதிவரையிலான காலகட்டத்து வரலாறு அல்லது கல்விபற்றி மிகக் குறைவாகவே எழுதப்பட்டிருக்கிறது. இஸ்லாமியர் கல்வி பற்றி எஸ்.எம். ஜாஃபர் எழுதிய படைப்பு[6] போன்றவை எல்லாம் இருக்கின்றன; பிரிட்டிஷ் காலகட்டத்தில் இந்தியாவில் கல்வி பற்றியும் 18-19ம் நூற்றாண்டுகளில் சிதைந்த நிலையில் இருந்த இந்திய பாரம்பரியக் கல்வி பற்றியும் அங்கொன்றும் இங்கொன்றுமாகச் சிற்சில தகவல்களும் அத்தியாயங்களும் கல்வி வரலாறு பற்றிய நூல்களில் எழுதப்பட்டிருக்கின்றன. மொத்தம் இருக்கும் 643 பக்கங்களில் நூருல்லாவும் நாயக்கும் சுமார் 43 பக்கங்களை 19ம் நூற்றாண்டின் ஆரம்பகட்டத்தில் இருந்த இந்தியக் கல்வி பற்றி எழுதியிருக்கிறார்கள்.[7] அந்தக் கல்வியின் வீச்சு, தன்மைபற்றிய பிற்கால பிரிட்டிஷாரின் சில கருத்துகளை அந்த நூலில் கேள்விக்கு உட்படுத்தியுமிருக்கிறார்கள்.

19ம் நூற்றாண்டின் ஆரம்பகட்டத்தில் இந்தியாவில் இருந்த கல்வி பற்றி எழுதப்பட்ட பெரும்பாலான படைப்புகளும் அதுதொடர்பான பல்வேறு மாறுபட்ட கருத்துகளும் மூன்று ஆவணங்களை ஆதாரமாகக் கொண்டிருக்கின்றன. முதலாவதாக, முன்னாள் கிறிஸ்தவ மத போதகரான வில்லியம் ஆடம் எழுதிய ஆவணங்கள்.[8] வங்காளம், பிகார் முதலான பகுதிகளில் 1835-38 காலகட்டத்திலிருந்த பாரம்பரியக் கல்வி பற்றி விரிவாக ஆய்வு செய்து எழுதப்பட்ட இந்த ஆவணங்கள் மிக அதிக கவனம் பெற்றன. இரண்டாவதாக, பம்பாய் பிரஸிடென்ஸியில் 1820 களில் இருந்த இந்தியப் பாரம்பரியக் கல்வி பற்றி பிரிட்டிஷ் அதிகாரிகள் நடத்திய ஆய்வு முடிவுகள்.[9] மூன்றாவதாக

1822-25 காலகட்டத்தில் மதராஸ் பிரஸிடென்ஸியில் இந்தியக் கல்வி தொடர்பான மிக விரிவான பிரிட்டிஷ் ஆய்வு முடிவுகள்.[10] வடக்கே ஒரிஸாவின் கஞ்சம் பகுதியில் ஆரம்பித்து தெற்கே திருநெல்வேலி வரையிலும் மேற்கே மலபார் வரையிலுமான பகுதிகள் மதராஸ் பிரஸிடென்ஸியில் அப்போது இருந்தன. இதே விஷயம் தொடர்பான பிற்காலத்திய ஆவணம் பஞ்சாபின் பாரம்பரியக் கல்வி தொடர்பாக ஜி.டபிள்யூ. லெய்ட்னர் தொகுத்தவை.[11]

மேலே குறிப்பிடப்பட்டுள்ளவற்றில் லெய்ட்னரின் படைப்பு பிரிட்டிஷாரின் கொள்கை முடிவுகளை மிகக் கடுமையாக வெளிப் படையாக விமர்சிக்கிறது. இவரது நூல் இவர் சொந்தமாக மேற்கொண்ட ஆய்வு மற்றும் முந்திய பிரிட்டிஷ் அரசு ஆவணங்கள் ஆகியவற்றின் அடிப்படையில் எழுதப்பட்டிருந்தது. பஞ்சாப் பகுதியில் பாரம்பரியக் கல்வியின் நசிவுக்கு மட்டுமல்லாமல் அதன் அழித்தொழிப்புக்கும் பிரிட்டிஷ் அதிகாரிகளே காரணம் என்று அது சொல்கிறது.

ஆடம்மின் ஆய்வுகளும் வேறு சில மதராஸ் பிரஸிடென்ஸி கலெக்டர்களின் ஆய்வுகளும்[12] இந்தியப் பாரம்பரியக் கல்வியின் அழிவுக்கு பிரிட்டிஷார்தான் காரணம் என்றே தெரிவிக்கின்றன. எனினும், அந்த விமர்சனங்கள் மிகவும் நாசூக்காக, பிரிட்டிஷ் அதிகாரிகளுக்கும் கனவான்களுக்கும் உகந்த மொழியில் எழுதப் பட்டிருக்கின்றன (லெய்ட்னர் பிரிட்டிஷ் அதிகாரிதான் என்றாலும் அவர் 'ஆங்கிலேயர் அல்லர்')[13]

அக் 20, 1931ல் மகாத்மா காந்தி லண்டனில் இருக்கும் ராயல் இன்ஸ்டிடியூட் ஆஃப் இண்டர்நேஷனல் அஃபயர்ஸில் ஒரு நீண்ட உரை ஆற்றினார். அதில், 'இந்தியாவில் கல்வி கடந்த 50 -100 வருடங்களாக அழிந்துவருகிறது; அதற்கு பிரிட்டிஷாரே காரணம்' என்று தெரிவித்தார். ஆடம், லெய்ட்னர் போன்ற பலர் தெரிவித்த கருத்துகளுக்கும் இந்தியர்கள் பல காலமாகச் சொல்லிவந்த கருத்து களுக்கும் காந்தியின் உரை பெரும் வலுவை ஊட்டியது. அதைத் தொடர்ந்து 19ம் நூற்றாண்டின் முற்பகுதியில் இந்தியப் பாரம்பரியக் கல்வி தொடர்பான மேலே சொன்ன ஆவணங்களுக்குப் பெரியதொரு முக்கியத்துவம் வந்தது. தனி நபர் என்ற வகையிலும் பிரிட்டிஷ் அரசின் சார்பாகவும் சர் ஃபிலிப் ஹெர்டாக்கிடமிருந்து காந்திக்கு உடனே மறுப்பு எழுந்தது. அவர் டாக்கா பல்கலைக்கழகத்தின் துணைச் செயலாளராகவும் ஆக்ஸிலரி கமிட்டி ஆஃப் இந்தியன் ஸ்டாச்சுடரி கமிஷனின் சேர்மனாகவும் இருந்திருக்கிறார். காந்தியின் கூற்றுக்கு 'அச்சில் வெளியான துல்லியமான ஆதாரங்கள் இருக்கின் றனவா' என்று கேட்டார்.[14]

காந்திஜியும் (இந்தக் காலகட்டத்தில் சிறையில் அதிக காலம் கழிக்க வேண்டியிருந்தது) அவருடைய சக போராளிகளும் அளித்த பதில்களினால் திருப்தியடையாத ஹெர்டாக், நான்கு ஆண்டுகள் கழித்து லண்டன் இன்ஸ்டிடியூட் ஆஃப் எஜுகேஷனில் ஆற்றிய மூன்று தொடர் உரைகளில் காந்திஜியின் கூற்றை மறுத்து விரிவாகப் பேசினார். 1939ல் தனது அந்த உரைகளையும் வேறு சில ஆதாரங்களையும் சேர்த்துப் புத்தகமாக வெளியிட்டார்.[15]

காந்திஜியையும் பிரிட்டிஷாரின் ஆரம்பகால ஆவணங்களையும் மறுதலித்தவர்களில் ஹெர்டாக் முதல் நபர் அல்ல; இந்தியாவில் பிரிட்டிஷ் ஆட்சியையும் கொள்கைகளையும் நியாயப்படுத்திப் பேசியபடி பலரும் பயணித்திருந்த பாதையை அப்படியே பின்பற்றுபவராகவேதான் இருந்தார். விக்டோரிய இங்கிலாந்தின் தந்தை என்று பாராட்டப்பட்ட வில்லியம் வில்பர்ஃபோர்ஸ் மூலமாக பிரிட்டிஷ் ஹவுஸ் ஆஃப் காமன்ஸில் 125 ஆண்டுகளுக்கு முன்பாகவே போடப்பட்ட பாதை அது.[16] ஹெர்டாகைப் போலவே அவருடைய காலகட்டத்தைச் சேர்ந்த டபிள்யூ ஹெச் மோர்லாந்தும் முன்பு இதுபோல் பேசியிருக்கிறார். ‘இப்போது இருப்பதைவிட அக்பர், ஜஹாங்கீர் காலகட்டத்தில் பஞ்சம் வெள்ளம் போன்றவை இல்லாத இயல்பான காலகட்டத்தில் தொழிலாளர்களுக்கு அதிகக் கூலி கிடைத்தது’ என்று வின்சென்ட் ஸ்மித் கூறியிருந்ததை மோர்லாந்து மறுத்திருந்தார்.[17] மோர்லாந்து ஓய்வு பெற்ற வருவாய் அதிகாரி என்ற நிலையில் இருந்து இந்தியாவின் பொருளாதார வரலாற்று ஆசிரியர் என்ற நிலைக்கு மாற ஸ்மித் முன்வைத்த சவால் ஒருவகையில் காரணமாக அமைந்தது.[18] 1940கள் வரை, உலகை நாகரிகப்படுத்தும் பெரும் பொறுப்பைச் சுமந்தவர்கள் என்ற வகையில், பிரிட்டிஷார் இந்தியாவில் (அல்லது வேறு இடங்களில்) ஆட்சி செய்த 200 ஆண்டுகாலத்தில் அவர்களால் திட்டமிடப்பட்ட அல்லது திட்டமிடப்படாத செயல்கள் குறித்த விமர்சனங்களை ஏற்றுக்கொள்ளத் தயாராக இருந்திருக்கவில்லை.

இந்தப் புத்தகத்தில் மறுபிரசுரம் செய்யப்பட்டிருக்கும் ஆவணங்கள் பெருமளவுக்கு ‘மதராஸ் பிரஸிடென்ஸி இண்டிஜினஸ் எஜுகேஷன் சர்வே’யில் இருந்து எடுக்கப்பட்டவையே. 1966ல்தான் இதை முதலில் பார்த்தேன். முன்பே சொன்னதுபோல் 1831-32லேயே ஹவுஸ் ஆஃப் காமன்ஸ் ஆவணங்களில் இந்த ஆய்வறிக்கைகளின் சுருக்கம் இடம்பெற்றிருக்கிறது. ஏராளமான ஆய்வாளர்கள் மதராஸ் பிரஸிடென்ஸி டிஸ்ட்ரிக்ட் ஆவணங்களிலும் பிரஸிடென்ஸி ரெவின்யூ ஆவணங்களிலும் (பிந்தைய அறிக்கைகள் மதராஸிலும் இருக்கின்றன, லண்டனிலும் இருக்கின்றன) இருக்கும் இந்த விரிவான ஆய்வறிக்கைகளைப் பார்த்திருக்கக்கூடும். எனினும்

இனம்புரியாத காரணங்களினால் அவை அறிவுப்புலப் பார்வையில் இருந்து தப்பிவிட்டிருக்கின்றன. இதே காலகட்டத்தைச் சேர்ந்த மதராஸ் பிரஸிடென்ஸி மாவட்டங்கள் பற்றிய ஆய்வு ஏடுகள்கூட இந்த ஆய்வுத் தகவல்களைக் கணக்கில் எடுத்துக்கொள்ளவே இல்லை. இத்தனைக்கும் அந்த ஆய்வு ஏடுகள் சிற்சில இடங்களில் கல்வி தொடர்பான குறிப்புகளைப் பற்றிப் பேசவும் செய்திருக்கின்றன.

பிரிட்டிஷாரின் ஆட்சியைக் குறைகூறுவதற்காக இந்த நூல் எழுதப்படவில்லை. 18ம் நூற்றாண்டின் பிந்தைய காலகட்டம், 19ம் நூற்றாண்டின் முந்தைய காலகட்டம் ஆகியவற்றில் இந்தியாவின் உண்மைநிலை என்ன என்பதை இந்த ஆவணங்களில் இருந்து முடிந்தவரை தெரிந்துகொள்வதற்கான முயற்சியே இது. இந்திய சமூகம், அதன் உள்கட்டமைப்பு, அதன் பழக்கவழக்கங்கள், பிற நிறுவனங்கள், அவற்றின் பலங்கள், பலவீனங்கள் ஆகியவற்றைப் பற்றித் தெரிந்துகொள்ள மேற்கொள்ளப்படும் ஒரு முயற்சியே. 18ம் நூற்றாண்டில் இந்திய அறிவியல் மற்றும் தொழில்நுட்பம் (இண்டியன் சயின்ஸ் அண்ட் டெக்னாலஜி இன் த எய்டீன்த் செஞ்சுரி)[19], இந்தியப் பாரம்பரியத்தில் ஒத்துழையாமை அணுகு முறை (சிவில் டிஸொபீடியன்ஸ் இன் இந்தியன் டிரடிஷன்) [20] என்ற முந்தைய நூல்களின் பாணியிலேயே இந்த நூலும் இந்தியாவின் வேறொரு பரிமாணத்தை சித்திரித்துக் காட்டுகிறது. அந்தக் கால கட்டத்து நிலைமையோடு இந்த ஆய்வுகளைப் பொருத்திப் பார்ப்பதோடு, பிரிட்டனில் 19ம் நூற்றாண்டின் தொடக்கத்தில் கல்வி எப்படி இருந்தது என்பதையும் லேசாகக் கோடிகாட்டுகிறது.

ஏராளமான நண்பர்கள் இந்த ஆய்வுப் பணியில் எனக்கு உதவி செய்திருக்கிறார்கள். பல ஆலோசனைகள் கூறியிருக்கிறார்கள். அவர்கள் அனைவருக்கும் என் மனமார்ந்த நன்றி. அவர்களுடைய ஆதரவும் ஊக்கமும் இல்லாதிருந்தால் இந்தப் புத்தகம் உருவாகியிருக்கவே முடியாது. 19ம் நூற்றாண்டின் தொடக்கத்தில் ஆக்ஸ்போர்ட் பல்கலைக்கழகத்தில் என்ன பாடங்கள் கற்பிக்கப் பட்டன என்பது தொடர்பான என் ஆய்வுகளுக்கு உதவும் வகையில் ஆக்ஸ்ஃபோர்டு ஆவணக்காப்பகத்தைப் பயன்படுத்திக்கொள்ள உதவியதற்காக அவர்களுக்கு நன்றி. அதுபோலவே இந்தியா ஆஃபீஸ் லைப்ரரி அண்ட் ரெக்கார்ட்ஸுக்கும் நன்றி. காந்தி - ஹொர்டாக் இடையிலான உரையாடலுக்கான பிரதிகளைத் தந்து உதவியதற்காக திரு மார்டின் மோயருக்கு விசேஷ நன்றி.

1972-73 காலகட்டத்தில் எனக்கு சீனியர் ஃபெலோஷிப் தந்ததற்காக ஏ.என்.சின்ஹா இன்ஸ்டிட்யூட் ஆஃப் சோஷியல் ஸ்டடீஸ்க்கு (பாட்னா) என் நன்றி. வாரணாசியைச் சேர்ந்த காந்தியன் இன்ஸ்டிட்யூட்

ஆஃப் ஸ்டடீஸ், புது டில்லியின் காந்தி பீஸ் ஃபவுண்டேஷன், த காந்தி சேவா சங்கம், சேவாகிராம், புது தில்லையைச் சேர்ந்த அசோசியேஷன் ஆஃப் வாலண்டரி ஏஜென்ஸிஸ் ஃபார் ரூரல் டெவலப்மெண்ட் என அனைத்து அமைப்புகளும் தேவைப்படும் நேரங்களில் எனக்கு உதவிகள் புரிந்தன. அதற்கு அவர்களுக்கு நன்றிகள் பல.

இந்தப் புத்தகத்தில் பின்னிணைப்பாக இடம்பெற்றிருக்கும் மதராஸ் பிரஸிடென்ஸி தொடர்பான ஆவணங்களை இந்தியா ஆஃபீஸ் நூலகத்தில்தான் முதலில் பார்த்தேன். எனினும் தமிழ்நாடு அரசு ஆவணக்காப்பகத்தில் இருந்தே அவற்றை மறு பிரசுரம் செய்திருக்கிறேன். முன்பு அது மெட்ராஸ் ரெக்கார்டு அலுவகம் என்ற பெயரில் இருந்தது. இதற்கும் அவர்கள் என் மீது காட்டிய அன்புக்கும் மிக அதிக சிரமம் எடுத்துக்கொண்ட அந்த ஆவணக்காப்பகத்தின் பணியாளர்களுக்கும் நன்றி. அலெக்சாண்டர் வாக்கரின் குறிப்பும் இந்த நூலில் சேர்க்கப்பட்டுள்ளது. எடின்பர்க்கில் இருக்கும் ஸ்காட்லாந்து தேசிய நூலகத்தில் இருக்கும் வாக்கர் ஆஃப் பௌலாந்து பேப்பர்ஸ் அறிக்கையில் இருந்து அது எடுக்கப்பட்டிருக்கிறது. அந்த தேசிய நூலகத்துக்கு என் நன்றி. ஸ்காட்லாந்து ரெக்கார்டு அலுவலகம், எடின்பர்க் பல்கலை, அலகாபாத்தில் இருக்கும் உத்தரபிரதேச அரசு ஆவணக்காப்பகம் ஆகியவற்றுக்கும் நன்றி.

சேவாகிராமின் ‘ஆஸ்ரம் பிரதிஸ்தான்’ இந்தப் புத்தகத்தை எழுத இடவசதியும் பிற வசதிகளும் செய்துகொடுத்து அவர்களில் ஒருவராகவே என்னை அன்புடன் நடத்தியது. காந்திஜியின் குடிலுக்கு அருகில் அமர்ந்தபடி இந்த நூலை எழுதி முடித்தது மிகப் பெரிய பாக்கியமே.

★

இந்த மொழிபெயர்ப்பின் மூல ஆங்கிலப் புத்தகத்தின் தலைப்பான The Beautiful Tree *(அழகிய மரம்)* மகாத்மா காந்தி லண்டனில் சாத்தம் ஹவுஸில் அக், 20, 1931ல் ஆற்றிய உரையில் இருந்து எடுத்தாளப்பட்டிருக்கிறது.

‘பிரிட்டிஷ் நிர்வாகிகள் இந்தியாவுக்கு வந்தபோது, இங்கிருக்கும் யதார்த்த நிலையை வளர்த்தெடுக்காமல் அவற்றை வேருடன் பிடுங்கி எறிய முற்பட்டார்கள். மண்ணைத் தோண்டி வேரை வெளியில் எடுத்து மரத்தை ஆராய்ச்சி செய்து பார்த்தார்கள். அதன்பிறகு அந்த வேரை அப்படியே விட்டுவிட்டார்கள். அந்த அழகிய மரம் அழிந்துவிட்டது.’

18-ம் நூற்றாண்டில் இந்தியப் பாரம்பரியக் கல்வி என்ற துணைத் தலைப்பும் பொருத்தமாகவே தேர்ந்தெடுக்கப்பட்டிருக்கிறது.

இந்தப் புத்தகத்தில் பெருமளவுக்கு இடம்பெற்றிருக்கும் மதராஸ் பிரஸிடென்ஸி ஆவணங்கள் 1822-25ல் தொகுக்கப்பட்டவை. எனினும் அந்தத் தகவல்கள் அதைவிடப் பழமையான கல்வி அமைப்பு பற்றியே பேசுகின்றன. அந்தக் கல்வி அமைப்புதான் 18ம் நூற்றாண்டிலும் நடைமுறையில் இருந்தது. அதன் பிறகு அது வெகு விரைவில் அழிந்துவிட்டது. ஆடம்மின் ஆய்வறிக்கை 19ம் நூற்றாண்டின் நான்காவது பத்தாண்டில் நடந்த இந்திய பாரம்பரியக் கல்வியின் வீழ்ச்சிபற்றிப் பேசுகின்றன.

- தரம்பால்
பிப்ரவரி 19, 1981,
ஆஸ்ரம் பிரதிஸ்தான்,
சேவா கிராமம்.

அடிக்குறிப்புகள்

1. ஏ.எஸ். அட்லேகர்: எஜுகேஷன் இன் ஏன்சியண்ட் இந்தியா. இரண்டாம் பதிப்பு., பனாரஸ், 1944.

2. இந்திய தேசிய ஆவணக்காப்பகம்: செலக்‌ஷன்ஸ் ஃப்ரம் தி எஜுகேஷனல் ரெகார்ட்ஸ்: I: 1781-1839, II - 1840-1859, ஹெச்.ஷார்ப் மற்றும் ஜே.ஏ.ரிச்சி எழுதியது, 1920, 1922 (மறுபதிப்பு 1965).

3. சையது நூருல்லா மற்றும் ஜே.பி.நாயக்: ஹ்ஸ்டரி ஆஃப் எஜுகேஷன் இன் இந்தியா ட்யூரிங் தி பிரிட்டிஷ் பீரியட்., பம்பாய், 1943.

4. அதே நூல் முன்னுரை.

5. பாரத் மேம் அங்கிரேஜி ராஜ் (ஹிந்தியில்). இந்த நூலின் முதல் பதிப்பு 1929-ல் வெளியானதுமே தடை செய்யப்பட்டது. 1939-ல் மூன்று தொகுதிகளாக (1780 பக்) மீண்டும் வெளியிடப்பட்டது. மிக விரிவன தகவல்களைக் கொண்டிருக்கும், மறுபதிப்பு காணாத அந்த நூல் இன்று அரிய க்ளாசிக் படைப்பாக ஆகிவிட்டிருக்கிறது.

6. எஸ்.எம்.ஜாஃபர்: எஜுகேஷன் இன் முஸ்லிம் இந்தியா, பெஷாவர், 1936.

7. ஹிஸ்டரி ஆஃப் எஜுகேஷன் இன் இந்தியா ட்யூரிங் பிரிட்டிஷ் பீரியட்., 1943

8. டபிள்யூ. ஆடம்: ரிப்போர்ட்ஸ் ஆன் தி ஸ்டேட் ஆஃப் எஜுகேஷன் இன் பெங்கால் 1835 அண்ட் 1838. அனந்தநாத் பாசு எடிட் செய்தது., மறு பதிப்பு கல்கத்தா 1941.

9. ஹவுஸ் ஆஃப் காமன்ஸ் பேப்பர்ஸ், 1831-1832., தொகுதி 9.

10. அதே படைப்பு., பக் 413-417, 500-507.

11. ஜி.டபிள்யூ. லெட்னர்: ஹிஸ்டரி ஆஃப் இண்டிஜினஸ் எஜுகேஷன் இன் த பஞ்சாப் சின்ஸ் அனெக்சேஷன் அண்ட் இன் 1882, 1883; (பஞ்சாப், மொழித்துறை, மறு பிரசுரம், பட்டியாலா, 1973).

12. மதராஸ் கலெக்டர்கள் அறிக்கை, பின்னிணைப்பு A(i)-(xxx)

13. ஃபிலிப் ஹெர்டாக்: சம் ஆஸ்பெக்ட்ஸ் ஆஃப் இந்தியன் எஜுகேஷன் பாஸ்ட் அண்ட் ப்ரசன்ட்., ஆக்ஸ்ஃபோர்ட் யுனிவர்சிட்டி பிரஸ்., முன்னுரை.

14. இந்தியா ஆஃபீஸ் லைப்ரரி: எம்.எஸ்.எஸ். இ.யு.ஆர். டி 551., காந்திக்கு ஹெர்டாக் அனுப்பிய கடிதம்: 21.10.1930.

15. Hartog: *op. cit.*

16. ஹன்ஸார்ட்: ஜூன் 22 மற்றும் ஜூலை 1, 1813.

17. வி.ஏ.ஸ்மித்: அக்பர் தி கிரேட் மொகல், க்ளியர்டன் பிரஸ், 1917, பக் 394.

18. லண்டன்: ஜர்னல் ஆஃப் தி ராயல் ஆசியாட்டிக் சொசைட்டி, 1917, பக் 815-825.

19. இந்தியன் சயின்ஸ் அண்ட் டெக்னாலஜி இன் தி எய்டீந்த் செஞ்சுரி: சம் காண்டம்பரரி ஈரோப்பியன் அக்கவுண்ட்ஸ் (அதர் இந்தியா பிரஸ்) கோவா 2000.

20. சிவில் டிஸ்ஒபீடியன்ஸ் இன் இந்தியன் டிரடிஷன்: வித் சம் எர்லி நைண்டீந்த் செஞ்சுரி டாக்குமெண்ட்ஸ், அதர் இந்தியா பிரஸ்., கோவா, 2000.

மறைக்கப்பட்ட உண்மைகள்

2000 ஆண்டுகளாக எங்களைப் படிக்கவிடவில்லை என்பதுதான் பிராமணரல்லாதார் இயக்கமாக முன்னெடுக்கப்பட்ட திராவிட அரசியலின் முத்திரை முழக்கம். ஆனால், பிரிட்டிஷ் ஆவணங்களை அடிப்படையாகக்கொண்டு, 'அழகிய மரம் - 18-ம் நூற்றாண்டில் இந்தியப் பாரம்பரியக் கல்வி' என்ற தலைப்பில் தரம்பால் தொகுத்திருக்கும் நூல் வேறொரு உண்மையை அழுத்தமாக முன்வைக்கிறது.

தரம்பாலின் வார்த்தைகளிலேயே அதை இங்கு தருகிறேன்:

பழங்கால இந்தியாவிலும் பிரிட்டிஷ் ஆட்சியின் ஆரம்ப கட்டத்திலும்கூடக் கல்வி என்பது பெரிதும் மேல் மற்றும் இடை நிலை சாதிகளைச் சேர்ந்தவர்களுக்கு மட்டும் கிடைத்ததாகவே நம்பப்படுகிறது. இந்துக்களைப் பொறுத்தவரையில் (மதராஸ் பிரஸிடென்ஸியில் 95% பேர் இந்துக்களே) அது பிராமணர், சத்ரியர், வைசியர் என்ற இரு பிறப்பாளர்களுக்கு மட்டுமே கிடைத்ததாகவே நம்பப்படுகிறது.

ஆனால், 18-ம் நூற்றாண்டு பிரிட்டிஷ் ஆவணங்களை எடுத்துப் பார்த்தால் நிலைமை முற்றிலும் நேர்மாறாக இருப்பது தெரியவரும். அதிலும் தமிழ் பேசப்படும் பகுதிகளில் கல்வி கற்ற மாணவர்களில் இரு பிறப்பாளர்களின் சதவிகிதம் தென் ஆற்காடில் வெறும் 13 மட்டுமே. மதராஸில் 23% மட்டுமே. தென் ஆற்காடு, செங்கல்பட்டில் கல்வி கற்ற முஸ்லிம்களின் சதவிகிதம் 3க்கும் குறைவு. சேலத்தில் 10%. ஆனால், சேலம், திருநெல்வேலியில் இருந்த பள்ளிகளில் கல்வி பெற்றவர்களில் சூத்திர சாதி மாணவர்களின் எண்ணிக்கை 70%. தென் ஆற்காட்டில் அவர்களின் எண்ணிக்கை 84%க்கும் அதிகம்.

இந்தப் புத்தகத்தில் தரம்பால் முன்வைக்கும் உண்மைகளை இப்படித் தொகுக்கலாம்.

பிரிட்டிஷார் இந்தியாவுக்கு வருவதற்கு முன்னால் உலகின் பிற பகுதிகளில் கல்வி எப்படி இருந்ததோ அதைவிட மேலான நிலையில் இந்தியாவில் இருந்திருக்கிறது. கற்றுக் கொடுக்கும் முறை மிகவும் எளிமையானதாகவும் அதிகப் பயன் தருவதாகவும் இருந்திருக்கிறது. அனைத்து வகுப்பு மாணவர்களும் ஒன்றாகச் சேர்ந்து படித்தல், மேல் வகுப்பு மாணவர்களே கீழ் வகுப்பு மாணவர்களுக்கு ஆசிரியர்களாகவும் இருப்பது, பெரிதும் இலவசக்கல்வி, கட்டணம் விதிக்கப்பட்ட இடங்களிலும் மிகவும் குறைவான கட்டணம், குறைவான தண்டனை, அருகமைப் பள்ளிகள், மாணவர்கள் வாழும் சமூகத்தோடு நெருக்கமான கல்வி என இன்றைய லட்சியப் பள்ளிக்கு என்னவெல்லாம் இலக்காகச் சொல்லப்படுகின்றனவோ அவையெல்லாம் இந்தியப் பாரம்பரியக் கல்வியில் 18-ம் நூற்றாண்டு க்கு முன்பாகவே இருந்திருக்கின்றன.

சமஸ்கிருதம், அண்டை மாநிலத்து மொழி போன்றவை கற்றுத் தரப்பட்ட நிலையிலும் தாய்மொழி வழிக் கல்வியே பெரிதும் இருந்திருக்கிறது. சமூகத்தின் அனைத்து சாதியினருக்கும் அடிப்படைக் கல்வி கிடைத்திருக்கிறது. மன்னர்கள், செ ல்வந்தர்கள் மட்டுமல்லாமல் ஒட்டுமொத்த சமூகமும் அந்தக் கல்வி மையங்களுக்கு நில மானியம், பொருள் உதவி, மாணவ ஆசிரியர்களுக்கு உணவு, உடை, தங்குமிடம் என முடிந்த வழிகளில் எல்லாம் உதவிவந்திருக்கிறது.

வர்த்தக நோக்கில் நுழைந்த பிரிட்டிஷார், ஆட்சி அதிகாரத்தைக் கைப்பற்றிக் கொண்டதும் இந்தியப் பாரம்பரியக் கல்வியை அப்புறப்படுத்தி ஆங்கிலக் கல்வியை இந்தியாவில் புகுத்தினார்கள். இந்தியப் பாரம்பரியப் பள்ளிகளுக்கு அதுவரை கிடைத்து வந்த அரசு உதவிகள் அனைத்தையும் தடுத்து நிறுத்தினார்கள். இந்து அரசர்களும் இஸ்லாமிய அரசர்களும் முன்பு மானியமாகக் கொடுத்த நிலங்களுக்கு வரி விதித்தார்கள். அல்லது அந்த மானியம் பெற்றவரிடமிருந்து அதைப் பறித்து அரசின் பொறுப்பில் எடுத்துக்கொண்டார்கள். இதனால், அந்த மானியத்தை நம்பி நடந்துவந்த ஏராளமான குருகுலங்கள், திண்ணைப் பள்ளிகள், மதரஸாக்கள், பாரசீக, அரபுப் பள்ளிகள் எல்லாம் ஒரு தலைமுறை காலத்துக்குள் அழிந்தன.

பள்ளிக்கூடம் என்றால் பல அறைகள் கொண்ட கட்டடம் இருக்க வேண்டும், அச்சிட்ட புத்தகங்கள் இருக்கவேண்டும், முறையான பாடத்திட்டம், தேர்வுகள் எல்லாம் இருக்கவேண்டும் என்று நவீன கல்வியை பிரிட்டிஷார் அறிமுகம் செய்தார்கள். அப்படியான கல்வி இங்கிலாந்திலும் அப்போதுதான் அறிமுகமாகியிருந்தது. அந்த

மேலான கல்வி கிடைக்க வேண்டுமென்றால் அதிகக் கட்டணம் வசூலித்தாக வேண்டும். ஒருவருக்கு அப்படியான கட்டணம் கொடுக்க முடியவில்லையென்றால் அந்தக் கல்வியைப் பெற அவர்களுக்குத் தகுதி இல்லை என்றே அர்த்தம் என்று விட்டேத் தியாக முடிவெடுத்தார்கள். இந்தியப் பாரம்பரியப் பள்ளிகள் அழிந்து போயிருக்க, ஆங்கில நவீனக் கல்வி எட்டாக்கனியாக இருக்க இந்திய இடை, கடைநிலை சாதியினர் கல்வியில் பின்தங்கிப் போக நேர்ந்து விட்டது.

இதுதான் தரம்பால் இந்தப் புத்தகத்தில் முன் வைக்கும் இந்தியக் கல்வியின் வரலாறு.

அப்படியாக 200 ஆண்டு பிரிட்டிஷ் ஆட்சிக் காலகட்டத்தில் கடை, இடைநிலை சாதியினர் கல்வியில் இருந்து விலக்கப்பட்டதைத்தான் திராவிட அரசியல் சக்திகள் 2000 ஆண்டு கால சதியாக முன்வைத்து அதில் வெற்றியும் பெற்றுவிட்டிருக்கிறார்கள். அந்த 200 ஆண்டு களில் சமூகத்தில் பொருளாதாரரீதியாக வசதி வாய்ப்புகளைப் பெற்று முன்னேறிய பிராமணர்களையே அந்த சதியின் மூல காரணகர்த்தாவாக ஓர் அவதூறுப் பிரசாரத்தை முன்னெடுத்தும் வந்திருக்கிறார்கள். கடை, இடை நிலை சாதிகளில் இருந்து அம்பேத்கர் போல் ஒருசில அறிஞர்கள் உருவாக வழிவகுத்த அதே பிரிட்டிஷ் கல்விதான் எஞ்சிய இடை, கடைச் சாதியினரை முற்றாகக் கல்வியில் இருந்து விரட்டியடி க்கவும் செய்திருக்கிறது. இந்தப் புத்தகம் அந்த உண்மையை ஆதாரபூர்வமாக முன்வைக்கிறது.

இந்தப் புத்தகத்தில் இடம்பெற்றிருக்கும் ஆதாரங்கள் ஒரு வகையில் முழுமையற்றவையே... அதாவது இந்த நூலில் இந்தியப் பாரம்பரியப் பள்ளிகளின் செயல்பாட்டில் பிரிட்டிஷாராகிய நாம் குறுக்கிடக்கூடாது... அந்தக் கல்வி மையங்களுக்கான உதவித் தொகைகளை நம் அரசு கையகப்படுத்தக்கூடாது... அவர்களுக்கு மேலும் நாம் உதவ வேண்டும் என்ற உத்தரவுகளே ஆவணமாகக் கிடைத்திருக்கின்றன. பாரம்பரியப் பள்ளிகளுக்குத் தரப்பட்ட மானியமானது அந்த மானியம் பெற்றவர்கள் இறந்ததும் அவருடைய வாரிசுகளுக்கு பிரிட்டிஷ் அரசால் தரப்பட்டிருக்கிறது. இதுபோன்ற நிகழ்வுகளுக்கான சில உதாரணங்களே இடம்பெற்றிருக்கின்றன. இவை மிகவும் தந்திரமான ஆவணப்படுத்தல். அதாவது, நாடு முழுவதிலும் லட்சக்கணக்கான ஏக்கர் நிலங்களைக் கையகப்படுத் தியதையும் ஆயிரக்கணக்கான கல்வி மையங்களை முடக்கியதையும் பற்றி எதுவும் பதிவு செய்யாமல் ஒருசில இடங்களில் செய்த உத விகளை மட்டும் பதிவு செய்து சரித்திரமாக்கியிருக்கும் தந்திரம்.

அந்த ஆவணங்களை நுட்பமாகப் பரிசீலித்தால்தான் சொல்லாமல் விடப்பட்ட உண்மைகள் ஒருவருக்குப் புரியும்.

காந்தியடிகளுக்கும் வேறு பல இந்திய தலைவர்களுக்கும் ஒருசில பிரிட்டிஷ் அதிகாரிகளுக்கும் கல்வியாளர்களுக்கும் இந்த உண்மைகள் புரிந்திருந்தன. ஆனால், அவர்களிடம் பிரிட்டிஷாரால் இந்தியப் பாரம்பரிய மரம் வேரோடு பிடுங்கப்பட்டுவிட்டது என்பதற்குத் தெளிவான அதிகாரபூர்வ புள்ளிவிவரங்களாக எதுவும் இருந்திருக்கவில்லை. இந்தப் புத்தகத்தில் இடம்பெற்றிருக்கும் காந்தி - சர் ஃபிலிப் ஹெர்டாக் உடனான உரையாடல் அதையே நமக்கு உணர்த்துகிறது.

இந்தியப் பாரம்பரியக் கல்வியை பிரிட்டிஷாராகிய நாம் அழித்து விட்டோம் என்று சில 18-ம் நூற்றாண்டு பிரிட்டிஷ் அதிகாரிகள் கூறிய கருத்துகளையே காந்தி தனது கூற்றுக்கு ஆதாரமாகச் செ ால்கிறார். ஆனால், அந்தக் காலகட்டத்து மக்கள் தொகை என்ன... அதில் கல்வி கற்றவர்களின் எண்ணிக்கை என்ன... இன்றைய மக்க ள்தொகை என்ன... அதில் கல்வி கற்றவர்களின் சதவிகிதம் என்ன என்ற புள்ளிவிவரங்களின் அடிப்படையில்தான் பேசவேண்டும் என்று ஃபிலிப் ஹெர்டாக் பிடிவாதமாக வாதிடுகிறார். அவருடைய முன்னோர் தந்திரமாகப் பதிவு செய்யாமல் விட்ட ஆதாரங்கள் அல்லவா அவை. எனவே முன்னால் ஓடியவர்கள் ஈட்டிக் கொடுத்த முன்னிலையைத் தக்கவைத்துக் கொண்டு ஹெர்டாக் வெகு உற்சாகமாக வெற்றிக்கோட்டை நோக்கி ஓடுகிறார். ஆனால், அது தவறான திசையிலான ஓட்டம் என்பது உலகக் கல்வி வரலாற்றை முழுமையாகப் பார்க்கும் ஒருவருக்கு எளிதில் புரியும். உண்மையில் பழங்கால இந்தியாவின் கல்வி நிலை எப்படி இருந்தது என்பதை இன்றைய கல்வி நிலையோடு ஒப்பிட்டுப் பார்க்கக்கூடாது. அதே காலகட்டத்தில் உலகில் கல்வி நிலை என்னவாக இருந்தது என்பதோடுதான் ஒப்பிட்டுப் பார்க்கவேண்டும். அதோடு, பழங்காலக் கல்வி முறை அதன் இயல்பான வளர்ச்சிப் பாதையில் முன்னேற வழிவகுக்கப்பட்டிருந்ததா இல்லையா என்றும் பார்க்கவேண்டும். அந்த அடிப்படையில்தான் காந்தி பிரிட்டிஷாரை விமர்சித்தார். ஹெர்டாகோ நவீன காலத்தோடு ஒப்பிட்டுப் பழங்கால இந்தியாவை விட பிரிட்டிஷ் இந்தியாவில் கல்வி நிலை மேம்பட்டுத்தான் இருக்கிறது என்று காந்தியை மடக்கினார். இது எப்படியென்றால், எந்தக் குழந்தையும் திரும்பியே படுத்திருக்காத காலகட்டத்தில் ஒரு குழந்தை நடைவண்டியைப் பிடித்துக்கொண்டு நடக்க ஆரம்பித் திருக்கிறது. ஆனால், காலப்போக்கில் பிற குழந்தைகள் எல்லாம்

நடக்கக் கற்றுக்கொண்டு ஓடவும் ஆரம்பித்துவிட்ட நிலையிலும் முன்பு நடைவண்டியைப் பிடித்துக்கொண்டு நடக்கத் தொடங்கிய குழந்தையின் இயக்கத்தை முடக்கி அதை வெறுமனே நடக்கும் அளவுக்கு மட்டுமே ஆக்கிவைத்திருக்கிறார்கள். இப்போது ஒருவர் முன்பே நடைவண்டியில் நடக்கத் தொடங்கிய குழந்தையை அதன் போக்கில் விட்டிருந்தால் இன்று ஓட மட்டுமல்ல பறக்கவே செய்திருக்குமே அப்படிச் செய்ய முடியாமல் தடுத்துவிட்டீர்களே என்று சொல்கிறார். இன்னொருவரோ முன்பு நடைவண்டியைப் பிடித்து நடந்த குழந்தை இன்று தானாக நடக்க ஆரம்பித்திருக்கிறதே இது சாதனை தானே என்று மடக்குகிறார். கல்வியில் மட்டுமல்ல, இந்தியச் சமூகத்தின் பெரும்பாலான விஷயங்களிலும் இப்படி யான குறுக்கீடே நடந்திருக்கிறது.

மேலும், தமிழர்களாகிய நமக்கு இந்தப் புத்தகம் சுட்டிக்காட்டும் வேறொரு உண்மை மிகவும் முக்கியமானது: பிராமணர்களைவிட அதிக எண்ணிக்கையில் பிற சாதியினரே அடிப்படைக் கல்வி பெற்றிருக்கின்றனர்.

உண்மையில் இந்தப் புத்தகம் காலம் தாழ்த்தி வந்திருக்கும் ஒன்றுதான். இரட்டை ஆயுள் தண்டனை பெற்று வாழ்நாள் முழுவதையும் சிறையில் வாடிக் கழித்த ஒருவருக்கு அவருடைய மரணத்துக்கு முந்தைய தினங்களில் வந்து, நீ நிரபராதிதான்... உன்னைத் தவறுதலாகச் சிறையில் அடைத்துவிட்டோம். இனி நீ போகலாம் என்று சொன்னால் எப்படி இருக்கும்? அதுபோல்தான் இந்தியப் பாரம்பரியக் கல்வியை அழித்தொழித்து ஆங்கிலக் கல்வியை ஆழமாக நிலைபெறச் செய்ததோடு பிராமண அறிவுத் தரப்பை அப்புறப்படுத்தி திராவிட வெறுப்புக் கருத்தியலை முன்னிலை பெறச் செய்துவிட்ட பிறகு இன்று வந்து இந்தியக் கல்வி பழங்காலத்தில் சிறப்பாகத்தான் இருந்திருக்கிறது, அனைவருக்கும் கல்வி கிடைத்திருக்கிறது என்று சான்று வழங்குவது இருக்கிறது.

காலந்தாழ்த்திக்கிடைக்கும்நீதிமறுக்கப்பட்டநீதிக்குத்தானேசமம். எனினும் அப்படி முற்றாகச் சோர்ந்துபோய் விடவேண்டியதில்லை. ஏனென்றால் இன்றும் மெக்காலே புத்திரர்கள் புதிய புதிய குற்றச்சாட்டுகளுடனும் வழக்குகளுடனும் இந்தியாவையும் இந்து மதத்தையும் தாக்கிக்கொண்டுதான் இருக்கிறார்கள். நம் கையில் இருந்த வைரக்கல்லை கண்ணாடித்துண்டு என்று குப்பைக்கூடையில் நம்மைக் கொண்டே தூக்கி எறிய வைத்தவர்கள் இன்றும் வேறு வடிவங்களில் நம்மைச் சிறுமைப் படுத்திவருகிறார்கள். இந்தப் புத்தகம் குப்பைக் கூடையில் நாம் தூக்கி எறிந்த நம் வைரக்கல்லை

நமக்கு எடுத்துக்காட்டியிருக்கிறது. அதன் ஒளியில் நாம் நம்மிடம் இருக்கும் மேலும் பல ரத்தினங்களை இனம் கண்டு (அவற்றையும் மெக்காலே புத்திரர்கள் கண்ணாடித்துண்டுகள் என்றே வீசி எறியச் சொல்கிறார்கள்) மீட்டெடுத்து அணிந்துகொண்டாகவேண்டும். அந்த வகையில் இந்தப் புத்தகம் இன்றும் முக்கியமானது என்று செ ால்வதைவிட இன்றுதான் அது மிக மிக முக்கியமானது என்றே செ ால்லவேண்டும்.

ஆனால், இந்தப் புத்தகத்தைப் படித்த பிறகு திராவிட இயக்க த்தினர் தமது பிழையான பார்வையைத் திருத்திக்கொள்வார்கள் என்றெல்லாம் நம்பவில்லை. 'சரி... அனைத்து ஜாதியினரும் கல்வி பெற்றிருக்கிறார்கள்... ஆனால், மொத்த மக்கள்தொகையில் கல்வி பெற்றவர்களின் எண்ணிக்கை வெகு குறைவுதானே. அதோடு அனைத்து ஜாதியினரும் கல்வி பெற்றி ருந்தாலும் அனைத்து வேலைகளையும் அவர்கள் செய்ய அது வழிவகுத்திருக்கிறதா... உயர்கல்வி பிராமணர்களுக்கு மட்டும்தானே கிடைத்திருக்கிறது... பெண்களுக்கும் தலித்களுக்கும் கல்வி வெகு சொற்பமாகத்தானே கிடைத்திருக்கிறது. எனவே அது அழகிய மரம் அல்ல... வெறும் ஒரு செடிதான் என்று சொல்வார்கள்.

மேலோட்டமாகப் பார்க்கும்போது இந்த விமர்சனங்கள் நியாய மானவை போலவே தோன்றும். ஆனால், உலகில் எல்லாப் பகுதியிலுமே ஏட்டுக் கல்வி புரோகித, அரச, பிரபுத்துவ குடும்பங்களுக்கு மட்டுமே கிடைத்துவந்திருக்கிறது. பெண்களுக்கும் தலித்களுக்கும் ஏட்டுக் கல்வி எங்குமே கிடைத்திருக்கவில்லை. வேலைகளானது பெற்றோரிடமிருந்தே குழந்தைகளுக்கு வந்து சே ர்ந்திருக்கிறது. ஒவ்வொரு தொழில் குழுமங்களுக்கு உள்ளேயே அந்தந்த வேலைகளுக்கான பயிற்சிகள் கிடைத்து வந்திருக்கின்றன.

உயர்கல்வி என்று அவர்கள் சொல்வதெல்லாம் பிராமணர்களின் தொழிலுக்கான கல்வி மட்டுமே. ஆய கலைகள் அறுபத்து நான்கில் பிராமணரல்லாதாரின் கலைகள் எல்லாமும் குல வழியில் கற்றுத் தரப்பட்ட நிலையில் பிராமணக் கலைகளும் குல வழியில் கற்றுத் தரப்பட்டிருக்கின்றன தொழிற்புரட்சிக்கு முன்னால் மன்னராட்சி காலத்தில் உலகில் எல்லா இடங்களிலுமே நிலைமை இதுதான். எனவே, இந்தியாவிலும் அப்படியே இருந்திருக்கிறது. மேலும் பிற பகுதிகளில் எந்த அளவுக்கு விதிவிலக்குகள் உண்டோ அதைவிட இந்தியாவில் விதிவிலக்குகள் அதிகம் உண்டு. அந்தவகையில் இந்தியக் கல்வி மரம் ஒப்பீட்டளவில் சிறப்பாகவே இருந்திருக்கிறது. இயல்பான போக்கில் வளர்ச்சியடைய அனுமதிக்கப்பட்டிருந்தால் அந்த அழகிய கல்வி மரம் நிச்சயம் அதிகம் பேருக்கு கனியும் நிழலும்

தரும் அழகிய தோப்பாகச் செழித்திருக்கும். ஆனால், மரத்தை ஆராய்ச்சி செய்கிறேன் என்ற போர்வையில் வேரைப் பிடுங்கிப் பார்த்தவர்கள் அதன் பிறகு அப்படியே அதை மட்கிப் போகவைத்து விட்டார்கள்.

இந்தப் புத்தகத்தை எந்தவித முன்முடிவுகள் இன்றியும் படிக்கும் ஒருவருக்கு அந்த எளிய உண்மை புரியவரும். தரவுகளின் அடிப்படையில் அரசியலைத் தீர்மானிப்பவர்கள் இந்தப் புத்தக த்தைப்படித்த பிறகு இந்தியக் கல்வி தொடர்பான தமது அரசியலை நிச்சயம் மறு பரிசீலனை செய்வார்கள். தன் அரசியலுக்கு ஏற்பத் தரவுகளைத் திரிப்பவர்கள் பழகிய செக்குமாட்டுப் பாதையில் தலையை ஆட்டிக்கொண்டு தமது பயணத்தைத் தொடர்வார்கள்.

மொழிபெயர்ப்பு தொடர்பாக சில விஷயங்கள் பகிர்ந்துகொள்ள விரும்புகிறேன். இந்தியப் பாரம்பரியப் பள்ளிகளில் ஆசிரியர்களுக்கு மாணவர்கள்விசேஷ நாட்களில்கிஃப்ட்கள், பிரசெண்ட்கள்தந்தார்கள் என்று பிரிட்டிஷ் ஆவணங்களில் குறிப்பிடப்பட்டிருக்கின்றன. அதைப் பரிசுகள் என்று மொழிபெயர்க்கவில்லை. ஏனென்றால், அவை உண்மையில் தானம், சன்மானம், தட்சணை என்ற பெயரில் நம்மால் தரப்பட்டிருக்கின்றன. பரிசு என்று பிரிட்டிஷ் ஆவணங்களில் குறிப்பிட்டிருப்பதுபோல் ஒரு இடத்தில் பயன்படுத்திவிட்டு அதன் பிறகு வரும் இடங்களில் தானம், சன்மானம், தட்சணை என்றே மொழிபெயர்த்திருக்கிறேன். விசேஷ நாட்களில் மாணவர்கள் ஆசிரியர்களுக்குப் புதுத் துணியைப் பரிசாகத் தந்தார்கள் என்று மொழிபெயர்க்கும்போது அது மிகவும் அந்நியமாகப்படுகிறது. எனவே, மாணவர்கள் ஆசிரியர்களுக்கு வஸ்திர தானம் தந்தார்கள், புதுத் துணியை சன்மானமாகத் தந்தார்கள் என்று மொழிபெயர்த் திருக்கிறேன்.

அதுபோல் இந்தியப் பெயர்களை அன்றைய ஆங்கிலத்தில் எவ்வளவு முடியுமோ அவ்வளவு கடித்துக் குதறியிருக்கிறார்கள். சில இடங்களில் அவர்கள் எதைச் சொல்கிறார்கள் என்பதே நமக்குப் புரிவதில்லை. எனவே, அந்த இடங்களில் கொஞ்சம் சுதந்தரம் எடுத்து நமக்குப் புரியும் ஒன்றாக மொழிபெயர்த்திருக்கிறேன். உத ாரணமாக, Paurejantahpatraranum அதாவது ப(வ்)ரிஜந்தபத்ராரணம் என்று வருகிறது. இதை பாரிஜாத புராணம் என்று மொழிபெயர்த் திருக்கிறேன். ஒருவேளை அது தவறென்றால் சரியானதைத் தெரியப்படுத்துங்கள். அடுத்த பதிப்பில் சரி செய்துகொள்கிறேன்.

இந்தப் புத்தகத்தை மொழிபெயர்க்க அனுமதி கொடுத்த Other India Press, Goa திரு கிளாட் ஆல்வரிஸ் அவர்களுக்கு

நன்றிகள் பல. இப்புத்தகத்தின் முன்னுரையை தினமணி.காமில் தொடராக வெளியிட்ட நண்பர்கள் ஆர். பார்த்தசாரதி, ச.ந.கண்ணன் ஆகியோருக்கும் நன்றி. முதற்கட்ட வடிவமைப்பில் உதவிய ஹரன் பிரசன்னாவுக்கும் இறுதிக்கட்ட வடிவமைப்பில் செம்மைப்படுத்திய செந்திலுக்கும் நன்றி. இந்தியர்களின் குறிப்பாகத் தமிழர்களின் கடந்தகாலக் கல்வி பற்றிய மிக முக்கிய ஆவணமான இந்தப் புத்தகத்தை இதுநாள்வரை மொழிபெயர்க்காமல் இருந்தவர்களுக்கு கோபம் கலந்த நன்றியைத் தெரிவித்துக்கொள்கிறேன்.

- B.R. **மகாதேவன்**

அறிமுகம்

18ம் நூற்றாண்டில் கல்வி: இந்தியா, பிரிட்டனை முன்வைத்து

இந்திய வரலாற்று அறிவு பெருமளவுக்கு, வெளிநாட்டினரால் எழுதப்பட்டவற்றில் இருந்தே உருவாக்கப்பட்டுள்ளது; மிகச் சமீப காலம்வரையிலும் அதாவது கடந்த ஐநூறு ஆண்டுகளாக இந்தியாவில் கல்வி வரலாறு குறித்தும் அவற்றிலிருந்தே தெரியவந்துள்ளது. நாலந்தா, தட்சசீலா பல்கலைக்கழகங்கள் பற்றி நமக்கு நிறையத் தெரியவந்திருப்பதற்கு அவைபற்றி நூற்றாண்டுகளுக்கு முன்பாக சில கிரேக்க, சீன யாத்ரிகர்கள் எழுதியிருந்ததுதான் காரணம். அவர்கள் எழுதி வைத்தவை கால வெள்ளத்தில் அழியாமல் தாக்குப் பிடித்திருக்கின்றன. அல்லது தாம் பார்த்தறிந்தவற்றைத் தமது சக பயணிகளுடன் பகிர்ந்துகொண்டிருக்கிறார்கள். அவர்கள் மூலம் அது கால வெள்ளத்தை நீந்திக் கடந்து நம்மை வந்தடைந்திருக்கிறது.

கி.பி. 1500 வாக்கில் யாத்ரிகர்கள், புதிய பகுதிகளைத் தேடிச் செல்லும் ஆர்வம் மிகுந்தவர்கள் எனப் பலர் இந்தியாவின் பல பாகங்களில் உலவ ஆரம்பித்திருந்தனர். 16ம் நூற்றாண்டின் முடிவுவாக்கில் அவர்களின் எண்ணிக்கை அதிகரித்தது. அவர்கள் எந்தப் பகுதிகளில் இருந்து வந்தார்களோ அவற்றுக்கு இந்தியாவுடன் அதற்கு முன்புவரை எந்தத் தொடர்பும் இருந்திருக்கவில்லை. அவர்கள் வசித்த இடங்களின் தட்பவெப்பநிலை, சமுதாய அமைப்பு போன்றவை இந்தியாவிலிருந்து முற்றிலும் மாறுபட்டவையாக இருந்தன. எனவே அவர்களுக்கு இந்தியாவின் பழக்கவழக்கங்கள், மதங்கள், தத்துவங்கள், பழங்கால மற்றும் அன்றைய கட்டடக் கலைகள், செல்வச் செழிப்பு, கல்வி, கற்கும் முறைகள் போன்ற எல்லாமே புதிதாக, வித்தியாசமானவையாக இருந்தன. சுருக்கமாகச்

சொல்வதென்றால், அவர்களுடைய பின்புலம், அனுபவங்கள், அனுமானங்கள் ஆகியவற்றுக்கு முற்றிலும் மாறுபட்டதாக இந்தியா இருந்தது.

பிரிட்டிஷாரின் ஆய்வுகள், எழுத்துகள் ஆகியவற்றையே இந்த நூல் ஆதாரமாகக் கொண்டிருக்கிறது.[1] 1770க்கு முன்பாக அவர்களின் (இந்தக் காலகட்டத்தில் இந்தியாவின் பெரும்பான்மையான பகுதிகளின் உண்மையான அதிகாரம் அவர்கள் கைக்கு வந்துவிட்டிருந்தது) நோக்கங்கள் முற்றிலும் வேறானதாக இருந்தன. அவை (இதைத்தொடர்ந்த காலங்களிலும்) பெரிதும் வர்த்தகம், தொழில்நுட்பம் ஆகியவற்றைச் சார்ந்ததாகவே இருந்தன. இந்தியக் கைவினைக்கலைகளைப் புரிந்துகொள்ளுதல் அவற்றை மதிப்பிடுதல் என்பதாக இருந்தன. அப்படித் தெரிந்துகொள்வதன் மூலம் இந்தியாவில் அவர்களுடைய செல்வாக்கு, ஆதிக்கம் ஆகியவற்றை அதிகப்படுத்தலாம் என்ற நோக்கில் அப்படிச் செயல்பட்டனர். அவர்களில் சிலர் பார்ஸிகள் அல்லது சூரத்தின் பனியாக்கள்பற்றி எழுதியிருக்கிறார்கள் என்றாலும் இந்திய மதங்கள், தத்துவங்கள், ஆய்வுகள், கல்வி அமைப்பு ஆகியவை குறித்து அவர்களுக்கு அதுவரை பெரிய அக்கறை எதுவும் இருந்திருக்கவில்லை.

அப்படியான அலட்சியத்துக்கு ஒருவகையில் இந்தியாவிடமிருந்து அவர்களுடைய எதிர்பார்ப்பு என்னவாக இருந்தது என்பதே காரணம். சரியாகச் சொல்வதானால், அந்தக் காலகட்டத்து பிரிட்டிஷ் சமூகம் அதுபோன்ற விஷயங்களில் அக்கறை இல்லாமல்தான் இருந்தது. 18ம் நூற்றாண்டின் பிந்தைய பகுதியில் மதம், தத்துவங்கள், கல்வி, கற்றல் போன்றவற்றில் பிரிட்டிஷார் உள்ளொடுங்கியவர்களாகவே இருந்தனர். 16, 17 மற்றும் 18 நூற்றாண்டின் ஆரம்பகட்டங்களில் கல்வி, தத்துவம், அறிவார்ந்த செயல்பாடு என பிரிட்டனுக்கு எந்தப் பாரம்பரியமும் இருந்திருக்கவில்லை என்று அதற்கு அர்த்தமில்லை. இந்தக் காலகட்டத்தில்தான் பேக்கன், ஷேக்ஸ்பியர், மில்டன், நியூட்டன் போன்றோர் உருவாகி வந்திருந்தனர். ஆக்ஸ்ஃபோர்டு, கேம்பிரிட்ஜ், எடின்பர்க் போன்ற பல்கலைக்கழகங்கள் 13, 14ம் நூற்றாண்டுகளில் ஆரம்பிக்கப்பட்டிருந்தன.

பதினெட்டாம் நூற்றாண்டின் கடைசிப்பகுதிவாக்கில் பிரிட்டனில் 500 இடைநிலைப் பள்ளிகள் இருந்தன. எனினும் இந்தக் கல்விமையங்களும் கற்றுக் கொடுத்தலும் மேட்டுக்குடியினருக்கு மட்டுமே கிடைத்தது. 16ம் நூற்றாண்டுக்குப் பிறகு நிலைமை இன்னும் குறுகலானது. ப்ராட்டஸ்டண்ட் புரட்சிக்குப் பிறகு பெரும்பாலான மடாலயங்கள் மூடப்பட்டன. அரசு அவற்றின் வருவாயையும் சொத்துகளையும் பெரும் கெடுபிடிகளுக்குள்ளாக்கியது.

ஏ.இ.டோப்ஸ்ஸின் கூற்றுப்படிப் பார்த்தால், ப்ராட்டஸ்டண்ட் புரட்சிக்கு முன்புவரை, ஆக்ஸ்ஃபோர்டு பல்கலைக்கழகம்தான் இங்கிலாந்தில் இருக்கும் பிரதான இடைநிலைப் பள்ளியாகவும் ஏழைகளுக்குக் கல்வி தருவதில் முன்னணியிலும் இருந்திருக்கிறது. இறையியல் கல்வி, சட்டம், மருத்துவம் போன்றவற்றைக் கற்பதற்கான முக்கிய இடமாகவும் இருந்திருக்கிறது.[2] கல்வி அனைவருக்கும் இலவசமாக இருந்திருக்கவில்லை. எனினும் ஏழைகளுக்கும் அந்தக் கல்வி கிடைக்கும்வகையில் உதவித்தொகை, கட்டணச் சலுகை போன்ற சில ஏற்பாடுகள் நடைமுறையில் இருந்தன.[3] 'சொந்தமாக நிலமோ ஆண்டு வாடகை வருமானம் 20 ஷில்லிங்குகளாகவோ இல்லாதவர்கள் தங்கள் குழந்தைகளைப் பணிகளுக்கு அமர்த்திக்கொள்ளக்கூடாது. ஆனால், தாய் தந்தையருக்கு உதவும் வகையில் அல்லது அவர்களுடைய நிலத்தின் பணிகளுக்குத் தேவையென்றால் அப்படிச் செய்துகொள்ளலாம்' என்று ஆரம்பகட்ட இங்கிலாந்து சட்டம் ஒன்று தெரிவிக்கிறது. மேலும் 'யார் வேண்டுமானாலும் தங்கள் குழந்தைகளைப் பள்ளிக்கு அனுப்பலாம்'[4] என்றும் அது தெரிவிக்கிறது.

ஆனால், 16ம் நூற்றாண்டுக்குப் பிறகு இந்த நிலையில் மாற்றம் ஏற்படுகிறது. தேவாலயங்களில் ஆங்கில மொழி பைபிளை வாசிக்கக் கூடாது என்று சொல்லும் சட்டம்கூட இயற்றப்பட்டது. பள்ளிகளில் அல்லாமல் தனிப்பட்ட முறையில் கற்றுக்கொள்ளுதல் என்பது மன்னர்கள், நிலப் பிரபுக்கள், வணிகர்கள் போன்ற உயர்குடியினருக்கு மட்டுமே அனுமதிக்கப்பட்டிருந்தது. கைவினைக் கலைஞர்கள், அவர்களுடைய உதவியாளர்கள், விவசாயிகள், பண்ணையாட்கள், தொழிலாளர்கள் ஆகியோருக்கு 'புனித நூல்களைப் படிப்பதால் வரும் ஒழுங்கின்மையைத் தடுக்கும் நோக்கில்'[5] அவை மறுக்கப்பட்டிருந்தன. இந்தப் புதிய போக்கின்படி 'உழவரின் மகன் உழவுத்தொழிலில் ஈடுபடவேண்டும்; கைவினைக் கலைஞரின் மகன் அந்தத் தொழிலில் ஈடுபடவேண்டும்; கனவான்களின் குழந்தைகள் ஆட்சி நிர்வாகம், அதிகாரம் குறித்துக் கற்கவேண்டும். பிற தேசங்களைப் போலவே நமக்கும் உழவர்களின் தேவை அதிகமாகவே இருக்கிறது. அனைத்துத் தரப்பு மக்களின் குழந்தைகளும் பள்ளிக்குச் செல்லவேண்டியது அவசியமில்லை' என்று தீர்மானிக்கப்பட்டது.[6]

150 ஆண்டுகளுக்குப் பிறகு (அதாவது 17ம் நூற்றாண்டின் முடிவு வாக்கில்) இந்தப் போக்கு மெதுவாக மாறத் தொடங்கியது. அனைவருக்குமான பரோபகாரப் பள்ளிகள் (Charity Schools) தொடங்கப்பட்டன. மத போதனைகளைப் புரிந்துகொள்ளும் அளவுக்கு பாட்டாளி வர்க்கத்தைத் தயார்படுத்தவேண்டும் என்பதே

இந்தக் கல்விமையங்களின் நோக்கமாக இருந்தது. வேல்ஸில் 'ஞாயிற்றுக் கிழமை வழிபாட்டில் பைபிள் படிக்கவும் மதம் சார்ந்த பிற விஷயங்களைத் தெரிந்துகொள்ளவும் ஏழைகளைத் தயார்படுத்த வேண்டும்' என்பதே இந்தக் கல்வியின் நோக்கமாக இருந்தது.[7]

சிறிது காலத்துக்குப் பிறகு இந்தப் பரோபகாரப் பள்ளி இயக்கம் தேக்கநிலையை அடைந்தது. 1780 வாக்கில் சண்டே ஸ்கூல் இயக்கம் ஆரம்பித்தது.[8] அனைவருக்குமான கல்வி என்பது இந்தக் காலகட்டத்தில்கூட மடாலயத்தின் பணியாகவே இருந்தது. 'அனைத்துக் குழந்தைகளும் பைபிளை வாசிக்கவும் புரிந்து கொள்ளவும் வேண்டும்' என்பதே அவற்றின் இலக்காக இருந்தது.[9] 'ஞாயிற்றுக்கிழமை வழிபாடுகள் உரிய முறையில் பின்பற்றப் படவேண்டும்' என்பதே ஞாயிற்றுக்கிழமைப் பள்ளி களுக்கு அதிக முக்கியத்துவம் தரப்படக் காரணமாக இருந்தது.[10] சில வருடங்களுக்குப் பிறகு, பிற நாட்களிலும் நடக்கும் டே ஸ்கூல்கள் மீது கவனம் குவிய ஆரம்பித்தது. அதன் பிறகு பள்ளிக் கல்வி வளர்ச்சிமுகத்தை அடைந்தது. 1834 வரையில்கூட நேஷனல் பள்ளிகளின் பாடத்திட்டங்கள் கூட மத போதனைகள், வாசிப்பு, எழுத்து, கணிதம் என்பதாகவே இருந்தன. 'தீய விளைவுகள் ஏற்படும்' என்று கருதிச்சில கிராமத்துப் பள்ளிகளில் எழுதக்கற்றுத்தரவில்லை.[11]

டே ஸ்கூல் இயக்கத்துக்குப் பெரிய உந்துதல் 'பீல்ஸ் ஆக்ட் ஆஃப் 1802' மூலம் கிடைத்தது. 'சிறுவர்களைப் பணியில் அமர்த்திக் கொள்பவர்கள்ஏழுவருடப்பயிற்சிக்காலத்தில்நான்குவருடங்களுக்கு எழுதப் படிக்கவும், கணிதமும் கற்றுத் தந்தாகவேண்டும். ஞாயிற்றுக்கிழமைகளில் ஒரு மணி நேர மத போதனை தரவேண்டும். அனைத்துக் குழந்தைகளையும் ஞாயிற்றுக்கிழமை வழிபாட்டில் பங்குபெற வைக்கவேண்டும்' என்று அந்தச் சட்டம் சொன்னது.[12] 'ஆனால், இந்தச் சட்டம் மக்களிடையே எந்த வரவேற்பையும் பெறவில்லை.' எனவே, அதன் 'நடைமுறை அமலாக்கம் சொல்லிக் கொள்ளும்படியாக இல்லை'.[13] இதே காலகட்டத்தில்தான் ஜோசஃப் லங்காஸ்டர் முன்வைத்த மானிடோரியல் கல்வி முறை (Monitorial method) நடைமுறைக்கு வந்தது. (இதில் திறமைசாலியான மாணவர்கள் ஆசிரியர்களோடு சேர்ந்து பிற மாணவர்களுக்குக் கற்றுத் தருவார்கள். ஆண்ட்ரூ பெல்லும் இதையே முன்வைத்தார். இந்தியக் கல்வி முறையில் இருந்துதான் இதற்கான உந்துதலைப் பெற்றிருக்க வேண்டும்)[14] அது அனைவருக்குமான கல்வியைப் வெகுவாகப் பரவலாக்கியது. அந்தப் பள்ளிகளில் படித்தவர்களின் எண்ணிக்கை 1792ல் 40,000 ஆகவும் 1818ல் 6,74,833 ஆகவும் 1851ல் 21,44,377 ஆகவும் உயர்ந்தது. 1801ல் அரசு மற்றும் தனியார் பள்ளிகளின் எண்ணிக்கை 3,363 ஆக இருந்தது. 1851 வாக்கில் அது 46,114 ஆக அதிகரித்தது.[15]

ஆரம்பக்கட்டத்தில் 'ஆசிரியர்கள் திறமையற்றவர்களாகவே இருந்தனர். அறிவு குறைந்தவர்களாக மட்டுமல்லாமல் குடிகாரர் களாகவும் இருந்தனர்' என்று லங்காஸ்டர் தெரிவித்திருக்கிறார்.[16] 'பள்ளிக்கு மாணவர்கள் ஒழுங்காக வருவதில்லை. அதைவிட்டுவிட்டு மிகவும் பெருந்தன்மையாகக் கணக்கிட்டுப் பார்த்தாலும் 1835ல் சராசரி பள்ளிப்பருவம் என்பது ஒரு வருடமாக மட்டுமே இருந்தது. 1851ல் அது இரண்டு வருடங்களாக ஆனது' என்று டோப்ஸ் தெரிவித்திருக்கிறார்.[17]

18ம் நூற்றாண்டில் ஆங்கிலேயப் பொதுக் கல்வி நிலையங்கள் பெரும் வீழ்ச்சியை அடைந்தன. 1797ல் ஸ்ரூஸ்பரியில் இருந்த புகழ் பெற்ற பள்ளியில் 'மூன்று நான்கு மாணவர்களுக்கு மேல்' இல்லை. மறு சீரமைப்புக்குப் பிறகு அடுத்த வருடத்தில் சுமார் 20 மாணவர்கள் அங்கு சேர்ந்தனர்![18] ஈடன் (Eton) போன்ற பள்ளிகளில் எழுத்துப் பயிற்சி, கணிதம் (ஏராளமான ஆங்கில, லத்தீன் நூல்கள்) கற்றுத் தரப்பட்டன. ஐந்தாம் ஃபார்ம் மாணவர்கள் புராதன புவியியல் அல்லது அல்ஜீப்ரா போன்றவற்றைப் படித்தனர். அந்தப் பள்ளியில் அதிக காலம் படித்தவர்கள் யூக்ளிட் கணிதம் பற்றியும் படித்தனர்.[19] எனினும் 1851 வரையிலும் கணிதம் முக்கிய பாடமாக இருந்திருக்கவில்லை. கற்றுக் கொடுத்தவர்களும் அப்படியொன்றும் தேர்ந்த அறிவு பெற்றவர்களாக மதிக்கப்பட்டிருக்கவில்லை.[20]

தொடக்கக் கல்வி 1800 வரையிலும்கூட மக்களிடையே பரவலாகி யிருக்கவில்லை. இந்தியாவின் தட்சசீலம், நாலந்தா அல்லது நவத்வீப் பல்கலைக்கழகங்களைப் போலவே பிரிட்டனுக்கு ஆக்ஸ்ஃபோர்டு, கேம்பிரிட்ஜ் மற்றும் எடின்பர்க் பல்கலைக்கழகங்கள் முக்கிய மானதாக இருந்திருக்கக்கூடும்.[21] ஏனெனில் 1773க்குப் பிறகு இந்தியாவுக்கு வந்த பயணிகள், அறிஞர்கள், நீதிபதிகள் போன்றோர் இந்த மூன்று பல்கலைக்கழகங்களில் ஏதாவது ஒன்றில் படித்தவர் களாகவே இருந்தனர்.[22]

1800 வாக்கில் இந்தப் பல்கலைக்கழகங்கங்களில் கற்றுத் தரப்பட்ட பாடங்கள், படித்தவர்களின் எண்ணிக்கை பற்றி இங்கு குறிப்பிடுவது பயனுள்ளதாக இருக்கும் என்று கருதுகிறேன். ஆக்ஸ்ஃபோர்டு பற்றிச் சொல்கிறேன். இதே காலகட்டத்து கேம்பிரிட்ஜ், எடின்பர்க் பல்கலைக்கழகங்களுக்கும் இது ஓரளவுக்குப் பொருந்தும் என்றே நம்பலாம்.

ஆக்ஸ்ஃபோர்டு பல்கலைக்கழகத்தின் (இங்கிலாந்தின் ரோமுட னான உரசலுக்குப் பிறகான) கால வரிசையிலான வளர்ச்சியை 1546லிருந்து அங்கு ஆரம்பிக்கப்பட்ட பேராசிரியத்துறைகளில் (பாடப் பிரிவுகளில்) இருந்து தெரிந்துகொள்ளலாம்:[23]

1546 மன்னர் எட்டாம் ஹென்றியால் அமல்படுத்தப்பட்ட ஐந்து பேராசிரியர் பதவிகள் 1. இறையியல் 2. குடிமையியல் சட்டம் 3. மருத்துவம். 4. ஹீப்ரு மொழி 5. கிரேக்க மொழி

1619 வடிவ கணிதம் (ஜியாமெட்ரி), வானவியல்

1621 இயற்பியல், ஒழுக்கவியல் (1707-1829 வரையான காலகட்டத்தில் நிறுத்திவைக்கப்பட்டது)

1622 புராதன வரலாறு (ஹீப்ரூ, ஐரோப்பா பற்றிய வரலாறு)

1624 இலக்கணம், சொல்லாட்சிக் கலை, தத்துவம் (1839ல் இருந்து தர்க்கவியல் அந்த இடத்தைப் பிடித்தது)

1624 உடலியல்

1626 இசை

1636 அரபு மொழி

1669 தாவரவியல்

1708 கவிதை

1724 நவீன வரலாறு மற்றும் நவீன மொழிகள்

1749 கள ஆய்வுத் தத்துவம்

1758 பொதுச் சட்டம்

1780 மருத்துவக் கல்வி

1795 ஆங்கிலோ சாக்ஸன் (மொழி, இலக்கியம் போன்றவை)

1803 வேதியியல்

19ம் நூற்றாண்டு ஆரம்ப வாக்கில் ஆக்ஸ்ஃபோர்டு பல்கலையில் 19 கல்லூரிகளும் ஐந்து சுய அதிகாரம் பெற்ற துணைக் கல்விமையங்களும் (Permenant private halls) இருந்தன. 500 ஃபெல்லோக்கள் இருந்தனர். அதில் சிலர் அந்தக் கல்லூரிகளில் ஆசிரியர்களாக இருந்தனர். அதோடு 1800-ல் 19 பேராசிரியர்களும் இருந்தனர். 1854-ல் இந்த எண்ணிக்கை 25 ஆக உயர்ந்தது.

19ம் நூற்றாண்டின் தொடக்கத்தில் இறையியல், செவ்வியல் பாடங்களே பிரதானமாக இருந்தன. செவ்வியல் பாடப்பிரிவுத் தேர்வின் பெயர் லிட்டரே ஹ்யூமானியோரஸ். கிரேக்கம், லத்தீன் மொழிகளும் இலக்கியங்களும், ஒழுக்கவியல் தத்துவம், சொல்லாட்சிக் கலை, தர்க்கம், கணிதவியல்கள் மற்றும் இயற்பியல் ஆகியவை இதில் இடம்பெற்றன. சட்டம், மருத்துவம், பூகோளவியல் குறித்த விரிவுரைகளும் வழங்கப்பட்டன.

1805க்குப் பிறகு பல்கலைக்கழகத்தில் படிக்கும் மாணவர்களின் எண்ணிக்கை அதிகரித்தது. 19ம் நூற்றாண்டின் தொடக்கத்தில் 760

ஆக இருந்த மாணவர் எண்ணிக்கை 1820-24ல் 1300 ஆக அதிகரித்தது. நன்கொடைகள் குறிப்பாக நிலமாகக் கிடைத்தன. அவற்றில் இருந்து கிடைத்த வருமானம் மற்றும் மாணவர்களிடமிருந்து கிடைத்த கட்டணம் ஆகியவற்றின்மூலம் ஆக்ஸ்ஃபோர்டு பல்கலையின் பொருளாதாரத் தேவைகள் பூர்த்திசெய்யப்பட்டன. ஒவ்வொரு கல்லூரிக்கும் வருவாய் மூல ஆதாரங்கள் வெவ்வேறாக இருந்தன. உடைகள், போக்குவரத்துச் செலவுகள் உட்பட எல்லாச் செலவுகளையும் கணக்கில் கொண்டு பார்த்தால், 1850 வாக்கில் ஒரு பெற்றோர் தன் மகனை இந்தப் பல்கலைக்கழகத்தில் நான்காண்டு படிக்கவைக்க (விடுமுறைக் காலத்துக்கும் சேர்த்து) 600-800 பவுண்ட்கள் செலவிட வேண்டியிருந்தது.[24]

பிரிட்டிஷார் மட்டுமல்லாமல் டச்சுக்காரர்கள், போர்ச் சுக்கீசியர்கள், ஃபிரெஞ்சுக்காரர்கள் ஆகியோர் நேரடியாகவோ 16-17 நூற்றாண்டுகளில் நிறுவிய பல்வேறு கிழக்கிந்திய கம்பெனிகள் மூலமாகவோ இந்தியப் பெருங்கடல் பகுதியில் தமது சாம்ராஜ்ஜியத்தை விரிவாக்குதல், தொழிற்சாலைகளை அமைத்தல், கோட்டைகள் கட்டுதல் என மும்மரமாக இருந்தனர். அங்கு அவர்களால் முடிந்த இடங்களை எல்லாம் ஆக்கிரமிக்கவும் செய்தனர். அதே நேரத்தில் தங்கள் பங்காக ஐரோப்பிய அறிஞர்கள் அந்தப் பகுதிகளில் நிலவும் நாகரிகங்கள் பற்றித் தெரிந்துகொள்ள முயற்சி எடுத்தனர். அவர்களில் முக்கியமானவர்கள் சில கிறிஸ்தவ மடாலய அமைப்புகளை, குறிப்பாக மிகவும் பிரசித்திபெற்ற ஜேஸுயிட் ஏசுசபை அமைப்பைச் சேர்ந்தவர்களாவர். அறிவியல், சமூகப் பழக்கவழக்கங்கள், தத்துவங்கள், மதங்கள் ஆகிய துறைகளில் அவர்கள் ஆர்வம் கொண்டிருந்தனர். வேறு சிலருடைய ஆர்வங்கள் அரசியல், வரலாறு, பொருளாதாரம் சார்ந்ததாக இருந்தன. பெரும்பாலானவர்கள் தமது சாகச அனுபவங்களையும் 'அபாரமான' 'அற்புதமான' கீழைத்தேய நாட்டில் நடந்த சிற்சில துரதிஷ்டங்களையும் எழுதிவைத்திருக்கின்றனர். ஐரோப்பிய மேட்டுக்குடியின் பரந்துபட்ட ஆர்வத்தின் காரணமாக ஒன்றுக்கு மேற்பட்ட ஐரோப்பிய மொழிகளில் இவை அச்சிடப்பட்டன. மதம் சார்ந்த அல்லது மிகவும் அறிவார்ந்த குறிப்புகளும் விவாதங்களும் கையெழுத்தாகவே பல தடவை பிரதி எடுத்துக்கொள்ளப்பட்டன.[25]

II

18ம் நூற்றாண்டு மத்திம காலத்தில் ஆரம்பித்து இப்படியாகச் சேகரமான ஆவணங்கள் இந்தியாவிலும் தென்கிழக்கு ஆசியாவிலும் தொடர்ச்சியான அறிவார்ந்த விவாதங்களையும் ஆர்வத்தையும்

ஏற்படுத்தின. அரசியல், சட்டம், தத்துவங்கள், விஞ்ஞானங்கள், முக்கியமாக இந்திய ஜோதிடம் தொடர்பாக மிகுந்த ஆர்வம் ஏற்பட்டது. ஐரோப்பியர்களிடையே (குறிப்பாக வால்டேர், அபே ரேய்னல், மூான் சலிவன் பெய்லி ஆகியோரிடையே) ஏற்பட்ட இந்த ஆர்வம் பிரிட்டனிலும் தாக்கத்தை ஏற்படுத்தியது. எடின்பர்க் பல்கலைக்கழகத்துடன் தொடர்பில் இருந்த ஆடம் ஃபெர்கூசன், வில்லியம் ராபர்ட்ஸன், ஜான் ப்ளேஃபெயர்[26], ஏ.மக்கனோக்கி ஆகியோரிடையே ஆர்வத்தை ஏற்படுத்தியது. 1775ல் ஆடம் ஃபெர்கூசன் தனது முன்னாள் மாணவர் ஜான் மேக்பெர்ஸனிடம் (1784 -85 காலகட்டத்தில் வங்காளத்தின் கவர்னர் ஜெனரல்) ஒரு விஷயம் சொன்னார்:

'இந்தியாவில் அரச நிர்வாகம், கொள்கை அமலாக்கம் தொடர்பாக அனைத்துவகையான தகவல்களையும் விரிவாக சேகரிக்கவும். 'விரிவாக' என்று நான் சொல்வது உனக்குப் புரியும் என்று நினைக்கிறேன். ஏதேனும் ஒரு நகரத்தையும் அதன் மாவட்டத்தையும் எடுத்துக்கொள். அதன் பரப்பளவு, மக்கள்தொகை இவற்றைச் சேகரி. அந்த மக்கள் தொகையின் பல்வேறு வர்க்கங்கள், அவர்களுடைய தொழில்கள், வருவாய்க்கான ஆதாரங்கள், வாழ்க்கை முறை இவற்றைப் பற்றிய தகவல்களைச் சேகரி. ஒவ்வொரு பிரிவுகளுக்கிடையிலான உறவு, பரஸ்பரம் ஒருவரை ஒருவர் எந்தவகையில் சார்ந்திருக்கிறார்கள், தொழிலாளரிடமிருந்து அரசு அல்லது கீழ்மட்ட அதிகாரிகள் என்னவிதமான பங்களிப்புகளைப் பெறுகிறார்கள், எப்படிப் பெறுகிறார்கள் - இதையெல்லாம் சேகரிக்கவும். என்னைவிட அதிகம் உனக்குத் தெரிந்திருக்கக்கூடிய விஷயங்கள்பற்றி நான்விரிவாகப்பேசுவதற்கு என்னைமன்னிக்கவும். இந்தியாவில் இருந்து ஒளியைக் (அதாவது அதன் பொருளாதார மூலங்கள் போன்றவை பற்றிய தகவல்களைக்) கொண்டுவர முடிந்த ஒருவனுக்கு, அந்த ஒளியைப் பலரைப் பின்பற்றச் செய்யவேண்டிய ஒருவனுக்கு இதற்கு மேலும் நான் எதுவும் சொல்ல விரும்பவில்லை. என் கடிதத்தை இதனுடன் முடித்துக்கொள்கிறேன்.'[27]

'நமது பேரரசர், கங்கைக் கரையின் (புதிய) அதிபர் இந்துக்களின் பழம்பெரும் படைப்புகளைச் சேகரிக்கவும் மொழிபெயர்க்கவும் தேவையானதைச் செய்து தருவார்' என்று ஏ.மெக்கனோகி குறிப்பிட்டிருக்கிறார் (முதலில் 1783-ல்[28] அதன் பிறகு 1788-ல்). அவருடைய எண்ணம் என்னவென்றால், இந்திய அறிவை ஐரோப்பாவுக்குக் கொண்டுசென்றால் வானசாஸ்திரம், பழங்காலக் கலைகள் மற்றும் அவற்றுடன் பிணைந்திருக்கும் அறிவியல்கள் அனைத்தும் பெருமளவில் முன்னேறியதாகவே இருக்கும். 'பழங்கால இந்துக்களின் மதம், அரசமைப்பு போன்றவையும் எந்தவகையிலும்

அவர்களுடைய அறிவியல் அறிவுக்குக் குறைந்தவை அல்ல. வரலாறு, கவிதைகள், பாரம்பரியங்கள், ஹிந்து நீதிக்கதைகள் எல்லாம் பழங்கால உலகம் குறித்த சித்திரத்தை நமக்குக் காட்டக்கூடும். மோசஸ் எந்த மக்களிடமிருந்து கல்வியைப் பெற்றாரோ கிரேக்கர்கள் யாரிடமிருந்து தமது மதத்தையும் கலைகளையும் பெற்றார்களோ அந்தப் பழங்கால உலகின் சமூக அமைப்புகள் குறித்து நாம் தெரிந்துகொள்ளக்கூடும். பனாரஸ்தான் இந்தியக் கல்வியின் மையமாக இருந்தது. அங்குதான் அனைத்து அறிவியல்களும் கற்றுத் தரப்பட்டன. வானவியலின் மிகத் தொன்மையான படைப்புகள்கூட அங்கு உருக்குலையாமல் இருக்கின்றன.'[29]

அதேகாலகட்டத்தில், இந்தியாவில் லண்டனில் இருந்து வரும் உத்தரவை ஏற்று அரசு நடத்தவும் கொள்கைகளை அமல்படுத்தவும் நியமிக்கப்பட்டவர்களிடமிருந்தும் இதுபோன்ற சிந்தனையும் அதற்கு இசைவான செயல்பாடுகளும் வெளிப்பட்டன. நடை முறை மற்றும் உடனடித் தேவையாக இருந்த ஆட்சி நிர்வாகக் காரணங்களுக்காக (ஆடம் ஃபெர்கூஸனைப் பின்பற்றி) இந்து, முஸ்லிம் சட்டங்கள், சொத்து தொடர்பான உரிமைகள், பல்வேறு பகுதிகளின் வருவாய் வாய்ப்புகள் தொடர்பான விவரங்கள் தொகுத்து எழுதப்பட்டன. இதற்காக பிரிட்டிஷார் சிலர் சமஸ்கிருதம், பாரசீக மொழிகளைக் கற்றனர். எது பிரிட்டிஷாரின் நலனுக்குப் பெரிதும் உதவும் என்பதைத் தேர்ந்தெடுக்கவும் வேண்டாததைத் தவிர்க்கவும் இந்த மொழிகளைக் கற்றுக்கொள்வது அவசியம் என நினைத்தனர். இந்த முயற்சியில் சிலருக்கு சமஸ்கிருதத்திலும் இந்திய இலக்கியங்களிலும், அதனளவிலேயோ மெக்கனோகி சொன்னது போன்ற காரணங்களுக்காகவோ ஈடுபாடு உருவானது. சென்னையில் இருந்த சார்ல்ஸ் வில்கின்ஸ், வில்லியம் ஜோன்ஸ், எஃப்.டபிள்யூ எல்லிஸ் ஆகியோரும் லெப்டினண்ட் வில்ஃபோர்டும் (வாரனாசியில் மிக அருமையான ஆய்வுகள் செய்தவர்) இந்த வகையில் மிகவும் முக்கியமானவர்கள்.

1770களில் இந்திய அறிவு, கல்விமையங்கள் தொடர்பாக மூன்று அணுகுமுறைகள் பிரிட்டிஷாரின் பிடியில் இருந்த இந்தியப் பகுதிகளில் நடைமுறைப்படுத்தப்பட்டன. இவை மேற்பார்வைக்கு வெவ்வேறானவைபோல் தோன்றக்கூடும். ஆனால், அடிப்படையில் ஒன்றை ஒன்று வலுப்படுத்தக்கூடியவையே.

முதல் அணுகுமுறை பிரிட்டிஷாரின் அதிகாரப் பெருக்கம், நிர்வாகத் தேவைகள் ஆகியவற்றின் மூலமாக உருவானது (ஆடம் ஃபெர்கூஸன் போன்றோர் பரிந்துரைத்திருந்தவற்றுக்கும் கூடுதலாகத் தேவைப்பட்டன). அந்தச் செயல்பாடுகளுக்கு ஒருவித

நியாயத்தை வழங்கவும் பிரிட்டிஷ் அரசு உருவாக்கிய வழிமுறைகள், சட்டங்கள், புதிய கருத்தாக்கங்கள் ஆகியவற்றுக்கு முந்தைய இந்திய அமைப்புகளின் சாயலைக் கொடுக்கவும் (எவ்வளவுதான் சிரமம் என்றாலும்) வேண்டியிருந்தது. இந்தத் தேவையே பிரிட்டிஷ்-இந்தியவியல் என்ற துறைக்குக் காரணமாக அமைந்தது.

இரண்டாவது அணுகுமுறை எடின்பர்க் அறிவொளி இயக்கத்தின் (1750களில் ஆரம்பித்தது) பயனாக உருவானது. மக்கனாக்கி போன்றோர் அதைப் பிரதிநிதித்துவப்படுத்தினர். அவர்களுக்கு ஒரு பயம் இருந்தது. வரலாற்று அனுபவம் (அமெரிக்காவின் பூர்வ குடி நாகரிகங்கள் அடியோடு அழிக்கப்பட்ட நிகழ்வு), தத்துவார்த்த அவதானிப்பு மற்றும் வெளிப்பாடுகள் இவற்றின் மூலம் ஓர் உண்மை அவர்களுக்குத் தெரியவந்திருந்தது: ஒரு நாகரிகத்தை ஆக்கிரமித்துத் தோற்கடிப்பது என்பது அந்த நாகரிகத்தைச் சிதைத்துவிடுவதோடு அந்த நாகரித்தின் அனைத்து அரிய அறிவுச் சேகரிப்புகளையும் ஒரேயடியாக இல்லாமல் ஆக்கிவிடுகிறது. எனவே, ஒரு சமூகத்தின் யதார்த்தமான நிலைமை என்ன என்பதை அப்படியே ஆவணப்படுத்தவேண்டும்; வாரனாசி போன்ற கல்வியில் சிறந்த பகுதிகளில் இருந்து எதையெல்லாம் எடுத்துக்கொள்ளமுடியும் என்பதைப் பார்க்கவேண்டும் என்று சொன்னார்கள்.

மூன்றாவது அணுகுமுறை, கிரேட் பிரிட்டனில்கூட அப்போது தான் நடைமுறைப்படுத்தப்பட்டுக் கொண்டிருந்த ஒன்றின் வெளிப்பாடு: மக்களை நிறுவனமயப்படுத்தி, எளிய, சட்டத்துக்குட் பட்ட கிறிஸ்தவ சமுதாயத்தை உருவாக்குதல். அதற்கு ஓரளவுக்கு எழுத்தறிவும் கல்வி கற்பித்தலும் அவசியம். அதே நோக்கத்தை இந்தியாவிலும் நிறைவேற்றவும் கிறிஸ்தவ 'ஒளி'யையும் 'ஞான'த்தையும் மக்களுக்கு வழங்கவும் பல்வேறு இந்திய மொழிகளின் இலக்கணத்தை உடனடியாக உருவாக்க வேண்டியிருந்தது. வில்லியம் வில்பர்ஃபோர்ஸைப் பொறுத்தமட்டில் 'புனித வேதாகமங்கள் உள்ளூர் மொழிகளில் உலா வரவேண்டும்', கிறிஸ்தவம் மக்களிடையே பரவவேண்டும். 'இந்தியர்கள் அவர்களுக்குத் தெரியாமலேயே கிறிஸ்தவர்களாக மாறிவிடவேண்டும்.'[30]

இந்த முயற்சிகள் அனைத்தும் ஒன்று சேர்ந்து பிரிட்டிஷ் ஆதரவுடன் சமஸ்கிருத, பாரசீகக் கல்லூரிகள் உருவாகவும் காரணமாக அமைந்தன. பிரிட்டிஷ் நிர்வாகத்துக்கு உகந்த இந்தியப் படைப்புகள் வெளியிடப்பட்டன. இந்தக் காலகட்டத்துக்குப் பிறகு கிறிஸ்தவ மிஷனரிகளும் பள்ளிகள் திறக்க ஆரம்பித்தனர். அவர்கள் செயல்பட்ட இந்தியப் பகுதிகளில் இருந்துவந்த பாரம்பரிய இந்தியக் கல்வி பற்றி எழுதினர். எனினும் இந்திய மக்கள், அவர்களுடைய அறிவு, கல்வி

அல்லது கல்வியின்மை இவை சார்ந்ததாக பிரிட்டிஷாரின் நோக்கம் இருந்திருக்கவில்லை. பழம்பெரும் படைப்புகளில் பிரிட்டிஷாரின் நலனுக்கு எவை உகந்தவையாக இருந்தனவோ அவையே எழுதப்பட்டன: அதாவது, இந்தியர்கள் எதைத் தெரிந்துகொள்ள வேண்டுமென்று பிரிட்டிஷார் விரும்பினார்களோ அவற்றையும் பிரிட்டிஷாரின் புதிய கோணத்திலான விளக்கங்களையும் மட்டுமே வெளியிட்டனர். அவர்களுடைய இன்னொரு எதிர்பார்ப்பு மத மாற்றத்துக்குத் தயாராக இருக்கும் நபர்களை அதாவது, பிரிட்டிஷாரின் வார்த்தையில் சொல்வதானால், கிறிஸ்தவ ஒளியைப் பெறுவதற்கும் ஒழுக்கத்தில் மேம்பாடு அடைவதற்கும் தயாராக இருக்கும் நபர்களை கிறிஸ்தவர்களாக ஆக்குவதுதான். 1813 வரையிலும் பிரிட்டிஷாரில் வெகுசிலருக்கே இந்த எண்ணம் இருந்தது. அரசியல் நோக்கங்களை நிறைவேற்றவும் ஆள்பவர்களுக்கும் ஆளப்படுபவர்களுக்கும் இடையில் நம்பிக்கை மற்றும் தோற்றம் சார்ந்து ஒருவித ஒத்திசைவை உருவாக்கவும் இந்த மதமாற்றம் உதவும் என்று எதிர்பார்க்கப்பட்டது.

எனினும், பிரிட்டிஷாரின் பிரதான நோக்கம் ஆரம்பத்திலிருந்தே வருவாயை அதிகரிப்பதாகவும் அரசுக்கு எந்த வரியும் தராமல் இருக்கும் வருவாய்க்கான புதிய வாய்ப்புகளைக் கண்டிபிடித்து அவற்றுக்கு வரிவிதிப்பதாகவும்தான் இருந்தது.

III

1813ல் ஹவுஸ் ஆஃப் காமன்ஸில் நடைபெற்ற நீண்ட விவாதங்களின் பலனாக இந்திய பாரம்பரியக் கல்வியின் வீச்சு, இயல்பு (மற்றும் அன்றைய நிலை) குறித்து விரிவான தகவல்களைச் சேகரிக்க முடிவெடுக்கப்பட்டது. இந்தியாவில் ‘மத, ஒழுக்கம் சார்ந்த மேம்பாட்டைக்’ கொண்டுவரவேண்டும் என்பதிலேயே இந்த விவாதங்கள்கவனத்தைக்குவித்திருந்தன.[31] எந்தவொருகொள்கையும் வகுக்கப்படுவதற்கு முன்பாக ஏற்கெனவே இருப்பதைப்பற்றித் தெரிந்துகொள்வது அவசியமாக இருந்தது. ஆனால், இந்த ஆய்வுகளின் தரமும் வீச்சும் ஒவ்வொரு பிரஸிடென்ஸிக்கும் மாறுபட்டது. மாவட்டத்துக்கு மாவட்டம்கூட வேறுபட்டது. இப்படியான எந்தவிதத் தகவல்களைச் சேகரிக்கும்போதும், அதுவும் அப்படித் தகவல்களைச் சேகரிப்பதே முற்றிலும் புதிய செயல்பாடாக இருக்கும்போது, இப்படி வேறுபடுவது இயல்புதான்.

அந்தத் தகவல்கள் அச்சிடப்பட்டவையாக இருந்தாலும் ‘மதராஸ் பிரஸிடென்ஸி பாரம்பரியக் கல்வி ஆய்வு’போல் அரசாங்கக் காப்பகத்தில் கையெழுத்துப் பிரதிகளாக இருந்தாலும் அவற்றில் பெரும்பாலானவை 1820கள் 1830களைச் சார்ந்தவையே. ஜி.டபிள்யூ

லெய்ட்னர் மேற்கொண்ட அதிகாரபூர்வமற்ற ஆய்வுகள் 1882ல் பஞ்சாபில் இருந்த கல்வியானது 1850க்கு முன்பாக இருந்த கல்வியில் இருந்து எப்படி மாறுபட்டிருந்தது என்று ஒப்பிட்டு ஆராய்வதாக இருந்தன.

அந்த ஆய்வுகளின் முக்கிய அம்சங்கள் என்ன, எவ்வாறு ஆய்வு செய்யப்பட்டிருக்கிறது என்பதைப் பற்றியெல்லாம் விரிவாகப் பார்ப்பதற்கு முன்பாக சில அடிப்படை அம்சங்கள் பற்றிப் பார்ப்போம்.

இந்த ஆய்வுகள் பற்றி முதலில் சொல்ல வேண்டிய விஷயம் அதன் எண்ணிக்கை பற்றியது. மேலும் இந்த ஆய்வுகள் இன்று பள்ளி என்று எதை நாம் சொல்கிறோமோ அது தொடர்பானது மட்டுமே. இது இந்தியப் பாரம்பரியக் கல்வி தொடர்பான தவறான மனப்பதிவை ஏற்படுத்திவிடக்கூடும்.

இந்தியப் பாரம்பரியக்கல்வியானது பாடசாலைகள், மதரஸாக்கள், குருகுலங்கள் போன்றவற்றின் மூலமாகவே தரப்பட்டுள்ளது. இந்த அமைப்புகளுக்கான நிதி ஆதாரமானது கல்வியறிவற்ற விவசாயிகள் உட்பட சமூகத்தின் அனைத்துத் தரப்பினரின் பங்களிப்பின் மூலம் கிடைத்தது. கல்வி என்பது சமஸ்கிருதத்தில் சிக்ஷா (உள்ளொளி, நற்குணம், மெய்ஞானம் போன்ற கருத்தாக்கங்களை உள்ளடக்கியது) என்றழைக்கப்பட்டது. இந்தக் கல்வி அமைப்புகளே பாரம்பரிய சமூகங்களின் கலாசார மரத்துக்கு நீர் வார்க்கும் வாய்க்கால்களாகச் செயல்பட்டன. எனவே, பள்ளி என்று இன்று நாம் சொல்லும் நவீன அமைப்பு அன்றைய பாரம்பரியக் கல்வி அமைப்பின் பலவீனமான பிரதிநிதியே.

எனவே, பிரிட்டிஷ் ஆவணங்களில் இடம்பெற்றிருக்கும் கல்வி அமைப்பு தொடர்பான எண்ணிக்கையைக் கொஞ்சம் கவனத்துடனே எடுத்துக்கொள்ளவேண்டும். இங்கிலாந்தில் பள்ளிகளின் எண்ணிக்கை அதிகரித்தது நல்ல விஷயம்தான் என்று உறுதியாகச் சொல்லிவிடமுடியாது. ஏனென்றால், அது தொழிற்சாலைப் பள்ளிகளே. அதேநேரம் இந்தியப் பாரம்பரியக் கல்விமையங்களின் சிதைவு என்பது கூடுதல் அக்கறையுடனும் வேதனையுடனும் கணக்கில் கொள்ளப்படவேண்டிய விஷயம். ஏனென்றால், தரமான கல்விக்கு மாற்றாக பலவீனமான கல்வி நிறுவனங்களின் பெருக்கத்தை அது காட்டுகிறது. எனவே, இந்தத் தகவல்களை நாம் ஆராய்வதற்கு முன்பாக இந்த விஷயத்தை மனதில்கொள்ளவேண்டும். அதற்கு முன்பாக முக்கிய அம்சங்கள் முதலில்.

கல்வி தொடர்பான ஆய்வுகளில் மிகவும் புகழ் பெற்றதும் அதிக சர்ச்சைக்குள்ளானதுமான கருத்து வில்லியம் ஆடம்மினால் சொல்லப்பட்டதுதான். அவர் தன்னுடைய முதல் அறிக்கையில்

1830களில் வங்காளம் மற்றும் பிகார் பகுதிகளில் சுமார் ஒரு லட்சம் பள்ளிகள் இருந்ததாகத் தெரிவித்திருக்கிறார்.[32] இந்தக் கூற்றானது பல்வேறு இந்தியப் பகுதிகளை நெருக்கமாகவும் நீண்ட காலமாகவும் தெரிந்துவைத்திருந்த பிரிட்டிஷ் அதிகாரிகளின் மனப்பதிவுகளில் இருந்து சொல்லப்பட்டிருக்கிறது. இந்தக் கருத்துக்கு எந்த ஆவண ஆதாரமும் இல்லை. தாமஸ் மன்ரோ போன்றவர்கள் இதுபோன்ற கருத்தை முன்பே தெரிவித்திருக்கிறார்கள். அதாவது, மதராஸ் பிரஸிடென்ஸியில் 'ஒவ்வொரு கிராமத்திலும் ஒரு பள்ளி இருந்தது'[33] என்று கூறியிருக்கிறார். '1820களில் விரிவாக்கப்பட்ட பாம்பே பிரஸிடென்ஸியில் சிறிய கிராமமானாலும் பெரிய கிராம மானாலும் ஒரு கிராமத்துக்குக் குறைந்தது ஒரு பள்ளியாவது இருக்கிறது. பெரிய கிராமங்களில் ஒன்றுக்கு மேற்பட்ட பள்ளிகள் இருக்கின்றன'[34] என்று ஜி.எல். பிரெண்டெர்கஸ்ட் போன்ற மூத்த அதிகாரிகள் தெரிவித்திருக்கிறார்கள். 1882ல் டாக்டர் ஜி.டபிள்யூ லெய்ட்னரின் கூற்றுப்படி 1850வாக்கில் பஞ்சாப் பகுதிகளில் பள்ளிகளின் எண்ணிக்கை இதற்கு இணையாக இருந்ததாகவே குறிப்பிட்டிருக்கிறது.

இந்தக் கூற்றுகள், அவை சொல்லப்பட்ட காலத்தில் இருந்தே, வெவ்வேறு வகையிலேயே எடுத்துக்கொள்ளப்பட்டிருக்கின்றன. சிலரால் அது வேதம்போல் எடுத்துக்கொள்ளப்பட்டிருக்கிறது. சிலரால் அது ஆதாரமற்ற பொய்யுரையாகக் கருதப்பட்டிருக்கிறது. இயல்பாகவே, முதல் வகைப் பார்வையானது வளர்ந்து வந்த இந்திய தேசியவாதத்தின் அங்கமாகத் திகழ்ந்தது. 19ம் நூற்றாண்டின் பிந்தைய மற்றும் 20ம் நூற்றாண்டின் முந்தைய காலகட்டத்தைச் சேர்ந்த முக்கிய இந்தியர்கள், புகழ் வாய்ந்த ஆங்கிலேயர்களான கெர் ஹார்டி, அறிஞர்கள் மாக்ஸ்முல்லர் போன்றவர்கள் இந்தக் கருத்தை முன்வைத்தனர். இரண்டாவது வகைப் பார்வையைக் கொண்டவர்கள் ஏதோ ஒருவகையில் பிரிட்டிஷ் இந்திய ஆட்சி நிர்வாகத்தோடு தொடர்புடையவர்களாகவே இருந்தனர். அல்லது சமூக வளர்ச்சி தொடர்பான சில கருத்தாக்கங்களோடு கொண்டிருக்கும் நெருக்கம் காரணமாக இந்தத் தகவல்கள் எல்லாம் பொய் என்று சொல்லியாக வேண்டிய நிர்பந்தத்தில் இருந்தனர். அதிலும் குறிப்பாக, 1860க்குப் பிறகு இந்தியாவில் பிரிட்டிஷ் ஆட்சிப் பணியில் நீண்ட காலம் இருந்தவர்கள் பிரிட்டிஷ் ஆட்சியை நியாயப்படுத்தவேண்டிய கட்டாயத்தில் இருந்தனர். குறிப்பாக, அதன் தொடக்க காலக் கொள்கைகளை நியாயப்படுத்தியே ஆக வேண்டிய கட்டாயம் இருந்தது. எனவே, 'இந்திய பாரம்பரியக் கல்வியை பிரிட்டிஷ் கொள்கைகள் அழித்தன' என்ற கருத்தை முன்வைக்கும் தரவுகளை அவர்கள் முற்றாக நிராகரித்தனர்.

இந்தப் பிரச்னை குறித்து நிறையவே எழுதப்பட்டு விட்டிருக்கின்றன. ஆனால், அந்தக் கூற்றுகளையோ கணிப்பு களையோ அவை சொல்லப்பட்ட காலகட்டத்தையும் இடத்தையும் வைத்து மதிப்பிடப்பட்டிருக்கவே இல்லை. லெய்ட்னியரின் எழுத்துகளைத்தவிர எஞ்சிய பெரும்பாலான ஆய்வுகள் எல்லாமே 19ம் நூற்றாண்டின் ஆரம்பப் பத்தாண்டுகளைச் சேர்ந்தவையே. அதற்குப் பிந்தைய காலகட்டத்து பிரிட்டிஷ் நிர்வாகி ஒருவருக்கு முந்தைய அந்தத் தரவுகளை ஏற்க முடியதென்பதை ஒருவர் நிச்சயம் புரிந்துகொள்ள முடியும். ஏனென்றால், 1800களில் இங்கிலாந்தில் ஏழை மாணவர்களுக்கென்று சொற்ப பள்ளிகள் மட்டுமே இருந்தன. பெரும்பாலான நடுநிலைப் பள்ளிகள்கூட மிகவும் மோசமான நிலையிலேயே இருந்திருக்கின்றன. மேலும் இந்தியாவைப்பற்றி எழுதியவர்கள் (அவர்கள் கல்வியைப் பற்றி எழுதியிருந்தாலும் தொழில் துறை கைவினைத் தொழில்கள் பற்றியானாலும் பிரிட்டிஷ் தொழிலாளர்களோடு ஒப்பிட்டு இந்திய விவசாயத் தொழிலாளர் களின் கூலி பற்றி எழுதியிருந்தாலும்)[35] எல்லாரும் 18ம் நூற்றாண்டின் பிந்தைய மற்றும் 19ம் நூற்றாண்டின் முன்பகுதியைச் சேர்ந்தவர்களே. எனவே, இந்தியாவில் ஒவ்வொரு கிராமத்திலும் ஒரு பள்ளி இருந்தது என்று அவர்கள் எழுதியது வார்த்தைக்கு வார்த்தை அப்படியே உண்மையாக இருந்திராவிட்டாலும் பிரிட்டனுடைய நிலையை ஒப்பிட்டுப் பார்க்கும்போது அவர்களுக்கு அப்படித் தோன்றியிருக்கும். அவர்கள் இப்படி ஒப்பிட்டுத் தமது ஆய்வு முடிவுகளைச் சொல்லியிருக்கவில்லை என்றாலும் முற்றிலும் மாறு பட்ட அந்தச் சூழலே அப்படிச் சொல்ல வைத்திருக்கும் என்று ஒருவர் எடுத்துக்கொள்ளலாம்.

வெறும் மனப்பதிவுகளின் அடிப்படையில் அல்லாமல் விரிவான தரவுகளின் அடிப்படையில் சொல்லப்பட்டிருக்கும் இந்த ஆய்வுகள் எல்லாமே பல உண்மைகளைத் தெரிவிக்கின்றன. இந்தியப் பாரம்பரியக் கல்வியின் இயல்பு, அதில் கற்றுத் தரப்பட்ட பாடங்கள், கல்விப் பருவம், நிறுவனமயப்பட்ட கல்வியைப் பெற்றவர்களின் எண்ணிக்கை, மிக முக்கியமாக அந்தக் கல்வியைப் பெற்றவர்களின் சமூகப் பின்புலம் எனப் பல அரிய உண்மைகளை அவை தெரிவிக்கின்றன.

ஒவ்வொரு கிராமத்திலும் ஒரு பள்ளி என்ற சித்திரம் மிகவும் அபாரமானது. அது மிகப் பெரும் அளவில் அனைவரது கவனத்தையும் கவர்ந்தது. கூடவே பிற அனைத்து முக்கிய தகவல்களையும் அது இருட்டடிப்பும் செய்துவிட்டது. மிகவும் விரிவாக ஆராய்ந்து சொல்லப்பட்ட பிற கருத்துகள் உரிய கவனத்தைப் பெறாமலேயே போய்விட்டன. மிகவும் இயல்பான அதேநேரம் துரதிஷ்டவசமான

நிலை இது. ஏனென்றால், பிற கருத்துகள் இந்தியச் சமுதாயம் குறித்த மிக முக்கியமான சித்திரத்தைத் தருகின்றன. இந்தத் தரவுகளை விரிவாக ஆராய்ந்து பார்த்துப் புரிந்துகொண்டு மேலும் தேவையான சில ஆய்வுகளை மேற்கொண்டால் ‘லட்சம் பள்ளிகள்’ என்ற புதிர்கூட அவிழ வாய்ப்பு உண்டு.[36]

இந்தத் தரவுகளின் அடிப்படையில் பார்த்தால், 1800களில் இந்தியாவில் கல்வி கற்றவர்களின் எண்ணிக்கையும் கற்றுத் தரப்பட்ட பாடங்களும் பிரிட்டனில் அந்தக் காலகட்டத்தில் இருந்ததைவிட எந்தவகையிலும் குறைந்ததல்ல என்பது நன்கு புரியவரும். மேலும் பெரும்பாலான விஷயங்களில் இந்தியக் கல்வி பிரிட்டனைவிடப் பல மடங்கு மேலானதாக இருந்திருக்கிறது (இந்த ஆய்வுகள் நடத்தப்பட்டபோது இந்தியப் பாரம்பரியக் கல்வி அமைப்பானது பிரிட்டிஷாரின் தவறான கொள்கைகளால் வெகுவாக சிதைக்கப்பட்டுவிட்டிருந்தது. அந்த இந்தியாவைப்பற்றித்தான் இந்தத் தகவல்கள் பேசுகின்றன). பிரிட்டனில் அப்போது கற்றுத் தரப்பட்ட பாடங்களைவிட இந்தியாவில் கற்றுத் தரப்பட்ட பாடங்கள் உயர்வாக இருந்திருக்கின்றன. கல்வி கற்கும் கால அளவு பிரிட்டனைவிட வெகுவாக அதிகமாகவே இருந்திருக்கிறது. கற்றுக் கொடுக்கும் முறையும் மேலானதாக இருந்திருக்கிறது. இந்தியாவில் இருந்த வழிமுறையே இங்கிலாந்தில் அனைவருக்குமான கல்வியைக் கொண்டுவர வழிகாட்டியிருக்கிறது. ஆனால், அது இந்தியாவில் அதற்கு முன்பே பல நூற்றாண்டுகளாக இருந்திருக்கிறது.

பள்ளிக்கு வருபவர்களின் எண்ணிக்கை மிகவும் குறைந்த நிலையில் இருந்த 1822-25 காலகட்டத்தில்கூட மதராஸ் பிரஸிடென்ஸியில் படித்தவர்களின் எண்ணிக்கையானது 1800களின் இங்கிலாந்து பள்ளிகளோடு ஒப்பிடும்போது பலமடங்கு அதிகமாகவே இருந்திருக்கிறது. இந்தியாவில் பள்ளிச் சூழல் மிகவும் இயல்பானதாகவும் நெருக்கடிகள் இல்லாததாகவும் இருந்திருக்கிறது.[37] இங்கிலாந்து ஆசிரியர்களைவிட இந்தியப் பள்ளிகளின் ஆசிரியர்கள் அர்ப்பண உணர்வும் பொறுப்பும் மிகுந்தவர்களாக இருந்திருக்கின்றனர். இந்தியப் பாரம்பரியக் கல்வி ஒரு விஷயத்தில் மட்டும் வெகுவாகப் பின்தங்கியிருந்தது. அது மிகவும் முக்கியமான அம்சமும்கூட. அதுதான் பெண்களுக்கான கல்வி. 1800களில் இங்கிலாந்தில் கல்வி கற்ற பெண் குழந்தைகளின் எண்ணிக்கை இந்தியாவில் கல்வி பெற்ற பெண் குழந்தைகளின் எண்ணிக்கையைவிட அதிகமாக இருந்திருக்கக்கூடும். பல பத்தாண்டுகளுக்குப் பிறகு நிச்சயமாக அப்படித்தான் ஆனது. கல்வி தொடர்பான ஆய்வுகள் எல்லாமே, ‘இந்தியாவில் பெண் குழந்தைகளுக்கு வீடுகளில் கல்வி தரப்பட்டது; பள்ளிகளில்

அவர்களுடைய எண்ணிக்கை குறைவாக இருப்பதற்கான காரணத்தை ஒருவர் இதிலிருந்து புரிந்துகொள்ளலாம்' என்றே சொல்லியிருக்கின்றன (எனினும் இந்தக் கூற்று எந்த அளவுக்கு நம்பகமானது என்பதை நிரூபிப்பது கடினமே).

மதராஸ் பிரஸிடென்ஸி மற்றும் பிகார் - வங்காளத்தின் தரவுகள் ஒரு மாபெரும் கண்டுபிடிப்பாகவே இருக்கின்றன. அந்தத் தரவுகள் ஆசிரியர்கள் மற்றும் மாணவர்களின் பின்புலத்தை விவரிக்கின்றன. கடந்த 100க்கும் மேற்பட்ட ஆண்டுகளில் அறிவார்ந்த தளங்களில் சொல்லப்பட்டுவரும் கருத்துக்கு முற்றிலும் மாறானதாக அந்தத் தரவுகள் இருக்கின்றன. அதாவது இந்துக்களில் இரு பிறப்பாளர் களுக்கு (பிராமணர், சத்ரியர், வைசியர்களுக்கு)[38] மட்டுமே கல்வி தரப்பட்டது; இஸ்லாமியர்களில் ஆட்சி அதிகாரத்தில் இருந்த மேல் வர்க்கத்தினருக்கும் மட்டுமே கல்வி கிடைத்தது என்ற கூற்றை அந்தத் தரவுகள் வலுவாக மறுக்கின்றன.

பிரிட்டிஷ் ஆவணங்கள் முற்றிலும் மாறுபட்ட சித்திரத்தை நமக்கு அளிக்கின்றன. மதராஸ் பிரஸிடென்ஸியில் இருக்கும் மாவட்டங்களிலும் (தமிழ் பேசப்படும் பகுதிகளில் மிக அதிகமாக) பிகாரில் இரண்டு மாவட்டங்களிலும் இருக்கும் இந்துக்களைப் பொறுத்தமட்டில் இந்தத் தரவுகள் முற்றிலும் மாறுபட்ட சித்திரத்தைத் தருகின்றன. சூத்திரர்கள் மற்றும் அவர்களுக்குக் கீழே இருக்கும் ஜாதிகளைச் சேர்ந்த மாணவர்களே[39] அப்போது இருந்த பாரம்பரிய இந்துக் கல்விமையங்களில் பெரும்பான்மையாக இருந்திருக்கிறார்கள்!

கடைசித் தரவு உண்மையாக இருக்கவேண்டுமென்றால் பிரிட்டிஷாருக்கு முந்தைய இந்தியாவில் பொருளாதார நிலைமை அந்த அளவுக்கு மேம்பட்டதாக இருந்திருக்கவேண்டும். இந்த வருமான மூலங்கள் பல்வேறு பணிகளுக்காக இந்திய சமூகத்தில் உருவாக்கப்பட்டிருக்கின்றன. அந்த அமைப்பு அதற்கு முந்தைய அனைத்து அரசியல் நெருக்கடிகளையும் சமாளித்துத் தாக்குப் பிடித்து வந்திருக்கிறது. அதுவே கல்வி அமைப்பு செவ்வனே தொடர வழிகோலியிருக்கிறது என்பவையெல்லாம் இதிலிருந்து தெரியவருகின்றன. பிரிட்டிஷாரின் ஆட்சிக் காலத்தில் வருமான மானது மைய அதிகாரத்தின் கீழ் குவிக்கப்பட்டதைத் தொடர்ந்து இந்தப் பாரம்பரிய அமைப்பு சிதைந்து அழிந்துவிட்டது. அதோடு அவர்களுடைய அரசியல் செயல்பாடுகளும் பொருளாதாரம், சமூக வாழ்க்கை, கல்வி ஆகியவற்றை அழியவைத்துவிட்டது. இந்தக் கூற்று உண்மையென்றால் பிரிட்டிஷாருக்கு முந்தைய இந்தியாவின் அரசியல், சமுதாயக் கட்டமைப்பு குறித்து தற்போது

சொல்லப்பட்டுவரும் பல்வேறு கருத்துகளை மறுபரிசீலனை செய்யவேண்டியிருக்கும்.

கடைசி விஷயத்தைப்பற்றிக் கூடுதலாகப் பார்ப்பதற்கு முன்பாக, 1930களில் உருவான சர்ச்சைகள் மற்றும் கல்வி தொடர்பான தரவுகளின் பல்வேறு அம்சங்கள் இவற்றை நாம் புரிந்துகொள்ளவேண்டும். மதராஸ் பிரஸிடென்ஸி தொடர்பான தரவுகளே அதிகம் வெளியே தெரியாததாகவும் மிகவும் விரிவானதாகவும் இருப்பதால் அதை முதலில் பார்ப்போம்.

IV

அரசாங்கத்தின் உத்தரவுகள், தரவுகள் எந்த அடிப்படையில் சேகரிக்கப்படவேண்டும் என்று தெரிவித்து மாவட்ட கலெக்டர் களுக்கு வருவாய் போர்டு அனுப்பிய சுற்றறிக்கை, தகவல் சேகரிப்புக்காக வடிவமைக்கப்பட்ட படிவம், பிரஸிடென்ஸியின் 21 மாவட்டங்களைச் சேர்ந்த கலெக்டர்களின் பதிலுரைகள், கிடைத்த தகவல்களை வைத்து அவர்கள் எடுத்த நடவடிக்கைகள், மதராஸ் அரசாங்கத்தின் செயல்பாடுகள் ஆகியவை இந்த ஆய்வுத்தொகுப்பில் இடம்பெற்றிருக்கின்றன. இவையெல்லாம் இந்த நூலின் பின்னிணைப்பு A (i) - (xxx) ல் இடம்பெற்றிருக்கின்றன. கலெக்டர்கள் தமது அறிக்கைகளை எந்தத் தகவல்களின் அடிப்படையில் தொகுத் திருக்கிறார்கள் என்ற விவரங்களைக் கண்டுபிடிக்க முடிந்தால், மேலும் விரிவான ஆய்வுக்கும் தெளிவான புரிதலுக்கும் அது உதவியாக இருக்கும். தமிழ்நாடு அரசு ஆவணக்காப்பகத்தில் இருந்த சில மாவட்டங்களின் தரவுகளை ஆராய்ந்து பார்த்ததில் கூடுதல் தகவல்கள் எதுவும் எஞ்சியிருப்பதாகத் தெரியவில்லை. அந்தக் காலகட்டத்துக்குரிய தாலுகா அளவில் ஏதேனும் ஆவணங்கள் இருந்தால் கிராமங்கள், டவுன்கள், கல்லூரிகள், பள்ளிகள் தொடர்பான தகவல்கள் நிச்சயம் அதில் இருக்க வாய்ப்பு உண்டு.

மினிட் ஆஃப் தி கவர்னர் இன் கவுன்ஸிலில் குறிப்பிட்டிருக்கும் வழிகாட்டிக் குறிப்புகள், போர்ட் ஆஃப் ரெவின்யூவின் அறிக்கை இவை நீங்கலாக, அந்தப் படிவமானது ஒவ்வொரு மாவட்டத்திலும் இருக்கும் பள்ளிகள், கல்லூரிகளின் எண்ணிக்கை, அதில் படிக்கும் மாணவ மாணவிகளின் எண்ணிக்கை ஆகியவற்றைத் தெரிவிக்கும்படி கேட்டிருந்தது. மாணவர்கள் பிரிவு மேலும் விரிவாக்கப்பட்டு பிராமண மாணவர்கள், வைசிய மாணவர்கள், சூத்திர மாணவர்கள், பிற ஜாதிகளைச் சேர்ந்த மாணவர்கள், முஸ்லிம் மாணவர்கள் எத்தனை என்ற கேள்வியும் கேட்கப்பட்டிருந்தது. முதல் நான்கு பிரிவுகளின் எண்ணிக்கை தனியாக இந்து மாணவர்கள் என்ற வகையின் கீழ் கூட்டி

எழுதப்பட்டது. அதனுடன் முஸ்லிம் மாணவர்களின் எண்ணிக்கையும் சேர்க்கப்பட்டு ஒவ்வொரு மாவட்டத்திலும் இருக்கும் மொத்த மாணவர்களின் எண்ணிக்கை தனியாகத் தீர்மானிக்கப்பட்டிருக்கிறது. பிற ஜாதிகள் என்ற வகைப்பாட்டுக்குள் சத்-சூத்திர ஜாதிக்குக் கீழே இருக்கும் அனைத்து ஜாதியினரும் இடம்பெற்றனர். அதாவது, இன்று அட்டவணை ஜாதியாக இருப்பவர்கள் அனைவரும் இந்த வகைப்பாட்டின் கீழ் வந்தனர்.

கனரா (கர்நாடகம்) பகுதி கலெக்டரிடமிருந்து ஒரு பதில் வந்ததே தவிர அவருடைய பிராந்தியத்தில் எத்தனை பள்ளிகள், கல்லூரிகள் இருக்கின்றன; மாவட்டத்தில் அவர் சொல்வதுபோல் தனியார் (வீடுகளில்) கல்வி பெறுபவர்களின் எண்ணிக்கை என்ன என்பது தொடர்பாக எந்தத் தகவலும் தந்திருக்கவில்லை. 'கனரா பிராந்தியத்தில் கல்லூரிகளே இல்லை' என்பது போன்ற வாக்கியங்கள் நீங்கலாக, வேறு எதுவும் அவரது பதிலில் இல்லை. அவரைப் பொறுத்தவரை, 'கனரா பகுதியில் இருக்கும் கல்வியைப் பொதுக் கல்வி என்று சொல்ல முடியாது. ஏனென்றால், அது தொடர்ச்சியின்றி வழங்கப்படுகிறது. சில பெற்றோர் ஒன்றுகூடி சில ஆசிரியர்களை அழைத்து வந்து தமது குழந்தைகளுக்குப் பாடம் கற்றுத் தரச் செய்கிறார்கள். அவ்வளவுதான்.'

'அந்தப் பணிகளுக்கு அதிக காலம் எடுத்துக்கொள்ளும்' என்றும் அவர் குறிப்பிட்டிருக்கிறார். அந்த கலெக்டர் எந்த ஆய்வும் செய்யாமல் இருந்ததற்கு, இந்த விஷயம் ஒரு காரணமாக இருந்திருக்கும். 'அந்தத் தகவல்கள் சேகரிக்கப்பட்டாலும் ஜில்லாவில் எத்தனை பள்ளிகள் இருக்கின்றன என்பதை அதன் மூலம் கண்டுபிடித்துவிட முடியாது. எனவே, இந்தக் கடிதத்தையே திருப்திகரமான பதிலாக எடுத்துக்கொள்ளவும்' என்றும் கேட்டுக்கொண்டிருக்கிறார்.

கனரா, ஆந்திராவின் வட கடலோரப் பகுதிகளில் பிரிட்டிஷாருக்கு எதிரான விவசாயப் போராட்டம் வலுவாக நடைபெற்று வந்தது. மேலும் எங்கெல்லாம் இந்தத் தகவல்கள் சேகரிக்க உத்தரவு தரப்பட்டதோ அங்கெல்லாம் கலெக்டர்கள் தந்த தகவல்களின் தரமும் வீச்சும் இடத்துக்கு இடம் மாறுபட்டது. ஒரு குறிப்பிட்ட தகவல் ஒரு பிராந்தியத்துக்கு எந்த அளவுக்கு முக்கியமானது என்ற அடிப்படையில் இந்த மாறுபாடு இருக்க வாய்ப்பு உண்டுதான். எனினும் இந்தப் பகுதிகளில் கலெக்டர்கள், ஐரோப்பிய உதவியாளர்கள் எல்லாம் அடிக்கடி இடம் மாற்றப்பட்டு வந்திருக் கிறார்கள். ஆய்வு நடந்த நேரத்தில் அவர்களுக்கு அந்த பிராந்தியம் பற்றி எதுவும் தெரிந்திருக்காது. எனவேதான் இந்தத் தரவுகள் இப்படியாக மாறுபட்டவையாக இருக்கின்றன.

மேலும் வேறு பல காரணங்களும் இதற்கு இருக்கக்கூடும். உதாரணமாக, வேறு நெருக்கடி மிகுந்த பணிகளில் அவர்கள் ஈடுபட்டிருக்கலாம். அல்லது இது போன்று தொடர்ந்து தரவுகளைத் தேடித் தொகுக்க மனரீதியாகத் தயாராக இருந்திருக்கமாட்டார்கள். எனவே, இந்த மாவட்டங்களில் இருந்து கிடைத்திருக்கும் தகவல்களின் தரமும் வீச்சும் ஒன்றுக்கொன்று மாறுபட்டதாக இருக்கின்றன.

மாவட்டங்களில் இருந்து கிடைத்தவற்றில் பாதித் தகவல்கள் தாலுகா வாரியாகத் தொகுக்கப்பட்டிருக்கின்றன. சில இடங்களில் பர்கானாக்கள் வாரியாகத் தொகுக்கப்பட்டிருந்தன. பிற மாவட்டங்களில் இருந்து கிடைத்த தகவல்கள் ஒட்டுமொத்த மாவட்டத்தையும் மொத்தமாக உள்ளடக்கியதாக இருந்தன. விசாகப்பட்டினம், மசூலிப்பட்டினம், தஞ்சாவூர் மாவட்டங்களில் அரசாங்கம் கொடுத்த படிவத்தில் சத்திரிய அல்லது ராஜா ஆசிரியர்கள் என்ற ஒரு பிரிவை பிராமணர் மற்றும் வைசியப் பிரிவுக்கு இடையில் சேர்த்திருந்தனர். பெல்லாரி, கடப்பா, குண்டூர், ராஜமுந்திரி பகுதிகளின் கலெக்டர்கள் ஆய்வுத் தரவுகளோடு மிக விரிவான விளக்க உரைகளையும் அனுப்பியிருந்தனர். திருநெல்வேலி, விசாகப்பட்டினம், தஞ்சாவூர் போன்ற பகுதிகளில் கலெக்டர்கள், தரவுகளே பேசட்டும் என்று அதை மட்டுமே அனுப்பியிருந்தனர்.

சில கலெக்டர்கள் அவர்களுடைய மாவட்டத்தில் உயர்கல்வி வகுப்பில் பயன்படுத்தப்பட்ட புத்தகங்களின் பெயர்களைக்கூட எழுதியிருந்தனர். ராஜமுந்திரி மாவட்ட கலெக்டர் தெலுங்குப் பள்ளிகளில் பயன்படுத்தப்பட்ட 43 புத்தகங்களின் பெயரை விரிவாக எழுதியிருந்தார். உயர்கல்வி தரப்பட்ட பள்ளிகளில் பயன்படுத்தப் பட்ட புத்தகங்கள், பாரசீக, அரபு மொழி கற்றுத் தரப்பட்ட பள்ளிகளில் பயன்படுத்தப்பட்ட புத்தகங்கள் இவற்றையும் குறிப்பிட்டிருக்கிறார்.

மொத்தப் பள்ளிகள், கல்லூரிகள், மாணவர்கள்

அட்டவணை 1 மொத்தப் பள்ளிகளின் எண்ணிக்கை, உயர்கல்விமையங்கள் மற்றும் அந்த மாவட்டத்தில் கல்வி கற்கும் மாணவர்களின் எண்ணிக்கை ஆகியவற்றைக் குறிக்கிறது. இந்தத் தரவுகள் கலெக்டர்களின் ஆய்வறிக்கையில் இருந்து எடுக்கப்பட்டிருக்கின்றன. கஞ்சம், விசாகப்பட்டினம் ஆகிய பகுதிகளின் கலெக்டர்கள் தாம் அனுப்பும் தரவுகள் முழுமையானவை அல்ல என்ற குறிப்பையும் சேர்த்தே அனுப்பியிருக்கிறார்கள். ஜமீந்தார் முறை முழுவதுமாகவோ பகுதி அளவோ இருக்கும் மாவட்டங்களுக்கும் இந்த விஷயம் பொருந்தக்கூடும்.

அட்டவணை 1

பள்ளிகள், கல்லூரிகள் பற்றிய விவரங்கள்*

மாவட்டம்	பள்ளிகள்		கல்லூரிகள்		மக்கள்தொகை	குறிப்புகள்
	எண்ணிக்கை	மாணவர்கள்	எண்ணிக்கை	மாணவர்கள்		
ஒரிய மொழி						
கஞ்சம் மாவட்டம்	255	2,977		✸	(3,75,281) 3,32,015	தரவுகள் முழுமையில்லை ✸அக்ரஹாரத்தில் கல்வி
தெலுங்கு						
விசாகப்பட்டனம்	914	9715			7,72,570 (9,41,004)	
ராஜமுந்திரி	291	2658	279	1454	7,38,308	
மசூலிப்பட்டனம்	484	5083	49	199	5,29,849	
குண்டூர்	574	7,724	171✸	939✸	4,54,754	✸தனியாகக் கல்வி பெற்றவர்கள்
நெல்லூர்	697	7621	107	✸	8,39,647	பள்ளியில் கற்றவர்களில் சேர்க்கப்பட்டுள்ளது
கடப்பா	494	6000		✸	10,94,460	✸ தனியாகக் கற்றவர்கள்
தெலுங்குப் பகுதி மொத்த மாணவர்கள்		38,801				
கன்னடம்						
பெல்லாரி	510	6,641	23	✸	9,27,857	பள்ளியில் படித்தவர்களில் சேர்க்கப்பட்டுள்ளது
ஸ்ரீரங்கபட்டனம்	41	627			31,612	
கன்னடப் பகுதியில் மொத்த மாணவர்கள்		7,268				

மாவட்டம்	பள்ளிகள்		கல்லூரிகள்		மக்கள்தொகை	குறிப்புகள்
	எண்ணிக்கை	மாணவர்கள்	எண்ணிக்கை	மாணவர்கள்		
மலையாளம்						
மலபார்	759	14,153	1	75✱	9,07,575	வீடுகளில் கற்றவர்களின் எண்ணிக்கை தனி
தமிழ்						
வட ஆற்காடு	630	7,326	69	418	8,92,292 (5,77,020)	
தென் ஆற்காடு	875	10,523			4,55,020 (4,20,530)	
செங்கல்பட்டு	508	6,845	51	398	3,63,129	
தஞ்சாவூர்	884	17,582	109	769	9,01,353 (3,82,667)	
திருச்சினாப்பள்ளி	790	10,331	9	131	4,81,292	
மதுரை	844	13,781		✱	7,88,196	அக்ரஹாரங்களில் கற்றுள்ளனர்
திருநெல்வேலி	607	9,377			5,64,957	
கோயம்புத்தூர்	763	8,206	173	724	6,38,199	
சேலம்	333	4,326	53	324	10,75,985	
மதராஸ்	322	5,699		✱	4,62,051	வீடுகளில் கற்றுள்ளனர்
தமிழ் பேசும் பகுதியில் மொத்த மாணவர்கள்		93,996				
மொத்தம்	11,575	1,57,195	1094	5,431	1,28,50,941	

✱ கல்வி தொடர்பான தரவுகளுடன் சேர்த்து மக்கள் தொகையையும் சில கலெக்டர்கள் தந்திருந்தனர். மாறுபட்ட அந்த எண்ணிக்கை அடைப்புக்குறிக்குள் இடம்பெற்றுள்ளன.

இரண்டு கலெக்டர்கள், தனியார் கல்வி அல்லது வீட்டில் இருந்து கல்வி பெறுபவர்களின் எண்ணிக்கையையும் சேகரித்து அனுப்பியிருக்கிறார்கள். மலபார் கலெக்டர் இறையியல், சட்டம், வானசாஸ்திரம், தத்துவம், தர்மம், மருத்துவ அறிவியல் போன்ற பாடங்களைத் தனியார் ஆசிரியர்களிடமிருந்து மாணவர்கள் கற்றுக்கொள்வதாகக் குறிப்பிட்டிருக்கிறார். 1826 பிப்ரவரியில் எழுதிய கடிதத்தில் மதராஸ் கலெக்டர், 26,963 மாணவர்கள் வீடுகளில் சிறப்புப் பயிற்சி பெறுவதாகக் குறிப்பிட்டிருக்கிறார். இந்தத் தனியார் கல்வி பற்றி பின்னர் விரிவாகப் பார்க்கலாம்.

கலெக்டர்கள் அனுப்பிய ஆய்வுத் தகவல்கள் மதராஸ் பிரஸிடென்ஸி அரசால் 10 மார்ச் 1826ல் பரிசீலிக்கப்பட்டன. கவர்னரான சர் தாமஸ் மன்ரோவின் கூற்றுப்படி, 'பள்ளிக் கல்வி பெற்ற பெண்களின் எண்ணிக்கை மிகவும் குறைவு என்றாலும் பிரஸிடென்ஸியில் இருக்கும் 5-10 வயது ஆண் குழந்தைகளில் கால்வாசிப் பேருக்கு சற்று அதிகமானவர்கள் கல்வி பெற்றிருக் கிறார்கள். வீடுகளில் கல்வி பெறுபவர்களையும் கணக்கில் எடுத்துக் கொண்டால், மொத்த ஆண்களில் மூன்றில் ஒரு பங்கு பேருக்குக் கல்வி கிடைத்ததாகச் சொல்லலாம்.'

மாணவர்களின் ஜாதிவாரியான கணக்கெடுப்பு

மிகவும் சுவாரசியமானதும் சரித்திரரீதியாக மிகவும் முக்கியமானது மான தகவல் ஜாதிவாரியான பகுப்பின் மூலம் கிடைத்திருக்கிறது. ஆண் குழந்தைகள் தொடர்பாக மட்டுமல்ல பள்ளிக்கல்வி பெறும் பெண் குழந்தைகளின் ஜாதி விவரங்களும் இடம்பெற்றிருக்கின்றன. அதிலும் ஒரியா, தெலுங்கு, கன்னடம், மலையாளம், தமிழ் என ஐந்து முக்கிய மொழிகள் பேசப்படும் இடங்களில் இந்த ஜாதி வாரியான தொகுப்பு மிகவும் ஆர்வத்தைத் துண்டுவதாகவும் துல்லிய மானதாகவும் இருக்கிறது. மதராஸ் பிரஸிடென்ஸி அன்றும் 19ம் நூற்றாண்டு முழுவதிலும் இந்தப் பகுதிகளை உள்ளடக்கி யிருந்தது.

அட்டவணை இரண்டு ஐந்து மொழிகள் பேசப்படும் பகுதிகளில் இருக்கும் ஒவ்வொரு மாவட்டத்திலும் கல்வி பெற்ற ஆண்குழந்தை களின் ஜாதி வாரியான எண்ணிக்கையைச் சுட்டிக் காட்டுகிறது. பழங்கால இந்தியாவிலும் பிரிட்டிஷ் ஆட்சியின் ஆரம்ப கட்டத்திலும்கூடக் கல்வி என்பது பெரிதும் மேல் மற்றும் இடைநிலை ஜாதிகளைச்சேர்ந்தவர்களுக்கு மட்டும் கிடைத்ததாகவே நம்பப்படுகிறது. இந்துக்களைப் பொறுத்தவரையில் (மதராஸ் பிரஸிடென்ஸியில் 95% பேர் இந்துக்களே) அது பிராமணர், சத்ரியர், வைசியர் என்ற இரு பிறப்பாளர்களுக்கு மட்டுமே கிடைத்ததாகவே நம்பப்படுகிறது.

அட்டவணை 2
சாதிவாரியான மாணவன்களின் எண்ணிக்கை

மாவட்டம்	இந்துக்கள்					முஸ்லிம்கள்	மொத்தம்
	பிராமணர்கள்	சத்ரியர்கள் அல்லது ராஜா	வைசியர்கள்	சூத்திரர்கள்	பிற சாதியினர்		
ஒரிய மொழி							
கஞ்சம் மாவட்டம்	808		243	1,001	886	27	2965
தெலுங்கு							
விசாகப்பட்டனம்	4,345	103	983	1,999	1,885	97	9,412
ராஜமுந்திரி	904		653	466	546	52	2,621
மசூலிப்பட்டனம்	1,673	18	1108	1506	470	275	5,050
குண்டூர்	3,039		1,578	1923	775	257	7,622
நெல்லூர்	2,456		1,641	2,407	432	617	7,563
கடப்பா	1,416		1,713	1,775	647	341	5,892
கன்னடம்							
பெல்லாரி	1,135		981	2,998	1,174	243	6,581
ஸ்ரீரங்கபட்டனம்	48		23	298	158	86	613
மலையாளம்							
மலபார்	2,230		84	3,697	2,756	3,196	11,963

மாவட்டம்	இந்துக்கள்					முஸ்லிம்கள்	மொத்தம்
	பிராமணர்கள்	சத்ரியர்கள் அல்லது ராஜா	வைசியர்கள்	சூத்திரர்கள்	பிற சாதியினர்		
தமிழ்நாடு							
வட ஆற்காடு	698		630	4,856	538	552	7,274
தென் ஆற்காடு	997		370	7,938	862	252	10,419
செங்கல்பட்டு	858		424	4,809	452	186	6,729
தஞ்சாவூர்	2,817	369	222	10,661	2,426	933	17,428
திருச்சினாப்பள்ளி	1,198		229	7,745	329	690	10,191
மதுரை	1,186		1,119	7,247	2,977	1,147	13,676
திருநெல்வேலி	2,016			2,889	3,557	796	9,258
கோயம்புத்தூர்	918		289	6,379	226	312	8,124
சேலம்	459		324	1,671	1,382	432	4,268
மதராஸ்							
சாதா பள்ளிகள்	358		789	3,506	313	143	5,109
அறக்கட்டளைப் பள்ளிகள்	52		46	172	134	10	414

எனினும் அட்டவணை இரண்டில் குறிப்பிட்டிருக்கும் தகவல்களைப் பார்த்தால் நிலைமை முற்றிலும் நேர்மாறாக இருப்பது தெரியவரும். அதிலும் தமிழ் பேசப்படும் பகுதிகளில் கல்வி கற்ற மாணவர்களில் இரு பிறப்பாளர்களின் சதவிகிதம் தென் ஆற்காடில் வெறும் 13 மட்டுமே. மதராஸில் 23% மட்டுமே. தென் ஆற்காடு, செங்கல்பட்டில் கல்வி கற்ற முஸ்லிம்களின் சதவிகிதம் 3க்கும் குறைவு. சேலத்தில் 10%. ஆனால், சேலம், திருநெல்வேலியில் இருந்த பள்ளிகளில் கல்வி பெற்றவர்களில் சூத்திர ஜாதி மாணவர்களின் எண்ணிக்கை 70%. தென் ஆற்காட்டில் 84%க்கும் அதிகம்.

இந்த அட்டவணையை மேலும் எளிதில் புரிந்துகொள்ள கல்வி பெற்ற மாணவர்களின் எண்ணிக்கையை சதவிகிதமாக ஆக்கி அட்டவணை மூன்றில் தந்திருக்கிறேன்.

மலையாளம் பேசப்படும் மலபாரில் பள்ளியில் படிக்கும் இரு பிறப்பாளர்களின் எண்ணிக்கை 20%க்கும் கீழ் மட்டுமே. அங்கு முஸ்லிம்களின் எண்ணிக்கை அதிகம் என்பதால் முஸ்லிம் மாணவர்களின் எண்ணிக்கை 27% வரை இருக்கிறது. பள்ளி மாணவர்களில் சூத்திரர் மற்றும் பிற ஜாதியினரின் சதவிகிதம் சுமார் 54 ஆக இருக்கிறது.

கன்னடம் அதிகமாகப் பேசப்படும் பெல்லாரியில் இரு பிறப்பாளர்களின் எண்ணிக்கை (பிராமணர்கள், வைசியர்கள் சேர்த்து) 33% ஆக இருக்கிறது. சூத்திரர்கள் மற்றும் பிற ஜாதி மாணவர்களின் எண்ணிக்கை சுமார் 63%.

ஒரிய மொழி பேசப்படும் கஞ்சம் பகுதியிலும் நிலைமை இது போன்றதுதான். கல்வி பெற்ற மாணவர்களில் இரு பிறப்பாளர்களின் எண்ணிக்கை 35.6%. சூத்திர, பிற ஜாதியினரின் எண்ணிக்கை 63.5%.

தெலுங்கு பேசப்படும் பகுதிகளில்தான் இரு பிறப்பாளர்களின் எண்ணிக்கை அதிகமாக இருக்கிறது. பிராமண மாணவர்களின் எண்ணிக்கை கடப்பாவில் 24%. விசாகப்பட்டனத்தில் 46%. வைசியர்களின் எண்ணிக்கை விசாகப்பட்டனத்தில் 10.5. கடப்பாவில் 29%. முஸ்லிம்களின் எண்ணிக்கை விசாகப்பட்டனத்தில் 1%. நெல்லூரில் 8%. சூத்திரர்கள் மற்றும் பிற ஜாதியினரின் எண்ணிக்கை குண்டூரில் 35%. கடப்பா மற்றும் விசாகப்பட்டனத்தில் 41%.

பயிற்று மொழி அடிப்படையிலான பள்ளிகள்

சில மாவட்டங்களில் இருந்து கிடைத்த தகவல்கள் பயிற்று மொழி என்ன என்பதையும் தெரிவிக்கின்றன. எத்தனை பள்ளிகளில் பாரசீகம் அல்லது ஆங்கிலம் கற்றுத் தரப்பட்டன என்பதையும்

அட்டவணை 3

மாணவர்களின் சாதி வாரியான சதவிகிதம்

மாவட்டம்	இந்துக்கள்					முஸ்லிம்கள்
	பிராமணர்கள்	சத்ரியர்கள் அல்லது ராஜா	வைசியர்கள்	சூத்திரர்கள்	பிற சாதியினர்	
ஒரிய மொழி						
கஞ்சம் மாவட்டம்	27.25		8.24	33.76	29.88	0.91
தெலுங்கு						
விசாகப்பட்டனம்	46.16	1.09	10.44	21.24	20.03	1.03
ராஜமுந்திரி	34.49		24.91	17.78	20.83	1.98
மசூலிப்பட்டனம்	33.13	0.36	21.94	29.82	9.30	5.44
குண்டூர்	40.53		20.70	25.23	10.17	3.37
நெல்லூர்	32.61		21.70	31.83	5.71	8.16
கடப்பா	24.03		29.07	30.13	10.98	5.79
கன்னடம்						
பெல்லாரி	18.01		14.91	45.56	17.84	3.69
ஸ்ரீரங்கபட்டனம்	7.83		3.75	48.61	25.77	14.02
மலையாளம்						
மலபார்	18.64		0.70	30.90	23.04	26.72

மாவட்டம்	இந்துக்கள்					முஸ்லிம்கள்
	பிராமணர்கள்	சத்ரியர்கள் அல்லது ராஜா	வைசியர்கள்	சூத்திரர்கள்	பிற சாதியினர்	
தமிழ்நாடு						
வட ஆற்காடு	9.60		8.66	66.76	7.40	7.59
தென் ஆற்காடு	9.57		3.55	76.19	8.27	2.42
செங்கல்பட்டு	12.75		6.30	71.47	6.72	2.76
தஞ்சாவூர்	16.16	2.12	1.27	61.17	13.92	5.32
திருச்சினாப்பள்ளி	11.76		2.25	76.00	3.23	6.77
மதுரை	8.67		8.18	52.99	21.77	8.39
திருநெல்வேலி	21.78			31.21	38.42	8.60
கோயம்புத்தூர்	11.30		3.56	78.52	2.78	3.54
சேலம்	10.75		7.59	39.15	32.38	10.12
மதராஸ்						
சாதா பள்ளிகள்	7.01		15.44	68.62	6.13	2.50
அறக்கட்டளைப் பள்ளிகள்	12.56		11.11	41.55	32.37	2.42

அவை தெரிவிக்கின்றன. ஆங்கிலவழியில் கற்றுத்தரும் பள்ளிகளின் எண்ணிக்கை வெறும் பத்து மட்டுமே. அதில் அதிகபட்சமாக ஏழு பள்ளிகள் வட ஆற்காட்டில் இருந்திருக்கின்றன. பாரசீக மொழிவழிப் பள்ளிகள் நெல்லூரில் 50, வட ஆற்காட்டில் 40, மசூலிப்பட்டனத்தில் 19, கோவையில் 10, ராஜமுந்திரியில் 5 இருந்திருக்கின்றன. .

வட ஆற்காடு (1), கோவையில் (5) பள்ளிகளில் கிரந்தம் கற்றுத் தரப்பட்டிருக்கிறது. ஹிந்தவீ (ஒருவகையான இந்துஸ்தானி மொழி) வடஆற்காட்டில் (16) கோவையில் (15) பள்ளிகளில் கற்றுத்தரப்பட்டது. பெல்லாரியில் 23 மராத்திவழிப் பள்ளிகள் இருந்திருக்கின்றன. வட ஆற்காட்டில் 365 தமிழ்ப் பள்ளிகள், 201 தெலுங்குப் பள்ளிகள் இருந்திருக்கின்றன. பெல்லாரியிலும் அதே அளவுக்கு (201) தெலுங்கு, கன்னட வழிப் பள்ளிகள் இருந்தன. அட்டவணை 4 இந்தத் தரவுகளை மேலும் விரிவாகக் காட்டுகிறது.

பள்ளியில் சேர்க்கப்படும் வயது, வகுப்பு நேரங்கள் போன்றவை

முன்பே சொன்னதுபோல், இந்தத் தரவுகளும் மாவட்டத்துக்கு மாவட்டம் வேறுபடுகின்றன. குழந்தைகள் (பெண் குழந்தைகள் உட்பட) பள்ளியில் சேர்க்கப்பட்ட வயதைப் பெரும்பாலான கலெக்டர்கள் குறிப்பிட்டிருக்கிறார்கள். சாதாரணமாக ஐந்து வயதில் பள்ளியில் சேர்க்கப்பட்டிருக்கிறார்கள். ஐந்தாம் வயது, ஐந்தாம் மாதம், ஐந்தாம் தேதி மிகவும் அதிர்ஷ்டகரமான நாளாகக் கருதப் பட்டு அந்த தேதியில் பள்ளியில் சேர்க்கப்பட்டதாக ராஜமுந்திரி கலெக்டர் குறிப்பிட்டிருக்கிறார். கடப்பா கலெக்டர், பிராமணக் குழந்தைகள் ஐந்திலிருந்து ஆறு வயதுக்குள்ளாகவும் சூத்திரக் குழந்தைகள் ஆறில் இருந்து எட்டுக்குள்ளாகவும் சேர்க்கப்பட்டதாகக் குறிப்பிட்டிருக்கிறார்.

பள்ளியில் மாணவர்கள் தொடர்ச்சியாக இரண்டு வருடங்கள் மட்டுமே படித்ததாக கடப்பா கலெக்டர் குறிப்பிட்டிருக்கிறார். நெல்லூர், சேலம் பகுதிகளில் மூன்றில் இருந்து ஐந்து அல்லது ஆறு வருடங்கள் படித்ததாகக் குறிப்பிடப்பட்டிருக்கிறது. வேறு கலெக்டர்கள், ஐந்தில் இருந்து 15 வருடங்கள் கல்விக் காலம் இருந்ததாகக் குறிப்பிட்டிருக்கிறார்கள். சில கலெக்டர்கள் பள்ளிகளில் கற்றுத்தரப்படும் கல்வி குறித்து பெரிய மரியாதை எதுவும் கொண்டிருக்கவில்லை. சிலர் அந்தக் கல்வி பயனுள்ளது என்று தெரிவித்துள்ளனர். மதராஸ் கலெக்டர் கூறியிருப்பது: 'மாணவர்கள் 13 வயதை அடைவதற்கு முன்பாகவே பல்வேறு துறைகளில் அவர்களுக்குக் கிடைத்திருக்கும் கல்வி அபாரமாகவே இருக்கிறது.'[40]

அட்டவணை 4
பயிற்று மொழி

மாவட்டம்	கிரந்தம்	தமிழ்	தெலுங்கு	கன்னடம்	ஹிந்தி	மராத்தி	பாரசீகம்	ஆங்கிலம்	மொத்தம்
ராஜமுந்திரி			285				5	1	291
மசூலிப்பட்டனம்			465 (4,847)				19 (234=2)		484 (5,083)
நெல்லூர்		4	642				50	1	697
பெல்லாரி		4	226	235			21	1	510
ஆற்காடு	1 (8)	365 (4506)	201 (2218)		16 (135)	23	40 (398)	7 (61)	630 (7326)
கோயம்புத்தூர்	5	671	25	38	14		10		763

அடைப்புக்குறிக்குள் இருக்கும் எண்கள் அந்தக் குறிப்பிட்டவகைப் பள்ளியில் படிக்கும் மொத்த மாணவர்களின் எண்ணிக்கையைக் குறிக்கிறது. இந்தத் தகவல் எல்லா மாவட்டங்களுக்கும் கிடைக்கவில்லை.

அட்டவணை 5
பள்ளியில் சேர்க்கும் வயது, தினசரி கால அட்டவணை, படித்த வருடங்கள்*

மாவட்டம்	பள்ளியில் சேர்க்கும்வயது	தினசரி நேர அட்டவணை	படித்த வருடங்கள் எண்ணிக்கை
கஞ்சம் மாவட்டம்		காலை 6.00 - மாலை 5.00	
விசாகப்பட்டனம்		காலை 6.00-9.00 காலை 10.30 - மதியம் 2.00 மதியம் 3.00 - மாலை 6.00	
ராஜமுந்திரி	ஐந்தாம் நாள், ஐந்தாம் மாதம், ஐந்தாம் வருடம்		ஐந்தில் இருந்து ஏழு வருடங்கள்
மசூலிப்பட்டனம்	ஐந்து வயதில்	காலை 6.00-9.00 காலை 11.00 -மாலை 6.00	ஏழில் இருந்து 12 வருடங்கள்
குண்டூர்		காலை 6.00-9.00 காலை 11.00-2.00 மாலை 4.00-7.00 (மதிய நேரம் எழுத்துப் பயிற்சிக்கு)	
கடப்பா			2 வருடங்கள்
பிராமணர்கள்	ஐந்து அல்லது ஆறு வயதில்	காலை 6.00-10.00	
சூத்திரர்கள்	ஆறிலிருந்து எட்டு வயதில்	காலை 11.00-3.00	
நெல்லூர்	ஐந்து வயதில்		3ல் இருந்து 6 வருடங்கள்
பெல்லாரி	ஐந்து வயதில்		5ல் இருந்து 10-15 வருடங்கள்
வட ஆற்காடு	ஐந்து வயதில்		ஆறு வருடங்கள் (சில நேரங்களில் அதிக வருடங்கள்)

மாவட்டம்	பள்ளியில் சேர்க்கும்வயது	தினசரி நேர அட்டவணை	படித்த வருடங்கள் எண்ணிக்கை
தென் ஆற்காடு		காலை 6.00-10.00 காலை 12.00-2.00 மாலை 3.00-7.00	
தஞ்சாவூர்			ஐந்து வருடங்கள்
திருச்சினாப்பள்ளி	7 வயதில்		எட்டு வருடங்கள்
மதுரை	5 வயதில்		7ல் இருந்து 10 வருடங்கள்
கோயம்புத்தூர்	5 வயதில்	காலை 6.00-10.00 மதியம் 2.00-3.00 (மாதம் நான்கு விடுமுறைகள் மற்றும் திருவிழா நாட்கள்)	8ல் இருந்து 9 வருடங்கள்
சேலம்			3ல் இருந்து 5 வருடங்கள்
மதராஸ்	5வயதில்		8 வருடங்கள்

★ மலபார், ஸ்ரீரங்கபட்டனம், செங்கல்பட்டு, திருநெல்வேலி, கனரா பகுதி கலெக்டர்கள் இது தொடர்பாக எந்தத் தகவலும் அனுப்பியிருக்கவில்லை. மேலும் கிடைத்திருக்கும் தகவலும் முழுமையாக இல்லை.

கிடைத்துள்ள தரவுகளின் அடிப்படையில் பார்த்தால் பள்ளிகள் அதிக நேரம் நடந்திருப்பதாகத் தெரிகிறது. பொதுவாகக் காலையில் ஆறு மணிக்கு ஆரம்பித்துவிடுகிறது. உணவு போன்றவற்றுக்கு ஓரிரு இடைவேளைகள் இருந்திருக்கின்றன. மாலை சூரிய அஸ்தமனம் வரை அல்லது அதைத் தாண்டியும் வகுப்புகள் நடந்திருக்கின்றன. இது தொடர்பாகப் பல்வேறு கலெக்டர்களிடமிருந்து கிடைத்த தகவல்கள் அட்டவணை ஐந்தில் தொகுக்கப்பட்டிருக்கின்றன.

பள்ளிகள்செயல்படும்விதம், கற்றுக்கொடுக்கும் முறைகள், கற்றுத் தரப்பட்ட பாடங்கள் போன்றவை ஃப்ரா பவுலினோ ட பர்த்தால்மோ *(கி.பி.1796)* மற்றும் அலெக்சாண்டர் வாக்கர் *(1820)* எழுதிய ஆய்வு அறிக்கைகளில் மிக விரிவாக இடம்பெற்றிருக்கின்றன.[41]

பள்ளிகளில் பயன்படுத்தப்பட்ட பாட புத்தகங்கள்

இந்தியப் பாரம்பரியப் பள்ளிகளில் எழுத, வாசிக்க கற்றுத் தந்ததோடு கணிதமும் கற்றுத்தரப்பட்டிருக்கிறது. ராஜமுந்திரியிலும் பெல்லாரியிலும் கீழ்க்கண்ட பாட நூல்கள் இருந்திருக்கின்றன. அது இந்தப் பாரம்பரியப் பள்ளிகளில் என்னவிதமான கல்வி தரப்பட்டது என்பதைப் புரிந்துகொள்ள நன்கு உதவும்.

பெல்லாரி மாவட்டப் பள்ளிகளில் பயன்படுத்தப்பட்ட பாடப் புத்தகங்கள்[42]

அதிகம் பயன்படுத்தப்பட்டவை

1. ராமாயணம். 2. மகாபாரதம். 3. பகவத் கீதை

உற்பத்தித் துறை வர்க்கக் குழந்தைகள் படித்த நூல்கள்

1. *நாகலிங்காயன கதா*
2. *விஸ்வகர்ம புராணம்*
3. *கமலேஷ்வர கலிகாமஹா கதா*

லிங்காயத் சிறுவர்கள் படித்த நூல்கள்

1. *பவ புராணம்*
2. *ராகவ காவியம்*
3. *கிரிஜா கல்யாணம்*
4. *அம்பவ மூர்த்தா*
5. *சென்ன பசவேஸ்வர புராணம்*
6. *கௌரிகுலம்*

எளிய இலக்கிய வாசிப்புக்கான நூல்கள்

1. பஞ்ச தந்திரா
2. பாதாள பஞ்சவன் சதி
3. பங்கி சுபுக்தஹால
4. மகாதரங்கிணி

பயன்படுத்தப்பட்ட அகராதிகள் இலக்கண நூல்கள்

1. நிகண்டு
2. உமரா
3. சப்தமம்பரீ
4. சப்தமுனி தர்ப்பணா
5. வியாகரணம்
6. ஆந்திரதீபிகா
7. ஆந்திர நாமசங்க்ரஹா

ராஜமுந்திரி பகுதியில் பயன்படுத்தப்பட்ட புத்தகங்களின் பட்டியல்[43]

1. பால ராமாயணம்
2. ருக்மணி கல்யாணம்
3. பாரிஜாத புராணம்
4. மூல ராமாயணம்
5. ராமாயணம்
6. தனசாரதி சதகம்
7. கிருஷ்ண சதகம்
8. சுமதி சதகம்
9. ஜானகி சதகம்
10. பிரசன்னாகர சதகம்
11. ராமதாரக சதகம்
12. பாஸ்கர சதகம்
13. விபீஷண சதகம்
14. பீமலிங்கேஸ்வர சதகம்
15. சூரியநாராயண சதகம்
16. நாராயண சதகம்
17. பிரகலாத சரித்திரம்
18. வசு சரித்திரம்
19. மனோ சரித்திரம்
20. சுமுங்க சரித்திரம்
21. நள சரித்திரம்
22. வாமன சரித்திரம்

23. கணிதம்
24. பாவலூரி கணிதம்
25. பாரதம்
26. பாகவதம்
27. வேத விலாசம்
28. கிருஷ்ணலீலா விலாசம்
29. ராதாமாதவ விலாசம்
30. சப்தம ஸ்கந்தம்
31. அஸ்டம ஸ்கந்தம்
32. ராதாமாதவ சம்வாதம்
33. பானுமதி பரிணயம்
34. வீரபத்ர விஜயம்
35. லீலா சவுந்தரி பரிணயம்
36. அமரம்
37. சூரதானேஸ்வரம்
38. உதயகபருவம்
39. ஆதிபர்வம்
40. கஜேந்திர மோட்சம்
41. ஆந்தரநாம சங்க்ரஹம்
42. குசேல ப்ரகச்யணம்
43. ரசிகாஜன மனோபரணம்.

உயர்கல்வி மையங்கள்

சில கலெக்டர்கள் தமது பிராந்தியத்தில் உயர்கல்விமையம் எதுவும் இருப்பதாகத் தெரியவில்லை என்று குறிப்பிட்டிருக்கிறார்கள். எஞ்சியோர் தமது பிராந்தியங்களில் 1094 மையங்கள் உயர்கல்விக்காக இருந்ததாகத் தெரிவித்திருக்கிறார்கள். இந்த உயர்கல்விமையங்களை கல்லூரி என்று அவர்கள் குறிப்பிட்டிருக்கிறார்கள் (அரசுப் படிவத்தில் அப்படி வகைப்படுத்தி இருந்ததற்கு ஏற்ப).

இத்தகைய கல்லூரிகள் ராஜமுந்திரி பகுதியில்தான் மிக அதிக அளவில் அதாவது 279 கல்லூரிகள் இருந்திருக்கின்றன. அதில் 1454 மாணவர்கள் கற்றிருக்கிறார்கள். அடுத்ததாக கோயம்புத்தூரில் 173 கல்லூரிகள் (724 மாணவர்கள்), குண்டூர் 171 கல்லூரிகள் (939 மாணவர்கள்), தஞ்சாவூர் 109 கல்லூரிகள் (769 மாணவர்கள்) நெல்லூர் 197 கல்லூரிகள், வட ஆற்காடு 69 கல்லூரிகள் (418 மாணவர்கள்), சேலம் 53 கல்லூரிகள் (324 மாணவர்கள்) செங்கல்பட்டு 51 கல்லூரிகள் (398 மாணவர்கள்) மசூலிப்பட்டனம் 49 கல்லூரிகள் (199 மாணவர்கள்) பெல்லாரி 23 கல்லூரிகள், திருச்சினாப்பள்ளி 9 கல்லூரிகள் (131 மாணவர்கள்).

அட்டவணை 6 : உயர் கல்வி மையங்கள்

மாவட்டம்	மொத்த கல்லூரிகள்/ ஆசிரியர்கள்	மொத்த மாணவர்கள்	வேதம் அல்லது இறையியல்	சட்டம்	வான சாஸ்திரம் அல்லது கணித சாஸ்திரம்	ஆந்திர சாஸ்திரம் அல்லது தெலுங்கு செய்யுள்கள்	ஹிந்துஸ்தானி	பிற விவரங்கள்
ராஜமுந்திரி	279	1,454	1,033 (198)^2					பிராமணர்கள் 145, சூத்திரர்கள் 5
மசூலிப்பட்டனம்	49	199						எல்லாருமே பிராமணர்கள்
நெல்லூர்	137		(83)^2	(45)^2	(8)^2	(1)^2		
செங்கல்பட்டு	51	398						எல்லாருமே பிராமணர்கள்
வட ஆற்காடு	69	418	298 (43)^2	117 (24)^2	3 (2)^2			எல்லாருமே பிராமணர்கள்
தஞ்சாவூர்	109	769						எல்லாருமே பிராமணர்கள் - பெரிதும் வேதப் படிப்பு
திருச்சினாப்பள்ளி	9	131						எல்லாருமே பிராமணர்கள்
கோயம்புத்தூர்	173	724	(94) ^{2}	(69)^2	(10)^2			எல்லாருமே பிராமணர்கள்
மலபார்	1	75						எல்லாருமே பிராமணர்கள்
குண்டூர்	171	939						எல்லாருமே பிராமணர்கள்- மேல் படிப்புக்கு சிலர் பனாரஸ், நவ த்வீப் பகுதிகளுக்குச் சென்றிருக்கிறார்கள்
சேலம்	53	324						எல்லாருமே பிராமணர்கள்

1. பெரும்பாலான இடங்களில் கல்லூரிகள், ஆசிரியர்களின் எண்ணிக்கை பற்றிய விவரங்கள் கிடைத்துள்ளன. ஆனால், அங்கு கல்வி பயின்ற மாணவர்களின் எண்ணிக்கை தெரியவில்லை. எந்தெந்தப் பிரிவுக்கு எத்தனை கல்லூரிகள் என்ற விவரமும் தெரியவில்லை.
2. உயர்கல்வி மையங்களின் எண்ணிக்கை.

மலபாரில் ஒரு பழைய கல்விமையம் சாமுத்திரி மஹாராஜாவால் நிர்வகிக்கப்பட்டது. அதில் 75 மாணவர்கள் இருந்திருக்கிறார்கள். இதுபோன்ற கல்விமையங்கள் இல்லாத மாவட்டங்களில் வேதம், சாஸ்திரம், சட்டம் (ஸ்ம்ருதி), வான சாஸ்திரம், கணித சாஸ்திரம், தர்மம் ஆகிய பிரிவுகளில் உயர்கல்வி வழங்கப்பட்டதாக அந்தப் பகுதி கலெக்டர்கள் தெரிவித்திருக்கிறார்கள். இவை பொதுவாக அக்ரஹாரங்களில் அல்லது வீடுகளில் தரப்பட்டிருக்கின்றன. இதுபோன்ற தனியாகக் கற்கப்பட்ட உயர்கல்வி பற்றிய விவரங்கள் பிற பகுதிகளிலும் அதுபோலவே இருந்திருக்க வாய்ப்பு உண்டு என்பதைச் சுட்டிக்காட்டுகின்றன. அட்டவணை ஆறில் இந்தத் தகவல்கள் மிக விரிவாக விளக்கப்பட்டிருக்கின்றன.

பெரும்பாலான பகுதிகளில் பள்ளிகளில் பிராமண மாணவர்களின் எண்ணிக்கைஒப்பீட்டளவில்குறைவாகவேஇருந்திருக்கிறது.ஆனால், உயர்கல்வி என்பது சிறப்பு நிபுணத்துவம் சார்ந்ததாக இருந்ததால் அது பெரிதும் பிராமணர்களுக்கு மட்டுமேயானதாக இருந்திருக்கிறது. அதிலும் இறையியல், தர்மம், தத்துவம், பெருமளவுக்கு சட்டம் போன்றவையெல்லாம் பிராமணர்களுக்கு மட்டுமானதாகவே இருந்திருக்கின்றன. ஆனால், வானசாஸ்திரம், மருத்துவம் போன்றவை எல்லா ஜாதியினராலும் கற்கப்பட்டிருக் கின்றன.

மலபாரில் கிடைத்த தரவில் இருந்து இது தெளிவாகிறது. வான சாஸ்திரம் படித்த 808 பேரில் 78 பேர் மட்டுமே பிராமணர்கள். மருத்துவம் படித்த 194 பேரில் 31 பேர் மட்டுமே பிராமணர்கள். ஆச்சரியப்படும்வகையில் ராஜமுந்திரியில் உயர்கல்விமையத்தில் இருந்த மாணவர்களில் ஐந்து பேர் சூத்திரப் பிரிவைச் சேர்ந்தவர்கள்.

மதராஸ் பிரஸிடென்ஸியின் தரவுகளின் அடிப்படையில் பார்த்தால் மருத்துவம், அறுவைசிகிச்சை போன்றவற்றைச் செய்பவர்கள் பல்வேறு ஜாதிகளைச் சேர்ந்தவர்களாக இருந்தனர். அவர்களில் நாவிதர்கள்தான் அறுவை சிகிச்சையில் நிபுணர்களாக இருந்தனர் என்று பிரிட்டிஷ் மருத்துவர்கள் தெரிவித்திருக்கின்றனர்.[44]

மலபாரில் இருந்த கல்விமையத்துக்கு நிதி உதவி அளித்த சாமுத்திரி ராஜாவின் குறிப்புகள்[45] நீங்கலாக குண்டூர், கடப்பா, மசூலிப் பட்டனம், மதுரா, மதராஸ் பிரஸிடென்ஸி போன்ற பகுதிகளின் கலெக்டர்களும் உயர்கல்விபற்றிப் பல தரவுகளைத் தொகுத்துத் தந்திருக்கிறார்கள். மதராஸ் கலெக்டரைப் பொறுத்த வரையில்: வான சாஸ்திரம், ஜோதிடம் போன்றவை பிராமண ஜாதியைச் சேர்ந்த ஏழைகளுக்கு இலவசமாகக் கற்றுத் தரப்பட்டிருக் கின்றன. சில இடங்களில் பெற்றோரின் வசதி வாய்ப்புகளுக்கு ஏற்ப ஊக்கத்தொகை தரப்பட்டிருக்கிறது. மதுரா கலெக்டர் தனது அறிக்கையில்:

பிராமணர்கள் அதிகம் வசிக்கும் அக்ரஹாரங்களில் வெகு முந்தைய காலத்திலிருந்தே வேதம், புராணம் போன்றவற்றைப் படிக்கும் மாணவர்களுடைய தேவைகளைப் பூர்த்தி செய்யவென ஆண்டுக்கு 20 முதல் 50 பணம் வருவாய் வரக்கூடிய அல்லது சில இடங்களில் 100 பணம் வருவாய் வரக்கூடிய அளவில் நிலங்கள் தானமாகக் கொடுக்கப்பட்டிருந்தன. படிக்க விருப்பம் தெரிவித்து வரும் அனைவருக்குமே இலவசமாகவே கற்றுத் தந்திருக்கிறார்கள்.[46]

மசூலிப்பட்டனம் கலெக்டர் கூட இது போன்றதொரு கணிப்பை முன்வைத்திருக்கிறார்: வைதிக பிராமணர்களின் குழந்தைகள் நன்கு எழுதக் கற்றுக்கொண்டதும் வேதம், சாஸ்திரம் கற்றுக்கொடுக்கும் கல்லூரிக்கு நேராக அனுப்பப்பட்டனர். வேதங்கள்தான் இந்து சாஸ்திரங்கள் அனைத்தின் தாய் என்று கருதப்படுகிறது. சாஸ்திரம் என்பது அனைத்து அறிவியல் துறைகளையும் குறிக்கும் வார்த்தை யாகும். சட்டம், வான சாஸ்திரம், இறையியல் போன்ற அவை யெல்லாம் சமஸ்கிருத மொழியில் இருந்தன. இந்தப் பாடங்கள் எல்லாம் பிராமணர்களால் குறிப்பாக அக்ரஹாரத் தலைவர், மானியம், ரோஸுனா போன்ற சலுகைகளைப் பெற்ற பிராமணர்களால் மட்டுமே கற்றுத் தரப்பட்டன. அவர்களின் முக்கியப் பணி மதச் சடங்கு ஆசாரங்களை எல்லா நேரங்களிலும் பின்பற்றுவதுதான்.

பெரும்பாலான கிராமங்கள், நகரங்களில் பிராமணர்கள் தமது குழந்தைகளுக்கு வேதம், சாஸ்திரம் ஆகியவற்றைக் கற்றுக் கொடுக் கிறார்கள். கல்லூரிகளிலோ அவரவர் வீடுகளிலோ இந்தக் கல்வி தரப்பட்டிருக்கிறது.[47]

மிகவும் விரிவான தகவல்கள் கடப்பா, குண்டூர் கலெக்டர் களிடமிருந்து கிடைத்திருக்கின்றன. கடப்பா கலெக்டர் சொல்கிறார்:

பொது நிதி பெற்று எந்தக் கல்லூரியோ பள்ளியோ இயங்கவில்லை. எனினும் பிராமணர்கள் மத்தியில் கல்வியானது இலவசமாகவே தரப்பட்டிருக்கிறது; அதிலும் பெரும்பாலான பிராமண ஏழைகள் தமது முழுக் கல்வியையும் இலவசமாகவே பெற்றிருக்கிறார்கள் என்பதை நான் குறிப்பிட்டேயாகவேண்டும். 10-16 வயது பிராமண மாணவர்க்கு கல்வி கற்கப் பொருளாதாரரீதியாக வழியில்லையென்றால் அவர் தன் வீட்டை விட்டு அவருடைய ஜாதியைச் சேர்ந்த வேறொருவருடைய வீட்டுக்குச் சென்று தங்கியிருந்து கல்வி கற்கிறார். அந்தக் குழந்தை களிடமிருந்து அவர் எதையும் எதிர்பார்ப்பதில்லை. மாணவர்களும் அந்த ஆசிரியரிடமிருந்து கல்வி நீங்கலாக வேறு எதையும் எதிர்பார்ப்பதுமில்லை. ஏனென்றால் அந்த ஆசிரியரும் வறுமையில் வாடுபவராகவே இருப்பார். அவரால் தன்னிடம் படிக்கும் மாணவர் களுக்கு உடையும் உணவும் கொடுக்க முடிவதாக இருந்தால் நிறைய

மாணவர்கள் அவரைத் தேடி வந்துவிடுவார்கள். அவரால் அப்போதும் அதைச் சமாளிக்க முடியாமல் போய்விடும்.

தனது சொந்த கிராமத்தில் கல்வி பெற முடியாமல் வறுமையில் வாடும் இந்தச் சிறுவர்கள் முற்றிலும் அந்நிய கிராமம் ஒன்றில் எப்படிப் போய் தங்கிப் படிக்க முடிகிறது. அதுவும் பல வருடங்கள் சொந்த வீட்டுக்குத் திரும்பாமலேயே பத்திலிருந்து நூறு கி.மீ தொலைவுக்குச் சென்று எப்படித் தங்கிப் படிக்க முடிகிறது என்ற கேள்வி வருவாய்த்துறைக்கு நிச்சயம் இருக்கும். அந்தச் சிறுவர் களுடைய தினசரித் தேவைகள் முழுவதுமே தானம் மூலமாகவே சமாளிக்கப்படுகிறது. மேலே சொல்லியிருக்கும் காரணங்களினால் கற்றுக் கொடுக்கும் ஆசிரியரிடமிருந்து அல்ல; பொதுவாக அவருடைய கிராமத்தில் இருக்கும் நபர்களின் உதவியின் மூலமாக நடந்தேறுகிறது. தொலை தூர கிராமத்தில் இருந்து வரும் மாணவர்கள் அந்த கிராமத்தில் இருக்கும் ஒவ்வொரு பிராமணரின் வீட்டு வாசலுக்குச் சென்று உணவை யாசகம் கேட்டுப் பெற்றுக் கொள்கிறார்கள். இவர்களுக்கு தானம் கொடுப்பது மிகுந்த மரியாதையுடனும் கவுரவத்துடனும் பரிவுடனும் செய்யப்படுகிறது. எந்தவித படோடோபமும் இன்றி மிக எளிய முறையில் இந்த தானங்கள் தரப்படுகின்றன. அது அதன் மதிப்பை மேலும் உயர்த்து கிறது. இந்த ஏழைகளுக்கு இப்படியான பரோபகார உதவி மட்டும் கிடைக்காதிருந்தால் அவர்கள் கல்வியைப் பெற்று வாழ்வில் முன்னேறவே முடிந்திருக்காது. இந்த வழிமுறையை அரசு தாராள மனதுடன் தாயன்புடன் கவனித்து முழுமைப்படுத்தினாலே போதுமானது.[48]

'இறையியல், சட்டம், வான சாஸ்திரம் ஆகியவற்றைக் கற்றுத் தரக் கல்லூரிகள் இல்லை' என்றாலும் அவை மாணவர்களுக்குத் தனியாகக் கற்றுத்தரப்பட்டிருக்கின்றன என்று குண்டூர் கலெக்டர் தெரிவித்திருக்கிறார்.

இந்த சாஸ்திரங்கள் எல்லாம் அதைக் கற்றுத் தேர்ந்த பிராமணர்களால்தனிப்பட்ட முறையில்கற்றுத்தரப்பட்டிருக்கின்றன. இந்தக் கல்விக்கு அவர்கள் எந்தக் கட்டணமும் வசூலிப்பதில்லை. ஜமீந்தார்கள் மற்றும் முந்தைய மன்னர்கள் மூலமாக இந்த ஆசிரியர்களின் முன்னோர்களுக்கு வேறு பல காரணங்களுக்காக நிலங்கள் தானமாக வழங்கப்பட்டிருக்கின்றன. அதில் கிடைக்கும் வருவாயைக் கொண்டு இலவசமாக மற்றவர்களுக்குக் கல்வி வழங்கியிருக்கிறார்கள். ஆனால், இப்படியான கல்வி தருவதற்கு மட்டுமே என்று எந்த ஆசிரியருக்கும் நேரடியாக எந்த உள்ளூர் மன்னராலும் பணமோ நிலமோ தரப்பட்டிருக்கவில்லை.

இது தொடர்பாகச் சேகரிக்கப்பட்டுள்ள தரவுகளில் இருந்து 171 இடங்களில் இறையியல், சட்டம், வான சாஸ்திரம் போன்றவை தனிப்பட்ட முறையில் கற்றுத் தரப்பட்டிருக்கின்றன. கல்வி பெற்ற மாணவர்களின் எண்ணிக்கை 939. இந்தக் கல்வி பெற்ற மாணவர்களுக்கு இந்தப் பாடங்களில் அவர்களுடைய கிராமத்தி லேயே ஆசிரியர்கள் கிடைத்திருக்கவில்லை. எனவேதான் வேறு கிராமங்களுக்கு இடம்பெயர்ந்திருக்கிறார்கள். சில குழந்தைகளின் பெற்றோரால் தேவையான பணத்தைத் தர முடிந்திருக்கும். அதாவது மாதத்துக்கு 3 ரூபாய். ஆனால், அந்தப் பணம் உணவு, உடைக்கே சரியாகிவிடும். அந்தப் பணம் கூடத் தர முடியாமல் இருக்கும் குடும்பத்தினரின் குழந்தைகள்தான் ஆசிரியரின் கிராமத்தினரின் வீடுகளில் இருந்து தேவையானவற்றைப் பெற்றுக்கொள்வார்கள். ஒவ்வொரு நாளும் ஒவ்வொரு வீட்டினர் என கிராமத்தினரும் அதை மனமுவந்து செய்வார்கள்.

இந்த கிராமங்களில் கற்றுத் தரப்படும் விஷயங்களுக்கும் மேலாக இறையியல் போன்றவற்றில் யாரேனும் கற்றுக்கொள்ள விரும்பினால் பனாரஸ், நவத்வீபம்[49] போன்ற இடங்களுக்குச் சென்று அந்த இடங்களில் இருக்கும் பண்டிதர்களிடமிருந்து கற்றுக்கொள்வார்கள்.[50]

உயர்கல்வியில் பயன்படுத்தப்பட்ட சில புத்தகங்கள்

வேதங்கள், பல்வேறு சாஸ்திரங்கள், புராணங்கள் இவை நீங்கலாக கணிதம், ஜோதிடம், காவிய இலக்கியம் போன்றவை கற்றுத் தரப்பட்டன. ராஜமுந்திரி கலெக்டர் தந்த அறிக்கை நீங்கலாக வேறு மாவட்டங்களில் இருந்து கிடைத்த ஆய்வறிக்கையில் பாடப் புத்தகங்களின் பெயர்கள் குறிப்பிடப்பட்டிருக்கவில்லை. ராஜமுந்திரியைப் பொறுத்தவரையில் அங்கு கற்றுத் தரப்பட்ட பாடப் புத்தகங்களின் பெயர்கள்:[51]

1. ரிக்வேதம்
2. யஜுர் வேதம்
3. சாம வேதம்
4. ஸ்ரௌதம்
5. திராவிட வேதம்

1. ரகுவம்சம்
2. குமாரசம்பவம்
3. மேக சந்தேசம்
4. பாரவி
5. மகும்
6. அர்த்த சாஸ்திரம்
7. நயேஷதம்

சாஸ்திரங்கள்

1. சமஸ்கிருத இலக்கணம்
2. சிந்தாந்த கௌமுதி
3. தர்க்கம்
4. ஜோதிடம்
5. தர்ம சாஸ்திரம்
6. காவியங்கள்

ராஜமுந்திரியில் பாரசீகம் கற்றுத்தரப்பட்ட பள்ளிகளும் இருந்தன.[52] பாரசீக, அரபு மொழிப் புத்தகங்கள் பட்டியலும் தரப்பட்டுள்ளன.

ராஜ முந்திரி பள்ளிகளில் கற்றுத் தரப்பட்ட பாரசீக மொழி புத்தகங்கள்

1. கரமே அகமதுநாமா
2. ஹர்கரம்
3. இன்ஷா காலிஃபா மற்றும் கல்ஸ்தான்
4. பஹதுர்தனிஷ் மற்றும் பஸ்தன்
5. அப்துல் ஃபாஸல் இன்ஷா
6. காலிஃபா
7. குர்ரான்

தனிக் கல்வி (அல்லது வீட்டில் கற்ற கல்வி)

எந்தவிதப் புள்ளிவிவர அறிக்கையும் அனுப்பாத கனரா கலெக்டர் உட்பட வேறு பல கலெக்டர்கள் ஒரு முக்கியமான விஷயத்தைக் குறிப்பிட்டிருக்கிறார்கள். அதாவது, பல ஆண்கள் மற்றும் குறிப்பாகப் பெண் குழந்தைகள் வீடுகளில் பெற்றோரிடம் இருந்து அல்லது வீடுகளுக்கு வந்து கல்வி கற்றுத் தரும் ஆசிரியர்களிடமிருந்து கல்வி பெற்றிருக்கிறார்கள். உயர்கல்வியானது இதுபோன்ற அக்ரஹார இல்லங்களில் வழங்கப்பட்டதாக அந்த கலெக்டர்கள் குறிப்பிட்டிருக்கிறார்கள். மலபார் மற்றும் மதராஸ் பகுதி கலெக்டர்கள் மட்டுமே அங்கு கற்றுத் தரப்பட்ட பாடங்கள் பற்றிக் குறிப்பிட்டிருக்கிறார்கள். மலபார் கலெக்டர் உயர்கல்வியில் பயன்படுத்தப்பட்ட புத்தகங்கள் பற்றிய தகவலை அனுப்பியிருக்கிறார். மதராஸ் கலெக்டர் அப்படியான கல்வி பெற்ற ஆண், பெண்களின் எண்ணிக்கை பற்றி தகவல் சேகரித்து அனுப்பியிருக்கிறார். இந்தத் தகவல்கள் அட்டவணை ஏழு-அ மற்றும் ஏழு-ஆ-ல் இடம்பெற்றிருக்கின்றன.

அட்டவணை 7 – அ

மலபாரில் 1823 வாக்கில் தனிப்பட்ட முறையில் உயர்கல்வி பெற்றவர்கள் பற்றிய விவரம்

பாடம்	பிராமண மாணவர்கள்			வைசிய மாணவர்கள்			சூத்திர மாணவர்கள்			பிற சாதியினர்		
	ஆண்	பெண்	மொத்தம்	ஆண்	பெண்	மொத்தம்	ஆண்	பெண்	மொத்தம்	ஆண்	பெண்	மொத்தம்
இறையியல், சட்டம்	471	3	474	-	-	-	-	-	-	-	-	-
வான சாஸ்திரம்	78	-	78	18	5	23	176	19	195	496	14	510
மெட்டா பிஸிக்ஸ்	34	-	34	-	-	-	-	-	-	31	-	31
தர்மம்	22	-	22	-	-	-	-	-	-	31	-	31
மருத்துவம்	31	-	31	-	-	-	59	-	59	100	-	100
மொத்தம்	636	3	639	18	5	23	235	19	254	656	14	672

பாடம்	மொத்த இந்து மாணவர்கள்			முஸ்லிம் மாணவர்கள்			மொத்த இந்து, முஸ்லிம் மாணவர்கள்		
இறையியல், சட்டம்	471	3	474	-	-	-	-	-	-
வான சாஸ்திரம்	768	38	806	2	-	2	770	38	808
மெட்டா பிஸிக்ஸ்	65	-	65	-	-	-	65	-	65
தர்மம்	53	-	53	-	-	-	53	-	53
மருத்துவம்	190	-	190	4	-	4	194	-	194
மொத்தம்	1,547	41	1,588	6	5	6	1,553	41	1594

மொத்த மக்கள் தொகை : ஆண்கள் : 4,58,364. பெண்கள் : 4,49,207.

அட்டவணை 7 ஆ

மதராஸில் வீடுகளில் கல்வி பெற்றவர்களின் எண்ணிக்கை, பிப் 1825.

பிராமண மாணவர்கள்			வைசிய மாணவர்கள்			சூத்திர மாணவர்கள்			பிற சாதியினர்		
ஆண்	பெண்	மொத்தம்	ஆண்	பெண்	மொத்தம்	ஆண்	பெண்	மொத்தம்	ஆண்	பெண்	மொத்தம்
7586	98	7684	6132	63	6195	7589	220	7809	3449	136	3585

மொத்த இந்து மாணவர்கள்			மொத்த முஸ்லிம் மாணவர்கள்			மொத்த இந்து, முஸ்லிம் மாணவர்கள்		
ஆண்	பெண்	மொத்தம்	ஆண்	பெண்	மொத்தம்	ஆண்	பெண்	மொத்தம்
24,756	517	25,273	1,690		1,690	26,446	517	26,963

மொத்த மக்கள் தொகை : ஆண்கள் : 2,28630.பெண்கள் : 2,33,415.

வீடுகளில் தனி ஆசிரியர் மூலம் கல்வி பெறும் வழக்கம் பிற மாவட்டங்களிலும் இருந்திருக்கக்கூடும்; என்றாலும் உயர்கல்வி தொடர்பாக மலபாரில் இருந்து கிடைத்த தரவுகளை வைத்துப் பார்க்கும்போது, மலபாரில் மிக அதிகமாக இருப்பதற்கு அந்தப் பகுதிக்குரிய விசேஷ சமூக, வரலாற்று அம்சங்களே காரணம். அட்டவணை ஏழு-அ மற்றும் ஏழு-ஆ-வைப் பார்க்கும்போது அதிக செல்வவளம் இல்லாத சாமுத்திரி ராஜாவின் குடும்பத்தினரால் நடத்தப்பட்ட ஒற்றைக் கல்லூரியில் படித்தவர்களைப்போல் 21 மடங்கு அதிக எண்ணிக்கையிலான மாணவர்கள் வீடுகளில் கல்வி பெற்றிருக்கிறார்கள். மலபாரில் கிடைத்த தரவு 194 பேர் மருத்துவம் படித்ததாகக் குறிப்பிட்டிருக்கிறது. ஒவ்வொரு மாவட்டத்திலும் ஏன் ஒவ்வொரு கிராமத்திலும்கூட ஒரு உள்ளூர் பாரம்பரிய வைத்தியர் இருந்திருக்கிறார். அவருடைய சமூக சேவைக்கான சம்பளமாக சில மானிய ஏற்பாடுகள் செய்து தரப்பட்டிருக்கின்றன. அதிலிருந்து பிற மாவட்டங்களிலும் இதுபோல் மருத்துவக் கல்வி தரப்பட்டிருக்கும் என்று யூகிக்க இடமுண்டு.

பிற மாவட்டங்களில் வீடுகளில் கல்வி கற்றவர்களின் எண்ணிக்கை என்ன, ஆண் பெண் விகிதம் என்ன போன்றவையெல்லாம் யூகத்தின் அடிப்படையில் சொல்ல முடிந்தவையே. எனினும் இறையியல், சட்டம், வான சாஸ்திரம், தத்துவம், ஒழுக்கவியல், கவிதை, இலக்கியம், மருத்துவம், இசை, நடனம் போன்றவற்றை வீடுகளில் கற்றவர்களின் எண்ணிக்கை கல்விமையங்களில் கற்றவர்களின் எண்ணிக்கையைவிடப் பல மடங்கு அதிகமாக இருந்திருக்கும் என்று யூகிப்பதில் நிச்சயம் தவறெதுவும் இருக்க வாய்ப்பில்லை.

மதராஸ் பிராந்தியத்தில் வீடுகளில் கல்வி கற்ற ஆண்கள் பெண்களின் எண்ணிக்கை மிகவும் துல்லியமாகத் தரப்பட்டிருக்கிறது. மதராஸில் இருக்கும் பள்ளிகளில் கற்றவர்களின் எண்ணிக்கையோடு ஒப்பிடுகையில் வீடுகளில் கற்றவர்களின் எண்ணிக்கை 4.73 மடங்கு அதிகமாக இருந்திருக்கிறது. இப்படி வீடுகளில் கல்வி பெற்றவர்களில் பாதிப்பேர் பிராமணர்கள், வைசியர்கள் ஆவர். எனினும் 28.7 சதவிகித சூத்திரர்களும் 13% பிற ஜாதியினரும் வீடுகளில் கல்வி பெற்றிருக்கின்றனர். மேலும் அந்தக் காலகட்டத்தில் மதராஸ் பகுதியானது ஒருவகையில் புதிதாக உருவான நகரம். இந்த பிரஸிடென்ஸியின் வேறு பாரம்பரிய ஊர்களை ஒப்பிடுகையில் மதராஸ் ஒழுங்காக ஒருங்கமைக்கப்படாத ஒரு பகுதி. அந்தப் பகுதியில் வாழ்ந்து வந்த மனிதர்கள் தஞ்சாவூர், திருச்சி, மதுரை போன்ற இடங்களில் வசித்துவந்தவர்களைவிட சமூக அளவில் கொஞ்சம் தரம் குறைந்தவர்களாகவே கருதப்பட்டிருக்கிறார்கள். எனவே, அந்தப் பழைய பகுதிகளில் வீடுகளில் படிப்பவர்களின்

எண்ணிக்கை மதராஸ் சிட்டிபோல் நான்கு அல்லது ஐந்து மடங்கு அதிகமாக இல்லாவிட்டாலும் நிச்சயம் கணிசமாக அதிகமாக இருக்கும் என்று நம்பலாம்.

மெட்ராஸ் சிட்டியில் கல்வி கற்றவர்களின் எண்ணிக்கை 26,903 என்று குறிப்பிடப்பட்டிருப்பதில் ஏதோ தவறு நடந்திருக்கும் என்று தாமஸ் மன்ரோ குறிப்பிட்டிருந்தார். இதே கருத்தைக் கல்வி தொடர்பாகப் பேசிய வேறு பலரும் குறிப்பிட்டிருக்கிறார்கள். ஆனால், அவர்கள் கூற்றில் எந்த நியாயமும் இல்லை. அந்த எண்ணிக்கை உண்மையிலேயே தவறானதாக இருந்திருந்தால், மதராஸ் பகுதிக்கு மட்டும் மறு கணக்கெடுப்பு நடத்துவது அப்படி

யொன்று சிரமமான காரியமே அல்ல. ஏனென்றால், கவர்னரின் இந்தக் கருத்து வெளியிடப்பட்டதற்கு ஒரு வருடத்துக்கு முன்னமேயே இந்த ஆய்வறிக்கை தயாரித்து அளிக்கப்பட்டுவிட்டது. நிர்வாக கமிட்டியின் தலைவராக இருந்ததால் தாமஸ் மன்ரோவுக்கு இப்படியான ஒரு விமர்சனத்தை முன்வைக்க வேண்டிய அவசியம் இருந்திருக்கிறது. லண்டன் தலைமை அப்படியான ஒரு கருத்தையே கேட்க விரும்பியிருக்கும் என்பதில் எந்த சந்தேகமும் இல்லை.[55] இந்தக் குறிப்போடு கூடவே வேறுசில கருத்துகளையும் தெரிவித் திருக்கிறார்: ‘இந்தப் பகுதியில் காணப்படும் கல்வியானது நம் நாட்டில் (பிரிட்டனில்) இருப்பதைவிடத் தரம் குறைந்ததாகவே இருக்கிறது. என்றாலும் பிற ஐரோப்பிய நாடுகளில் சம காலத்துக்கு சற்று முந்தைய காலகட்டங்களில் இருந்ததைவிட மேம்பட்டதாகவே இருக்கிறது’. பிரிட்டனைப் பொறுத்தவரை ‘சம காலத்துக்கு சற்று முந்தைய’ என்பது பிரிட்டனில் பெரும்பாலான குழந்தைகளுக்கு டே ஸ்கூல்கள் ஆரம்பிக்கப்பட்ட 19ம் நூற்றாண்டின் ஆரம்ப கட்டத்தைக் குறிக்கிறது என்று யூகிக்கலாம்.

பெண்களின் கல்வி

முன்பே சொன்னதுபோல் கல்வி பெற்ற பெண்களின் எண்ணிக்கை குறைவாகவே இருந்திருக்கிறது. மலபார், விசாகப்பட்டனத்தில் ஜெய்ப்பூர் பகுதிகள் நீங்கலாக பிராமண, செட்டியார், வைசியர் குடும்பங்களைச் சேர்ந்த பெண்கள் யாருமே இந்தப் பள்ளிகளில் கல்வி கற்றதாகத் தெரியவில்லை. திருச்சியில் 56, சேலத்தில் 27 முஸ்லிம் பெண் குழந்தைகள் கல்வி கற்றிருக்கிறார்கள். கல்விபெற்ற சூத்திர, பிற ஜாதி இந்துக் குழந்தைகளின் எண்ணிக்கையும் அவ்வளவு ஒன்றும் அதிகமாக இல்லை.

நடனப் பெண்கள் அல்லது கோவில்களில் தேவதாசிகளாக இருந்த பெண்கள் கல்வி பெற்றதாக மசூலிப்பட்டனம், மதுரை,

அட்டவணை 8

இடம்	பிராமணர்	வைசியர்	சூத்திரர்	பிற சாதியினர்	முஸ்லிம்	மொத்தம்
மலபார்						
பெண்கள்	5	13	707	343	1,122	2,190
ஆண்கள்	2,230	84	3,697	2,756	3,196	11,963
ஆண்கள் பெண்கள் விகிதம்		15.5%	19.1%	12.4%	35.1%	18.3%
ஜெய்ப்பூர்						
பெண்கள்	94		71	64		229
ஆண்கள்	254	38	266	213		771
ஆண்கள் பெண்கள் விகிதம்	37%		26.7%	30%		29.70%

திருநெல்வேலி, கோயம்புத்தூர் போன்ற பகுதிகளின் கலெக்டர்கள் தெரிவித்திருக்கிறார்கள். அட்டவணை 8 பள்ளிகளில் அல்லது வீடுகளில் கல்வி பெற்ற பெண் குழந்தைகளின் எண்ணிக்கையை மாவட்ட வாரியாகப் பட்டியலிட்டிருக்கிறது.

மலபார், விசாகப்பட்டனம், ஜெய்ப்பூர் ஜமீன் ஆகிய இடங்களில் நிலைமை முற்றிலும் வேறாக இருப்பதாக அட்டவணை 9 தெரிவிக்கிறது. அந்தப் பகுதிகளில் கல்வி கற்ற ஆண்கள் பெண்களின் எண்ணிக்கையை அட்டவணை எட்டு தெரிவிக்கிறது.[56]

ஜெய்ப்பூர் ஜமீன் பள்ளிகளில் ஆண் குழந்தைகளின் எண்ணிக்கையைவிட பெண் குழந்தைகளின் எண்ணிக்கை 29.7% அதிகமாக இருக்கிறது. இது மட்டுமல்லாமல் ஆச்சரியப்படும் வகையில் பிராமண மாணவிகளின் எண்ணிக்கை பிராமண மாணவர்களின் எண்ணிக்கையைவிட 37% அதிகமாக இருந்தது. அதுபோலவே மலபார் பகுதியில் மாணவிகளின் எண்ணிக்கை மாணவர்களின் எண்ணிக்கையைவிட 35.1% அதிகமாக இருந்தது என்பதை உண்மையில் நம்பவே முடியவில்லை. வைசியர்கள், சூத்திரர்கள் மற்றும் பிற ஜாதியிலும் கல்வி பெறும் பெண்களின் எண்ணிக்கை ஆண்களின் எண்ணிக்கையைவிட முறையே 15.5 %, 19.1%, 12.4% என அதிகமாகவே இருந்திருக்கிறது. மேற்குக் கடற்கரையோரம் இருக்கும் மலபார், ஒரிஸாவின் தென் எல்லையில் ஜெய்ப்பூர் ஜமீன் என முற்றிலும் எதிரெதிர் துருவப் பகுதிகளில் இப்படியான சமூகவியல் ஒற்றுமை காணப்படுவது விரிவான ஆய்வுக்குரியது.

அட்டவணை 9
மாணவிகளின் சாதி வாரியான சதவிகிதம்

	பிராமணர்கள்	வைசியர்கள்	சூத்திரர்கள்	பிற சாதியினர்	முஸ்லிம்கள்	மொத்த மாணவிகள்	மொத்த பெண்கள் எண்ணிக்கை	பிற விவரங்கள்
ஒரிய மொழி								
கஞ்சம் மாவட்டம்	-	-	2	10	-	12	1,79,111	-
தெலுங்கு								
விசாகப்பட்டனம்	99	-	73	131	-	303	4,58,914	-
ஜெய்பூர்	94		71	64		229	36,419	
ராஜமுந்திரி	3		6	28		37	3,44,796	
மசூலிப்பட்டனம்	1		1	29	2	33	2,40,683	பெருமளவுக்கு ஆடல் மகளிர்
குண்டூர்	5		37	57	3	102	2,10,985	
நெல்லூர்			55		5	58	4,06,927	
கடப்பா			68	39	1	108	5,15,999	
கன்னடம்								
பெல்லாரி	2	1	26	31		60	4,38,184	
ஸ்ரீரங்கபட்டனம்			14			14	16,761	
மலையாளம்								
மலபார்								
பள்ளி	5	13	707	343	1,122	2,190	4,49,207	
வீடுகளில் உயர் கல்வி	3	5	19	14		41		

இறையியல், சட்டம்	3					3		
வான சாஸ்திரம்		5	19	14		38		
தமிழ்								
வட ஆற்காடு	1		32	8	11	52	2,78,481	
தென் ஆற்காடு			94	10		104	2,02,556	
செங்கல்பட்டு	3		79	34		116	1,72,886	
தஞ்சாவூர்			125	29		154	1,87,145	
திருச்சினாப்பள்ளி			66	18	56	140	2,33,723	
மதுரை			65	40		105	3,86,682	பெருமளவுக்கு ஆடல் மகளிர்
திருநெல்வேலி				117	2	119	2,81,238	
கோயம்புத்தூர்			82			82	3,21,268	கைக்கோள ஆடல் மகளிர்
சேலம்			3	28	27	58	5,33,485	
மதராஸ்								
சாதா பள்ளிகள்	1	9	113	4				
அறக்கட்டளைப் பள்ளிகள்		2		47		49		
வீடுகளில் படித்தவர்கள்	98	63	220	136		517		

V

இந்த ஆய்வை மேற்கொள்வதை லண்டன் தலைமையகம் மே 1825-ல் வரவேற்றிருக்கிறது. மதராஸுக்கு அனுப்பிய கடிதத்தில் 'இப்படியான ஓர் ஆய்வு மேற்கொள்ளவேண்டும் என்ற எண்ணத்தை முன்வைத்த சர் தாமஸ் மன்ரோவுக்கு நன்றிகள் பல' என்று குறிப்பிட்டிருக்கிறது. ஆனால், ஆய்வு முடிவுகள் அவர்களுக்கு அனுப்பப்பட்ட பிறகு மதராஸ் பிரஸிடென்ஸிக்கு எழுதப்பட்ட கடிதமானது அந்த ஆய்வுத் தகவல்களை ஒரேயடியாக நிராகரித்து அந்தத்தகவல்களில் பெரும் வியப்பைத் தெரிவித்திருந்தது. 1828 ஏப்ரல் 16ல் எழுதப்பட்ட கடிதத்தில், 'இந்தத் தரவுகள் சில விஷயங்களில் பற்றாக்குறையுடன் இருக்கின்றன; எனினும் உள்ளூர் மக்களுக்கு மேலான கல்வியைக் கொடுப்பதற்கு ஏற்கெனவே இருக்கும் கல்வி அமைப்பிலிருந்து பெரிதாக எதையும் எதிர்பார்க்க முடியாது என்பதை நன்கு சுட்டிக்காட்டுகிறது' என்று எழுதப்பட்டிருக்கிறது.

வங்காளம், பிகாரில் பாரம்பரிய இந்தியக் கல்வி பற்றிய ஆடம்மின் அறிக்கை

மதராஸ் பிரஸிடென்ஸியில் ஆய்வுகள் ஆரம்பிக்கப்பட்டதற்கு 13 ஆண்டுகள் கழித்து வங்காள பிரஸிடென்ஸியில் சற்று குறைவான தகவல்களின் அடிப்படையில் பகுதி-அதிகாரபூர்வ ஆய்வு மேற்கொள்ளப்பட்டது. இதுதான் புகழ் வாய்ந்த ஆடம்மின் அறிக்கை அல்லது 1836-38 ஆண்டுகளில் வங்காளத்தில் கல்வியின் நிலை குறித்த அறிக்கை.[58]

அதில் மூன்று அங்கங்கள் இருக்கின்றன. முதலாவது 1836 ஜூலை 1 தேதியிட்ட அறிக்கை. அது வங்காளத்தின் பல்வேறு மாவட்டங்களில் பாரம்பரியக் கல்வி, அதன் தன்மை, வசதி வாய்ப்புகள் ஆகியவற்றைப் பற்றியது. இரண்டாவது 1835, டிசம்பர், 23 தேதியிட்டது. ராஜஷாய் மாவட்டத்தில் தானாவின் நாத்தோர் என்ற பகுதியில் ஆடம்மினால் எடுக்கப்பட்ட ஆய்வு. மூன்றாவது ஆய்வு 1838, ஏப் 28 அறிக்கை. முர்ஷிதாபாத்தின் பிராந்தியங்கள், பீர்பூம், பர்த்வான், தென் பிகார், திரிகூடம் போன்ற பகுதிகளில் எடுக்கப்பட்ட ஆய்வு. இவற்றோடு ஆடம்மின் அபிப்ராயங்கள், பரிந்துரைகள், தீர்மானங்கள் ஆகியவையும் இந்த அறிக்கையில் இடம்பெற்றிருக்கின்றன.

ஆடம்மின் வார்த்தைப் பிரயோகம் மற்றும் கருத்துகள்

ஆடம்மின் அறிக்கை பெரும் சர்ச்சையைக் கிளப்பியிருக்கிறது. அதிலும் குறிப்பாக வங்காளம் மற்றும் பிகார் பகுதிகளில்

1830கள்வரை சுமார் லட்சம் கிராமப் பள்ளிகள் ஏதோ ஒருவகையில் செயல்பட்டு வந்ததாக அவர் குறிப்பிட்டிருக்கும் கருத்து பெரும் சர்ச்சையைக் கிளப்பியிருக்கிறது. மேலும் அவருடைய அறிக்கை, இந்தியப் பாரம்பரியக் கல்வி அமைப்பின் பிரமாண்ட அழிவு பற்றிய சித்திரத்தையே உருவாக்கியது. ஆடம் அடிப்படையில் கிறிஸ்தவ மதச் சார்பும் ஒழுக்க உணர்வும் மிகுந்தவர். அவருடைய எழுத்துகளைப் படிப்பது மிகுந்த சலிப்பையே தரும். இந்திய ஆசிரியர்கள் குறித்தோ இந்தியப் பாரம்பரியக் கல்வி முறை குறித்தோ அவருக்கு அப்படியொன்றும் பெருமதிப்பு எதுவும் கிடையாது. எனினும் பிரிட்டிஷ் அராசாங்கம் இந்திய ஆரம்பக்கல்வி, உயர்கல்வியில் கவனம் செலுத்தவேண்டும், பொருளாதாரரீதியாக உதவிகள் செய்யவேண்டும் என்ற எண்ணம் கொண்டவராக இருந்தார். எனவே அதைச் சாத்தியப்படுத்துவதற்காக எந்தவகை பிம்பத்தைச் சித்திரிக்கவேண்டுமோ அதைச் செய்தார். பிரிட்டிஷ் அரசின் தலையீடு தேவை என்பதற்கு அழுத்தம் கொடுக்கவேண்டி இந்திய பாரம்பரியக் கல்வி அழிவின் விளிம்பில் இருப்பதாகச் சொல்லவேண்டிய தேவை இருந்தது. ஆசிரியர்கள் அறியாமையில் இருப்பதாகவும், பள்ளிக்கான புத்தகங்கள், கட்டடங்கள் போதுமான அளவு இல்லை என்றெல்லாம் சொல்லவேண்டிய அவசியம் இருந்தது.

இதில் இன்னொரு முக்கியமான விஷயம் என்னவென்றால் 1818ல் வில்லியம் ஆடம் வங்காளத்துக்கு மத போதகராகத்தான் வந்து சேர்ந்திருந்தார். அவர் அதை விட்டுவிட்டு பத்திரிகைத்துறைக்கு மாறிய பின்னாலும் சம கால பிரிட்டிஷார் மத்தியில் செல்வாக்குடன் இருந்த இரண்டு கோட்பாடுகள் ஆடம்மின் மனத்திலும் அழுத்தமாக வேரூன்றியிருந்தன: அதில் ஒன்று வில்லியம் வில்பர்ஃபோர்ஸ் போன்றவர்கள் முன்வைத்தது போல் இந்தியாவை கிறிஸ்தவ மயமாக்க வேண்டும் என்ற கருத்து. இன்னொன்று டி.பி.மெக்காலே மற்றும் வில்லியம் பெனெடிக் போன்றோர் முன்வைத்ததுபோல் இந்தியாவை மேற்கத்திய மயமாக்க வேண்டும் என்ற கருத்து. முன்பே சொன்னதுபோல் 1813ம் ஆண்டு கொண்டுவரப்பட்ட சார்ட்டர் ஆக்ட்டில் இந்த இரண்டு அம்சங்களும் இடம்பெற்றிருந்தன. ஆடம்மின் ஆய்வுகள் அதிகாரபூர்வ ஆவணங்கள் இல்லை என்றபோதிலும் அவற்றை செய்யச் சொல்லி நிதி உதவி அளித்து உத்தரவிட்டதெல்லாம் கவர்னர் ஜெனரல்தான். எனவே, அந்த ஆய்வறிக்கைகளும் மதராஸ் பிரஸிடென்ஸி கலெக்டர்கள் தந்த அறிக்கைகளும் முந்தைய பிரிட்டிஷ் அரசின் கொள்கைகள் செயல்பாடுகளை நேரடியாக விமர்சிக்கும் தொனியில் இல்லாமல் உருவாக்கப்பட்டிருந்தது இயல்பான விஷயம்தான்.

பரந்துபட்ட, மதிப்பு மிகுந்த சமூக ஆவணங்கள்

ஆடம்மினுடைய ஆய்வின் முக்கியமான அம்சம் அதன் கடின உழைப்பும் பரந்துபட்ட தன்மையும்தான். முதலாவதாக 1800க்கு பிந்தைய ஆவணங்களைப் பயன்படுத்தியிருக்கிறார். அடுத்ததாக அவருடைய சொந்த நேரடி ஆய்வுகள். ஒரு லட்சம் பள்ளிகள் பெங்காலிலும் பிகாரிலும் இருந்தன என்ற அவருடைய கூற்று தொடர்பான சர்ச்சைகள் மறக்கப்பட்டபின்னும் மாணவர்கள், ஆசிரியர்களின் ஜாதி வாரியான தரவுகள், கல்வியின் பல்வேறு நிலைகளில் மாணவர்களின் வயது, பள்ளியில் பயன்படுத்தப்பட்ட புத்தகங்கள் என அவர் சேகரித்த தகவல்கள் மிகுந்த முக்கியத்துடன் நிச்சயம் திகழும்.

மறு பிரசுரம் செய்யப்பட்டவை

ஆடம்மின் ஆய்வறிக்கையில் இருந்து சில பகுதிகள் இங்கு மறு பிரசுரம் செய்யப்பட்டிருக்கின்றன (பின்னிணைப்பு D). அவற்றில் ஆரம்பக் கல்வி பற்றி முதல் மற்றும் இரண்டாம் அறிக்கையில் உள்ள தகவல்கள்.இரண்டாவதாக, முதல் அறிக்கையில் இருந்து எடுக்கப்பட்ட உயர்கல்வி பற்றிய தகவல்கள். மூன்றாவதாக நாட்டூர், ராஜஷே பகுதிகளில் இருந்து சேகரிக்கப்பட்ட மருத்துவக் கல்வி பற்றிய தரவுகள். மூன்றாவது அறிக்கையில் இடம்பெற்றுள்ள ஐந்து மாவட்டங்களில் இருந்து சில அடிப்படைத் தரவுகள். இந்தக் கடைசித் தரவுகள் கீழ்க்கண்ட தலைப்புகளின் கீழே இடம் பெற்றிருந்தன.

அ. ஆரம்பப் பள்ளிகள் மற்றும் ஜாதி வாரியான மாணவர்களின் எண்ணிக்கை

ஆ. ஆரம்பப் பள்ளிகள் மற்றும் ஜாதிவாரியான ஆசிரியர்களின் எண்ணிக்கை

இ. ஆரம்பப் பள்ளிகளில் பயன்படுத்தப்பட்ட புத்தகங்கள்

ஈ. சமஸ்கிருதக் கல்வி வழங்கப்பட்ட கல்விமையங்கள் பற்றிய விவரங்கள்

உ. சமஸ்கிருத வகுப்புகளில் பயன்படுத்தப்பட்ட புத்தகங்கள்.

ஊ. பாரசீக, அரபு வகுப்புகளில் பயன்படுத்தப்பட்ட புத்தகங்கள்

எ. பாடங்கள் மற்றும் பள்ளி கால அளவு மாவட்ட வாரியாக

முதல் அறிக்கை: 1800க்குப் பிந்தைய தரவுகளின் அடிப்படையிலான ஆய்வு

யதார்த்த நிலைமை என்ன என்பது பற்றிய பொதுவான கருத்துகளை உள்ளடக்கிய அறிக்கை இது. 1800க்குப் பிந்தைய அதிகாரபூர்வ மற்றும் பிற ஆவணங்களை அடிப்படையாகக் கொண்டு

அது உருவாக்கப்பட்டிருந்தது. அவரது தீர்மானங்கள்: கிட்டத்தட்ட ஒவ்வொரு கிராமத்திலும் குறைந்தது ஒரு பள்ளிக்கூடம் இருந்தது. பெங்காலிலும் பிகாரிலும் 1,50,748 கிராமங்கள் இருக்கின்றன. எனவே சுமார் ஒரு லட்சம் கிராமங்களில் நிச்சயம் இது போன்ற பள்ளிகள் இருக்கின்றன.[59]

இரண்டாவதாக, அவருடைய சொந்த நேரடி ஆய்வுகள் மற்றும் பிற தரவுகளில் இருந்து வங்காளத்தில் உயர்கல்விக்கு ஒவ்வொரு மாவட்டத்திலும் சுமார் 100 கல்விமையங்கள் இருந்தன என்ற முடிவுக்கு வந்திருக்கிறார். அப்படியாக மொத்தம் இருந்த 18 மாவட்டங்களில் சுமார் 1800 உயர்கல்விமையங்கள் இருந்ததாகத் தெரிவித்திருக்கிறார். ஒவ்வொரு மையத்திலும் குறைந்தபட்சமாக ஆறு பேர் என்று வைத்துக்கொண்டாலும் 10,800 மாணவர்கள் உயர்கல்வி பெற்றிருக்கவேண்டும் என்ற முடிவுக்கு வந்திருக்கிறார். ஊரில் மிகவும் முக்கிய பிரமுகர்களின் வீடுகளில் அல்லது அதற்கு அருகில் ஆரம்பப் பள்ளிகள் நடத்தப்பட்டன. களிமண்ணால் கட்டப்பட்ட மூன்றில் இருந்து ஐந்து அறைகள் கொண்ட மையங்களில் உயர்கல்வி தரப்பட்டது. சில ஊர்களில் 9லிருந்து 11 அறைகள்கூட இருந்திருக்கின்றன. தனியாக வாசிப்பறை (நூலகம்) என இருந்திருக்கிறது. இந்த அறைகளே மாணவர்கள் தங்கவும் பயன்பட்டிருக்கின்றன. இந்த மாணவர்களுக்கு உணவு, உடையெல்லாவற்றையும் ஆசிரியர்களே தந்திருக்கிறார்கள். தேவைப்பட்ட இடங்களில் கிராமத்தினரும் இதற்கு உதவி செய்திருக்கிறார்கள். இரு கல்விமையங்களிலும் கற்றுத் தரும் வழிமுறையையும் அன்றாடச் செயல்பாடுகளையும் விவரித்த பிறகு ஆடம் 1800க்குப் பிந்தைய தரவுகளை மாவட்ட வாரியாக அலசிப் பார்த்திருக்கிறார். இந்த ஆய்வின் சுருக்கத்தை அட்டவணை 10-ல் பார்க்கலாம்.

இரண்டாவது ஆய்வறிக்கை: நாட்டூரின் தானா பகுதிகளில் செய்யப்பட்ட ஆய்வுகள்

ரஜஷை மாவட்டத்தின் நாட்டூரின் தானா பகுதிகளில் கள நிலமையை நேரடியாக ஆய்வு செய்து ஆடம் இந்த இரண்டாம் பாகத்தை உருவாக்கியிருக்கிறார். இன்றைய நவீன மேலோட்டமான பறவைப் பார்வை ஆய்வைப் போன்றது இது. இதில் தனது ஆய்வு முறைகள், ஆய்வுத்தகவல்கள் ஆகியவற்றைச் செழுமைப்படுத்த நல்ல பயிற்சியாக இதைப் பயன்படுத்திக் கொண்டிருக்கிறார். நாட்டூர் பகுதியில் ஒவ்வொரு கிராமத்தையும் ஆராய்ந்து சுமார் 485 கிராமங்களைப் பட்டியலிட்டிருக்கிறார். வேறு சில கிராமங்கள் பற்றிய சில தகவல்களும் இடம்பெற்றிருக்கின்றன. தானா பகுதியின் மொத்த மக்கள் தொகை 1,20,928. மொத்த குடும்பங்கள் 30,028 (இந்து முஸ்லிம் விகிதம் 1:2) மொத்த ஆரம்பப் பள்ளிகளின்

அட்டவணை 10.
1800க்கு பிந்தைய ஆவணங்களில் (ஆடம்மின் குறிப்புகளுடன்) குறிப்பிடப்பட்டிருக்கும் உயர் கல்வி மையங்கள்

மாவட்டம் அல்லது இடம்		மக்கள் தொகை	ஹிந்து முஸ்லிம் விகிதம்	1800க்கு பிந்தைய ஆவணங்களில் குறிப்பிடப்பட்டிருக்கும் உயர் கல்வி மையங்கள்
தினாஜ்பூர்	பக் 16	30,00,000 (1808)	3 க்கு 7	புக்கனன் - 16: ஆடம் : மாவட்ட எல்லை கணிப்பில் சில தவறுகள் நடந்துள்ளன
பர்னேயா	பக் 16	14,50,000 (1801)	57 க்கு 47	புக்கனன் : 119
		29,04,380 (1810)		
கல்கத்தா	பக் 17	2,00,000 (1822) தோராயமாக		வார்டு : (1818): 28, மாணவர்கள் : 173
நதேயா	பக் 17 பக் 78 பக் 79		11 க்கு 5	வார்டு : (1818): 31, மாணவர்கள் : 747. தர்கம், சட்டம், ஹெச்.ஹெச். வில்சன் : (1820): 25. மாணவர்கள் 500-600. அதிகாரிகள் : (1816) 46, மாணவர்கள் : 380.
குமாரு ஹட்டா	பக் 81			வார்டு : 7-8
பாத்பரா	பக் 81			வார்டு : 7-8
24 பர்கணா	பக் 22	16,25,000 (1801)		ஹாமில்டன் : (1801): 190
ஜுயு நகர்	பக் 22			வார்டு : 17-18
முஜ்லிபூர்	பக் 22			வார்டு : 17-18
அந்தோலி	பக் 22			வார்டு : 10-12
மிதினாபூர்	பக் 50-51	15,00,000 (1801)	6 க்கு 1	ஹாமில்டன் : யாருமில்லை. ஆடம் : 40
கட்டக் (பூரி)	பக் 54	12,96,365	10 க்கு 1	ஸ்டார்லிங் : பிரின்சிபல் ஸ்ட்ரீட் ஆஃப் மேத்ஸ்
ஹூக்ளி	பக் 57-58	10,00,000 (1801)	3 க்கு 1	வார்டு : (1818), ஹேமில்டன் (1801): 150. சட்டம்,

வன்சாரியா				தர்க்கம்: 12-14
திரிவேணி				தர்க்கம் : 7-8
குண்டுல்புரா				நியாய சாஸ்திரம் 10
பத்ரேஷ்வரு				நியாய சாஸ்திரம் 10
வாலீ				நியாய சாஸ்திரம் 2-3
பர்த்வான்	பக் 70	14,44,487 (1813-14)	5 க்கு 1	ஹாமில்டன் : யாருமில்லை ஆடம் : அபாரம்
ஜெஸ்ஸோர்	பக் 73	12,00,000 (1801)	7 க்கு 9	தகவல் இல்லை
டாக்கா ஜபல்பூர்	பக் 85	9,38,712 (1801)	1 க்கு 1	ஹாமில்டன் : சொற்பம் பாதி அடிமைகள்
பேக்கர் கரூஞ்சி	பக் 86	9,26,723 (1801)	5 க்கு 3	தகவல் இல்லை. ஆடம் : நிச்சயம் ஏதேனும் இருக்கவேண்டும்
சிட்டகாங்க்	பக் 88-89	12,00,000 (1801)	2 க்கு 3	தகவல் இல்லை. சில முஸ்லிம்கள், பிராமணர்கள்.
திரிபுரா	பக் 91	7,50,000 (1801)	4 க்கு 3	தகவல் இல்லை
மைமூன்சிங்	பக் 92	13,00,000 (1801)	2 க்கு 5	ஹேமில்டன் : 2-3ஒவ்வொருவருக்கும் 24 பர்குனாக்கள் வீதம்
சிலெட்	பக் 93-94	4,92,945	3 க்கு 2	தகவல் இல்லை
ராஜஷை	பக் 103-04	1,50,000 (1801)	2 க்கு 1	தகால் இல்லை. ஆடம் : ஒரு சில இருக்கும்.
ரங்பூர்	பக் 106-107	27,25,000 (1801)	12 க்கு 15	ஆடம் : 9 துணைப் பிரிவுகளில் 41
மூர்ஷிதாபாத்	பக் 96	10,20,572 (1801)	2 க்கு 1	1801 மதிப்பீடு : 21. ஆடம் : கூடுதல் இருக்கும்.
பீர்போம்	பக் 98-100	12,67,067 (1801)	30 க்கு 1	ஹேமில்டன் : ஒன்றுமில்லை. ஆடம் : ஒரு சில இருக்கும்.

எண்ணிக்கை 27. உயர்கல்விமையங்கள் 38 (பிந்தையவை எல்லாமே இந்து). 1588 குடும்பங்களில் (இதில் 80% இந்துக்கள்) சிறுவர்களுக்கு வீடுகளிலும் கல்வி தரப்பட்டது. ஆரம்பப் பள்ளிகளில் மாணவர்களின் எண்ணிக்கை 262. 8-14 வயது சிறுவர்கள் அங்கு கல்வி பெற்றனர். உயர்கல்விமையங்களில் 397 பேர் படித்தனர். அதில் 136 பேர் உள்ளூர்காரர்கள். 261 பேர் தொலை தூரங்களில் இருந்து வந்து படிப்பவர்கள். அவர்களுக்குத் தங்குமிடமும் உணவும் அந்த கிராமத்திலேயே தரப்பட்டன. இந்தக் கல்விமையங்களில் கல்விக்கான கால அளவு 16 வருடங்கள். 11 வயதில் இருந்து 27 வயது வரை கல்வி கற்றிருக்கிறார்கள். எனினும் ஆரம்பப் பள்ளிகளில் கற்றவர்களின் எண்ணிக்கை குறைவாகவே இருந்திருக்கிறது. இந்த 485 பள்ளிகளில் 123 பொது மருத்துவர்கள், 205 கிராம மருத்துவர்கள் இருந்தனர். 21 சின்னம்மை நோய் சிகிச்சையாளர்களில் பெரும்பாலானவர்கள் பிராமணர்களே. அவர்கள் பாரம்பரிய இந்திய வழிமுறையிலேயே சிகிச்சையளித்தனர்.[60] 297 செவிலியர், 722 பாம்புப் பிடாரர்கள் இருந்திருக்கிறார்கள்.

ஐந்து மாவட்டங்களில் செய்யப்பட்ட ஆய்வு: மூன்றாம் அறிக்கை

ஆடம்மின் 3வது அறிக்கையில்தான் மிகுதியான தகவல்கள் இருக்கின்றன. இந்த அறிக்கையில் முர்ஷிதாபாத்தில் மேற்கொண்ட ஆய்வு தொடர்பான தகவல்களை விவரித்திருக்கிறார் (மொத்த 37 தானாக்களில் 20 தானாக்கள் இதில் இருக்கின்றன, மொத்த மக்கள் தொகை 9,69,447; அதில் 1,24,804 பேர் இங்கு வசிக்கிறார்கள்). வங்காளத்தில் இருக்கும் பீர்பூம், பர்த்வான் மற்றும் பிகாரில் இருக்கும் திரிகூடம் மாவட்டங்களின் முழுத் தகவல்கள் இந்த அறிக்கையில் இடம்பெற்றிருக்கின்றன. ஒவ்வொரு மாவட்டத்தின் ஒரு தானாவிலும் ஆடம் இந்த ஆய்வுகளைத் தானே நேரடியாகச் செய்திருக்கிறார். வேறு கூடுதல் தகவல்களையும் சேகரித்திருக்கிறார். எஞ்சிய கிராமங்களில் அவரிடம் நன்கு பயிற்சி பெற்ற இந்திய உதவியாளர்கள் அவருடைய வழிகாட்டுதலுக்கு ஏற்பத் தரவுகளைச் சேகரித்திருக்கிறார்கள். ஆரம்பத்தில் அனைத்து கிராமங்களையும் ஆடம் நேரில் போய்ப் பார்த்து ஆய்வு செய்ய விரும்பியிருக்கிறார். ஆனால், ஒரு கிராமத்துக்குள் திடீரென்று ஒரு ஐரோப்பியர் நுழைந்தால் அது அவர்களிடையே பெரும் பீதியைக் கிளப்பிவிடும். அதை அதன் பிறகு மட்டுப்படுத்தவே முடியாமல் போய்விடும். எனவே அவர் நேரடியாகப் போய் ஆய்வு செய்யும் முடிவை மாற்றிக்கொண்டார். நேரத்தை மிச்சம் செய்யும் நோக்கமும் இதில் உண்டு.

மொழிவாரியான பிரிவு

தேர்ந்தெடுக்கப்பட்ட இந்த மாவட்டங்களில் இருக்கும் அனைத்து விதமான கல்விமையங்களின் எண்ணிக்கை 2,566. அவற்றில் வங்காள

அட்டவணை 11.
பள்ளிகளின் எண்ணிக்கை மற்றும் வகைகள்

பள்ளியின் வகை	முர்ஷிதாபாத் (பக்.223., பாதி மா.)	பீர்போம் (பக்.224., முழு மா.)	பர்த்வான் (பக்.225., முழு மா.)	தென் பீஹார் (பக்.226., முழு மா.)	திரிகூடம் (பக்.226., முழு மா.)	ஆய்வு செய்த மாவட் டங்கள்	மிதிலாபூர் (பக்.222., முழு மா.)
வங்காள மொழி	62	407	629			1098	548
ஹிந்தி	5	5		285	80	375	
ஒரியா							182
சமஸ்கிருதம்	24	56	190	27	56	353	
பாரசீகம்	17	71	93	279	234	694	48
அரபு	2	2	11	12	4	31	
ஆங்கிலம்	2	2	3	1		8	1
பெண்கள்	1	1	4			6	
குழந்தைகள்						1	
	113	544	931	604	374	2,556	779

மொழிப் பள்ளிகள் 1098, ஹிந்தி பள்ளிகள் 375, சமஸ்கிருதப் பள்ளிகள் 353, பாரசீகப் பள்ளிகள் 694, அரபு மொழிப் பள்ளி 31, ஆங்கிலம் 8. மிதினாப்பூர் மாவட்டத்தில் இருக்கும் பள்ளிகளின் பட்டியலும் தரப்பட்டிருக்கிறது. 548 வங்காள மொழிப் பள்ளிகள், 182 ஒரியப் பள்ளிகள், 48 பாரசீகப் பள்ளிகள் மற்றும் ஒரே ஒரு ஆங்கிலப் பள்ளி. அட்டவணை 11ல் மாவட்டவாரியான தரவுகள் இடம்பெற்றுள்ளன.

பள்ளிக் கல்வியின் நான்கு நிலைகள்

ஆரம்பப் பள்ளிக் கல்வியின் கால அளவை ஆடம் நான்காகப் பிரித்திருக்கிறார். முதல் கட்டம் சுமார் பத்து நாட்கள். இதில் குழந்தைகள் மணலில் அல்லது மண் சிலேட்டில் மூங்கில் குச்சியால் அகர வரிசை எழுத்துகளை எழுதிப் படிக்கிறார்கள்.

இரண்டாவது கட்டம் இரண்டரை ஆண்டுகளில் இருந்து நான்கு ஆண்டுகள் நீடிக்கிறது. இந்தக் காலகட்டத்தில் எழுதுவதற்குப் பனை ஓலை பயன்படுத்தப்படுகிறது. குழந்தைகளுக்கு எழுதப் படிக்கக் கற்றுத் தரப்படுகிறது. 100 வரையிலான எண்கள், நில அளவை அலகுகள் ஆகியவை மனனம் செய்யக் கற்றுத் தரப்படுகிறது. மூன்றாவது காலகட்டம் இரண்டில் இருந்து மூன்று ஆண்டுகள் நீடிக்கிறது. இதில் வாழை இலையில் எழுதப் படிக்கக் கற்றுத் தரப்பட்டது. கூட்டல், கழித்தல் பிற கணித விதிகள் கற்றுத்

அட்டவணை 12

பயன்படுத்திய பொருட்கள்	மாணவர்களின் எண்ணிக்கை				
	முர்ஷிதாபாத்	பீர்போம்	பர்த்வான்	தென் பிஹார்	திரிகூடம்
முதல் கட்டம் தரை, சிலேட்டு	71	372	702	1,560	250
இரண்டாம் கட்டம் பனை ஓலை, மரப் பலகை	525 35	3,551 19	7,113	1,503	172
மூன்றாம் கட்டம் வாழை இலை சால் இலை வெண்கலத் தட்டு	3 9	299 98	2,765	42	55
நான்காம் கட்டம் காகிதம்	437	2,044	2,610	39	30
மொத்தம்	1080	6,383	13,190	3,144	507

தரப்பட்டன. நான்காவதும் கடைசியுமான காலகட்டம் இரண்டு ஆண்டுகள் நீடித்தது. இதில் காகிதத்தில் எழுதிப் படித்தனர். ராமாயணம், மானஸ மங்கள் ஆகியவை வாசிக்கக் கற்றுத் தரப்பட்டன. கணக்குவழக்குகள், கடிதங்கள், விண்ணப்பங்கள், கோரிக்கை மனுக்கள் எழுதுதல் ஆகியவை கற்றுத்தரப்பட்டன. அட்டவணை 12ல் மாணவர்களின் எண்ணிக்கையும் எழுதுவதற்குப் பயன்படுத்தப்பட்ட பொருளும் இடம்பெற்றிருக்கின்றன.

அனைத்து ஜாதியினருக்கும் ஆரம்பக் கல்வி

எடுத்த எடுப்பிலேயே நம் கவனத்தைக் கவரும் விஷயம் என்னவென்றால், மாணவர்கள், ஆசிரியர்கள் எல்லாம் அனைத்து ஜாதிகளைச் சேர்ந்தவர்களாக இருக்கிறார்கள். காயஸ்தர்கள், பிராமணர்கள், சதகோப், அகுரி பிரிவினர் அதிகமாக இருக்கிறார்கள். எனினும் 30 பிற ஜாதிகளில் இருந்தும் கணிசமான எண்ணிக்கையினர் இருந்திருக்கிறார்கள். சந்தால் ஜாதியைச் சேர்ந்த ஆறு ஆசிரியர்கள் கூட இருந்திருக்கிறார்கள். ஆரம்பப் பள்ளியில் படித்த மாணவர்களின் எண்ணிக்கையைப் பார்த்தால் அனைத்து ஜாதியைச் சேர்ந்தவர்களும் கல்வி கற்றிருப்பதாகவே சொல்லலாம். பிராமணர்கள், காயஸ்தர்களின் எண்ணிக்கை 40%க்கு அதிகமில்லை. பிகாரின் இரண்டு மாவட்டங்களில் அவர்களின் எண்ணிக்கை 15-16%க்கு அதிகமில்லை. பர்த்வான் மாவட்டத்தில் 126 வைத்ய மாணவர்கள் இருந்தனர். இதில் ஆச்சரியப்படும் விஷயம் என்னவென்றால் தாம்

அட்டவணை 13
ஆரம்பப் பள்ளிகள், கிறிஸ்தவப் பள்ளிகளில்
கற்றுத் தரப்பட்ட கணக்குப் பாடங்கள்

கணக்கு வகை	முர்ஷிதாபாத்	பீர்போம்	பர்த்வான்	தென் பிஹார்	திரிகூடம்
1வணிகவியல் 2.விவசாயக் கணக்குகள் 3.இரண்டும்	7 14 46	36 47 328	2 5 608	36 20 229	4 8 68
மொத்தம்	67	411	616	285	80
கிறிஸ்தவப் பள்ளி		1	13		
அனைத்துப் பள்ளிகள்	67	412	629	285	80

(61), சந்தால் (61) ஜாதி மாணவர்கள் கணிசமான அளவில் கல்வி பெற்றிருக்கிறார்கள். பர்த்வானில் 13 கிறிஸ்தவ மிஷனரி பள்ளிகள் இருந்திருக்கின்றன. ஆனால் அதில் சந்தால், தாம் ஜாதி மாணவர்கள் வெறும் நான்கு பேரே இருந்திருக்கிறார்கள். ஒட்டுமொத்தமாக 16 தாழ்ந்த ஜாதிகளைச் சேர்ந்த 86 மாணவர்கள் மட்டுமே மிஷனரி பள்ளிகளில் இருந்திருக்கிறார்கள். ஆனால் அந்த ஜாதிகளைச் சேர்ந்த 674 பேர் இந்திய பாரம்பரியப் பள்ளிகளில் கல்வி பயின்றிருக்கிறார்கள்' என்று ஆடம் தனியாகக் குறிப்பிட்டிருக்கிறார்.

கணக்குப் பாடங்கள்

ஆரம்பக் கல்வியைப் பொறுத்தவரையில் அதில் பயன்படுத்தப் பட்ட பல்வேறு புத்தகங்கள் பற்றி ஆடம் குறிப்பிட்டிருக்கிறார். இவை மாவட்டத்துக்கு மாவட்டம் வேறுபட்டிருக்கின்றன. ஆனால், ஆய்வு மேற்கொள்ளப்பட்ட மாவட்டங்களில் 14 கிறிஸ்தவ பள்ளிகள் நீங்கலாக பிற அனைத்துப் பள்ளிகளிலும் கணக்கியல் (அக்கவுண்ட்ஸ்) கற்றுத் தரப்பட்டுள்ளது. வணிகக் கணக்குகள், விவசாயக் கணக்குகள் ஆகிய இரண்டும் கற்றுத் தரப்பட்டிருக்கின்றன. அட்டவணை 13 மாவட்டவாரியான விவரங்களைத் தருகிறது.

பள்ளியில் சேர்க்கும் வயது 5லிருந்து எட்டுவரை இருந்திருக்கிறது. பள்ளி முடித்துச் செல்லும் வயது 13லிருந்து 16.5 ஆக இருந்தது.

சமஸ்கிருத கல்விமையங்கள்

ஆய்வு மேற்கொண்ட மாவட்டங்களில் இருந்த மொத்த 353 பள்ளிகளில் அதிகபட்சமாக பர்த்வானில் இருக்கும் 190 பள்ளிகளிலும்

(1358 மாணவர்கள்) குறைந்தபட்சமாக தென் பிகாரில் 27 பள்ளிகளிலும் (437 மாணவர்கள்) சமஸ்கிருதம் கற்றுத் தரப்பட்டுள்ளது. மொத்தம் இருந்த சமஸ்கிருத ஆசிரியர்களில் பெரும்பாலானவர்கள் பிராமணர்களே. ஐந்து பேர் வைத்ய ஜாதியைச் சேர்ந்தவர்கள். இலக்கணம் (1424 மாணவர்கள்) தர்க்கம் (378 மாணவர்கள்), சட்டம் (336 மாணவர்கள்), இலக்கியம் (120 மாணவர்கள்) ஆகியவை கற்றுத் தரப்பட்டுள்ளன. இறையியல் (82 மாணவர்கள்), வான சாஸ்திரம் (78 மாணவர்கள்), மொழியியல் (48 மாணவர்கள்), சொல்லாட்சிக் கலை (19 மாணவர்கள்), மருத்துவம் (18 மாணவர்கள்), வேதாந்தம் (13 மாணவர்கள்), தந்திரம் (14 மாணவர்கள்), மீமாம்ஸை (2 மாணவர்கள்), சாங்கியம் (1 மாணவர்) ஆகியவையும் கற்றுத் தரப்பட்டிருக்கின்றன. கல்விக்கான கால அளவு, ஆரம்ப வயது ஆகியவை எல்லாம் என்ன பாடம் படிக்கிறார்கள் என்பதற்கு ஏற்பவும் மாவட்டத்துக்கு மாவட்டமும் மாறுபட்டிருந்தன.

இலக்கணம் படிக்கும் மாணவர்கள் சிறிய வயதிலேயே அதாவது 9-12வயதிலேயேஆரம்பித்துவிட்டனர். சட்டம், புராணவியல், தந்திரம் போன்றவை 20 வயதுக்குப் பிறகு ஆரம்பிக்கப்பட்டிருக்கின்றன. பொதுவாக ஏழு முதல் 15 வருடங்கள் கல்வி கற்றிருக்கிறார்கள்.

பாரசீகம், அரபு மொழிக் கல்விமையங்கள்

பாரசீக மொழி கற்றவர்களின் எண்ணிக்கை 3,479. அவர்களில்1,424 பேர் தென் பிகாரில் படித்திருக்கிறார்கள். இந்தக் கல்வியை உயர்கல்வியாகக் கருதாமல் தனியான பாடமாகவே ஆடம் கருதியிருக்கிறார். இந்தப் படிப்புக்கான பள்ளிகளில் சேரும் வயது 6.8லிருந்து 10.3 ஆக இருந்திருக்கிறது. கல்வியின் கால அளவு 11-15 வருடங்கள் இருந்திருக்கிறது. பாரசீக மொழி பயில்பவர்களில் பாதிப்பேர் இந்துக்கள் அதிலும் காயஸ்தர்களே பெரும்பான்மையாக இருந்திருக்கின்றனர்.[61]

அரபு மொழி படித்த 175 மாணவர்களில் முஸ்லிம்களே அதிகமாக இருந்திருக்கிறார்கள். ஆனால், 14 காயஸ்தர்கள், ஒரு அகுரி, 1 தெலி, ஒரு பிராமணர் ஆகியோரும் அரபு மொழி கற்றிருக்கிறார்கள்.பாரசீக மொழிக் கல்வியில் ஏராளமான புத்தகங்கள் பயன்படுத்தப்பட்டன. அரபு மொழி பயின்றவர்களும் கணிசமான அளவு புத்தகங்களைப் பயன்படுத்தியிருக்கிறார்கள்.

ஆசிரியர்களின் வயதைப் பொறுத்தவரையில் எல்லாவகைப் பள்ளிகளிலும் ஆசிரியர்கள் பெரிதும் 30-40 வயதினராகவே இருந்திருக்கிறார்கள்.

VI

டாக்டர் ஜி.டபிள்யூ லெய்ட்னர் பஞ்சாபின் பாரம்பரியக் கல்வி குறித்து

ஆடம் தம் ஆய்வறிக்கையைச் சமர்ப்பித்ததற்கு 45 வருடங்கள் கழிந்த பிறகு டாக்டர் ஜி. டபிள்யூ. லெய்ட்னர் (லாகூர் அரசு பல்கலைக் கழகத்தின் பிரின்சிபல், சிறிது காலத்துக்கு பஞ்சாபின் பொதுக் கல்விமையத்தின் தற்காலிக இயக்குநர்) பஞ்சாபில் நடைமுறையில் இருந்த பாரம்பரியக் கல்வி தொடர்பாக மிக விரிவான ஆய்வறிக்கையைத் தயாரித்திருக்கிறார்.[62] டபிள்யூ ஆடம் செய்ததைப் போலவேதான் இவருடைய ஆய்வும் செய்யபட்டிருக்கிறது. ஆனால், லெய்ட்னரின் மொழியும் தீர்மானங்களும் நேரடியானதாகவும் பிரிட்டிஷ் ஆட்சியை அவ்வளவாகப் புகழாதவகையிலும் இருக் கின்றன. காலப்போக்கில் பிரிட்டிஷ் ஆட்சியாளர்கள் தம்மைப் பற்றிய விமர்சனத்தைச் செவிமடுத்துக் கேட்கும் தன்மையை இழந்துவிட்டனர். இந்தியாவிலும் தாம் ஆக்கிரமித்த வேறு இடங்களிலும் தமக்கிடப்பட்ட 'தெய்விகப் பணி' குறித்து உண்மையாகவே நம்பத் தொடங்கிவிட்டிருந்தனர்.[63]

லெய்ட்னரின் ஆய்வுகளின்படிப் பார்த்தால் பிரிட்டிஷ் ஆட்சியின் கீழ் பஞ்சாப் கொண்டுவரப்பட்ட காலகட்டத்தில் குறைவாக மதிப்பிட்டுப் பார்த்தாலும் 3,30,000 மாணவர்கள் எழுதுதல், வாசித்தல், கணிதம் போன்றவற்றில் திறன் பெற்றவர்களாக இருந்திருக்கின்றனர். '1882ல் 1,90,000க்கு கொஞ்சம் அதிகம்' என்ற கூற்றுக்கு முற்றிலும் மாறுபட்டதாக இது இருக்கிறது. மேலும் 35-40 வருடங்களுக்கு முன்பாக, ஆயிரம் பேர் அரபு, சமஸ்கிருத கல்லூரிகளில் படித்தனர், கீழைத்தேய இலக்கியம், கீழைத்தேய சட்டம், தர்க்கம், தத்துவம், மருத்துவம் போன்ற உயர்கல்விகள் இங்கு கற்றுத்தரப்பட்டன. லெய்ட்னர் ஒவ்வொரு மாவட்டத்திலும் மிக விரிவாக ஆய்வுகள் நடத்தியிருக்கிறார். முந்தைய அதிகாரபூர்வ ஆவணங்களை அடிப்படையாகக்கொண்டு 1882ல் கள நிலைமை என்ன என்பதை மிக விரிவாக ஆராய்ந்திருக்கிறார். அவருடைய கண்டடைதல்கள், முன்பு நடைமுறையில் இருந்த பள்ளி வகைகள், சமஸ்கிருதப் பள்ளிகளில் பயன்படுத்தப்பட்ட புத்தகங்கள் ஆகியவை இங்கு மறு பிரசுரம் செய்யப்பட்டுள்ளன (பின்னிணைப்பு D).

இந்த ஆய்வறிக்கையில் இருந்தும் 18-19ம் நூற்றாண்டுகளில் இந்தியாவில் கல்வி தொடர்பாக மேற்கொள்ளப்பட்ட ஆய்வுகள் ஆகியவற்றிலிருந்தும் பெரிதும் இறையியல், சட்டம் மருத்துவம், வான சாஸ்திரம், ஜோதிடம் போன்றவை பற்றிய விவரங்களே அதிகம் கிடைக்கின்றன. இந்தியாவில் அப்போது நடைமுறையில்

இருந்த தொழில்நுட்பங்கள், கைவினைக் கலைகள் ஆகியவை தொடர்பான கல்வி பற்றிய குறிப்புகள் மிக மிகக் குறைவாகவே இருக்கின்றன. இசை, நடனம் ஆகியவற்றுக்கான கல்வி பற்றியும் குறைவான தகவல்களே கிடைத்துள்ளன. கடைசி இரண்டு கலைகளுக்கான கல்வி பெரிதும் கோயில் சார்ந்த அமைப்புகளால் முன்னெடுக்கப்பட்டிருக்கின்றது.

தொழில்நுட்பங்கள், கைவினைத் தொழில்கள் பற்றிய குறிப்புகள் அதிகம் இல்லாததற்கான காரணம் என்னவென்றால், அரசாங்க நிர்வாகிகள், பயணிகள், கிறிஸ்தவ மதப் பிரசாரகர்கள், ஆய்வறிஞர்கள் ஆகியோருக்கு இந்தக் கலைகள், தொழில்கள் மீதும் அவை தலைமுறை தலைமுறையாக எப்படிக் கைமாற்றித் தரப்பட்டிருக்கின்றன என்பது குறித்தும் எந்தப் பெரிய அக்கறையும் இருந்திருக்கவில்லை. ஒரு சிலருக்குக் குறிப்பிட்ட தொழில்நுட்பம், அல்லது கைவினைத் தொழில் மீது ஆர்வம் இருந்திருக்கிறது. இரும்பு, எஃகு, விவசாயக் கருவிகள் பற்றியும் பருத்தி, துணி போன்றவை, கட்டடக்கலையில் பயன்படுத்தப்பட்ட பொருட்கள், கப்பல் கட்டுமானம், பனிக்கட்டி தயாரித்தல், காகிதம் தயாரித்தல் போன்றவை குறித்து தகவல்கள் சேகரித்திருக்கிறார்கள். இந்த இடங்களிலும்கூட அந்தத் தொழில்நுட்பம் எப்படிச் செயல்படுகிறது, அதன் தொழில்நுட்ப அறிவியல் அம்சங்கள் என்ன என்பது போன்ற தகவல்கள்தான் இருக்கின்றனவே தவிர அந்தத் தொழில்கள் எப்படிக் கற்றுத் தரப்பட்டன என்ற விவரங்கள் சேகரிக்கப்பட்டிருக்க வில்லை.

அவை தொடர்பான தகவல்கள் அதிகம் இல்லாததற்கு இன்னொரு காரணம் அவையெல்லாம் வீடுகளில் கற்றுத் தரப்பட்டிருக்கின்றன. பிரிட்டனில் பயிற்சிக் காலகட்டம் (ஒருவர் நேரடியாக எந்தத் தொழிலையும் செய்ய ஆரம்பித்துவிடக்கூடாது. தொழில் நிபுணர் அல்லது கைவினைக் கலைஞரிடம் நீண்டகாலம், கடினமான பயிற்சி பெற்ற பிறகே ஒரு தொழிலைச் செய்யவேண்டும்) இருந்தது போல் அல்லாமல் இந்தியாவில் கைவினைத்தொழில் கல்வி பெரிதும் பெற்றோரிடமிருந்தே பெறப்பட்டது. பெற்றோரே ஆசிரியர்கள்; பிள்ளைகளே மாணவர்கள்! இன்னொரு காரணம் என்னவாக இருந்திருக்குமென்றால் கிணறு தோண்டுதல், பொருட் களை ஓரிடத்தில் இருந்து வேறொரு இடத்துக்குக் கொண்டு செல்லுதல் போன்றவையெல்லாம் ஒரு குறிப்பிட்ட பிரிவின் (ஜாதியின்) விசேஷமான ஏகபோக உரிமைகொண்ட தொழிலாக இருந்திருக் கின்றன. இந்த ஜாதிகளில் ஒரு சிலர் இந்தியா முழுவதிலும் அந்தத் தொழிலைச் செய்துவந்திருக்கிறார்கள். எஞ்சியவர்கள் குறிப்பிட்ட பகுதியில் மட்டுமே இயங்கிவந்திருக்கிறார்கள். எனவே இந்தத்

தொழில்கள் சார்ந்த கல்வி என்பது அந்த ஜாதியினரின் தனிப்பட்ட செயல்பாடாகவே இருந்து வந்திருக்கிறது.

'இந்தியர்களின் கைவினைத் தொழில்களை அந்நியர்கள் கற்றுக் கொள்வது மிகவும் கடினம். ஏனெனில் அது ஜாதிகளுக்குள்ளாக தந்தையிடமிருந்து மகனுக்குக் கற்றுத் தரப்படுகிறது. ஒருவர் தனது ஜாதியின் நலனுக்கு எதிராக ஏதேனும் செய்தால் அந்த ஜாதியில் இருந்து விலக்கிவைக்கப்படும் அபாயம் இருக்கிறது. எனவே, எந்தவொரு தகவல்களையும் பகிர்ந்துகொள்ளும்படி இவர்களைத் தூண்டுவது மிகவும் கடினம்.'[64] இந்தக் கூற்று இந்திய கைவினைத் தொழில்கள் ஒரு குறிப்பிட்ட ஜாதிக்குள்ளாகவே இருந்து வந்திருப்பதைச் சுட்டிக்காட்டுகின்றது. எனினும் இது தொடர்பான கல்விபற்றியோ அந்தத் தொழில்களில் நடக்கும் மாற்றங்கள், செழுமைப்படுத்தல்கள் பற்றியோ ஏதேனும் தெரிந்து கொள்ள வேண்டுமென்றால் இந்தக் குழுமங்கள் (ஜாதிகள்) பற்றிக் கூடுதல் தகவல்களைத் தெரிந்துகொள்ளவேண்டியது அவசியம். இந்தத் தொழில்களின் தன்மை, ஒவ்வொரு தொழிலையும் முறையாகவோ முறை சாராமலோ கற்பது எப்படி எனப் பல தகவல்களைத் தெரிந்து கொண்டாகவேண்டும். இது தொடர்பாகக் குறைவான தகவல்களே இருக்கின்றன.

மதராஸ் பிரஸிடென்ஸியில் நடைமுறையில் இருந்த தொழில்கள் பற்றிய பட்டியல் கீழே தரப்படுகிறது. வரி விதிப்பதற்காக இந்தத் தொழில்கள் பற்றிய தகவல்கள் 19ம் நூற்றாண்டில் சேகரிக்கப்பட்டன. இது இந்தத் தொழில்கள் எந்த அளவுக்குப் பரந்துபட்டவையாக இருந்திருக்கின்றன என்பதை நமக்கு அறியத் தருகின்றன.

குளங்கள், கட்டடங்கள் கட்டும் தொழில்

கல் உடைப்பவர்கள்
மார்பிள் சுரங்கப் பணியாளர்கள்
சுண்ணம் தயாரிப்பவர்கள்
மரம் அறுப்பவர்கள்
மரம் வெட்டுபவர்கள்
மூங்கில் வெட்டுபவர்கள்
குளம் தோண்டுபவர்கள்
செங்கல் சூளை வைத்திருப்பவர்கள்

உலோகத்தொழில்

இரும்பு தாது சேகரிப்பவர்கள்
இரும்பு உற்பத்தியாளர்கள்

இரும்புப் பட்டறைப் பணியாளர்கள்
இரும்பு உலைப் பணியாளர்கள்
உலோகங்களை உருக்கி அடித்து கருவி உருவாக்குபவர்கள்
வெண்கல ஆசாரிகள்
தாமிர ஆசாரிகள்
ஈயம் பூசுபவர்கள்
தங்கத் தூசு சேகரிப்பவர்கள்
இரும்பு ஆசாரி
தங்க ஆசாரி
குதிரை லாடம் உருவாக்குபவர்கள்

நெசவுத்தொழில்

பருத்தி தூய்மைப்படுத்துபவர்கள்
பஞ்சு அடிப்பவர்கள்
பஞ்சு பிரிப்பவர்கள்
பட்டு உற்பத்தியாளர்கள்
நெசவாளிகள்
பருத்தி நெசவாளிகள்
இண்டிகோ நீலம் தயாரிப்பவர்கள்
நெசவாளர்கள்
பட்டுத் துணிநெய்பவர்கள்
சாய நூல் தயாரிப்பவர்கள்
சாயம் தயாரிப்பவர்கள்
துணி நெய்பவர்கள்
போர்வை நெய்பவர்கள்
மெத்தை விரிப்பு தைப்பவர்கள்
கம்பளி நெய்பவர்கள்
பர்தா தைப்பவர்கள்
சாக்கு தயாரிப்பவர்கள்
இஸ்லாமிய நெசவாளர்கள்
தறி தயாரிப்பவர்கள்

பிற கைவினைக் கலைஞர்கள்

வளையல் தயாரிப்பவர்கள்
காகிதம் தயாரிப்பவர்கள்
பட்டாசுப் பொருட்கள் தயாரிப்பவர்கள்
எண்ணெய் உற்பத்தியாளர்கள்
சோப் தயாரிப்பவர்கள்
உப்பு உற்பத்தியாளர்கள்
உப்பளம் பராமரிப்பவர்கள்
சாராயம் (கள்) வடிப்பவர்கள்

மூலிகைகள், வேர்கள் சேகரிப்பவர்கள்
மருந்து தயாரிப்பவர்கள்

வேறு தொழில்கள்

படகோட்டி
மீனவர்
குடை தயாரிப்பவர்கள்
காலணி தைப்பவர்கள்
ஓவியர்கள்
மர ஆசாரிகள்
அச்சு தயாரிப்பவர்கள்
வைண்டிங் கருவி தயாரிப்பவர்கள்
நெல் குத்துபவர்கள்
கள் இறக்குபவர்கள்
துணி துவைப்பவர்கள்
சிகை அலங்காரத் தொழில் செய்பவர்கள்
துணி தைப்பவர்கள்
கூடை முடைபவர்கள்
பாய் முடைபவர்கள்

பிரிட்டிஷாரின் ஆட்சி ஆரம்பித்த சில பத்தாண்டுகளில் இந்தியப் பாரம்பரியக் கல்வி முறை உதாசீனப்படுத்தப்பட்டு அழிவின் விளிம்புக்குத் தள்ளப்பட்டது என்ற எண்ணம் பரவலாகப் பலர் மனதில் இருந்தது. 1822-25 மதராஸ் பிரஸிடென்ஸி தரவுகள், வங்காளம் பிகார் பற்றிய டபுள்யூ ஆடம் தயாரித்த 1835-38 ஆண்டு ஆய்வறிக்கை, ஜி.டபிள்யூ லெய்ட்னரால் பஞ்சாபில் மேற்கொள்ளப்பட்ட ஆய்வுகள் போன்றவை இந்தச் சித்திரத்தையே உருவாக்குகின்றன. பல்வேறு கைவினைத் தொழில்கள், தொழில் நுட்பங்கள், உற்பத்தித்தொழில்கள் அல்லது சமூகக் கட்டுமானம் தொடர்பான விரிவான தகவல்கள் சேகரிக்கப்பட்டு ஆய்வுகள் மேற்கொள்ளப் பட்டால் தெளிவான சித்திரம் கிடைக்கும். மேலும் முந்தைய ஐரோப்பிய எழுத்துகளில் இருந்து (ஐரோப்பிய ஏகாதிபத்தியத்துக்கு முந்தையவை) இந்தியாவின் பல்வேறுபகுதிகள் பற்றித் தெரிய வந்திருக்கும் தகவல்கள், அந்த ஆரம்ப கால கட்டத்தில் (இந்தியாவின் சில பகுதிகளில் அரசியல் கொந்தளிப்பு இருந்த போதிலும்) இந்திய ஏற்றுமதிகள் தொடர்பான தகவல்கள் எல்லாம் மிகவும் செழிப்பான, துடிப்பான இந்திய சமூகம் பற்றிய சித்திரத்தை உருவாக்குகின்றன. 19ம் நூற்றாண்டின் தொடக்க காலத்தில் காணக் கிடைக்கும் இந்தியப் பாரம்பரிய அமைப்புகளின் நசிவு ஐரோப்பிய மேலாதிக்கத்தைத்தொடர்ந்து ஏற்பட்டவையே என்ற முடிவுக்கே

அவை கொண்டுவருகின்றன. 1769-70கால கட்டத்து வங்காளப் பஞ்சம் பின்னால் வரவிருந்த அழிவுகளுக்கு முன்னோடி என்று சொல்லலாம்.

சரித்திர நகர்வைக் கணக்கில் கொண்டு பார்த்தால் இப்படியான அழிவுகள் தவிர்க்கமுடியாதவையே. ஒருவகையில் பார்த்தால் அது அவசியமும்கூட. வலிந்து உருவாக்கப்பட வேண்டிய மாற்றமும் கூட. முதலாளித்துவத்துக்கும் ஏகாதிபத்தியத்துக்கும் எதிரானவரான கார்ல் மார்க்ஸ் சொன்னது: 1853ல் இங்கிலாந்து இந்தியாவில் செய்து முடிக்க வேண்டிய இரட்டைப் பொறுப்பு இருக்கிறது. ஒன்று ஆசிய பாரம்பரிய அமைப்பை அழித்தல், இரண்டாவது ஆசியாவில் மேற்கத்திய சமுதாய உருவாக்கத்துக்கு அடித்தளம் அமைத்துத் தருதல்.[65] இதுபோன்ற அழித்தொழிப்புக்கு ஆளானது இந்தியா மட்டுமல்ல. உலகின் பிற பகுதிகள் குறிப்பாக அமெரிக்காவும் ஆஃப்ரிக்காவும் இதுபோன்ற மாபெரும் அழித்தொழிப்பைச் சந்தித்திருக்கின்றன. கி.பி 1500 காலகட்டத்தைத் தொடர்ந்து ஐரோப்பிய ஆக்கிரமிப்பினால் அமெரிக்கப் பூர்வகுடிகள் அழித்தொழிக்கப்பட்டனர். அது ஒரு மாபெரும் நிகழ்வு. நவீன ஆய்வறிஞர்கள் கி.பி. 1500 வாக்கில் அமெரிக்கப் பூர்வகுடிகளின் எண்ணிக்கை சுமார் 9 கோடியில் இருந்து 12 கோடியாக இருந்திருக்கும் என்று சொல்கிறார்கள்.[66] அப்போதைய ஐரோப்பிய மக்கள் தொகையைவிட அது அதிகம். 19ம் நூற்றாண்டுவாக்கில் அமெரிக்கப் பூர்வகுடிகளின் எண்ணிக்கை வெறும் சில லட்சங்களாகக் குறைந்துவிட்டிருந்தது. இந்த எண்ணிக்கையில் சிலருக்கு மாறுபட்ட கருத்துகள் இருக்கக்கூடும். ஆனால், இப்படியான ஒரு அழித்தொழிப்பு மனித குல வரலாற்றில் அந்நிய ஆக்கிரமிப்பினாலும் படையெடுப்பினாலும் நிகழ்ந்திருக்கின்றது. உலகின் எந்தப் பகுதி மக்களும் இதுபோன்ற அழித்தொழிப்பில் ஈடுபடவில்லை என்று பெருமையுடன் சொல்லிக்கொள்ளவே முடியாது. கி.பி. 1500க்கு முந்தைய உலகம் எப்படியாக இருந்தபோதிலும் ஐரோப்பிய ஆக்கிரமிப்பினால் அதற்கு முந்தைய புராதன, உயிர்த்துடிப்பான கலாசாரங்கள் முழுவதுமாக அழித்தொழிக்கப்பட்டன அல்லது மிகுந்த நெருக்கடிக்கு உள்ளாக்கப் பட்டன. இந்த உண்மைக்கு சான்றுகள் ஏராளம் உண்டு. அது ஊரறிந்த உண்மை.

19ம் நூற்றாண்டின் பிந்தைய காலகட்டத்தில் இந்திய மக்களின் மனங்களில் இந்த அழிவும் ஒடுக்குதலும் கோபமாய்க் கனன்று எரிய ஆரம்பித்தன. இதற்கு முந்தைய காலகட்டத்தில் அனுபவரீதியாக உணர்ந்தவற்றின் அடிப்படையிலேயே இந்தக் கொந்தளிப்புகள் வேர் பிடித்து எழுந்தன. சில நேரங்களில் அந்த உணர்வு மிகைப்படுத்தப்பட்டிருக்கலாம். ஆனால், 1900வாக்கில் இந்திய தேசமானது பிரிட்டிஷாரின் ஆட்சியினால்

நிர்மூலமாக்கப்பட்டுவிட்டிருக்கிறது என்ற எண்ணம் பரவலாக பெரும்பாலானவர்களின் மனதில் எழுந்தது. இந்தியாவை ஒட்டச் சுரண்டி ஏழ்மையாக்கியது[67] மட்டுமல்லாமல் அதை எவ்வளவு முடியுமோ அவ்வளவு அவமானமும் படுத்திவிட்டிருக்கிறது. இந்தியர்களிடம் எவை இருந்தனவோ அவையெல்லாம் ஏமாற்றிப் பறிக்கப்பட்டுவிட்டன. அவர்களுடைய பழக்கவழக்கங்கள், நடை முறைகள் எல்லாம் கேலிக்குள்ளாக்கப்பட்டன. சமூகக் கட்டமைப்பு முழுவதும் சிதைக்கப்பட்டுவிட்டது. அது சார்ந்து சொல்லப்பட்ட வாக்கியம்தான் இந்தியாவில் அறியாமையும் கல்வியின்மையும் பிரிட்டிஷாரின் ஆட்சியால் உருவாக்கப்பட்டது என்ற வாக்கியம்.

பிரிட்டிஷ் ஆட்சிக்கு முன்பு வரை இந்தியாவில் விரிவான பரந்துபட்ட கல்வி அமைப்பு இருந்துவந்திருக்கிறது. இந்தியக் கைவினைத்தொழில்கள் அழித்தொழிக்கப்பட்டு இந்திய கிராமங்கள் வறுமையின் கோரப்பிடியில் தள்ளப்பட்டது தொடர்பாக ஏராளமான படைப்புகள் வெளியாகின. அதுபோலவே பாரம்பரியக் கல்வியின் அழித்தொழிப்பு குறித்தும் 1930 வாக்கில் நிறைய எழுதப்பட்டிருந்தன. ஆனால், மேற்கத்தியமயமாக்கப்பட்ட இந்தியர்களின் மத்தியில் மார்க்சியர்கள், ஃபேபியர்கள், முதலாளித்துவ ஆதரவாளர்கள் ஆகியோரின் பார்வையானது வில்லியம் வில்பர்ஃபோர், ஜேம்ஸ் மில், கார்ல் மார்க்ஸ் ஆகியோருடைய எண்ணத்தைப் போலவே இந்தக் குற்றச்சாட்டுகளையும் உண்மைகளையும் மிகைப்படுத்தப்பட்ட கூற்றுகளாகவே கருதின. பிரிட்டிஷார் மீதான விமர்சனங்கள் உண்மை யாகவே இருந்தாலும் தேவையற்றவை என்று ஒதுக்கித் தள்ளின.

இந்தப் பின்னணியில்தான் 1931ல் இந்தியா குறித்து லண்டனில் பிரிட்டிஷார் ஏற்பாடு செய்த ஓர் கருத்தரங்குக்கு (வட்ட மேஜை மாநாடு) காந்திஜி போயிருந்தபோது, அவருக்கு ராயல் இன்ஸ்டிட்யூட் ஆஃப் லண்டன் என்ற அமைப்பு உரை நிகழ்த்த அழைப்புவிடுத்தது. அந்த உரையில் காந்திஜி இந்தியா கல்வியில் பின்தங்கியிருப்பது குறித்தும் அதற்கான காரணங்கள் குறித்தும் பேசினார். அது பெரும் சர்ச்சையைக் கிளப்பியது.

20, அக், 1931ல் நடந்த அந்தக் கருத்தரங்குக்கு செல்வாக்குமிகுந்த ஆண்கள், பெண்கள் அனைவரும் இங்கிலாந்தின் அனைத்துப் பகுதியிலிருந்தும் வந்திருந்தனர். லோதியன் பிரபுவின்[68] தலைமையின் கீழ் அந்தக் கருத்தரங்கம் நடைபெற்றது. 'இந்தியாவின் எதிர்காலம்' என்ற தலைப்பில் காந்திஜி உரை நிகழ்த்தினார். எதிர்காலம் பற்றிப் பேசுவதற்கு முன்பாக அவர் சில விஷயங்கள் பற்றிப் பேசினார். இந்து முஸ்லிம் சீக்கியர் பிரச்னை, தீண்டாமை, அதிகரித்துக்கொண்டே செல்லும் வறுமை, 85% இந்தியர்கள் கிராமப்

புறங்களில் வசித்துவருவது இவைபற்றிப் பேசினார். அதன் பிறகு உடனடியாகக் கவனம் செலுத்த வேண்டிய பிரச்னைகள் பற்றிப் பேசினார். காங்கிரஸ் சுதந்திரமாக அதனுடைய வழியில் செல்ல அனுமதிக்கப்பட்டால் எந்தெந்த பிரச்னைகளில் உடனடி கவனத்தைக் குவிக்கும் என்பதுபற்றிப் பேசினார். பொருளாதார மேம்பாடு, தேவைப்படும் வேலை வாய்ப்புகளை உருவாக்குதல் என்பதற்கு அதிக முக்கியத்துவம் தந்தார். சுகாதாரம், ஆரோக்கியம் தொடர்பான தீர்வுகளையும் முன்வைத்தார். வெறும் மலேரியா தடுப்பு குயினைன் மாத்திரைகள் மட்டும் தந்தால் போதாது. போதுமான பாலும் பழங்களும் மக்களுக்குக் கிடைக்க வழிசெய்ய வேண்டும் என்றெல்லாம் பேசியவர் அதன் பிறகு கல்வியின் மீது கவனத்தைக் குவித்தார். பிறகு பாரம்பரிய நீர்ப்பாசன வழிமுறைகளின் புறக்கணிப்பு பற்றிப் பேசினார். முடிவாக, நாம் ஆக்கபூர்வமாக எதையெல்லாம் செய்வோம்... அதேநேரம் சில அழித்தொழிப்பு வேலைகளும் செய்தாக வேண்டியிருக்கிறது என்று சொல்லி முடித்தார். இந்திய பிரிட்டிஷ் அரசு ராணுவத்துக்குச் செலவிடும் தொகையையும் ஆட்சியாளர்களின் நிர்வாகச் செலவினங்களையும் ஒழிக்கவேண்டும் என்று சொன்னார். அந்தச் செலவுகளை இந்தியாவால் சமாளிக்க முடியாது என்று சொன்னார். என்னிடம் முழுப்பொறுப்பும் விடப்படு மானால், ராணுவச் செலவினங்களில் முக்கால் பங்கைக் குறைத்து விடுவேன் என்றார். பிரிட்டனின் பிரதமர் பிரிட்டனின் சராசரி நபர் வருமானத்தைவிட ஐம்பது மடங்கு அதிகத் தொகையைப் பெறுகிறார். இந்தியாவில் வைஸ்ராயோ இந்திய சராசரி நபர் வருமானத்தைவிட 5,000 மடங்கு அதிகச் சம்பளத்தைப் பெறுகிறார். இந்த ஒன்றிலிருந்தே நிர்வாகச் செலவினங்கள் இந்தியாவுக்கு எவ்வளவு கேட்டை விளைவிக்கின்றன என்பதை ஒருவர் புரிந்துகொள்ள முடியும் என அவர் குறிப்பிட்டார் .

காந்தி கல்வி தொடர்பாக இரண்டு விஷயங்களை அழுத்தம் திருத்தமாகச் சொன்னார். இன்றைய இந்தியா ஐம்பது வருடங்களுக்கு முந்தைய இந்தியாவைவிடக் கல்வியில் வெகுவாகப் பின்தங்கி இருக்கிறது. இரண்டாவதாக பிரிட்டிஷார் இந்தியாவின் நடைமுறை யதார்த்தங்களை செழுமைப்படுத்துவதற்குப் பதிலாக அவற்றை வேரோடு பிடுங்கி எறிந்தனர். மண்ணைத் தோண்டி வேரை ஆராய்ந்து பார்த்திருக்கிறார்கள். அதன் பிறகு அந்த வேரை அப்படியே விட்டுச் சென்றுவிட்டனர். அந்த அழகிய மரம் அழிந்துவிட்டது. தன்னுடைய இந்தக் கூற்றை யாரும் மறுக்கக்கூடுமென்ற பயமே தனக்கு இல்லை என்றும் சொன்னார்.

ஆனால், இந்தக் கூற்றுக்கு உடனே எதிர்க்கருத்து வந்தது. லண்டனில் ஸ்கூல் ஆஃப் ஓரியண்டல் ஸ்டடீஸ்[69] என்ற அமைப்பை நிறுவியவரும் டாக்கா பல்கலையின் முன்னாள் துணை வேந்தருமான சர் ஃபிலிப் ஹர்டாக் காந்தி சொன்னதை மறுத்துக் குரல் எழுப்பினார். அவர் பிரிட்டிஷ் அரசு 1918, 1930 காலகட்டத்தில் அமைத்த பல்வேறு கல்வி ஆய்வுக் குழுக்களின் சேர்மனாகவும் இருந்திருக்கிறார். காந்திஜியை அந்த மகாநாட்டிலேயே கேள்வி கேட்டவர், அதன் பிறகு ஐந்தாறு வாரங்கள் கடிதப்போக்குவரத்திலும் தன் கருத்தை முன்வைத்திருக்கிறார். கடைசியாக ஹெர்டாக் காந்திஜியைச் சந்தித்து ஒரு மணிநேரம் இது தொடர்பாக விரிவாகப் பேசினார். அந்தப் பேட்டியில் காந்திஜி சில ஆவணங்களை பிலிப் ஹெர்டாக்கின் கவனத்துக்குக் கொண்டுவந்தார். யங் இந்தியாவில் டிசம்பர் 1920ல் தவுலத் ராம் குப்தா எழுதிய இந்தியாவில் பொதுக் கல்வியின் வீழ்ச்சி (தி டிக்லைன் ஆஃப் மாஸ் எஜுகேஷன் இன் இந்தியா), இந்தியப் பாரம்பரியக் கல்வி பஞ்சாபில் அழித்தொழிக்கப்பட்ட விதம் (ஹவ் இந்தியன் எஜுகேஷன் வாஸ் க்ரஷ்ட் இன் பஞ்சாப்) என்ற இரண்டு கட்டுரைகளைச் சுட்டிக்காட்டினார். இந்த இரண்டு கட்டுரைகளுமே ஆடம்மின் ஆய்வறிக்கை, லெய்ட்னரின் ஆய்வறிக்கை மற்றும் பம்பாய், பஞ்சாப், மதராஸ் பகுதி அரசு ஆவணங்கள் ஆகியவற்றையே அடிப்படையாகக் கொண்டிருந்தன. ஆனால், இவை எதுவும் சர் ஃபிலிப் ஹெர்டாக்குக்கு நம்பத்தகுந்த ஆதாரமாகப்பட்டிருக்கவில்லை. காந்திஜி சாத்தம் ஹவுஸில் முன்வைத்த கூற்றைப் பின்வாங்கிக் கொள்ளவேண்டும் என்று தொடர்ந்து வற்புறுத்தினார். இந்தியா திரும்பிய பிறகு நீங்கள் ஏற்றுக்கொள்ளும்படியான வலுவான ஆதாரங்களை உங்களுக்குத் தருகிறேன், ஒருவேளை என் கூற்றை நிரூபிக்க முடியாமல் போனால், சாத்தம் ஹவுஸில் என் கூற்றுக்கு என்ன முக்கியத்துவம் கிடைத்ததோ அதைவிட அதிக முக்கியத்துவம் கிடைக்கும் வகையில் என் மன்னிப்பைத் (பின்வாங்கலைத்) தெரிவிக்கிறேன் என்று காந்திஜி சொன்னார்.

இந்தப் பேட்டியில் இருந்து தெரியவந்த இன்னொரு முக்கியமான கருத்தாக ஃபிலிப் ஹெர்டாக்குக்குப் பட்ட விஷயம் என்னவென்றால், ‘இந்தியப் பாரம்பரியப் பள்ளிகளை பிரிட்டிஷ் அரசு அழித்ததாக காந்திஜி குற்றம்சாட்டவில்லை. அதற்கு ஆதரவு தராமல் இருந்திருக் கிறார்கள். அவ்வளவுதான்.’ இதற்கு ஹெர்டாக்கின் பதில் என்னவென்றால், ‘அந்த பள்ளிகளை பிரிட்டிஷார் அழியவிட்டார்கள்; ஏனென்றால், அவை தக்க வைத்துக்கொள்ள வேண்டிய அளவுக்கு முக்கியமானவை அல்ல.’

இதனிடையில் ஹெர்டாக் வரலாற்றாய்வாளரான எட்வர்ட் ஜே.தாம்சனிடம் காந்தி சொன்னது சரியா என்று கேட்டிருக்கிறார். அவரும் காந்தி சொல்வது தவறு, பாரம்பரியப் பள்ளிகளையும் பாரம்பரியக் கைவினைத்தொழில்களையும் பிரிட்டிஷார் திட்டமிட்டு அழிக்கவில்லை, அது தவிர்க்க முடியாத ஒரு நிகழ்வு என்று சொல்லியிருக்கிறார். மேலும், 'கடந்த சில ஆண்டுகளில் பொதுக் கல்வி தொடர்பாக, நாம் பாராட்டிக்கொள்ளும்படியாக எதுவும் செய்திருக்கவில்லை'[70] என்றும் சொல்லியிருக்கிறார். தாம்சன் பின்னர் எழுதிய ஒரு கடிதத்தில் இந்த விஷயத்தை மேலும் விரிவாகக் குறிப்பிட்டிருக்கிறார்: '1918க்குப் பிறகு நாம் வெகு சொற்பமாகவே உருப்படியாக எதுவும் செய்திருக்கிறோம். இந்தியர்களைக் கடைத் தேற்றும் பொறுப்பானது அதை ஏற்றுக்கொள்வதற்கு முன் ஆக்ஸ்ஃபோர்டு போன்ற இடங்களில் முதல் வகுப்பில் தேறும் அளவுக்குத் திறன் கொண்டிருந்தவர்களைக்கூட முடக்கிவிடும் தன்மை கொண்டதாகவே இருக்கிறது. சிப்பாய் கலகத்துக்கு முன்பாக அங்கு இருந்த பிரிட்டிஷாரின் ஆவணங்களைப் பார்த்தேன். காங்கிரஸ்வாலாக்களுக்கு அது ஒருபோதும் புரியப்போவதில்லை என்பதையே அவை உணர்த்துகின்றன' என்று குறிப்பிட்டிருக்கிறார்.

ஹெர்டாக் - எட்வர்டு தாம்சனுடனான கடிதப் பரிமாற்றம் கசப்பான விதத்தில் முடிவடைந்தது. ஹெர்டாக் என்னவிதமான தகவல்பூர்வமான, அறிவார்ந்த ஆதாரங்களை எதிர்பார்த்தாரோ அவை கிடைத்திருக்கவில்லை. எனினும் காந்திஜியுடனான பேட்டிக்குப் பிறகு காந்திஜியின் கூற்றுக்கு மறுப்புரையை இண்டர் நேஷனல் அஃபயர்ஸில்[71] கட்டுரையாக வெளியிட்டார். 'இன்றைய தேதிவரை திருவாளர் காந்தியால் தான் சொன்ன கூற்றுக்கு ஆதாரமாக எதையும் முன்வைக்கமுடியவில்லை. தன்னால் நிரூபிக்க முடியாமல் போனால், அந்தக் கூற்றைப் பின்வாங்கிக் கொள்வதாகச் சொல்லியிருக்கிறார் என்று அந்தக் கட்டுரையை முடித்திருக்கிறார்.

இந்தியாவுக்கு வந்ததும் காந்தியடிகள் ஏர்வாடா சிறையில் அடைக்கப்பட்டார். 1932 பிப் 15 அன்று சிறையில் இருந்து காந்திஜி ஹெர்டாக்குக்கு ஒரு கடிதம் எழுதியிருக்கிறார். தன்னால் ஹெர்டாக் கேட்ட ஆதாரங்களை உடனடியாகக் கொடுக்க முடியவில்லை. பேராசிரியர் கே.டி.ஷாவிடம் இது தொடர்பான பொறுப்பை ஒப்படைத்திருப்பதாக அந்தக் கடிதத்தில் குறிப்பிட்டிருக்கிறார். கே.டி.ஷாவின் நீண்ட விரிவான கடிதம் ஹெர்டாக்குக்கு அனுப்பப்பட்டது. அந்தக் கடிதத்தில் மாக்ஸ்முல்லர், லுட்லோ, ஜி.எல்.ப்ரெண்டர்கெஸ்ட், புகழ் பெற்ற தாமஸ் மன்ரோ, டபிள்யூ ஆடம், ஜி.டபிள்யூ லெய்ட்னர் ஆகியோரின் கூற்றுகளை விரிவாக

மேற்கோள் காட்டி அந்தக் கடிதத்தை எழுதியிருந்தார். பம்பாய் பிரஸிடென்ஸி குறித்த தரவுகளுக்கு ஜி.எல்.ப்ரெண்டர்கெஸ்ட்டை ஷா மேற்கோள் காட்டியிருந்தார். ப்ரெண்டர்கெஸ்ட் பம்பாய் பிரஸிடென்ஸியின் கௌன்சில் உறுப்பினராக இருந்திருக்கிறார்.

ஏப்ரல் 1821ல் அவர் சொன்னது:

> *நான் சொல்லத் தேவையே இல்லை. இந்த போர்டில் இருக்கும் உறுப்பினர்களுக்கு நன்கு தெரிந்த உண்மைதான். இந்தப் பிராந்தியத்தில் உள்ள கிராமங்களில் அவை எவ்வளவு சிறியதாக இருந்தாலும் அங்கு ஒரு பள்ளியாவது இல்லாமல் இல்லை. பெரிய கிராமங்களில் ஒன்றுக்கு மேலான பள்ளிகள் இருக்கின்றன. சிறுநகரங்களிலும் பெரிய நகரங்களில் ஒவ்வொரு டிவிஷனிலும் ஏராளமான பள்ளிகள் இருக்கின்றன. அங்கு உள்ளூர் சிறுவர்களுக்கு எழுதப் படிக்கவும் கணிதமும் கற்றுத் தரப்படுகின்றன. இந்தக் கல்விஅமைப்பு பொருளாதாரரீதியாக மிகவும் சிக்கனமானதாக இருக்கிறது. ஒரு கைப்பிடி தானியம் அல்லது மாதத்துக்கு ஒரு ரூபாய் ஆசிரியருக்குச் சம்பளமாக பெற்றோரின் வசதிக்கு ஏற்பத் தரப்படுகிறது. அதே நேரம் இந்தக் கல்வி மிகவும் எளிமையானதாகவும் திறன் மிகுந்ததாகவும் இருக்கிறது. அனைத்து விவசாயிகளும் சிறிய தொழிலாளிகளும் தமக்கானகணக்குவழக்குகளைத்துல்லியமாகப்பார்த்துக்கொள்ள முடிகிறது. நமது தேசத்தில் கடைநிலையில் இருப்பவர்களிடம் இப்படியான அறிவுத் திறமையைப் பார்க்கவே முடியாது. பெரு வணிகர்களும் வங்கியாளர்களும் தமது கணக்குப் புத்தகங்களை பிரிட்டிஷ் வர்த்தகர்களைப் போலவே மிகவும் லாகவமாகவும் துல்லியமாகவும் நிர்வகிக்கிறார்கள்.*[72]

ஹெர்டாக் எதை உண்மையான ஆதாரமாக ஏற்றுக்கொள்வார் என்பது ஷாவுக்குத் தெரிந்திருந்தது. எனவே, அவர் தன் கடிதத்தை அதைக் குறிப்பிட்டபடியே ஆரம்பிக்கிறார்: 'நாம் குறிப்பிடும் காலகட்டத்தில் உலகின் எந்தப் பகுதியிலுமே தெளிவான, துல்லியமான புள்ளிவிவரங்கள் எதுவும் இருந்திருக்கவில்லை. இதுபோன்ற விவாதங்களில் ஏற்றுக்கொள்ளத்தக்க ஆதாரங்கள் எதுவும் அந்தக் காலகட்டத்தில் இருந்திருக்க வாய்ப்பில்லை. எனவே இதுபோன்ற சூழ்நிலையில் சாதாரணமான மனிதரைவிட மேலாகவும் அறிவியல்பூர்வமாகவும் சிந்தித்துச் செயல்படும் திறமை கொண்ட நபர்களின் வார்த்தைகளையே இதற்கான ஆதாரமாக நாம் எடுத்துக்கொள்ள வேண்டியிருக்கும்.' ஷா கடைசியாக இப்படிச் சொல்லி முடிக்கிறார்: லெய்ட்னர் இது தொடர்பாக மேற்கொண்ட

ஆய்வு இந்த விஷயத்தில் மிகவும் நம்பத்தகுந்தது. அவரைப்போல் தெளிவான மனப்பதிவுகளை உருவாக்கிக்கொள்ள முடிந்த இடத்தில் இருந்த மற்றவர்கள் சொல்லியிருக்கும் தகவல்களும் நம்பத்தகுந்தவையே. மேலும் அப்படியானவர்கள் சொல்லும் தகவல்கள் கூட உண்மை நிலையைக் குறைத்து மதிப்பிட்டதாகத்தான் கருத முடியுமே தவிர மிகைப்படுத்தியதாக ஒருபோதும் கொள்ள முடியாது.

ஆனால் ஹெர்டாக்கைப் பொறுத்தவரையில் ஷாவின் நீண்ட பதில் முற்றிலும் பயனற்றதே. அது அவரை மேலும் தூண்டிவிடவே செய்தது. காந்தியிடம் நான் கேட்ட கேள்வியின் முக்கிய அம்சத்தை உங்கள் கடிதம் தொடவே இல்லை. கடந்த 100 ஆண்டுகளில் வங்காளத்தின் கல்வி தொடர்பான உங்கள் கருத்துகளை நான் ஏற்றுக்கொள்ளவே முடியாது. அதுதொடர்பாக நிறையத் தகவல்கள் விடுபட்டிருக்கிறது'என்று சொன்னார்.

தனி நபர்களை ஒப்பிட்டுப் பேசுவதும் அவர்களை இயக்கும் அவர்களுடைய நோக்கங்கள் என்ன என்பதை விமர்சிப்பதும் சரியல்லதான். எனினும் சர் பிலிப் ஹெர்டாக் இப்படிச் சொல்வதைப் பார்க்கும்போது வின்சன்ட் ஸ்மித்தின் கருத்துகளைப் படித்த டபிள்யூ ஹெச். மோர்லாந்து என்னவிதமாக உணர்ந்தாரோ சர் பிலிப் ஹெர்டாக்கும் அப்படியே செயல்பட்டிருக்கிறார் என்று நிச்சயம் சொல்ல முடியும். ஸ்மித் தன்னுடைய 'அக்பர் தி கிரேட் மொகல்' என்ற புத்தகத்தில் அக்பர், ஜஹாங்கீரின் காலத்து தொழிலாளர்களுக்கு இன்றைய காலகட்டத்தில் கிடைக்கும் சம்பளத்தைவிட அதிக பணம் பஞ்சம் வெள்ளம் போன்றவை இல்லாத இயல்பான காலகட்டத்தில் கிடைத்தது என்று சொல்லியிருந்தார்.[73] அந்தப் புத்தகத்தைப் பற்றிக் குறிப்பிடும்போது மோர்லாந்து, 'திருவாளர் வின்செண்டின் இந்திய வரலாறு குறித்த மேதமை மிகவும் அதிகம். எந்தக் கேள்விகளும் எழுப்பப்படவில்லையென்றால் அவருடைய கூற்றுகள் எல்லாமே பள்ளிக்கூடப் பாடங்களில் வரலாறாக இடம்பெற்றுவிடும். அப்படியான தவறு நடந்துவிடுவதற்கு முன்பாக, அந்தக் கூற்று தொடர்பாக நாம் கூடுதல் ஆய்வு செய்தாகவேண்டும் என்று கேட்டுக் கொள்கிறேன்'[74] என்று சொல்லியிருக்கிறார். அதன் பிறகு, ஸ்மித்தின் கருத்து பள்ளிப் பாடப் புத்தகத்தில் இடம்பெறாமல் தடுக்க மோர்லாந்து தானே அந்த ஆய்வை மேற்கொள்ள முன்வந்தார்.

நோக்கம் எதுவாக இருந்தாலும் சர் பிலிப் ஹெர்டாக் காந்தியின் இந்தக் கூற்றைத் தவறென்று நிரூபிக்க முயன்றார். ஜோசப் பைன் கருத்துரைகள் 1935-36க்காக யுனிவர்சிட்டி ஆஃப் லண்டன் இன்ஸ்டிட்யூட் ஆஃப் எஜுகேஷனில் 'சம் ஆஸ்பெக்ட்ஸ் ஆஃப் இந்தியன் எஜுகேஷன்: பாஸ்ட் அண்ட் பிரசண்ட்' (கடந்தகால,

நிகழ்கால இந்திய கல்வியின் சில அம்சங்கள்)[75] என்ற தலைப்பில் மூன்று கட்டுரைகள் எழுதினார். அந்தக் கருத்துரையுடன் மூன்று மெமோரண்டாக்களையும் வெளியிட்டார்: 1. கடந்த நூறு ஆண்டுகளில் இந்தியப் பள்ளிகள், கல்வி தொடர்பான புள்ளி விவரங்கள் மீதான குறிப்பு. 2. வங்காளம், பிகாரில் 1835-38 கால கட்டத்தில் பிராந்தியக்கல்வி தொடர்பான ஆடம்மின் அறிக்கை மற்றும் லட்சம் பள்ளிகள் என்ற புனைவு பற்றிய குறிப்பு. 3. பஞ்சாபில் 1849-82 காலகட்டத்தில் கல்வி தொடர்பான டாக்டர் ஜி.டபிள்யூ லெய்ட்னரின் அறிக்கை.

1939 வாக்கில் இந்தக் கட்டுரைகள் மேலே குறிப்பிடப்பட்டிருக்கும் தலைப்பில் ஆக்ஸ்ஃபோர்டு பல்கலை பிரஸினால் வெளியிடப் பட்டன. மெமோராண்டம் 1-ல் ஏ.டி.கேம்பல் அனுப்பிய பெல்லாரி மாவட்டம் தொடர்பான தகவல்களை அடிப்படையாக வைத்து தாமஸ் மன்ரோவின் கணக்கீட்டை ஹெர்டாக் கேள்விக்குட் படுத்தினார். 'பள்ளியில் படித்த ஆண்களின் எண்ணிக்கை கால் பாகம் அல்ல மூன்றில் ஒரு பங்கு' என்று மன்ரோ குறிப்பிட்டிருப்பதைக் கேள்விக்குட்படுத்தினார். மன்ரோவின் கூற்று மிகைப்படுத்தப் பட்டிருக்கலாம். கேம்பெல் அளவுக்கு கலெக்டர்கள் கல்வி விஷயத்தில் அதிக அக்கறையெடுத்துச் செயல்பட்டிருக்க வாய்ப் பில்லை என்றும் தெரிவித்தார்.

மன்ரோ, எல்ஃபின்ஸ்டன், பெனெடிக் ஆகியோர் அந்த மூன்று பிரஸிடென்ஸிகளில் நடவடிக்கை எடுக்கும்வரையில் பிரிட்டிஷ் அரச ாங்கம் தொடக்கக் கல்வியைப் புறக்கணித்துவிட்டிருந்தது. ஆனால், ஏற்கெனவே நடைமுறையில் இருந்த ஒன்றை அழிக்க எந்த முயற்சியும் எடுத்திருக்கவில்லை என்று அவர் அந்த மெமோரண்டத்தை முடிக்கிறார். அடிக்குறிப்பில் அவர் மேலும் கூறுகையில், கிரேட் பிரிட்டனில்கூட 1833 வாக்கில் ஹவுஸ் ஆஃப் காமன்ஸ் 30,000 பவுண்ட்கள்தான் கல்விக்கு ஒதுக்கியிருந்தது என்று குறிப்பிட்டிருக்கிறார். பல்வேறு இந்தியப் பிரமுகர்களைப் புகழ்ந்து பேசியுமிருக்கிறார். இந்தியா 'மிகவும் புராதனம் மற்றும் அதிநவீனம்' ஆகிய இரண்டின் கலவை என்றும் புகழ்ந்து கூறியிருக்கிறார்.

இந்தியப் பாரம்பரிய தொடக்கக்கல்வி அமைப்பை பிரிட்டிஷ் அரசு திட்டமிட்டு அழித்தது; அந்தப் பள்ளிகள் மூலம் கிடைத்திருக்ககூடிய அறிவையும் அழித்தது என்று இந்தியாவில் அடிக்கடி சொல்லப்படும் குற்றச்சாட்டைக் சுட்டிக்காட்டியபடி முன்னுரையில் அவர் சொல்கிறார்: 'ராயல் இன்ஸ்டிட்யூட் ஆஃப் இண்டர்நேஷனல் அஃபயர்ஸில் திரு காந்தி பேசியபோது இந்தக் குற்றச்சாட்டுகளுக்கு

தனது வலுவான ஆதரவைத் தெரிவித்தார். முடிந்தால் அதை மறுத்துப் பார்க்கும்படியும் தெரிவித்தார். எனவேதான் அந்தத் தகவல்களை விரிவாக மறு பரிசீலனை செய்ய வேண்டிய தேவை ஏற்பட்டது.'[76]

சர் பிலிப் ஹெர்டாக் மிகுந்த கல்விப் புலமையும் அனுபவமும் கொண்டவர்தான். எனினும் கற்பனை வளமும் வரலாறு குறித்த புரிதலும் அவருக்கு மிகவும் குறைவே. 1939க்கு முந்தைய பிரிட்டனின் கோட்பாடுகளுக்கு ஏற்ப நடந்துகொள்ளும் விருப்பம் கொண்டிருந்தார். அவருடைய யூதப் பின்னணி இப்படியான ஒரு பார்வை உருவாகக் காரணமாக இருந்திருக்கலாம். எது காரணமாக இருந்தாலும் சரி, காந்தியடிகளும் வேறு பலரும் கூறியதுபோல் இந்தியாவில் மேலான கல்வி வசதிகள் 18-19ம் நூற்றாண்டுகளில் இருந்ததாகச் சொல்வதை அவரால் ஏற்றுக்கொள்ள முடியவில்லை. அவை அவருக்கு நம்பத்தகுந்தவையாக இல்லை. 125 வருடங்களுக்கு முன்பாக வில்லியம் வில்பர்போர்ஸுக்கும் அப்படித்தான் இருந்தது. கிறிஸ்தவத்தின் அருள் இல்லாமல் ஹிந்துக்கள் நாகரிகமடைந்தவர்களாக இருக்கமுடியும் என்பதை அவராலும் நம்பவோ ஏற்கவோ முடிந்திருக்கவில்லை. வில்பர் போர்ஸின் காலகட்டத்தில் பெரும்பாலான பிரிட்டிஷ் அதிகாரிகள், அறிஞர்களுக்கும் இதே மனநிலைதான் இருந்தது. எனவே, ஹெர்டாக், எட்வர்ட் தாம்சன் அவருக்கு முன்னால் டபிள்யூ. ஆடமுக் கும் சில மதராஸ் பிரஸிடென்ஸி கலெக்டர்களுக்கும் இந்தியக் கல்வி அமைப்பில் குறிப்பிடும்படியான அளவுக்கு ஒன்றுமில்லை... பண் படுத்தப்படாத அதில் இருப்பதாகச் சொல்லப்படுபவை எல்லாமே அவர்களால் மிகையாகச் சொல்லப்படுபவையே என்ற அசைக்க முடியாத நம்பிக்கை கொண்டவர்களாகவே இருந்திருக்கிறார்கள்.

காந்தியடிகளின் கூற்று நீங்கலாக வேறு இரண்டு விஷயங்கள் பிலிப் ஹெர்டாக் மீது எதிர்மறையான உணர்வைத் தோற்றுவித்திருந்தன. முதலாவது முன்பே நாம் சொன்ன ஜி. டபிள்யூ லெய்ட்னரின் அறிக்கை. இரண்டாவதாக ஒரு கிறிஸ்தவ மத போதகர் குறிப்பிட்டிருந்த ஒரு விஷயம் அவரை வெகுவாக பாதித்தது. அந்த போதகர் சொன்னது:

'புதிய ஆட்சியின்போது (அதாவது பிரிட்டிஷ் காலகட்டத்துக்குப் பிறகு) கல்வித்துறையில் ஒரு எதிர் சீர்திருத்த நடவடிக்கை மேற்கொள்ளப்படும். அது மேற்கத்தியமயமானதாக இருக்காது. கிழக்கத்தியமயமானதாகவே இருக்கும். அந்நிலையில் அது இந்தியா பல ஆயிரம் ஆண்டுகளுக்கு முந்தைய, அதைவிடவும் பழமையான காலகட்டத்துக்குத் திரும்பிச் செல்லும். அது எப்படியான காலகட்ட மென்றால், அப்போது எந்தக் கலாசாரத்திடமிருந்தும் எதையும்

பெற்றுக்கொள்ளாமல் உலகுக்குக் குறிப்பாக ஆசியாவுக்கு தன் வளமான சிந்தனைகளை இந்தியா தந்த காலகட்டம் அது.' மத பிரசாரகர் ஒருவரின் இப்படியான நல்லெண்ண யூகம் பிலிப் ஹெர்டாக்கை மலைக்க வைத்தது. மேற்கத்திய உலகின் பாதையில் இந்தியாவைத் தள்ளிக்கொண்டு செல்வதன் மூலமே தார்மிகரீதியிலும் அறிவார்ந்த ரீதியிலும் இந்தியாவை முன்னேற்ற முடியும் என்று ஹெர்டாக்குக்கு முந்தைய ஐரோப்பியர்கள் நம்பியதுபோலவே அவரும் நம்பியிருந்தார். அவருடைய நம்பிக்கை மீது இந்தக் கருத்து பெரும் இடியாக விழுந்தது.

இந்த விவாதத்தைத் தொடங்கியது காந்தி என்பதால் ஹெர்டாக் தனது பதிலின் ஒரு நகலை காந்திக்கும் அனுப்பினார். 'நீங்கள் கூறிய கூற்றை நிரூபிக்கும் வகையில் எந்தவொரு ஆதாரமும் கிடைத்திருக்கவில்லை என்பதை நீங்கள் கூர்ந்து கவனித்தால் தெரிந்துகொள்ள முடியும். எனவே, நீங்கள் உங்களுடைய கூற்றை பின் வாங்கிக் கொள்வதே சரி' என்று அதில் தெரிவித்திருந்தார்.

சில மாதங்கள் கழித்து காந்திஜி பதில் எழுதினார். அது ஓர் அருமையான பதிலின் அனைத்து அம்சங்களையும் கொண்டதாக இருந்தது. பிரிட்டிஷாருக்கு முந்தைய இந்தியாவில் கல்வி எப்படி இருந்தது என்பது தொடர்பான என் தேடலை நான் இன்னும் விட்டு விடவில்லை. நால் பல்வேறு கல்வியாளர்களுடன் இது தொடர்பான உரையாடலில் இருக்கிறேன். எனக்குப் பதில் எழுதியவர்கள் அனைவருமே நான் சொன்னது சரி என்றே சொல்லியிருக்கிறார்கள். ஆனால், ஏற்றுக்கொள்ளும்படியான ஆதாரங்களை அவர்களால் தர முடிந்திருக்கவில்லை. என்னுடைய முன்முடிவு அல்லது பார பட்சமான கூற்று சரி என்றே எனக்கு இப்போதும் தோன்றுகிறது. நான் அதை மறுத்து ஹரிஜனில் எதையும் எழுத வேண்டியதில்லை. என் மனத்தில் இருக்கும் கூற்றை நீங்கள் கேள்விக்குட்படுத்தி வீழ்த்திவிட்டதாக நினைக்கவேண்டாம்.

காந்திஜியைப் பொறுத்தவரையில் அந்த உரையாடல் அதோடு முடிந்துவிட்டது. ஆனால், 1939 செப் 10 அன்று ஹெர்டாக் காந்திக்கு நன்றி தெரிவித்து ஒரு கடிதம் எழுதினார். ஐரோப்பாவில் நடக்கும் சண்டைதொடர்பான காந்தியின் கருத்து வெளியான பிறகு அந்தக் கடிதம் எழுதப்பட்டிருந்தது.

> 'டைம்ஸ்' பத்திரிகையில் வைஸ்ராயுடனான உங்கள் உரையாடலைப் பார்த்தேன். சமீபத்திய போர் தொடர்பாக நீங்கள் சொன்னதைக் கேட்டு உலகின் பல்வேறு மூலைகளில் இருக்கும் என் சக தேசத்தவர்கள் உங்களுக்கு நன்றி தெரிவிப்பதுபோலவே நானும் நன்றி தெரிவிக்க விரும்புகிறேன்.

ஹெர்டாக்கின் புத்தகம் வெளியானதைத் தொடர்ந்து இந்தியக் கல்வி பற்றி உடனடியாக நிறைய புத்தகங்கள் எழுதப்பட்டன. ஆடம்மின் அறிக்கையின் முழு வடிவம் கல்கத்தா பல்கலைக் கழகத்தால் மீண்டும் விரிவாக வெளியிடப்பட்டது.1932ல் கே.டி.ஷா பிலிப் ஹெர்டாக்குக்கு எழுதிய கடிதத்தில் என்ன விஷயங்களைச் சொல்லியிருந்தாரோ அதையே இந்த முழு அறிக்கையும் நியாயப்படுத்தியது.[77]

VII

1931ல் சாத்தம் ஹவுஸில் காந்தி என்ன சொன்னாரோ அதை நேரடியாக அப்படியே எடுத்துக்கொள்ளக்கூடாது. ஹெர்டாக் அப்படித்தான் செய்தார். காந்தி ஆற்றிய உரையின் ஒட்டுமொத்தத்தைக் கணக்கில் கொண்டு அதைப் புரிந்துகொள்ளவேண்டும். பிரிட்டிஷ் காலகட்டத்தில் இந்தியப் பாரம்பரிய அமைப்புகள் நெருக்கடிக்கு உள்ளாக்கப்பட்டு அழிவைச் சந்தித்தன என்பதுதான் காந்தி சொல்லும் முழுச் சித்திரம். கல்வி சார்ந்த அந்தப் பெரும் அழிவு 1820களில் ஆரம்பித்தது; அதற்கு முன்பாக இல்லாவிட்டாலும் என்பதையே மதராஸ் பிரஸிடென்ஸி ஆய்வறிக்கையும் வங்காளம் பிகார் தொடர்பாக டபிள்யூ. ஆடம்மின் அறிக்கையும் தெரிவிக்கின்றன. 1822-25 காலகட்டத்தில் மதராஸ் பிரஸிடென்ஸியில் இருந்த பள்ளிகளின் எண்ணிக்கை 1,50,000. சுமார் 20- 30 வருடங்களுக்கு முன்பாக இதைவிட அதிகப் பள்ளிகள் இருந்திருக்கும் என்று நிச்சயமாகச் சொல்ல முடியும். அந்த சாத்தியக்கூறை நிச்சயம் ஒருவர் மறுக்கவே முடியாது. மதராஸ் பிரஸிடென்ஸியில் 1823ல் மொத்த மக்கள் தொகை 1,28,50,941. இங்கிலாந்தின் மக்கள் தொகை 1811ல் 95,43,610. இரு பகுதிகளின் மக்கள் தொகையில் பெரிய வித்தியாசம் இல்லை என்றாலும் இங்கிலாந்தில் அனைத்துவிதமான பள்ளிகளில் படிக்கும் மாணவர்களின் எண்ணிக்கை (சாரிட்டி, சண்டே, சர்குலேட்டிங் என அனைத்துப் பள்ளிகளையும் சேர்த்து) 75000. மதராஸ் பிரஸிடென்ஸியில் இருந்த பள்ளிகளின் எண்ணிக்கை இதைவிட இரண்டு மடங்கு அதிகம். மேலும் பிரிட்டனில் இருந்த 75,000 பள்ளிகளில் பெரும்பாலானவற்றில் பள்ளி நடந்ததே வெறும் 2-3 மணிநேரம் மட்டுமே. அதுவும் ஞாயிறுகளில் மட்டுமே அந்தப் பள்ளிகள் நடந்தன.

ஆனால், 1803க்குப் பிறகு இங்கிலாந்தில் ஒவ்வொரு வருடமும் கல்வி கற்கத்தொடங்கியவர்களின் எண்ணிக்கை ஆண்டுதோறும் அதிகரிக்க ஆரம்பித்தது. 1800ல் 75000 ஆக இருந்த மாணவர்களின்

எண்ணிக்கை 1818ல் 6,74,883 ஆகவும் 1851ல் 21,44,377 ஆகவும் அதிகரித்தது. அதாவது ஐம்பது வருடங்களில் 29 மடங்கு அதிகரித்தது. எனினும் இந்த ஐம்பது ஆண்டுகளிலும் கல்வியின் தரம் ஒன்றும் உயர்ந்திருக்கவில்லை. பள்ளி நேரமும் அதிகரித்திருக்கவில்லை. 1835ல் கல்வி ஒரு வருட காலமாக இருந்தது 1851ல் இரண்டு வருடமாக ஆனது. அவ்வளவுதான்.

காந்தியும் மதராஸ் பிரஸிடென்ஸி கலெக்டர்களும் டபிள்யூ ஆடம், ஜி.டபிள்யூ லெய்ட்னர் ஆகியோருடைய அறிக்கையும் சொல்வது என்னவென்றால் இந்த ஐம்பது ஆண்டு காலகட்டத்தில் இங்கிலாந்தில் நடந்த மாற்றங்களுக்கு நேர் எதிராக இந்தியாவில் கல்வி தேக்க நிலை அடைந்தது என்பதையே காட்டுகின்றன. அதுதான் காந்தியை லண்டன் கருத்தரங்கில் அப்படிப் பேச வைத்தது. இரண்டாவதாக, தனது கூற்றை எட்டு வருடங்கள் கழித்துப் பின்வாங்க மாட்டேனென்று மறுக்கவும் அதுவே காரணமாக இருந்தது. ஹெர்டாக் போன்ற பாண்டித்தியம் மிகுந்தவர்கள், ஒருவர் சொன்ன வார்த்தைகளைப் பிடித்துக்கொண்டு தொங்கிக்கொண்டிருந்தார்கள். மேற்கத்திய சமூகப் பொருளாதாரக் கோட்பாடுகளுக்குப் பொருந்ததாதவற்றில் குற்றம் குறை கண்டுபிடித்தபடியே இருந்தனர்.

புள்ளிவிவரங்கள் சார்ந்த தரவுகளைத்தான் ஹெர்டாக்கும் அவரைப் போன்றவர்களும் அன்று கேட்டார்கள். அவை கிடைத்திருந்தால் விவாதம் அப்போதே முடிவுக்கு வந்திருக்கும். 1880கள் 1890களில் மதராஸ் பிரஸிடென்ஸியில் படித்தவர்களின் எண்ணிக்கையை 1822-25ல் படித்தவர்களோடு ஒப்பிட்டுப் பார்க்கலாம்.[78] பிகார், வங்காளப் பகுதிகளில் முந்தைய காலகட்டத்துத் தரவுகள் போதுமான அளவுக்குக் கிடைக்கவில்லை. பம்பாயிலும் கிடைக்கவில்லை. எனவே அந்தப் பகுதிகளின் தரவுகளை இப்படி ஒப்பிட்டுப் பார்க்க இயலவில்லை.

மதராஸ் பிரஸிடென்ஸியின் பொதுக் கல்வி இயக்குநரின் 1879-80ம் ஆண்டுக்கான அறிக்கையின்படிப் பார்த்தால் கல்லூரிகள், மேல்நிலை, இடைநிலை, ஆரம்பப் பள்ளிகள் விசேஷப் பள்ளிகள், தொழிற்கல்விமையங்கள் உட்பட மதராஸ் பிரஸிடென்ஸியில் இருந்த அனைத்துவகைப் பள்ளிகளின் எண்ணிக்கை 10,553. இதில் ஆரம்பப் பள்ளிகளின் எண்ணிக்கை 10,106. அங்கு படித்தவர்களில் 2,38,960 பேர் ஆண்கள். 29,419 பேர் பெண்கள்.

அந்தக் காலகட்டத்தில் மொத்த மக்கள் தொகை 3,13,08,872. 1879 -80ல் கல்வி கற்ற பெண்களின் எண்ணிக்கையை 1822-25ல் படித்த பெண்களோடு ஒப்பிடுகையில் அதிகமாக இருக்கிறது. ஆனால், ஆண்களின் விகிதம் வெகுவாகக் குறைந்துவிட்டிருக்கிறது.

1822-25 காலகட்டத்தில் பயன்படுத்திய கணக்கீட்டையே 1879-80க்கும் பயன்படுத்துவோம். அதாவது மொத்த மக்கள் தொகையில் ஒன்பதில் ஒரு பங்கு பேர் பள்ளிக்குச் செல்லும் வயதினராக இருப்பார்கள். ஆண்களுடைய எண்ணிக்கையும் பெண்களின் எண்ணிக்கையும் சமமாக இருக்கும் என்று ஒரு பேச்சுக்கு வைத்துக் கொண்டால் பள்ளிக்குச் செல்லும் வயதினர் எண்ணிக்கை 17,39,400 ஆக இருக்கும். பள்ளியில் படிக்கும் ஆண்களின் எண்ணிக்கை 2,18,840 ஆக இருக்கும்நிலையில் அந்த வயதில் பள்ளிக்குச் செல்லவேண்டிய மாணவர்களின் சதவிகிதத்தில் அது 12.58% ஆக இருக்கும். ஆனால், 1822-25ல் இந்தியப் பாரம்பரியக் கல்வி சிதைவுற்ற நிலையில் அது 25% ஆக இருந்ததாகச் சொல்லப்பட்டிருக்கிறது. அனைத்துவிதமான கல்விமையங்களிலும் படிப்பவர்களின் எண்ணிக்கையை எடுத்துக் கொண்டு பார்த்தால் அந்த எண்ணிக்கை 2,38,960 ஆக அதாவது, 1879-80ல் அது 13.74% ஆக மட்டுமே இருக்கிறது!

1879-80 லிருந்து 1884-85 காலகட்டம்வரை, மிகச் சிறிய அளவில் என்றாலும் லேசான முன்னேற்றம் தென்படுகிறது. மக்கள் தொகை லேசாகக் குறைந்து 3,08,68,504 ஆக இருந்தது. மாணவர்களின் எண்ணிக்கை 3,79,932 ஆகவும் மாணவிகளின் எண்ணிக்கை 50,919 ஆகவும் இருந்தது. கல்வி பெற்ற ஆண் பிள்ளைகளின் எண்ணிக்கை இவ்வளவு அதிகமாக இருக்கும் இந்த இடத்தில்கூட பள்ளியில் கற்ற ஆண்களின் எண்ணிக்கை பள்ளிப் பருவத்துக் குழந்தைகளின் மொத்த எண்ணிக்கையில் 22.15% ஆகத்தான் இங்கும் இருக்கிறது. ஆரம்பப் பள்ளிகளில் ஆண்களின் சதவிகிதம் 18.33% தான். இவை 1822-25 காலகட்டத்து அரசு ஆவணங்களில் குறிப்பிடப்பட்டிருப்பதைவிட மிகவும் குறைவுதான்.

மாணவிகளின் எண்ணிக்கை காலப்போக்கில் பிற பகுதிகளில் அதிகரித்திருக்கிறது. எனினும் மலபாரில் 1884-85-ல் இதுபோன்ற கல்விமையங்களில் கல்வி கற்ற முஸ்லிம் பெண்களின் எண்ணிக்கை வெறும் 705 மட்டுமே. 62 ஆண்டுகளுக்கு முன்பாக அதாவது 1823ல் மலபாரில் கல்வி பெற்ற பெண் பிள்ளைகளின் எண்ணிக்கை 1122. அப்போது மக்கள்தொகை 1884-85ல் இருந்ததைவிட பாதியாகத்தான் இருந்திருக்கும் என்பதை நாம் கருத்தில் கொள்ளவேண்டும்.

11 வருடங்களுக்குப் பிறகு 1895-96ல் அனைத்துவகையான கல்விமையங்களின் எண்ணிக்கை அதிகரித்தது. மக்கள் தொகை 3,56,41,828 ஆக உயர்ந்தது. கல்வி கற்றவர்களின் எண்ணிக்கை 6,81,174 ஆக அதிகரித்தது. பெண்களின் எண்ணிக்கை 1,10,460 ஆக அதிகரித்தது. இந்தக் காலகட்டத்தில்தான் அந்த சதவிகிதம் 34.40 % ஆக உயர்ந்து தாமஸ் மன்ரோ 1826ல் குறிப்பிட்ட 33.3% வீடுகளிலோ

பள்ளிகளிலோ கல்வி கற்றவர்களின் எண்ணிக்கையை அடைந்தது. இந்தக் காலகட்டத்தில்கூட அதாவது மன்ரோவின் ஆய்வறிக்கைக்கு 70 ஆண்டுகள் கழிந்த பிறகும் கூட பள்ளியில் படிக்கும் ஆண்களின் எண்ணிக்கை 28% ஆகத்தான் இருந்திருக்கிறது.

1899-1900 அதாவது 19ம் நூற்றாண்டின் கடைசி வருடத்தில் கல்வி கற்ற ஆண்களின் எண்ணிக்கை 7,33,923 ஆகவும் பெண்களின் எண்ணிக்கை 1,29,068 ஆகவும் இருந்தது. அந்தக் காலகட்டத்தில் பள்ளிக்குச் செல்லும் வயதில் இருந்த ஆண்களின் எண்ணிக்கை 26,42,909 ஆக இருந்ததாக மதராஸ் பிரஸிடென்ஸி பள்ளிக் கல்வி இயக்குநர் தெரிவித்திருக்கிறார். அப்படியாக அன்று கல்வி பெற்றவர் களின் சதவிகிதம் 27.8% ஆக இருந்திருக்கிறது. இந்த தரவுகளைக் கொஞ்சம் நெகிழ்வாகக் கையாண்டால்கூட 19ம் நூற்றாண்டின் கடைசிக் கட்டத்தில் கூடப் பள்ளியில் கற்பவர்களின் எண்ணிக்கை தாமஸ்மன்ரோகுறிப்பிட்டதைவிடக்குறைவாகவே இருந்திருக்கிறது. இத்தனைக்கும் மன்ரோ குறிப்பிட்ட 1822-25 காலகட்டத்தில் இந்தியப் பாரம்பரியக் கல்வி சிதைவுற்ற நிலையில்தான் இருந்தது.

19ம் நூற்றாண்டைச் சேர்ந்த பிரிட்டிஷ் அதிகாரிகள் நம் காலத்தில் இருப்பவர்களைப் போலவே தமது சாதனைகளை அதிகப்படுத்திக் காட்டுவதற்காகப் புள்ளிவிவரங்களை மிகைப்படுத்திக் காட்டியிருக்க வாய்ப்பு உண்டு. எனவே, இந்தப் பிந்தைய தரவுகளைக் கொஞ்சம் சந்தேகத்துடன்தான் ஏற்றுக்கொள்ளவேண்டும். ஆனால், 1822-25ல் நிலைமை நிச்சயம் அப்படி இருந்திருக்காது. அப்போது அவர்களுக்கு அப்படி மிகைப்படுத்திக் காட்டவேண்டிய எந்த அவசியமும் இருந்திருக்காது.

மேலே குறிப்பிடப்பட்டிருக்கும் தகவல்களில் இருந்து 1822-25ல் குறிப்பிடப்பட்டிருக்கும் சிதைவானது அடுத்த 60 ஆண்டுகளில் மேலும் அதிகரிக்கத் தொடங்கியிருக்கிறது என்பது புரிய வருகிறது. அந்தக் காலகட்டத்தில் பெரும்பாலான பாரம்பரியக் கல்வி மையங்கள் அழிந்துவிட்டன. எஞ்சியிருந்தவையும் பின் 19ம் நூற்றாண்டு பிரிட்டிஷ் அமைப்பினால் உள்ளிழுக்கப்பட்டுவிட்டன. 1890க்குப் பிறகுதான் புதிய கல்வி அமைப்பில் கல்வி கற்றவர்களின் எண்ணிக்கை 1822-25ல் கல்வி கற்றவர்களின் எண்ணிக்கை இணையாக ஆகியிருக்கிறது. தரத்தைப் பொறுத்தவரையில் எதுவும் சொல்வதற்கில்லை.

மேலே சொல்லியிருக்கும்வகையில் 1880கள் 90களில் மதராஸ் பிரஸிடென்ஸியில் கல்வி கற்றவர்களின் எண்ணிக்கையை 1882-85 காலகட்டத்தில் கற்றவர்களின் எண்ணிக்கையோடு ஒப்பிட்டுப் பார்த்ததில் இருந்து கிடைத்திருக்கும் தீர்மானம் 1882ல் லெய்ட்னர்

முன்வைத்த கூற்றுகளுக்கு ஆதாரமாக (அப்படி ஏதேனும் தேவைப் பட்டால்) இருப்பதைப் பார்க்கலாம். முந்தைய 35-40 வருடங்களில் பஞ்சாபின் பாரம்பரியக் கல்வி அமைப்பில் பெரும் வீழ்ச்சி ஏற்பட்டதை இந்த லெய்ட்னரின் ஆவணம் தெரிவிக்கிறது.

VIII

இந்த நீண்ட விவாதத்தில், முக்கியமான ஒரு விஷயம் கவனத்தில் கொள்ளப்படாமலேயே போய்விட்டது. அதாவது லட்சம் பள்ளிகள் என்றும் ஒவ்வொரு கிராமத்திலும் ஒவ்வொரு பள்ளி என்றும் மன்ரோவும் பிறரும் சொன்னவையே அனைவருடைய கவனத்தையும் கவர்ந்திருந்தன. இந்தப் பள்ளிகள் எல்லாம் எப்படி நிர்வகிக்கப்பட்டன, எப்படி நடந்தன என்ற முக்கியமான விஷயத்தைப்பற்றி யாரும் அதிக கவனம் செலுத்தவே இல்லை. லெய்ட்னர், ஆடம் ஆகியோர் இது தொடர்பாகப் பல சூசகக் குறிப்புகள் தந்திருக்கிறார்கள். இத்தனை நீண்ட காலகட்டத்துக்கு இவ்வளவு பரந்த அளவில் சமூகத்தில் அனைத்துத் தரப்பினருக்கும் கல்வியைத் தந்த பள்ளிகள் எந்தவித சமூகக் கருத்தியல் பின்புலமோ பொருளாதார ஏற்பாடுகளோ இல்லாமல் நீடித்திருக்கவே முடியாது.

நவீன இந்தியர்கள் இந்தியாவின் கடந்த காலம் மற்றும் நிகழ் காலம் பற்றிப் பொதுவாக அந்நியர் தரும் புள்ளிவிவரங்கள், கருத்துகளையே மேற்கோள் காட்டிப் பேசுவது வழக்கம். ஒரு பிரிவினர் இந்தியா காட்டு மிராண்டித்தனமான ஆணாதிக்கப் பழக்கவழக்கங்கள், அறியாமை, ஒடுக்குமுறை, ஏழ்மை என்ற நிலையிலேயே கால காலமாக இருந்து வந்ததாக மேற்கத்திய மேற்கோள்களைக் காட்டிப் பேசிவருகிறார்கள். அவர்களைப் பொறுத்தவரையில் இந்தியா பெரும்பாலான காலத்தில் நிலப்பிரபுத்துவ சமுதாயமாகவே இருந்திருக்கிறது. மார்க்ஸிய வார்த்தையில் சொல்வதானால் ஆசிய சமுதாய வழிமுறை.

வேறொரு பிரிவினர் இந்தியா எப்போதுமே உன்னதமான நிலையில் இருந்திருக்கிறது, சிற்சில குறைபாடுகள் இங்குமங்குமாக இந்திய சரித்திரத்தில் உண்டு, ஆனால், பெருமளவில் தர்மசிந்தனையும் நல்லெண்ணமும் கொண்ட அரசர்களால் அது ஆளப்பட்டு வந்திருக்கிறது என்று சொல்கிறார்கள்.

வேறு சிலரோ சார்லஸ் மெட்காஃப், ஹென்றி மெய்ன் போன்றோர் சொல்வதுபோல் இந்தியா ஒரு கிராமப்புறக் குடியரசாக மகிழ்ச்சியாக வாழ்ந்திருக்கிறது என்கிறார்கள்.

துரதிஷ்டவசமாக பிரிட்டிஷ் சார்புக் கல்வி பெற்றதாலோ வேறு ஆழமான காரணங்களாலோ (பிராமணக் கல்வியின் அதி அறிவார்ந்த

மண்டையைப் பிளக்கும் வறண்ட அதீத கல்வி முறையாலோ) இந்தியர்கள் சொல்லவரும் விஷயத்தைப் புரிந்துகொள்ளாமல் வார்த்தைகளைப் பிடித்துக்கொண்டு தொங்குபவர்களாக ஆகிவிட்டார்கள். குறியீட்டுரீதியில் சொல்லப்படுவதையும் எழுதப்படுவதையும் புரிந்துகொள்ளும் திறனை இழந்துவிட்டார்கள்.[79] இதில் ஆச்சரியப்பட எதுவுமில்லை. அதனால்தான் கிராமப்புறக் குடியரசுகள் என்றதும் குடியாட்சி என்பதன் உள்ளார்ந்த அர்த்தத்துடன் அதைப் புரிந்துகொள்ளாமல் தேர்ந்தெடுக்கப்பட்ட சபை, வாக்களிக்கும் முறை என்பதுபோன்ற அதன் மேலோட்டமான அம்சங்களை மனதில் கொண்டுவந்து ஒரு சித்திரத்தை உருவாக்கிக்கொள்கிறார்கள்.

சார்லஸ் மெட்கஃபேயும் ஹென்றி மெய்னும் முந்தைய பிரிட்டிஷ் தரவுகளின் அடிப்படையிலேயே இந்த வார்த்தையை முன்வைத்திருக்கிறார்கள். அதாவது 18-ம் நூற்றாண்டின் பிற்பகுதி, 19ம் நூற்றாண்டின் ஆரம்பகட்டத்து ஐரோப்பியப் பயணிகள், நிர்வாகிகள் அவர்களுக்கு முந்தையவர்கள் ஆகியோர் எழுதியவற்றில் இருந்து அப்படியான பிம்பத்தை முன்வைத்திருக்கிறார்கள். பிரிட்டிஷாருக்கு இந்தியர்களைப் பற்றி அப்படிப் புகழ்ந்து சொல்லவேண்டிய எந்த அவசியமும் இருந்திருக்கவில்லை. அவர்கள் சொன்னதன் பொருள் என்னவென்றால், ஒவ்வொரு இந்திய கிராமமும் (கிராமம் என்பதை அவர்கள் எப்படி வரையறுத்தார்கள் என்பது ஒரு பொருட்டே இல்லை) ஒரு தனி அரசாங்கம் போல் இருந்திருக்கிறது. அது தனது எல்லைக்குள் சர்வ வல்லமை மிகுந்ததாக இருந்திருக்கிறது. அந்தப் பகுதியின் வருவாயை அதுவே நிர்வகித்திருக்கிறது.

இந்த கிராமப்புறக் குடியரசு எப்படி உருவாகியிருந்தது என்பது முக்கியமல்ல. அது ஒரு சிலரால் கட்டுப்படுத்தப்பட்டிருந்ததா, பல்வேறு ஜாதி, தொழில் குழுவின் பிரதிநிதிகளைக் கொண்டிருந்ததா, அவற்றுக்குள்ளான உப ஜாதிகளைக் கொண்டிருந்ததா, அல்லது குடும்ப உறுப்பினர்களால் நிர்வகிக்கப்பட்டதா அல்லது வேறு ஏதாவது வழியில் நிர்வகிக்கப்பட்டதா என்பது முக்கியமல்ல. கிராமப்புறக் குடியரசு என்பது எப்படியான அதிகாரத்துடன் விளங்கியது; எப்படித் தன் வளங்களை அது நிர்வகித்தது; எப்படிப் பகிர்ந்துகொடுத்தது; எப்படிப் பயன்படுத்திக்கொண்டது இவையே இங்கு கவனத்தில் கொள்ளவேண்டிய அம்சம்.

அசோகர், விஜயநகரம், மொகலாயர் போன்றவர்களின் சாம்ராஜ்ஜியங்கள் பற்றியும் பிற கீழைத்தேய சர்வாதிகாரம் பற்றியும் எவ்வளவோ எழுதப்பட்டிருக்கின்றன. என்றாலும் இந்திய சமுதாயமும் இந்திய அரசியல் அமைப்பும் சரித்திரம் முழுவதிலும் மையம் அழிக்கப்பட்டதாகவே இருந்திருக்கிறது என்பதில் எந்த சந்தேகமும் இல்லை. இப்போதைய ஆய்வுகளில் மட்டுமல்ல. 18,

19ம் நூற்றாண்டு அறிக்கைகள், ஆய்வுகள், கையெழுத்துப் பிரதிகள் அனைத்திலுமே இதற்கான சான்றுகள் இருக்கின்றன. ஜஹாங்கீரின் வரி வசூல் தொகையானது அவருடைய சாம்ராஜ்ஜியத்தின் ஒட்டு மொத்த வருமானத்தில் வெறும் ஐந்து சதவிகிதம் மட்டுமே. அவுரங்கசீப் தனது ஆட்சிகாலத்தில் வரி விதிப்பை மிக அதிகமாக அதிகரித்திருந்தபோதிலும் ஒட்டுமொத்த வருவாயில் 20% மட்டுமே அவரால் வசூலிக்கப்பட்டது. இவையெல்லாம் இந்திய அரசு எவ்விதம் நடந்திருக்கிறது என்பதை விளக்குகின்றன.

இந்த மையம் அழிந்த அமைப்புதான் இந்திய அரசைப் பலவீனமானதாக்கியிருக்கிறது; ராணுவரீதியாகப் பலம் குறைந்ததாக ஆக்கியிருக்கிறது என்று சிலர் சொல்வதுண்டு. ஏனென்றால், அதிகாரம் மையத்தில் குவிந்த வலுவான ராணுவ அரசுகள்தான் நிலைத்து நிற்கும். இந்தக் கூற்று கவனத்தில் கொள்ள வேண்டிய உண்மைதான். சுமார் 100-200 ஆண்டுகளுக்கு முன்னால் இந்திய சமூகமும் அரசமைப்பும் எப்படிச் செயல்பட்டன என்பதை முதலில் தெரிந்துகொள்ளவேண்டும். மேலும் இந்திய சமூகத்தின் பல்வேறு பரிமாணங்கள், பலங்கள், பலவீனங்கள் பற்றியும் தெரிந்துகொண்டாக வேண்டும். ஐரோப்பிய எழுத்துகளில் இருந்து மட்டுமல்ல, இந்தியப் படைப்புகளில் இருந்தும் இதை நாம் புரிந்துகொள்ளவேண்டும். பல்வேறு பகுதிகளில் இருக்கும் சமூகங்கள், குழுக்கள் ஆகியவற்றின் நம்பிக்கைகள், பாரம்பரியங்கள் ஆகியவற்றை அடிப்படையாகக் கொண்டு சமூகம் தொடர்பான சித்திரத்தை உருவாக்கிக்கொள்ள வேண்டும். ஏனென்றால், அந்தத் தகவல்கள்தான் அந்தக் கால சமூகத்தைப்பற்றிய அழுத்தமான, நம்பகமான சித்திரத்தைத் தர முடியும். அவைதான் அந்த சமூகத்தின் அங்கமாக இருந்திருக்கின்றன.

பரந்து விரிந்து கிடக்கும் பிரிட்டிஷ் ஆவணங்களில் இருந்து ஓர் உண்மை தெரியவருகிறது. இந்திய கிராமப்புறங்களின் வருமானத்தில் உள்ளூர் காவல், நீர்ப்பாசன வசதிகள் ஆகியவற்றைப் போலவே கல்வி, மருத்துவ வசதி ஆகியவற்றுக்கும் அதிக முக்கியத்துவம் தரப்பட்டிருக்கிறது. இந்த வருமானமே உயர்கல்விக்கு மட்டுமல்லாமல் ஆரம்பக் கல்விக்கும் செலவிடப்பட்டிருப்பதாக அந்த ஆவணங்கள் தெரிவிக்கின்றன.[80] இந்த ஏற்பாடு நீங்கலாக குழந்தைகளின் பெற்றோரும் காப்பாளர்களும் தங்களால் முடிந்த அளவில் நன்கொடைகள், தானங்கள், வசதி இல்லாத மாணவர் களுக்கு உணவும் உறையுளும் தருதல் என உதவிகள் செய்து இந்தக் கல்விஅமைப்பைநிலைநிறுத்தியிருக்கிறார்கள். ஆனால், இப்படியாக ஆழமாக வேரூன்றிய, விரிவான, அனைத்துத் தரப்பினருக்கும் கல்வி வழங்கிய ஓர் அமைப்பு வெறும் கல்விக்கான கட்டணம் அல்லது

இலவசக் கல்வி, ஏழை மாணவர்களுக்கு உணவு போன்றவற்றால் மட்டுமே நிலைநிறுத்தப்பட்டிருக்கும் என்று நம்புவது அறியாமையே.

1780கள் 90களில் பிகார், வங்காளம் பற்றிய ஆவணங்களின்படி, கால்ஸா நீங்கலாக வேறு பிரிவுகளாகவும் இந்தப் பகுதிகளின் வருவாய் பிரிக்கப்பட்டிருந்தது. கால்ஸா என்பது ஒருவகை வருவாய் வரி வசூல் அமைப்பு. இதுவும் இதோடு சேர்ந்த சில வகைகளுக்கும் வருமானம் பகிர்ந்தளிக்கப்பட்டிருந்தது (ஒரு பகுதியில் 80% வருவாய் இவற்றுக்கு ஒதுக்கப்பட்டிருந்தது). சக்கரன் ஜமீன், பாஸி ஜமீன் என்பவை அதில் இரு பிரிவுகள். நிர்வாகம், பொருளாதாரம், கணக்கியல் பணிகளுக்கான தொகை இதில் சேகரிக்கப்படும். இதற்கு ஒரு குறிப்பிட்ட தொகை கிடைக்கும்வகையில் நிலங்கள் அல்லது பிற வருவாய் மூலங்கள் ஒதுக்கப்படும். பாஸி ஜமீன் என்பது மதம் சார்ந்த தான தருமம் சார்ந்த ஊக்கத்தொகைகளைச் சேகரிக்கும் அமைப்பு. மதம் சார்ந்த செலவினங்கள் பெரிதும் வழிபாட்டு மையங்களின் நிர்வாகத்துக்காகவே ஒதுக்கப்பட்டன. அனைத்து வகையான கோவில்கள், மசூதிகள், தர்காக்கள், சத்திரங்கள், மடங்கள் ஆகியவற்றுக்கு இந்த வருவாய் மூலங்கள் ஒதுக்கப்பட்டன. அக்ரஹாரங்களுக்கு, வங்காளத்திலும் தென் இந்தியாவிலும் அழைக்கப்படுவதுபோல் பிரம்மதேயம் என்ற பெயரில் ஒரு பகுதி ஒதுக்கப்படும். எனினும் இந்த ஒதுக்கீடுகள் பலதரப்பட்டவர்களுக்குத் தரப்பட்டிருக்கின்றன. பண்டிதர்கள், புலவர்கள், ஜோதிடர்கள், மருத்துவர்கள், நாவிதர்கள், விதூஷகர்கள், உத்தரப்பிரதேசத்தில் கங்கைநதி நீரைத் திருவிழாக்காலங்களில் குறிப்பிட்ட கோவில்களுக்கு எடுத்துச் செல்பவர்கள் எனப் பலதரப்பட்டவர்களுக்கு இப்படியாக நிலங்கள் தானமாகத் தரப்பட்டதுண்டு.[81]

பாஸி ஜமீன்[82] என்ற பெயரில் வரி இல்லாத நிலங்களாகக் கிட்டத்தட்ட பாதிக்கு மேற்பட்ட நிலங்கள் இருந்ததாக வங்காளத்தில் ஹெட்கலீ பகுதி தொடர்பாக 1700ல் சேகரிக்கப்பட்ட ஆவணங்கள் தெரிவிக்கின்றன. இந்த பாஸி ஜமீன் (இது தனி நபர், குழுக்கள், நிறுவனங்கள் என அனைவருக்கும் தரப்பட்டது) பிகார், வங்காளத்தில் பாஸி ஜமீன் தரப்பட்டவர்களின் எண்ணிக்கை 30,000லிருந்து 36,000 ஆக இருந்திருக்கிறது. ஹெச்.டி.பிரின்ஸெப்[83] என்பவரின் கூற்றுப்படி 1780ல் வங்காளத்தில் பாஸி ஜமீன் பதிவுக்கு வந்த விண்ணப்பங்களின் எண்ணிக்கை 72,000ஆக இருந்திருக்கிறது.

மதராஸ் பிரஸிடென்ஸியிலும் நிலைமையில் பெரிய மாற்ற மில்லை. இத்தனைக்கும் பிரிட்டிஷார் இந்தப் பகுதியின் முழு எஜமானர்கள் ஆனதும் 1750-1800 காலகட்டத்தில் இந்தியப் பாரம் பரிய அமைப்புகளைச் சிதைத்து அழிக்க ஆரம்பித்திருந்தார்கள்.

1801 வாக்கில் இன்றைய ராயல சீமா, கன்னட பெல்லாரி மாவட்டம் போன்ற பகுதிகளில் 35% நிலம் வரியில்லா நிலமாக இருந்திருக்கிறது. தாமஸ் மன்ரோ அந்த எண்ணிக்கையை ஐந்து சதவிகிதமாகக் குறைக்க முயற்சிகள் எடுத்திருக்கிறார். இந்த முயற்சிகள் பிற மாநிலங்களிலும் இதைத் தொடர்ந்து மேற்கொள்ளப்பட்டன. சில இடங்களில் அவை நடைமுறைக்கு வர நீண்ட காலம் எடுத்துக்கொண்டது.

1805-20 காலகட்டத்தில் மதராஸ் பிரஸிடென்ஸியில் பல்வேறு மாவட்டங்களில் இருந்து கிடைத்த வருவாய் கணக்குகள் இந்த நிலப் பங்கீடு பற்றி (அல்லது தானிய, பண நன்கொடைகள்) பல தகவல்களைத் தருகின்றன. அவை அதுவரையில் தொடர்ந்து அனுமதிக்கப்பட்டன. அல்லது பல்வேறு தனிநபர்கள், நிறுவனங் களுக்குப் பிரித்துத் தரப்பட்டிருந்தன. அரசு புதிய கொள்கையை அமல்படுத்தியபோதோ அல்லது யாருக்கேனும் புதிதாக இந்தச் சலுகைகள் தரப்பட வேண்டியிருந்தாலோ இந்தப் புள்ளிவிவரங்கள் சேகரிக்கப்பட்டிருக்கின்றன. தஞ்சாவூரில் 1813ல் எடுக்கப்பட்ட புள்ளிவிவரங்களின்படி, நில மானியங்கள் பெற்ற சிறிய, பெரிய கோவில்களின் எண்ணிக்கை 1013.[84] தனி நபர்களின் எண்ணிக்கை 350-400. இந்த விவரங்கள் பின்னிணைப்பு ஜி மற்றும் ஹெச்சில் தரப்பட்டுள்ளன. கோவில்களுக்குக் கிடைத்த தொகை 43,037 ஸ்டார் பகோடாக்கள். தனி நபர்களுக்கு 5929 ஸ்டார் பகோடாக்கள் (ஸ்டார் பகோடா என்றால் ரூ 3.50).

வங்காளம், பிகார், மதராஸ் பிரஸிடென்ஸியைப் போலவேதான் பம்பாய்பிரஸிடென்ஸி, பஞ்சாப், ராஜஸ்தான்போன்ற பிறபகுதிகளும் இருந்தன. இதுபோன்ற நில மானியங்களாக ஒதுக்கப்பட்டவை எல்லா இடங்களிலும் பிரிட்டிஷ் ஆவணங்களைப் பொறுத்தவரையில் கிட்டத்தட்ட ஒரே மாதிரியாகவே இருக்கின்றன. பிரிட்டிஷார் அனைத்தையும் தலைகீழாகக் கவிழ்த்துப் போடும்வரை இந்தியப் பாரம்பரிய சமுதாயத்தில் வருமானத்தில் மூன்றில் ஒரு பங்கானது சமூக, கலாசாரக் கட்டமைப்புகளின் தேவைகளுக்காக ஒதுக்கப் பட்டிருந்தன.

இதுபோல் மானியமாகத் தரப்பட்ட நிலங்களில் விவசாயம் செய்தவர்களால் செலுத்தப்பட்ட வரி வெகு குறைவாக இருந்தது. வங்காளத்தின் ஆய்வாளர்களால் 1770கள் 80களின் தொடக்கத்தில் எடுக்கப்பட்ட தரவுகளின்படி, பாஸி நில மானியம் பெற்றவர்களுக்கு விதிக்கப்பட்ட வரி கால் பங்கு அல்லது மூன்றில் ஒரு பங்காக இருந்தது. கால்ஸா[85] நிலங்களாக வகைப்படுத்தப்பட்டவற்றுக்கு பிரிட்டிஷார் விதித்த அதே அளவு வரி இந்த நிலங்களுக்கும் விதிக்கப்பட ஆரம்பிக்கப்பட்டது. இந்த வகை நிலங்களின்

எண்ணிக்கை அதிகரித்து பிற வகை நிலங்கள் எல்லாம் மறைய ஆரம்பித்தன. மதராஸ் பிரஸிடென்ஸியில் இருக்கும் பல்வேறு மாவட்டங்களிலும் 1820கள்வரை நிலமை இதுவாகவே இருந்திருக்கிறது.[86] மேலும் மலபார் பிரதேசத்தில் ஆச்சரியப்படும் வகையில் 1750 காலகட்டம் வரையிலும் நில வரி என்பதே இருந்திருக்கவில்லை.[87] வேறுவித வர்த்தக, சட்டரீதியான வரிகள் இருந்திருக்கின்றன. ஐரோப்பியர்கள், ஹைதர் அலி, திப்பு சுல்தான் போன்றோரால் அமைதி முற்றாகக் குலைக்கப்படுவதுவரை எந்த விதமான வரியும் மலபார் பிரதேசத்தில் யாரும் தந்திருக்கவில்லை. திப்புவின் காலகட்டத்தில்கூட மலபாரில் வரி மிகவும் குறைவாகவே இருந்திருக்கிறது.

படை வீரர்கள், உள்ளூர் காவலர்கள் எனப் பல்வேறு பிரிவினருக்குத் தரப்பட்ட நில மானியங்கள் பிரிட்டிஷாரின் ஆட்சி அமலானதைத் தொடர்ந்து (வங்காளம், பிகாரில் 1757-58 வாக்கில்) ரத்து செய்யப்பட்டன. சக்கரன் ஜமீன், பாஸி ஜமீன் ஆகியவை அதன் பிறகே வந்தது. 1770வாக்கில் பிந்தையது பாதிப்படைந்தது. 1800வாக்கில் இவற்றில் பெரும்பகுதி சலுகைகள் ரத்து செய்யப்பட்டு விட்டன. எஞ்சியவற்றில் பெரும்பாலானவற்றுக்கு வழங்கப்பட்ட வசதிகள் பல வழிகளில் குறைக்கப்பட்டுவிட்டன. அந்த வழிகளில் ஒன்று சலுகை பெற்றவர்களுக்கும் அவர்களுக்கு வருமானத்தைத் தரும் மூலங்களுக்கும் சேர்த்து வரி விதிக்கப்பட்டன. வரி உயர்த்தப் பட்டதோடு, ஒதுக்கப்பட்ட நிலங்களின் அளவும் குறைக்கப்பட்டது. அடுத்ததாக பணத்தின் மதிப்பு கீழிறக்கப்பட்டது. தனி நபரானாலும் நிறுவனமானாலும் முந்தைய வருமான மூலங்களில் சிலவற்றைத் தக்க வைத்துக்கொள்ள அனுமதிக்கப்பட்ட போதிலும் முந்தைய ஆண்டுகளில் செய்ததுபோல் எந்தச் செயலையும் செய்ய முடியாத படிக்கு நிலைமை மோசமானது. யாருடைய மானியங்கள் முற்றாக ரத்து செய்யப்பட்டனவோ அவர்கள் வறுமையில் வீழ்ந்தனர். இந்த வருமானத்தை நம்பியிருந்த பல்வேறு சமூகச் செயல்பாடுகளை நிறுத்த வேண்டியது வந்தது. அரசின் தடை போன்ற காரணத்தோடு போதிய பண வசதி இல்லாததால் பல விஷயங்கள் முடங்கிப் போயின.

சமஸ்கிருதம், பாரசீக மொழிக்கல்வி, சில நேரங்களில் ஆரம்பக் கல்வி போன்றவற்றை வழங்கிய ஆசிரியர்களுக்கு சில மானியங்கள் தரப்பட்டது தொடர்பாக இங்குமங்குமாகச் சில குறிப்புகள் இடம்பெற்றிருக்கின்றன (மதராஸ் பிரஸிடென்ஸி கலெக்டர்கள் தந்த அறிக்கை பின்னிணைப்பில் இடம்பெற்றுள்ளது. அதைப் பார்க்கவும்). வேறு சில கலெக்டர்கள் வேறு வகையான மானியங்கள்

இருந்தது பற்றியும் குறிப்பிட்டிருக்கிறார்கள் (அவை திப்பு சுல்தானால் தொடங்கப்பட்டதாகச் சொல்லப்படுகின்றன. பிரிட்டிஷார் அந்தப் பகுதிகளைக் கைப்பற்றியபோது அந்த வருவாயை அரசுக்குக் கிடைக்கும்படி செய்தனர்).

1792-1806 காலகட்டத்து ஆவணங்கள், முன்பு மானியமாகக் கொடுக்கப்பட்டவற்றை திப்பு சுல்தான் பல்வேறு உத்தரவுகள் மூலம் ரத்து செய்ததாகத் தெரிவிக்கின்றன. ஆனால், அவையெல்லாம் வருவாய் அதிகாரிகளின் விருப்பத்துக்கு ஏற்ப பல நேரங்களில் நடைமுறைப்படுத்தப்படாமல் இருந்தன என்றும் அதே ஆவணங்கள் தெரிவிக்கின்றன. எதிரிகளுக்கு ஒருவித அச்சுறுத்தலாக இருக்கும் என்று நினைத்து திப்பு செய்த இந்த விஷயங்கள் பிரிட்டிஷார் ஆட்சிக் காலத்தில் நடைமுறையாகவே மாற்றப்பட்டுவிட்டன.

பிரிட்டிஷார் கைப்பற்றிய இடங்களில் (ஆற்காடு நவாபின் சார்பாக அல்லது ஹைதராபாத் நிஜாமின் சார்பாகக் கைப்பற்றிய இடங்கள் அல்லது தஞ்சாவூரின் பல்வேறு ராஜாக்களின் சார்பாக ஆட்சி புரிந்த இடங்களில்) இந்த நில மானிய ரத்து 1800க்கு முற்பட்ட காலத்தில்தான் மும்மரமாக நடந்தேறியிருக்கின்றன. 1750களுக்குப் பிறகு இந்த நடைமுறை ஆரம்பித்தது. 1780களில் தென் இந்தியாவில் பிரிட்டிஷாரின் ஆதிக்கம் வலுவடைய ஆரம்பித்தபோது ஆற்காடு நவாபுக்காக வசூலிக்கப்பட்டதாகச் சொல்லப்பட்ட வருவாய்கள் அனைத்துமே பிரிட்டிஷாருக்கே போய்ச் சேர்ந்தன. மாவட்டச் செலவினங்கள் என்ற பெயரில் தரப்பட்ட பணமானது அப்படியே முற்றாகக் குறைக்கப்பட்டது. முன்பு அந்தப் பணம் அந்த மாவட்டத்துப் பணிகளுக்காக மாவட்டத்தாலேயே பயன்படுத்தப் பட்டன. ஆனால், அவை பெயரளவில் ஆற்காடு நவாபின் கணக்குப் புத்தகங்களில் காட்டப்பட்டது. திருச்சி போன்ற சில மாவட்டங்களில் மாவட்டச் செலவுகள் 93% குறைக்கப்பட்டுவிட்டன. 2,82,148 ஸ்டார் பகோடாவாக இருந்த அந்தச் செலவு வெறும் 19,143 ஆகக் குறைக்கப்பட்டது.

இந்தியப் பாரம்பரியக் கல்வி பற்றிய பெல்லாரி கலெக்டரின் அறிக்கை மிகவும் புகழ் பெற்றது. இந்தியப் பாரம்பரியக்கல்வி பற்றிய கட்டுரைகள் பலவற்றிலும் அது மேற்கோள் காட்டப்பட்டிருக்கிறது.[88] மிகவும் நீளமான அது பல அம்சங்களைத் தெளிவுபடுத்தக்கூடியது. அந்தத் தரவுகள் அத்துனை விரிவானவை அல்ல. என்றாலும் ஒரு கலெக்டர் என்ன சொல்ல முடியுமோ அதைத் தெரிவிக்கின்றன. தேசத்தைப் பீடித்த பொதுவான வறுமையினால் கல்வி அமைப்பு மெள்ள சிதைய ஆரம்பித்துவிட்டிருக்கிறது என்று அதில் தெரிவித்திருக்கிறார்.

'ஐரோப்பிய பொருட்களின் வருகையால் உள்ளூர் தொழிலாளர் வர்க்கங்கள் வெகுவாக நசிந்துவிட்டன; உள்ளூர் அரசு மற்றும் அதிகாரிகள் தமது முதலீட்டை உள்ளூர் தொழில்களுக்குத் தந்து அதை விரிவுபடுத்தியிருந்தனர். அந்த முதலீடு தற்போது ஐரோப்பியர்கள் வசம் போய்விட்டிருக்கிறது. மேலும் ஐரோப்பியர்கள் இந்தியாவில் தற்காலிக முதலீடு செய்வதுகூட சட்டத்தால் தடுக்கப்பட்டிருக்கிறது. எனவே இந்தியப் பணமானது தினம் தினம் உறிஞ்சப்பட்டதால் வறுமைக்குள் இந்தியா வீழ்ந்துவிட்டிருக்கிறது. இதனால் கிராமங் களில் முன்பு பல பள்ளிகள் இருந்தன. இப்போது ஒன்று கூட இல்லை.

எந்தவொரு நாட்டிலும் அரசின் ஆதரவு இல்லையென்றால் அங்கு கல்வி வளர்ச்சி அடையவே முடியாது. இந்தியாவில் அறிவியல் துறைகளுக்கு முன்பு தரப்பட்டு வந்த உதவிகள் நிறுத்தப்பட்டு விட்டன. இப்போது மாவட்டத்தில் இருக்கும் 533 கல்விமையங்களில் ஒன்றுக்குக்கூட அரசின் ஆதரவு கிடைக்கவில்லை என்பதைச் சொல்ல வெட்கப்படுகிறேன். முந்தைய இந்து அரசாங்கங்களில் கல்விக்கு மிக அதிக அளவில் பண உதவியும் நில மானியங்களும் தரப்பட்டிருந்தன என்பதில் எந்த சந்தேகமும் இல்லை. இப்போது இந்த மாவட்டங்களில் பிராமணர்களுக்குத் தரப்படும் அந்தக் கணிசமான உதவிகள் இதற்கான சான்றுகளாகத் திகழ்கின்றன.'

இறுதியாக அவர் சொல்கிறார்: முந்தைய அரசுகள் கொடுத்த உதவிகள் எந்தவித வரையறைகளுக்கும் நிபந்தனைகளுக்கும் உட்படாதவையாக இருந்திருக்கின்றன. சில துறவிகள் அல்லது பண்டிதர்களின் தேவைகளைக் கவனித்துக்கொள்ள அல்லது அவர்களுடைய ஆசியைப் பெறும் நோக்கில் இந்த நல்கைகள் மிகவும் தாராளமாகத் தரப்பட்டன. அப்படி நல்கைகள் பெற்ற அனைவருமே ஏதாவது கல்வித் துறைகளுக்கான பள்ளிகளை நடத்தி வந்திருக்கிறார்கள். அங்கு இலவசமாகவே கல்வி தரப்பட்டிருக்கிறது. நல்கைகள் வழங்கும்போது கல்விக்கு என்று தனித்துக் கூறப்பட்டிருக்கவில்லையே தவிர இந்த இலவசக் கல்வியைத் தரும் கடமை உள்ளடங்கியதாகவே இருந்திருக்கிறது.[89]

பெல்லாரியின் கலெக்டர் ஏ.டி.கேம்பல் மிகவும் அனுபவமும் திறமையும் வாய்ந்தவர். வருவாய்த்துறைச் செயலராக இருந்தவர். தாமஸ் மன்ரோவின் அன்புக்குப் பாத்திரமானவர். 1826 மார்ச் 10ல் தாமஸ் மன்ரோவுக்கு எழுதிய கடிதத்தில், 'இந்திய பாரம்பரியக் கல்வி முந்தைய காலங்களில் மிகச்சிறப்பானதாக இருந்திருக்கிறது என்பதில் எந்த சந்தேகமும் இல்லை' என்று தெரிவித்திருக்கிறார். பிரிட்டிஷார் அதிகாரக் குவிப்பில் ஈடுபட்டு மையத்தில் அனைத்தையும் குவிக்க ஆரம்பித்ததைத் தொடர்ந்து அந்தப் பாரம்பரியக் கல்வி அமைப்பு பாதிப்புக்குள்ளாகி சிதைவுற்று அழிந்தேபோனது. இந்த

உண்மையை கவர்னர் போன்ற பெரிய பதவியில் இருந்த தாமஸ் மன்ரோவால் அதிகாரபூர்வ அரசு ஆவணங்களில் நிச்சயம் இவ்வளவு வெளிப்படையாகச் சொல்லியிருக்க முடியாதுதான்.

இதுபோன்ற உதாரணங்கள் ஏராளம் சேகரிக்க முடியும். இந்தியாவின் பல்வேறு பகுதிகள் பற்றிய பிரிட்டிஷ் காலகட்டத்து ஆவணங்களைத் தேடிப் பார்த்தாலே போதும். லெய்ட்னர் பஞ்சாபின் நிலை தொடர்பாக இப்படித்தான் நடுநிலையோடு ஆராய்ந்து தன் முடிவுகளை தெரிவித்திருக்கிறார். காந்திஜியைப் பொறுத்தவரையில் அவருடைய உள் மனது இது தொடர்பாக என்ன சொன்னதோ அதுவே உண்மையைப் புரிந்துகொள்ளப் போதுமானது. அதனால்தான், 'என் முன் தீர்மானம் அல்லது யூகம் சரி என்றே எனக்குத் தோன்றுகிறது. சாத்தம் ஹவுஸில் நான் சொன்னதைப் பின்வாங்க நான் தயாரில்லை' என்று ஹெர்டாக்குக்கு மிகுந்த தன்னம்பிக்கையுடன் பதில் தெரிவிக்க அவரால் முடிந்திருக்கிறது.

IX

இந்தியப் பாரம்பரியக் கல்வி அமைப்பு பற்றி இறுதியான மதிப்பீட்டுக்கு வந்துவிட்டிருக்கிறோம். அதிகம் மேற்கோள் காட்டப்பட்ட பெல்லாரி கலெக்டர் ஏ.டி.கேம்பல் எழுதிய நீண்ட கடிதம் லண்டனால் ஒரு விஷயத்தை நிலைநாட்டவே பெரிதும் பயன்படுத்தப்பட்டது. அதாவது 'இந்தியாவில் வாசிப்பும் எழுத்தும் வெறும் வணிக நோக்கங்களைப் பூர்த்திசெய்யும் நோக்கிலேயே பெறப்பட்டன. எழுதப் படிக்கவும் எளிய கணக்குகள் போடவும் கற்றுக்கொண்டது தவிர பெரும்பாலானவர் பெற்ற கல்வி என்பது அதைத் தாண்டி வேறு எதையும் கற்றுத்தரவில்லை' என்றே பிரிட்டிஷார் சொன்னார்கள்.

எவை கற்றுத் தரப்பட்டன என்பது மிகவும் முக்கியமான விவாதத்துரிய பொருள்தான். இந்தியப் பாரம்பரியக் கல்வி தரம் குறைந்தது; அதனால் அது அழிவைச் சந்தித்தது என்ற முடிவுக்கு வர அதுவே காரணமாக அமைந்தது. காந்தியின் வார்த்தையில் சொல்வதானால் அதன் பொருள் வேரோடு பிடுங்கி எறிதல். ஆனால், அப்படியான முடிவை எடுக்க இந்தியப் பாரம்பரியக் கல்வியில் வெறும் எழுதப் படிக்கவும் சொற்ப கணிதப் பாடங்களும் மட்டுமே கற்றுத் தரப்பட்டது என்பது காரணமல்ல. ஏனென்றால் அதே காலகட்டத்தில் இங்கிலாந்திலும் மதம் சார்ந்த கல்வி நீங்கலாக பிற பள்ளிகளில் இதே பாடங்கள்தான் இன்னும் சொல்லப்போனால் இதைவிடக் குறைவான கல்வியே தரப்பட்டிருந்தது. முன்பே

சொன்னதுபோல் 1835ல் இங்கிலாந்தில் பள்ளிப் பருவம் என்பது வெறும் ஒரு வருடமாக மட்டுமே இருந்திருக்கிறது. 1851ல் அது இரண்டு வருடமாக ஆகியிருக்கிறது அவ்வளவுதான்.

ஏ.இ.டாப்ஸின் கூற்றுப்படிப் பார்த்தால் எழுதக் கற்றுத் தருவது 'மோசமான பின்விளைவுகளை ஏற்படுத்தும்' என்பதால் கிராமப்புறங்களில் அது தவிர்க்கவும்பட்டிருக்கிறது.

பிரிட்டிஷாரின் எல்லையற்ற வருமான (வரி) ஆசையே (கேம்பல் இதை அழுத்தமாக விவரித்திருக்கிறார்) இந்தியப் பாரம்பரிய பொருளாதார அமைப்பை அழிய வைத்தது. அந்தப் பாரம்பரிய அமைப்புத்தான் அதன் கலாசார, மத, கல்வி அமைப்புகளை நிலை நிறுத்தியிருந்தது. பிரிட்டிஷ் ஆட்சி இந்தியாவில் நெருக்கடி இல்லாமல் வேரூன்றவும் தொடர்ந்து வளரவும் இந்தியப் பாரம்பரிய அமைப்புகளை அழிப்பது மிகவும் அவசியமாகவே இருந்திருக்கிறது. அந்த எண்ணம்தான் மெக்காலே, பெனட்டிக் போன்றவர்கள் இந்தியாவில் ஆங்கிலமயமாக்கப்பட்ட உயர்கல்வி வலுவாக வேரூன்றும்வரை இந்தியாவின் விரிவான பாரம்பரிய ஆரம்பக் கல்வி அமைப்பை முற்றாகப் புறக்கணிக்க வைத்தது. ஆடம் போன்றவர்கள் பாரம்பரியக் கல்வி அமைப்பை வளர்த்தெடுக்கவேண்டும் என்று சொன்னார்கள்.

1813ல் வில்லியம் வில்பர்ஃபோர்ஸினால் இந்தக் கருத்து மிகவும் வலுவாக வெளிப்படையாக அறிவிக்கப்பட்டது. 'இந்தியர்கள் தமது மதம் சார்ந்த மூட நம்பிக்கைகளினால் பீடிக்கப்பட்டிருப்பதால், சமூக, ஒழுக்க விஷயங்களில் மிகவும் மோசமான இழிவான நிலையில் இருக்கிறார்கள்'[90] என்று அவர் குறிப்பிட்டிருக்கிறார். மெக்காலேயும் இதுபோன்ற ஒரு பிம்பத்தையே காட்டியிருக்கிறார். 'இந்தியர்களின் ஒட்டுமொத்த அறிவும் ஒரு நல்ல ஐரோப்பிய நூலகத்தில் ஒரு அலமாரியில் இருக்கும் புத்தகங்களுக்குக் கூட ஈடாகமுடியாது' என்று கூறினார். இங்கிலாந்தில் ஆரம்பப் பள்ளிகளில் கற்றுத் தரப்படும் விஷயங்களைவிட சமஸ்கிருதத்தில் எழுதப்பட்டிருக்கும் அனைத்துப் படைப்புகளும் தரத்தில் குறைந்தவையே[91] என்று அவர் கூறியிருக்கிறார். மெக்காலேயைப் பொறுத்தவரையில் இந்திய அறிவுத் துறைகள் அனைத்தும் அபத்தமானவையே. அபத்தமான வரலாறு, அபத்தமான தத்துவம், அபத்தமான இயற்பியல், அபத்தமான இறையியல். இந்தியாவில் இருக்கும் எல்லாமே அபத்தம்.

இதற்குச் சில காலம் கழித்து கார்ல் மார்க்ஸும் இந்தியா குறித்து இதுபோன்ற கருத்துகளையே எழுதியதை நாம் பார்க்க முடிகிறது. இத்தனைக்கும் அவர் இந்தியா குறித்து பிரிட்டிஷ் ஆவணங்கள்

பலவற்றைப் படித்துப் பார்த்திருக்கிறார். அதன் பிறகும் இந்த முடிவுக்கே வந்திருக்கிறார். இந்தியர்களின் முடிவற்ற துன்பங்கள் பற்றிப் பேசும்போது 'கிறிஸ்தவக் கோட்பாட்டின்படி உலகம் ஆரம்பிக்கப்படுவதற்கு முன்பிருந்தே இந்தியா வேதனையில் உழல்வதாக இந்திய நூல் ஒன்றை மேற்கோள் காட்டித் தெரிவித்திருக் கிறார். ஜூன் 1853, 25 அன்று நியூயார்க் டெய்லி டிரிப்யூனில், 'இந்திய வாழ்க்கை எப்போதுமே தரக்குறைவானதாக, தேங்கியதாக, மந்தமானதாகவே இருந்திருக்கிறது. 'மனிதர்களே இயற்கையின் மன்னர்கள்' என்ற கூற்றுக்கு மாறாக கொடூர மான இயற்கை வழிபாட்டில் ஈடுபடுபவர்கள்' என்று கூறியிருக் கிறார். அந்தக் காலகட்டத்து ஐரோப்பியச் சிந்தனையில் அந்தக் கருத்தே வலுவாக இருந்தது. அப்படியாக கார்ல் மார்க்ஸின் முடிவு என்னவென்றால் இந்தியாவில் இங்கிலாந்து என்ன விதமான குற்றங்களைச் செய்திருந்தாலும் இந்தியாவின் மேற்கத்தியமயமாதலைக் கொண்டு வருவதில் 'சரித்திரத்தின் பிரக்ஞைநிலையைத் தாண்டிய ஆழ்மனக் கருவி அதுவே' என்று உற்சாகத்துடன் தெரிவித்திருக்கிறார்.

இந்தியக் கலாசாரம், நாகரிகத்தை இப்படி முற்றாக நிராகரிக்கும் பொறுப்பு உண்மையில் ஜேம்ஸ் மில்லுக்குத் தரப்பட்டு விட்டது போலும். ஹிஸ்டரி ஆஃப் பிரிட்டிஷ் இந்தியா என்ற தன்னுடைய மூன்று தொகுப்புகள் கொண்ட மிகப் பெரிய நூலில் அவர் அதையே செய்திருக்கிறார். அந்த நூலின் முதல் பதிப்பு 1817ல் வெளியானது. அதன் பிறகு பிரிட்டிஷ் இந்திய சாம்ராஜ்ஜியத்தில் பணிபுரிய விரும்பும் அனைவருக்குமான ஆதார நூலாக அது ஆனது. அந்த நூல் வெளியானதில் இருந்து சமீப காலம்வரையிலும் அந்த'ஹிஸ்டரி' நூலே இந்தியாவின் வரலாறு பற்றி எழுதியவர்களுக்கு அடிப்படைச் சட்டகத்தை உருவாக்கித் தந்திருக்கிறது. எனவே, இந்தியர்களையும் இந்தியாவையும் பற்றி உருவான தீர்மானங்களில் ஜேம்ஸ் மில்லின் கருத்துகள் ஏற்படுத்திய தாக்கத்தைக் குறைத்து மதிப்பிட்டு விடக்கூடாது.

மில்லைப் பொறுத்தவரையில், 'இந்துக்களும் முஸ்லீம்களும் ஒரே விதமாக நம்பகமின்மை, விசுவாசமின்மை, நம்பிக்கைத் துரோகம் மிகுந்தவர்கள்; அடுத்தவர்களின் உணர்வுகளுக்கு முக்கியத்துவம் தராதவர்கள்; ஊழல், ஒழுக்கமின்மை மிகுந்தவர்கள். முஸ்லிம்கள் கையில் பணமிருந்தால் கேளிக்கை, கொண்டாட்டங்கள் என ஈடுபடு வார்கள். இந்துக்கள் வறுமையில் உழல்பவர்கள். எதிலும் ஆர்வம் இல்லாதவர்கள், துறவியைப் போன்று வாழ்பவர்கள். உண்மையில் இந்துக்கள் அலிகளைப் போல் அடிமைப் பண்புகளில் தலைசிறந்து

விளங்குபவர்கள். 'ஒரு நாகரிகமற்ற சமுதாயத்தில் இருப்பவர்கள் எந்த அளவுக்கு ஏமாற்றுக்காரர்களாகவும் பொய், நம்பிக்கைத் துரோகம் ஆகியவற்றில் ஈடுபடுபவர்களாகவும் இருப் பார்களோ அதைவிட இந்துக்கள் படுமோசமானவர்கள்.' மேலும் சீனர்களைப் போல் இந்துக்களும் அவர்களைப் பற்றிய விஷயங்களில் எல்லாவற்றையும் மிகைப்படுத்துவதில் கைதேர்ந்தவர்கள். இருவருமே கோழைகள், பிறருடைய உணர்வுகளுக்கு மரியாதை தராதவர்கள். அடுத்தவர்கள் மீது மிகுந்த வெறுப்பு கொண்டவர்கள். இருவரும் அருவருக்கத்தக்க அளவு அசிங்கமானவர்கள்; அசுத்தமானவர்கள். அவர்களுடைய வீடுகளும் அப்படியே அசுத்தமாகவே இருக்கும்.'

மில்லைப் பொறுத்தவரையில் நிலப்பிரபுத்துவ காலகட்டத்து ஐரோப்பியர்கள்கூடத் தத்துவ ஞானத்தில் இந்தியர்களைவிட மேலானவர்கள் (ரோமன் சர்ச்சின் தீய செயல்களையும் அறிஞர்களின் குறைகளையும் விலக்கிவிட்டுப் பார்த்தால்) மேலும் நிலப்பிரபுத்துவ சமூக அமைப்பின் குறைகளையும் தாண்டி அரசமைப்பு, சட்ட திட்டங்கள் ஆகியவற்றில் ஐரோப்பியர்கள் பல மடங்கு உயர்ந்தவர்கள்.

இந்துக்களின் கவிதையோடு ஒப்பிடுகையில் ஐரோப்பியர்களின் கவிதைகள் வெகு உயர்ந்தவை. ஐரோப்பா போன்ற தேசங்களின் போர்த்திறமையோடு ஒப்பிடுகையில் இந்தியா மிக மிக பலவீன மானது என்பதைத் தனியே சொல்லத் தேவையே இல்லை. ஐரோப்பியர்களின் விவசாயம் ஹிந்துக்களின் விவசாயத்தைவிடப் பல படிகள் உயர்ந்தது. இந்தியாவில் சாலைகள் என்பவை காட்டுப் பாதையைவிடக் கொஞ்சம் மேலானவை அவ்வளவுதான். ஆறுகளின் மேலே பாலங்களே கிடையாது. மருத்துவம் பற்றி அறிவியல் பூர்வமான ஒற்றை நூல் கூடக் கிடையாது. இந்துக்களுக்கு அறுவை சிகிச்சை என்பதே தெரியாது. நடத்தை, பழக்க வழக்கங்கள், வீரம், ஆண்மை இவற்றில் ஐரோப்பியர்கள் இந்துக்களைவிடப் பல மடங்கு உயர்ந்தவர்கள்.

ஐரோப்பியர்களைவிட இந்துக்கள் சிறந்து விளங்கும் விஷயங்கள் என்னவென்று பார்த்தால், நெசவு, நூல் நூற்றல், சாயம் ஆகியவற்றில் இந்துக்கள் ஐரோப்பியர்களைவிட சிறந்து விளங்குகிறார்கள். அழகுப் பொருட்கள் குறிப்பாக நவரத்தினக் கற்களைச் சுத்தப்படுத்துவதிலும் அவற்றை வைத்து நகைகள் செய்வதிலும் இந்துக்கள் சிறந்தவர்கள். பெண்மை மிகுந்தவர்கள், பேச்சுக் கலையில் தேர்ந்தவர்கள். ஆனால் ஓவியம், சிற்பம், கட்டடக்கலை ஆகியவற்றில் ஐரோப்பியர்களுக்கு இணையாகச் சொல்லவே முடியாது. இந்துக்களின் தறியைப்

பார்த்தால் மிகவும் பரிதாபமாக மோசமான முறையில் வடிவமைக்கப் பட்டதாகவே தோன்றும். ஆனால், அது உற்பத்தி செய்யும் துணிகளின் மென்மையும்தரமும்ஆச்சரியமூட்டும்வகையில்சிறப்பாகஇருக்கும்.' கைவினைத்தொழில்களில் இந்தியர்கள் பெற்ற மேதைமைகூட அவர்களுடைய குறையாகவே பார்க்கப்பட்டிருக்கிறது. அதாவது, 'தன்னிடம் இருக்கும் முழுமையற்ற கருவிகளைத் திறம்படப் பயன்படுத்துவது என்பது பண்படாத சமூகத்தின் பொதுவான ஓர் அம்சமே' என்றே அதை ஒரு குறையாகவே மில் கூறியிருக்கிறார்.

இந்தக் கருத்துகளும் முன்முடிவுகளும் ஒரு தெளிவான தீர்மானத்துக்கு அவரைக் கொண்டுவந்தது. மில் எழுதுகிறார்:

நமது முன்னோர் எவ்வளவுதான் கரடுமுரடானவர்களாக இருந்த போதிலும் நேர்மையானவர்களாக அர்ப்பண உணர்வு மிகுந்தவர் களாக இருந்தனர். ஆனால், இந்துக்களின் பளபளப்பான வெளித் தோற்றத்துக்கு அடியில் ஒருவித ஏமாற்றுத்தனமும் துரோகமுமே இருக்கிறது. நாடோடி மத்திய கால கோதிக் மக்கள் ஓரளவுக்கு ஓரிடத்தில் நிலையாக வாழ ஆரம்பித்ததும் என்னவிதமான நாகரிக மான நிலையை எட்டுவார்களோ அந்த நிலையிலேயே இந்துக்கள் இருக்கிறார்கள்.[92]

ஜேம்ஸ் மில், வில்பர் போர்ஸ், மெக்காலே, கார்ல் மார்க்ஸ் போன் றோரையும் அவர்கள் பிரதிநிதித்துவப்படுத்திய கோட்பாடுகளையும் பொறுத்தவரையில் (தனி நபர்கள் என்ற அளவில் அவர்களுடைய மேதைமை என்னவாக இருந்தாலும் இந்தியா குறித்த அவர்களுடைய இந்தக் கருத்துகளே நமக்கு முக்கியமானவை) இந்தியர்களின் பழக்கவழக்கங்கள், நடைமுறைகள், நாகரிகம் எல்லாமே காட்டுமிராண்டித்தனமானவை. இந்தியா தன்னுடைய இந்தியத்தன்மையை விட்டொழித்தால் மட்டுமே நாகரிக சமுதாயமாக ஆக முடியும்.

மில்லைப் பொறுத்தவரையில் பயன்பாட்டியலை (யுடிலிடேரிய னிஸம்) முழு அளவில் அவர்கள் பின்பற்றியாகவேண்டும்.[93] வில்பர் ஃபோர்ஸைப் பொறுத்தவரை அவர் முன்வைக்கும் ஒரு வகையான கிறிஸ்தவத்தை இந்தியர்கள் பின்பற்றியாகவேண்டும். மெக்காலேயைப் பொறுத்தவரையில் இந்தியர்கள் ஆங்கிலமயமாக வேண்டும். கார்ல் மார்க்ஸைப் பொறுத்தவரையில் மேற்கத்திய மயமாகவேண்டும். இதுதான் இந்தியர்களது மீட்சிக்கான வழி. லண்டனில்இருந்துகொண்டுஇந்தியாவை20நீண்டஆண்டுகள்ஆண்ட ஹென்றி டண்டாஸுக்கு இந்தியர்கள் பிரிட்டிஷ் ஆதிக்கத்துக்குத் தம்மை ஒப்புக்கொடுத்தால் மட்டும் போதாது; அவர்கள் மூலம் கிடைக்கவிருக்கும் 'நன்மைகள், ஞானம் ஆகியவற்றுக்கும் அதன்

மூலம் அவர்களுக்குக் கிடைக்கும் ஆதாயங்களுக்காகவும் நன்றிக்கடன் பட்டவர்களாக இருக்கவேண்டும்.'[94] அதுபோல், நாகரிகமானவர்கள் என்று சொல்லத்தகுந்த அளவுக்குத் தகுதி உடையவர்களாக ஆகும் வரை நம்மால் பாதுகாக்கப்பட்டவர்களாக இருப்பது குறித்தும் அது தொடரவேண்டும் என்றும் நினைக்கக்கூடியவர்களாகவும் இருக்க வேண்டும்.

இந்திய கலாசாரம், சமூக அமைப்புகள் குறித்து இப்படியான ஒரேவிதமான கருத்து நிலவியதால், இந்தியக் கல்வி அமைப்பு அகற்றப்பட்டாக வேண்டிய அவசியம் இருந்தது. அதன் அழிவைத் துரிதப்படுத்த அந்தக் கல்வி அமைப்பு கேலிக்குள்ளாக்கப்பட்டால் மட்டும் போதாது; சிறுகச்சிறுகப் பட்டினி போடப்பட்டு அதன் ஆதார அடிப்படைகள் அழிக்கப்பட்டாக வேண்டியிருந்தது. இதற்கு அந்தக் கல்விமையங்கள் நேரடியாக மூடப்படவோ அந்தக் கட்டமைப்பு குலைக்கப்படவோ செய்யப்படவில்லை. அந்த அழிவைக் கொண்டு வர எந்த அதிரடி நடவடிக்கையும் எடுக்கப்படவும் இல்லை. அப்படியான நடவடிக்கைகளுக்கு அவசியம் இருந்திருக்கவில்லை. பொருளாதார மூலங்களைச் சிதைத்தல், கல்வி அமைப்பைப் பரிகசித்தல் ஆகியவையே அந்தத் திருப்பணியை வெகு எளிதில் அருமையாகச் செய்து முடித்துவிட்டன.

மதராஸ் பிரஸிடென்ஸியின் ஆய்வு அறிக்கைகள் தயாராகி அனுப்படுவதற்கு முன்பாகவே, இப்படியான இந்திய பாரம்பரியக் கல்வி பற்றிய ஓர் ஆய்வு ஆரம்பிக்கப்பட்டதை வாழ்த்தி லண்டனில் இருந்து அதிகாரபூர்வ கடிதம் வந்தது. என்ன நடக்கப்போகிறது என்பதை முன்கூட்டியே தெரிவிப்பதாக இருந்தது.

'மக்கள் என்னவிதமான கல்வியைப் பெற விரும்புகிறார்களோ அந்த சுதந்திரத்தில் குறுக்கிடமாட்டோம் என்பதை அவர்களுக்கு உறுதிப்படுத்தும்படி' அந்தக் கடிதம் கேட்டுக்கொண்டது. அதே நேரத்தில் அவர்களுடைய 'பண்படுத்தப்படாத கல்வி அமைப்புகளில் எந்த மாறுதலும் செய்யத் தேவையே இல்லை என்ற எண்ணமும் அவர்களுக்கு (மதராஸ் பிரஸிடன்ஸி மக்களுக்கு) வந்து விட வேண்டாம்'. இப்படியான ஒரு நாசூக்கான எச்சரிக்கையான அதிகாரபூர்வ உத்தரவு என்பது தெளிவான ஒரு சமிக்ஞையைத் தரவே செய்திருக்கிறது. நடைமுறையில் அந்த உத்தரவு எப்படி அமலாக்கப்பட்டதென்றால், இந்தியக் கல்வி அமைப்பு கேலிக்குள்ளாக்கப்பட்டது, புறக்கணிக்கப்பட்டது. மேலும் பாரம்பரியக் கல்விமையங்களுக்கு அப்போது கிடைத்துவந்த சொற்ப பொருளாதார ஆதரவுகளும் அரசின் ஆதரவும் அதோடு நிறுத்தப்பட்டது. இந்தியப் பாரம்பரியக் கல்வி அமைப்பு மூச்சு முட்டி இறந்ததில் எந்த ஆச்சரியமும் இல்லை.

இந்தப் புறக்கணிப்பு மற்றும் திட்டமிட்ட முறையில் வேரோடு பிடுங்கி எறிதலுக்குப் பிறகு அந்நியமான, வேரற்ற கல்வி முறை இந்தியாவில் புகுத்தப்பட்டது. அந்தக் கல்வி அமைப்பில் இருந்து உருவாக்கப்பட்டவை இந்தியச் சமூகச் சூழலில் பல்வேறு பின் விளைவுகளை ஏற்படுத்தின. அதை ஆனந்த குமாரசாமி மிக விரிவாக, அருமையாகச் சித்திரித்திருக்கிறார்.

முதலாவதாக அந்தப் புதிய கல்வி அமைப்பு இந்தியச் சமூகத்தின் கல்வியையும் ஞானத்தையும் அழித்தொழித்தது. இன்று அனைவருக்கும் கல்வி தரப்பட்ட நிலையிலும் அந்த அழிவில் இருந்து விடுபட முடிந்திருக்கவில்லை. இந்தியச் சமூகத்தில் அனைத்து ஜாதியினரும் கணிசமான கல்வியைப் பெற்றுவந்திருந்த நிலை முற்றாக சமநிலை குலைந்துவிட்டது. பாடசாலைகளும் மதரஸாக்களும் அந்த மக்களைப் பெருமிதத்துடன் சமூக கலாசார நிகழ்வுகளில் பங்குபெற வைத்திருந்தன. உள்ளூரில் கிடைத்த கல்வியின் அளவைத் தாண்டிச் செல்ல விரும்பியவர்களுக்கு அதற்கான வாய்ப்பு வசதிகளும் இருந்திருக்கின்றன. இந்தப் பாரம்பரிய அமைப்பு சிதைந்ததுதான் இன்று அட்டவணை ஜாதிகள் என்று அடையாளபடுத்தப்பட்டிருக்கும் மக்களின் இழிவான நிலைக்குக் காரணமாக அமைந்திருக்கிறது. பின்தங்கிய வகுப்பினர் என்று அடையாளப்படுத்தப்பட்ட பிரிவு மக்களிடமும் அப்படியான ஓர் நிலையையே தோற்றுவித்திருக்கிறது. இந்தப் பிரிவினர்களை உள்ளடக்கியதாக உருவாகிவரும் சமீபத்திய இயக்கங்கள் இந்திய சமூகச் சமநிலையை மீட்டெடுக்கும் முயற்சியில் ஈடுபட்டுவருகின்றன.

மிகச் சமீப காலம்வரையில் மிகவும் அதிக அளவுக்குக் கல்வி பெற்ற இந்தியர்கள்கூட தாம் வாழும் சமூகம் பற்றிய அறியாமையிலேயே இருக்கச் செய்திருக்கிறது. இந்தச் சமூகத்தைத் தாங்கி நிற்கும் கலாசாரம் பற்றியும் சக மனிதர்கள் பற்றியும் எந்தப் புரிதலும் இல்லாதவர்களாகவே செய்திருக்கிறது. எல்லாவற்றுக்கும் மேலாக சுமார் ஒரு நூற்றாண்டுக்கும் மேலாக அது இந்தியர்களின் தன்னம்பிக்கையை பலவீனமாக்கியிருக்கிறது. இந்தியப் பாரம்பரியத்தைத் தமதானதாகக் கருதும் பெருமித உணர்வை இழக்கச் செய்திருக்கிறது.

இரண்டு நூற்றாண்டுகளுக்கு முன்புவரை இந்தியாவில் என்ன விதமான கல்வி அமைப்பு இருந்தது; அதை எது அழித்தது; எது பதிலீடு செய்தது என்பவையெல்லாம் இன்று சரித்திரமாகிவிட்டிருக்கின்றன. இன்று அல்லது கூடிய சீக்கிரத்தில் இந்தியப் பாரம்பரியக்கல்வியை மீட்டெடுத்துக் கொண்டுவந்தாலும் அதன் பெரும்பாலான அம்சங்கள்

இன்றைய காலகட்டத்துக்குப் பொருந்தாதவையாக இருக்கக்கூடும். கடந்த காலத்தில் என்னவிதமான அமைப்பு இருந்திருக்கிறது என்ற புரிதலும் இன்றைய சூழலில் நமக்குப் பொருந்தாமல் இருப்பது எது என்பதையெல்லாம் புரிந்துகொண்டால் நமக்கு இன்று என்ன தேவை என்பதைப் புரிந்துகொண்டு அதற்கேற்பச் செயல்பட உதவியாக இருக்கும்.

அடிக்குறிப்புகள்

1. பார்க்க பின்னிணைப்புகள், குறிப்பாக A (I) - (xxx), இ மற்றும் ஈ (I), (iii)-((iv)

2. ஏ.இ.டோப்ஸ்: எஜுகேஷன் அண்ட் சோஷியல் மூவ்மெண்ட்ஸ் 17500 -1850, கல்வி மற்றும் சமுதாய இயக்கங்கள் 1700-1850. லண்டன், 1919, பக் 80. ஆக்ஸ்ஃபோர்டு கமிஷனை மேற்கோள் காட்டி, 1852, அறிக்கை பக் 19.

3. அதே நூல் பக் 83.

4. அதே நூல் பக் 104, நான்காம் ஹென்றி, 17.

5. அதே நூல்; பக் 105, மேற்கோள் 34 35 எட்டாம் ஹென்றி., இந்த சட்டம் 1542 -43ல் வெளியிடப்பட்டது. முன்னுரைக்கு அடுத்ததாக ஒரே ஒரு கட்டுரை மட்டுமே இடம்பெற்றிருக்கிறது. அதில், எந்த தேவாலயத்திலும் பைபிள் ஆங்கிலத்தில் வாசிக்கப்படக்கூடாது. எந்தவொரு கைவினைக் கலைஞரும் உதவியாளர்களும் பயணிகளும் சேவகர்களும் பெண்களும் பண்ணையாட்களும் உழைப்பாளர்களும் புதிய ஏற்பாட்டை ஆங்கிலத்தில் படிக்கக்கூடாது. அரசரின் உத்தரவுக்கு மாறாக எதுவும் கற்றுத் தரக்கூடாது. அரசரின் உத்தரவை மீறி எந்த மத போதகரோ போதித்தாலோ கற்றுக்கொடுத்தாலோ எதிராக எதுவும் செய்தாலோ அல்லது செய்யவைக்கப்பட்டாலோ குற்றவாளியாகக் கருதப்படுவார். முதல் குற்றம் அரச ஆணை மறுதலிப்பு. இரண்டாவதாக மூன்றாவதாக அவர் மத விரோதியாகக் கருதப்படுவார். இந்தக் குற்றங்களுக்குத் தண்டனையாக உயிருடன் எரிக்கப்படுவார். அவருடைய உடமைகள் அனைத்தும் பறிமுதல் செய்யப்படும். அந்தச் சட்டத்தின் பெயர்: உண்மையான ஞானத்தின் வளர்ச்சிக்கான சட்டம். 1611ல் இங்கிலாந்தில் பைபிளின் அதிகாரபூர்வ பதிப்பு (ஜேம்ஸ் மன்னரின் மொழிபெயர்ப்பு) வெளியானதைத் தொடர்ந்து இந்தச் சட்டம் ரத்து செய்யப்பட்டது.

6. அதே நூல் ; பக் 104, ஸ்ட்ரைப் மேற்கோள், க்ரான்மெர், 127.

7. அதே நூல்; பக் 33.

8. அதே நூல் பக் 139.

9. அதே நூல் பக் 139.

10. அதே நூல் பக் 140.

11. அதே நூல் பக் 158.

12.ஜே.டபிள்யூ. ஆடம்ஸன்: எ ஷார்ட் ஹிஸ்டரி ஆஃப் எஜுகேஷன், கேம்பிரிட்ஜ், 1919, பக் 243.

13. அதே நூல் பக் 243.

14. பார்க்க பின்னிணைப்பு சி: அலெக்ஸாண்டர் வாக்கர், இந்தியக் கல்வி பற்றிய குறிப்பு. மேலும் அதே நூலின் 246ம் பக்கம் பார்க்கவும்.

15. ஹவுஸ் ஆஃப் காமன்ஸ் பேப்பர், 1852-53, தொகுதி 79; பக் 718, 1818, 1851ல் இருந்த பள்ளிகளின் எண்ணிக்கை; படித்த மாணவர்களின் எண்ணிக்கை.

16. ஆடம்ஸன் 232.

17.டாப்ஸ், பக்கம் 1578, கூடவே பக் 158.

18. ஆடம்ஸன் பக் 266

19. அதே நூல், பக் 226.

20. அதே நூல், பக் 226.

21. இரண்டாம் ஏர்ல் ஸ்பென்சருக்கு எழுதிய கடிதத்தில், வில்லியம் ஜோன்ஸ் ஒரு நதி பற்றிக் குறிப்பிடுகிறார். அது, 'பிராமணர்களின் பல்கலைக்கழகம் அல்லது நவதீப அல்லது நுதேய என்று ரென்னலால் குறிப்பிடப்பட்டிருக்கும் பல்கலைக்கழகத்தின் எதிரில் கங்கை நதியை சந்திக்கிறது. இந்த மூன்றாவது பல்கலைக்கழகத்தில் நான் உறுப்பினராக இருக்கிறேன்'. தி லெட்டர்ஸ் ஆஃப் வில்லியம் ஜோன்ஸ், ஜி.கேனான், 2 தொகுப்புகள். 1970, பக் 754.

22. நான்காவது பிரிட்டிஷ் பல்கலை, 1828ல் ஆரம்பிக்கப்பட்டது.

23. மேலே குறிப்பிடப்பட்டிருக்கும் தகவல் தி ஹிஸ்டாரிக்கல் ரெஜிஸ்டர் ஆஃப் தி யுனிவர்சிட்டி ஆஃப் ஆக்ஸ்ஃபோர்டு, ஆக்ஸ்ஃபோர்டு 1888, பெருமளவுக்கு பக்கம் 45-65 லிருந்து.

24. ஆக்ஸ்ஃபோர்டு பல்கலைக்கழகம் 1980ல் நூலாசிரியர் கேட்டுக் கொண்டதன் பேரில் தந்த தகவல்கள்.

25 : கீதா தரம்பால் ஏப்ரல் 1980ல் பாரிஸ், சார்போனில் சமர்ப்பித்த முனைவர் பட்ட ஆய்வேட்டின் பெயர் : etude sur le role des missonires europeens dans la formation premiers des idees sur l'lnde. 18ம் நூற்றாண்டு கையெழுத்துப் பிரதி ஒன்று இப்போதும் இருப்பதாக அந்த ஆய்வேட்டில் அவர் குறிப்பிட்டிருக்கிறார். அவர் குறிப்பிட்டிருக்கும் கையெழுத்துப் பிரதியின் பெயர் : Traite de la religion des malabars. அதன் முதல் பிரதி 1709 -ல் டெஸியர் தெ க்வெர்லியால் எழுதப்பட்டது. 1699-ல் இருந்து 1720 வரை பாண்டிச்சேரியின் பாரிஸ் ஃபாரின் மிஷன் அமைப்பில் இருந்திருக்கிறார். அவர் 1727-ல் சயாமின் விகாராக நியமிக்கப்பட்டார். இந்த கையெழுத்துப் பிரதிகளின் நகல்கள் பாரிஸ், லண்டன், ரோம் முதலிய இடங்களில் இருக்கின்றன.

26. இந்தியன் சயின்ஸ் அண்ட் டெக்னாலஜி இன் தி எய்டீந்த் செஞ்சுரி: சம் காண்டம்பரரி ஈரோப்பியன் அக்கவுண்ட்ஸ் (அதர் இதியா பிரஸ்). 2000. இந்திய வான சாஸ்திரம் பற்றி பிளேஃபெயரின் நீண்ட கட்டுரை பக் 48-93.

27. எடின்பர்க் பல்கலை, 177: ஜான் மேக்பெர்ஸனுக்கு ஆடம் ஃபெர்கூஸன் எழுதிய கடிதங்கள். 9.4.1775 தேதியிட்ட கடிதம்.

28. எடின்பர்க்: ஸ்காட்லாந்து ஆவணக் காப்பக அலுவலகம். மெல்வில் பேப்பர்ஸ். ஜிடி 51/3/617/12, பேரா ஹென்றி டண்டாஸுக்கு ஏ.மெக்கனோக்கி எழுதிய கடிதம்.

29. எடின்பர்க்: தேசிய நூலகம் ஸ்காட்லாந்து: 546, அலெக்ஸ் அபெர்காம்பி, ஹென்றி டண்டாஸுக்கு பேரா. மகனோக்கி எழுதிய மெமொராண்டத்தையும் சேர்த்து அனுப்பியிருக்கிறார். ஹென்றி டண்டாஸ் இந்த மெமொராண்டத்தை 7.4.1788 அன்று காரன்வாலிஸ் பிரபுவிடம் தந்தார்.

30. ஹேன்சார்ட்: ஜூன் 22, 1813, பத்திகள் 832, 833.

31. ஹான்ஸார்ட்: ஜூன் 22, ஜூலை 1, 1813. இந்தியா சார்ட்டர் சட்டத்தின் 13வது பிரிவு தொடர்பான விவாதம், ஹன்ஸார்டில் இந்தியாவில் கிறிஸ்தவத்தின் பிரசாரம் பரவலாக்கம் என்ற தலைப்பில் வெளியான கட்டுரை.

32. வங்காளத்தில் கல்வி பற்றிய ஆய்வறிக்கை, 1835, பக்கம் 6.

33. ஹவுஸ் ஆஃப் காமன்ஸ் அறிக்கை, 181213, தொகுதி 7, தாமஸ் மன்ரோ தந்த ஆதாரம், பக் 127.

34. ஹவுஸ் ஆஃப் காமன்ஸ் அறிக்கை, 183132, தொகுதி 9, பக் 468. பிரெண்டர்காஸ்டின் கூற்று. பிரிட்டிஷாரால் எந்தப் புதிய பள்ளி திறக்கப்படுவதும் வீண் செலவே என்ற நிலைப்பாட்டில் இருப்பவர். எனவே இவருடைய கூற்றை கொஞ்சம் சந்தேகத்துடன்தான் ஏற்றுக்கொள்ளவேண்டும். ஓர் உயர் பிரிட்டிஷ் அதிகாரியின் கூற்று என்ற வகையில் இந்தியாவின் பிற பகுதிகளில் இது போன்ற நிலை இருந்தாலும், அதன் நம்பகத்தன்மை சந்தேகத்துக்குரியதே.

34. பார்க்க, எடின்பர்க் ரிவ்யூவில் வெளியான விவாதம், இந்திய பிரிட்டிஷ் விவசாயத்தொழிலாளர்களின் கூலி பற்றிய விவாதம், 4, ஜூலை, 1804.

36. பிலிப் ஹெர்டாக், அதே நூல், பக் 74.

37. வேறு எந்த உடல், சமூக நிறுவன அமைப்புகளின் விளைவாக அல்லாமல் இந்தியத் தட்ப வெப்பநிலையின் காரணமாக எளிதாக இருந்திருக்கலாம்.

38. சூத்திரர்கள் மற்றும் நால் வருணப் பகுப்புக்கு வெளியில் இருப்பவர்கள் நீங்கலாக பிராமணர், சத்திரியர், வைசியர் ஆகிய மூன்று ஜாதிகளைச் சேர்ந்தவர்கள்.

39. மதராஸ் பிரஸிடென்ஸி ஆவணங்களில் குறிப்பிடப் பட்டிருக்கும் பிற ஜாதியினர் என்பது இன்றைய அட்டவணை ஜாதியினரைக் குறிக்கும். அவர்கள் சுமார் 70-80 வருடங்களுக்கு முன்புவரை பஞ்சமர்கள் என்று அறியப்பட்டிருந்தனர்.

40. பின்னிணைப்பு A(Viii)

41. பின்னிணைப்புகள் பி மற்றும் சி யில் தரப்பட்டுள்ளன. லண்டனில் இருந்து வங்காளத்துக்கு அனுப்பப்பட்ட கடிதத்தில் தெரிவிக்கப்பட்டிருக்கும் விஷயம்: காலகாலமாக இந்தியாவில் கற்றுத்தரப்பட்ட கல்வி முறைகள் பற்றி ரெவரண்ட் டாக்டர் பெல் புகழ்ந்து கூறியிருக்கிறார். அவர் மதராஸில் மத போதகராக இருந்தவர். நமது தேசியக் கல்விமையங்களிலும் இப்போது அதே வழிமுறை அமல்படுத்தப்பட்டுள்ளது. கற்றுக்கொடுக்கும் முறையை எளிமைப்

படுத்துவதன் மூலம் ஒரு மொழியைக் கற்கும் திறமையை அதிகரிக்க முடியும் என்ற நம்பிக்கையில் அது மேற்கொள்ளப்பட்டிருக்கிறது.

42. பின்னிணைப்பு A (xxii)

43. பின்னிணைப்பு A (xxiii)

44. 1812ல் இருந்து இதுபோன்ற ஆய்வுகள் ஆரம்பிக்கப் பட்டிருக்கின்றன. எத்தனை மருத்துவர்களுக்கு இது போன்ற நல்கைகள் (மானியங்கள்) கிடைத்திருக்கின்றனன என்பதைக் கண்டுபிடிப்பதே இந்த ஆய்வின் நோக்கம். அந்த மருத்துவர்களின் ஜாதி தொடர்பான விவரங்கள், 17 செப் 1821, 9 மார்ச் 1837 காலகட்டத்து மதராஸ் வருவாய் போர்டு ஆவணங்களில் இருந்து கிடைக்கின்றன.

45. பின்னிணைப்பு A (xx) a.

46. பின்னிணைப்பு A (xi).

47. பின்னிணைப்பு A (x).

48. பின்னிணைப்பு A (xxvii).

49. குண்டூர் கலெக்டரின் இந்தக் கூற்று டபிள்யூ ஆடமினாலும் சொல்லப்பட்டிருக்கிறது. நாடியா பகுதியில் படிக்கும் மாணவர்கள் இந்தியாவின் மூலைமுடுக்குகளில் இருந்தெல்லாம் குறிப்பாக தெற்கில் இருந்து வந்திருப்பதாகக் கூறியிருக்கிறார். (டபிள்யூ. ஆடம் பக் 78, 1941 பதிப்பு).

50. பின்னிணைப்பு A (xix).

51. பின்னிணைப்பு A (xxiii).

52. பாரசீகப்பள்ளிகளில் பெரும்பாலும் முஸ்லிம் மாணவர்கள் மட்டுமே படித்துவந்திருக்கிறார்கள். சொற்ப இந்துக்கள் மட்டுமே படித்திருக்கிறார்கள். வட ஆற்காட்டில் 2 ஹிந்துக்கள், 396 முஸ்லிம் கள். எனினும் கணிசமான பெண் குழந்தைகள் இங்கு கல்வி கற்றதாகத் தெரிகிறது.

53. பின்னிணைப்பு A (xx).

54. பின்னிணைப்பு A (xxviii).

55. இங்கிலாந்தைவிட இந்தியாவில் அதிகம் பேர் கல்வி கற்றிருக்கிறார்கள் என்பதை பிரிட்டிஷாரால் நம்பவே முடியவில்லை. இதே முன்முடிவுகளும் தீர்மானங்களுமே இந்தியாவின் பிற அம்சங்களிலும் அமல்படுத்தப்பட்டன. இந்திய விவசாயப் பணியாளர்களின் உரிமைகள் கூட இந்த நோக்கில் திரிக்கப்பட்டன. இந்தியாவில் பயிர் செய்தவருக்கு இருக்கவேண்டிய உரிமைகளாக ஹவுஸ் ஆஃப் காமன்ஸில் ஐந்தாம் அறிக்கை கூறுவது: இங்கிலாந்தில் இருக்கும் ஒரு குத்தகை விவசாயிக்கு ஒரு நிலத்தின் மீது எந்த அளவுக்கு உரிமை உண்டோ அதே அளவுக்குத்தான் இந்தியாவில் இருக்கும் குத்தகைதாரருக்கும் தரவேண்டும் என்று முடிவு செய்யப்பட்டது. எனவே, ஒரு குத்தகைதாரருக்குப் பரம்பரை வழியாக ஒரு நிலத்தில் பயிர் செய்ய உரிமை உண்டு. ஆனால், அரசுதான் அனைவரையும் விடப் பெரியது என்பதால், அது விரும்பும் வகையில் யாரை வேண்டுமானாலும் குத்தகை உரிமையில் இருந்து மாற்ற முடியும். (ஹவுஸ் ஆஃப் காமன்ஸ் அறிக்கை, 1812, தொகுதி ஏழு, பக்கம் 105.)

56. பின்னிணைப்பு A (xx) (xiv).

57. மதராஸ் பிரஸிடென்ஸி பள்ளிகளிலும் கல்லூரிகளிலும் கல்வி கற்றவர்களின் ஜாதி வாரியான எண்ணிக்கை இந்தக் காலகட்டம்வரை வெளியாகியிருக்கவில்லை. ஆண்கள் பெண்கள் எண்ணிக்கையும் இந்து முஸ்லிம்கள் எண்ணிக்கையும் ஹவுஸ் ஆஃப் காமன்ஸில் 1832ல் வெளியான அறிக்கையிலேயே குறிப்பிடப்பட்டிருக்கின்றன. அதைப் படித்த பலரும் 19ம் நூற்றாண்டில் இந்தியாவில் மலபார் பள்ளிகளில் படித்த ஆண்குழந்தைகள் பெண்குழந்தைகளின் எண்ணிக்கையைக் கவனித்திருக்கக்கூடும். ஆனால், அந்த மலபார் தரவுகள் குறித்து எதிலுமே யாருமே குறிப்பிட்டிருக்கவில்லை. ஹெர்டாக் கூட இவற்றை அலட்சியப்படுத்தியிருக்கிறார்.

58. ஆடம்மின் அறிக்கை முதலில் 1835லும் பின் 1836லும் 1838லும் வெளியாகின. இந்த மூன்று அறிக்கைகளும் சிற்சில விடுபடல்களுடன் ரெவரண்ட் ஜே லாங்கின் சலிப்பூட்டக்கூடிய அதிகாரத் தோரணையிலான முன்னுரையுடன் 60 பக்கங்களில் 1868ல் கல்கத்தாவில் வெளியானது. ஒட்டுமொத்தத் தரவுகளின் பதிப்பு (முந்தைய விடுபடல்களைச் சரிசெய்து லாங்கின் பெரிய முன்னுரையுடன்) அனந்தநாத் பாசுவின் 42 பக்க முன்னுரையுடன் கல்கத்தா பல்கலைக்கழகம் 1941ல் வெளியிட்டது. இந்தக் கடைசிப் பதிப்பே இந்தப் புத்தகத்தில் பயன்படுத்தப்பட்டிருக்கிறது. இந்த ஆய்வு அறிக்கைகள் போதிய அலசல்கள் எதுவும் செய்யப்படாம லேயே இந்தியக் கல்வி குறித்த பல்வேறு கட்டுரைகளில் மேற்கோள் காட்டப்பட்டுள்ளன.

59. அதே நூல் பக்கம் 67. ஒவ்வொரு கிராமத்திலும் ஒரு பள்ளி இருந்தது என்பது ஆடமுக்கு அதிசயமாகவெல்லாம் இருந் திருக்கவில்லை. அவருக்கு முன்பும் பலரும் அதைச் சொல்லி யிருக்கிறார்கள். தாம்ஸ் மன்ரோ கூட ஹவுஸ் ஆஃப் காமன்ஸில் இந்த விஷயத்தைக் குறிப்பிட்டிருக்கிறார். ‘நாகரிகம் என்பதை ஒரு விற்பனைப்பொருளாகக் கருதி இந்தியாவுக்கும் இங்கிலாந்துக்கும் இடையே வர்த்தகம் செய்தால் இங்கிலாந்து இறக்குமதிக் கப்பல் மூலம் நல்ல ஆதாயம் அடைய முடியும். இந்திய நாகரிகத்தின் உயர்வைச் சுட்டிக்காட்டும்வகையில் ஒவ்வொரு கிராமத்திலும் எழுதப் படிக்கவும் கணிதம் கற்றுத் தரவும் ஒவ்வொரு பள்ளி இருந்தது’ என்று குறிப்பிட்டிருக்கிறார். இந்த வார்த்தைகளை அவர் சொல்வதற்கு முன்பாக இந்தியாவில் முப்பது வருடங்கள் தங்கியிருந்த அனுபவம் அவருக்கு இருந்திருக்கிறது (ஹவுஸ் ஆஃப் காமன்ஸ் அறிக்கை, 1812-13, தொகுதி 7, பக்கம் 131.)

60. இந்தப் பழைய முறை பற்றிய குறிப்புகளுக்கு: 18ம் நூற்றாண்டில் இந்திய அறிவியலும் தொழில்நுட்பமும்: சில சமகால ஐரோப்பிய பதிவுகள், பக் 143-163.

61.மதராஸ் பிரஸிடென்ஸியில் இந்த நிலைமை நேர்மாறாக இருக்கிறது. அங்கு பாரசீகம் வெகு குறைவாகவே கற்றுத் தரப்பட்டிருக்கிறது. அதைக் கற்றவர்கள் பெரிதும் முஸ்லிம்கள் மட்டுமே.முஸ்லிம் குழந்தைகளின் வயது நான்கு வருடம் நான்கு மாதம் நான்கு நாளாக இருக்கையில் ஆண்குழந்தையும் பெண் குழந்தையும் பள்ளியில் சேர்க்கப்பட்டார்கள் என்று ஆடம் குறிப்பிட்டிருக்கிறார்.(பக் 149).

62. 1881ல் பிரிட்டிஷ் அரசுடன் சேர்க்கப்பட்டதில் இருந்து பஞ்சாபில் உள்ளூர் கல்வியின் வரலாறு (1883ல் வெளியிடப்பட்டது, பட்டியாலாவில் மறு பிரசுரம் செய்யப்பட்டது, 1973ல்)

63. உலகை ரட்சிக்க வேண்டியது தேவனால் தமக்கு இடப்பட்ட பொறுப்பு என்பது பிரிட்டிஷாரின் மிகவும் பழமையான நம்பிக்கை.நியூ யார்க் முன்பு நியூ நெதர்லாந்த்ஸ் ஆகக் கருதப்பட்டது தொடர்பாக சிறிய விவரணை என்ற 1670ல் வெளியான நூலிலேயே உள்ளது. வட அமெரிக்க பூர்வகுடிகளைப் பற்றி டேனியல் டெண்டன் கூறுவது: ஆங்கிலேயர்கள் அங்கு குடியேறத் தொடங்கியதில் இருந்து கர்த்தரின் கரங்கள் அங்கிருந்த பூர்வகுடிகளை எப்படியெல்லாம் அழித்தொழித்திருக்கிறது என்பதைப் பார்த்தால் வியப்பே மேலிடுகிறது. நான் அங்கு போனபோது ஆறு நகர்கள் இருந்த இடங்களில் இப்போது வெறும் இரண்டு சிறு கிராமங்கள் மட்டுமே எஞ்சி இருக்கின்றன. ஆங்கிலேயர்கள் எங்கெல்லாம் குடியேறுகிறார்களோ அங்கெல்லாம் தேவனின் கரங்கள் அவர்களுக்கு வழியமைத்துக் கொடுத்திருக் கின்றன. சண்டைகளின் மூலமாக அல்லது கொடிய அபாயகரமான நோய்களின் மூலமாக (செவ்)இந்தியர்களை அழித்தொழித்து விட்டிருக்கிறது (மறு பிரசுரம், 1902, பக் 45).

64. லண்டனில் இருக்கும் ராயல் சொசைட்டியின் தலைவர் சர் ஜோசஃப் பேங்க்ஸுக்கு டாக்டர் ஹெச்.ஸ்காட் எழுதிய கடிதம், 7.1.1790ல் எழுதப்பட்டது. 18ம் நூற்றாண்டில் இந்திய அறிவியல் மற்றும் தொழில்நுட்பம் என்ற நூலில் இடம்பெற்றுள்ளது. பக் 265.

65. முதலில் நியூயார்க் டெய்லி ட்ரிப்யூனில் வெளியானது; ஆகஸ்ட் 8, 1853. மேலும் 1980ல் எர்னஸ்ட் கெல்னரின் ஆசிரியத்துவத்தில் வெளியான சோவியத் மற்றும் மேற்கத்திய மானுடவியல் என்ற நூலில் உலக வரலாறும் சமூகப் பொருளாதார அமைப்புகளும் என்ற தலைப்பில் செமெனோவ்வினால் மேற்கோள் காட்டப் பட்டிருக்கிறது.

66. பூர்வகுடி அமெரிக்கர்களின் மக்கள் தொகை பற்றிய மதிப்பீடு ஹென்றி எஃப் டோபியன்ஸ். இன்றைய மானுடவியல், தொகுதி 7, எண் 4, அக் 1966 வெளியீடு, பக் 395-440.

67. போர்ட் ஆஃப் கண்ட்ரோலின் தலைவர் காஸில்ரேக் பிரபுவுக்கு மதராஸ் பிரஸிடென்ஸியின் இளம் கவர்னரான வில்லியம் பெனெடிக் 1804லேயே எழுதியது: நாம் இந்த நாட்டை மிகவும் வாட்டியெடுத்துவிட்டோம். அதன் விளைவாக அது படுமோசமான வறுமையில் தள்ளப்பட்டுவிட்டிருக்கிறது. (நாட்டிங்ஹாம் பல்கலை, பெனெடிக் பேப்பர்ஸ், 722). 1857-58ல் கவர்னர் ஜெனரல் கன்னிங்குக்கு ஒரு ராணுவ அதிகாரி எழுதியது: துப்பாக்கி முனையில்தான் இந்திய வரிகள் விதிக்கப்பட்டு வசூலிக்கப்படுகின்றன. அதுவே சிப்பாய் கலகத்துக்கு முக்கிய காரணம் என்று அவர் தெரிவித்திருக்கிறார். (லீட்ஸ்: கன்னிங் பேப்பர்ஸ்: மிலிட்டரி செக்கரட்டரிஸ் பேப்பர்ஸ்; எஞ்சியவை எண் 289).

68. இண்டர்நேஷனல் அஃபயர்ஸ்: லண்டன், நவம்பர் 1931, பக் 721739. மகாத்மா காந்தியின் தொகுப்பு, தொகுதி 48, பக் 193-206.

69. ஸ்கூல் ஆஃப் ஓரியண்ட்டல் ஸ்டடீஸ், லண்டன் இன்ஸ்டிடியூஷன், பி.ஜே. ஹார்டாக், சி.ஐ.இ., எம்.ஏ. 1917.

70. பிரிட்டிஷ் கல்வியின் மூலம் உருவான மாணவர்கள் பற்றி ஆனந்த குமாரசாமி 1908ல் எழுதியது: இந்தியப் பல்கலைக்கழகத்தில் படித்த அல்லது சிலோனில் படித்த மாணவர் ஒருவரிடம் மகாபாரதம் பற்றிக் கேட்டால் அவசர அவசரமாக ஷேக்ஸ்பியர்

பற்றிய தனது புலமையை அவிழ்த்துவிடத் தொடங்குவார். மதத் தத்துவம் பற்றிக் கேட்டால் ஒரு தலைமுறைக்கு முன்னால்வரை ஐரோப்பாவில் இருந்த கடுமையான நாத்திகர்போல் பேசுவார். அவருக்கு மதப் பற்றே இல்லாமல் இருப்பது மட்டுமல்ல சராசரி ஆங்கிலேயருக்கு இருக்கும் தத்துவ ஈடுபாடும் இல்லாமலே இருப்பதைப் பார்க்க முடியும். இந்திய இசையைப் பற்றிக் கேளுங்கள்... கிராமபோன் அல்லது ஹார்மோனியம் பற்றிப் பேசுவார். இந்திய ஆடைகள் அல்லது நகைகள் பற்றிக் கேளுங்கள்... அவையெல்லாம் காட்டுமிராண்டித் தனமானது; நாகரிகமற்றது என்பார். இந்திய ஓவியம் பற்றிப் பேசுங்கள். அப்படி ஒன்று இருக்கிறதா என்று கேட்பார். அவருடைய தாய்மொழியில் எழுதப்பட்ட ஒரு வார்த்தையை மொழிபெயர்த்துச் சொல்லும்படிக் கேளுங்கள். அவருக்கு அது தெரிந்திருக்காது. சொந்த ஊரிலேயே அந்நியராகிப் போயிருப்பார். (மாடர்ன் ரிவ்யூ, தொகுதி 4, அக், 1908, பக்கம் 338).

71. ஜனவரி, 1932, பக்கம் 15182.

71. ஹவுஸ் ஆஃப் காமன்ஸ் பேப்பர்: 1831-32, தொகுதி 9, பக் 468.

73. க்ளியெரெண்டன் பிரஸ், 1917, பக் 394.

74. ஜர்னல் ஆஃப் தி ராயல் ஆசியாட்டிக் சொசைட்டி, லண்டன், 1917, பக் 81525.

75. லண்டன் டைம்ஸ் இதழில் பிலிப் ஹொர்டாக்கின் கருத்துரை பற்றிய அறிவிப்பு வெளியாகியிருக்கிறது (மார்ச் 1,4,6, 1935). மார்ச் 2, மார்ச் 5ல் அது பற்றி ரிப்போர்ட் செய்யப்பட்டிருக்கிறது. வாரன் ஹேஸ்டிங் பிரபுவில் ஆரம்பித்து செம்ஸ்போர்டு பிரபு வரையிலும் இந்திய நிர்வாகத்தின் ஓர் அங்கமாக இந்திய நலனைக் கருத்தில் கொண்டு ஒரு கல்விக் கொள்கை உருவாக்கி வளர்த்தெடுக்கப் பட்டிருகிறது. இந்தியாவுக்குப் பெரும் நன்மையைத் தரும்வகையில் அதன் அறிவு வளர்த்தெடுக்கப்படும் நோக்கில் அந்தக் கல்விக் கொள்கை உருவாக்கப்பட்டது என்று குறிப்பிட்டிருக்கிறார். காந்தி 1931 ல் இங்கிலாந்துக்கு வந்தது தொடர்பாகத் தொடர்ச்சியாகச் சிறு சிறு அறிவிப்புகளை டைம்ஸ் பத்திரிகை வெளியிட்டு வந்தது. அவர் பேசிய பொதுக்கூட்டங்கள் பற்றியும் அவருடைய பிறந்தநாள் கொண்டாட்டங்கள் பற்றியும் செய்தி வெளியிட்டிருக்கிறது. எனினும் அது சாத்தம் ஹவுஸில் காந்தி ஆற்றிய உரையை மட்டும் வெளியிடவில்லை.

21, அக், 1931ல் அந்த உரை பற்றி வெளியிடவில்லை என்பது மட்டு மல்ல. 20 அக் 1931ல் அன்றைய நிகழ்ச்சிகள் பற்றிய குறிப்பிலும் சாத்தம் ஹவுஸ் கூட்டம் பற்றி எந்தக் குறிப்பும் இடம்பெற்றிருக்கவில்லை. அந்தக் கூட்டம் பற்றிய செய்தியைப் புறக்கணிப்பது என்று முன்பே முடிவு செய்துவிட்டார்கள் போலிருக்கிறது.

76. திரு. காந்திக்கு மறுப்பு என்ற தலைப்பில் அந்தக் கருத்தரங்க உரை டைம்ஸ் லிட்டரரி சப்ளிமெண்டில் விமர்சிக்கப்பட்டிருந்தது.ஹொர்டாக்கைப் பாராட்டிவிட்டு அந்த விமர்சனம் கூறியிருப்பது: பல முன்னாள் பிரிட்டிஷ் நிர்வாகிகள் மீது பல விமர்சனங்கள் வைக்க முடியும். ஆனால், இந்தக் குறிப்பிட்ட துறையில் காந்தியின் கருத்துக்கு மாறாக சர் பிலிப் ஹொர்டாக்கின் அபாரமான தேடலில் வெளியான தரவுகளுக்கு முன்னால் எதுவும் நிற்க முடியாது. சர் பிலிப் ஹொர்டாக் காந்தியின் கூற்றை உடனடியாக மறுத்துவிட்டிருக்கிறார். ஒரு பொய்யான கல்விக் கோட்பாட்டை உருவாக்க எப்படியெல்லாம் தகவல்கள் திரிக்கப்பட்டிருக்கின்றன என்பதைத் தெளிவாக விவரித்திருக்கிறார்.

77. காந்தி ஹொர்டாக் கடித உரையாடல் பின்னிணைப்பு F (i)-(xxv) ல் இடம்பெற்றிருக்கின்றன.

78. ஆர்.வி.பருலேகர் எழுதிய சர்வே ஆஃப் இண்டீஜினஸ் எஜுகேஷன் இன் த ப்ராவின்ஸி ஆஃப் பம்பாய் 1820-30 என்ற முக்கியமான நூலில் பம்பாய் பிரஸிடென்ஸியில் இருந்த கல்வி பற்றி இடம்பெற்றிருக்கின்றது. எனினும் இந்த ஆய்வு பம்பாய் பிரஸிடென்ஸியின் சில பகுதிகளைப் பற்றி மட்டுமே பேசுகிறது.

79. இந்தியா பற்றி இந்தியரல்லாதவர்கள் எழுதியது தொடர்பாக இப்படிச் சொல்லலாம். இந்திய சமுதாய அரசியல் பற்றிய கருத்துகள் எல்லாம் சம்பந்தப்பட்ட எழுத்தாளர்களின் சொந்த கலாசார கல்வி மதிப்பீடுகளால் நிச்சயம் பாதிப்புக்கு உள்ளாகியிருக்கும். அவற்றில் சிலர் இந்தியாவைப் பற்றி கொஞ்சம் சரியாகப் புரிந்து கொண்டிருக்கின் றனர். உதாரணமாக, 19ம் நூற்றாண்டின் ஆரம்ப கட்டத்தைச் சேர்ந்த அலெக்சாண்டர் வாக்கர், இன்றைய பேரா. பர்டன் ஸ்டெய்ன் ஆகியோரைச் சொல்லலாம். என்றாலும் இந்தியர்கள் அதை எப்படிப் புரிந்துகொள்வார்களோ அந்த அளவுக்கு அந்நியர்களால் புரிந்துகொள்ள முடியவில்லை. அந்தப் பொறுப்பை நியாயமாக இந்தியர்கள்தான் முன்னெடுக்கவேண்டும்.

82. ஐ.ஓ.ஆர். ஃபேக்டரி ஆவணங்கள். ஜி/27/1, சூப்ரவைஸர் ஹக்லி முர்ஷிதாபாத் கவுன்சிலுக்கு அனுப்பியது, 10.10.1770, பக் 88.

83. 1830ல் வெளியானது.

84. இந்தக் காலகட்டத்தில் தஞ்சாவூரில் இருந்த கோவில்கள் மடங்களின் எண்ணிக்கை சுமார் 4000.

85. ஐ.ஓ.ஆர். ஃபேக்டரி ஆவணங்கள். ஜி/6/4, பீர்போம் தொடர் பாக பர்த்வான் கவுன்சில் செயல்பாடுகள் 24.05.1775.

90. ஹன்சார்ட், ஜூன், 22, 1813.

91. மினிட் ஆன் இந்தியன் எஜுகேஷன்: மார்ச் 1835.

92. ஜே.எஸ்.மில், ஹிஸ்டரி ஆஃப் பிரிட்டிஷ் இந்தியா, 1817, தொகுதி 1, பக் 344, 351-52, 466-67, 472, 646.

93. அதே நூல், பக் 428.

94. மதராஸ் வருமானத் துறைக்கு அனுப்பப்பட்ட தகவல்: 11.2.1801.

ஆவணங்கள்

பின்னிணைப்பு A

I

இந்தியப் பாரம்பரியக் கல்வி தொடர்பாக விரிவான தகவல்களைச் சேகரிக்கச் சொல்லும் கவர்னர் சர் தாமஸ் மன்ரோவின் அவைக்குறிப்பு (மினிட்) 25.6,1822

டி.என்.எஸ்.ஏ. ரெவின்யூ கன்சல்டேஷன்ஸ்:
தொகுதி 920, தேதி 2.7.1822

1. இந்தியர்களிடையே நிலவும் அறியாமை குறித்தும் அவர்களுக்குக் கல்வி வழங்குவது குறித்தும் இந்தியாவிலும் இங்கிலாந்திலும் நிறையவே எழுதப்பட்டிருக்கின்றன. ஆனால், இவை எல்லாமே தனி நபர்களின் கருத்துகளாக இருப்பதோடு ஒன்றுக் கொன்று வெகுவாக முரண்படவும் செய்கின்றன. எந்தக் கருத்துக்குமே நம்பகமான அதிகாரபூர்வமான ஆதாரங்கள் எதுவுமில்லை. எனவே, இந்தக் கருத்துகளுக்கு அதிக கவனம் தரத் தேவையில்லை. இந்த நாட்டில் நமக்கு இருக்கும் அதிகாரம் மற்றும் இந்த நாட்டின் பாரம்பரிய நிர்வாக அமைப்புகளின் தன்மை ஆகியவற்றை வைத்துப் பார்க்கும்போது, இந்த மக்களின் கல்வி தொடர்பாகத் தேவைப்படும் தகவல்களைச் சேகரிப்பது சாத்தியமே.

இந்தப் பிராந்தியத்தின் பூகோள, விவசாய ஆய்வுகளை ஏற்கெனவே மேற்கொண்டிருக்கிறோம். இவர்களுடைய வருவாய் மூலங்கள், மக்கள் தொகை ஆகியவைபற்றி ஆய்வுகள் நடத்தியிருக்கிறோம். ஆனால், கல்வி பற்றி இதுவரை எதுவும் ஆராய்ந்திருக்கவில்லை. இந்த நாட்டில் கல்வியின் உண்மை நிலை என்ன என்பது தொடர்பாக எந்தவித ஆவணமும் நம்மிடம் இல்லை. தனிநபர்கள் ஓரளவுக்கு சில ஆய்வுகள் செய்திருக்கிறார்கள். ஆனால், அவையெல்லாம் வெகு முந்திய காலத்தில் அதுவும் மிகக் குறைவான அளவிலேயே செய்யப்பட்டிருக்கின்றன. அவற்றை வைத்து இந்த

நாடு முழுவதுமான நிலையைப்பற்றி எதையும் தெரிந்துகொள்ள வழியில்லை.

நாம் விரும்பும் வகையிலான ஆவணங்களைச் சேகரிப்பது சற்று சிரமமாக இருக்கக்கூடும். சில மாவட்டங்கள் இந்தத் தகவல்களைத் தரமுடியாமல் போகலாம். ஆனால், எஞ்சியவை தரமுடியும். ஓரிரு மாவட்டங்களில் இருந்து முழுமையான தகவல்கள் கிடைத்தால் அவற்றை வைத்துப் பிற பகுதிகளைப் பற்றியும் ஓரளவுக்கு யூகித்துவிட முடியும். இந்தப் புள்ளிவிவரங்கள் மிகவும் துல்லியமாக இருக்கும் என்று நம்ப முடியாது. எனினும் இந்தியர்களிடையே கல்வி எந்த அளவில் இருக்கிறது என்பதைப் பற்றி ஓரளவுக்கு மதிப்பிட அவை உதவும். அதற்கு ஒரு மாவட்டத்திலும் இருக்கும் பள்ளிகளின் பட்டியல், அங்கு கற்றுத் தரும் பாடங்கள், படிக்கும் மாணவர்கள், அவர்களுடைய சாதிவாரியான எண்ணிக்கை என இந்த விவரங்கள் சேகரிக்கப்படவேண்டும். இந்த அறிக்கையுடன் அனுப்பியிருக்கும் விண்ணப்பப் படிவத்தில் கேட்கப்பட்டிருக்கும் தகவல்களைச் சேகரித்து அனுப்பும்படி கலெக்டர்களுக்கு உத்தரவிடவேண்டும்.

கற்றுத் தரப்படும் பாடப் புத்தகங்களின் பெயர்களைக் குறிப்பிடுவது நல்லது. இந்தப் பள்ளிகளில் வகுப்பு நேரம் என்னவாக இருக்கிறது? மாணவர்கள் தரவேண்டிய மாதாந்திர அல்லது வருட கல்விக் கட்டணம் என்ன? இந்தப் பள்ளிகளுக்குப் பொதுமக்கள் நிதி உதவி செய்கிறார்களா? அப்படியெனில் எவ்வளவு, எந்த வகையில் தருகிறார்கள்? இறையியல், சட்டம், வானசாஸ்திரம் போன்றவற்றைக் கற்றுத் தரும் கல்லூரிகள் மற்றும் வேறு நிறுவனங்கள் இருந்தால் அவை பற்றிய தகவல்களையும் தரவேண்டும்.

இப்படியான படிப்புகள் தேர்ந்தெடுத்த சிலருக்குத் தனி நபர்களால் இலவசமாகக் கற்றுத் தரப்படுகின்றன. சில இடங்களில் பாரம்பரிய நிர்வாக அமைப்புகள் இந்த ஆசிரியர்களுக்கு பணமோ நிலமோ தந்து உதவியிருக்கின்றன.

2. சில மாவட்டங்களில் பிராமணர்களுக்கும் வணிக சாதியின ருக்கும் மட்டுமே எழுதப் படிக்கக் கற்றுத் தரப்படுகிறது. சில கிராமங்களிலும் பிரதான ரயத்துவாரி பகுதிகளிலும் பிற சாதியினருக்கும் கல்வி தரப்பட்டிருக்கிறது. பிராமண மற்றும் இந்துப் பெண்களுக்குப் பொதுவாகக் கல்வி தரப்பட்டிருக்கவில்லை. ஏனென்றால், கல்வி தரப்பட்டால் அவர்களின் ஒழுக்கம் கெட்டு விடும் என்று சொல்லி பொது நடன மகளிருக்கு மட்டுமே கல்வி தரப்பட்டிருக்கிறது. ஆனால், ராஜ்பந்தா (Rujbundah) மற்றும் வேறு சில பிரிவுகளிலே பெண் கல்வி தொடர்பாக இப்படியான எந்த முன்முடிவும் இல்லை. அந்தப் பெண்களுக்குக் கல்வி தரப்பட்டிருக்கிறது. பெண்களுக்குக் கல்வி தரப்படாமலிருந்ததற்கு

வேறு பல காரணங்கள் இருக்கக்கூடும். அந்த விஷயம் அவ்வளவு கறாராக இருந்திருக்கவும் இல்லை. ஒவ்வொரு மாவட்டத்திலும் ஒருசில பெண்களாவது பள்ளிகளில் கல்வி கற்றிருக்கிறார்கள். எனவே, அவர்களுடைய எண்ணிக்கை தொடர்பான தகவலையும் அனுப்புவதற்கு வசதியாக விண்ணப்பப் படிவத்தில் ஒரு பிரிவைச் சேர்த்திருக்கிறேன். கலப்பு மற்றும் தூய்மையற்ற சாதியினர் பொதுவாகக் கல்வி கற்பதே இல்லை. எனினும் ஒருசிலர் படிப்பதால் அதற்கான பிரிவும் விண்ணப்பத்தில் சேர்க்கப்பட்டிருக்கிறது.

3. இந்தப் பாரம்பரியப் பள்ளிகளில் நமது எந்தவகையான குறுக்கீட்டையும் நான் விரும்பவில்லை. அப்படியான விஷயங்களை மிகவும் கவனமாகத் தவிர்த்துவிடவேண்டும். ஊர் மக்கள் தமது பள்ளிகளைத் தாமே நிர்வாகம் செய்துகொள்ளும்படி விட்டுவிடவேண்டும். அவர்களுடைய நிதி மூலங்களில் இருந்து ஏதேனும் பணம் நமது பக்கம் திருப்பிவிடப்பட்டிருந்தால் அதை அவர்களுக்குத் திருப்பித் தந்துவிடவேண்டும். தேவைப்பட்டால் புதிய நிதி உதவிகள் செய்தும் தரலாம். ஆனால், இப்போது திட்டமிட்டிருப்பது போன்ற புள்ளிவிவரங்கள் நமக்குக் கிடைத்த பிறகே இது தொடர்பான முடிவுக்கு வரமுடியும்.

25, ஜூன், 1822 தாமஸ் மன்ரோ (கையொப்பம்)

II

இந்தக் கடிதத்தையும் உடன் அனுப்பும்படி
உத்தரவிடப்பட்டிருந்தது.
எண் 459
வருவாய்த்துறை.

பெறுநர்

வருவாய்த்துறையின் தலைவர் மற்றும் உறுப்பினர்கள்

கனவான்களே,

இந்தியா முழுவதிலும் நடைமுறையில் இருக்கும் கல்வி தொடர்பான துல்லியமான தகவல்கள் தேவை என்று மாண்புமிகு கவர்னர் விருப்பம் தெரிவித்திருக்கிறார்கள். அந்த விஷயத்தை உங்களுக்குத் தெரிவிக்கும்படி என்னைக் கேட்டுக் கொண்டிருக் கிறார்கள். இந்தக் கடிதத்துடன் இணைக்கப் பட்டிருக்கும்

படிவத்தில் கேட்கப்பட்டிருக்கும் தகவல்களைச் சேகரித்துத் தருமாறு கலெக்டர்கள் கேட்டுக் கொள்ளப்படுகிறார்கள். எழுதப் படிக்கக் கற்றுத்தரும் பள்ளிகளின் எண்ணிக்கை, ஒவ்வொன்றிலும் படிக்கும் மாணவர்களின் எண்ணிக்கை, அவர்களுடைய சாதி, பள்ளியில் இருக்கும் நேரம், மாத அல்லது வருடக் கட்டணம், ஏதேனும் பள்ளிகளுக்குப் பொதுமக்கள் நிதி தருவதாக இருந்தால் எவ்வளவு, எப்படித் தருகிறார்கள் இந்த விவரங்களைச் சேகரித்து அனுப்பவும். இறையியல், சட்டம், வானசாஸ்திரம் போன்றவை கற்றுத் தரப்படும் கல்லூரிகள் அல்லது கல்விமையங்கள் இருந்தால் அவை பற்றிய தகவல்களையும் தரவும்.

இந்தக் கல்வி பொதுவாக தனி நபர்களால் சில மாணவர்களுக்கு அல்லது சீடர்களுக்கு எந்தவிதக் கட்டணமும் பரிசும் பெறாமல் கற்றுத் தரப்படுகின்றது. எனினும் பாரம்பரிய அரசுகள் இது தொடர்பாக, ஆசிரியர்களுக்கு நில மானியமோ பண உதவியோ தரவும் செய்திருக்கிறார்கள். அது தொடர்பான தகவல்களையும் சேகரித்து அனுப்பவும்.

கல்வி பொதுவாக குறிப்பிட்ட சில சாதியினருக்கானதாகவேதான் இருக்கிறது. பெண்களுக்குத் தரப்படவில்லை. எனினும் சில விதிவிலக்குகள் இருக்கின்றன. சில மாவட்டங்களில் அப்படி விதிவிலக்காகப் படிப்பவர்களின் எண்ணிக்கை அதிகமாக இருக்கக் கூடும். எனவே, அந்தத் தகவல்களையும் சேர்க்கும் வகையில் இந்தப் படிவம் தயாரிக்கப்பட்டிருக்கிறது.

இந்தியப் பாரம்பரியப் பள்ளிகளின் நிர்வாகத்தில் எந்தவித இடையீடு செய்வதும் நம் நோக்கமல்ல; எனவே, அப்படியான குறுக்கீடுகள் எல்லாமே தவிர்க்கப்படவேண்டும் என்பதை கலெக்டர்கள் நன்கு புரிந்துகொள்ளவேண்டும். உள்ளூர் மக்களே தமது பள்ளிகளை நிர்வகிக்கும்படி விட்டுவிடவேண்டும். எனினும் அவர்களுடைய செயல்பாடுகளுக்குத் தேவையான அனைத்து உதவிகளும் செய்துதரவேண்டும். அவர்களுடைய நிதிமூலங்கள் ஏதேனும் வேறு திசைக்குத் திருப்பிவிடப்பட்டிருந்தால் அவை அவர்களுக்கு உடனே திருப்பித் தரப்படவேண்டும். கூடுதல் நிதி தேவைப்பட்டால் அதற்கான ஏற்பாடும் செய்யவேண்டும்.

ஜார்ஜ் கோட்டை
2, ஜூலை, 1822.

டி. ஹில்,
அரசுச் செயலர்.

III

சுற்றறிக்கை - செயிண்ட் ஜார்ஜ் கோட்டை - 25 ஜூலை, 1822.

(டி.என்.எஸ்.ஏ: பி.ஆர்.பி. - தொகுதி 920, ப்ரோ., 25.7.1822, பக் 6971-72 எண் 7)

வருவாய்த்துறையில் இருந்து வந்த கடிதத்தையும் அதனுடன் இணைக்கப்பட்ட படிவத்தையும் உங்களுக்கு அனுப்பும்படி வருவாய்த்துறை என்னைக் கேட்டுக்கொண்டிருக்கிறது. தேவையான தகவல்களை, கேட்டுக்கொள்ளப்பட்டிருக்கும் வடிவத்தில் எவ்வளவு முடியுமோ அவ்வளவு சீக்கிரம் அனுப்பிவைக்கவும்.

உங்கள் பிராந்தியத்தில் இப்படியான தகவல்களைச் சேகரிக்கும் போது உங்கள் பணியாளர்கள் ஒரு விஷயத்தை நன்கு புரிந்து கொள்ளவேண்டும். பாரம்பரியப் பள்ளிகளின் நிர்வாகத்தில் எந்தவித இடையீடு செய்வதும் நம் நோக்கமல்ல; எனவே அப்படியானவை முழுமையாகத் தவிர்க்கப்படவேண்டும் என்பதை கலெக்டர்கள் நன்கு புரிந்துகொள்ளவேண்டும். உள்ளூர் மக்களே தமது பள்ளிகளை நிர்வகிக்கும்படி விட்டுவிடவேண்டும். எனினும் அவர்களுக்குத் தேவையான அனைத்து உதவிகளும் செய்துதரவேண்டும். ஒதுக்கப் பட்ட நிதிகள் மூல காரணத்துக்காக அல்லாமல் வேறு திசைக்குத் திருப்பிவிடப்பட்டிருந்தால் அவை திருப்பித் தரப்படவேண்டும். கூடுதல் நிதி தேவைப்பட்டால் அதற்கான ஏற்பாடும் செய்ய வேண்டும். இந்த விஷயங்கள் மக்களுக்கும் புரியும்வகையில் உங்கள் பணியாளர்கள் நடந்துகொள்ளவேண்டும்.

செயிண்ட் ஜார்ஜ் கோட்டை, ஆர்.கிளார்க், செயலர்.
25, ஜூலை, 1822.

(அடுத்த பக்கத்தில் அறிக்கை)

வருவாய்த்துறை, செயிண்ட் ஜார்ஜ் கோட்டை, 2, ஜூலை, 1822
(TNSA:RC: Vol. 277 Pro. 2ndJuly, 1822 pp.1776)

ஒவ்வொரு கலெக்டரேட்டிலும் இருக்கும் பாரம்பரியப் பள்ளிகள், கல்லூரிகளின் எண்ணிக்கை மற்றும் மாணவர்களின் எண்ணிக்கை - மாதிரி படிவம்

கலெக்டரேட்டின் பெயர்	பள்ளிகள், கல்லூரிகளின் எண்ணிக்கை	பிராமண மாணவர்கள்	வைசிய மாணவர்கள்	சூத்திர மாணவர்கள்	பிற ஜாதி மாணவர்கள்	மொத்தம் எண் 4-15வரை சேர்த்து	முஸ்லிம் மாணவர்கள்	மொத்த இந்து முஸ்லிம் மாணவர்கள்	மொத்த மாணவர்கள்
		ஆ பெ மொ	ஆ பெ மொ	ஆ பெ மொ	ஆ பெ மொ	ஆ பெ மொ	ஆ பெ மொ	ஆ பெ மொ	ஆ பெ மொ
1	2 3	4 5 6	7 8 9	10 11 12	13 14 15	15 17 18	19 20 21	22 23 24	25 26 27
வட ஆற்காடு தென் ஆற்காடு பிற கலெக்ட்ரேட் பெயர்களை இதைப் போல் சேர்க்கவும்.	(பள்ளிகள் 100 (கல்லூரி None (பள்ளிகள் - (கல்லூரிகள் - -								சென் செக்ஸ் எடுக்கப் படாத பகுதிகளில் உத்தேச மக்கள் தொகையை இடம்பெற வைக்கவும்.

IV

கனரா கலெக்டர் வருவாய்த்துறைக்கு அனுப்பிய கடிதம் 27.08.1822.

(டி.என்.எஸ்.ஏ: பி.ஆர்.பி: தொகுதி 924, ப்ரோ 5.9.1822, பக்கம் 6425-29, எண் 35-6)

1. 25ம் தேதியிட்ட தங்கள் கடிதத்துக்கு பதில் அனுப்புவதில் பெருமையடைகிறேன். ஜில்லாவில் கல்வி நிலைமை எப்படி இருக்கிறது என்ற தகவல்களைச் சேகரித்து அனுப்பும்படி கேட்டு வருவாய்த்துறை அனுப்பிய கேள்விப் படிவமும் அந்தக் கடிதத்துடன் வந்து சேர்ந்திருந்தது.

அந்தப் படிவத்தில் கேட்டிருக்கும் தகவல்களைச் சேகரிக்க கணிசமான காலம் ஆகும். மேலும் அந்தக் கேள்விகளின் மூலம் ஜில்லாவில் இருக்கும் கல்வி பற்றி எந்த முடிவுக்கும் வர முடியாது. எனவே, அப்படியான ஒரு ஆவணத்தைத் தயாரிப்பது தேவையற்றது என்ற என் பதிலை உங்களுக்கு அனுப்பக் கடமைப்பட்டிருக்கிறேன். எனது இந்த பதிலானது நான் சொல்வதை உங்களுக்குப் புரியவைக்கும் என்றும் நம்புகிறேன்.

2. அறிவியல் கலைகளைக் கற்றுத் தரும்படியாக எந்தக் கல்லூரியும் இந்த கனரா பிராந்தியத்தில் இல்லை. வேறு எந்த நிலையான பள்ளிகளோ ஆசிரியர்களோகூட இங்கு இல்லை. முந்தைய அரசுகளிடமிருந்து உதவிகளைப் பெற்றதாக எந்த நிறுவனம் பற்றிய ஒரு குறிப்பும் இல்லை.

3. கிராமங்கள் அல்லது நகர்களில் சில செல்வந்தக் குடும்பத்தைச் சேர்ந்த பிராமணக் குழந்தைகளுக்கு ஊரின் முக்கிய பிரமுகரின் வீட்டில் வைத்துக் கல்வி தரப்பட்டிருக்கிறது. அவரே ஆசிரியரை நியமிக்கிறார். அந்த ஆசிரியருக்கு ஒவ்வொரு மாணவரிடமிருந்தும் சொற்ப தொகை கட்டணமாகக் கிடைக்கிறது. விசேஷ நாட்களில் புதுத் துணி பரிசாகத் (வஸ்திர தானம்) தரப்படுகிறது. வேறு சில நேரங்களிலும் இதுபோல் தரப்படுகின்றன. முக்கிய பிரமுகரின் நண்பர்களின் குழந்தைகளும் அங்கு வந்து கல்வி பெறுகிறார்கள்.

முல்லாவும் இதேபோல் முஸ்லிம் சிறுவர்களுக்குக் கற்றுத் தருகிறார். இவை முழுக்க முழுக்கத் தனியார் கல்வி போன்றவையே. ஆசிரியர்களும் மாணவர்களும் அடிக்கடி மாறிக்கொண்டே இருப்பார்கள். பொதுக்கல்வி என்றோ முறையான கல்வி என்றோ சொல்லத்தகுந்த வகையில் எதுவுமே இங்கு இல்லை.

மாணவர்களுக்கு எழுதப் படிக்கவும் அடிப்படைக் கணக்கு வழக்குகளைக் கவனித்துக்கொள்ளவும் சொல்லித் தரப்படுகின்றன. உயர்சாதியினர் நீங்கலாக பிறருக்கு பாரசீக, ஹிந்தவி, கனரா போன்ற மொழிகளில் பெரிதாக எதுவும் கற்றுத் தரப்படுவதில்லை. அந்த வகுப்பினரிடையேயும் அது தனியார் கல்வியாகவே இருக்கிறது. இப்படியான மொழிக் கல்வி பெறும் மாணவர்களின் எண்ணிக்கையைத் துல்லியமாகக் கணிக்கவே முடியாது.

4. கனராவில் கல்வி மிகவும் தாழ்ந்த நிலையிலேயே இருக்கிறது. கொங்கணி மற்றும் ஷின்னவி (Shinnawee) பகுதியைச் சேர்ந்த பிராமணர்களுக்கு சொற்பக் கல்வியே அதுவும் அவர்களுக்கு மட்டுமாகவே தரப்பட்டிருக்கிறது. பொதுவாகப் பார்த்தால் விவசாயிகளில் பாதிப் பேருக்கு கல்வி வாய்ப்பு இருந்திருக்கவே இல்லை.

5. துணை மருத்துவருக்கு வந்த ஒரு கடிதத்தை இங்கு குறிப்பிடுகிறேன். கனரா பகுதியில் இருக்கும் உயர்சாதியினரைத் தடுப்பூசி போடும் பணியில் சேரவைப்பது எந்த அளவுக்கு சாத்தியம் என்று துணை மருத்துவரை சூப்பரிண்டெண்ட் ஜெனரல் கேட்டுக் கொண்டிருந்தார். அவர்களுக்குத் தடுப்பூசி சிகிச்சைகளில் இருப்பதாக நம்பப்படும் நிபுணத்துவத்தைப் பயன்படுத்தி அந்தத் துறையில் முன்னேற்றங்களைக் காண முடியும் என்ற நோக்கத்தில் அப்படிக் கேட்டுக்கொண்டிருந்தார்.

அந்த கடிதத்தின் 6, 7, 8 பத்திகளில் இருந்து மேற்கோள் காட்டுகிறேன்…

6. கிறிஸ்தவ தடுப்பூசியாளர் நியமிக்கப்படுவதில் எனக்கு எந்த ஆட்சேபணையும் இல்லை. ஆனால், வேறு சாதிகளைச் சேர்ந்தவர்களை நியமிப்பது தொடர்பாக நாம் எடுக்கும் முயற்சிகள் பலன் தராது என்றே எனக்குத் தோன்றுகிறது. மக்களில் பெரும்பாலானவர்கள் விவசாயிகள்; படிப்பறிவில்லாதவர்கள். இங்கு உற்பத்தியாளர் பிரிவு என்ற ஒன்று இருப்பதாகத் தெரியவே இல்லை. இந்தப் பகுதியில் கைவினைத்தொழில்கள் எல்லாம் காடுகளிலும் பள்ளத்தாக்குகளிலுமாகச் சிதறிக் கிடக்கின்றன. ஒவ்வொருவரும் தத்தமது எஸ்டேட்களில் வசித்து வருகின்றனர். எனவே, இங்கு பெரிய நகர்கள் எதுவும் இல்லை. அப்படியே இருப்பவையும் சொற்ப மக்களைக் கொண்டதாகவே இருக்கின்றன. இந்தப் பகுதியில் அறிவியல், கலைகளைக் கற்றுத் தரவும் கற்றுக் கொள்ளவும் யாருமே இல்லை. இந்தத் தீபகற்பத்திலேயே இந்த அளவுக்கு கலைஞர்களும் அறிஞர்களும் இல்லாத பகுதி வேறு எதுவும் இருக்காது என்றே நினைக்கிறேன்.

7. இந்தப் பகுதி நிலங்களின் மீது உள்ளூர்வாசிகளுக்கு சந்தேகத்துக்கு இடமில்லாத முழு உரிமை இருக்கிறது. அந்தப் பூர்விக உரிமையானது இந்த நிலங்களை முதன்முதலில் சீர்திருத்தி விவசாயத்துக்குப் பயன்படுத்தியது இவர்கள் என்ற அடிப்படையில் இருந்து கிடைத்திருக்கிறது. இவர்களுக்குத் தமது நிலபுலன்கள், வீடுகளை விட்டுவிட்டுச் செல்வதில் மிகுந்த தயக்கமும் அதிருப்தியும் இருக்கின்றன. இந்தப் பகுதியில் கிடைக்காத துணிகள் போன்ற பிற தேவைகளுக்கு ஒவ்வொரு தாலுகாவிலும் இருக்கும் சிறுநகர்களில் இருந்து வரும் சந்தை வியாபாரிகளையே இவர்கள் நம்பியிருக்கிறார்கள். அந்தக் கொங்கணி மக்கள் கடலோரப் பகுதிகளில் இருக்கும் உறவினரிடமிருந்து அந்தப் பொருட்களைப் பெற்று வந்து இவர்களுக்குக் கொடுக்கிறார்கள். இப்படியாக அவர்கள் கொடுக்கும் பொருட்கள் நாலைந்துதான் இருக்கின்றன. வெளிநாட்டு தனியார் வர்த்தகத்துக்கு இங்கு பெரிய ஆதரவு எதுவும் இல்லை. எனவே, அந்நியர்கள் ஒட்டுமொத்தமாக இங்கு காலூன்றவே முடிந்திருக்கவில்லை.

8. இப்படியான வாய்ப்புகள் இருந்தால்தான் கல்வி அறிவு பெற்றவர்களின் தேவையும் பயன்பாடும் உருவாக முடியும் என்று நம்புகிறேன். இப்படியான மனிதர்களைத் தமது தொழிலை விட்டுவிட்டு வேறு வேலைகளைச் செய்யும்படி தூண்டுவது மிகவும் கடினம். அதிலும் ஊர் ஊராகச் சென்று தடுப்பூசி போடும் பணியை ஏற்றுக்கொள்ளவைக்கத் துளியும் வாய்ப்பு இல்லை.

6. இங்கிருக்கும் விவசாயிகளான பண்ட்களின் மருமகன்களை (ஏனென்றால் அவர்களுடைய வாரிசுகள் அவர்கள்தான்; மகன்கள் அல்ல) மங்களூருக்குப் படிக்க அனுப்பும்படி நான் கனராவுக்கு வந்ததும் கேட்டுக்கொண்டேன். ஆனால், எந்தப் பலனும் கிடைக்கவில்லை. ஒரு கிறிஸ்தவப் பள்ளி இங்கு தொடங்கப்பட்டுள்ளது. அதில் லத்தீன், போர்ச்சுகீசிய மொழிகள் மட்டுமே கற்றுத் தரப்படுகின்றன.

7. இந்த விளக்கத்துக்குப் பிறகும் கடிதத்தில் அனுப்பியிருப்பது போன்ற தகவல்களைச் சேகரித்து அனுப்பவேண்டும் என்று அரசு கேட்டுக்கொண்டால், நிச்சயம் அந்தத் தகவல்களைச் சேகரிக்க முயற்சி செய்வேன். எனினும் அது ஒரு வீணான முயற்சி என்பதை மீண்டும் கூற விரும்புகிறேன். இந்தப் பரந்துவிரிந்த கலெக்டரேட்டில் ஒரே ஒருவருக்குத்தான் பாரசீக மொழி எழுதத் தெரியும். எஞ்சியவர்களுக்கு ஹிந்தவியும் கொங்கணியும் மட்டுமே தெரியும். சமஸ்கிருதம் கூடக் கொஞ்சமே தெரியும். பிராமணர்களில் சாஸ்திரம் படிக்கத் தெரிந்த ஒருசிலருக்கு மட்டுமே பாலபந்த் தெரியும். இந்தப் பிந்தைய வகுப்பினரில் பெரும்பாலானோருக்கு பழங்கால நூல்களைப்

படிக்கவே தெரிந்திருக்கவில்லை. ஹால கனரீஸ் (Hala Canarese) மற்றும் பாலபந்த் எனப்படும் மொழிகளில் மட்டுமே அவர்களுக்குக் கல்வி தரப்பட்டிருக்கிறது.

மங்களூர், ஐ.ஹாரிஸ்
பிரதான கலெக்டர் கச்சேரி (அலுவலகம்), பிரின்சிபல் கலெக்டர்.
27, ஆகஸ்ட், 1822.
உத்தரவு (35-36).

V

திருநெல்வேலி கலெக்டர் வருவாய்த்துறைக்கு அனுப்பிய அறிக்கை

18.10.1822.

(டி.என்.எஸ்.ஏ: பி.ஆர்.பி: தொகுதி 928
ப்ரோ 28.10.1822 பக் 9936-7 எண் 46-7)

25, ஜூலையில் வருவாய்த்துறையின் உதவி அதிகாரி அனுப்பிய கடிதத்தில் கேட்டுக்கொண்டதற்கு இணங்க பள்ளிகள் குறித்த தகவல் அறிக்கையை அனுப்புவதில் பெருமைப்படுகிறேன்.

மாணவிகளின் சாதி தொடர்பான தகவலைச் சேகரிக்க அதிக நேரம் எடுத்துக்கொண்டதால் இந்த அறிக்கை அனுப்பத் தாமதமாகிவிட்டது. கிட்டத்தட்ட அந்த மாணவிகள் அனைவருமே நடன மகளிர் வகுப்பைச் சேர்ந்தவர்கள்.

திருநெல்வேலி மாவட்டம் ஜே.பி.ஹடில்ஸ்டன்
18, அக், 1822. சேரன்மகாதேவி கலெக்டர்.

(அறிக்கை அடுத்த பக்கத்தில்)

திருநெல்வேலி கலெக்டரேட்டிலும் இருக்கும் பாரம்பரியப் பள்ளிகள், கல்லூரிகளின் எண்ணிக்கை மற்றும் மாணவர்களின் எண்ணிக்கை

கலெக்டரேட்டின் பெயர்	பள்ளிகள், கல்லூரிகள்		பிராமண மாணவர்கள்			வைசிய மாணவர்கள்			சூத்திர மாணவர்கள்			பிற சாதி மாணவர்கள்		
திருநெல்வேலி மாவட்டம்	பள்ளிகள்	542	1921	-	1921	-	-	-	2708	-	2708	3003	107	3110
	கல்லூரிகள்	-	-	-	-	-	-	-	-	-	-	-	-	-

	மொத்தம் (இந்துக்கள்)			முஸ்லிம் மாணவர்கள்			மொத்த இந்து முஸ்லிம்			மொத்த மாணவர்கள்		
	ஆ	பெ	மொ	ஆ	பெ	மொ	ஆ	பெ	மொ	ஆண்	பெண்	மொத்தம்
பள்ளிகள்	5711	107	5818	327	2	329	6038	109	6147	7559	109	8068
கல்லூரிகள்	-	-	-	-	-	-	-	-	-	-	-	-

திருநெல்வேலி சேரன்மகாதேவி 18 அக் 1822	பஞ்சமால் தாலுகாவில் இருந்து தகவல் கிடைக்கவில்லை	ஜே.பி.ஹடில்ஸ்டன் கலெக்டர்

VI

ஸ்ரீரங்கப்பட்டன துணை கலெக்டர் வருவாய்த்துறைக்கு அனுப்பிய அறிக்கை 29.10.1822.

(டி.என்.எஸ்.ஏ: பி.ஆர்.பி: தொகுதி 929 ப்ரோ 4.11.1822 பக் 10260-2 எண்கள் 46-7)

1. இந்த ஜில்லாவில் இருக்கும் கல்விமையங்கள் தொடர்பான தகவல்களைக் கேட்டு 25 ஜூலையில் அனுப்பப்பட்ட கடிதத்துக்கு பதில் தருவதில் பெருமைப்படுகிறேன்.

2. இப்போது நடைமுறையிலிருக்கும் கல்வி அமைப்பு தொடர்பாகக் கிடைத்திருக்கும் தகவல்கள் மிகவும் சொற்பமே. இந்தப் பள்ளிகளில் எழுதப் படிக்கக் கற்றுத் தருவது, அடிப்படைக் கணித சூத்திரங்கள் நீங்கலாகக் கல்வி என்று எதுவும் சொல்லித் தரப்பட்டிருக்கவில்லை. அன்றாடப் பணிகளைச் செய்துகொள்ளத் தேவைப்படும் அடிப்படை அறிவு நீங்கலாக வேறு எதுவும் கற்றுத் தரப்படவில்லை.

3. எனக்குத் தெரிந்தவரை பள்ளிகள், கல்லூரிகள் நடத்த முந்தைய அரசாங்கத்தாலோ தனிப்பட்ட நபர்களாலோ நில மானியங்களோ பண உதவியோ தரப்பட்டிருப்பதாகத் தெரியவில்லை. இந்தக் கல்விமையங்களின் ஆசிரியர்களுக்கான சம்பளம் பெரும்பாலும் மாணவர்களின் பெற்றோரிடமிருந்தே பெறப்பட்டிருக்கிறது. அந்த வழக்கமே இப்போதும் தொடர்கிறது.

4. ஒவ்வொரு மாணவருக்கும் மாதத்துக்கு ஐந்து அணா வீதம் ஆசிரியருக்குக் கிடைக்கிறது. ஸ்ரீரங்கப்பட்டனத் தீவுக்கு உள்ளாக கல்விக்காகச் செலவிடப்படும் ஆண்டுத்தொகை 2,351 ரூபாய் 4 அணாக்கள். இந்தத் தொகையை 41 சூப்பரிண்டெண்ட்களுக்குப் (ஆசிரியர்களுக்குப்) பிரித்தால் ஒவ்வொருவருக்கும் சராசரியாக மிகக் குறைந்த வருவாயாக 57 ரூபாய், ஐந்து அணாக்கள், 5 பைசா கிடைக்கிறது.

ஸ்ரீரங்கப்பட்டனம்
29 அக் 1822

ஹெச்.விபார்ட்,
துணை கலெக்டர் இன்சார்ஜ்

(அறிக்கை அடுத்த பக்கத்தில்)

ஸ்ரீரங்கபட்டினத் தீவு கலெக்டரேட்டில் இருக்கும் பள்ளிகள் கல்லூரிகள், மாணவர்களின் எண்ணிக்கை மற்றும் பாரம்பரியப் பள்ளிகள் பற்றிய அறிக்கை

கலெக்டரேட் பெயர் ஸ்ரீரங்கப் பட்டனத் தீவு	பள்ளி கல்லூரி எண்ணிக்கை		பிராமண மாணவர்கள்			வைசிய மாணவர்கள்			சூத்திர மாணவர்கள்			பிற சாதியினர்		
			ஆ	பெ	மொ	ஆ	பெ	மொ	ஆ	பெ	மொ	ஆ	பெ	மொ
ஸ்ரீரங்கப் பட்டனக் கோட்டை	பள்ளிகள்	17	38	-	38	20	-	20	93	8	101	62	-	62
	கல்லூரிகள்	எதுவுமில்லை	-	-	-	-	-	-	-	-	-	-	-	-
சொஹர் கங்கப் பட்டனம்	பள்ளிகள்	24	10	-	10	3	-	3	205	6	211	96	-	96
	கல்லூரிகள்	எதுவுமில்லை	-	-	-	-	-	-	-	-	-	-	-	-
			48	-	48	23	-	23	298	14	312	158	-	158

கலெக்டரேட்டின் பெயர்	மொத்தம் (இந்துக்கள்)			முஸ்லிம் மாணவர்கள்			மொத்த இந்து முஸ்லிம் மாணவர்கள்			மொத்த மக்கள்தொகை		
ஸ்ரீரங்கபட்டனத் தீவு	ஆ	பெ	மொ	ஆ	பெ	மொ	ஆ	பெ	மொ	ஆண்	பெண்	மொத்தம்
ஸ்ரீரங்கபட்டனக் கோட்டை	213	8	221	32	-	32	245	8	253	5,106	5,626	19,732
	-	-	-	-	-	-	-	-	-			
சொஹர் கங்கத் தீவு	314	6	320	54	-	54	368	6	374	11,135	11,135	29,880
	-	-	-	-	-	-	-	-	-			
	527	14	541	86	-	86	613	14	627	4851	16,761	31,612

ஸ்ரீரங்கபட்டனம், 29 அக், 1822

ஹெச்.விபார்ட், துணை கலெக்டர்

VII

திருநெல்வேலி கலெக்டர் வருவாய்த்துறைக்கு அனுப்பிய அறிக்கை 7.11.1822.

(டி.என்.எஸ்.ஏ: பி.ஆர்.பி: தொகுதி 931, ப்ரோ 18.11.1822 பக் 10545-6 எண் 37)

தாங்கள் அனுப்பிய படிவத்தில் கேட்டுக்கொண்டுள்ளபடி மாவட்டத்தில் இருக்கும் அனைத்துப் பள்ளிகளின் முழுப் பட்டியலை அனுப்புவதில் பெருமை அடைகிறேன். பஞ்சமால் (Punjamahl) தாலுக்காவில் இருந்து மட்டும் தகவல்கள் வந்துசேர்ந்திருக்கவில்லை. எஞ்சியவற்றை அனுப்பியிருக்கிறேன்.

முன்பு அனுப்பிய அறிக்கையில் இடம்பெற்றிருக்கும் மக்கள் தொகை தொடர்பான தகவல் தவறானதாகத் தோன்றுகிறது. இப்போது அனுப்பியிருக்கும் அறிக்கையில் அது திருத்தி அனுப்பப் பட்டிருக்கிறது.

திருநெல்வேலி
7, நவம்பர், 1822

ஜே.பி.ஹடில்ஸ்டன்
கலெக்டர்.

(அறிக்கை அடுத்த பக்கத்தில்)

திருநெல்வேலி கலெக்டரேட்டில் இருக்கும் பரம்பரியப் பள்ளிகள் கல்லூரிகள் மற்றும் மாணவர்களின் எண்ணிக்கை

கலெக்ட ரேட்டின் பெயர்	பள்ளிகள், கல்லூரிகள்		பிராமண மாணவர்கள்			வைசிய மாணவர்கள்			சூத்திர மாணவர்கள்			பிற சாதியினர்			மொத்தம்		
			ஆ	பெ	மொ	ஆ	பெ	மொ	ஆ	பெ	மொ	ஆ	பெ	மொ	ஆ	பெ	மொ
திருநெல்வேலி	பள்ளிகள்	607	2,016	-	2,016	-	-	-	2,889	-	2,889	3,557	117	3,674	8,462	117	8,579
	கல்லூரிகள்	None	-	-	-	-	-	-	-	-	-	-	-	-	-	-	-

முஸ்லிம் மாணவர்கள்			மொத்த இந்து & முஸ்லிம் மாணவர்கள்			மொத்த மக்கள்தொகை		
ஆ	பெ	மொ	ஆ	பெ	மொ	ஆ	பெ	மொ
796	2	798	9,253	119	9,377	2,83,719	2,81,238	5,64,957
-	-	-	-	-	-	-	-	-
திருநெல்வேலி, 7, நவ, 1822								

ஜே.பி.ஹடில்ஸ்டன்,
கலெக்டர்

VIII

கோயம்புத்தூர் பிரின்சிபல் கலெக்டர் வருவாய்த்துறைக்கு அனுப்பிய அறிக்கை 23.11.1822.

(டி.என்.எஸ்.ஏ: பி.ஆர்.பி: தொகுதி 932, ப்ரோ 2.12.1822 பக் 10939-943 எண் 43)

பெறுநர்

வருவாய்த்துறை தலைவர் மற்றும் உறுப்பினர்கள்

கனவான்களே,

1. மாவட்டத்தில் இருக்கும் பள்ளிகள் தொடர்பாக *25*, ஜூலை, *1882* தேதியிட்டு திரு கிளார்க் அனுப்பிய கடிதத்தில் கேட்கப்பட்டுள்ள விவரங்களை அனுப்புவதில் பெருமகிழ்ச்சி அடைகிறேன்.

2. திரு கிளார்க் அனுப்பிய கடிதத்துடன் இணைக்கப்பட்டிருந்த படிவத்துக்கு ஏற்ப அறிக்கை-*1* தயாரிக்கப்பட்டிருக்கிறது.

ஒவ்வொரு பள்ளியிலும் கற்றுத்தரப்பட்ட மொழிகள், மாணவர்களின் எண்ணிக்கை, பெற்றோரால் ஆசிரியர்களுக்குத் தரப்பட்ட கட்டணம், ஆண்டு சராசரிச் செலவினம் ஆகியவை எல்லாம் அறிக்கை-*2*-ல் தரப்பட்டிருக்கின்றன.

இறையியல், சட்டம், வான சாஸ்திரம் போன்றவை கற்றுத் தரப்பட்ட கல்விமையங்களின் எண்ணிக்கை, அங்கு பயிலும் மாணவர்களின் எண்ணிக்கை, இந்து அரசால் அவர்களுக்குத் தரப்பட்ட நில மானியம், முஸல்மான் அல்லது பிரிட்டிஷ் அரசால் தரப்படும் நல்கைகள் ஆகியவைபற்றிய விவரங்கள் அறிக்கை-*3* -ல் இடம்பெற்றிருக்கின்றன.

மாணவர்கள் ஐந்து வயதில் பள்ளியில் சேர்க்கப்படுகிறார்கள். *13-14* வயது வரை கல்வி பெறுகிறார்கள். இறையியல், சட்டம் போன்றவற்றைப் படிப்பவர்கள் *15* வயதில் ஆரம்பிக்கிறார்கள். அந்தத் துறையில் நல்ல தேர்ச்சி கிடைக்கும்வரை அல்லது வேலை கிடைக்கும்வரை தொடர்ந்து கல்லூரிக்குச் சென்று கற்கிறார்கள்.

4. தசரா அல்லது பெரிய விழாக்களின்போது ஆசிரியர்களுக்குப் பெற்றோரிடமிருந்து கல்விக் கட்டணம் நீங்கலாக தானங்கள் கிடைக்கின்றன. புதிய பாடம் படிக்க ஆரம்பிக்கும்போதும் கூடுதல் கட்டணம் (சன்மானம்) தரப்படுகிறது. பெற்றோரின் சூழ்நிலைக்கு

ஏற்ப ஒரு மாணவரின் ஆண்டுக் கட்டணம் மூன்று ரூபாயில் இருந்து 14 ரூபாய் வரை மாறுபடுகிறது. பள்ளி காலை ஆறு மணிக்கு ஆரம்பித்து பத்து மணி வரை நடக்கிறது. மதியம் 1-2, அதன் பிறகு எட்டு மணி வரை நடக்கிறது. சில முக்கிய விழாக்கள் நீங்கலாக மாதம்தோறும் அமாவாசை, பவுர்ணமி மற்றும் இரண்டுக்கும் அடுத்த ஒரு நாள் என நான்கு நாட்கள் விடுமுறை தரப்படுகிறது.

5. இந்த மாவட்டத்தில் பெண்களில் நடன மகளிருக்கு மட்டுமே கல்வி தரப்பட்டிருக்கிறது. அவர்கள் பொதுவாக நெசவுத் தொழில் செய்யும் கைக்கோளர் சாதியைச் சேர்ந்தவர்களாக இருக்கிறார்கள். சில விதிவிலக்குகள் உண்டு. என்றாலும் அதன் எண்ணிக்கை மிகவும் குறைவே.

6. கோயம்புத்தூர் டவுனில் ஆங்கிலம் கற்றுத் தரும் ஒரு பள்ளி இருக்கிறது. இந்த கச்சேரியைச் (அலுவலகத்தைச்) சேர்ந்த ஒரு ஆங்கில எழுத்தரால் கற்றுத் தரப்படுகிறது.

கோயம்புத்தூர்
23, நவம்பர், 1822.

ஜே.சல்லிவன்
பிரதான கலெக்டர்.

(அறிக்கைகள் அடுத்த பக்கங்களில்)

செயிண்ட் ஜார்ஜ் கோட்டை 2, டிசம்பர், 1822

கோயம்புத்தூர் கலெக்டரேட்டில் இருக்கும் பாரம்பரியப் பள்ளிகள், கல்லூரிகள் மற்றும் மாணவர்களின் எண்ணிக்கை

கலெக்டரேட் பெயர் (1)		பள்ளிகள் கல்லூரிகளின் எண்ணிக்கை (2)	பிராமண மாணவர்கள் (3)			வைசிய மாணவர்கள் (4)			சூத்திர மாணவர்கள் (5)			பிற ஜாதி மாணவர்கள் (6)		
			ஆ	பெ	மொ	ஆ	பெ	மொ	ஆ	பெ	மொ	ஆ	பெ	மொ
1. கோவை	- பள்ளிகள்	95	204	-	204	60	-	60	1037	12	1049	106	-	106
	- கல்லூரிகள்	45	108	-	108	-	-	-	-	-	-	-	-	-
2. பொள்ளாச்சி	- பள்ளிகள்	60	30	-	30	9	-	9	448	3	451	31	-	31
	- கல்லூரிகள்	1	7	-	7	-	-	-	-	-	-	-	-	-
3. சத்யமங்கலம்	- பள்ளிகள்	30	73	-	73	20	-	20	279	10	307	40	-	40
	- கல்லூரிகள்	22	92	-	92	-	-	-	-	-	-	-	-	-
4. செய்யாறு	- பள்ளிகள்	46	69	-	69	16	-	16	315	7	322	20	-	20
	- கல்லூரிகள்	3	19	-	19	-	-	-	-	-	-	-	-	-
5. பெருந்துறை	- பள்ளிகள்	51	23	-	23	4	-	4	391	11	402	-	-	-
	- கல்லூரிகள்	2	14	-	14	-	-	-	-	-	-	-	-	-
6. தனிகன்கோட்டை		24	38	-	38	7	-	7	220	-	220	-	-	-
	- பள்ளிகள்	1	23	-	23	-	-	-	-	-	-	-	-	-
	- கல்லூரிகள்													
7. கொள்ளேகால்														
	- பள்ளிகள்	24	27	-	27	45	-	45	202	-	202	18	-	18
	- கல்லூரிகள்	14	56	-	56	-	-	-	-	-	-	-	-	-

(1)		(2)	(3)			(4)			(5)			(6)		
8. அந்தியூர்	- பள்ளிகள்	26	24	-	24	8	-	8	189	7	196	-	-	-
	- கல்லூரிகள்	12	57	-	57	-	-	-	-	-	-	-	-	-
9. ஈரோடு	- பள்ளிகள்	43	24	-	24	2	-	2	271	2	273	-	-	-
	- கல்லூரிகள்	7	33	-	23	-	-	-	-	-	-	-	-	-
10. கரூர்	- பள்ளிகள்	76	136	-	136	39	-	39	603	-	603	-	-	-
	- கல்லூரிகள்	25	138	-	138	-	-	-	-	-	-	-	-	-
11. பல்லடம்	- பள்ளிகள்	79	57	-	57	7	-	7	717	3	720	-	-	-
	- கல்லூரிகள்	8	44	-	44	-	-	-	-	-	-	-	-	-
12. தர்மபுரி	- பள்ளிகள்	65	129	-	129	16	-	16	516	14	530	7	-	7
	- கல்லூரிகள்	23	88	-	88	-	-	-	-	-	-	-	-	-
13. கொங்கு நாடு	- பள்ளிகள்	57	36	-	36	14	-	14	318	10	328	4	-	4
	- கல்லூரிகள்	1	8	-	8	-	-	-	-	-	-	-	-	-
14. செக்கரசேரி	- பள்ளிகள்	87	48	-	48	42	-	42	855	3	858	-	-	-
	- கல்லூரிகள்	9	37	-	37	-	-	-	-	-	-	-	-	-
மொத்தம்	- பள்ளிகள்	769	918	-	918	289	-	289	6379	82	6461	226	-	226
	- கல்லூரிகள்	173	724	-	724	-	-	-	-	-	-	-	-	-

Cols.7-10 on next page

	மொத்தம் (இந்துக்கள்)			முஸ்லிம் மாணவர்கள்			இந்து முஸ்லிம் மாணவர் (9)			மொத்தம் மக்கள் தொகை (10)		
	ஆ	பெ	மொ	ஆ	பெ	மொ	ஆ	பெ	மொ	ஆ	பெ	மொ
1.												
	1407	12	1419	51	-	51	1485	12	1470	38665	39866	78531
	108	-	108	-	-	-	108	-	108	-	-	-
2.												
	518	3	521	11	-	11	529	3	532	21194	21700	42894
	108	-	108	-	-	-	7	-	7	-	-	-
3.												
	430	10	440	-	-	-	430	10	440	24106	24442	48548
	92	-	92	-	-	-	92	-	92	-	-	-
4.												
	420	3	427	51	-	51	471	7	478	19875	19629	39504
	19	-	19	-	-	-	19	-	19	-	-	-
5.												
	418	11	429	-	-	-	418	11	429	24188	24293	48484
	14	-	14	-	-	-	14	-	14	-	-	-
6.												
	265	-	265	13	-	13	278	-	278	11659	12333	23989
	23	-	23	-	-	-	23	-	23	-	-	-
7.												
	292	-	292	7	-	7	299	-	299	18661	17562	36223
	56	-	56	-	-	-	56	-	56	-	-	-

	(7)			(8)			(9)			(10)		
8.												
	221	7	228	8	-	8	229	7	236	15825	15875	31700
	57	-	57	-	-	-	57	-	57	-	-	-
9.												
	297	2	299	18	-	18	315	2	317	16515	16535	33050
	33	-	33	-	-	-	33	-	33	-	-	-
10.												
	778	-	778	46	-	46	824	-	824	33148	32935	66083
	138	-	138	-	-	-	138	-	138	-	-	-
11.												
	781	3	781	39	-	39	820	3	823	23187	23997	47184
	44	-	44	-	-	-	44	-	44	-	-	-
12.												
	668	14	682	-	-	-	715	14	729	22799	22621	45420
	14	-	88	-	-	-	88	-	88	-	-	-
13.												
	372	10	382	47	-	47	372	10	382	19845	20913	40758
	8	-	8	-	-	-	8	-	8	-	-	-
14.												
	945	3	948	21	-	-	966	3	969	27267	28567	55834
	37	-	37	-	-	-	37	-	37	-	-	-
மொத்தம்	7812	82	7894	312	-	21	8124	82	8206	316931	321268	638199
	724	-	724	-	-	-	724	-	724	-	-	-

கோயம்புத்தூர் 23, நவ, 1822

ஜே. சல்லிவன், கலெக்டர்

செயிண்ட் ஜார்ஜ் கோட்டை 2, டிசம்பர், 1822

கோயம்புத்தூர் மாவட்டத்தில் ஒவ்வொரு பள்ளியிலும் கற்றுத் தரப்பட்ட மொழி, மாணவர்களின் எண்ணிக்கை, ஆசிரியர்களுக்குப் பெற்றோர்கள் கொடுத்த கட்டணம், மற்றும் எழுதுகோல் முதலான கருவிகளுக்கு மாணவர்கள் செலவிட்ட ஆண்டு சராசரித் தொகை

(1)	(2)	(3)	(4)							(5)
	தாலுகாவின் பெயர்	பள்ளிகள் இருக்கும் கிராமங்கள்	பாரம்பரியப் பள்ளிகள்							மாணவர்களின் எண்ணிக்கை
			கிரந்தம்	ஹிந்தி	தமிழ்	தெலுங்கு	கன்னடம்	பாரசீகம்	மொத்தம்	
1.	கோயம்புத்தூர்	56	5	2	76	8	2	2	95	1470
2.	பொள்ளாச்சி	57	-	2	57	1	-	-	60	532
3.	சத்யமங்கலம்	23	-	1	26	-	3	-	30	440
4.	செய்யாறு	36	-	-	51	-	-	-	51	478
5.	பெருந்துறை	45	-	1	36	-	6	3	46	429
6.	தனிகன்கோட்டை	44	-	-	19	-	5	-	24	278
7.	கொள்ளேகால்	15	-	2	-	1	19	2	24	299
8.	அந்தியூர்	19	-	-	25	1	-	-	26	236
9.	ஈரோடு	28	-	-	40	2	-	1	43	317
10.	கரூர்	44	-	1	70	3	1	1	76	824
11.	பல்லடம்	70	-	3	70	6	-	-	79	823
12.	தர்மபுரி	36	-	1	61	-	2	1	65	729
13.	காங்கேயம்	32	-	1	56	-	-	-	57	382
14.	செக்கரச்சேரி	58	-	-	84	3	-	-	57	969
	மொத்தம்	563	5	14	671	25	38	10	763	8206

(1)	(2)	(6)						(7)		
எண்	தாலுகாக்களின் பெயர்கள்	ஆசிரியர்களுக்குப் பெற்றோர்கள் கொடுத்த சராசரித்தொகை						எழுது பொருள் போன்றவற்றுக்கு மாணவர்கள் செலவிட்ட ஆண்டுத் தொகை		
		மாதத்துக்கு			வருடத்துக்கு					
		ரூ	அணா	பைசா	ரூ	அணா	பைசா	.ரூ	அணா	பைசா
1.	கோயம்புத்தூர்	415	-	-	4980	-	-	680	12	-
2.	பொள்ளாச்சி	166	4	-	1995	-	-	355	8	-
3.	சத்யமங்கலம்	151	6	-	1816	-	-	263	15	-
4.	செய்யாறு	132	12	-	1593	-	-	303	-	-
5.	பெருந்துறை	112	-	-	1344	-	-	107	4	-
6.	தனிகன்கோட்டை	75	8	-	906	-	-	139	8	-
7.	கொள்ளேகால்	94	-	-	1128	-	-	384	-	-
8.	அந்தியூர்	59	-	-	708	-	-	204	-	-
9.	ஈரோடு	99	2	-	1188	-	-	532	14	-
10.	கரூர்	206	-	-	2472	-	-	987	13	-
11.	பல்லடம்	205	12	-	2469	-	-	809	4	-
12.	தர்மபுரி	179	4	-	2151	-	-	327	-	-
13.	காங்கேயம்	104	12	-	1257	-	-	719	4	-
14.	செக்கரச்சேரி	268	4	-	3219	-	-	223	4	-
	மொத்தம்	2268	14	-	27226	8		6037	6	-

கோயம்புத்தூர் 23, நவ, 1822

ஜே.சல்லிவன், கலெக்டர்

செயிண்ட் ஜார்ஜ் கோட்டை 2, டிசம்பர், 1822

கோயம்புத்தூர் கலெக்டரேட்டில் இறையியல், சட்டம் மற்றும் வான சாஸ்திரம் கற்றுத்தரும் நிறுவனங்கள் பற்றிய அறிக்கை

No.	தாலுக்காவின் பெயர்கள்	வேதம், தர்க்கம், வியாகரணம்முதலியவை கற்றுத்தரப்பட்ட கல்லூரிகள்.				மாணவர்கள் எண்ணிக்கை	முன்பு தரப்பட்ட உச்சபட்ச நில மானியம் இப்போதைய மதிப்பில்		
		இறையியல்	சட்டம்	வானசாஸ்திரம்	மொத்தம்		ரூ	அணா	பைசா
1.	கோயம்புத்தூர்	17	25	3	45	108	381	15	-
2.	பொள்ளாச்சி	-	1	-	1	7	-	-	-
3.	சத்யமங்கலம்	10	8	4	22	92	1409	-	-
4.	செய்யாறு	1	2	-	3	19	41	3	-
5.	பெருந்துறை	2	-	-	2	14	-	-	-
6.	தென்னவகோட்டை	1	-	-	1	23	30	13	-
7.	கொள்ளேகால்	7	7	-	14	56	217	1	-
8.	அந்தியூர்	9	2	1	12	57	14	13	-
9.	ஈரோடு	5	2	-	7	33	50	8	-
10.	கருர்	16	8	1	25	138	-	-	-
11.	பல்லடம்	4	4	-	8	44	20	14	-
12.	தர்மபுரி	13	9	1	23	88	-	-	-
13.	காங்கேயம்	1	-	-	1	8	42	4	-
14.	செக்கரச்சேரி	8	1	-	9	37	-	-	-
	மொத்தம்	94	69	10	173	724	2208	7	0

கோயம்புத்தூர் 23, நவ, 1822

ஜே.சல்லிவன், கலெக்டர்

IX

மதுரை கலெக்டர் வருவாய்த்துறைக்கு அனுப்பிய அறிக்கை 5.2.1823.

(டி.என்.எஸ்.ஏ: பி.ஆர்.பி: தொகுதி 942, ப்ரோ 13.2.1823, பக்கம் 2402-406, எண் 21)

பெறுநர்

வருவாய்த்துறைத் தலைவர் மற்றும் உறுப்பினர்கள்

கனவான்களே

1. அரசு கேட்டுக்கொள்வதற்கு முன்பாகவே இந்த மாவட்டத்தில் இருக்கும் பள்ளிகளின் நிலை பற்றிச் சிறிய அளவில் ஆராய்ச்சி நடத்தியிருந்தேன். கடைநிலைப் பிரிவினரின் குழந்தைகளைப் பள்ளிகளில் சேர்க்கச் சொல்லிக் கேட்டுக்கொண்டால் அதற்கு ஏற்ப பள்ளிகளின் எண்ணிக்கையை அதிகரிக்கவேண்டியிருக்குமா என்று ஆய்வு செய்து பார்த்தேன். ஆனால், அப்படியான எந்த முன்னேற்றத்துக்கும் வழியில்லை. நாங்கள் ஏழைகள்; எங்கள் குழந்தைகள் பள்ளிக்குச் செல்வதைவிட கால்நடைகளைப் பராமரித்தல் போன்ற வேலைகளைச் செய்வதால் அவர்களுக்கு வாழ்வாதாரம் கிடைக்கிறது என்று சொல்கிறார்கள். மதுரைக் கோட்டையிலும் பல்வேறு கஸ்பா கிராமங்களிலும் சில பள்ளிகளை ஆரம்பிக்க முடியும். அனைத்து சாதியினரும் தங்கள் குழந்தைகளைப் பள்ளிக்கு அனுப்புவார்கள் என்பதில் எனக்கு எந்த சந்தேகமும் இல்லை. கல்வியினால் கிடைக்கும் பலன் அதிகரிக்க அதிகரிக்க கல்வி பெறுபவர்களின் எண்ணிக்கையும் தானாகவே அதிகரிக்கும். மதுரைக் கோட்டையில் ஐந்து அல்லது ஆறு பள்ளிகள், ஒவ்வொரு கஸ்பாவிலும் 2 அல்லது 3 பள்ளிகள் ஆரம்பிக்கலாம். ஆசிரியர்களுக்கு மாதச் சம்பளமாக 30-40 பணம் தந்தால் போதுமானதாக இருக்கும்.

கிராமங்களின் முக்கிய பிரமுகர்களின் குழந்தைகளைப் பள்ளிக்கு அனுப்பச் சொல்லிக் கேட்டுக்கொள்ளலாம். அது எதிர்பார்க்கும் நல்ல விளைவை உருவாக்கித்தரும். எழுதப் படிக்கத் தெரிந்த நட்டுவனார்கள் (Nattawkars) மிகக் குறைவாகவே இருக்கிறார்கள். எல்லாவற்றுக்கும் கர்ணம்களையே அவர்கள் சார்ந்திருக்க வேண்டியிருக்கிறது. எனவே, பள்ளிகள் ஆரம்பிக்கப்பட்டால் தங்கள் குழந்தைகளை நிச்சயம் அனுப்புவார்கள் என்பதில் எந்த சந்தேகமும் இல்லை.

2. இந்த அறிக்கையைப் பார்க்கும்போது சுமார் எட்டு லட்சம் மக்கள் தொகையில் 13,781 பேர் மட்டுமே 844 பள்ளிகளில் படிப்பது தெரியவரும். இந்த எண்ணிக்கையை அதிகரிப்பது குறித்து நாம் யோசிக்கவேண்டும்.

3. பல்வேறு பகுதிகளில் இருந்து கிடைத்த தகவல்களை வைத்துப் பார்க்கும்போது, மானியமாகத் தரப்பட்டிருக்கும் நிலங்களில் எதுவும் பள்ளிகளுக்குத் தரப்பட்டதாகத் தெரியவில்லை. ஏழைப் பெற்றோர் ஒவ்வொரு மாணவருக்கும் மாதக் கட்டணமாக அரை பணத்திலிருந்து ஒரு பணம் வரை கொடுக்கிறார்கள். கொஞ்சம் வசதி இருந்தால் இரண்டிலிருந்து ஐந்து பணம் வரை தருகிறார்கள். அப்படியாக ஒரு ஆசிரியருக்கு பெரிய கிராமங்களில் மாத வருமானமாக 30-60 பணம் கிடைக்கிறது. சிறிய கிராமங்களில் 10-30 பணம் கிடைக்கிறது. ஐந்து வயதில் பள்ளியில் சேர்க்கப்படுகிறார்கள். 12-15 வயது வரை படிக்கிறார்கள்.

4. பிராமணர்கள் வசிக்கும் அக்ரஹாரங்களில் வேதம், புராணம் போன்றவற்றைப் படிப்பவர்களுக்குக் காலகாலமாகவே ஆண்டுக்கு 20-50 பணம் வரும் வகையில் நில மானியங்கள் தரப்பட்டிருக்கின்றன. சில இடங்களில் 100 பணம் கூடக் கிடைக்கும். அவர்கள் தங்களிடம் அழைத்துவரப்படும் மாணவர்கள் அனைவருக்கும் இலவசமாகவே கல்வி அளித்திருக்கிறார்கள்.

5. கோயில்களில் நடனத்துக்காக அர்ப்பணிக்கப்பட்ட பெண்கள் மட்டுமே கல்வி பெற்றிருக்கிறார்கள்.

திருமங்கலம் — ஆர்.பீட்டர்
5, பிப், 1823. — கலெக்டர்

(அறிக்கைகள் அடுத்த பக்கத்தில்)

மதுரை மற்றும் திண்டுக்கல் கலெக்டரேட்டில் இருக்கும் பாரம்பரியப் பள்ளிகள் கல்லூரிகள் மற்றும் மாணவர்களின் எண்ணிக்கை

மாவட்டத்தின் பெயர்	பள்ளிகள் கல்லூரிகள்		பிராமண மாணவர்கள்			வைசிய மாணவர்கள்			சூத்திர மாணவர்கள்			பிற ஜாதி மாணவர்கள்		
			ஆ	பெ	மொ	ஆ	பெ	மொ	ஆ	பெ	மொ	ஆ	பெ	மொ
மதுரை	பள்ளிகள்	177	411	-	411	31	-	31	2591	42	2633	658	-	658
திண்டுக்கல்	பள்ளிகள்	252	219	-	219	290	-	290	1891	19	1910	613	7	620
ராமநாதபுரம்	பள்ளிகள்	188	295	-	295	271	-	271	1547	4	1551	670	14	684
சிவகங்கை ஜமீந்தாரி	பள்ளிகள்	227	261	-	261	527	-	527	1218	-	1036	1036	19	1055
		844	v186	-	1186	1119	-	1119	7247	65	2977	2977	40	3017

மொத்த இந்து மாணவர்கள்			முஸ்லிம் மாணவர்கள்			மொத்த இந்து முஸ்லிம்			மொத்த மக்கள்தொகை		
ஆ	பெ	மொ	ஆ	பெ	மொ	ஆ	பெ	மொ	ஆ	பெ	மொ
3691	42	3733	165	-	165	3856	42	3898	88224	84192	172416
3013	26	3039	427	-	427	3440	26	3466	121714	121325	243039
2783	18	2801	246	-	246	3039	18	3047	95249	90589	185838
3042	19	3061	309	-	309	3351	19	3370	96328	90575	186903
12529	105	1147	1147	42	1147	13676	105	13781	401515	386681	788196

குறிப்பு : இந்த மாவட்டத்தில் கல்லூரிகளே இல்லை. நான்காவது பத்தியில் சொல்லப்பட்டிருப்பதுபோல் சிறிய அளவு நில மானியம் பெற்றிருக்கும் வேதம் படிக்கும் நபர்களுடன் கல்வி பெறும்படி செய்யப்பட்டிருக்கும் பிராமண மாணவர்களின் எண்ணிக்கையும் இந்த அறிக்கையில் இடம்பெற்றிருக்கிறது.

ஆர். பீட்டர், கலெக்டர்

திருமங்கலம், 5, பிப், 1823

X

தஞ்சாவூர் கலெக்டர் வருவாய்த்துறைக்கு அனுப்பிய அறிக்கை 28.6.1823.

(டி.என்.எஸ்.ஏ: பி.ஆர்.பி: தொகுதி 953, ப்ரோ 3.7.1823, பக்கம் 5345-5347, எண் 61)

செயலரின் 25, ஜூலை தேதியிட்ட கடிதத்துக்கும் அதனுடன் இணைக்கப்பட்டவற்றுக்கும் பதில் அளிப்பதில் பெருமைப் படுகிறேன். மாவட்டத்தில் இருக்கும் பள்ளிகள், கல்லூரிகளின் எண்ணிக்கை எனப் படிவத்தில் கேட்டுக்கொண்டபடியான தகவல் களை தாசில்தார்கள் அனுப்பிய அறிக்கைகளின் அடிப்படையில் அனுப்பிவைக்கிறேன். கூடவே அறிக்கை 1, அறிக்கை 2 என இரண்டு விரிவான அறிக்கைகளையும் அனுப்புகிறேன். இந்த விஷயம் தொடர்பாக அரசு தெரிந்துகொள்ள விரும்பும் தகவல்களை அது தரும் என்று நம்புகிறேன்.

இந்தக் கல்விமையங்களுக்கு எந்த நிதியும் அரசால் வழங்கப் பட்டதாகத் தெரியவில்லை. எனவே தொடர்ந்து கொடுப்பது, மூல காரணத்துக்கு மீண்டும் திருப்பிவிடுவது போன்ற கேள்விகளே எழவில்லை.

தஞ்சாவூர், நாகப்பட்டனம், 28 ஜூன் 1823.

ஜே.காட்டன்
பிரதான கலெக்டர்.

(அறிக்கை அடுத்த பக்கங்களில்)

தஞ்சாவூர் கலெக்டரேட்டில் இருக்கும் பாரம்பரியப் பள்ளிகள், கல்லூரிகளின் எண்ணிக்கை மற்றும் மாணவர்களின் எண்ணிக்கை

கலெக்டரேட் பெயர்	பள்ளிகள் கல்லூரிகள்		பிராமண மாணவர்கள்			சத்ரிய மாணவர்கள்			வைசிய மாணவர்கள்			சூத்திர மாணவர்கள்			பிற ஜாதி மாணவர்கள்		
			ஆ	பெ	மொ	ஆ	பெ	மொ	ஆ	பெ	மொ	ஆ	பெ	மொ	ஆ	பெ	மொ
தஞ்சாவூர்	பள்ளிகள்	884	2817	-	2817	369	-	369	222	-	222	10661	125	10789	2426	29	2455
	கல்லூரிகள்	109	769	-	769	-	-	-	-	-	-	-	-	-	-	-	-

மொத்தம் (இந்துக்கள்)			முஸ்லிம் மாணவர்கள்			மொத்த இந்து முஸ்லிம்			மொத்த மக்கள்தொகை		
ஆ	பெ	மொ	ஆ	பெ	மொ	ஆ	பெ	மொ	ஆ	பெ	மொ
16495	154	16649	933	-	933	17428	154	17582	195522	187145	382667
769	-	-	-	-	-	769	-	769	-	-	-

தஞ்சாவூர், நாகப்பட்டினம், 28, ஜூன், 1823.

ஜே. காட்டன்,
பிரதான கலெக்டர்

தஞ்சாவூர் மாவட்டத்தில் எழுதப் படிக்கக் கற்றுத் தரும் பள்ளிகள் பற்றிய அறிக்கை

தாலூக்காவின் பெயர்	கிராமங்களின் எண்ணிக்கை	இலவசக் கல்வி தரும் பள்ளிகள்	கட்டணப் பள்ளிகள்	மொத்தப் பள்ளிகள்	ஆசிரியர்களின் எண்ணிக்கை
1. திருவடி	95	7	130	137	137
2. பாபநாசம்	33	1	52	53	53
3. கீவளூர்	54	1	128	129	129
4. புதுக்கோட்டை	12	-	17	17	17
5. மன்னார்குடி	40	-	64	64	64
6. திருவளூர்	28	1	47	48	48
7. கும்பகோணம்	62	4	131	135	135
8. மாயவரம்	104	8	128	136	136
9. நன்னிலம்	37	1	44	45	45
மொத்தம்	465	23	741	764	764
10. தஞ்சாவூர் கோட்டை உட்பட ஹிஸ் ஹைனஸ் ராஜாவுக்குச் சொந்தமான கிராமங்கள்	28	21	99	120	120
மொத்தம்	493	44	840	884	884

மாணவர்களின் ஜாதிவாரி கணக்கு

	பிராமணர்கள்			சத்ரியர்கள்			வைசியர்கள்			சூத்திரர்கள்			பிற ஜாதியினர்		
	ஆண்	பெண்	மொத்தம்	ஆண்	பெண்	மெ	ஆண்	பெண்	மொ	ஆண்	பெண்	மொ	ஆண்	பெண்	மொ
1.	444	-	444	22	-	22	41	-	41	1881	49	1930	22	-	444
2.	234	-	234	5	-	5	26	-	26	417	2	419	459	-	462
3.	198	-	198	13	-	13	56	-	56	1655	11	1666	375	-	381
4.	20	-	20	5	-	5	8	-	8	222	-	222	45	-	46
5.	216	-	216	1	-	1	15	-	15	786	10	796	-	-	-
6.	173	-	173	-	-	-	-	-	-	677	6	683	-	-	-
7.	613	-	613	37	-	37	30	-	30	1354	6	1360	813	17	830
8.	382	-	382	8	-	8	23	-	23	1205	14	1219	663	1	664
9.	143	-	143	-	-	-	2	-	2	608	3	611	2	-	2
	2423	-	2423	91	-	91	201	-	201	8856	101	8906	2379	28	2407
10.	394	-	394	278	-	278	21	-	21	1856	24	1880	47	-	48
	2817	-	2817	369	-	369	222	-	222	10661	125	10786	2426	29	2455

குறிப்புகள்: மாணவர்கள் ஐந்து வயதில் பள்ளியில் சேருகிறார்கள். மாதக் கட்டணமாக நான்கு தினார் பணம் தருகிறார்கள். இப்படியான கட்டணப் பள்ளிகள் 21-ல் 19 மடாயலங்களால் நடத்தப்படுகின்றன. 21 பள்ளிகளின் ஆசிரியர்களுக்கு ராஜாவின் மானியம் கிடைக்கிறது. திருவளூர் கோவில் ஒரு ஆசிரியருக்கு உதவித்தொகை தருகிறது. மூன்றில் ஆசிரியர்கள் இலவசமாகக் கற்றுத்தருகிறார்கள். பிரிட்டிஷ் அரசின் ஊக்கத்தொகை எந்தப் பள்ளிக்கும் தரப்படவில்லை. எனினும் தஞ்சாவூரில் இருக்கும் கல்லூரியின் நிர்வாகத்துக்காக ஒரு கிராமம் மானியமாகத் தரப்பட்டிருக்கிறது. அதன் ஆண்டு மதிப்பு சுமார் 1100 ரூபாய்.

Totals on next page

தாலுக்காவின் பெயர்	மொத்த இந்து மாணவர்கள்			மொத்த முஸ்லிம் மாணவர்கள்			மொத்த இந்து முஸ்லிம் மாணவர்கள்			பள்ளிகள் இருக்கும் கிராமங்களின் மொத்த மக்கள்தொகை		
	ஆண்	பெண்	மொ	ஆண்	பெண்	மொ	ஆண்	பெண்	மொ	ஆண்	பெண்	மொ
1. திருவடி	2410	49	2459	55	-	55	2465	49	2517	36154	36238	72392
2. பாபநாசம்	1141	5	1146	41	-	41	1182	5	1187	12956	13289	26245
3. கீவளூர்	2297	17	2314	277	-	277	2574	17	2591	9955	7959	17914
4. புதுக்கோட்டை	300	1	301	26	-	26	326	1	327	29133	27733	56866
5. மன்னார்குடி	1018	10	1028	7	-	7	1025	10	1035	12340	11055	23395
6. திருவளூர்	850	6	856	32	-	32	882	6	888	3003	2815	5818
7. கும்பகோணம்	2847	23	2870	111	-	111	2958	23	2981	30619	27771	58390
8. மாயவரம்	2281	15	2296	51	-	51	2332	15	2347	20554	18252	38806
9. நன்னிலம்	755	3	758	33	-	33	788	3	791	7922	7662	15584
மொத்தம்	13899	129	14028	633	-	633	14532	129	14661	162636	152774	315410
10. தஞ்சாவூர் கோட்டை உட்பட ஹிஸ்ஹைனஸ் ராஜாவுக்குச் சொந்தமான கிராமங்கள்	2596	25	2621	300	-	300	2896	25	2921	32886	34371	67257
மொத்தம்	16495	154	16649	933	-	933	17428	154	17582	195522	187145	382667

குறிப்பு : மிஷன்கள் நிறுவிய பள்ளிகள் எதுவும் தாசில்தார் அனுப்பிய அறிக்கையில் இடம்பெறவில்லை என்று நம்பப்படுகிறது.

தஞ்சாவூர், நாகப்பட்டினம், 28, ஜூன், 1823. ஜே.காட்டன், பிரதான கலெக்டர்

தஞ்சாவூர் மாவட்டத்தில் இறையியல், சட்டம் மற்றும் வான சாஸ்திரம் போன்ற உயர் கல்விகள் கற்றுத்தரும் கல்லூரிகள் மற்றும் பிற நிறுவனங்கள் பற்றிய அறிக்கை

தாலுக்காவின் பெயர் (1)	கல்லூரிகளின் எண்ணிக்கை (2)	அமைந்திருக்கும் கிராமங்களின் பெயர் (3)	நிறுவியவரின் பெயர் (4)	மானிய ஆதரவின் வகை மற்றும் அளவு (5)	If by Mauniem nature & extent of Mauniem (6)
பாபநாசம்	1	திருத்துறை	-	மாணவர்களிடமிருந்து 24 சக்கரம் ஆசிரியர்களுக்குக் கிடைக்கிறது	- -
	1	Yeenjicollay	-	-அதே-	-
	1	ரகுநாதபுரம்	-	இலவசமாகக் கற்றுத்தருகிறார்.	
திருவளூர்	1			தியாகராஜ சுவாமி கோவிலின் அன்னதானக் கட்டளை மூலம் 12 சக்கரம் 9 பணம் கிடைக்கிறது.	-
	1	திருவளூர் கஸ்பா	-	- அதே 12 சக்கரம் 9 பணம் -	-
	1	-	-	- அதே 12 சக்கரம் 9 பணம் -	-
	1	-	-	- அதே 12 சக்கரம் 9 பணம் -	-
	1	-	-	- அதே 12 சக்கரம் 9 பணம் -	
	1	-	-	- அதே 12 சக்கரம் 9 பணம் -	
	1	-			
மன்னார்குடி		மன்னார்குடி etc.	-	இலவசமாகக் கற்றுத்தருகிறார்.	-
	1	விக்கிரவாண்டி		மாணவர்களிடமிருந்து ஆண்டுக் கட்டணம் கிடைக்கிறது	-
					-
	1	-	-	- 18 சக்கரம்- அதே -	-
	1	-	-	- 18 சக்கரம்- அதே -	Cols. 7-12 on next page

தாலுகாவின் பெயர்கள்	கல்லூரிகளின் எண்ணிக்கை	அமைந்திருக்கும் கிராமங்களின் பெயர்	ஆசிரியர் பேராசிரியரின் பெயர்கள்	கற்றுக் கொடுக்கப்பட்ட பாடங்கள்	மாணவ/ சீடர்களின் எண்ணிக்கை			
					பிராமணர்	வைசியர்	பிறர்	மொத்தம்
(1)	(2)	(3)	(7)	(8)	(9)	(10)	(11)	(12)
பாபநாசம்	1	திருத்துறை	சுபவதனி &	வேதாந்தம்	10	-	-	10
			சுப்பு சாஸ்திரி	காவியம்	10	-	-	10
	1	Yeenjicollay	சாஸ்திரி	- அதே -	20	-	-	20
	1	ரங்கநாதபுரம்	சேஷ ஐயங்கார்	வேதம்				
					2	-	-	2
திருவளூர்	1		சேஷ ஐயங்கார்	வேதம்	10	-	-	10
	1	திருவளூர் கஸ்பா	மகாதேவன்.	- அதே -				
	1	-	பரசுராமன்.	- அதே -	4	-	-	4
	1	-	அப்பாசாமி வாத்யார்.		3	-	-	3
	1	-	ராம வாத்யார்	- அதே -	3	-	-	3
	1	-	சுப்பு வாத்யார்	- அதே -				
	1	-	அப்பாசாமி வாத்யார்.	காவியம்				
					5	-	-	5
மன்னார்குடி	1	மன்னார்குடி etc.	கிருஷ்ண ஐயங்கார்	வேதம்	8	-	-	8
		விக்ரவாண்டி	ஜெய வாத்யார்	- அதே -	5	-	-	5
	1	-	சாமு வாத்யார்	- அதே -	3	-	-	3
	1	-	அப்பாசாமி வாத்யார்	காவியம் மற்றும்				
			அண்ணாசாமி வாத்யார்	தர்க்கம்				

Other talooks follow

தாலுக்காவின் பெயர்	கல்லூரிகளின் எண்ணிக்கை	அமைந்திருக்கும் கிராமங்களின் பெயர்	நிறுவியவரின் பெயர்	மானிய ஆதரவின் வகை மற்றும் அளவு	If by Mauniem nature & extent of Mauniem
(1)	(2)	(3)	(4)	(5)	(6)
கீவளூர்	1	-	-	அம்மாபேட்டை அன்னசத்திரத்துக்குத் தரப்பட்ட மானியத்தின் மூலம் இந்தக் கல்லூரி நடக்கிறது	-
	1		ராமச்சந்திரநாத் கெயிக்வாட்	ராமசந்திர மிட்டா மூலம் ஆசிரியருக்கு நிதிஉதவி கிடைக்கிறது.	
	1	திருவளூர் கஸ்பா	-	ஆசிரியர் இலவசமாகக் கற்றுத் தருகிறார்.	
திருவிடை	1	-	-	-அதே- -அதே-	
	1	-	-	-அதே- -அதே-	-
	1	-	-	-அதே- -அதே-	-
	1	-	-	-அதே- -அதே-	-
	1	-	-	-அதே- -அதே-	-
	1	சாத்தனூர்	-	ஆசிரியருக்கு மாணவர்கள் மூலம் மாதத்துக்கு 2 தினார் பணம் கிடைக்கிறது.	
		காஞ்சிப்பள்ளம்		மாதத்துக்கு இரண்டு கலம் நெல் கிராம நிர்வாகத்தில் இருந்து ஆசிரியருக்குக் கிடைக்கிறது.	-
புதுக்கோட்டை		பழமனேரி	-	ஆசிரியர் இலவசமாகக் கற்றுத்தருகிறார்.	-
					-
				ஒரு சர்வமானியம் மற்றும் ஒரு மாணவர் 1 தி பணம் வீதம் தருகிறார்கள்.	-
	1		-	இலவசமாகக் கற்றுத் தருகிறார்.	
		-	நஞ்சுண்டசிட்டி	ஆண்டுக்கு 50 கலம் நெல் ஆசிரியருக்குக் கிடைக்கிறது.	

Cols. 7-12 on next page

தாலுகாவின் பெயர்கள்	கல்லூரிகளின் எண்ணிக்கை	அமைந்திருக்கும் கிராமங்களின் பெயர்	ஆசிரியர் பேராசிரியரின் பெயர்கள்	கற்றுக் கொடுக்கப்பட்ட பாடங்கள்	மாணவ/ சீடர்களின் எண்ணிக்கை			
					பிராமணர்	வைசியர்	பிறர்	மொத்தம்
(1)	(2)	(3)	(7)	(8)	(9)	(10)	(11)	(12)
கீவளூர்	1	-	ராம பட்டர் 1	வேதம்	4	-	-	4
			ராம வாத்யார் 1					
			பஞ்சநாத வாத்யார் 1		7	-	-	7
	1		வெங்கடாசல வாத்யார்	- அதே -				
திருவிடை	1	திருசேத்துறை	ஜெய வாத்யார்	- அதே -	7	-	-	7
	1	-	குருசாமி வாத்யார்	-	10	-	-	10
	1	-	ரகுநாத சாமி வாத்யார்	- அதே -	4	-	-	4
	1	-	கிருஷ்ண சாஸ்திரி	- அதே -	20	-	-	20
	1	-	குப்பு சாஸ்திரி	- அதே -	4	-	-	4
	1	-	அப்பாவு சாஸ்திரி	வேதம்	7	-	-	7
	1	சாத்தனூர்	ராமசாமி சாஸ்திரி	- அதே -	5	-	-	5
		கஞ்சம்பள்ளம்	கிருஷ்ண ஐயங்கார்	- அதே -	7	-	-	7
	1	பழமனேரி	சாமிநாத வல்லபர்	- அதே -	9	-	-	9
				வேதம்	18	-	-	18
புதுக் கோட்டை								
	1							
		-	ராம ஐயங்கார்	- அதே -	15	-	-	15
		நஞ்சுண்டசிட்டி	பஞ்சநாதவல்லபர்	- அதே -	30	-	-	30

தாலுக்காவின் பெயர் (1)	கல்லூரிகளின் எண்ணிக்கை (2)	அமைந்திருக்கும் கிராமங்களின் பெயர் (3)	நிறுவியவரின் பெயர் (4)	மானிய ஆதரவின் வகை மற்றும் அளவு (5)	If by Mauniem nature & extent of Mauniem (6)
கும்பகோணம்	1	கும்பகோணம் கஸ்பா	-	ஆசிரியர் இலவசமாகக் கற்றுத் தருகிறார்	- -
	1	-		- அதே - - அதே -	-
	1	-	-	- அதே - - அதே -	-
	1	-		- அதே - - அதே -	-
	1	-	-	ஆசிரியருக்கு மாணவர்கள் மூலம் மாதத்துக்கு 11 1/2 பணம் கிடைக்கிறது.	-
	1	சிங்கனூர்	-	ஆசிரியர் இலவசமாகக் கற்றுத் தருகிறார்	-
	1	வேப்பத்தூர்	-	- அதே - - அதே -	-
			-	ஆசிரியருக்கு மாணவர்கள் மூலம் மாதத்துக்கு 30 பணம் கிடைக்கிறது.	-
மாயவரம்		வெள்ளாள அகரம்	அகோர சாஸ்திரி	மாதத்துக்கு ஐந்து கலம் நெல் அகோர சாஸ்திரியிடமிருந்து ஆசிரியருக்குக் கிடைக்கிறது.	-
நன்னிலம்	1	வல்கை	-	ஆசிரியருக்கு மாணவர்கள் மூலம் மாதத்துக்கு 10 பணம் கிடைக்கிறது.	-
ஹிஸ் ஹைனஸ் ராஜாவுக்குச் சொந்தமான கிராமங்கள், டவுன்கள்	16	தஞ்சாவூர் கோட்டை	-	தஞ்சாவூர் மஹாராஜாவிடமிருந்து மானியம் கிடைக்கிறது.	

Cols. 7-12 on next page

(1)	(2)	(3)	(7)	(8)	(9)	(10)	(11)	(12)
கும்பகோணம்	1	கும்பகோணம் கஸ்பா	நஞ்சுண்ட சாஸ்திரி	- அதே -	2	-	-	2
	1	-	குட்டி சாஸ்திரி	- அதே -	4	-	-	4
	1	-	ரகுநாதாச்சாரி	- அதே -	8	-	-	8
	1	-	மது வல்லபர்	- அதே -	20	-	-	20
	1	-	ஸ்ரீனிவாச ஐயங்கார்	- அதே -	20	-	-	20
	1	சிங்கனூர்	Chekrattien	- அதே -	5	-	-	5
	1	வேப்பத்தூர்	சுந்தர வாத்யார்	- அதே -	10	-	-	10
			பிச்சு சாஸ்திரி	- அதே -	30	-	-	30
மாயவரம்		வெள்ளாள அகரம்	மயூரநாத சாஸ்திரி	- அதே -	23	-	-	23
நன்னிலம்	1	வல்கை	ஜெய சாஸ்திரி	வேதம்	2	-	-	2
			ஜம்புநாத சாஸ்திரி	வேதம்	1	-	-	1
ஹிஸ் ஹைனஸ்			வாசுதேவ பட்டர்	வேதம்	2	-	-	2
ராஜாவுக்குச்	16	தஞ்சாவூர் கோட்டை	மகாதேவ பட்டர்	-	2	-	-	2
சொந்தமான			பவ வ்யாஸர்	-	3	-	-	3
கிராமங்கள்,			சிவ பட்டர்	-	4	-	-	4
டவுன்கள்			ராம வாத்யார்	-	3	-	-	3
			மஹாதேவ பூஜிதர்	-	16	-	-	16
			நரசிம்மாச்சாரி	-	6	-	-	6
			அப்பு சாஸ்திரி	-	9	-	-	9
			அப்பாவு சாஸ்திரி	-	3	-	-	3
			தண்டோபாத்யாய	-	4	-	-	4
			சாம்ப சாஸ்திரி	-	3	-	-	3
			யக்னேஸ்வர சாஸ்திரி	-	5	-	-	5
			கோபால சாஸ்திரி	-	3	-	-	3
			சங்கர வல்லபர்	-	4	-	-	4
		Other talooks follow	சேஷாசல வல்லபர்	-	4	-	-	4
					5	-	-	5
					17	-	-	17

தாலுக்காவின் பெயர்	கல்லூரிகளின் எண்ணிக்கை	அமைந்திருக்கும் கிராமங்களின் பெயர்	நிறுவியவரின் பெயர்	மானிய ஆதரவின் வகை மற்றும் அளவு	மானிய ஆதரவின் வகை மற்றும் அளவு
(1)	(2)	(3)	(4)	(5)	(6)
	8	Mooletaum ஶ்ரீபுரம்	ஹிஸ் ஹைனஸ் தஞ்சை மஹாராஜா	ஹிஸ்ஹைனஸ் தஞ்சை மஹாராஜாவின் மானியம்	மானியம்
மாயவரம்		உமையாள்புரம்	-அவரே-	-அதே-	-அதே-
ஹிஸ் ஹைனஸ் ராஜாவுக்குச் சொந்தமான கிராமங்கள், டவுன்கள்	2	கணபதி அக்ரஹாரம்	-அவரே-	-அதே-	-அதே-
	2	ஈச்சங்குடி	-அவரே-	-	-
	3	கருங்குடி	-அவரே-	-	-
	1	Vechetrajapoorum	-அவரே-	-	-
	9	மேடமங்கலம்	-அவரே-	ஹிஸ் ஹைனஸ் ராஜாவிடமிருந்து ஆசிரியர் மானியம் பெறுகிறார்	மானியம்

Cols. 7-12 on next page

(1)	(2)	(3)	(7)	(8)	(9)	(10)	(11)	(12)
	8	Mooletaum Cpooram	ஜெய சாஸ்திரி	-	9	-	-	9
			சிதம்பர சாஸ்திரி	-	6	-	-	6
			அப்பண்ண சாஸ்திரி	-	11	-	-	11
			சுப்புராம சாஸ்திரி	-	20	-	-	20
			ரகுநாத சாஸ்திரி	-	8	-	-	8
			வாசுதேவ சாஸ்திரி	-	15	-	-	15
		உமையாள்புரம்	அனந்த நாராயண சாஸ்திரி	-	1	-	-	1
			ராம வாத்யார்		4	-	-	4
ஹிஸ்ஹைனஸ் ராஜாவுக்குச் சொந்தமான கிராமங்கள், டவுன்கள்			ஜெய சாஸ்திரி	-	9	-	-	9
			அப்பாவு சாஸ்திரி	-	8	-	-	8
			சுந்தர கணபதி சாஸ்திரி	-	7	-	-	7
			வெங்கு சாஸ்திரி	-	1	-	-	1
	2	கணபதி அக்ரஹாரம்	மது சாஸ்திரி	-	4	-	-	4
			சோம சாஸ்திரி	-	48	-	-	48
			சுப்பு சாஸ்திரி	-	1	-	-	1
			Moodooramadotchett	-	3	-	-	3
	2	ஈச்சங்குடி	பஞ்சநாத சாஸ்திரி	-	7	-	-	7
	3	கருங்குடி	ராம சுப்ப சாஸ்திரி	-	3	-	-	3
	1	Vechetrajapoorum	கௌசிக வாத்யார்	-	13	-	-	13
			கிருஷ்ண பட்டர்	-	2	-	-	2
			ஆத்மானந்த சாஸ்திரி	-	1	-	-	1
			சம்பத்	-	1	-	-	1
		மேடமங்கலம்	கிருஷ்ணய்யர்	-	2	-	-	2
			சுப்பு சாஸ்திரி	-	1	-	-	1
			கிருணமாச்சாரி	-	4	-	-	4
			Banpoovadiar	-	1	-	-	1
			சுப்பா ராவ்	-	5	-	-	5
			சிவராம ஜோஷி	-	1	-	-	1
				-	1	-	-	1
Other taluks follow								1
								2

தாலுக்காவின் பெயர் (1)	கல்லூரி எண்ணிக்கை (2)	அமைந்திருக்கும் கிராமங்களின் பெயர் (3)	நிறுவியவரின் பெயர் (4)	மானிய ஆதரவின் வகை மற்றும் அளவு (5)	If by Mauniem nature & extent of Mauniem (6)
	2	ராஜசம்பபுரம்		ஹிஸ் ஹைனஸ் ராஜாவிடமிருந்து ஆசிரியர் மானியம் பெறுகிறார்	
		அன்ன சத்திரம்	-		
	5	Sakoovarumbapporam	-அதே-	ஹிஸ் ஹைனஸ் ராஜாவிடமிருந்து ஆசிரியர் மானியம் பெறுகிறார்.	-அதே-
			-அதே-	மாணவர்களிடமிருந்து ஆசிரியர் சன்மானம் பெறுகிறார்.	
ஹிஸ்ஹைனஸ் ராஜாவுக்குச் சொந்தமான கிராமங்கள், டவுன்கள்		ராஜசம்ப பேட்டை			-
	2	முல்லைமன சத்திரம்			
	2	துருபதம்பபுரம்	-அதே-	ஹிஸ் ஹைனஸ் ராஜாவிடமிருந்து ஆசிரியர் மானியம் பெறுகிறார்.	-
		சுலோச்சனபுரம்	-அதே-	-அதே-	-
		சிதம்பரபுரம்	-அதே-	-அதே-	-
		Yemoonamcahpettah	-அதே-	-அதே-	-
	4	மோஹனம்	-அதே-	-அதே-	
		சுபூரம்	ஹிஸ்ஹைனஸ் அம்மா	ஹிஸ் ஹைனஸ் ராஜாவின் அம்மாவிடமிருந்து ஆசிரியர் மானியம் பெறுகிறார்.	-
	4				-
		ராஜகுமாரம்பபுரம்	-அவரே-	-அதே-	
Total	71				
Grand Total	109				

(1)	(2)	(3)	(7)	(8)	(9)	(10)	(11)	(12)
	2	ராஜசம்பபுரம்	வெங்கடாச்சாரி	-	1	-	-	1
			சுப்பு பட்டர்	-	2	-	-	2
		அன்ன சத்திரம்	ஜெகந்நாத வாத்யார்	-	5	-	-	5
	5	சகுவரம்பபுரம்	ஜெய சாஸ்திரி	-	17	-	-	17
			நாராயண சாஸ்திரி	-	5	-	-	5
		ராஜசம்ப பேட்டை	ராஜா சாஸ்திரி	-	2	-	-	2
		முல்லைமன சத்திரம்	அப்பாவு சாஸ்திரி	-	1	-	-	1
ஹிஸ்ஹைனஸ்		துருபதம்பபுரம்	பஞ்சநாத வாத்யார்	-	2	-	-	2
ராஜாவுக்குச்	2	சுலோச்சனபுரம்	சுப்பிரமணிய சாஸ்திரி	-	8	-	-	8
சொந்தமான	2	சிதம்பரபுரம்	யக்ஞநாராயண் சாஸ்திரி	-	4	-	-	4
கிராமங்கள்,		யமுனாஞ்சபேட்டை	லிங்கையா	-	4	-	-	4
டவுன்கள்		மோஹனம்	ராம சாஸ்திரி	-	15	-	-	15
		கபூரம்	வேத நராயண வாத்யார்	-	10	-	-	10
			சுப்பு தீட்சிதர்	-	2	-	-	2
			வெங்கு சாஸ்திரி	-	3	-	-	3
			ரகுநாத ஐயங்கார்	-	3	-	-	3
		ராஜகுமாரம்பபுரம்						
	4		ரகுநாதாச்சாரி	-	3	-	-	3
	4		அன்னவேதனி	-	2	-	-	2
			அய்யலு வாத்யார்	-	4	-	-	4
			சசி வாத்யார்	-	2	-	-	2
			அம்பாவியாஸ்	-	3	-	-	3
			ஜெய வாத்யார்	-	5	-	-	5
			ஜெய வாத்யார்	-	5	-	-	5
			ஜெய வாத்யார்	-	8	-	-	8
Total	71		71		407	-	-	407
Grand Total	109				769	-	-	769

தஞ்சாவூர், நாகப்பட்டனம், 28 ஜூன் 1823

ஜே. காட்டன், பிரதான கலெக்டர்.

XI

மதராஸ் கலெக்டர், வருவாய்த்துறைக்கு அனுப்பிய அறிக்கை 13.11.1822.

(டி.என்.எஸ்.ஏ: பி.ஆர்.பி: தொகுதி 931, ப்ரோ 14.11.1822, பக்கம் 10, 512-13 எண் 57-8)

1. கடந்த மாதம் 25 ஜூலை தேதியிட்ட கடிதம் கிடைத்தது; அதற்கு பதில் அளிப்பதில் பெருமை அடைகிறேன்.

2. அரசின் உத்தரவுகளுக்குப் பதில் அளிக்கும் அதேவேளையில் இந்த கலெக்டரேட்டில் நடைமுறையில் இருக்கும் கல்வி அமைப்பு தொடர்பாக நான் சேகரித்த தகவல்களையும் அனுப்பி வைக்கிறேன்.

3. இந்த அறிக்கையில் இந்து, முஸ்லிம் குழந்தைகள் படிக்கும் பள்ளிகள் பற்றிய விவரங்கள் மட்டுமே அளிக்கப்பட்டிருக்கின்றன.

4. ஐந்து வயதில் இந்தக் குழந்தைகள் பள்ளிக்கு அனுபப்படுகிறார்கள். எத்தனை வருடம் படிக்கிறார்கள் என்பது அந்தக் குழந்தைகளின் மனதைப் பொறுத்தது. ஆனால், பொதுவாக 13 வயதை அடையும் போது பல்வேறு துறைகளில் அந்தக் குழந்தைகளின் அறிவு அபாரமாகவே இருக்கிறது. இந்து சாதியினருக்கு மட்டுமே உரித்தான சிறப்பு அம்சமாக இது இருக்கிறது.

5. வானியல், ஜோதிடம் போன்றவை பிராமண ஏழைக் குழந்தைகளுக்கு இலவசமாகக் கற்றுத் தரப்பட்டிருக்கின்றன. சில நேரங்களில் பெற்றோர் அல்லது காப்பாளரின் நிதிநிலைமைக்கு ஏற்ப ஆசிரியருக்குப் பணம் தரப்பட்டிருக்கின்றன.

6. இங்கு எந்தவொரு பள்ளிக்கும் அரசாங்க நிதியுதவி தரப் பட்டிருக்கவில்லை. அறக்கட்டளைப் பள்ளிகள் என்று சொல்லப் படுபவையும்கூட மிஷனரி கட்டுப்பாட்டில் இயங்குகின்றன. எனவே, அங்கு பயிலும் மாணவர்கள் பல்வேறு பிரிவுகளைச் சேர்ந்தவர்களாக இருக்கிறார்கள்.

7. இந்தப் பள்ளிகள் அதற்கு நன்கொடை கொடுத்து உதவுபவர் களுடைய விருப்பத்துக்கு ஏற்ப நடப்பவையாகவே இருக்கின்றன. அவர்கள் நினைத்தால் ஒரேயடியாக மூடப்பட்டு விடும்.

8. அதிகபட்சம் ஒரு மாணவருக்கு ஆண்டுக்கு 12 பகோடா என்ற வகையில் ஆசிரியருக்குச் சம்பளம் தரப்படுகிறது.

மதராஸ் கச்சேரி — எல்.ஜி.கே.மர்ரே,

13, நவம்பர், 1822. — கலெக்டர்.

(அறிக்கை அடுத்த பக்கத்தில்)

மதராஸ் கலெக்டரேட்டில் இருக்கும் பாரம்பரியப் பள்ளிகள், கல்லூரிகளின் எண்ணிக்கை மற்றும் மாணவர்களின் எண்ணிக்கை

கலெக்டரேட்டின் பெயர்	பள்ளி, கல்லூரிகளின் எண்ணிக்கை		பிராமண மாணவர்கள்			வைசிய மாணவர்கள்			சூத்திர மாணவர்கள்			பிற ஜாதி மாணவர்கள்		
			ஆ	பெ	மொ	ஆ	பெ	மொ	ஆ	பெ	மொ	ஆ	பெ	மொ
மதராஸ் கலெக்டரேட்	பள்ளிகள்	305												
	கல்லூரிகள்		358	1	359	789	9	798	3506	113	3619	313	4	317
	பள்ளிகள்	17												
	கல்லூரிகள்	-	52	-	52	46	2	48	172	-	172	134	47	181
			-	-	-	-	-	-	-	-	-	-	-	-

மொத்த இந்து மாணவர்			மொத்த முஸ்லிம்			மொத்த இந்து முஸ்லிம்		
ஆ	பெ	மொ	ஆ	பெ	மொ	ஆ	பெ	மொ
4966	127	5093	143	-	143	5109	127	5236
404	49	453	10	-	10	414	49	463
-	-	-	-	-	-	-	-	-

மொத்த மக்கள் தொகை		
ஆ	பெ	மொ
360000	340000	700000

மெட்ராஸ் கலெக்டர் அலுவலகம், 13, நவ, 1822

எல்.ஜி.கே.முர்ரே.
கலெக்டர்

XII

வட ஆற்காடு கலெக்டர், வருவாய்த்துறைக்கு அனுப்பிய அறிக்கை 3.3.1823.

(டி.என்.எஸ்.ஏ: பி.ஆர்.பி: தொகுதி 944, ப்ரோ 10.3.1823, பக்கம் 2806-16, எண் 20-1)

1. இந்த மாவட்டத்தில் இருக்கும் கல்லூரிகள் பிற கல்விமையங்கள் பற்றிய விவரத்தை இதனுடன் அனுப்பிவைப்பதில் பெருமைப் படுகிறேன்.

2. செயலரின் கடிதத்துடன் இணைக்கப்பட்ட படிவம் நீங்கலாக எத்தனைவிதமான பள்ளிகள் இருக்கின்றன, அவற்றுக்கான உதவிகள் எங்கிருந்து கிடைக்கின்றன போன்ற விவரங்களையும் இதனுடன் இணைத்திருக்கிறேன்.

3. அரசிடமிருந்து நிதி உதவி பெறுபவை தொடர்பான விவரங்களை இங்கு தருகிறேன். ஆற்காட்டில் இருக்கும் பாரசீகப் பள்ளிகள் இப்படியான உதவியைப் பெறுகின்றன. திரு சேமியரின் கடிதத்தில் அது தொடர்பான தகவல் இடம்பெற்றிருக்கிறது. அதை நான் தங்கள் துறைக்கு 10, டிசம்பர், 1822-ல் அனுப்பிவைத்திருக்கிறேன்.

4. மாவட்டத்தின் பல பகுதிகளில் கல்லூரிகள் (28) நிறுவப்பட்டுள்ளன. அவற்றுக்கான நிதி மானியம், மைராஸ் (Mairas) *ஆகியவற்றின் மூலம் தரப்பட்டிருக்கின்றன. முந்தைய அரசுகள் இதற்கெனத் தந்திருந்த நல்கைகள் அவை. இப்போதும் அந்தப் பணம் அதற்காகவே செலவிடப்படுகிறது. அவற்றின் மொத்த மதிப்பு ரூ 516-11-9.*

5. சவுத்காட் தாலுக்காவில் (Sautgud talook) *இருக்கும் பாரசீகப் பள்ளி யோமியா* (Yeomiah) *நல்கை மூலம் நடக்கிறது. அங்கு எட்டு மாணவர்கள் பாரசீக மொழிவழியில் கற்கிறார்கள். காவேரிப் பாக்கத்தில் இருக்கும் ஒரு கல்லூரிக்கு 5-8-4 மைராஸ் பணம் தரப்பட்டிருக்கிறது. இந்த விஷயத்தில் அரசு செலவிட்ட மொத்தத் தொகை இவ்வளவு மட்டுமே.*

6. சில கல்விமையங்களில் பல்வேறு துறைகள் இலவசமாகக் கற்றுத் தரப்படுகின்றன. இவையெல்லாம் ஓரளவு படிப்பறிவு உள்ளவர்கள் சிலர் தமது நேரத்தில் ஒரு பகுதியை சுய விருப்பத்துடன் செலவிடுவதன் மூலம் நடத்தப்படுகின்றன. எனினும் கல்வி கற்றுத் தருவதைத் தமது தொழிலாகக் கொண்டிருக்கும் பெரும்பாலா னோரால்தான் பிற பள்ளிகள் நடத்தப்படுகின்றன. என்ன கல்வி

கற்கிறார்கள், கல்வி பெறுபவர்களின் வாழ்க்கைச் சூழ்நிலை என்ன என்பதற்கு ஏற்ப கல்விக்கான கட்டணம் மாறுபடுகிறது.

7. தமிழ், தெலுங்கு, ஹிந்தவீ (Hindwy) வழிப் பள்ளிகள் அதிகமாக இருக்கின்றன. மாணவர்கள் ஐந்து வயதில் சேர்க்கப்படுகிறார்கள். ஐந்தாறு வருடக் கல்விக்குப் பிறகு, பொது அரசுப்பணி அல்லது பரம்பரைத் தொழில் ஆகியவற்றில் ஈடுபடும் அளவுக்குத் தேர்ச்சிபெற்றுவிடுகிறார்கள். கணக்குவழக்குப் பதிவேடுகளைத் தயாரிப்பதில் உதவுதல் அல்லது அவற்றை நகலெடுத்தல் எனத் தமது தொழிலுக்குத் தேவையான அடிப்படை அறிவைப் பெற்றுவிடு கிறார்கள். அல்லது பொதுக் கச்சேரிகளில் (அரசு அலுவலகங்களில்) கர்ணம், ஷெரீஃப் மற்றும் வியாபாரி போன்ற பணிகளுக்குத் தகுதி பெற்றுவிடுகிறார்கள்.

கலெக்டர் கச்சேரி — வில்லியம் கிளார்க்

3 மார்ச் 1823 — கலெக்டர்.

(அறிக்கைகள் அடுத்த பக்கங்களில்)

வட ஆற்காடு டிவிஷனில் இருக்கும் பாரம்பரியப் பள்ளிகள் கல்லூரிகள் மற்றும் மாணவர்களின் எண்ணிக்கை

மாவட்டத்தின் பெயர்		பள்ளி, கல்லூரிகள்			பிராமண மாணவர்கள்			வைசிய மாணவர்கள்			சூத்திர மாணவர்கள்		
		ப	க	மொ	ப	க	மொ	ப	க	மொ	ப	க	மொ
	(அத்யானம்	-	1	1	8	-	8	-	-	-	-	-	-
சித்தூர்	(ஹிந்தவி	3	-	3	28	-	28	1	-	1	3	-	3
	(தெலுங்கு	18	-	18	15	-	15	33	-	33	135	2	137
	(தமிழ்	7	-	7	-	-	-	-	-	-	72	-	72
	(பாரசீகம்	1	-	1	-	-	-	-	-	-	-	-	-
	(ஆங்கிலம்	1	-	1	2	-	2	-	-	-	3	-	3
		30	1	31	53	-	53	34	-	34	213	2	215
	(அத்யானம்	-	2	2	57	-	57	-	-	-	-	-	-
திருப்பதி	(ஹிந்தவி	1	-	1	5	-	5	-	-	-	-	-	-
	(தெலுங்கு	16	-	16	48	-	48	51	-	51	160	-	160
		17	2	19	110	-	110	51	-	51	160	-	160
	(அத்யானம்	-	9	9	69	-	69	-	-	-	-	-	-
காவேரிப்பாக்கம்	(சாஸ்திர பாடம்	-	3	3	34	-	34	-	-	-	-	-	-
	(ஹிந்தவி	1	-	1	3	-	3	-	-	-	10	-	10
	(தெலுகு	23	-	23	43	-	43	36	-	36	191	11	202
	(தமிழ்	40	-	40	30	-	30	39	-	39	426	3	429
	(பாரசீகம்	6	-	6	-	-	-	-	-	-	2	-	2
	(ஆங்கிலம்	1	-	1	-	-	-	-	-	-	5	-	5
		71	12	83	179	-	179	75	-	75	634	14	648

மாவட்டத்தின் பெயர்		பிற ஜாதி மாணவர்			மொத்த இந்து மாணவர்			மொத்த முஸ்லிம் மாணவர்			மொத்த இந்து முஸ்லிம் மாணவர்		
		ஆ	பெ	மொ	ஆ	பெ	மொ	ஆ	பெ	மொ	ஆ	பெ	மொ
சித்தூர்	(அத்யானம்	-	-	-	8	-	8	-	-	-	8	-	8
	(ஹிந்தவி	-	-	-	32	-	32	-	-	-	32	-	32
	(தெலுங்கு	-	-	-	183	2	183	4	-	4	187	2	189
	(தமிழ்	-	-	-	72	-	72	-	-	-	72	-	72
	(பாரசீகம்	-	-	-	-	-	-	5	-	5	5	-	5
	(ஆங்கிலம்	-	-	-	5	-	5	-	-	-	3	-	3
					300	2	302	9	-	9	309	2	2
திருப்பதி	(அத்யானம்	-	-	-	57	-	57	-	-	-	57	-	57
	(ஹிந்தவி	-	-	-	5	-	5	-	-	-	5	-	5
	(தெலுங்கு	19	-	19	278	-	278	10	-	10	288	-	288
		19	-	19	340	-	340	10	-	10	350	-	350
காவேரிப்பாக்கம்	(அத்யானம்	-	-	-	69	-	69	-	-	-	69	-	69
	(சாஸ்திர பாடம்	-	-	-	34	-	34	-	-	-	34	-	34
	(ஹிந்தவி	-	-	-	13	-	13	-	-	-	13	-	13
	(தெலுங்கு	91	1	92	361	12	361	1	-	1	362	12	374
	(தமிழ்	46	-	46	541	3	541	4	-	4	545	3	548
	(பாரசீகம்	-	-	-	2	-	2	66	-	66	68	-	68
	(ஆங்கிலம்	-	-	-	5	-	5	-	-	-	5	-	5
		137	1	138	1025	15	1040	71	-	71	1096	15	1111

(1)	(2)	(3)	(4)	(5)	(6)	(7)	(8)	(9)	(10)	(11)	(12)	(13)	(14)
சோழங்கரை	அத்யானம்	-	5	5	34	-	34	-	-	-	-	-	-
	(சாஸ்திர பாடம்	-	7	7	23	-	23	-	-	-	-	-	-
	(கணித சாஸ்திரம்	-	2	2	3	-	3	-	-	-	-	-	-
	(ஹிந்தவி	1	-	1	6	-	6	-	-	-	-	-	-
	(தெலுங்கு	16	-	16	29	-	29	8	-	8	83	-	83
	(தமிழ்	19	-	19	19	-	19	7	-	7	183	-	183
	(பாரசீகம்	2	-	2	-	-	-	-	-	-	-	-	-
		38	14	52	114	-	114	15	-	15	266	-	266
திருவல்லம்	(அத்யானம்	-	6	6	20	-	20	-	-	-	-	-	-
	(ஹிந்தவி	1	-	1	2	-	2	-	-	-	-	-	-
	(தெலுங்கு	4	-	4	12	-	12	9	-	9	10	-	10
	(தமிழ்	18	-	18	16	-	16	16	-	16	110	-	110
		23	6	29	50	-	50	25	-	25	120	-	120
Sautgud Talook	(அத்யானம்	-	1	25	9	-	9	-	-	-	-	-	-
	(சாஸ்திர பாடம்	-	4	4	13	-	13	-	-	-	-	-	-
	(கிரந்தம்	1	-	1	8	-	8	-	-	-	-	-	-
	(தெலுங்கு	6	-	6	7	-	7	6	-	6	20	-	20
	(தமிழ்	14	-	14	12	1	13	7	-	7	88	-	88
	(பாரசீகம்	10	-	10	-	-	-	-	-	-	-	-	-
		31	5	36	49	1	50	13	-	13	108	-	108
குடியாத்தம்	(தெலுங்கு	16	-	16	16	-	16	36	-	36	43	-	43

(1)	(2)	(15)	(16)	(17)	(18)	(19)	(20)	(21)	(22)	(23)	(24)	(25)	26)
சோழங்கரை	அத்யானம்	-	-	-	34	-	34	-	-	-	34	-	34
	(சாஸ்திர பாடம்	-	-	-	23	-	23	-	-	-	23	-	23
	(கணித சாஸ்திரம்	-	-	-	6	-	6	-	-	-	3	-	3
	(ஹிந்தவி	-	-	-	3	-	3	-	-	-	6	-	6
	(தெலுங்கு	-	-	-	120	-	120	-	-	-	120	-	120
	(தமிழ்	3	-	3	212	-	212	1	-	1	213	-	213
	(பாரசீகம்	-	-	-	-	-	-	9	-	9	9	-	9
		3	-	3	398	-	298	10	-	10	408	-	408
	(அத்யானம்	-	-	-	20	-	20	-	-	-	20	-	20
	(ஹிந்தவி	-	-	-	2	-	2	-	-	-	2	-	2
திருவல்லம்	(தெலுங்கு	9	-	9	40	-	40	-	-	-	40	-	40
	(தமிழ்	19	-	19	161	-	161	15	-	15	176	-	176
		28	-	28	223	-	223	15	-	15	238	-	238
	(அத்யானம்	-	-	-	9	-	9	-	-	-	9	-	9
	(சாஸ்திர பாடம்	-	-	-	13	-	13	-	-	-	13	-	13
Sautgud Talook	(கிரந்தம்	-	-	-	8	-	8	-	-	-	8	-	8
	(தெலுங்கு	14	3	17	50	3	50	-	-	-	47	3	50
	(தமிழ்	1	-	1	108	1	109	29	-	29	137	1	138
	(பாரசீகம்	-	-	-	-	-	-	110	5	115	110	5	115
		15	3	18	185	4	189	139	5	144	324	9	333
குடியாத்தம்	(தெலுங்கு	33	-	33	128	-	128	-	-	-	128	-	128
(Other talooks follow)													

(1)	(2)	(3)	(4)	(5)	(6)	(7)	(8)	(9)	(10)	(11)	(12)	(13)	(14)
ஆற்காடு	அத்யானம்	-	3	3	16	-	16	-	-	-	-	-	-
	(சாஸ்திர பாடம்	-	5	5	28	-	28	-	-	-	-	-	-
	(ஹிந்தவி	3	-	3	12	-	12	-	-	-	-	-	-
	(தெலுங்கு	13	-	13	14	-	14	15	-	15	132	-	132
	(தமிழ்	50	-	50	38	-	38	10	-	10	662	-	662
	(பாரசீகம்	9	-	9	-	-	-	-	-	-	-	-	-
	(ஆங்கிலம்	1	-	1	4	-	4	-	-	-	13	-	13
		76	8	84	112	-	112	25	-	25	807	-	807
பள்ளிகொண்டா	(அத்யானம்	-	1	1	2	-	2	-	-	-	-	-	-
	(ஹிந்தவி	3	-	3	13	-	13	-	-	-	12	-	12
	(தெலுங்கு	17	-	17	21	-	21	46	-	46	130	11	141
	(தமிழ்	65	-	65	8	-	8	35	-	35	788	1	789
	(பாரசீகம்	10	-	10	-	-	-	-	-	-	-	-	-
	(ஆங்கிலம்	4	-	4	-	-	-	-	-	-	32	-	32
		99	1	100	44	-	44	81	-	81	962	12	974
திருவத்தூர்	(அத்யானம்	-	3	3	16	-	16	-	-	-	-	-	-
	(சாஸ்திர பாடம்	-	1	1	2	-	2	-	-	-	-	-	-
	(ஹிந்தவி	1	-	-	8	-	8	-	-	-	-	-	-
	(தெலுங்கு	6	-	-	8	-	8	9	-	9	59	4	63
	(தமிழ்	46	-	46	97	-	97	31	-	31	471	-	471
		53	4	57	131	-	131	40	-	40	530	4	534

(1)	(2)	(15)	(16)	(17)	(18)	(19)	(20)	(21)	(22)	(23)	(24)	(25)	(26)
ஆற்காடு	அத்யானம்	-	-	-	16	-	16	-	-	-	16	-	16
	(சாஸ்திர பாடம்	-	-	-	28	-	28	-	-	-	28	-	28
	(ஹிந்தவி	17	-	17	29	-	29	-	-	-	29	-	29
	(தெலுங்கு	8	-	8	169	1	170	-	-	-	169	1	169
	(தமிழ்	63	-	63	773	-	773	8	-	8	781	-	781
	(பாரசீகம்	-	-	-	-	-	-	96	-	96	96	-	96
	(ஆங்கிலம்	-	-	-	17	-	17	-	-	-	17	-	17
		88	1	89	1032	1	1033	104	-	104	1136	1	1137
பள்ளிகொண்டா	(அத்யானம்	-	-	-	2	-	2	-	-	-	2	-	2
	(ஹிந்தவி	-	-	-	25	-	25	-	-	-	25	-	25
	(தெலுங்கு	11	-	11	208	11	219	12	-	12	220	11	231
	(தமிழ்	17	1	18	848	2	850	64	-	64	912	2	914
	(பாரசீகம்	-	-	-	-	-	-	81	4	85	81	4	85
	(ஆங்கிலம்	-	-	-	32	-	32	2	-	2	34	-	34
		28	1	29	1115	13	1128	159	4	163	1274	17	1291
திருவத்தூர்	(அத்யானம்	-	-	-	16	3	16	-	-	-	16	-	16
	(சாஸ்திர பாடம்	-	-	-	2	1	2	-	-	-	2	-	2
	(ஹிந்தவி	-	-	-	8	-	8	-	-	-	8	-	8
	(தெலுங்கு	-	-	-	76	4	80	-	-	-	76	4	80
	(தமிழ்	1	-	1	600	-	600	-	-	-	600	-	600
		1	-	1	702	4	706	-	-	-	702	4	706

(1)	(2)	(3)	(4)	(5)	(6)	(7)	(8)	(9)	(10)	(11)	(12)	(13)	(14)
பாலாறு தாலுகா	அத்யானம்	-	1	1	9	-	9	-	-	-	-	-	-
	(சாஸ்திர பாடம்	-	-	-	4	-	4	-	-	-	-	-	-
	(தெலுங்கு	1	-	1	11	-	11	5	-	5	4	-	4
	(தமிழ்	48	-	48	29	-	29	42	-	42	414	-	414
	(ஆங்கிலம்	2	-	2	-	-	-	-	-	-	-	-	-
		51	1	52	53	-	53	47	-	47	418	-	418
வந்தவாசி	(அத்யானம்	-	6	6	38	-	38	-	-	-	-	-	-
	(சாஸ்திர பாடம்	-	2	2	6	-	6	-	-	-	-	-	-
	(தெலுங்கு	9	-	9	29	-	29	5	-	5	33	-	33
	(தமிழ்	47	-	47	31	-	31	8	-	8	404	-	404
		56	8	64	104	-	104	13	-	13	437	-	437
சத்யவதி தாலுகா	(அத்யானம்	-	3	3	6	-	6	-	-	-	-	-	-
	(சாஸ்திர பாடம்	-	-	-	2	-	2	-	-	-	-	-	-
	(தெலுங்கு	15	-	15	25	-	25	45	-	45	25	-	25
	(தமிழ்	10	-	10	-	-	-	39	-	39	12	-	12
		25	3	28	33	-	33	84	-	84	37	-	37
பங்காரு தாலுகா	(அத்யாளம்	-	2	2	8	-	8	-	-	-	-	-	-
	(சாஸ்திர பாடம்	-	1	1	1	-	1	-	-	-	-	-	-
	(தெலுங்கு	9	-	9	19	-	19	25	-	25	25	-	25
	(தமிழ்	1	-	1	-	-	-	-	-	-	4	-	4
		10	3	13	28	-	28	25	-	25	29	-	29

(1)	(2)	(15)	(16)	(17)	(18)	(19)	(20)	(21)	(22)	(23)	(24)	(25)	(26)
பாலாறு தாலுகா	அத்யானம்	-	-	-	9	-	9	-	-	-	9	-	9
	(சாஸ்திர பாடம்	-	-	-	4	-	4	-	-	-	4	-	4
	(தெலுங்கு	-	-	-	20	-	20	-	-	-	20	-	20
	(தமிழ்	25	-	25	510	-	510	-	-	-	521	-	521
	(ஆங்கிலம்	-	-	-	-	-	-	11	-	11	18	2	18
		25	-	25	543	-	543	18	-	18	572	2	572
வந்தவாசி	(அத்யானம்	-	-	-	38	-	38	29	-	29	38	-	38
	(சாஸ்திர பாடம்	-	-	-	6	-	6	-	-	-	6	-	6
	(தெலுங்கு	-	-	-	67	-	67	-	-	-	67	-	67
	(தமிழ்	4	-	4	447	-	447	-	-	-	447	-	447
		4	-	4	558	-	558	-	-	-	558	-	558
சத்யவதி தாலுகா	(அத்யானம்	-	-	-	6	-	6	-	-	-	6	-	6
	(சாஸ்திர பாடம்	-	-	-	2	-	2	-	-	-	2	-	2
	(தெலுங்கு	83	1	84	178	1	179	1	-	1	179	1	179
	(தமிழ்	40	-	40	91	-	91	1	-	1	92	-	92
		123	1	124	227	1	228	2	-	2	279	1	279
பங்காரு தாலுகா	(அத்யானம்	-	-	-	8	-	8	-	-	-	8	-	8
	(சாஸ்திர பாடம்	-	-	-	1	-	1	-	-	-	1	-	1
	(தெலுங்கு	-	-	-	75	-	75	-	-	-	75	-	75
	(தமிழ்	-	-	-	4	-	4	-	-	-	4	-	4
		-	-	-	88	-	88	-	-	-	88	-	88

(1)	(2)	(3)	(4)	(5)	(6)	(7)	(8)	(9)	(10)	(11)	(12)	(13)	(14)
மகரூல்	(அத்யானம்	-	1	1	6	-	6	-	-	-	-	-	-
	(சாஸ்திர பாடம்	-	1	1	4	-	4	-	-	-	-	-	-
	(ஹிந்தவி	2	-	2	15	-	15	-	-	-	-	-	-
	(தெலுங்கு	30	-	30	15	-	15	64	-	64	86	-	86
		32	2	34	40	-	40	64	-	64	64	-	86
வெங்கடசேரி தாலுகா	(தெலுங்கு	2	-	2	-	-	-	2	-	2	6	-	6
Abstract	(அத்யானம்	-	43	43	298	-	298	-	-	-	-	-	-
	(சாஸ்திர பாடம்	-	24	24	117	-	117	-	-	-	-	-	-
	(கணித சாஸ்திரம்	-	2	2	3	-	3	-	-	-	-	-	-
	(கிரந்தம்	1	-	1	8	-	8	-	-	-	-	-	-
	(ஹிந்தவி	16	-	16	92	-	92	1	-	1	25	-	25
	(தெலுங்கு	201	-	201	312	-	312	395	-	395	1142	28	1170
	(தமிழ்	365	-	365	280	1	281	234	-	234	3638	4	3638
	(ஆங்கிலம்	40	-	40	-	-	-	-	-	-	5	-	5
	(பாரசீகம்	7	-	7	6	-	6	-	-	-	53	-	53
	மொத்தம்	630	69	699	1116	-	1117	630	-	630	4856	32	4888

மொத்த மக்கள்தொகை	ஆண்	பெண்	மொத்தம்	மொத்த மக்கள்தொகை	ஆண்	பெண்	மொத்தம்
1. சித்தூர்	2835	2618	5453	5. திருவல்லம்	2732	2314	5096
2. திருப்பதி	1814	1536	3350	6. சத்காடு	2172	1682	3854
3. காவேரிப்பாக்கம்	5580	4578	10758	7. கடப்பா	1001	780	1781
4.சோழங்கரை	2575	1791	4366	8. ஆற்காடு	6254	5915	12169

(1)	(2)	(15)	(16)	(17)	(6)	(7)	(8)	(9)	(10)	(11)	(12)	(13)	(14)
மகரூல்	(அத்யானம்	-	-	-	6	-	6	-	-	-	6	-	6
	(சாஸ்திர பாடம்	-	-	-	4	-	4	-	-	-	4	-	4
	(ஹிந்தவி	-	-	-	15	-	15	-	-	-	15	-	15
	(தெலுங்கு	20	1	21	185	1	186	4	-	4	189	1	190
		20	1	21	210	1	211	4	-	4	214	1	215
வெங்கடசேரி தாலுகா	(தெலுங்கு	8	-	8	16	-	16	-	-	-	16	-	16
Abstract	(அத்யானம்	-	-	-	298	-	298	-	-	-	298	-	298
	(சாஸ்திர பாடம்	-	-	-	117	-	117	-	-	-	117	-	117
	(கணித சாஸ்திரம்	-	-	-	3	-	3	-	-	-	3	-	3
	(கிரந்தம்	-	-	-	8	-	8	-	-	-	8	-	8
	(ஹிந்தவி	17	-	17	135	-	135	-	-	-	135	-	135
	(தெலுங்கு	302	7	309	2151	35	2186	32	-	32	2183	35	2218
	(தமிழ்	210	1	211	4367	6	4373	133	-	133	4500	6	4506
	(ஆங்கிலம்	-	-	-	2	-	2	385	11	396	387	11	398
	(பாரசீகம்	-	-	-	59	-	59	2	-	2	61	-	61
	மொத்தம்	539	8	547	7140	-	7181	552	11	563	7692	52	7744

மொத்த மக்கள்தொகை	ஆண்	பெண்	மொத்தம்	மொத்த மக்கள்தொகை	ஆண்	பெண்	மொத்தம்
9. பள்ளிகொண்டா தாலுகா	6064	5441	11505	13. Sutwaid Talook	1906	1545	3451
10. திருவத்தூர்	2986	2297	5283	14. பங்காரு தாலுகா	748	638	1386
11. பாலாறு	2988	2335	5323 2537	15. மகரூல் தாலுகா	2196	1711	3907
12. வந்தவாசி		1807	4344	16.வெங்கடசேரி தாலுகா	72	63	135

கலெக்டர் அலுவலகம், 3, மார்ச், 1823

வில்லியம் கிளார்க், பிரதான கெலெக்டர்

பல்வேறு விதமான கல்விமையங்கள், இவற்றுக்குக் கிடைத்த நிதி ஆதாரங்கள்

	பள்ளிகள்	கல்லூரிகள்	மொத்தம்	மாணவர்களின் எண்ணிக்கை	பள்ளியில் படிக்கும் காலம்	கல்லூரிகள்	மாணவர்கள்	குறிப்புகள்	தொகை Rs	A	P
மத அல்லது ஆன்மிகப் பாடம்		43	43	298	10 (அ) 12 வரு	7	84	இலவசம்	--	--	--
						1	12	அதே –ஆசிரியர்கள் மாணவர்களின் உறவினர்களே என்பதால்	--	--	--
						7	39	ஒரு மாணவருக்கு மாதக் கல்விக் கட்டணம் குறைந்தபட்சம் ஒரு அணா இரண்டு பைசா. அதிகபட்சமாக 2 ரூபாய். அதிகபட்சமான தொகையின் அடிப்படையில் பார்த்தால் ஆரம்ப நிலை வகுப்புகளுக்கு ஆண்டுக் கட்டணம் 14 அணாக்கள். உயர் வகுப்புகளுக்கு 24 அணாக்கள். ஏழு கல்லூரிகளின் மொத்த வருமானம் Rs.2.9.6 or ஆண்டு வருமானம் –ditto-	331	2	--
						28	163	அரசு கல்லூரிகள் காசு. அணா தீர்வை			
								மானியம் புஞ்சை 12 4 ¼ 36.12.6)			
								நஞ்சை 26 4 ½ 342.13.8)			
								38 8 ¾ 379.10.2)			
								மைரா 137.01.7)			
								ரூபாய் 516.11.9)	516	11	9
								கல்லூரி ஆசிரியர்களுக்கு ஆண்டுத் தொகை ... ரூபாய் 12 அணா. உயர் வகுப்பு.			
		43	43	298		43	298	ஆண்டுக் கட்டணம்	847	13	9

சாஸ்திர	--	24	24	117	8	18	81	இலவசக் கல்வி	--	--	--
பாடம் அல்லது					(அ) 9	2	14	அதே- ஆசிரியர்கள் மாணவர்களின் உறவினர்களே என்பதால்	--	--	--
சட்டம்					வரு	1	4	அம்பி கிராமத்தில் அரசு கல்லூரிகள் வருமானம்	5	8	4
						3	18	ஒரு மாணவருக்கு மாதக் கல்விக் கட்டணம் குறைந்தபட்சம் 2 அணா 6 பைசா அதிகபட்சமாக 1 ரூபாய். ஆரம்ப நிலை வகுப்புகளுக்கு ஆண்டுக் கட்டணம் 1 ரூபாய் 14 அணாக்கள். அதிகபட்சமாக 12 ரூபாய். மொத்த மாதக் கட்டணம் அல்லது ஆண்டுக்கட்டணம் 8-11-6	104	10	--
		24	24	117		24	117		110	2	4
கணித (அ) வான சாஸ்திரம்		2	2	3	10 (அ) 12 வரு	2	3	இலவசக்கல்வி	--	--	--
கிரந்தம்	1		1	8)	5	3	131	இலவசக்கல்வி	--	--	--
ஹிந்தவி	16		16	135)	(அ) 6	580	6736	ஒரு மாணவருக்கு மாதக் கல்விக் கட்டணம் குறைந்தபட்சம் 1 அணா 3 பைசா. அதிகபட்சமாக 1 ரூபாய் 12 அணா. கீழ்வகுப்புகளுக்கு குறைந்தபட்சம் 15 அணா அதிகபட்சமாக 21 அணா என்ற விகிதத்தில் 580 பள்ளிகளின் மொத்த மாத வருமானம் 1795-0-5(¼) அல்லது ஆண்டு வருமானம்	21540	5	4
தெலுங்கு	201		201	2218)	வரு						
தமிழ்	365		365	4506)							
	583	--	583	6867		583	6867		21540	5	4
பாரசீகம்	40	--	40	398	7	1	13	இலவசக் கல்வி			
					(அ) 8	1	2	அதே - ஆசிரியர்கள் மாணவர்களின் உறவினர் என்பதால்			
					வரு	6	68	பொது பள்ளிகள் – சத்யகுடி தாலுகாவில் பேரணாம்பட்டில் ஒரு பள்ளியில் எட்டு மாணவர்கள் இருகிறார்கள் – ஆசிரியர் முஹம்மது கோஷ். தின வருமானம் கால் ரூபாய். மாத வருமானம் 7.5 ரூபாய். வருட தொகை ரூ 90.	90		

							ஆற்காடு கஸ்பா ஒரு பள்ளியில் 60 மாணவர்கள் : பள்ளிக்கு 12 ஈதம் – 5 ஆசிரியர்கள் : மாதம் நான்கு ரூபாய் வீதம் – கீண். 20	20		
							1 தர்கா குலாம் மொனிதீன் : மாதத்துக்கு 20 ரூபாய் – செலவு	20		
							நாளொன்றுக்கு கிச்சடி அல்லது சாதம்	63	7	8
							1 சமையல்காரர் சம்பளம்	2	8	
							மாதம்	105	15	8
							அல்லது ஆண்டுச் செலவு	1271	12	
								1361	12	
					1	7	நபோப்கள் – 1. மாலிக்குப்பம் கிராமத்தில் முல்லா சாஹிப் ஆசிரியர். ஆண்டுத் தொகை பணமாகத் தரப்பட்டது	29	7	11
					31	308	ஒரு மாணவருக்கு மாதக் கல்விக் கட்டணம் குறைந்தபட்சம் 2 அணா 6 பைசா. அதிகபட்சமாக 2 ரூபாய். அதிகபட்ச ரூபாயின் படி ஒரு மாணவருக்கு ஆண்டுக் கட்டணம் 24 குறைந்தபட்சக் கட்டணம் 14 அணா. மொத்த மாதக் கட்டணம் 31 பள்ளிகளுக்கான செலவு ரூ. 119.4.2	1431	2	
	40		40	398		40	398	வருடச் செலவு	2822	5	
ஆங்கிலம்	7		7	61	6	3	17	இலவசக் கல்வி			
					(அ) 7 வரு	4	44	ஒரு மாணவருக்கு மாதக் கல்விக் கட்டணம் குறைந்தபட்சம் 10 அணா அதிகபட்சமாக 3 ரூபாய் 8 அணா. அதிகபட்ச ரூபாயின் படி ஒரு மாணவருக்கு ஆண்டுக் கட்டணம்.– அப்படியாக ஆண்டுக்க ட்டணம் ஆரம்ப வகுப்புகளுக்கு 7.50 ரூ. உயர் வகுப்புகளுக்கு 42 ரூ. - நான்கு பள்ளிகளின் மாத வருமானம்	45		
	7		7	61		7	61	வருடச் செலவு	540		

XIII

செங்கல்பட்டு கலெக்டர் வருவாய்த்துறைக்கு அனுப்பிய அறிக்கை 3.4.1823.

(டி.என்.எஸ்.ஏ: பி.ஆர்.பி: தொகுதி 946, ப்ரோ 7.4.1823, பக்கம் 3493-96, எண் 25)

1. வருவாய்த்துறைச் செயலர் கடந்த மாதம் 25 ஜூலை அன்று அனுப்பிய கடிதம் கிடைக்கப்பெற்றது என்பதை மகிழ்ச்சியுடன் தெரிவித்துக்கொள்கிறேன். பள்ளிகள், மாணவர்கள் எண்ணிக்கை தொடர்பாகப் படிவத்தில் கேட்கப்பட்டிருக்கும் வடிவத்தில் பதில்களை அனுப்பியிருக்கிறேன்.

2. கல்லூரி என்று அழைக்கத் தகுந்தவகையில் இங்கு எதுவும் இல்லை. ஆனால், உயர்கல்வி சில இடங்களில் வழங்கப்படுகின்றது. அங்கு சொற்ப எண்ணிக்கையிலானவர்கள் கல்வி கற்கிறார்கள். அந்த விவரத்தைத் தனியாக இணைத்திருக்கிறேன்.

3. ஒரு கிராமத்து ஆசிரியருக்கு மாதத்துக்கு 3.5 லிருந்து 12 ரூபாய் வரை கிடைக்கிறது. சராசரியாக ஏழு ரூபாய்க்கு மேல் கிடைக்காது என்று நினைக்கிறேன். மாணவர்கள் தங்கள் வீடுகளிலேயே தங்கி இருக்கிறார்கள். நாளொன்றில் சிறிது நேரம் மட்டுமே பள்ளிக்கு வருகிறர்கள். பெரும்பாலும் ஒழுங்காக வருவதில்லை. சில ஆசிரியர் களுக்கு மட்டுமே அவர்கள் கற்றுத்தரும் மொழியின் இலக்கணப் பாடங்களில் நல்ல தேர்ச்சி இருக்கிறது. மற்ற நேரங்களில் மனனமாகச் சொல்லும் வாக்கியங்களின் அர்த்தம் பெரும்பாலும் ஆசிரியருக்கும் மாணவர்களுக்கும் தெரிந்திருப்பதில்லை.

4. கல்விக்காக இந்த மாவட்டத்து பாரம்பரிய நிர்வாகம் எந்த உதவித்தொகையும் தருவதாக எனக்குத் தெரியவில்லை. வேதம் அல்லது இறையியல் ஆசிரியர்களுக்கு சில கிராமங்களில் கால் காணி அல்லது ஒரு காணி நிலம் மானியமாகத் தரப்பட்டிருக்கிறது.

5. பாரம்பரியக் கல்வி அமைப்பில் எந்தக் குறுக்கீடும் செய்ய விரும்பவில்லை என்பதைத் தெளிவாகச் சொல்லிவிட்டிருக்கிறேன். ஏதாவது செய்வதானால், இப்போதைய நிறுவனங்களுக்கு உதவி செய்யும் நோக்கிலேயே இருக்கும் என்றும் சொல்லியிருக்கிறேன்.

6. ஒரு நாகரிமடைந்த தேசத்தில் கல்வி இந்த அளவுக்குக் கீழான நிலையில் இருக்கமுடியாது. வங்காளத்தில் எந்த அளவுக்கு ஆர்வம் காட்டுவதாகச் சொல்லப்பட்டிருக்கிறதோ அதுபோல் இங்கு இல்லை என எனக்குத் தோன்றுகிறது.

செங்கல்பட்டு ஜில்லா — எஸ்.ஸ்மால்

புதுப்பட்டனம், 3 ஏப், 1823. — கலெக்டர்.

(அறிக்கை அடுத்த பக்கத்தில்)

செங்கல்பட்டு கலெக்டரேட்டில் இருக்கும் பாரம்பரியப் பள்ளிகள் கல்லூரிகள்
மற்றும் மாணவர்களின் எண்ணிக்கை

கலெக்டரேட்டின் பெயர்	பள்ளி கல்லூரிகளின் எண்ணிக்கை		பிராமண மாணவர்கள்			வைசிய மாணவர்கள்			சூத்திர மாணவர்கள்			பிற ஜாதி மாணவர்கள்			மொத்த இந்து மாணவர்கள்		
			ஆ	பெ	மொ	ஆ	பெ	மொ	ஆ	பெ	மொ	ஆ	பெ	மொ	ஆ	பெ	மொ
செங்கல்பட்டு ஜில்லா	பள்ளிகள்	508	858	3	861	424	-	424	4809	79	4888	452	34	486	6543	116	6659
	சமஸ்கிருத பள்ளிகள்	51	398	-	398	-	-	-	-	-	-	-	-	-	398	-	398
	கல்லூரி இல்லை		-	-	-	-	-	-	-	-	-	-	-	-	-	-	-

முஸ்லிம் மாணவர்கள்			மொத்த இந்து முஸ்லிம் மாணவர்கள்		
ஆ	பெ	மொ	ஆ	பெ	மொ
186	-	186	6729	116	6845
-	-	-	398	-	398
-	-	-	-	-	-

மொத்த மக்கள் தொகை		
ஆ	பெ	மொ
190243	172886	363129

செங்கல்பட்டு ஜில்லா, 3, ஏப்ரல், 1823

ஈ.ஸ்மாலி, கலெக்டர்

XIV

தென் ஆற்காடு பிரதான கலெக்டர் வருவாய்த்துறைக்கு அனுப்பிய அறிக்கை 29.6.1823 கடலூர்

(டி.என்.எஸ்.ஏ: பி.ஆர்.பி: தொகுதி 954, ப்ரோ 7.7.1823, பக்கம் 5622-24, எண் 59-60)

1. 25 ஜூலை 1822 தேதியிட்ட துணைச் செயலரின் கடிதம், இணைப்புப் படிவங்களுடன் கிடைத்ததென்பதைப் பெருமையுடன் தெரிவிக்கிறேன். கடலூரில் இருக்கும் கல்லூரிகள், பள்ளிகளின் எண்ணிக்கையை இதனுடன் அனுப்பியிருக்கிறேன்.

2. இதில் குறிப்பிடப்பட்டிருக்கும் பள்ளிகளில் ஒவ்வொன்றுக்கும் ஓர் ஆசிரியர் இருக்கிறார். அங்கு எழுதப் படிக்கக் கற்றுத் தரப்படுகிறது. மலபார், கிரந்த மொழிகள் கற்றுத் தரப்படுகின்றன. பெற்றோரின் பொருளாதார நிலைமைக்கு ஏற்ப மாணவர் ஒருவருக்கு மாதக் கல்விக் கட்டணமாக ஒரு பணத்திலிருந்து ஒரு பகோடா வரை தரப்படுகின்றன. காலையில் 6-10 மணி வரையிலும் 12-2 மணி வரையிலும் 3-7 அல்லது 8 மணிவரையிலும் பள்ளிகள் நடக்கின்றன.

3. இந்த கலெக்டரேட்டில் தொழில்நுட்பம், சட்டம், வானவியல் கற்றுத் தரும் தனியார் அல்லது பொதுப் பள்ளிகள் எதுவும் இல்லை. ஆசிரியர்களுக்குப் பாரம்பரிய நிர்வாகம் எந்தப் பண உதவியும் செய்யவில்லை. மாணவர்களின் பெற்றோரிடமிருந்து கிடைக்கும் தொகையை வைத்தே ஆசிரியர்கள் தமது தேவைகளைப் பூர்த்தி செய்துகொள்கிறார்கள்.

பிரதான கலெக்டர் கச்சேரி — சி.ஹைட்

29 ஜூன், 1823 — கடலூர் கலெக்டர்

(அறிக்கை அடுத்த பக்கங்களில்)

ஆற்காடு, கடலூர் கலெக்டரேட்டில் இருக்கும் பாரம்பரியப் பள்ளிகள், கல்லூரிகள் மற்றும் மாணவர்களின் எண்ணிக்கை

கலெக்டரேட் பெயர்	பள்ளி, கல்லூரிகள் எண்ணிக்கை	பிராமண மாணவர்கள்			வைசிய மாணவர்கள்			சூத்திர மாணவர்கள்			பிற ஜாதி மாணவர்கள்		
(1)	(2)	(3)			(4)			(5)			(6)		
		ஆ	பெ	மொ	ஆ	பெ	மொ	ஆ	பெ	மொ	ஆ	பெ	மொ
1. திண்டிவனம் - பள்ளிகள்	67	76	-	76	24	-	24	633	9	642	9	-	9
- கல்லூரிகள்	-	-	-	-	-	-	-	-	-	-	-	-	-
2. திருவிடை - பள்ளிகள்	43	57	-	57	4	-	4	425	2	427	25	-	25
- கல்லூரிகள்	-	-	-	-	-	-	-	-	-	-	-	-	-
3. விருதாவூர் - பள்ளிகள்	43	52	-	52	8	-	8	348	-	348	55	-	55
- கல்லூரிகள்	-	-	-	-	-	-	-	-	-	-	-	-	-
4. விழுப்புரம் - பள்ளிகள்	73	177	-	177	20	-	20	557	2	559	169	2	171
- கல்லூரிகள்	-	-	-	-	-	-	-	-	-	-	-	-	-
5. புவனகிரி - பள்ளிகள்	79	63	-	63	13	-	13	942	11	953	9	-	9
- கல்லூரிகள்	-	-	-	-	-	-	-	-	-	-	-	-	-
6. மன்னார்குடி - பள்ளிகள்	31	37	-	37	13	-	13	277	-	227	-	-	-
- கல்லூரிகள்	-	-	-	-	-	-	-	-	-	-	-	-	-
7. சிதம்பரம் - பள்ளிகள்	32	118	-	118	16	-	16	454	15	469	10	-	10
- கல்லூரிகள்	-	-	-	-	-	-	-	-	-	-	-	-	-
8. திருவண்ணாமலை -பள்ளிகள்	40	27	-	27	33	-	33	296	2	298	5	-	5
- கல்லூரிகள்	-	-	-	-	-	-	-	-	-	-	-	-	-

	மொத்த இந்து மாணவர் (7)			முஸ்லிம் மாணவர்கள் (8)			மொத்த இந்து முஸ்லிம் (9)			மொத்த மக்கள்தொகை (10)		
	ஆண்	பெண்	மொத்தம்	ஆண்	பெண்	மொத்தம்	ஆண்	பெண்	மொத்தம்	ஆண்	பெண்	மொத்தம்
1.	742	9	751	18	-	18	760	9	769	15975	14178	30153
	-	-	-	-	-	-	-	-	-	-	-	-
2.	511	2	513	15	-	15	526	2	528	19142	16726	35868
	-	-	-	-	-	-	-	-	-	-	-	-
3.	463	-	463	13	-	13	476	-	476	9796	12157	21953
	-	-	-	-	-	-	-	-	-	-	-	-
4.	923	4	927	34	-	34	957	4	961	11942	11120	23062
	-	-	-	-	-	-	-	-	-	-	-	-
5.	1027	11	1038	56	-	56	1083	11	1094	20223	17248	37471
	-	-	-	-	-	-	-	-	-	-	-	-
6.	327	-	327	-	-	-	327	-	327	6225	5430	11655
	-	-	-	-	-	-	-	-	-	-	-	-
7.	598	15	613	18	-	18	615	15	630	9926	9254	19180
	-	-	-	-	-	-	-	-	-	-	-	-
8.	361	2	363	9	-	9	370	2	372	13846	11727	25573
	-	-	-	-	-	-	-	-	-	-	-	-

கலெக்டரேட் பெயர் (1)	பள்ளி, கல்லூரிகள் எண்ணிக்கை (2)	பிராமண மாணவர்கள் (3)			வைசிய மாணவர்கள் (4)			சத்ரிய மாணவர்கள் (5)			பிற ஜாதி மாணவர்கள் (6)		
9. விருத்தாசலம் - பள்ளிகள்	169	97	-	97	67	-	67	1253	22	1275	400	-	400
- கல்லூரிகள்	-	-	-	-	-	-	-	-	-	-	-	-	-
10. எழுவன்சோர் - பள்ளிகள்	55	40	-	40	18	-	18	398	7	405	62	2	64
- கல்லூரிகள்	-	-	-	-	-	-	-	-	-	-	-	-	-
11. திருக்கூட்டூர் - பள்ளிகள்	57	67	-	67	35	-	35	460	6	466	-	3	3
- கல்லூரிகள்	-	-	-	-	-	-	-	-	-	-	-	-	-
12. கள்ளக்குறிச்சி - பள்ளிகள்	48	69	-	69	48	-	48	409	-	409	38	3	41
- கல்லூரிகள்	-	-	-	-	-	-	-	-	-	-	-	-	-
13. சேத்துப்பட்டு - பள்ளிகள்	89	47	-	47	16	-	16	660	-	660	28	-	28
- கல்லூரிகள்	-	-	-	-	-	-	-	-	-	-	-	-	-
14. மொத்தம் - பள்ளிகள்	826	927	-	927	315	-	315	7112	76	7188	810	10	820
- கல்லூரிகள்	-	-	-	-	-	-	-	-	-	-	-	-	-
15. கடலூர் - பள்ளிகள்	49	70	-	70	55	-	55	826	18	844	52	-	52
- கல்லூரிகள்	-	-	-	-	-	-	-	-	-	-	-	-	-
16. ஒட்டு மொத்தம் -பள்ளிகள்	872	997	-	997	370	-	370	7938	94	8032	862	10	872
- கல்லூரிகள்	-	-	-	-	-	-	-	-	-	-	-	-	-

	மொத்த இந்து மாணவர் (7)			மொத்த முஸ்லிம் (8)			மொத்த இந்து முஸ்லிம் (9)			மொத்த மக்கள் தொகை (10)		
	ஆ	பெ	மொ	ஆ	பெ	மொ	ஆ	பெ	மொ	ஆ	பெ	மொ
9.	1817	22	1839	15	-	15	1832	22	1854	25204	22822	48026
	-	-	-	-	-	-	-	-	-	-	-	-
10.	518	9	527	19	-	19	537	9	546	17030	15156	32186
	-	-	-	-	-	-	-	-	-	-	-	-
11.	562	9	571	4	-	4	566	9	575	19075	17808	36883
	-	-	-	-	-	-	-	-	-	-	-	-
12.	564	3	567	7	-	7	571	3	574	21190	20238	41428
	-	-	-	-	-	-	-	-	-	-	-	-
13.	751	-	751	3	-	3	754	-	754	19655	19394	39049
	-	-	-	-	-	-	-	-	-	-	-	-
14.	9164	86	9250	211	-	211	9375	86	9461	209229	193258	402487
	-	-	-	-	-	-	-	-	-	-	-	-
15.	1003	18	1021	41	-	41	1044	18	1062	8745	9298	18043
	-	-	-	-	-	-	-	-	-	-	-	-
16.	10167	104	10271	252	-	252	10419	104	10523	217974	202556	420530
	-	-	-	-	-	-	-	-	-	-	-	-

கடலூர் கச்சேரி அலுவலகம், 29, ஜூன், 1823

சி.ஹைடு, பிரதான கலெக்டர்

XV

நெல்லூர் கலெக்டர் வருவாய்த்துறைக்கு அனுப்பிய அறிக்கை 23.06.1823.

(டி.என்.எஸ்.ஏ: பி.ஆர்.பி: தொகுதி 952, ப்ரோ 30.6.1823, பக்கம் 5188-91, எண் 26)

1. ஜமீந்தாரி தாலுகாவில் பாரம்பரியப் பள்ளிகள் தொடர்பாகத் தாங்கள் கேட்டிருந்த தகவல்களைப் பெறுவதில் சிரமங்கள் இருந்த தால் 25 ஜூலை அன்று தாங்கள் அனுப்பிய கடிதத்துக்குப் பதில் அனுப்பத் தாமதமாகிவிட்டது.

2. எனது பொறுப்பின் கீழ் உள்ள மாவட்டத்தில் இருக்கும் பள்ளிகள், அங்கு படிப்பவர்கள் பற்றித் தாங்கள் அனுப்பிய படிவத்தில் கேட்டுக்கொண்டிருப்பதன் அடிப்படையில் அறிக்கை-அ தயாரித்திருக்கிறேன்.

3. வேதம், அரபு மொழி, பாரசீகம் ஆகியவற்றைக் கற்றுத் தரும் ஆசிரியர்களின் எண்ணிக்கை, படிக்கும் மாணவர்களின் எண்ணிக்கை பற்றி அறிக்கை-ஆ-வில் குறிப்பிட்டிருக்கிறேன். மேலும் முந்தைய கர்னாடிக் பாரம்பரிய அரசு நிர்வாகங்கள் கல்விக்குத் தந்த நில மானியங்கள் (அவை கிழக்கிந்திய கம்பெனியாலும் தொடர்ந்து தரப்படுகின்றன) பற்றிய விவரத்தையும் அதில் குறிப்பிட் டிருக்கிறேன்.

4. அறிக்கை-அ-வில் குறிப்பிடப்பட்டிருக்கும் பள்ளிகளுக்கு எந்தப் பொது நிதி உதவியும் இல்லை. சில நேரங்களில் தமது குழந்தைகளின் கல்விக்காக அந்தப் பள்ளிகள் பெற்றோராலேயே நிறுவப்பட்டிருக்கும். அல்லது தமது வாழ்வாதாரத் தேவைகளுக்காக ஆசிரியர்களே நிறுவியிருப்பார்கள்.

5. மாணவர்கள் 3-6 வருடங்கள் கல்வி கற்கிறார்கள். மாதக் கட்டணமாக ஆசிரியருக்கு ஒரு மாணவருக்கு இரண்டு அணாவில் இருந்து நான்கு ரூபாய் வீதம் தரப்படுகிறது. எழுதுபொருட்களுக்கு தனியாக ஒரு ரூபாயும் ஆங்கிலம் கற்றுத் தருவதானால் இரண்டு ரூபாயும் தனியாகத் தரப்படுகின்றன.

6. ஐந்து வயதில் குழந்தைகளைப் பள்ளியில் சேர்க்கிறார்கள். மேலே குறிப்பிட்டிருக்கும் பணம் நீங்கலாக அமாவாசை, பவுர்ணமி தினங்களில் ஆசிரியருக்கு ஒவ்வொரு மாணவரும் ஒரு படி அரிசியும் தருகிறார்கள். பள்ளியில் முதலில் சேரும்போதும் பால ராமாயணம், அமரம் என ஒவ்வொரு பாடம் படித்து முடித்து புதிய பாடம்

ஆரம்பிக்கும்போதும் ஆசிரியருக்குத் தானங்கள் தருகிறார்கள். படிப்பை முடித்துவிட்டுச் செல்லும்போதும் தானங்கள் தருகிறார்கள்.

7. பாரம்பரியப் பள்ளிகள் ஆசிரியர்களால் மட்டுமே நடத்தப்படுவதில்லை. தங்கள் குழந்தைகள் சீக்கிரமாகவே படித்துத் தேறவேண்டும் என்று விரும்பும் சில பெற்றோர் தங்கள் வீடுகளில் தனியாக ஆசிரியர்களை வரவழைத்துக் கற்றுத் தருவதும் உண்டு. மாதக் கட்டணமாக இரண்டு அணாவில் இருந்து நான்கு ரூபாய் வரை தரப்படுகின்றன. ஆசிரியருக்கு மாணவரின் வீட்டிலேயே உணவு தரப்படுகிறது. இந்தத் தொகையைத் தரமுடியாத பெற்றோர் தமது குழந்தைகளோடு வேறு சில குழந்தைகளையும் சேர்த்துக்கொண்டு அவர்களுடைய பெற்றோரிடமிருந்து மாதத்துக்கு கால் அல்லது ஒரு ரூபாய் கட்டணம் வாங்கி ஆசிரியருக்குத் தருவதும் உண்டு. மாணவர்கள் போதுமான அளவுக்குக் கற்றதாக அவர்கள் நினைத்ததும் ஆசிரியருக்கு விடைகொடுத்துவிட்டுப் பள்ளியை மூடிவிடுவார்கள்.

தங்கள் அனுமதியுடன் பாரம்பரியப் பள்ளிகளின் பட்டியலைக் கடிதத்துடன் இணைக்கிறேன்.

கிரந்தப் பள்ளிகள்	642
வேதப் பள்ளிகள்	83
வானவியல் பள்ளிகள்	5
சட்டப் பள்ளிகள்	15
ஜோதிடப் பள்ளிகள்	3
ஆங்கிலப் பள்ளிகள்	1
பாரசீக, அரபுப் பள்ளி	50
தமிழ் பள்ளிகள்	4
இந்துஸ்தானி இசைப் பள்ளிகள்	1
மொத்த பாரம்பரிய பள்ளிகள்	804

நெல்லூர் — டி.ஃப்ரேஸர்

23, ஜூன், 1823. — கலெக்டர்

(அறிக்கைகள் அடுத்த பக்கங்களில்)

நெல்லூர் கலெக்டரேட்டில் இருக்கும் பாரம்பரியப் பள்ளிகள், கல்லூரிகள் மற்றும் மாணவர்களின் எண்ணிக்கை

கலெக்டரேட்டின் பெயர்	பள்ளி, கல்லூரிகளின் எண்ணிக்கை	பிராமண மாணவர்கள்			வைசிய மாணவர்கள்			சூத்திர மாணவர்கள்			பிற ஜாதி மாணவர்கள்			மொத்த மாணவர்கள்		
		ஆ	பெ	மொ	ஆ	பெ	மொ	ஆ	பெ	மொ	ஆ	பெ	மொ	ஆ	பெ	மொ
நெல்லூர், ஓங்கோல் மாவட்டங்கள், ஜமீந்தாரி தாலுகா	804	2466	-	2466	1641	-	1641	2407	55	2462	432	-	432	6946	55	7001

மொத்த முஸ்லிம் மாணவர்			மொத்த இந்து முஸ்லிம் மாணவர்கள்		
ஆ	பெ	மொ	ஆ	பெ	மொ
617	3	620	7563	58	7621

	மொத்த மக்கள் தொகை		
	ஆ	பெ	மொ
நெல்லூர், ஓங்கோல் மாவட்டங்கள் ஜமீந்தாரி தாலுகாக்களுடன்	232540	206927	439467
ஜமீந்தாரி தாலுகாக்களில்	200000	200000	400000
உத்தேச மக்கள்தொகை	432540	406927	839467

கெல்பட்டு ஜில்லா, புதுபட்டனம், 3 ஏப், 1823

ஆ. நெல்லூர் ஜில்லாவில் பாரசீகம், அரபு மொழி, வேதம் ஆகியவை கற்றுக் கொடுக்கும் ஆசிரியர்களின் எண்ணிக்கை. மாணவர்களின் எண்ணிக்கை, முந்தைய கர்நாடக அரசால் தரப்பட்டு கம்பெனி நிர்வாகத்தால் தொடர்ந்து தரப்படும் மானியங்களின் அளவு

கல்வி வகை	ஆசிரியர்கள் எண்ணிக்கை			மாணவர்களின் எண்ணிக்கை					மொ	ஆண்டு ஊக்கத்தொகை பணமாக	ஆண்டு ஊக்கத் தொகை நிலமாக	மொத்தம்
	பிராமணர்	முஸ்லிம்	மொ	பிராமணர்	சூத்திரர்	முஸ்லிம் ஆ	முஸ்லிம் பெ	முஸ்லிம் மொ		(ரூ)	(ரூ)	(ரூ)
1.அரபு & பாரசீகம்.	-	10	10	-	2	83	1	84	86	756	2	776
2.வேதம்	14	-	14	63	-	-	-	-	63	-	271	271
3.ஜோதிடம்	1	-	1	-	-	-	-	-	-	-	60	60
4. குர் ஆன் கல்வி	-	1	1	-	-	14	14	14	14	360	-	60
	15	11	26	63	2	97	1	98	163	1116	351	1467

நெல்லூர் கலெக்டர் கச்சேரி அலுவலகம், 23,
ஜூன் 1823

டி.ஃப்ரேஸர்,
கலெக்டர்

XVI

மசூலிப்பட்டனம் கலெக்டர், வருவாய்த்துறைக்கு அனுப்பிய கடிதம் (டி.என்.எஸ்.ஏ: பி.ஆர்.பி: ப்ரோ 13.1.1823)

பெறுநர்

வருவாய் போர்டு தலைவர் மற்றும் உறுப்பினர்கள்
செயிண்ட் ஜார்ஜ் கோட்டை

கனவான்களே,

வருவாய்த்துறைச் செயலர் 25 ஜூலை அனுப்பிய கடிதத்தோடு இணைக்கப்பட்டிருந்த படிவத்தில் கேட்டுக்கொண்டுள்ளபடி ஒவ்வொரு கலெக்டரேட்டில் இருக்கும் பள்ளிகள், கல்லூரிகள், மாணவர்கள் எண்ணிக்கையைத் தங்களுக்கு அனுப்புவதில் பெரு மகிழ்ச்சி அடைகிறேன்.

2. புள்ளிவிவரங்களை முழுமையாக்கும் நோக்கில் பள்ளிகள், கல்லூரிகள் என்ற பிரிவில் பயிற்று மொழி, கற்றுக் கொடுக்கும் பல்வேறு அறிவியல் துறைகள் ஆகியவற்றைத் தனியாகக் குறிப்பிட்டிருக்கிறேன். மேலும் பிராமண மாணவர்களுக்கு அடுத்ததாக சத்ரியர்கள் என்ற ஒரு பிரிவையும் சேர்த்திருக்கிறேன். கிரந்த வழிக் கல்வி பெறும் மாணவர்கள் பொதுவாக ஐந்து வயதில் பள்ளியில் சேர்க்கப்படுகிறார்கள். 12 அல்லது 17 வயது வரையிலும் கற்கிறார்கள். காலையில் 6-9 மணி, பிறகு 11- மாலை 6 மணி வரை பள்ளிகள் நடக்கின்றன.

3. முதலில் எழுதப் படிக்கக் கற்றுத் தரப்படுகிறது. மணலில் விரலால் எழுதிப் படிக்கிறார்கள். அதில் தேர்ச்சி பெற்றதும் பால ராமாயணம், அமரம் போன்ற புத்தகங்களை வாசிக்கக் கற்றுத் தரப்படுகிறது. சமஸ்கிருதம், கிரந்தம் ஆகிய மொழிகளில் கடிதம் எழுதக் கற்றுத்தரப்படுகிறது. கணிதம், கணக்குவழக்குகள் போன்றவை மாணவர்களின் ஆர்வத்துக்கு ஏற்பக் கற்றுத் தரப்படுகின்றன.

4. காகிதத்தில் நன்கு எழுதப் படிக்கக் கற்றுக்கொண்டதும் பொது அல்லது தனியார் அலுவலகங்களில் கர்ணம், பேஷ்கர் பணிகளுக்கு அல்லது கணக்குவழக்குப் பயிற்சிக்கு அனுப்பப்படுகின்றனர். அல்லது பாரசீகம், ஆங்கிலம் போன்ற அந்நிய மொழிகளைக் கற்றுத் தரும் பள்ளிகளுக்குச் செல்கிறார்கள்.

5. வைதிக பிராமண மாணவர்கள் என்றால் எழுதப் படிக்கக் கற்றுக்கொண்டதுமே நேரடியாக வேத, சாஸ்திர கல்லூரிகளுக்கு அனுப்பப்படுகிறார்கள்.

6. வேதமே அனைத்து இந்து சாஸ்திரங்களின் மூலாதாரமாகச் சொல்லப்படுகிறது. சாஸ்திரம் என்பது அனைத்துவகை அறிவியல் களையும் குறிக்கிறது. சட்டம், வானவியல், இறையியல் போன்ற அவை எல்லாம் சமஸ்கிருதத்தில் இருக்கின்றன. இந்த சாஸ்திரங்கள் பிராமணர்களால் மட்டுமே கற்றுத் தரப்படுகின்றன. அக்ரஹாரம், மணியம், ரோஜுனா (Rozunahs) அல்லது வேறு பதவிகளில் இருக்கும் பிராமணர்களே ஆசிரியர்களாக இருந்தனர். அவர்களுடைய மத சடங்கு ஆசாரங்களை முன்னின்று நடத்துவதும் அவர்களுடைய கடமையே.

7. கிராமம், நகரம் என அனைத்து இடங்களிலும் பிராமணர்கள் தமது குழந்தைகளுக்கு வேதம், சாஸ்திரம் இவற்றை வீடுகளிலோ பள்ளி கல்லூரிகளிலோ கற்றுத் தருகிறார்கள்.

8. எந்தப் பள்ளியோ கல்லூரியோ கல்விக்கென்றே தனியாகக் கட்டப்பட்டதாகத் தெரியவில்லை. அரசு ஆதரவும் எதற்கும் இருப்பதாகத் தெரியவில்லை. எல்லூரின் ஜமீந்தாரான வெங்கட நரசிம்ம அப்பாவு ஒரு கிரந்தப் பள்ளி தொடங்கினார். ஓர் ஆசிரியரை அதற்காக நியமித்து மாத சம்பளமாக 3 பகோடாக்கள் தந்தார். அங்கு படித்த மாணவர்களின் எண்ணிக்கை 33. முழுவதும் இலவசமாகவே அவர்களுக்குக் கல்வி தரப்பட்டது.

9. நடன மகளிர் நீங்கலாக வேறு எந்த சாதிப் பெண்களுக்கும் கல்வி தரப்பட்டதாகத் தெரியவில்லை.

10. ஒரு கிரந்தப் பள்ளி மாணவருக்கு எழுதுபொருட்கள், புத்தகங்கள் போன்றவை உட்பட மாத செலவு ஆறு அணாக்கள். இது நீங்கலாக உணவு, சன்மானங்கள், கல்விக் கட்டணம் இதில் சேராது. மாணவர்களின் பெற்றோர், உறவினர்களின் பொருளாதார நிலைமைக்கு ஏற்ப இந்தக் கட்டணங்கள் மாறுபடும். ஆசிரியரின் சம்பளம் மாதத்துக்கு கால் பணத்தில் இருந்து 2 ரூபாய்வரை இருந்தது.

11. இந்தப் பட்டியலில் குறிப்பிடப்பட்டிருக்கும் சமஸ்கிருத, சட்ட, வானவியல் கல்லூரிகள் கற்றுத் தேர்ந்த பண்டிதர்களால் பரோபகார நோக்கில் ஆரம்பிக்கப்பட்டிருக்கின்றன. அவர்களில் சிலருக்கு நில மானியங்கள் உண்டு. மாணவர்கள் தரும் தானங்கள், சன்மானங்கள் மூலமாகவும் ஆசிரியருக்கு சம்பளம் கிடைத்தது. ஆனால், இதுதான் சம்பளம் என எந்தத் திட்டமிட்ட தொகையும் கிடையாது. சில மாணவர்களுக்குத் தனியாக மானியம் கிடைத்திருந்தது. அது அவர்களுக்குப் பரம்பரை உரிமையாகக் கிடைத்திருந்தது. சில மாணவர்களுக்கு ஆசிரியர்களே உதவி செய்தனர். தமது சொந்தப்பணத்தில் அல்லது நன்கொடைகள் பெற்று அவர்களுக்கு இலவசமாகக் கல்வி அளித்தனர். புத்தகங்கள், பிற தேவைகள்

உட்பட, ஒரு மாணவருக்கு ஆண்டுக் கல்விச் செலவு சராசரியாக 60 ரூபாய் ஆகிறது.

12. இப்போது தந்திருக்கும் பட்டியலின்படிப் பார்த்தால், 464 கிரந்தப்பள்ளிகளில் 4,847 மாணவர்கள் படிக்கிறார்கள். 49 சாஸ்திரக் கல்லூரிகளில் 199 பேர் மட்டுமே படிக்கிறார்கள்.

13. பாரசீக மொழி கற்றுத் தரும் பள்ளிகள் இந்தப் பிராந்தியத்தில் குறைவாகவே இருக்கின்றன. 19 பள்ளிகளில் 236 முஸல்மான் மாணவர்கள் பயில்கின்றனர். 41 முஸல்மான் குழந்தைகள் கிரந்தப் பள்ளிகளில் பயில்கின்றனர். ஆறு வயதில் ஆரம்பித்து 15 வயதுவரை சுமார் 9 ஆண்டுகள் கல்வி கற்கின்றனர். ஆசிரியருக்கான கட்டணம் மாதத்துக்கு கால் பணத்தில் இருந்து ஒரு பணம் வரை ஆகிறது. எழுது பொருட்களுக்கான செலவு மாதத்துக்கு 4 அணா. சில முஸல்மான்கள் இலவசமாகவும் மாணவர்களின் பெற்றோருடனான நட்புறவினால் கட்டணம் எதுவும் பெற்றுக்கொள்ளாமலும் கற்றுத் தருகின்றனர். உதாரணமாக எல்லூரில் இருக்கும் மொஹமதீன் ஷாவின் மகனான ஹுசேன் அலி ஃபகீரைச் சொல்லலாம்.

14. இந்தக் கல்விமையங்களில் எவற்றுக்கும் நிலையான அரசாங்க மானியம் தரப்பட்டதாகத் தெரியவில்லை. எனினும் முந்தைய காலத்தில் உள்ளூர் மக்களும் நிர்வாக அமைப்புகளும் அவற்றுக்கு வலுவான ஆதரவு தந்திருப்பது தெரிகிறது.

மசூலிப்பட்டனம் — ஜே.எஃப். லேன்

3, ஜனவரி, 1823, — கலெக்டர்.

(அறிக்கைகள் அடுத்த பக்கத்தில்)

மசூலிப்பட்டனத்திலிருக்கும் கல்வி மையங்கள்

பர்கணாவின் பெயர் மற்றும் தரப்பட்ட கல்வி (1)	பள்ளி, கல்லூரிகள் எண்ணிக்கை (2)		பிராமண மாணவர்கள் (3)			சத்ரிய மாணவர்கள் (4)			வைசிய மாணவர்கள் (5)			சூத்திர மாணவர்கள் (6)		
			ஆ	பெ	மொ	ஆ	பெ	மொ	ஆ	பெ	மொ	ஆ	பெ	மொ
1. நெடுவயல்														
கிரந்தம்	8	-	23	-	23	-	-	-	22	-	22	33	-	33
சமஸ்கிருதம்	-	3	32	-	32	-	-	-	-	-	-	-	-	-
2.பெந்தபாடு														
கிரந்தம்	13	-	63	-	63	-	-	-	23	-	23	30	-	30
சமஸ்கிருதம்	0	5	24	-	24	-	-	-	-	-	-	-	-	-
3.பஹுரல்லி														
கிரந்தம்	20	-	71	-	71	-	-	-	23	-	23	45	-	45
சமஸ்கிருதம்	-	1	4	-	4	-	-	-	-	-	-	-	-	-
4.கண்டவகல்														
கிரந்தம்	13	-	23	-	23	-	-	-	51	-	51	35	-	-
5. எல்லூர் ஹவேலி														
கிரந்தம்	17	-	35	-	35	-	-	-	74	-	74	53	-	53
சமஸ்கிருதம்	-	1	10	-	10	-	-	-	-	-	-	-	-	-
6.அம்பர்பேட்டை														
கிரந்தம்	7	-	-	-	-	-	-	-	-	-	-	-	-	-
சமஸ்கிருதம்	5	-	29	-	29	-	-	-	22	-	22	20	-	20
7.சவேந்திரா & எட்டு	1	-	4	-	4	-	-	-	-	-	-	4	-	4
கிராமங்கள்	-	-	-	-	-	-	-	-	-	-	-	-	-	-
8.மலாட்டசேரியா	-	-	-	-	-	-	-	-	-	-	-	-	-	-
9. வேயூர் பர்கணா														
கிரந்தம்	17	-	73	-	73	-	-	-	6	-	6	83	-	83
சட்ட ஸ்மிருதிகள்	-	12	36	-	36	-	-	-	-	-	-	-	-	-

	பிற ஜாதியினர் (7)			மொத்த இந்து மாணவர்கள் (8)			மொத்த முஸ்லிம் மாணவர்கள் (9)			மொத்த இந்து முஸ்லிம் மாணவர்கள் (10)			மொத்த மக்கள்தொகை (11)		
	ஆ	பெ	மொ	ஆ	பெ	மொ	ஆ	பெ	மொ	ஆ	பெ	மொ	ஆ	பெ	மொ
1.	4	2	6	82	2	84	2	-	2	116	2	118	17193	12978	30171
	-	-	-	32	-	32	-	-	-						
2	10	-	10	126	-	126	1	-	1	151	-	151	12218	9622	21840
	-	-	-	24	-	24	-	-	-						
3.	19	-	19	158	-	158	8	-	8	170	-	170	8276	6811	15087
	-	-	-	4	-	4	-	-	-						
4.	11	1	12	120	1	121	3	-	3	123	1	124	10239	8342	18581
5.	25	8	33	187	8	195	-	-	-	317	10	327	8063	7183	15246
	-	-	-	10	-	10	-	-	-						
	-	-	-	-	-	-	120	2	122						
6.	6	-	6	77	-	77	3	-	3	80	-	80	7950	6768	14718
	-	-	-	8	-	8	-	-	-	8	-	8			
7.	-	-	-	-	-	-	-	-	-	-	-	-	2124	1675	3799
8.	-	-	-	-	-	-	-	-	-	-	-	-	1837	1398	3235
9.	11	1	12	173	1	174	-	-	-	209	1	210	7297	5414	12711
	-	-	-	36	-	36	-	-	-						

(1)	(2)	(3)	(4)	(5)	(6)
10. மதூர்					
கிரந்தம்	21 -	98 - 98	- - -	18 - 18	50 - 50
சட்ட ஸ்மிருதிகள்	- 7	12 - 12	- - -	- - -	- - -
சமஸ்கிருதம்	- 1	4 - 4	- - -	- - -	- - -
ஜோதிடம்	- 2	8 - 8	- - -	- - -	- - -
11.நூர ஸ்தலம்					
கிரந்தம்	10 -	56 - 56	- - -	17 - 17	23 - 23
சட்ட ஸ்மிருதிகள்	- 1	4 - 4	- - -	- - -	- - -
12.கோலபள்ளி					
கிரந்தம்	11 -	27 - 27	- - -	- - -	42 1 43
சட்ட ஸ்மிருதிகள்	- 2	8 - 8	- - -	- - -	- - -
13. பர்கணா					
கிரந்தம்	2 -	1 - 1	- - -	- - -	10 - 10
14. சத்ராய்					
கிரந்தம்	5 -	9 - 9	- - -	- - -	10 - 10
15. பதபாடு மிட்டா					
கிரந்தம்	2 -	2 - 2	- - -	17 - 17	11 - 11
16.நந்தேகாம மிட்டா					
கிரந்தம்	52 -	118 - 118	- - -	47 - 47	32 - 32
17. பனகென்					
கிரந்தம்	9 -	63 - 63	- - -	35 - 35	9 - 9
18.பதவலூ பர்கணா	9 -	19 - 19	- - -	111 - 111	20 - 20
19. மசூலிப்பட்டனம் டவுன்					
கிரந்தம்	65 -	205 - 205	- - -	217 - 217	350 - 350
20. மமிலிப்பட்டனம்					
பாரசீகம்.	5 -	- - -	- - -	- - -	- - -

	(7)			(8)			(9)			(10)			(11)		
10.	21	2	23	187	2	189	-	-	-	211	2	213	15561	12598	28159
	-	-	-	12	-	12	-	-	-						
	-	-	-	4	-	4	-	-	-						
	-	-	-	8	-	8	-	-	-						
11.	11	-	11	107	-	107	-	-	-	111	-	111	11424	9463	20887
	-	-	-	4	-	4	-	-	-						
12.	22	2	24	128	3	131	1	-	1	137	3	140	9561	7981	17542
	-	-	-	8	-	8	-	-	-						
13.	-	-	-	21	-	21	-	-	-	22	-	22			
14.	8	-	8	44	-	44	-	-	-	44	-	44	2570	2162	4732
15.	-	-	-	13	-	13	-	-	-	13	-	13	1390	1190	2580
16.	3	-	3	200	-	200	2	-	2	202	-	202	11592	9856	21448
17.	3	-	3	110	-	110	-	-	-	110	-	110	4849	4187	9036
18.	-	-	-	150	-	150	-	-	-	150	-	150	6046	5632	11678
19.	141	6	147	913	6	919	-	-	-	966	6	972	26192	26173	52365
20.	-	-	-	-	-	-	53	-	53						

பிற பர்குணாக்கள் அடுத்த பக்கங்களில்

(1)	(2)		(3)			(4)			(5)			(6)		
21. அச்சலமநாடு பேட்டை														
கிரந்தம்	5	-	9	-	9	-	-	-	26	-	26	12	-	12
22.கொண்டபள்ளி பேட்டை														
கிரந்தம்	6	-	34	-	34	-	-	-	19	-	19	13	-	13
பாரசீகம்	3	-	-	-	-	-	-	-	-	-	-	-	-	-
23.? தீவு														
கிரந்தம்	3	-	5	-	5	-	-	-	1	-	1	6	-	6
24.? பேட்டை	-	-	-	-	-	-	-	-	-	-	-	-	-	-
25. தவன் கோட்டை														
கிரந்தம்	39	-	141	-	141	-	-	-	44	-	44	122	-	122
சட்ட ஸ்மிருதிகள்	-	1	12	-	12	-	-	-	-	-	-	-	-	-
பாரசீகம்	1	-	-	-	-	-	-	-	-	-	-	-	-	-
26.வேண கோட்டா														
கிரந்தம்	18	-	80	-	80	-	-	-	23	-	23	86	-	86
வான சாஸ்திரம்	-	1	4	-	4	-	-	-	-	-	-	-	-	-
27.கஜவதா பர்கணா														
கிரந்தம்	18	-	45	-	45	-	-	-	14	-	14	83	-	83
28.பெஸவாடா பர்கணா														
கிரந்தம்	11	-	33	-	33	-	-	-	8	-	8	44	-	44
சட்ட ஸ்மிருதிகள்	-	4	8	-	8	-	-	-	-	-	-	-	-	-
வான சாஸ்திரம்	-	1	8	-	8	-	-	-	-	-	-	-	-	-
பாரசீகம்	2	1	-	-	-	-	-	-	-	-	-	-	-	-
29.?ஜூர் பர்கணா														
கிரந்தம்	8	-	24	-	24	-	-	-	14	-	14	13	-	13
30.?ஆலப்பாடு சமா	-	-	-	-	-	-	-	-	-	-	-	-	-	-
31. ?பர்கணா	-	-	-	-	-	-	-	-	-	-	-	-	-	-
32.கூடூர் பர்கணா														
கிரந்தம்	11	-	47	-	47	-	-	-	-	-	-	47	-	47

	(7)			(8)			(9)			(10)			(11)		
21.															
	5	-	5	52	-	52	-	-	-	52	-	52	2361	1890	4251
22.															
	17	-	17	83	-	83	5	-	5				4677	4110	8787
	-	-	-	-	-	-	33	-	33	121	-	121			
23.															
	2	-	2	14	-	14	-	-	-	14	-	14			
24.	-	-	-	-	-	-	-	-	-	-	-	-			
25.															
	36	-	36	343	-	343	-	-	-	365	-	365	20190	15912	36102
	-	-	-	12	-	12	-	-	-						
	-	-	-	-	-	-	10	-	10						
26.															
	12	-	12	201	-	201	1	-	1						
	-	-	-	4	-	4	-	-	-	206	-	206	9434	6656	16090
27.															
	5	-	5	147	-	147	-	-	-	147	-	147	6051	3978	10029
28.															
	2	-	2	102	-	102	2	-	2						
	-	-	-	8	-	8	-	-	-	130	-	130	6349	5174	11523
	-	-	-	8	-	8	-	-	-						
	-	-	-	-	-	-	10	-	10						
29.															
	-	-	-	51	-	51	-	-	-	51	-	51			
30.	-	-	-	-	-	-	-	-	-	-	-	-			
31.	-	-	-	-	-	-	-	-	-	-	-	-			
32.															
	8	1	9	141	1	142	-	-	-	141	1	142	7653	6596	14249

(1)	(2)	(3)	(4)	(5)	(6)
33.வல்லம் சாரநாத் (குலூர்)					
கிரந்தம்	12 -	58 - 58	- - -	7 - 7	48 - 48
சட்ட ஸ்மிருதிகள்	- 3	10 - 10	- - -	- - -	- - -
வானசாஸ்திரம்	- 4	15 - 15	- - -	- - -	- - -
34. மயிலேரம் பர்கணா					
கிரந்தம்	15 -	52 - 52	- - -	30 - 30	45 - 45
35. தமநேதி பர்கணா					
கிரந்தம்	4 -	16 - 16	- - -	12 - 12	7 - 7
36. பித்த ஜில்லா	- -	- - -	- - -	- - -	- - -
37. தீவி					
கிரந்தம்	23 -	76 - 76	- - -	15 - 15	45 - 45
பாரசீகம்	1 -	- - -	- - -	- - -	- - -
38. சிந்தால்பதி					
கிரந்தம்	9 -	26 - 26	3 - 3	32 - 32	38 - 38
39. லிங்கசேரி					
கிரந்தம்	2 -	4 - 4	- - -	4 - 4	2 - 2
40. மங்களாஷ்					
கிரந்தம்	5 -	11 - 11	- - -	9 - 9	5 - 5
41. பத்மபட்டனம்					
கிரந்தம்	5 -	18 - 18	- - -	16 - 16	6 - 6
42.? தம மிட்டா	- -	- - -	- - -	- - -	- - -
43. ?வரா					
கிரந்தம்	1 -	10 - 10	- - -	- - -	2 - 2
44. விவநோ					
கிரந்தம்	1 -	11 - 11	- - -	5 - 5	2 - 2
45 ?ஜவரி					
கிரந்தம்	3 -	5 - 5	- - -	18 - 18	2 - 2

	(7)			(8)			(9)			(10)					
33.	2	1	3	115	-	115	-	-	-	140	1	141	3781	3192	6973
	-	-	-	10	-	10	-	-	-						
	-	-	-	15	-	15	-	-	-						
34.	27	-	27	154	-	154	3	-	3	157	-	157	9458	8033	17491
35.	3	-	3	38	-	38	-	-	-	38	-	38	2807	2381	5188
36.	-	-	-	-	-	-	-	-	-	-	-	-	2312	1898	4210
37.	15	-	15	151	1	151	-	-	-	159	1	160	12117	9961	22078
	-	-	-	-	-	-	8	-	8						
38.	6	-	6	105	-	105	4	-	4	109	-	109	6663	5345	12008
39.	1	-	1	11	-	11	-	-	-	11	-	11	1683	1481	3164
40.	7	-	7	32	-	32	-	-	-	32	-	32	1876	1619	3495
41.	18	-	18	58	-	58	5	-	5	63	-	63	4054	3505	7559
42.	-	-	-	-	-	-	-	-	-	-	-	-			
43.	-	-	-	12	-	12	-	-	-	12	-	12			
44.	-	-	-	18	-	18	-	-	-	18	-	18			
45.	2	-	2	27	-	27	-	-	-	27	-	27			

(1)	(2)		(3)			(4)			(5)			(6)		
46. தமுலெவி - மெதார்														
கிரந்தம்	10	-	27	-	27	-	-	-	42	-	42	17	-	17
47. கைதபுளி கிராமம்														
கிரந்தம்	1	-	2	-	2	-	-	-	-	-	-	1	-	1
48.?கொடை														
கிரந்தம்	2	-	20	-	20	-	-	-	-	-	-	-	-	-
49.?or M														
50. மொத்தம்	484	49	1872	1	1873	18	-	18	1108	-	1108	1506	1	1507
கிரந்தம்	465	-	1673	1	1674	18	-	18	1108	-	1108	1506	1	1507
சமஸ்கிருதம்	-	11	66	-	66	-	-	-	-	-	-	-	-	-
சட்டம் - ஸ்மிருதிகள்	-	30	98	-	98	-	-	-	-	-	-	-	-	-
வான சாஸ்திரம்	-	8	35	-	35	-	-	-	-	-	-	-	-	-
பாரசீகம்	19	-	-	-	-	-	-	-	-	-	-	-	-	-
மொத்தம்	484	49	1872	1	1873	18	-	18	1108	-	1108	1506	1	1507

நிரல்கள் 7-11 அடுத்த பக்கங்களில்

	(7)			(8)			(9)			(10)			(11)		
46.	6	-	6	92	-	92	-	-	-	92	-	92	8277	7209	15486
47.	1	5	6	4	5	9	-	-	-	4	5	9	856	724	1580
48.	-	-	-	20	-	20	-	-	-	20	-	20			
49															
50.	470	29	499	4974	31	5005	275	2	277	5249	33	5282	289166	240683	529849
	470	29	499	4775	31	4806	41	-	41	4816	31	4847			
	-	-	-	66	-	66	-	-	-	66	-	66			
	-	-	-	98	-	98	-	-	-	98	-	98			
	-	-	-	35	-	35	-	-	-	35	-	35			
	-	-	-	-	-	-	234	2	236	234	2	236			
	470	29	499	4974	31	5005	275	2	277	5249	33	5228			

இந்த அறிக்கையின் ஆவணக் காகிதங்களின் ஓரங்கள் சிதிலமடைந்துவிட்டிருக்கின்றன. சில பர்கணாக்களின் பெயர்களைக் கண்டுபிடிக்க முடியவில்லை. (அந்த இடங்களில் தரம்பாலால் கேள்விக்குறி போடப்பட்டுள்ளது.) சில ஊர்களின் மக்கள் தொகை மற்றும் ஒருசில நிரல்களின் தரவுகளும் படித்துப் புரிந்துகொள்ள முடியாத நிலையில் இருக்கின்றன. முடிந்தவரை மசூலிப்பட்டன தரவுகளுடன் (MRO : BRP : Volume 918: Pro 11 July 1822, pp.6542 6544) இந்தத் தரவுகள் ஒப்பிட்டு சரிபார்க்கப்பட்டிருக்கின்றன. வரிசை எண்கள் ஆங்கிலப் பதிப்பாளரால் தரப்பட்டுள்ளன.

XVII

விசாகப்பட்டனம் கலெக்டர் வருவாய்த்துறைக்கு எழுதிய அறிக்கை 14.4.1823.

(டி.என்.எஸ்.ஏ: பி.ஆர்.பி: தொகுதி 947 ப்ரோ 1.5.1823, பக் 3847 எண் 6-7)

1. இந்த மாவட்டத்தில் இருக்கும் பள்ளிகள், கல்லூரிகள் தொடர்பான தகவல்களைக் கேட்டு கடந்த மாதம் 25 ஜுலை தேதியிட்ட செயலரின் கடிதம் கிடைத்ததை மகிழ்ச்சியுடன் தெரிவித்துக்கொள்கிறேன்.

2. உடன் அனுப்பப்பட்ட படிவத்தில் கேட்டுக்கொண்டிருப்பதன் படி சேகரித்த தகவல்களை தங்கள் அனுமதியுடன் இங்கு வழங்குகிறேன்.

வால்டர் கலெக்டரின் கச்சேரி — ஜே.ஸ்மித்

14, ஏப், 1823. — கலெக்டர்.

(அறிக்கை அடுத்த பக்கத்தில்)

விசாகப்பட்டினம் கலெக்டரேட்டில் இருக்கும் பாரம்பரியப் பள்ளிகள், கல்லூரிகள் மற்றும் மாணவர்களின் எண்ணிக்கை

விசாகப்பட்டினம் மாவட்டம் (1)	பள்ளிகள் மற்றும் கல்லூரிகள் (2)		பிராமண மாணவர்கள் (3)			ராஜு (சத்ரிய) மாணவர்கள் (4)			வைசிய மாணவர்கள் (5)			சூத்திர மாணவர்கள் (6)		
			M	F	T	M	F	T	M	F	T	M	F	T
1. விஜய நகரம் ஜமீந்தாரி	பள்ளிகள்	469	2751	-	2751	75	-	75	425	-	425	751	-	751
	கல்லூரிகள்	-	-	-	-	-	-	-	-	-	-	-	-	-
2. காசிபுரம்	பள்ளிகள்	-	-	-	-	-	-	-	-	-	-	-	-	-
	கல்லூரிகள்	-	-	-	-	-	-	-	-	-	-	-	-	-
3. பொப்பிலி	பள்ளிகள்	63	260	-	260	9	-	9	91	-	91	444	-	444
	கல்லூரிகள்	-	-	-	-	-	-	-	-	-	-	-	-	-
4. அந்தரா	பள்ளிகள்	-	-	-	-	-	-	-	-	-	-	-	-	-
	கல்லூரிகள்	-	-	-	-	-	-	-	-	-	-	-	-	-
5. சுரேபள்ளி பீமாவரம்	பள்ளிகள்	-	-	-	-	-	-	-	-	-	-	-	-	-
	கல்லூரிகள்	-	-	-	-	-	-	-	-	-	-	-	-	-
6. ஜெயபூர் ஜமீந்தாரி	பள்ளிகள்	166	254	94	348	-	-	-	38	-	38	266	71	337
	கல்லூரிகள்	-	-	-	-	-	-	-	-	-	-	-	-	-
7. போலந்தா	பள்ளிகள்	30	50	-	50	-	-	-	60	-	60	40	-	40
	கல்லூரிகள்	-	-	-	-	-	-	-	-	-	-	-	-	-

Cols 7-11 on next page

	பிற ஜாதி மாணவர் (7)			மொத்த இந்து No. 3-7 (8)			மொத்த முஸ்லிம் (9)			மொத்த இந்து முஸ்லிம் (10)			மொத்த மக்கள் தொகை (11)		
	ஆ	பெ	மொ	ஆ	பெ	மொ	ஆ	பெ	மொ	ஆ	பெ	மொ	ஆ	பெ	மொ
										-	-	-			
1.	833	49	882	4835	49	4884	-	-	-	-	-	-	235987	219974	455961
	-	-	-	-	-	-	-	-	-	-	-	-	395	426	821
2.	-	-	-	-	-	-	-	-	-	-	-	-	-	-	-
	-	-	-	-	-	-	-	-	-	-	-	-	-	-	-
3.	-	-	-	804	-	804	-	-	-	-	-	-	43024	39172	82196
	-	-	-	-	-	-	-	-	-	-	-	-	1096	1020	2116
4.	-	-	-	-	-	-	-	-	-	-	-	-	-	-	-
	-	-	-	-	-	-	-	-	-	-	-	-	256	212	468
5.	-	-	-	-	-	-	-	-	-	-	-	-	-	-	-
	-	-	-	-	-	-	-	-	-	-	-	-	-	-	-
6.	213	64	277	771	229	1000	-	-	-	-	-	-	34143	36419	70562
	-	-	-	-	-	-	-	-	-	-	-	-	-	-	-
7.	100	-	100	250	-	250	-	-	-	-	-	-	30307	30285	60592
	-	-	-	-	-	-	-	-	-				-	-	-

இந்த ஜமீந்தார் தனது ஜமீந்தாரி பகுதியில் எந்தக் கல்லூரியும் இல்லை என்று தெரிவித்திருக்கிறார். மேலும் மக்கள் தொகை பற்றிய தெளிவான தரவு எதையும் அவர் அனுப்பியிருக்கவில்லை.

இரண்டு பள்ளிகளுக்கு ஆண்டுக்கு 50 ரூபாய்வீதம் தருவதாகத் தெரிவித்திருக்கிறார்.

வருவாய்த்துறைக்கு 20 செப், 1814-ல் அனுபப்பட்ட பட்டியலின் அடிப்படையில் மக்கள் தொகை உத்தேசமாக எடுத்துக்கொள்ளப்பட்டிருக்கிறது. (Other areas on following pages)

(1)	(2)		(3)			(4)			(5)			(6)		
8. மரிங்கி	பள்ளிகள்	8	50	-	50	-	-	-	6	-	6	20	-	20
	கல்லூரிகள்	-	-	-	-	-	-	-	-	-	-	-	-	-
9. கூர்பம்	பள்ளிகள்	3	-	-	-	-	-	-	6	-	6	6	-	6
	கல்லூரிகள்	-	-	-	-	-	-	-	-	-	-	-	-	-
10. சங்கமூல	பள்ளிகள்	3	3	-	3	-	-	-	12	-	12	3	-	3
	கல்லூரிகள்	-	-	-	-	-	-	-	-	-	-	-	-	-
11. சமது	பள்ளிகள்	4	50	-	50	-	-	-	4	-	4	10	1	11
	கல்லூரிகள்	-	-	-	-	-	-	-	-	-	-	-	-	-
12.பஞ்சபந்த	பள்ளிகள்	-	-	-	-	-	-	-	-	-	-	-	-	-
	கல்லூரிகள்	-	-	-	-	-	-	-	-	-	-	-	-	-
13. மடிகலே	பள்ளிகள்	18	126	-	126	-	-	-	6	-	6	10	-	10
	கல்லூரிகள்	-	-	-	-	-	-	-	-	-	-	-	-	-
14. செகதிகண்ட	பள்ளிகள்	-	-	-	-	-	-	-	60	-	60	-	-	-
	கல்லூரிகள்	-	-	-	-	-	-	-	-	-	-	-	-	-
15.கோல்கண்டா ஜமீந்தாரி	பள்ளிகள்	-	-	-	-	-	-	-	-	-	-	-	-	-
	கல்லூரிகள்	-	-	-	-	-	-	-	-	-	-	-	-	-
16.சூலூர் ஜமீந்தாரி	பள்ளிகள்	11	12	-	12	-	-	-	34	-	34	50	-	50
	கல்லூரிகள்	-	-	-	-	-	-	-	-	-	-	-	-	-

	(7)			(8)			(9)			(10)			(11)		
8.	250	-	250	326	-	326	-	-	-	326	-	326	5384	5660	11044
	-	-	-	-	-	-	-	-	-	-	-	-	-	-	-
9.	20	-	20	32	-	32	-	-	-	33	-	33	6539	6150	12689
	-	-	-	-	-	-	-	-	-	-	-	-	-	-	-
10.	46	-	46	64	-	64	-	-	-	64	-	64	2881	2522	4903
	-	-	-	-	-	-	-	-	-	-	-	-	-	-	-
11.	15	-	15	79	1	80	-	-	-	79	1	80	1702	1650	3352
	-	-	-	-	-	-	-	-	-	-	-	-	-	-	-
12.	-	-	-	-	-	-	-	-	-	-	-	-	1008	1045	2053
	-	-	-	-	-	-	-	-	-	-	-	-	-	-	-
13.	-	-	-	142	-	142	-	-	-	142	-	142	1589	1495	3084
	-	-	-	-	-	-	-	-	-	-	-	-	-	-	-
14.	-	-	-	-	-	-	-	-	-	-	-	-	116	119	235
	-	-	-	-	-	-	-	-	-	-	-	-	-	-	-
15.	-	-	-	-	-	-	-	-	-	-	-	-	805	732	1537
	-	-	-	-	-	-	-	-	-	-	-	-	-	-	-
16.	-	-	-	105	-	105	-	-	-	105	-	105	19444	17271	36715
	-	-	-	-	-	-	-	-	-	-	-	-	-	-	-

(1)	(2)		(3)			(4)			(5)			(6)		
17. பெல்காம்	பள்ளிகள்	8	5	-	5	-	-	-	38	-	38	3	-	3
	கல்லூரிகள்	-	-	-	-	-	-	-	-	-	-	-	-	-
18. காஸிம் கோட்டை எஸ்டேட்	பள்ளிகள்	5	26	-	26	-	-	-	6	-	6	15	-	15
	கல்லூரிகள்	-	-	-	-	-	-	-	-	-	-	-	-	-
19. கொண்டகேலா	பள்ளிகள்	2	10	-	10	-	-	-	-	-	-	-	-	-
	கல்லூரிகள்	-	-	-	-	-	-	-	-	-	-	-	-	-
20. மேலபாக்கம்	பள்ளிகள்	4	4	-	4	1	-	1	5	-	5	8	-	8
	கல்லூரிகள்	-	-	-	-	-	-	-	-	-	-	-	-	-
21. வால்டர்	பள்ளிகள்	1	-	-	-	-	-	-	6	-	6	-	-	-
	கல்லூரிகள்	-	-	-	-	-	-	-	-	-	-	-	-	-
22. பெடகு மேலூர்	பள்ளிகள்	1	7	-	7	-	-	-	4	-	4	5	-	5
	கல்லூரிகள்	-	-	-	-	-	-	-	-	-	-	-	-	-
23. ஸ்ரீராமூர்	பள்ளிகள்	3	10	-	10	-	-	-	8	-	8	11	-	11
	கல்லூரிகள்	-	-	-	-	-	-	-	-	-	-	-	-	-
24.கொத்தசர்லா	பள்ளிகள்	6	25	-	25	-	-	-	10	-	10	22	-	22
	கல்லூரிகள்	-	-	-	-	-	-	-	-	-	-	-	-	-
25.நாகபள்ளி	பள்ளிகள்	4	54	-	54	-	-	-	11	-	11	10	-	10
	கல்லூரிகள்	-	-	-	-	-	-	-	-	-	-	-	-	-

	(7)			(8)			(9)			(10)			(11)		
17.	74	3	77	120	3	123	2	-	2	122	3	125	4142	3860	8002
	-	-	-	-	-	-	-	-	-	-	-	-	-	-	-
18.	-	-	-	47	-	47	9	-	9	56	-	56	4154	4159	8313
	-	-	-	-	-	-	-	-	-	-	-	-	-	-	-
19.	18	-	18	28	-	28	-	-	-	28	-	28	3346	2924	6270
	-	-	-	-	-	-	-	-	-	-	-	-	-	-	-
20.	3	-	3	21	1	21	-	-	-	21	-	21	3165	3149	6214
	-	-	-	-	-	-	-	-	-	-	-	-	-	-	-
21.	32	-	32	38	-	38	-	-	-	38	-	38	3533	3572	7105
	-	-	-	-	-	-	-	-	-	-	-	-	-	-	-
22.	5	-	5	21	-	21	-	-	-	21	-	21	587	603	1190
	-	-	-	-	-	-	-	-	-	-	-	-	-	-	-
23.	10	-	10	39	-	39	-	-	-	39	-	39	2535	2359	4894
	-	-	-	-	-	-	-	-	-	-	-	-	-	-	-
24.	44	-	44	101	-	101	-	-	-	101	-	101	3865	4460	7325
	-	-	-	-	-	-	-	-	-	-	-	-	-	-	-
25.	-	-	-	75	-	75	-	-	-	75	-	75	2649	2364	5013
	-	-	-	-	-	-	-	-	-	-	-	-	-	-	-

(1)	(2)		(3)			(4)			(5)			(6)		
26. ராயபுரம்	பள்ளிகள்	22	181	5	186	-	-	-	27	-	27	38	-	38
	கல்லூரிகள்	-	-	-	-	-	-	-	-	-	-	-	-	-
27. திம்லே	பள்ளிகள்	11	121	-	121	10	-	10	9	-	9	11	-	11
	கல்லூரிகள்	-	-	-	-	-	-	-	-	-	-	-	-	-
28. ராஜஹல	பள்ளிகள்	1	-	-	-	-	-	-	4	-	4	5	-	5
	கல்லூரிகள்	-	-	-	-	-	-	-	-	-	-	-	-	-
29. சர்வசித்தி	பள்ளிகள்	2	-	-	-	-	-	-	-	-	-	-	-	-
	கல்லூரிகள்	-	-	-	-	-	-	-	-	-	-	-	-	-
30. வர்த்லா	பள்ளிகள்	10	56	-	56	-	-	-	24	-	24	17	-	17
	கல்லூரிகள்	-	-	-	-	-	-	-	-	-	-	-	-	-
31. வழுலபதி	பள்ளிகள்	6	17	-	17	6	-	6	15	-	15	16	-	16
	கல்லூரிகள்	-	-	-	-	-	-	-	-	-	-	-	-	-
32. கொத்தகட்டா	பள்ளிகள்	1	3	-	3	-	-	-	2	-	2	3	-	3
	கல்லூரிகள்	-	-	-	-	-	-	-	-	-	-	-	-	-
33.வேல்சூர்.	பள்ளிகள்	1	18	-	18	-	-	-	1	-	1	2	-	2
	கல்லூரிகள்	-	-	-	-	-	-	-	-	-	-	-	-	-
34.கூடூர்	பள்ளிகள்	1	8	-	8	-	-	-	-	-	-	-	-	-
	கல்லூரிகள்	-	-	-	-	-	-	-	-	-	-	-	-	-

	(7)			(8)			(9)			(10)			(11)		
26.	36	6	42	282	11	293	-	-	-	282	11	293	4924	4603	9527
	-	-	-	-	-	-	-	-	-	-	-	-	-	-	-
27.	40	-	40	191	-	191	-	-	-	191	-	191	2337	2807	5144
	-	-	-	-	-	-	-	-	-	-	-	-	-	-	-
28.	3	-	3	8	-	8	-	-	-	8	-	8	449	402	851
	-	-	-	-	-	-	-	-	-	-	-	-	-	-	-
29.	13	-	13	17	-	17	-	-	-	17	-	17	3788	3533	7321
	-	-	-	-	-	-	-	-	-	-	-	-	-	-	-
30.	-	-	-	97	-	97	-	-	-	97	-	97	3514	3538	7052
	-	-	-	-	-	-	-	-	-	-	-	-	-	-	-
31.	13	-	13	97	-	97	-	-	-	67	-	67	3530	3460	6990
	-	-	-	-	-	-	-	-	-	-	-	-	-	-	-
32.	5	-	5	13	-	13	-	-	-	13	-	13	2497	2212	4709
	-	-	-	-	-	-	-	-	-	-	-	-	-	-	-
33.	1	-	1	22	-	22	-	-	-	22	-	22	1334	1139	2473
	-	-	-	-	-	-	-	-	-	-	-	-	-	-	-
34.	-	-	-	8	-	8	-	-	-	8	-	8	1986	1641	3627
	-	-	-	-	-	-	-	-	-	-	-	-	-	-	-

(1)	(2)		(3)			(4)			(5)			(6)		
35. அங்கபள்ளி	பள்ளிகள்	21	174	-	174	-	-	-	42	-	42	25	-	25
	கல்லூரிகள்	-	-	-	-	-	-	-	-	-	-	-	-	-
36. கரோபள்ளி	பள்ளிகள	1	4	-	4	-	-	-	5	-	5	-	-	-
	கல்லூரிகள்	-	-	-	-	-	-	-	-	-	-	-	-	-
37. பர்நேகம்	பள்ளிகள்	-	-	-	-	-	-	-	-	-	-	-	-	-
	கல்லூரிகள்	-	-	-	-	-	-	-	-	-	-	-	-	-
38. ரெவாதா	பள்ளிகள்	-	-	-	-	-	-	-	-	-	-	-	-	-
	கல்லூரிகள்	-	-	-	-	-	-	-	-	-	-	-	-	-
39. கூரத் கோந்திவாலா	பள்ளிகள்	-	-	-	-	-	-	-	-	-	-	-	-	-
	கல்லூரிகள்	-	-	-	-	-	-	-	-	-	-	-	-	-
40. மூணாகபாக்	பள்ளிகள்	4	24	-	24	2	-	2	9	-	9	11	-	11
	கல்லூரிகள்	-	-	-	-	-	-	-	-	-	-	-	-	-
41. செபூர் பள்ளி	பள்ளிகள்	-	-	-	-	-	-	-	-	-	-	-	-	-
	கல்லூரி கள்	-	-	-	-	-	-	-	-	-	-	-	-	-
42.எதூலபாக்	பள்ளிகள்	-	-	-	-	-	-	-	-	-	-	-	-	-
	கல்லூரிகள்	-	-	-	-	-	-	-	-	-	-	-	-	-
43.மமீதிவாக்	பள்ளிகள்	1	6	-	6	-	-	-	2	-	2	4	-	4
	கல்லூரிகள்	-	-	-	-	-	-	-	-	-	-	-	-	-

	(7)			(8)			(9)			(10)			(11)		
35.	33	2	35	274	2	276	1	-	1	275	2	277	8751	8154	16905
	-	-	-	-	-	-	-	-	-	-	-	-	-	-	-
36.	3	-	3	12	-	12	1	-	1	12	-	12	2262	1927	4189
	-	-	-	-	-	-	-	-	-	-	-	-	-	-	-
37.	-	-	3	-	-	-	-	-	-	-	-	-	417	382	799
	-	-	-	-	-	-	-	-	-	-	-	-	-	-	-
38.	-	-	-	-	-	-	-	-	-	-	-	-	649	646	1295
	-	-	-	-	-	-	-	-	-	-	-	-	-	-	-
39.	-	-	-	-	-	-	-	-	-	-	-	-	247	208	455
	-	-	-	-	-	-	-	-	-	-	-	-	-	-	-
40.	13	-	13	59	-	59	-	-	-	59	-	67	4351	4024	8375
	-	-	-	-	-	-	-	-	-	-	-	-	-	-	-
41.	-	-	-	-	-	-	-	-	-	-	-	-	1370	1200	2570
	-	-	-	-	-	-	-	-	-	-	-	-	-	-	-
42.	-	-	-	-	-	-	-	-	-	-	-	-	464	311	775
	-	-	-	-	-	-	-	-	-	-	-	-	-	-	-
43.	2	-	2	14	-	14	-	-	-	14	-	14	163	183	346
	-	-	-	-	-	-	-	-	-	-	-	-	-	-	-

(1)	(2)		(3)			(4)			(5)			(6)		
44. ஸ்ரீபுரம்	பள்ளிகள்	21	5	-	5	-	-	-	10	-	10	20	-	20
	கல்லூரிகள்	-	-	-	-	-	-	-	-	-	-	-	-	-
45. ஹொன்ஜரம்	பள்ளிகள்	-	-	-	-	-	-	-	-	-	-	-	-	-
	கல்லூரிகள்	-	-	-	-	-	-	-	-	-	-	-	-	-
46. கிந்தலி	பள்ளிகள்	-	-	-	-	-	-	-	-	-	-	-	-	-
	கல்லூரிகள்	-	-	-	-	-	-	-	-	-	-	-	-	-
47. சர்மஹோமேதபூர்	பள்ளிகள்	4	2	-	2	-	-	-	6	-	6	4	-	4
	கல்லூரிகள்	-	-	-	-	-	-	-	-	-	-	-	-	-
48. கோபள்ளி	பள்ளிகள்	1	1	-	1	-	-	-	-	-	-	-	-	-
	கல்லூரிகள்	-	-	-	-	-	-	-	-	-	-	-	-	-
49. வோன்கரத்	பள்ளிகள்	-	-	-	-	2	-	2	-	-	-	-	-	-
	கல்லூரிகள்	-	-	-	-	-	-	-	-	-	-	-	-	-
50. விசாகப்பட்டனம்	பள்ளிகள்	11	28	-	28	-	-	-	57	-	57	160	1	161
டவுன்	கல்லூரிகள்	-	-	-	-	-	-	-	-	-	-	-	-	-

குறிப்பு: இங்கு பட்டியலிடப்பட்டிருக்கும் பள்ளிகளுக்கு அரசு உதவி எதுவும் கிடைப்பதாகத் தெரியவில்லை. பள்ளிகள் காலை ஆறு மணிக்கு ஆரம்பித்து 9 மணி வரை நடக்கின்றன. அதன் பிறகு 10.30லிருந்து மதியம் 2 மணி வரை நடக்கின்றன. மீண்டும் 3 மணிக்கு பள்ளிக்கு வரும் மாணவர்கள் மாலை ஆறு ஏழு மணிவரை படிக்கிறார்கள். மாதக் கட்டணமாக ஒரு அணாவில் இருந்து ஒரு ரூபாய் வரை மாணவர்கள் ஆசிரியர்களுக்குத் தருகிறார்கள். வீடுகளுக்குச் சென்று கற்றுத் தரும் ஆசிரியர்கள் அந்தக் குழந்தைகளின் பெற்றோருடைய வசதி வாய்ப்புக்கு ஏற்ப சன்மானம் பெறுகிறார்கள்.

	(7)			(8)			(9)			(10)			(11)		
44.															
	15	-	15	50	-	50	-	-	-	50	-	50	3137	2714	5851
	-	-	-	-	-	-	-	-	-	-	-	-	-	-	-
45.															
	-	-	-	-	-	-	-	-	-	-	-	-	1857	1769	3626
	-	-	-	-	-	-	-	-	-	-	-	-	-	-	-
46.															
	-	-	-	-	-	-	-	-	-	-	-	-	3882	3143	7024
	-	-	-	-	-	-	-	-	-	-	-	-	-	-	-
47.															
	15	-	15	27	-	27	-	-	-	27	-	27	5050	4551	960
	-	-	-	-	-	-	-	-	-	-	-	-	-	-	-
48.															
	5	-	5	6	-	6	-	-	-	6	-	6	2224	2229	4453
	-	-	-	-	-	-	-	-	-	-	-	-	-	-	-
49.															
	-	-	-	-	-	-	-	-	-	-	-	-	808	635	1443
	-	-	-	-	-	-	-	-	-	-	-	-	-	-	-
50.															
	25	7	32	270	8	278	4	-	4	274	8	282	10709	12139	22848
	-	-	-	-	-	-	-	-	-	-	-	-	-	-	-

ஜெ. ஸ்மித், கலெக்டர்.

XVIII

திருச்சிராப்பள்ளி கலெக்டர் வருவாய்த்துறைக்கு அனுப்பிய கடிதம் 23.8.1823.

(டி.என்.எஸ்.ஏ: பி.ஆர்.பி: தொகுதி 959, ப்ரோ 28.8.1823 பக் 7456-57 எண் 35-36)

1. கடந்த மாதம் 25 ஜுலை தேதியிட்ட தங்கள் கடிதத்தில் கேட்கப்பட்ட தகவல்களைச் சேகரித்து அனுப்புவதில் மகிழ்ச்சி அடைகிறேன். அந்தக் கடிதத்துடன் இணைக்கப்பட்ட படிவத்தில் கேட்டுக்கொள்ளப்பட்டுள்ளவற்றின்படி இந்த மாவட்டத்தில் எத்தனை பள்ளிகள் இருக்கின்றன, எத்தனை மாணவ மாணவிகள் அங்கு பயில்கின்றனர், இந்துக்களில் அனைத்து சாதியினரின் எண்ணிக்கை என்ன, முஸல்மான் மாணவர்களின் எண்ணிக்கை என்ன போன்ற தகவல்களை இத்துடன் அனுப்பியிருக்கிறேன்.

2. மாணவர்கள் பொதுவாக ஏழு வயதில் இருந்து 15 வயது வரை கல்வி பெறுகிறார்கள். ஆண்டு கல்விச் செலவு 7 பகோடாக்கள். அரசு உதவி பெறும் பள்ளிகள், கல்லூரிகள் எதுவும் இந்த மாவட்டத்தில் இல்லை. வானவியல், இறையியல் அல்லது வேறு எந்தப் பாடம் கற்றுத் தரும் கல்விமையத்துக்கும் அரசாங்க உதவி எதுவும் தரப்படவில்லை.

3. ஜெயலூர் தாலூகாவில் மட்டும் ஏழு பள்ளிகள் இருக்கின்றன. முந்தைய பாரம்பரிய அரசு 44-47 காணி நிலத்தை ஆசிரியர்களின் வாழ்வாதாரத்தைப் பூர்த்தி செய்ய மானியமாகத் தந்திருக்கிறது. வேறு எந்த தாலுகாவிலும் இப்படியான அமைப்பு இல்லை.

திருச்சிராப்பள்ளி — ஜி.டபிள்யூ சாண்டர்ஸ்,

23, ஆகஸ்ட், 1823. — கலெக்டர்.

(அறிக்கைகள் அடுத்த பக்கத்தில்)

திருச்சிராப்பள்ளி கலெக்டரேட்டில் உள்ள பாரம்பரியப் பள்ளிகள், கல்லூரிகள் மற்றும் மாணவர்களின் எண்ணிக்கை

கலெக்டரேட் பெயர்	பள்ளிகள் கல்லூரிகளின் எண்ணிக்கை	பிராமண மாணவர்கள்			வைசிய மாணவர்கள்			சூத்திர மாணவர்கள்			பிற சாதி மாணவர்கள்			மொத்த மாணவர்கள்		
		ஆ	பெ	மொ	ஆ	பெ	மொ	ஆ	பெ	மொ	ஆ	பெ	மொ	ஆ	பெ	மொ
திருச்சி	பள்ளிகள் 790	1198	-	1198	229	-	229	7745	66	7811	329	18	347	9501	84	9585
-do-	கல்லூரிகள் 9	131	-	131	-	-	-	-	-	-	-	-	-	131	-	131

முஸ்லிம் மாணவர்கள்			மொத்த இந்து முஸ்லிம் மாணவர்கள்			மொத்த மக்கள்தொகை		
ஆ	பெ	மொ	ஆ	பெ	மொ	ஆ	பெ	மொ
690	56	746	10191	140	10331	247569	233723	481292
	-	-	131	-	131			

திருச்சிராப்பள்ளி
23 ஆகஸ்டு

ஜி.டபிள்யூ. சாண்டர்ஸ்,
கலெக்டர்

XIX

பெல்லாரி கலெக்டர் வருவாய்த்துறைக்கு அனுப்பிய அறிக்கை 17.8.1823

(டி.என்.எஸ்.ஏ: பி.ஆர்.பி: தொகுதி 958. ப்ரோ 25.8.1823, பி.பி. 7167 - 85 எண்கள் 32-33).

1. 25 ஜூலை 1822 மற்றும் 19 ஜூன் ஆகிய இரண்டு தேதிகளில் தாங்கள் அனுப்பிய கடிதத்துக்கான பதிலை அனுப்புவதில் தாமதம் ஏற்பட்டுவிட்டது. எனது அமில்தார்கள் தாங்கள் கேட்ட தகவல்களைச் சேகரித்துத் தரத் தாமதம் செய்துவிட்டதால் என்னால் உடனடியாக பதில் அனுப்ப முடியாமல் போய்விட்டது.

2. இந்த மாவட்டத்தின் மொத்த மக்கள்தொகை 9,27,857 அல்லது பத்து லட்சத்தைவிடக் கொஞ்சம் குறைவாக இருக்கும். மொத்தப் பள்ளிகளின் எண்ணிக்கை 533. அதில் படிக்கும் மாணவர்களின் எண்ணிக்கை 6,641க்கு அதிகம் இல்லை. சராசரியாக ஒரு பள்ளிக்கு 12 பேர். மொத்த மக்கள் தொகையில் ஆயிரத்துக்கு ஏழு பேர் கூட இல்லை.

3. மொத்த இந்து மாணவர்களின் எண்ணிக்கை 6,398. முஸல்மான் மாணவர்களின் எண்ணிக்கை 243 மட்டுமே. இந்து மாணவிகள் ஆறு பேர் நீங்கலாக கல்வி பெற்றவர்கள் அனைவரும் ஆண்களே.

4. ஆங்கிலம் ஒரே ஒரு பள்ளியில் மட்டுமே கற்றுத் தரப்படுகிறது. நான்கில் தமிழ், 21-ல் பாரசீகம். 23-ல் மராத்தி, 226-ல் தெலுங்கு. 235-ல் கன்னடம். இறையியல், தர்க்கம், வானவியல், சட்டம் போன்ற இந்து அறிவியல்கள் சமஸ்கிருத மொழியில், சுமாரான தரத்தில் பிராமணர்களுக்கென்றே தனியாக இருக்கும் 23 கல்விமையங்களில் கற்றுத் தரப்படுகின்றன.

5. சமஸ்கிருதத்தில் இந்து அறிவியல்கள் கற்றுத் தரப்படும் இந்தக் கல்விமையங்களில் இளைஞர்கள், பெரியவர்கள் (முதியவர்கள்) படிக்கிறார்கள். பொதுவாகப் பள்ளிகளில் இருக்கும் நடைமுறைக்கு முற்றிலும் மாறான வகையில் இங்கு கற்றுத் தரப்படுகின்றன. சிறுவர்களுக்கு எழுதப் படிக்கவும் அடிப்படைக் கணிதமும் மட்டுமே உள்ளூர் மொழிகளில் கற்றுத் தரப்படுகின்றன. இந்துக்கள் அதிகம் படிக்கும் இவை பற்றி மட்டுமே தகவல்கள் தருகிறேன். ஏனெனில், இந்த மாவட்டத்தில் இருக்கும் மக்கள்தொகையில் இந்துக்களே அதிகம். எனவே, பாரசீகம் கற்றுத் தரப்படும் முஸல்மான் பள்ளிகள் பற்றி நான் அதிகம் தகவல் தரப்போவதில்லை.

6. இந்துக் குழந்தைகள் ஐந்து வயதாக இருக்கும்போது பள்ளியில் சேர்க்கப்படுகிறார்கள். அன்றைய தினம் ஆசிரியர்களும் அந்தப் பள்ளியில் படிக்கும் பிற மாணவர்களும் புதிதாகப் பள்ளியில் சேரும் மாணவனின் வீட்டில் ஒன்றுகூடுகிறார்கள். அனைவரும் கணபதி விக்ரஹத்தின் முன்னால் வட்டமாக அமர்கிறார்கள். பள்ளியில் சேரும் மாணவர் அந்த விக்ரஹத்தின் நேர் எதிரில் அமர்கிறார். பள்ளி ஆசிரியர் பக்கவாட்டில் அமர்ந்துகொள்கிறார். ஊதுபத்தி ஏற்றிப் படையல்கள் படைத்து முடித்த பிறகு அறிவைத் தரும்படிக் கேட்டு கணபதிக்கான பிரார்த்தனை மந்திரத்தை ஆசிரியர் சொல்ல மாணவர் திருப்பிச் சொல்கிறார். அதன் பிறகு ஆசிரியர் மாணவரின் கையைப் பிடித்து அரிசியில் இறைவனின் பெயரை விரலால் எழுத வைக்கிறார். அதன் பிறகு பெற்றோரின் வசதிக்கு ஏற்ப ஆசிரியருக்கு தானங்கள் தரப்படுகின்றன. அடுத்த நாள் காலையில் இருந்து அந்தப் புதிய மாணவர் கல்வி எனும் மாபெரும் கடமையைச் செய்ய ஆரம்பிக்கிறார்.

7. சில குழந்தைகள் ஐந்து வருடங்கள் மட்டுமே கல்வி கற்கிறார்கள். ஏழ்மையினாலோ வேறு காரணங்களினாலோ அந்தக் குழந்தைகளை அவர்களுடைய பெற்றோர் பள்ளியில் இருந்து நிறுத்திவிடுகிறார்கள். இப்படியான நேரங்களில் அந்தக் குழந்தைக்கு சொற்ப அறிவு மட்டுமே கிடைத்திருக்கும். எந்தப் பெற்றோருக்குக் குழந்தைகளின் கல்வி மீது கூடுதல் அக்கறை இருக்கிறதோ அவர்கள் தங்கள் குழந்தைகளை சுமார் 14-15 வருடங்கள் படிக்கவைக்கிறார்கள்.

8. பள்ளிகளின் அன்றாட நடவடிக்கைகள் சிற்சில மாறுதல்கள் நீங்கலாகப் பொதுவாக ஒரே மாதிரியாகவே இருக்கும். காலை ஆறு மணிக்கு பள்ளி ஆரம்பிக்கும். பள்ளிக்குள் முதலாவதாக நுழையும் குழந்தையின் உள்ளங்கையில் கல்விக்கு அதிபதியான சரஸ்வதி தேவியின் பெயர் எழுதப்படும். முதலில் வருவதற்கான பரிசு அது. அடுத்த குழந்தையின் கையில், பாராட்டும் அல்ல தண்டனையும் அல்ல என்ற வகையில் பூஜ்ஜியம் என்ற எண் எழுதப்படும். அடுத்து வரும் குழந்தைக்கு மிதமாக கையில் ஒரு அடி போடப்படும். அதற்கடுத்த குழந்தைக்கு இரண்டு அடிகள். இப்படியாக பின்தங்கி வருபவர்களுக்கு அடிகளின் எண்ணிக்கை கூடிக்கொண்டே இருக்கும். பள்ளியின் ஒழுங்கு நடைமுறைகளும் தண்டனைகளும் மிகவும் கடுமையாக கறாராக இருக்கும். சோம்பேறி மாணவர்களுக்கு பலத்த அடி கிடைக்கும். அல்லது மண்டியிட்டு உட்கார்ந்து உட்கார்ந்து எழுந்திருக்கும்படி தண்டனை தரப்படும். அது மிகவும் சிரமமான தண்டனை என்றாலும் ஒருவகையில் பாதுகாப்பான தண்டனை.

9. ஒட்டுமொத்தப் பள்ளியும் ஒன்றுகூடியதும் மாணவர்கள் தத்தமது எண் மற்றும் கற்று முடித்திருப்பவற்றின் அடிப்படையில் பல்வேறு வகுப்புகளாகப் பிரிக்கப்படுவார்கள். மிகவும் சிறியவர்கள் பெரிய மாணவர்களின் கவனிப்பின் கீழ் விடப்படுவார்கள். பெரிய மாணவர்கள் ஆசிரியர்களின் நேரடிக் கண்காணிப்பின் கீழ் வருவார்கள். அதேநேரம் ஒட்டுமொத்தப் பள்ளியின் மீதும் ஆசிரியர்கள் ஒரு கண் வைத்திருப்பார்கள். வகுப்புகள் பொதுவாக நான்கு இருக்கும். ஒவ்வொரு மாணவரும் தமது திறமை மற்றும் முன்னேற்றம் ஆகியவற்றுக்கு ஏற்ப அடுத்த வகுப்புக்குச் செல்வார். பள்ளிக்கு ஒரு மாணவர் வருவதன் பிரதான நோக்கம் எழுதப் படிக்கக் கற்றுக்கொள்வதுதான். இதை அவர்கள் மணலில் விரலால் எழுதிப் படிக்கிறார்கள். ஐரோப்பிய நாடுகளில் அகரவரிசையை உச்சரித்துப் படிப்பதுபோல் அல்ல. மணலில் எழுதித் தேர்ச்சி பெற்றதும் காகிதத்தில் அல்லது எழுத்தாணியால் பனை ஓலைகளில் எழுத ஆரம்பிப்பார்கள். சில நேரங்களில் ஒருவகையான பென்சிலால் எழுதுவார்கள். ஒரு அடி அகலமும் மூன்றடி நீளமும் கொண்ட கரும்பலகை பொதுவாக அனைத்துப் பள்ளிகளிலும் பயன்படுத்தப் படுகிறது. இந்தக் கரும்பலகை வழவழப்பாக ஆகிவிட்டதும் எழுத்துகள் எழுத முடியாமல் போய்விடும். அப்போது கொஞ்சம் அரிசி மற்றும் கரித்துகள்களை அரைத்துப் பூசி மொழுகியதும் நல்ல நிலைக்கு வந்துவிடும். இன்னொன்று துணியால் ஆனது. கஞ்சி போட்டு மொட மொடப்பாக ஆக்கப்பட்டிருக்கும். இரண்டு மடிப்பாக இருக்கும். ஒரு புத்தகம் போல் பயன்படுத்தப்படும். இதன் மேலே கரி மற்றும் வேறு பல பசைகள் சேர்க்கப்பட்டிருக்கும். இவற்றின் மேலே எழுதப்படுபவற்றை ஈரத்துணியால் அழித்துக் கொள்வார்கள். வெள்ளைக் களிமண் போன்ற ஒன்றை எழுதப் பயன் படுத்துகிறார்கள். அது கிட்டத்தட்ட க்ரேயான் போல் ஆனால் மிகவும் கடினமானதாக இருக்கிறது.

10. அகரவரிசை எழுத்துகளை நன்கு எழுதப் படிக்கக் கற்றுக் கொண்டதும் வார்த்தைகள், வாக்கியங்கள், ஆட்களின் பெயர்கள், கிராமங்களின் பெயர்கள், விலங்குகளின் பெயர்கள் ஆகியவற்றை எழுதப்படிக்கஆரம்பிக்கிறார்கள். கடைசியாககணிதக்குறியீடுகளைக் கற்றுக் கொள்கிறார்கள். கூட்டல், பெருக்கல் வாய்ப்பாடுகளையும் ஒன்றில் இருந்து நூறுவரை எழுதவும் கற்றுக் கொள்கிறார்கள். அதன் பிறகு அணா பைசா அலகுகளில் கூட்டல், கழித்தல், பெருக்கல், வகுத்தல் செய்யக் கற்றுக்கொள்கிறார்கள். அதன் பிறகு பின்னங்கள் கற்றுத் தரப்படுகின்றன. இதுதான் மிகவும் சிரமமான பாடம். நமது பள்ளிகளில் இருப்பதுபோல் தசம அடிப்படையில் அல்ல. நான்

மடிக் கணக்கில் இவை இருக்கின்றன. கூட்டல், கழித்தல், பெருக்கல் வாய்ப்பாடுகள், பின்னங்கள் எல்லாம் தினமும் இரண்டு நேரம் பயிற்சி செய்யப்படும். மாணவர்கள் அனைவரும் இரண்டுவரிசையாக நின்று மாணவர் தலைவர் ஒருவர் சொல்லச் சொல்ல மற்றவர்கள் உரத்த குரலில் திருப்பிச் சொல்வார்கள்.

11. அடுத்ததாக, பொது மற்றும் தனிப்பட்ட கடிதங்கள் எழுதக் கற்றுத் தரப்படுகிறது. அதற்கான தகவல்களை ஆசிரியர் பல்வேறு இடங்களில் இருந்து சேகரித்துக் கொள்கிறார். பொதுவான கடிதங்கள் எழுதுதல், விண்ணப்பங்களைப் பூர்த்தி செய்தல், வாசித்தல், நீதிக்கதைகள், பல்வேறுவிதமான செய்யுள்களை மனனம் செய்தல் எனக் கற்றுத் தரப்படுகின்றன. உச்சரிப்பு துல்லியமாக இருக்க வேண்டும் என்பதற்காகவும் எந்த நூலையும் படிக்கும் திறமை வரவேண்டுமென்பதற்காகவும் இவை கற்றுத் தரப்படுகின்றன.

12. ராமாயணம், மகாபாரதம், பகவத் கீதை ஆகிய மூன்று நூல்களும் சாதி வித்தியாசம் பாராமல் எல்லாப் பள்ளிகளிலும் பயன்படுத்தப்படுகின்றன. எனினும் உற்பத்தித் தொழிலில் ஈடுபடும் பிரிவினரின் குழந்தைகள் தமது குல வழக்கங்களுக்கு ஏற்ப நாகலிங்காயன கதா, விஸ்வகர்ம புராணம், கமலேஷ்வர கலிகாம காதாபோன்றவற்றைப்படிக்கின்றனர். பசவ புராணம், ராகவகாவ்யம், கிரிஜா கல்யாணம், அனுபவமூர்த்தா, சென்ன பசவேஸ்வர புராணம் போன்றவற்றைப் படிக்கின்றனர். இவையெல்லாம் புனித மானவையாகக் கருதப்பட்டு மதச் சடங்குகளின் போதும் படிக்கப் படுகின்றன.

13. பஞ்சதந்திரம், பாதாள பஞ்சவன் சதி, பங்கி சுபுக்தஹலே, மகாதரங்கினி போன்ற கதைகள் மன மகிழ்ச்சிக்கான நோக்கில் கற்றுத் தரப்பட்டன. நிகண்டு, உமரா, சப்தமம்பரீ, சப்தமுனி தர்பணா, வியாகரணா, ஆந்தர தீபிகா, ஆந்தர நாம சங்க்ரஹா போன்ற இலக்கண நூல்களும் கற்றுத் தரப்பட்டன. ஆனால், இதுபோன்ற இலக்கண நூல்கள் இல்லாமல் எந்த மொழியிலும் தேர்ச்சி பெற முடியாது. இந்தப் புத்தகங்கள் மிகவும் அரிதானவை என்பதாலும் ஆசிரியர்களுடைய பொருளாதார நிலை மிகவும் பரிதாபகரமானது என்பதாலும் இந்தப் புத்தகங்கள் பெரும்பாலான பள்ளிகளில் இருப்பதில்லை. இருக்கும் சில புத்தகங்களும் அறியாமை, அலட்சியம், நகல் எடுத்தவர்களின் கவனமின்மை போன்றவற்றினால் ஏராளமான தவறுகள் நிறைந்தவையாகவே இருக்கின்றன.

14. இந்தப் பிராந்தியத்தில் தெலுங்கு, கன்னட மொழிப் பள்ளிகளே அதிகம் இருக்கின்றன. இந்தப் பள்ளிகளில் பயன்படுத்தப்படும் மதம் சார்ந்த புத்தகங்கள், பொழுதுபோக்குப்

புத்தகங்கள், இலக்கணப் புத்தகங்கள் எல்லாமே செய்யுள் நடையில் அமைந்திருக்கின்றன. அன்றாடப் புழக்கத்தில் இருக்கும் பேச்சு மற்றும் வர்த்தக மொழியில் இருந்து அந்தச் செய்யுள் மொழி முற்றிலும் மாறுபட்டதாக இருக்கிறது. இரண்டின் வரி வடிவங்களும் ஒன்றுதான். புரிந்துகொள்ளமுடியாவிட்டாலும் ஒன்றைப் படிக்கும் ஒருவர் இன்னொன்றையும் படிக்க முடியும். எழுத்துகளை வாசிக்கத் தெரிந்துகொள்ளுதல், அன்றாடத் தேவைகளைப் பூர்த்தி செய்துகொள்ளுதல் ஆகிய நோக்கில் மட்டுமே இந்த மக்கள் இந்தப் (புத்திகூர்மையற்ற) புத்தகங்களைப் படிக்கிறார்கள். செய்யுள் நடை உரைநடையில் இருந்து முற்றிலும் வேறுபட்டதாக இருக்கிறது. வார்த்தைகளின் உச்சரிப்பைத் தெரிந்துகொள்ள மட்டுமே செய்யுள்களைப் படிக்கிறார்கள். அர்த்தம் தெரிந்துகொள்ளவோ வாக்கிய உருவாக்கத்தைக் கற்றுக்கொள்ளவோ அல்ல. அவர்கள் வாசிக்கும் நூல்களை சொற்ப ஆசிரியர்கள் மட்டுமே பொருள்கூறி விளக்க முடியும். அதைவிடக் குறைவான மாணவர்களுக்கு மட்டுமே அது புரியவும் செய்யும். இப்படியாக ஒவ்வொரு மாணவருக்கும் ஏராளமான செய்யுள்கள், பாடங்களை மனப்பாடமாக ஒரு கிளிப்பிள்ளையைப்போல் சொல்ல மட்டுமே தெரிந்திருக்கும். அதன் பொருள் அவனுக்குத் தெரிந்திருக்காது. ஒரு மாணவன் மிகவும் கஷ்டப்பட்டு பல வருடங்கள் சிரமத்தோடு படித்த பின்னும் மனப்பாடம் செய்து ஒப்பிக்கும் திறமை, நினைவாற்றல் பயிற்சி, அன்றாடத் தேவைகளைக் கவனித்துக்கொள்வதற்கான வாசிப்பு, படிப்பு இவற்றில் மட்டுமே தேர்ச்சி பெற்றிருப்பான். உண்மையான கல்வி என்று எதுவும் இருந்திருக்காது. தனது அறிவுக் களஞ்சியத்தில் புதிதாக எதையும் அவன் சேர்த்துக்கொள்வது கிடையாது. எந்தவிதப் புதிய ஒழுக்க விதிகளையும் அவன் கற்றுக்கொள்வதில்லை. இப்படியாகத் தனது பள்ளி வாழ்க்கை முழுவதையும் வார்த்தை களைக்கூட அல்ல, வெறும் எழுத்துகளை வாசிக்க மட்டுமே செலவிட்டு வந்ததால், வேறு ஏதாவது ஒரு புத்தகத்தைப் படித்தால் அதில் எதையுமே புரிந்துகொள்ள முடியாதவனாகவே இருப்பான். கணிதத்தில் மிகவும் அடிப்படையான அம்சங்கள் நீங்கலாக அவனுக்கு எதுவுமே தெரிந்திருக்காது. இப்படியான தரக்குறைவான கல்வியைப் பெற்ற ஒருவர் தனது நண்பர்களுக்கு எழுதும் சாதாரண கடிதத்தில்கூட வரிக்கு வரி இலக்கணப் பிழைகளும் எழுத்துப் பிழைகளும் மலிந்திருப்பதைக் காண முடியும்.

15. இன்றைய கல்வி அமைப்பை மேம்படுத்த அரசால் எந்த உதவியும் செய்ய முடியாது. சாதாரணமான உரைநடை, பேச்சு வழக்கு, முக்கிய கவிகள் எழுதியவற்றில் அதிக ஒழுக்கம்

நிறைந்த சில செய்யுள்கள் இவற்றுக்குக் கூடுதல் முக்கியத்துவம் கொடுப்பதுமட்டுமே சாத்தியம். இந்தப் பள்ளியில் படித்துவரும் மாணவனுக்கு ஒரு விஷயத்தைப் படிக்கத் தெரியும். ஆனால், அதன் அர்த்தம் தெரியாது. ஒருவர் எதையாவது படிக்கிறார் என்றால் அதன் பொருளும் அவருக்குத் தெரிந்திருக்கவேண்டும். ஆனால், இங்கு நிலைமை அப்படியில்லை. இப்படியான திறமைகொண்ட பலரைப் பார்த்திருக்கிறேன். தெலுங்கு மொழிக் கல்வி பெறுபவர்களிலும் அப்படியான நிலை வரவேண்டும் என்று விரும்புகிறேன்.

16. அதேநேரம் பாரம்பரியப் பள்ளிகளில் எழுதப் படிக்கக் கற்றுத்தரும் விதம், மிகவும் சிக்கனமானதாக இருக்கிறது. மூத்த மாணவர்கள் இளைய மாணவர்களுக்குக் கற்றுத்தருகிறார்கள். இதன் மூலம் தங்களுடைய அறிவையும் பலப்படுத்திக்கொள்கிறார்கள். இந்த அம்சம் இந்தப் பள்ளிகளின் மிகவும் முக்கியமான அம்சமாக எனக்குப் படுகிறது. இந்த வழிமுறையை இங்கிலாந்திலும் பின்பற்ற வேண்டும்.

புத்தகங்களின் தன்மை, கற்றுக்கொடுக்கும் விதம், திறமையான ஆசிரியர்கள் இல்லாதது ஆகியவையே பாரம்பரியப் பள்ளிகளின் முக்கியக் குறைபாடு ஆகும்.

17. இந்தக் கல்வி என்னதான் முழுமையற்றதாக இருந்தபோதிலும் இதற்குள்ளும் திறமையை வளர்த்துக்கொள்ளும் சாமர்த்தியம் சிலருக்கு இருக்கிறது. ஏனென்றால் புத்தகங்கள் போதுமான அளவுக்கு இருந்தாலும் ஆசிரியர்கள் போதுமான திறமைகள் பெற்றிருந்தாலும் ஒரு மாணவர் கடின முயற்சி செய்யவில்லையென்றால் அவரால் அடுத்த கட்டத்துக்குப் போக முடியாது அல்லவா. ஒரு குறிப்பிட்ட பாடத்தை முடித்துவிட்டு அடுத்த கட்டத்துக்குப் போகும்போது மட்டுமே ஆசிரியருக்குப் பணம் தரப்படும். ஆரம்ப அடிப் படைகளை ஒரு மாணவர் கற்றுக்கொண்டதும் ஆசிரியருக்கு கால் ரூபாய் தட்சணையாகத் தருவதுண்டு. காகிதத்தில் எழுதுதல், கணித அடிப்படைகளைக் கற்றுக்கொள்ளுதல் ஆகியவற்றை முடித்ததும் அரை ரூபாய் தரப்படும். செய்யுள் நடையில் எழுதப் பட்டிருக்கும் புத்தகங்களை வாசித்தல், அதில் இருப்பவற்றை விவரித்தல், சமஸ்கிருத வார்த்தைகளுக்குப் பொருள் சொல்லுதல், உள்நாட்டு மொழிகளின் இலக்கணங்களை விளக்குதல் போன்ற வற்றுக்கெல்லாம் சில பெற்றோருக்கு பணம் கொடுக்க முடியாமல் இருக்கும். அதனால் அந்த மிக முக்கியமான பாடங்களைக் கற்றுக் கொள்வது தொடர்பாகப் பெற்றோர் அதிக அக்கறை காட்டாமல் விட்டுவிடுவார்கள். இதனால் குறைபாடுகளை உடைய இந்தக் கல்வியின் முழுப் பலனைக்கூடப் பெற முடியாமல் போய்விடும்.

18. இப்படியான காரணங்களால் இந்த தேசம் படிப்படியாகப் பின்னடைவைச் சந்திக்கிறது என்பதை வருத்தத்துடன் சொல்லியாக வேண்டியிருக்கிறது. நமது ஐரோப்பியப் பொருள்களின் வருகையால் பாரம்பரிய உற்பத்திக் குழுக்களின் வருவாய் மூலங்கள் சமீப காலமாக வெகுவாகக் குறைந்துவருகிறது. குறிப்பாக இந்திய நெசவுத் தொழில். நமது பிராந்தியங்கள் பலவற்றில் இருந்து படைகளைத் தொலை தூர எல்லைப் பகுதிகளுக்கு விலக்கிக் கொண்டதால் தானியத் தேவை குறைந்துவிட்டிருக்கிறது. அது உற்பத்தியைப் பாதித்திருக்கிறது. முன்பு உள்நாட்டு அமைப்புகளை நிர்வகிக்க உள்நாட்டு நிர்வாக அமைப்புகளும் அதிகாரிகளும் பயன்படுத்திய முதலீடுகளை ஐரோப்பிய முதலீடுகளால் பதிலீடு செய்துவிட்டிருக்கிறோம். உள்நாட்டு முதலீடுகள் அனுதினமும் வற்றிக்கொண்டுவருகின்றன. வரி வசூலிப்பு நடைமுறைகள் மிகவும் தளர்வாக இருப்பதால், இந்த மோசமான விளைவுகளை நீக்க முடியவில்லை. உற்பத்தி பாதிக்கப் பட்டிருப்பதால் மத்திய, கடைநிலை மக்கள் தங்கள் குழந்தைகளின் கல்விக்குத் தேவையான தொகையைத் தரமுடியாமல் போய் விட்டிருக்கிறது. அந்தக் குழந்தைகளின் பிஞ்சுக் கைகளும் கால்களும் சிறிய கடினமான வேலையைச் செய்யத் தயாரானதுமே அவர்களைக் குழந்தைத் தொழிலாளர்களாகப் பயன்படுத்தியாகவேண்டிய நிலையில் அந்த மக்கள் இருக்கிறார்கள்.

19. பத்து லட்சம் மக்கள் தொகை இருக்கும் இந்த நாட்டில் வெறும் 7,000 பேர் மட்டுமே கல்வி பெறுகிறார்கள் என்பதை அரசு கவனத்தில் கொண்டாகவேண்டும். பெரும்பாலான கிராமங்களில் முன்பு பள்ளிகள் இருந்தன. இப்போது எதுவுமே இல்லை. முன்பு பெரிய பள்ளிகளாக இருந்தவற்றில் இப்போது சொற்ப எண்ணிக்கையிலானவர்கள் மட்டுமே அதுவும் செல்வச் செழிப்பானவர்கள் மட்டுமே படிக்கிறார்கள். எஞ்சியவர்கள் கல்விக்கான கட்டணத்தைக் கொடுக்க முடியாததால் பள்ளியில் சேர முடியவில்லை.

20. இந்த மாவட்டத்தின் நிலை இதுதான். எழுதப் படிக்கவும் கணித அடிப்படை விஷயங்களும், வட்டார மொழிகளும் கற்றுத் தரப்படுகின்றன. இந்தியா முழுவதிலுமே நிலைமை இதுதான். இந்த ஆசிரியர்களுக்குக் கட்டணம் (தட்சணை) மாணவர்களிடமிருந்து கிடைக்கிறது. இதற்கு நேர்மாறாக உயர்கல்வியானது சமஸ்கிருதத் தில் கற்றுத் தரப்படுகிறது. கல்வி புனிதமானது; அதைக் காசு க்காகக் கற்றுத் தருவது தரக்குறைவானது என்று பிராமணர்கள் கருதுகிறார்கள். எனவே, இறையியல், வானவியல், தர்க்கம், சட்டம் ஆகியவை பிராமண பண்டிதர்களால் அவர்களுடைய சீடர்களுக்கு

இலவசமாகவே கற்றுத் தரப்படுகிறது. கல்வியானது ஆளும் அரசின் ஆதரவு இல்லாமல் எந்த நாட்டிலும் தழைத்தோங்க முடியாது. இந்தியாவில் இப்படியான கல்வி நிறுவனங்களுக்குத் தொடர்ந்து தரப்பட்டுவந்த ஆதரவு நிறுத்தப்பட்டுவிட்டிருக்கிறது.

21. மாவட்டத்தில் இருக்கும் 533 கல்விமையங்களில் ஒன்றுக்குக்கூட இப்போது அரசின் ஆதரவு இல்லை என்பதைச் சொல்ல எனக்கு அவமானமாக இருக்கிறது. கல்வி தொடர்பான புள்ளிவிவரங்களை நம் அரசாங்கம் சேகரிக்கச் சொன்னது எனக்கு மிகுந்த மனநிறைவைத் தருகிறது. புதிதாகத் தேவைப்படும் நிதி உதவிகளைத் தரவும், ஏற்கெனவே தரப்பட்டுவந்த நிதி உதவிகளைத் தொடர்ந்து கொடுக்கவைக்கவும் நடவடிக்கை எடுத்து இந்த மாவட்டத்தின் கல்வி நிலையை மேம்படுத்த கவர்னர் இன் கவுன்சில் ஆவண செய்வார் என்று நம்புகிறேன்.

22. முந்தைய இந்து ஆட்சியாளர்கள் கல்விக்காக நில மானிய மாகவோபணமாகவோமிகப்பெரியநல்கைகளைத்தந்திருக்கிறார்கள் என்பதில் எந்த சந்தேகமும் இல்லை. எனது கஜானவில் இருந்து பிராமணர்களுக்குத் தரப்படும் கணிசமான தொகை அவர்களுடைய மொத்த வருமானத்தில் கால் பாகமாகவோ மூன்றில் ஒரு பங்காகவோ பாதியாகவோ மூன்றில் இரண்டு பங்காகவோ சில நேரங்களில் 100 சதவிகிதமாகவோ இருக்கிறது. இந்த நல்கைகளின் மூல வேர் இந்து ஆட்சியாளர்களின் காலத்தில் இருக்கிறது. இந்த நல்கைகள் எந்தவித நிபந்தனையின் பேரிலும் தரப்பட்டிருக்கவில்லை. கற்றறிந்த பண்டிதர்கள், ஞானிகளின் ஆசி அரசுக்கு வேண்டும் என்ற நம்பிக்கையிலும் மரியாதையிலுமே இந்த நல்கைகள் அவர்களுக்குத் தரப்பட்டிருந்தன. இலவசக் கல்வி தரவேண்டும் என்று மானியத்தில் எந்தவித நிபந்தனையும் இல்லாதபோதிலும் இந்த மானியங்கள் பெற்ற பண்டிதர்கள், துறவிகள் அனைவருமே ஏதாவது ஒரு அறிவியலைக் (சாஸ்திரத்தைக்) கற்றுத் தரும் கல்விமையத்தைக் கட்டாயம் நடத்தி வந்திருக்கிறார்கள்.

23. பிரிட்டிஷ் அரசு தனது சிறப்பான, தாராள மனதினால் அந்த மானியங்கள் அனைத்தையும் நிறுத்தாமல் கொடுத்து வந்திருக்கிறது. வெறும் தனிப்பட்ட தனிநபர் மானியமாக இருந்த இடங்களில் கூட அப்படியே தந்துவருகிறது. ஆனால், இதுவரையிலும் அந்த மானியங்கள் மறைமுகமாக நிர்பந்திக்கும் விஷயங்களைச் செய்யச் சொல்லி எந்த வற்புறுத்தலும் அரசு தரப்பில் இல்லை. முந்தைய தலைமுறைகளில் மானியம் பெற்றவர்களுடைய வாரிசுகளுக்கு அது எந்தவிதக் கேள்விகளும் இன்றிக் கைமாற்றித் தரப்பட்டிருக்கிறது. ஆனால், முந்தைய தலைமுறைப் பண்டிதர்கள், அறிஞர்களின்

மேதைமையோ புத்திக்கூர்மையோ கற்றுத்தரும் திறமையோ அவர்களுடைய வாரிசுகளுக்கு இல்லை. எனவே, முந்தைய காலத்தில் கல்வியை ஊக்குவிக்கவும் பரப்பவும் கவுரவத்தோடு அந்த அரசு கொடுத்த மானியங்கள் தற்போது அறியாமைக்கு ஆதரவு தருவதாகவே நம் ஆட்சியில் இருக்கின்றன. இதனால் அரசின் கவுரவம் சிதைந்துதான் போயிருக்கிறது. முந்தைய அரசின் உதவிகளினால் வலுவாக இருந்த கல்வித் தேவதை தற்போது ஒருவேளை உணவுக்காக பரோபகார, நல்லெண்ணமுள்ள தனி நபர்களின் தயவை எதிர்பார்த்துக் கையேந்தி நிற்கும் யாசகரின் நிலைக்குத் தரம் தாழ்ந்துவிட்டிருக்கிறாள். இந்திய சரித்திரத்தில் கல்விமையங்கள் இது போல் அரசாங்கத்தின் உதவி கிடைத்தே ஆகவேண்டிய நிலைக்கு இதற்கு முன் எப்போது வந்திருந்தது... இந்த நிலையில் இருந்து எப்படி மேலெழும்பிவரும்... இன்று தேசம் முழுவதிலும் நிலவி வரும் அறியாமை எப்போது அகலும் என்பதையெல்லாம் சொல்லவே முடியாது.

24. முன்பு நடந்த ஒரு விஷயம் நினைவுக்கு வருகிறது. உள் நாட்டினரின் கல்வித் தரத்தை மேம்படுத்தும் நோக்கில் பரிசோதனை முயற்சியிலான பள்ளிகளை ஆரம்பிக்க அரசு முடிவெடுத்தது. பக்கத்து கடப்பா மாவட்டத்தின் கலெக்டர் திரு ராஸ் அவர்களை கல்லூரி போர்டின் பரிந்துரையின் பேரில் அந்தப் பொறுப்பில் நியமித்தது. திறமையும் உத்வேகமும் நிறைந்த அந்த அரசு அதிகாரி இறந்ததும் அந்தத் திட்டம் கிடப்பில் போடப்பட்டுவிட்டது. அவர் இருந்திருந்தால் நல்ல வெற்றி கிடைத்திருக்கும். கல்லூரியின் செயலர் என்ற நிலையிலும் போர்டின் பிரதிநிதி என்ற அளவிலும் இதுபோன்ற பரிசோதனை முயற்சிகளுக்கு என்னுடைய மனமார்ந்த ஆதரவு என்றுமே உண்டு. அனுமதி கிடைத்தால் எனது பிராந்தியத்தில் அப்படியான ஒரு அமைப்பை உருவாக்கி மேற்பார்வை செய்ய மகிழ்ச்சியுடன் முன்வருவேன்.

25. சட்டக்கல்லூரி மாணவர்களில் இருந்து திறமை வாய்ந்த சாஸ்திரி ஒருவரை இது தொடர்பாக நியமிக்கும்படிக் கேட்டுக்கொள்கிறேன். இப்போது அவர் வாங்கிவரும் சம்பளமான பத்து பகோடாவுடன் கூடுதலாக ஒரு தொகையைக் கொடுத்துப் படிக்க வருபவர்களுக்கு இலவசமாகக் கல்வி தரும்படி கேட்டுக்கொள்ளலாம். எனது மேற்பார்வையின் கீழ் அவர் மாவட்டத் தலைமையகத்தில் இருந்து கொண்டு சமஸ்கிருத மொழியில் இருக்கும் இந்து சாஸ்திரங்களைக் கற்றுத்தரச் சொல்லலாம். வட்டார மொழிகளான தெலுங்கு, கன்னட மொழி இலக்கணங்கள் முழுவதையும் கிராமப் பள்ளி ஆசிரியர்கள் மூலம் கற்றுத் தரலாம். அப்படியான சாஸ்திரியை கல்லூரியில்

இருந்து எளிதில் தேர்ந்தெடுத்துவிட முடியும். அப்படி ஒருவேளை மேற்சொன்ன தகுதிகளுடன் ஒருவர் கிடைக்கவில்லையென்றால் கூடிய சீக்கிரமே பயிற்சி கொடுத்து முன்னுக்குக் கொண்டுவரக்கூடிய வகையில் நிறையப் பேர் நிச்சயம் இருக்கிறார்கள்.

26. இந்த சாஸ்திரிக்குக் கீழே 17 பள்ளி ஆசிரியர்களை தெலுங்கு, கன்னட மொழிகளுக்கு நியமிக்கவேண்டும். அவர் அவர்களை அடிக்கடி சென்று மேற்பார்வை செய்துவரவேண்டும். அவர்களுக்கு ஏழு முதல் 14 ரூபாய் சம்பளமாகத் தரவேண்டும். எனது அமில்தார்களின் கண்காணிப்பின் கீழ் 17 கஸ்பா மையங்களில் இலவசமாக இந்த மொழிகளைக் கற்றுத் தரச்சொல்லி இவர்களை நியமிக்கவேண்டும். அவர்களுக்குக் குறைந்தபட்ச சம்பளம் 7 ரூபாய்கள் தரலாம். மாணவர்களின் எண்ணிக்கைக்கு ஏற்ப அதன் பிறகு சம்பளத்தை 14 ரூபாய்கள் அளவுக்கு உயர்த்திக்கொள்ளலாம். இப்போது இருக்கும் ஆசிரியர்களில் மிகவும் சிறந்தவர்களை இந்தப் பணிக்குத் தேர்ந்தெடுத்துக்கொள்ளலாம். ஆனால், இன்றைய நிலையில் அந்த ஆசிரியர்களின் கல்வித்தரம் குறைவாகவே இருப்பதால் இலக்கணம் போன்ற பாடங்களில் தலைமை சாஸ்திரியிடம் முதலில் நன்கு பயிற்சி பெறவைக்கவேண்டும். இந்த ஆசிரியர்கள் கல்விக்குக் கட்டணம் எதுவும் வசூலிக்கக்கூடாது. எனினும் மாணவர்கள் தாமாகத் தரும் தட்சணையை அவர்கள் ஏற்றுக்கொள்ளலாம். குறிப்பாகப் பள்ளியில் சேரும்போதும் படித்து முடித்துவிட்டுச் செல்லும்போதும் தருபவற்றை ஏற்றுக்கொள்ளலாம்.

27. இப்படியான கல்விமையங்களின் அதிகபட்ச செலவு ரூ 273; குறைந்தபட்சச் செலவு 154 ரூபாய்கள். முதல்கட்ட செலவினங்கள் அரசால் ஏற்றுக்கொள்ளப்படவேண்டும். அரசு மட்டுமே இப்படியான திட்டங்களுக்கு உதவி தரமுடியும். காலப்போக்கில் செல்வந்தர்களை பள்ளி நடத்தத் தேவையான உதவிகளைச் செய்ய வைக்கவும் அந்தத் திட்டத்தில் அவர்களையும் இணைத்துக்கொள்ளவும் நடவடிக்கை எடுக்கவேண்டும். உள்நாட்டினரில் மரியாதைக்குரியவர்கள், விஷயம் தெரிந்தவர்கள் அனைவரின் முழு ஆதரவுடன் இந்தத் திட்டம் வெற்றியடையும் என்ற நம்பிக்கை எனக்கு இருக்கிறது.

28. பொது உரைநடை, தெலுங்கு கன்னட மொழிகளின் இலக்கணம் போன்றவற்றுக்கான தரமான புத்தகங்களை இந்தப் பள்ளிகளில் பயன்படுத்துவதற்காக கல்லூரி அச்சகத்தில் அச்சிட்டுத் தரலாம். அதற்காக ஆண்டொன்றுக்கு கணிசமான தொகையை அரசு ஒதுக்கித் தரவேண்டும். அப்படிச் செய்தால் பள்ளிகளின் செயல்திறம் வெகுவாக அதிகரிக்கும். இப்போதைய பள்ளிகளில் பயன்படுத்தப்படும் அல்லது நாட்டில் புழங்கும் நீதிக்கதைகள்,

பழமொழிகள், பாடப் புத்தகங்கள் ஆகியவற்றில் அனைவரும் ஏற்றுக் கொள்பவற்றைத் தேர்ந்தெடுத்து இந்தப் புத்தகத்தைத் தயாரிக்க வேண்டும். அனைவருக்குமான, எளிதில் வாசித்துப் பொருள் புரிந்து கொள்ளத்தக்க, அறிவுக் கூர்மை மிகுந்த பாடத்தை அதிகச் செலவின்றித் தயாரித்துவிட முடியும். அந்தப் பாடம் இப்போதைய பாடங்களில் இருக்கும் பிழைகள் எல்லாம் நீக்கப்பட்டதாக இருக்கும். இந்தப் புத்தகங்களைக் குறைந்த விலைக்குக் கொடுக்கும்படி ஆசிரியர்களையே கேட்டுக்கொள்ளலாம்.

29. பொது ஆண்டுத் தேர்வுகளை தலைமை சாஸ்திரியின் மேற் பார்வையில் நடத்தவேண்டும். பரிசுகள் கொடுப்பதற்குத் தோதாக மதிப்பெண்கள் அடிப்படையில் பேட்ஜுகள் கொடுக்கவேண்டும். அது மாணவர்களுக்குக் கல்வியில் சிறந்து விளங்க ஆர்வத்தைத் தூண்டும்.

30. இந்தப் பள்ளிகளின் ஆரம்பகட்டச் செலவினங்களைக் கவனித்துக்கொள்ளவும் படிப்படியாக விரிவாக்கவும் அரசுக்குக் கூடுதலாக எதையும் செலவிடவேண்டிய தேவையே இல்லை. அதைச் சமாளிக்க ஒரு வழி இருக்கிறது. மானியம் பெற்றுவரும் நபர் இறந்துவிட்டாலோ நிலங்களில் இருந்து ஒருவர் பயிர் செய்யாமல் விலகி நின்றாலோ அந்த நிலங்களின் உரிமை தொடர்பாக மறு பரிசீலனை செய்ய நடவடிக்கை எடுக்கலாம். சில இடங்களில் ஒரு தலைமுறைக்கும் மேலாக பிரிட்டிஷ் அரசே அவர்களுக்கு மானியம் தொடர்ந்து தந்திருக்கக்கூடும். அந்தத் தொகையை மீண்டும் தொடரலாம். அல்லது பள்ளிக்கூட நிதி என்ற புதிய பெயரிடப்பட்டு (புதிய செலவினங்களும் அதிலேயே பற்றுக்கணக்கில் வைக்கப் படலாம்) அதற்குத் திருப்பிவிடலாம். மூல மானிய ஒப்பந்தத்தில் பரம்பரையாக வாரிசுக்குச் சேரும் என்று குறிப்பிடப்படாவிடில் அதை வாரிசுகளுக்குத் தொடர்ந்து தரவேண்டுமா என்பதை அரசே தீர்மானிக்கலாம்.

31. இப்படியான ஏற்பாடு செய்யப்பட்டால், சில வருடங்களுக் குள்ளாகவே அரசு செலவிடும் தொகைக்குக் கூடுதலான பணம் இந்த நிதியில் சேர்ந்துவிடும். அப்படியே அவ்வளவு தொகை வந்து சேராவிட்டாலும் நாம் செலவிடவேண்டியிருக்கும் தொகை சொற்பமாகவே இருக்கும். பிரிட்டிஷ் சட்டங்கள் இப்படியான நடை முறையை ஆதரிக்கின்றன. இங்கிலாந்தில் இருக்கும் அதிகார வர்க்கத்தின் தாராள மனப்பான்மை இப்படி யான ஒரு நடைமுறையை அங்கீகரித்திருக்கிறது. மாண்புமிகு அரசாங்கம் முன்னுதாரணத்தை வழங்கியிருக்கிறது. இங்கு அது அமல்படுத்தப்படாமலிருப்ப தற்கான பழியை மதராஸ் பிராந்தியத் தில் இருக்கும் பிரிட்டிஷ்

அதிகாரிகள்தான் ஏற்றுக்கொண்டாக வேண்டும். இதுபோன்ற அனைத்து மக்களுக்கும் நலன் தரும் விஷயத்தில் அவர்கள் முன்கை எடுத்துச் செயல்படாமல் அரசின் உத்தரவுக்காகக் காத்திருப்பதற்கான பழியை அவர்கள்தான் ஏற்றுக்கொண்டாக வேண்டும். இந்த நன்முயற்சி கிணற்றில் போடப்பட்ட கல்லாக மூழ்குவதற்குள் நடவடிக்கை எடுக்கப்படும் என்று மனப்பூர்வமாக நம்புகிறேன்.

கலெக்டர்கள் அனுப்பித் தரும் தரவுகளின் அடிப்படையில் தென்னிந்தியாவில் கல்வியின் தரத்தை மேம்படுத்துவது தொடர்பாக சில நடைமுறை சாத்தியமான அல்லது பரிசோதனை முயற்சியிலான கல்வித் திட்டங்களை அரசாங்கமும் வருவாய்த்துறையும் முன்னெடுக்கும் என்று நம்புகிறேன்.

பெல்லாரி — ஏ.டி.கேம்பல்

17, ஆகஸ்ட், 1823 — கலெக்டர்

(அறிக்கை அடுத்த பக்கத்தில்)

பெல்லாரி கலெக்டரேட்டில் உள்ள பாரம்பரியப் பள்ளிகள், கல்லூரிகள் மற்றும் மாணவர்களின் எண்ணிக்கை

கலெக்டரேட் பெயர்	பள்ளி, கல்லூரிகள் பெயர்	பிராமண மாணவர்			வைசிய மாணவர்			சூத்திர மாணவர்கள்			பிற சாதியினர்			மொத்தம்		
		ஆ	பெ	மொ	ஆ	பெ	மொ	ஆ	பெ	மொ	ஆ	பெ	மொ	ஆண்	பெ	மொ
பெல்லாரி	பள்ளிகள் 533 கல்லூரிகள் - 0	1185	2	1187	981	1	982	2998	26	3024	1174	31	1205	6338	60	6398

முஸ்லிம் மாணவர்கள்			மொத்த இந்து முஸ்லிம் மாணவர்கள்			மொத்த மக்கள்தொகை		
ஆ	பெ	மொ	ஆ	பெ	மொ	ஆ	பெ	மொ
243	-	243	6581	60	6641	489673	438184	927857

ஏ.டி.கேம்பெல்

ககலெக்டர்

XX

ராஜமுந்திரி கலெக்டர் வருவாய்த்துறைக்கு அனுப்பிய கடிதம் 19.9.1823.

(டி.என்.எஸ்.ஏ: பி.ஆர்.பி: தொகுதி 963, ப்ரோ 2.10.1823, பி.பி. 8520-25 எண்கள் 29-30).

1. தங்கள் துணைச்செயலர் கடந்த மாதம் 25, ஜூலை 1822-ல் எழுதிய கடிதம் மற்றும் அதனுடன் அனுப்பிய படிவம் கிடைக்கப்பெற்றேன். அதன்படி கலெக்டரேட்டில் இருக்கும் பள்ளிகள், மாணவர்களின் எண்ணிக்கை தொடர்பாக இந்தப் பதிலை அனுப்புவதில் பெருமைப் படுகிறேன்.

2. மேலும் வேறு சில பிரிவுகளின் அடிப்படையில் சேகரித்த தகவல்களையும் அனுப்பிவைக்கிறேன். அவையும் உங்களுக்கு உபயோகமாக இருக்கும் என்று நம்புகிறேன்.

3. எனது பணியாளர்களின் நுட்பமான ஆய்வுகளின் அடிப்படையில் சேகரிக்கப்பட்ட புள்ளிவிவரங்களின்படி பார்த்தால் இந்தப் பிராந்தியத்தில் கல்வியின் நிலை அப்படியொன்றும் திருப்திகரமாக இல்லை. ராஜமுந்திரி ஜில்லாவின் மொத்த மக்கள்தொகை 7,38,308. மொத்த கிராமங்களின் எண்ணிக்கை 1200. அதில் 207 கிராமங்களில் மட்டுமே எழுதப் படிக்கச் சொல்லித் தரப்படுகிறது. மொத்தப் பள்ளிகளின் எண்ணிக்கை 291. அதில் கல்வி பெறும் இந்து முஸ்லிம் மாணவர்களின் எண்ணிக்கை 2,658 மட்டுமே.

குழந்தைகள் ஐந்திலிருந்து ஏழு வயதுக்குள் பள்ளியில் சேர்க்கப் படுகிறார்கள். ஐந்தாம் மாதம் ஐந்தாம் வருடம் ஐந்தாம் நாள்தான் பள்ளியில் சேர்க்க அதிர்ஷ்டகரமான நாளாகக் கருதப்படுகிறது. மாதக் கட்டணம் ஒரு ரூபாய். சில இடங்களில் 2 அணாக்கள். எனினும் சராசரியாக மாதத்துக்கு ஏழு அணா ஆகிறது என்று வைத்துக்கொள்ளலாம். அரசு ஆதரவு எந்தப் பள்ளிக்கும் இருப்பதாக எனக்குத் தெரியவில்லை.

4. கல்லூரிகளின் எண்ணிக்கை அல்லது இறையியல், சட்டம், வானவியல் கற்றுத்தரும் ஆசிரியர்களின் எண்ணிக்கை 279. அதில் படிப்பவர்களின் எண்ணிக்கை 1454. விவரங்கள் அடுத்த பக்கத்தில் தரப்பட்டிருக்கின்றன.

வேதம் கற்றுத் தரும் ஆசிரியர்கள் என்று இங்கு குறிப்பிடப் பட்டிருப்பவர்களுக்கு அவ்வளவாக அறிவுக்கூர்மை இருப்பதாகச் சொல்லமுடியாது. சமயச் சடங்குகள் செய்யும் அளவுக்கான வேதக்

கல்வி மட்டுமே கற்றுத் தரப்படுகிறது. அவர் படித்திருக்கும் சொற்ப விஷயங்களையும் அர்த்தம் தெரிந்துகொண்டு படித்திருப்பதாகச் சொல்லவும் முடியாது. எனவே இவர்கள் எல்லாமே இந்தவகைக் கல்வியில் குறைவான அறிவு உடையவர்களாகவே இருக்கிறார்கள்.

வேதம்		சாஸ்திரங்கள்		வான சாஸ்திரம், ஜோதிடம்		சாஸ்திரம், ஆந்திரா	
ஆ*	மா**	ஆ	மா	ஆ	மா	ஆ	மா
185	1033	75	358	16	49	2	14

*ஆசிரியர்கள், **மாணவர்கள்

5. மேலே குறிப்பிடப்பட்டிருக்கும் 279 ஆசிரியர்களில் 69 பேருக்கு நில மானியம் இருக்கிறது, 13 பேருக்கு பணம் மானியமாகத் தரப்படுகிறது. இவை முந்திய ஜமீன்தார்களால் தரப்பட்டிருக்கின்றன. 196 ஆசிரியர்கள் இலவசமாகக் கற்றுத் தருகிறார்கள். ஒருவர் முழுக்க முழுக்க மாணவர்களின் தட்சணையை நம்பியே கற்றுத்தருகிறார்.

6. எனது நேரடி நிர்வாகத்தின் கீழ் இருக்கும் கிராமங்களில் பள்ளிகளே இல்லை. அப்படியான ஒரு கல்விமையம் அவர்கள் மத்தியில் உருவாக்கப்படவேண்டும் மிகுந்த ஆர்வத்துடன் இருக்கிறார்கள். இந்த இடங்களில் பள்ளி அமைக்க அரசு மாதத்துக்கு 2 ரூபாய் வீதம் ஒவ்வொரு ஆசிரியருக்கும் செலவிட வேண்டியிருக்கும். எஞ்சிய பணத்தை மாணவர்களிடமிருந்து அவர் பெற்றுக்கொள்ளலாம். இந்தத் திட்டத்துக்கு தங்களுடைய ஒப்புதல் கிடைத்தால் நான் இது தொடர்பாக விரிவாகத் தங்களுக்கு எழுதுகிறேன்.

ராஜமுந்திரி ஜில்லா, எஃப்.டபிள்யூ ராபர்ட்சன்

முகளுத்தூர், கலெக்டர்

19 செப் 1823

(அறிக்கை அடுத்த பக்கத்தில்)

ராஜமுந்திரி கலெக்டரேட்டில் உள்ள பாரம்பரியப் பள்ளிகள், கல்லூரிகள் மற்றும் மாணவர்களின் எண்ணிக்கை

கலெக்டரேட் பெயர்	பள்ளிகள் கல்லூரிகளின் எண்ணிக்கை	பிராமண மாணவர்கள்			வைசிய மாணவர்கள்			சூத்திர மாணவர்கள்			பிற ஜாதி மாணவர்கள்		
		ஆ	பெ	மொ	ஆ	பெ	மொ	ஆ	பெ	மொ	ஆ	பெ	மொ
ராஜமுந்திரி பள்ளிகள்	291	904	3	907	653	-	653	466	6	472	546	28	574
கல்லூரிகள்	279	1449	-	1449	-	-	-	-	-	-	5	-	5

	இந்து மாணவர்கள்			முஸ்லிம் மாணவர்கள்			மொத்த இந்து முஸ்லிம் மாணவர்கள்			மொத்த மக்கள்தொகை		
	ஆ	பெ	மொ	ஆ	பெ	மொ	ஆ	பெ	மொ	ஆ	பெ	மொ
ராஜமுந்திரி பள்ளிகள்	2569	37	2606	52	-	52	2621	37	2658	393512	344796	738308
கல்லூரிகள்	1454	-	1454	-	-	-	1454	-	1454			

ராஜமுந்திரி ஜில்லா
முகுளத்தூர், 19 செப், 1823

எஃப்.டபிள்யூ. ராபர்ட்ஸன்,
கலெக்டர்

ராஜமுந்திரி கலெக்டரேட்டில் உள்ள பாரம்பரியப் பள்ளிகள், கல்லூரிகள் மற்றும் மாணவர்களின் விரிவான எண்ணிக்கை

டிவிஷன்களின் எண்ணிக்கை	பள்ளிகள் உள்ள கிராமங்களின் எண்ணிக்கை	பள்ளிகள் மற்றும் கல்லூரிகள்							
		வேதம் அல்லது ஆன்மிகம்	சாஸ்திரம் அல்லது சட்டம்	ஜோதிடம் அல்லது வான சாஸ்திரம்	தெலுங்கு அல்லது தாய்மொழி	தெலுங்கு அல்லது சாஸ்திரம் அல்லது செய்யுளுக்கான உயர் தெலுங்கு	பாரசீகம்	ஆங்கிலம்	மொத்த எண்ணிக்கை
1. பல்லவபுரம்	8	1	10	--	10	--	--	--	21
2. படப்பூர்	16	19	5	--	27	--	--	--	51
3. ராஜமுந்திரி	17	17	1	--	30	--	2	--	50
4. த்ரோசரம்	33	22	1	--	43	--	1	--	67
5. நிலப்பள்ளி	10	7	1	--	25	--	--	--	33
6. ஜக்கம்மா பேட்டை	7	3	--	--	9	--	--	--	13
7. நரஸபுரி	7	9	8	2	20	--	--	1	40
8. பிதாபுரி	23	12	4	5	34	--	1	--	56
9. அமலபுரி	61	78	24	5	61	6	1	--	175
10. பென்னகோண்டா	25	30	6	2	26	--	--	--	64
மொத்தம்	207	198	60	14	235	7	5	1	570

Abstract:	
ஆன்மிகம், சட்டம், வானசாஸ்திரம் கற்றுத் தரும் உயர் கல்வி மையங்கள்	279
தெலுங்கு கற்றுத் தரும் பள்ளிகள்	285
பாரசீகம் கற்றுத் தரும் பள்ளிகள்	5
ஆங்கிலம் கற்றுத் தரும் பள்ளிகள்	1
மொத்தம்	570

	பிராமண மாணவர்கள்			சத்ரிய மாணவர்கள்			வைசிய மாணவர்கள்			சூத்திர மாணவர்கள்			பிற ஜாதி மாணவர்கள்		
	ஆ	பெ	மொ	ஆ	பெ	மொ	ஆ	பெ	மொ	ஆ	பெ	மொ	ஆ	பெ	மொ
1.	115	--	115	3	--	3	32	--	32	19	2	21	9	--	9
2.	269	--	269	5	--	5	84	--	84	92	--	92	55	2	57
3.	158	1	159	8	--	8	107	--	107	33	3	36	34	3	37
4.	248	1	249	8	1	9	72	--	72	58	--	58	42	5	47
5.	66	--	66	5	--	5	53	--	53	42	--	42	60	--	60
6.	21	1	22	--	--	--	32	--	32	17	--	17	13	--	13
7.	159	--	159	1	--	1	33	--	33	29	--	29	30	2	32
8.	280	--	280	6	--	6	130	--	130	38	--	38	119	2	121
9.	836	--	836	25	1	26	82	--	82	100	--	100	59	9	68
10.	201	--	201	47	--	47	28	--	28	38	1	39	22	3	25
	2356	3	2356	108	2	110	658	--	653	466	6	472	443	26	469

Abstract	பிராமண மாணவர்கள்			சத்ரிய மாணவர்கள்			வைசிய மாணவர்கள்			சூத்திர மாணவர்கள்		
	ஆ	பெ	மொ	ஆ	பெ	மொ	ஆ	பெ	மொ	ஆ	பெ	மொ
ஆன்மிகம், சட்டம், வானசாஸ்திரம் கற்றுத் தரும் உயர் கல்வி மையங்கள்	1449	-	1449	4	-	4	-	-	-	-	-	-
தெலுங்கு கற்றுத் தரும் பள்ளிகள்	896	3	899	104	2	106	658	-	653	466	6	472
பாரசீகம் கற்றுத் தரும் பள்ளிகள்	5	-	5	-	-	-	-	-	-	-	-	-
ஆங்கிலம் கற்றுத் தரும் பள்ளிகள்	3	-	3	-	-	-	-	-	-	-	-	-
மொத்தம்	2356	3	2356	108	2	110	658	-	653	466	6	472

	மொத்த இந்து மாணவர்கள்			மொத்த முஸ்லிம் மாணவர்			மொத்த இந்து முஸ்லிம் மாணவர்			மொத்த மக்கள் தொகை			மாதக் கல்விக் கட்டணம்
	ஆ	பெ	மொ	ஆ	பெ	மொ	ஆ	பெ	மொ	ஆ	பெ	மொ	
1.	178	2	180	2	-	2	180	2	182	29020	26062	55082	
2.	505	2	507	9	-	9	514	2	516	46804	41986	88790	
3.	340	7	347	17	-	17	357	7	364	51312	43780	95092	@ 1 ரூ
4.	428	7	435	10	-	10	438	7	445	36839	30364	67203	@ 12 அணா
5.	226	-	226	5	-	5	231	-	231	20032	17825	37857	@ 8 –
6.	83	1	84	-	-	-	83	1	84	17341	17071	34412	@ 6 –
7.	252	2	254	-	-	-	252	2	254	33232	28274	61506	@ 4 –
8.	573	2	575	4	-	4	577	2	579	47148	43976	91124	@ 3 –
9.	1102	10	1112	5	-	5	1107	10	1117	63138	54520	117658	@ 2 –
10.	336	4	340	-	-	-	336	4	340	48646	40938	89584	
	4023	37	4060	52	-	52	4075	37	4112	393512	344796	6738308	

Abstract	பிற சாதியினர்			மொத்த இந்து மாணவர்			மொத்த முஸ்லிம் மாணவர்			மொத்த இந்து முஸ்லிம்		
	ஆ	பெ	மொ	ஆ	பெ	மொ	ஆ	பெ	மொ	ஆ	பெ	மொ
உயர் கல்வி மையங்கள்	1	-	1	1454	-	1454	-	-	-	1454	-	1454
தெலுங்கு பள்ளிகள்	441	26	467	2560	37	2597	23	-	23	2583	37	2620
பாரசீகப் பள்ளிகள்	-	-	-	5	-	5	29	-	29	34	-	34
ஆங்கிலப் பள்ளிகள்	1	-	1	4	-	4	-	-	-	4	-	4
மொத்தம்	443	26	469	4023	37	4060	52	-	52	4075	37	4112

ராஜமுந்திரி, முகுளத்தூர், 19, செப், 1823.

ராஜமுந்திரி பள்ளிகள், கல்லூரிகளில் பயன்படுத்தப்படும் புத்தகங்களின் பட்டியல்

1. பால ராமாயணம்
2. ருக்மணி கல்யாணம்
3. பாரிஜாத புராணம்
4. மூல ராமாயணம்
5. ராமாயணம்
6. தனசாரதி சதகம்
7. கிருஷ்ண சதகம்
8. சுமதி சதகம்
9. ஜானகி சதகம்
10. பிரசன்னாகர சதகம்
11. ராமதாரக சதகம்
12. பாஸ்கர சதகம்.
13. விபீஷண சதகம்
14. பீமலிங்கேஸ்வர சதகம்
15. சூரிய நாராயண சதகம்
16. நாராயண சதகம்
17. பிரகலாத சரித்திரம்
18. வசு சரித்திரம்
19. மனோ சரித்திரம்
20. சுமுங்க சரித்திரம்
21. நள சரித்திரம்
22. வாமன சரித்திரம்
23. கணிதம்
24. பாவலூரி கணிதம்
25. பாரதம்
26. பாகவதம்
27. வேத விலாசம்
28. கிருஷ்ணலீலா விலாசம்
29. ராதாமாதவ விலாசம்
30. சப்தம ஸ்கந்தம்
31. அஸ்டம ஸ்கந்தம்
32. ராதாமாதவ சம்வாதம்
33. பானுமதி பரிணயம்
34. வீரபத்ர விஜயம்
35. லீலா சவுந்தரி பரிணயம்
36. அமரம்
37. சூரதானேஸ்வரம்
38. உதயகபருவம்
39. ஆதிபர்வம்
40. கஜேந்திர மோட்சம்
41. ஆந்தரநாம சங்க்ரஹம்
42. குசேல ப்ரகச்யணம்
43. ரசிகாஜன மனோபரணம்.

வேதங்கள்

1. ரிக்வேதம்
2. யஜுர் வேதம்
3. சாம வேதம்
4. ஸ்ருதி
5. திராவிட வேதம்

சாஸ்திரங்கள்

1. சமஸ்கிருத இலக்கணம்
சித்தாந்த கௌமுதி
2. தர்க்கம்
3. ஜோதிடம்
4. தர்ம சாஸ்திரம்

காவியங்கள்

1. ரகுவம்சம்
2. குமாரசம்பவம்
3. மேக சந்தேசம்
4. பாரவி
5. மகும்
6. நவேஷதம்
7. அர்த்த சாஸ்திரம்

பாரசீகப் பள்ளிகள்

1. அஹமதுநாமா
2. ஹர்கரம்
3. இன்ஷா காலிஃபா
4. பஹதூர்தனிஷ்
5. அப்துல் ஃபஸல் இன்ஷா
6. காலிஃபா
7. குர் ஆன்

XXI

மலபார் கலெக்டர், வருவாய்த்துறைக்கு அனுப்பிய கடிதம் 5.8.1823.

டி.என்.எஸ்.ஏ: பி.ஆர்.பி: தொகுதி 957, ப்ரோ 14.8.1823, பி.பி. 6949-55 எண்கள் 52-53.

1. இந்த கலெக்டரேட்டில் இருக்கும் பள்ளிகள், கல்லூரிகள், அதில் படிப்பவர்களின் எண்ணிக்கை ஆகியவற்றைத் தங்களுக்கு அனுப்புவதில் பெருமைப்படுகிறேன். இறையியல், வானவியல், போன்றவற்றைப் படிக்கும் நபர்கள் பற்றிய விவரத்தையும் இதனுடன் இணைத்திருக்கிறேன்.

2. இப்போது அனுப்பியிருக்கும் அறிக்கையில் ஒரே ஒரு கல்லூரி பற்றிய குறிப்பு மட்டுமே இடம்பெற்றிருக்கிறது. இது தொடர்பாக சாமுத்திரி ராஜா அனுப்பிய அறிக்கையின் மொழிபெயர்ப்பை உங்களுக்கு அனுப்பித்தருகிறேன்.

3. பொருளாதார வசதி வாய்ப்புகளுக்கு ஏற்ப கால் ரூபாயில் இருந்து ஒரு ரூபாய் வரை ஆசிரியர்கள் ஒவ்வொரு மாணவரிடமிருந்து தட்சணையாகப் பெறுகிறார். இது நீங்கலாக ஒவ்வொரு மாணவரும் பள்ளியை விட்டு விலகும்போது ஆசிரியருக்குச் சன்மானங்கள் தருவதுண்டு. இறையியல், சட்டம் போன்றவற்றைக் கற்றுத்தரும் ஆசிரியர்கள் மாதாந்திர அல்லது வருடாந்தரக் கட்டணம் எதுவும் பெறுவதில்லை. ஆனால், படிப்பு முடிந்து செல்லும்போது ஒவ்வொரு மாணவரும் தட்சணை கொடுப்பதுண்டு.

பிரதான கலெக்டர் ஆபீஸ்	ஜே.வாகன்
கோழிக்கோடு,	பிரதான கலெக்டர்
5 ஆகஸ்ட், 1823.	

(அறிக்கையும் மொழிபெயர்ப்பும் அடுத்த பக்கத்தில்)

மலபாரில் உள்ள பாரம்பரியப் பள்ளிகள், கல்லூரிகள் மற்றும் மாணவர்களின் விரிவான எண்ணிக்கை

கலெக்டரேட் பெயர்	பள்ளி கல்லூரிகள்	பிராமண மாணவர்கள்			வைசிய மாணவர்கள்			சூத்திர மாணவர்கள்			பிற ஜாதி மாணவர்கள்		
		ஆ	பெ	மொ	ஆ	பெ	மொ	ஆ	பெ	மொ	ஆ	பெ	மொ
மலபார் தனி ஆசிரியர்கள்	759	2230	5	2235	84	13	97	3697	707	4904	2756	343	3099
பள்ளி, கல்லூரிகள்	1	75	-	75	-	-	-	-	-	-	-	-	-
ஆன்மிகம்,	-	471	3	474	-	-	-	-	-	-	-	-	-
சட்டம், வானசாஸ்திரம்	-	78		78	18	5	23	176	19	195	496	14	510
மெய்யியல்	-	34	-	34	-	-	-	-	-	-	31	-	31
தர்க்கம்	-	22	-	22	-	-	-	-	-	-	31	-	31
மருத்துவம்	-	31	-	31	-	-	-	59	-	59	100	-	100

	மொத்த இந்து மாணவர்			முஸ்லிம் மாணவர்			மொத்த இந்து முஸ்லிம் மாணவர்			மொத்த மக்கள்தொகை		
	ஆ	பெ	மொ	ஆ	பெ	மொ	ஆ	பெ	மொ	ஆ	பெ	மொ
மலபார் தனி ஆசிரியர்கள்	8767	1068	9835	3196	1122	4318	11963	2190	14153	458364	449207	907575
பள்ளி, கல்லூரிகள்	75	-	75	-	-	-	75	-	75			
ஆன்மிகம், சட்டம்,	471	3	474	-	-	-	471	3	474			
வானசாஸ்திரம்	768	38	806	2	-	2	770	38	808			
மெய்யியல்	65	-	65	-	-	-	65	-	65			
தர்க்கம்	53	-	53	-	-	-	53	-	53			
மருத்துவம்	190	-	190	4	-	4	194	-	194			

கோழிக்கோடு, 5 ஆகஸ்ட், 1823

ஜே.வேகன், பிரதான கலெக்டர்

சாமுத்திரி ராஜா அனுப்பிய அறிக்கை:

ஆரம்ப காலத்தில் மலபாரில் இருந்த பிராமணர்கள் தங்கள் வீடுகளுக்குப் பக்கத்தில் இருக்கும் க்ஷேத்திரங்களில் (கோவில்களில்) தமது மதக் கல்வியை அங்கிருக்கும் ஆசிரியர்களிடமிருந்து பெற்றனர். ஆனால், அந்தக்கல்விக்கு அவ்வளவு வரவேற்பு இருந்திருக்கவில்லை. எனவே பிராமணர்கள் ஒன்றுகூடி அனைவருக்கும் மதக் கல்வி கற்றுத்தர ஒரு தனியான கல்விமையம் (கல்லூரி) இருக்கவேண்டும் என்று தீர்மானித்தனர். குட்டநாடு தாலுக்காவில் திருநவ்ய க்ஷேத்திரத்துக்கு அருகில் ஆற்றங்கரையோரமாக ஒரு இடம் தேர்ந்தெடுக்கப்பட்டது. அதன் பிறகு அவர்கள் அனைவரும் அன்று ராஜாவாக இருந்த என் முன்னோரை வந்து சந்தித்து விவரத்தைச் சொன்னார்கள். அந்த இடத்தில் தனது செலவில் ஒரு கல்லூரி கட்ட சம்மதித்தார். அங்கு தங்கிப் படிக்கும் அனைவருக்கும் தினசரி உணவும் எண்ணெயும் தரப்படவேண்டும்; தானிய அறை ஒன்றும் கட்டப்படவேண்டும் என்று உத்தரவிட்டார். அவற்றையெல்லாம் நிர்வகிக்கும் பொறுப்புகள் பிராமணர்கள் வசம் விடப்பட்டன. அவர்களுக்கு போதிய நெல் வயல்கள் மானியமாகத் தரப்பட்டன. அசிபூர ஏர்கர நம்பூதிரி ஏகமனதாகத் தலைமை ஆசிரியராக நியமிக்கப்பட்டார். அவருடைய தேவைகளைக் கவனித்துக்கொள்ள பிராமணர்களில் சிலர் தமது நிலங்களில் கொஞ்சத்தை தானமாகக் கொடுத்தனர். இன்றுவரை அவருடைய குடும்பமே அந்தப் பணியில் நீடித்துவருகிறது. இவைதான் பிராமணர்களும் என் முன்னோரும் என்னிடம் சொல்லியவை. இது தொடர்பாக எந்த ஆவணமும் இல்லை. கல்லூரியில் இத்தனை பேரைத்தான் சேர்க்கவேண்டும் என்று எந்தக் கட்டுப்பாடும் கிடையாது. சேர விரும்பியவர்கள் அனைவரும் சேர்த்துக்கொள்ளப்பட்டிருக்கிறார்கள். முன்பெல்லாம் தினமும் 100-120 பேர் வந்து கல்வி கற்றுச் சென்றனர்.

949ம் வருடத்தில் அந்நிய நாட்டுப் படையெடுப்பாளர் இங்கு படையெடுத்து வந்து பல கோவில்கள் மற்றும் அதன் சொத்துகளை நாசம் செய்தனர். அப்போது இந்தக் கல்லூரியும் அழிக்கப்பட்டது. கல்லூரிக்குத் தரப்பட்ட நிலங்களை அந்த ஆக்கிரமிப்பாளன் பறித்துக்கொண்டுவிட்டதால், பிராமணர்கள் அனைவரும் ராம ராஜாவின் (திருவிதாங்கூர்) ராஜ்ஜியத்துக்குச் சென்றுவிட்டனர். அதன் பிறகு மலபாரில் வேதக் கல்வி முற்றாகத் தடைபட்டது. வேத வேதாந்தங்களில் பரிச்சயம் அற்று இருப்பது பிராமணர்களைப் பொறுத்தவரையில் பெரும் பாவம் என்பதால் ராம ராஜாவைச் சென்று முறையிட்டனர். உடனே ராஜாவும் திருவோணக்கரை கோவிலுக்கு அருகில் ஒரு இடத்தைக் கொடுத்து கல்லூரியை ஆரம்பிக்கச் சொன்னார். 966 வரை அந்தக் கல்லூரி நடக்க உதவினார். அந்த நேரத்தில்தான் மதிப்புக்குரிய கம்பெனி (கிழக்கிந்திய கம்பெனி) அந்த

ஆக்கிரமிப் பாளனை நாட்டை விட்டுத் துரத்தி நாடுமுழுவதையும் தன் பாது காப்பின்கீழ் கொண்டுவந்தது. அதன் பிறகு பிராமணர்கள் தமது பூர்விக கிராமத்துக்குத் திரும்பினர். ஆனால், நிலமும் கல்லூரியும் மிகவும் மோசமான நிலையில் இருந்தது. அது கண்டு பிராமணர்கள் பெரிதும் வருந்தினர். எனவே, அவர்கள் ராஜாவிடம் (எனது மாமா) முறையிட்டனர். அன்று இருந்த நிலைமையில் அவரால் பெரிதாக எந்த உதவியும் செய்ய முடிந்திருக்கவில்லை. எனினும் அவருடைய முன்னோர் ஆரம்பித்த கல்விமையம் என்பதாலும் அது அவருக்கும் மக்களுக்கும் வளமான வாழ்வுக்கு வழி வகுக்கும் என்பதாலும் தன்னால் முடிந்த உதவியைச் செய்து தருவதாக வாக்குக் கொடுத்தார். எனவே, கல்லூரி மீண்டும் கட்டப்படவேண்டும் என்றும் ஆசிரியருக்கும் மாணவர்களுக்கும் தேவையான எல்லா வசதிகளும் செய்து தரப் படவேண்டும் என்றும் உத்தரவிட்டார். அதை நானும் தொடர்ந்து வருகிறேன். கல்லூரிக்கு ஒதுக்கப்பட்ட நிலங்களுக்கான சர்க்காரின் வரி போக எஞ்சும் பணத்தை வைத்து மாத நிர்வாகச் செலவுகளைச் சமாளிக்க முடியவில்லை. தேவைப்படும் பணத்தை இப்போது என் கையில் இருந்து நான்தான் கொடுத்துவருகிறேன். ஒவ்வொரு ஆண்டும் மாணவர்களுக்கு 2000 ரூபாயும் ஆசிரியருக்கு 200 ரூபாயும் தந்துவருகிறேன். மதக் கல்வி நீங்கலாக வேறு எதுவும் அங்கு கற்றுத் தரப்படுவதில்லை. மாணவர்களின் எண்ணிக்கை 70லிருந்து 80 வரை இருக்கும்.

தலப்பாட்டில் சோரனூரில் முந்தைய காலத்தில் ஒரு கல்லூரி இருந்தது. அந்தக் கல்லூரி நிர்வாகத்துக்கு உதவும் வகையில் நிலங்கள் மானியமாகத் தரப்பட்டிருந்தன. பிராமணர்கள் அதில் சாஸ்திரங்கள் கற்றனர். நன்கு தேர்ச்சி பெற்று அந்தக் கல்லூரியில் இருந்து கோழிக்கோட்டில் இருக்கும் தலைச்சேரியில் ஆண்டுக்கு 101 பணம் உதவித்தொகையுடன் சேர்த்துக்கொள்ளப்பட்டனர். இப்படி சேர்க்கப்பட்டவர்களின் எண்ணிக்கை 70-80 இருக்கும். கம்பெனியின் வருவாய்த்துறை வரி விதிப்பைத் தொடங்கியதும் இந்த மேலே குறிப்பிட்டிருக்கும் உதவித் தொகையைக் கல்விமையங்கள் அந்த நிலங்களில் இருந்து பெற முடியாமல் போனது. நில மானியங்களும் வெகுவாகக் குறைக்கப்பட்டன. அதனால் அந்தக் கல்வி முடங்கியது. அந்த பிராமணர்கள் இங்கு வந்து முறையிட்டனர். இதனால் ஒரு ஆசிரியரை நியமித்து சில மாணவர்களுக்குக் கல்வி கிடைக்க வழி செய்யப்பட்டது. தனி நல்கையும் தரப்பட்டது. ஆனால் குறைவான தொகை தரப்பட்டது.

10, கர்க்கடகம், 998 வருடம்

மூலப்பிரதியில் கையெழுத்து இல்லை
நேரடி மொழிபெயர்ப்பு
ஜே.வாகன்

XXII

சேலம் கலெக்டர், வருவாய்த்துறை துறைக்கு அனுப்பிய கடிதம் 8.7.1823

(டி.என்.எஸ்.ஏ: பி.ஆர்.பி: தொகுதி எண் 954. ப்ரோ 14 ஜூலை 1823. எண் 50; பக் 5908 -10)

1. 25 ஜூலை 1822-ல் தங்களிடமிருந்து வந்த கடிதத்தில் கேட்கப்பட்டிருக்கும் இந்தத் தகவல்களைத் தருவதில் பெருமைப் படுகிறேன்.

2. சுமார் பத்து லட்சம் மக்கள் தொகையில் வெறும் 4,650 பேருக்கு மட்டுமே கல்வி கிடைப்பதாகத் தெரியவந்திருக்கிறது. சதவிகிதக் கணக்குப்படிப் பார்த்தால் வெறும் நாலரை சதவிகிதம் மட்டுமே வரும். பொதுக் கல்வியின் பரிதாபகரமான நிலையை இது நன்கு எடுத்துக்காட்டுகிறது.

3. கல்வி கற்பதில் ஒருவருக்கு இருக்கும் ஆர்வம், நண்பர்களுடனான நட்புறவு ஆகியவற்றுக்கேற்ப மாணவர்கள் மூன்றில் இருந்து ஐந்து வருடங்கள் படிக்கிறார்கள். இந்துப் பள்ளிகளில் ஒரு மாணவருடைய கல்விக்கு ஆகும் செலவு ஆண்டுக்கு மூன்று ரூபாய். முஸல்மான் பள்ளிகளில் 15-20 ரூபாய் வரை ஆகிறது. எந்த இந்துப் பள்ளிக்கும் அரசு உதவி கிடைக்கவில்லை. முஸல்மான் பள்ளிக்கு மட்டும் ஆண்டுக்கு 20 ரூபாய் கிடைக்கும் வகையில் நில மானியம் இருக்கிறது. இதன் முந்தைய ஆசிரியருக்கு மாதத்துக்கு 56 ரூபாய் நல்கை யோமியாவாகத் (Yeomiah) தரப்பட்டிருக்கிறது. அவர் இறந்ததும் அந்த நல்கை நிறுத்தப்பட்டது. ஏனென்றால் அது ஒரு ஆயுள் முழுவதற்கான நல்கையாகத்தான் தரப்பட்டிருந்தது.

4. ஆத்தூர், நாமக்கல், சேலம், பரமக்குடி போன்ற இடங்களில் இறையியல், சட்டம், வானியல் கற்றுத்தரும் 20 ஆசிரியர்கள் இருக்கின்றனர். அவர்கள் அனைவருக்கும் மானியமாகத் தரப்பட்ட நிலங்களில் இருந்து ஆண்டுக்கு 1109 பணம் கிடைக்கிறது. அந்த நிலங்கள் முழுவதிலும் தொடர்ந்து பயிர்செய்யப்பட்டு வந்திருக்கிறது. அந்த மானியம் எந்த நோக்கில் தரப்பட்டதோ அதே பணியையே அந்த நிலங்களின் உரிமையாளர்கள் செய்து வருகிறார்கள்.

5. ராசிபுரம், சங்ககிரி துர்கம் போன்ற இடங்களில் ஆண்டுக்கு 383 ரூபாய் கிடைக்கும் வகையிலான நிலங்களும் மானியமாகத் தரப்பட்டிருக்கின்றன. இந்த நிலங்கள் திப்பு சுல்தானால் கையகப்

படுத்தப்பட்டன. அதன் பிறகு பிரிட்டிஷ் ஆட்சி அதைத் தனது வருவாய்ப் பிரிவில் சேர்த்துக்கொண்டுவிட்டது.

6. அரசுப் பணியாளர்களானாலும் வேறு பணியாளர்களானாலும் கல்விதான் அவர்களைக் குற்றச் செயல்கள் புரிவதில் இருந்து தடுக்க முடியும் (11 டிசம்பர், 1815-ல் உங்கள் போர்டு அனுப்பிய அறிக்கையின் ஏழாவது பத்தியில் அது மிகவும் அழுத்தமாகக் குறிப்பிடப்பட்டிருக்கிறது). அதைக் கருத்தில் கொண்டு இந்தப் பிராந்தியத்தில் குற்றச் செயல்கள் நடக்காமல் தடுக்க இது போன்ற கல்விமையங்களைத் தொடங்குவதற்குத் தேவையான நிதியைப் பெறும் வழியைத் தங்களுடைய அனுமதியின் பேரில் வழங்கத் தயாராக இருக்கிறேன்.

சேலம் கலெக்டர், கச்சேரி — எம்.டி.காக்பர்ன்

8 ஜூலை, 1823 — கலெக்டர்

(அறிக்கை அடுத்த பக்கத்தில்)

சேலம் கலெக்டரேட்டில் உள்ள பாரம்பரியப் பள்ளிகள், கல்லூரிகள் மற்றும் மாணவர்களின் விரிவான எண்ணிக்கை

கலெக்டரேட் பெயர்	பள்ளி கல்லூரிகள்	பிராமண மாணவர்கள்			வைசிய மாணவர்கள்			சூத்திர மாணவர்கள்			பிற ஜாதி மாணவர்கள்		
		ஆ	பெ	மொ	ஆ	பெ	மொ	ஆ	பெ	மொ	ஆ	பெ	மொ
சேலம் ஜில்லா கிரந்தம்	333	459	-	459	324	-	324	1671	3	1674	1382	28	1410
ஆன்மிகம், சட்டம் வான சாஸ்திரம் முதலியவை	53	324	-	324	-	-	-	-	-	-	-	-	-

	மொத்த இந்து மாணவர்			மொத்த முஸ்லிம் மாணவர்			மொத்த இந்து முஸ்லிம் மாணவர்			மொத்த மக்கள்தொகை		
	ஆ	பெ	மொ	ஆ	பெ	மொ	ஆ	பெ	மொ	ஆ	பெ	மொ
சேலம் ஜில்லா கிரந்தம்	3836	31	367	432	27	459	4268	58	4326	542500	533485	1075925
ஆன்மிகம், சட்டம் வான சாஸ்திரம் முதலியவை	324	-	324	-	-	-	324	-	324			

எம்.டி. காக்பர்ன்,
கலெக்டர்

XXIII

குண்டூர் கலெக்டர், வருவாய்த்துறைக்கு அனுப்பிய கடிதம் 9.7.1823.

டி.என்.எஸ்.ஏ. பி.ஆர்.பி.. தொகுதி 954; ப்ரோ 14.7.1823, எண் 49, பக் 5904-7

1. தங்கள் உதவிச் செயலர் திரு விவேஷ் *25* ஜூலை அனுப்பிய கடிதத்துக்குப் பதில் அளிப்பதில் பெருமைப்படுகிறேன். தாங்கள் அனுப்பிய கடிதத்துடன் இணைத்திருந்த படிவத்தில் கேட்டிருப்பது போல் இந்தப் பிராந்தியத்தில் இருக்கும் பள்ளிகளின் எண்ணிக்கை, அங்கு கற்றுத் தரப்படுபவை, படிக்கும் மாணவர்களின் எண்ணிக்கை ஆகியவற்றை இதனுடன் அனுப்புகிறேன்.

2. மாணவர்கள் காலையில் ஆறு மணிக்குப் பள்ளிக்கு வருகிறார்கள். *9* மணி வரை கல்வி கற்கிறார்கள். காலை உணவை வீடுகளில் சாப்பிட்டுவிட்டு *11* மணி அளவில் பள்ளிக்குத் திரும்பு கிறார்கள். மதியம் இரண்டு மூன்று மணி வரை பள்ளியில் இருக்கி றார்கள். பின்மதியத்தில் வீட்டுக்குச் சென்று சாப்பிட்டுவிட்டு நான்கு மணிக்குப் பள்ளிக்குத் திரும்புகிறார்கள். அதன் பிறகு இரவு ஏழு மணி வரை பள்ளியில் இருக்கிறார்கள். காலையிலும் மாலையிலும் புத்தகங்கள் படிக்கிறார்கள். மதிய நேரத்தில் எழுதக் கற்றுக் கொள்கிறார்கள்.

3. பெற்றோர் அல்லது காப்பாளர்களின் பொருளாதார நிலைமைக்கு ஏற்ப இரண்டு அணாவில் இருந்து இரண்டு ரூபாய்வரை ஒவ்வொரு மாணவரும் ஆசிரியருக்கு தட்சணையாகத் தருகிறார்கள். இந்த மாணவர்கள் தங்கள் கிராமங்களில் இருக்கும் பள்ளிகளில் படிப்பதால் வீட்டில் வசித்தபடியே பள்ளியில் கற்கிறார்கள். எனவே, இந்தச் செலவு மட்டுமே ஆகிறது.

4. நமது அரசின் உதவி பெறும் கல்விமையம் எதுவுமே இந்த ஜில்லாவில் இல்லை. இறையியல், சட்டம், வானியல் கற்றுத்தரும் கல்லூரிகளும் இங்கு இல்லை. பிராமண பண்டிதர்கள் தமது சீடர்கள் அல்லது மாணவர்களுக்குத் தனியாக வீடுகளில் வைத்து இவற்றைக் கற்றுத் தருகிறார்கள். இதற்கு எந்தக் கட்டணமும் வசூலிப்பதில்லை. இந்த ஜில்லாவின் முந்தைய ஜமீந்தார்களும் முந்தைய அரசாங்கங்களும் இந்த ஆசிரியர்களின் முன்னோர்களுக்கு மானியமாக நிலங்கள் தந்திருக்கிறார்கள். அதில் கிடைக்கும்

வருவாயை வைத்து இலவசக் கல்வியைத் தருகிறார்கள். எனினும் முந்தைய அரசுகள் மேற்கூறிய துறைகளில் கல்வி கற்றுத் தருவதற்காக மட்டுமே அந்த மானியத்தைக் கொடுத்ததாக எந்தக் குறிப்பும் இல்லை.

சுமார் 171 இடங்களில் இறையியல், சட்டம், வானியல் ஆகியவை கற்றுத் தரப்படுகின்றன. அதில் படிக்கும் மாணவர்களின் எண்ணிக்கை 939. இந்தத் துறைகளில் கல்வி பெறப் பொதுவாக மாணவர்களுக்கு அவர்களுடைய கிராமங்களிலேயே ஆசிரியர்கள் யாரும் கிடைப்பதில்லை. எனவே, வேறு கிராமங்களைத் தேடிச் செல்கிறார்கள். இப்படியாக வேறு கிராமங்களுக்குச் சென்று படிக்கும் மாணவர்களின் குடும்பத்தினர் பொருளாதாரரீதியாக நல்ல நிலையில் இருந்தால் அவர்களே அதற்கான செலவுகளைக் கவனித்துக்கொள்வார்கள். வெறும் உணவுத் தேவைக்கு மட்டுமே மாதத்துக்கு 3 ரூபாய் ஆகும். ஒருவேளை அந்த மாணவனின் குடும்பத்தினர் ஏழைகளாக இருந்தால் தங்கிப் படிக்கும் கிராமத்தில் இருக்கும் வீடுகளில் இருந்து தமக்கான உணவை இந்த மாணவர்கள் பெற்றுக்கொள்வார்கள். அந்த கிராமத்தினரும் அந்த உதவியை மனமுவந்து செய்வார்கள்.

5. இப்படியான இறையியல் கல்வியையும் தாண்டிப் படிக்க விரும்புபவர்கள் பனாரஸ், நவதீப் போன்ற இடங்களுக்குச் சென்று பல வருடங்கள் தங்கி அங்கிருக்கும் பண்டிதர்களிடம் கல்வி கற்றுத் திரும்புவார்கள்.

குண்டூர் ஜில்லா — ஜெ.சி.விஷ்

பாவுபட்டா, — கலெக்டர்

9 ஜூலை, 1823.

(அறிக்கை அடுத்த பக்கத்தில்)

குண்டூர் கலெக்டரேட்டிலும் உள்ள பாரம்பரியப் பள்ளிகள், கல்லூரிகள் மற்றும் மாணவர்களின் விரிவான எண்ணிக்கை

கலெக்டரேட் பெயர்	பள்ளி கல்லூரிகள்	பிராமண மாணவர்கள்			வைசிய மாணவர்கள்			சூத்திர மாணவர்கள்			பிற ஜாதி மாணவர்கள்		
		ஆ	பெ	மொ	ஆ	பெ	மொ	ஆ	பெ	மொ	ஆ	பெ	மொ
குண்டூர் ஜில்லா பள்ளிகள்	574	309	5	3094	1578	-	1578	1923	37	1960	775	57	832
கல்லூரிகள்	-	-	-	-	-	-	-	-	-	-	-	-	-

	மொத்த இந்து மாணவர்			முஸ்லிம் மாணவர்			மொத்த இந்து முஸ்லிம் மாணவர்			மொத்த மக்கள்தொகை		
	ஆ	பெ	மொ	ஆ	பெ	மொ	ஆ	பெ	மொ	ஆ	பெ	மொ
குண்டூர் ஜில்லா பள்ளிகள்	7365	99	7404	257	3	260	7622	102	7724	243859	210895	454754
கல்லூரிகள்	-	-	-	-	-	-	-	-	-	-	-	-

குண்டூர் ஜில்லா.
9 ஜூலை, 1823.

ஜே.சி.விஷ்
கலெக்டர்

XXIV

கஞ்சம் கலெக்டர் வருவாய்த்துறைக்கு அனுப்பிய கடிதம் 27.10.1823.

(டி.என்.எஸ்.ஏ. பி.ஆர்.பி.. தொகுதி 967; ப்ரோ 6.11.1823, எண் 9332-34, பக் 5-6)

1. *துணைச் செயலர் திரு விவேய்ஷ் 25, ஜூலை 1822-ல் அனுப்பிய* கடிதமும் பின்னிணைப்புப் படிவமும் கிடைத்ததை மகிழ்ச்சியுடன் தெரிவித்துக்கொள்கிறேன். தங்கள் போர்டு அனுப்பிய படிவத்தில் கேட்டுக்கொண்டிருப்பதன்படி மாவட்டத்தில் இருக்கும் பள்ளிகளின் எண்ணிக்கை அதில் படிப்பவர்களின் எண்ணிக்கை போன்றவற்றை இதனுடன் அனுப்பிவைக்கிறேன்.

2. இந்த மாவட்டத்தில் அரசு அல்லது அரசின் ஏதாவது அமைப்பின் உதவி பெற்றும் நடக்கும் பள்ளிகளோ கல்லூரிகளோ எதுவுமே இல்லை. ஆனால், ஆசிரியர்களுக்கு மாணவர்களிடமிருந்து தலா நான்கு அணாவில் இருந்து ஒரு ரூபாய் வரை கிடைக்கிறது.

3. காலையில் ஆறு மணிக்குப் பள்ளிகள் தொடங்குகின்றன. மாலையில் ஐந்து மணி வரை நடக்கின்றன.

4. அக்ரஹாரத்தில் வசிக்கும் பிராமணர்கள் பொதுவாக சாஸ்திரங்களில் தேர்ச்சி பெறுகின்றனர். பெற்றோரிடமிருந்தோ சகோதரர்களிடமிருந்தோ உறவினர்களிடமிருந்தோ இந்தக் கல்வியைப் பெறுகிறார்கள். பள்ளி என்று தனியாக எதுவும் இந்த மாவட்டத்தில் இல்லை.

5. மலைப்பகுதி ஜமீந்தார்களிடமிருந்து இதுதொடர்பாக எந்த திருப்திகரமான தகவல்களையும் என்னால் பெற முடிந்திருக்க வில்லை. அங்கு மலையோரம் மற்றும் எல்லைப் பகுதிகளில் மட்டுமே பேசப்படும் ஒதியா மொழி கற்றுத் தரப்படுகிறது. அவ்வளவுதான்.

சிகாகுளம் — பி.ஆர். காஸ்லெட்

27, அக், 1823. — கலெக்டர்.

(அறிக்கை அடுத்த பக்கத்தில்)

கஞ்சம் கலெக்டரேட்டில் உள்ள பாரம்பரியப் பள்ளிகள், கல்லூரிகள் மற்றும் மாணவர்களின் விரிவான எண்ணிக்கை

கலெக்டரேட் பெயர் (1)	பள்ளி கல்லூரிகள் (2)	பிராமண மாணவர்கள் (3)			வைசிய மாணவர்கள் (4)			சூத்திர மாணவர்கள் (5)			பிற ஜாதி மாணவர்கள் (6)		
		ஆ	பெ	மொ	ஆ	பெ	மொ	ஆ	பெ	மொ	ஆ	பெ	மொ
சுரதா பள்ளிகள்	3	12	-	12	2	-	2	24	-	24	-	-	-
மொஹறி பள்ளிகள்	47	104	-	104	20	-	20	100	-	100	240	6	246
கலெதெ பள்ளிகள்	22	73	-	73	11	-	11	197	-	197	-	-	-
பழூர் பள்ளிகள்	3	9	-	9	6	-	6	36	-	36	-	-	-
ஹமா பள்ளிகள்	2	5	-	5	4	-	4	16	-	16	-	-	-
பர்தி பள்ளிகள்	5	10	-	10	7	-	7	29	-	29	-	-	-
பல கமெதி பள்ளிகள்	21	113	-	113	10	-	10	13	-	13	51	2	53
பூத சிங்கி பள்ளிகள்	-		-	-	-	-	-	-	-		-	-	-
தரதா பள்ளிகள்	-	-	-	-	-	-	-	-	-	-	-	-	-
கங்லி பள்ளிகள்	11	7	-	7	-	-	-	3	-	3	-	-	-
கஞ்சம் பள்ளிகள்	3	11	-	11	10	-	10	14	-	14	-	-	-

கலெக்டரேட் பெயர் (1)	மொத்த இந்து மாணவர் (7)			மொத்த முஸ்லிம் மாணவர் (8)			மொத்த இந்து முஸ்லிம் மாணவர் (9)			மொத்த மக்கள்தொகை (10)		
	ஆ	பெ	மொ	ஆ	பெ	மொ	ஆ	பெ	மொ	ஆ	பெ	மொ
சுரதா பள்ளிகள்	38	-	38	-	-	-	38	-	38	2,462	2,531	4,998
மொஹரி பள்ளிகள்	464	6	470	-	-	-	464	6	470	18,670	19,106	37,866
கலெதெ பள்ளிகள்	281	-	281	-	-	-	281	-	281	6,690	7,200	13,890
பழூர் பள்ளிகள்	51	-	51	-	-	-	51	-	51	832	990	1,822
ஹமா பள்ளிகள்	25	-	25	_	-	-	25	-	25	663	669	1,332
பர்தி பள்ளிகள்	46	-	46	-	-	-	46	-	46	1,694	1,565	3,259
பல கமெதி பள்ளிகள்	187	2	189	-	-	-	187	2	189	46,679	44,829	91,508
பூத சிங்கி பள்ளிகள்	-	-	-	-	-	-	-	-	-	309	399	708
தரதா பள்ளிகள்		-	-	-	-	-	-	-	-	1,690	1,602	3,292
கங்லி பள்ளிகள்	10	-	10	-	-	-	10	-	10	1,257	1,189	2,446
கஞ்சம் பள்ளிகள்	35	-	35	-	-	-	35	-	35	3,746	4,017	7,763

(கூடுதல் அட்டவணைகள் அடுத்த பக்கத்தில்)

(1)	(2)	(3)			(4)			(5)			(6)		
பர்வா பள்ளிகள்	7	12	-	12	18	-	18	20	-	20	71	-	71
ஆகாஷ் பள்ளிகள்	17	83	-	83	34	-	34	93	-	93	29	-	29
குமரி பள்ளிகள்	7	36	-	36	10	-	10	76	2	78	-	-	-
கரையா பள்ளிகள்	6	13	-	13	8	-	8	32	-	32	-	-	-
பழதகம் பள்ளிகள்	2	-	-	-	-	-	-	5	-	5	15	-	15
கோபாலபுரம் பள்ளிகள்	-	-	-	-	-	-	-	-	-	-	-	-	-
சக்கேபள்ளி பள்ளிகள்	-	-	-	-	-	-	-	-	-	-	-	-	-
கொடூரோ பள்ளிகள்	-	-	-	-	-	-	-	-	-	-	-	-	-
கோகுலவசா பள்ளிகள்	-	-	-	-	-	-	-	-	-	-	-	-	-
சென்னிகோட்டை பள்ளிகள்	-	-	-	-	-	-	-	-	-	-	-	-	-
பதம் பள்ளிகள்	-	-	-	-	-	-	-	-	-	-	-	-	-
சூசரம் பள்ளிகள்	-	-	-	-	-	-	-	-	-	-	-	-	-
ஞானபதம் பள்ளிகள்	-	-	-	-	-	-	-	-	-	-	-	-	-
மாலகம் பள்ளிகள்	-	-	-	-	-	-	-	-	-	-	-	-	-

(1)	(7)			(8)			(9)			(10)		
பர்வா பள்ளிகள்	121	-	121	-	-	-	121	-	121	3,100	3,081	6,181
ஆகாஷ் பள்ளிகள்	239	-	239	17	-	17	256	-	256	2,662	2,904	5,566
குமரி பள்ளிகள்	122	2	124	-	-	-	122	2	124	1,688	1,499	3,187
கரையா பள்ளிகள்	53	-	53	-	-	-	53	-	53	1,619	1,627	3,246
பழதகம் பள்ளிகள்	20	-	20	-	-	-	20	-	20	2,306	2,132	4,438
கோபாலபுரம் பள்ளிகள்	-	-	-	-	-	-	-	-	-	622	566	1,188
சக்கேபள்ளி பள்ளிகள்	-	-	-	-	-	-	-	-	-	723	522	1,245
கொடூரோ பள்ளிகள்	-	-	-	-	-	-	-	-	-	1,173	869	2,042
கோகுலவசா பள்ளிகள்	-	-	-	-	-	-	-	-	-	308	165	473
சென்னிகோட்டை பள்ளிகள்	-	-	-	-	-	-	-	-	-	29	20	49
பதம் பள்ளிகள்	-	-	-	-	-	-	-	-	-	25	20	45
சூசரம் பள்ளிகள்	-	-	-	-	-	-	-	-	-	36	35	71
ஞானபதம் பள்ளிகள்	-	-	-	-	-	-	-	-	-	-	-	-
மாலகம் பள்ளிகள்	-	-	-	-	-	-	-	-	-	74	54	128

(1)	(2)	(3)			(4)			(5)			(6)		
ராஜபுரம் பள்ளிகள்	-	-	-	-	-	-	-	-	-	-	-	-	-
சாரசெஞ்சி பள்ளிகள்	-	-	-	-	-	-	-	-	-	-	-	-	-
சித்தி வாசல் பள்ளிகள்	-	-	-	-	-	-	-	-	-	-	-	-	-
தந்தே பள்ளிகள்	-	-	-	-	-	-	-	-	-	-	-	-	-
தௌரு பள்ளிகள்	-	-	-	-	-	-	-	-	-	-	-	-	-
லட்சுமிபுரம் பள்ளிகள்	-	-	-	-	-	-	-	-	-	-	-	-	-
சோதம் பள்ளிகள்	-	-	-	-	-	-	-	-	-	-	-	-	-
பழகி பள்ளிகள்	3	2	-	2	9	-	9	1	-	1	16	-	16
ஊர்லம் பள்ளிகள்	2	23	-	23	-	-	-	1	-	1	6	-	6
அசேய வாசல் பள்ளிகள்	-	-	-	-	-	-	-	-	-	-	-	-	
குருகுல வாசல் பள்ளிகள்	-	-	-	-	-	-	-	--	-	-	--	-	-
இச்சாபூர் பள்ளிகள்	3	8	-	8	4	-	4	4	-	4	12	-	12
மந்த்ராதி பள்ளிகள்	3	-	-	-	4	-	4	-	-	-	36	-	36
சோனாபூர் பள்ளிகள்	1	-	-	-	3	-	3	17	-	17	-	-	-

(1)	(7)			(8)			(9)			(10)		
ராஜபுரம் பள்ளிகள்	-	-	-	-	-	-	-	-	-	30	20	50
சாரசெஞ்சி பள்ளிகள்	-	-	-	-	-	-	-	-	-	434	348	832
சித்தி வாசல் பள்ளிகள்	-	-	-	-	-	--	-	-	-	752	631	1,383
தந்தே பள்ளிகள்	-	-	--	-		-	-	-	-	374	297	671
தெளரு பள்ளிகள்	-	-	-	-	-	-	-	-	-	1,217	1,020	2,237
லட்சுமிபுரம் பள்ளிகள்	-	-	-	-	-	-		-	-	916	658	1,574
சோதம் பள்ளிகள்	-	-	-	-	-	-		-	-	99	98	197
பழகி பள்ளிகள்	28	-	28	-	-	-	28	-	28	4,692	4,095	8,787
ஊர்லம் பள்ளிகள்	30	-	30	-	-	-	30	-	30	3,736	3,269	7,005
அசேய வாசல் பள்ளிகள்	-	-	-	-	-	-	-	-	-	69	69	138
குருகுல வாசல் பள்ளிகள்	-	-	-	-	-	-		--	-	3,639	3,226	6,865
இச்சாபூர் பள்ளிகள்	28	-	28	-	-	-	28	-	28	9,186	9,263	18,449
மந்த்ராதி பள்ளிகள்	40	-	40	-	-	-	40	-	40	2,307	2,182	4,489
சோனாபூர் பள்ளிகள்	20	-	20	-	-	-	20	-	20	4,133	4,115	8,248

(1)	(2)	(3)			(4)			(5)			(6)		
பூபகண்டன் பள்ளிகள்	43	216	-	216	16	-	16	135	-	135	105	-	105
த்ரிஸ்தானம் பள்ளிகள்	13	30	-	30	14	-	14	91	-	91	-	-	-
மன்சூர் கோட்டை பள்ளிகள்	2	-	-	-	6	-	6	19	-	19	-	-	-
வாதா பள்ளிகள்	27	27	-	27	35	-	35	35	-	35	234	-	234
பைரே பள்ளிகள்	1	-	-	-	-	-	-	-	-	-	24	-	24
கரா பள்ளிகள்	3	3	-	3	10	-	10	2	-	2	17	-	17
உதரவேலி பள்ளிகள்	3	1	-	1	2	-	2	18	-	18	10	-	10
சூலமூர் பள்ளிகள்	5	10	-	10	-	-	-	20	-	20	20	-	20
நகரேகட்டம் பள்ளிகள்	-	-	-	-		-	-	-	-	-	--	-	-
தோஸி பள்ளிகள்	-	-	-	-	-	-	-	-	-	-	-	-	-
புருஷோத்தமபுரி பள்ளிகள்	-	-	-	-	-	-	-	--	-	--	-	--	-
Total	255	808	-	808	243	-	243	1,001	2	1,003	886	10	896

Cols 7-10 on next page

(1)	(7)			(8)			(9)			(10)		
பூபகண்டன் பள்ளிகள்	472	-	472	1	-	1	473	-	473	17,102	15,947	33,049
த்ரிஸ்தானம் பள்ளிகள்	135	-	135	-	-	-	135	-	135	5,621	5,313	10,934
மன்சூர் கோட்டை பள்ளிகள்	25	-	25	-	-	-	25	-	25	2,674	2,390	5,064
வாதா பள்ளிகள்	331	2	333	9	-	9	340	2	342	6,024	5,777	11,801
பைரே பள்ளிகள்	24	-	24	-	-	-	24	-	24	3,228	2,906	6,134
கரா பள்ளிகள்	32	-	32	-	-	-	32	-	32	2,027	1,778	3,805
உதரவேலி பள்ளிகள்	31	-	31	-	-	-	31	-	31	1,172	1,113	2,285
சூலமூர் பள்ளிகள்	50	-	50	-	-	-	50	-	50	19,284	9,686	28,973
நகரேகட்டம் பள்ளிகள்	-	-	-	-	-	-		-	-	1,486	1,383	2,869
தோஸி பள்ளிகள்	-	-	-	-	-	-	-	-	-	3,909	3,266	7,175
புருஷோத்தமபுரி பள்ளிகள்	-	-	-	-	-	-	-	-	-	2,912	2,617	5,529
மொத்தம்	2,938	12	2,950	27	-	27	2,965	12	2,977	1,96,170	1,79,111	3,75,281

சீகாகுளம்
27, அக், 1823

XXV

அரசுக்கு செயலர் அனுப்பிய அறிக்கை
27.1.1825

(டி.என்.எஸ்.ஏ. பி.ஆர்.பி.. தொகுதி 1010; ப்ரோ 27.1.1825, எண் 7-8, பக் 674-675)

*1.*நாட்டில் கல்வி நிலைமை எப்படி இருக்கிறது என்பதைத் தெரிதுகொள்ளும் ஆர்வம் அரசுக்கு இருப்பதால், திரு ஹில் *2* ஜுலை *1822* கடிதத்தில் அதுதொடர்பான விவரங்களைக் கேட்டு எழுதியிருந்தார். அதற்கேற்ப எவ்வளவு முடியுமோ அவ்வளவு விரைவில் அந்தத் தகவல்களைச் சேகரித்து அனுப்பச் சொல்லும்படி கலெக்டர்களுக்கு உத்தரவிட கவர்னர் இன் கவுன்சில் என்னைப் பணித்திருந்தார்.

2. ஏதாவது கலெக்டர்கள் தேவையான தகவலைத் தரத் தவறிவிட்டிருந்தால், தங்கள் கவனத்தை உடனே அங்கு செலுத்தவும். இதனிடையில் எந்தெந்த கலெக்டர்களிடமிருந்து எனக்குத் தகவல்கள் கிடைத்திருக்கின்றனவோ அவற்றைத் தங்கள் முன் சமர்ப்பிக்கிறேன்.

செயிண்ட் ஜார்ஜ் கோட்டை — ஜே.ஸ்ட்ரோக்ஸ்

21, ஜனவரி 1825 — செயலர்

XXVI

செயலர், வருவாய்த்துறை, செயிண்ட் ஜார்ஜ் கோட்டை, கடப்பா கலெக்டருக்கு அனுப்பிய கடிதம் 31.1.1825.

(டி.என்.எஸ்.ஏ: பி.ஆர்.பி: தொகுதி 1010 ப்ரோ, 31.1.1825 எண் 42. பக்கம் 841)

1. உங்கள் மாவட்டத்தில் கல்வியின் நிலை என்ன என்பது தொடர்பான அறிக்கையை சமர்ப்பிக்கும்படி எனக்கு முந்தைய அதிகாரி 25, ஜூலை 1822-ல் அனுப்பிய கடிதத்தின்படி தங்கள் கவனத்தை அதில் குவிக்க விரும்புகிறேன். அதிகத் தாமதமின்றிக் கேட்கப்பட்டிருக்கும் விவரங்களை அனுப்பித் தரும்படிக் கேட்டுக் கொள்கிறேன்.

2. படிவத்தில் கேட்டிருந்த தகவல்களை முந்தைய கலெக்டர்கள் சேகரித்து வைத்திருக்கும் நிலையில் அந்தத் தகவல்களை அனுப்புவதில் தங்களுக்கு எந்தச் சிரமமும் இருக்காது என்று நம்புகிறேன்.

3. மேலே குறிப்பிட்டிருக்கும் கடிதத்துடன் அனுபப்பட்டிருந்த படிவத்தில் கேட்டுக்கொண்டிருக்கும் தகவல்களைச் சேகரித்து அனுப்பும்படி உங்களைக் கேட்டுக்கொள்கிறேன்.

செயிண்ட் ஜார்ஜ் கோட்டை — ஜே. டெண்ட்,

31 ஜனவரி 1825 — செயலர்.

XXVII

கடப்பா கலெக்டர் வருவாய்த்துறைக்கு அனுப்பிய கடிதம் 11.2.1825.

(டி.என்.எஸ்.ஏ: பி.ஆர்.பி: தொகுதி 1011, ப்ரோ 17.2.1825. எண் 33. பி.பி. 1272-6-78)

1. மாவட்டத்தின் கல்வி நிலைமை குறித்து தங்கள் செயலர் 31, ஜனவரி அன்று அனுப்பிய கடிதத்தின்படி இந்த அறிக்கையை சமர்ப்பிக்கிறேன்.

2. இந்த ஜில்லாவில் அரசின் உதவியைப் பெறும் எந்தவொரு பள்ளியும் கல்லூரியும் இல்லை. அப்படியான எந்த நிறுவனமும் முன்பு இருந்ததாக நான் கேள்விப்படவும் இல்லை.

3. இந்தமாவட்டத்தில்கல்விஎன்பதுவீடுகளில்தரப்பட்டிருக்கிறது. அதாவது மாணவர்கள் ஆசிரியரின் வீட்டில் தங்கியிருந்து கல்வி கற்றிருக்கிறார்கள். அல்லது ஒவ்வொரு கிராமத்திலும் இருக்கும் பள்ளிகளில் கல்வி பெற்றிருக்கிறார்கள். அங்கு படிக்கும் மாணவர்களின் பெற்றோரிடமிருந்து பெறப்படும் சொற்ப கட்டணத்தைக் கொண்டே அந்தப் பள்ளிகள் நிர்வகிக்கப்பட்டுள்ளன.

இரண்டாவதாகச் சொல்லப்பட்டிருக்கும் இடங்களில் மாணவர்கள் அதிகாலையிலேயே பள்ளிக்குச் சென்றுவிடுகிறார்கள். அதன் பிறகு பத்து மணி அளவில் வீடு திரும்புகிறார்கள். அதன் பிறகு 11.30 க்கு மீண்டும் பள்ளிக்குச் செல்கிறார்கள். சூரியன் மறைவதுவரை பள்ளியிலேயே இருக்கிறார்கள்.

மாணவருடைய படிப்புக்கு ஏற்பச் செலவுகள் மாறுபடுகின்றன. வாசிக்கக் கற்றுக்கொள்ளும்போது ஒரு கட்டணம், எழுதக் கற்றுக் கொள்ளும்போது ஒரு கட்டணம். கணக்கு வழக்குகள் படிக்கும்போது ஒரு கட்டணம் என இந்தத் தொகை மாறுபடுகிறது. மிகக் குறைந்த கட்டணமாகத் தாழ்நிலை வகுப்புக்கு கால் ரூபாய் ஆகிறது. அதிகபட்சமாக ஒரு ரூபாய் அல்லது ஒன்றரை ரூபாய் ஆகிறது. பிற அறிவியல் துறைகள் சார்ந்து வேறு எந்தக் கல்விமையமும் இருப்பதாக எனக்குத் தெரியவில்லை.

இறையியல், சட்டம், வானியல் போன்ற பாடங்கள் எல்லாம் தனிப்பட்ட முறையில் சிறு குடும்பங்களுக்குள்ளாக, பெற்றோரிடமிருந்து மகன்களுக்கு எனக் கற்றுத் தரப்படுகின்றன. கல்வியில் மிகுந்த ஆர்வம் இருக்கிறவர்களுக்கு அல்லது கற்றுக்கொடுக்க முடிந்த பண்டிதர்களின் உறவினர்களுக்கு மட்டுமே இந்தக் கல்வி

கிடைத்தது. இப்படியான நேரங்களில் அந்த மாணவர்கள் குருவின் வீட்டிலேயே தங்கி அவருடைய குடும்பத்தின் ஓர் அங்கமாக இருந்து கல்வி கற்கிறார்.

4. கடப்பாவில் தனிப்பட்ட தானங்களினால் பல பள்ளிகள் நடத்தப்படுகின்றன. அந்தப் பள்ளிகளைப் பொதுப் பள்ளி என்று சொல்ல முடியாது. ஏனென்றால் அங்கு கல்வியானது பெரும்பாலும் ஐரோப்பிய கனவான்களின் குழந்தைகளுக்கு மட்டுமே தரப்படுகிறது.

5. பிராமணர்களில் ஐந்து அல்லது ஆறு வயதில் குழந்தைகளைப் பள்ளியில் சேர்க்கிறார்கள். சூத்திரர்கள் ஆறு அல்லது எட்டு வயதுக்குள் பள்ளியில் சேர்க்கிறார்கள். சூத்திர ஜாதியைவிட பிராமண ஜாதி அறிவில் உயர்ந்தது என்பதால் சீக்கிரமே பள்ளியில் சேர்ந்து படிக்கும் திறமை அந்தக் குழந்தைகளுக்கு வந்துவிடுகிறது. இந்தப் பகுதியில் கல்வி என்பது அதில் இருந்து கிடைக்கும் நேரடி ஆதாயத்தை மையமாகக்கொண்டது என்பதால், எழுதப் படிக்கவும் கணக்குவழக்குகளில் தேர்ச்சியும் கிடைத்ததுமே கல்வியை நிறுத்தி விடுகிறார்கள். அதன் பிறகு அந்த மாணவர் வீட்டில் வைத்து பிற தேவையான விஷயங்களைக் கற்றுக் கொள்கிறார். தனது தந்தையின் கடையில் அமர்ந்து கணக்குவழக்குகளைக் கற்று அனுபவம் பெறுகிறார். அல்லது நமது அரசின் கச்சேரிகளில் (அலுவலகங்களில்) சேர்ந்து பயிற்சி பெற்றுக்கொள்கிறார். ஒரு மாணவன் கல்வி பெறும் காலகட்டம் பொதுவாக இரண்டு வருடங்கள் (அது முடிந்ததும் அவன் கல்வியில் தேர்ச்சி பெற்றதாகக் கருதப்படுகிறான்).

6. அனைத்து கிராமங்களிலும் மானியம் தரப்பட்டிருக்கிறது. பஞ்சாங்க பிராமணர்களின் நலனுக்காக இப்படி ஒதுக்கப்பட்டிருக்கும் விவரம் வருவாய்த்துறைக்கு நன்கு தெரியும். இவர்களில் ஒரு சிலராவது வானவியல், இறையியல் போன்றவற்றில் மிகுந்த நிபுணத்துவத்தை அடைந்திருக்கக்கூடும் என்று எதிர்பார்க்கப்பட்டது. ஆனால் உண்மை நிலை அப்படியாக இல்லை. இவர்கள் தமக்கு மானியமாகக் கிடைத்ததை வைத்துக்கொண்டு அறிவியல் துறைகளில் உயர்கல்வி பெறுவதில் எந்த ஆர்வமும் காட்டவில்லை. அறுவடை செய்யச் சிறந்த நேரம் எது, திருமணம் செய்யச் சரியான நேரம், எது ஜாதகங்கள் கணிப்பது எப்படி என்பது போன்றவற்றைத் தெரிந்துகொள்வதுதான் இவர்களுடைய மிக உயர்ந்த லட்சியமாக இருக்கிறது.

7. அரசின் உதவியுடன் நடக்கும் பள்ளியோ கல்லூரியோ எதுவுமே இங்கு இல்லை. எனினும் பிராமணர்களுக்கிடையே தரப்படும் கல்வி பெரும்பாலும் இலவசமாகவே தரப்படுகிறது என்பதை நான் கட்டாயம் குறிப்பிட்டாகவேண்டும். பத்து வயதில் இருந்து 16 வயது வரையில் ஏழை பிராமணக் குழந்தைகள் தமது முழுக்

கல்வியையும் இந்த வகையிலேயே பெறுகின்றனர். கல்வி பெறப் போதிய வசதி வாய்ப்புகள் இல்லையென்றால், அந்த மாணவன் தனது வீட்டை விட்டு வெளியேறி தூரத்து கிராமத்தில் தனக்குக் கல்வி அளிக்கத் தயாராக இருக்கும் தனது ஜாதியைச் சேர்ந்த ஆசிரியரின் வீட்டில் தங்கிப் படிக்கிறான். அவரும் எந்தவித பிரதிபலனும் எதிர்பார்க்காமல் மனமுவந்து அந்தக் கல்வியைத் தருகிறார். அவரும் பொதுவாக ஏழையாகவே இருப்பார். எனவே அவரிடமிருந்தும் இந்தக் குழந்தைகள் அதிக வசதிகளை எதிர்பார்க்க முடியாது. ஒருவேளை அவர் செல்வந்தராக இருந்து இலவசமாகவே உணவும் பிற வசதிகளும் செய்து தந்தால் நிறையப் பேர் அவரைத் தேடிப் படிக்க வந்துவிடுவார்கள். அதன் பிறகு அவராலும் சமாளிக்க முடியாமல் போய்விடும்.

8. தனது கிராமத்தில் கல்வி பெற்றுக்கொள்ள முடியாத அளவுக்கு ஏழ்மை நிலையில் இருக்கும் ஒரு மாணவர் 10லிருந்து 100 மைல்கள் தொலைவில் இருக்கும் கிராமங்களுக்குச் சென்று எப்படித்தான் கல்வி பெறுகிறார் என்ற கேள்வி வருவாய்த்துறைக்கு நிச்சயம் எழத்தான் செய்யும். அந்த கிராமங்களுக்கு அவர்கள் முற்றிலும் அந்நியர்களாகவே இருப்பார்கள். பல வருடங்கள் திரும்பி வரவே முடியாது. இந்த நிலையில் யார் அவர்களுக்கு உதவுகிறார்கள் என்ற கேள்வி வரத்தான் செய்யும்.

மாணவர்களுக்கான அனைத்துத் தேவைகளையும் அந்த கிராமத்தினரே பூர்த்தி செய்கிறார்கள். மேலே சொன்ன காரணங் களினால் ஆசிரியர்களிடமிருந்து பெரிதாக எதுவும் கிடைக்க வாய்ப் பில்லை. அந்த கிராமத்தில் இருக்கும் ஒவ்வொரு பிராமணருடைய வீட்டில் இருந்தும் தினமும் (ஆண்டுக்கணக்கில்) இந்த மாணவர்கள் யாசகம் பெற்றுக்கொள்வார்கள். இதை அந்த கிராமத்தினர் மிகவும் உற்சாகத்துடன் சந்தோஷமாகச் செய்வார்கள். இந்தியர்களுக்கே உரிய குணம் இது. அதன் ஆடம்பரமற்றதன்மை அதன் மதிப்பை மேலும் அதிகரிக்கிறது. ஏழ்மை காரணமாக கல்வி பெற முடியாமல் போயிருக்கக்கூடியவர்களுக்கு இந்த பரோபகார சிந்தையால்தான் கல்வி பெற முடிந்திருக்கிறது. கல்வியின் பரவலுக்கு உதவுவதில் இந்தச் சமூகச் செயல்பாட்டுக்கு நாம் மிகுந்த நன்றிக்கடன் பட்டிருக்கிறோம். அரசாங்கம் கொஞ்சம் போலக் கருணையுடனும் தாராள சிந்தையுடனும் நடந்துகொண்டால் இந்த அம்சத்தை நன்கு வளர்த்தெடுக்க முடியும்.

9. கடப்பாவில் இருக்கும் கனவான்களின் நல்லிதயமே இந்தப் பிராந்தியத்தில் இப்படியான பள்ளிகள் நடக்க உதவுகின்றன. அவற்றை நான் தனியே சப்ஸ்க்ரிப்ஷன் பள்ளிகள் என்று அடையாளப் படுத்தியிருக்கிறேன்.

10. இந்த விஷயம் தொடர்பாக வருவாய்த்துறைக்கு சமர்ப்பிக்க வேறு எந்தத் தகவல்களும் இல்லை என்றே நினைக்கிறேன். அப்படி ஏதேனும் விடுபட்டிருந்தால் தாங்கள் அது பற்றித் தெரிவித்தால் உடனேயே மகிழ்ச்சியுடன் அனுப்பித் தரத் தயாராக இருக்கிறேன்.

11. இந்த மாவட்டத்தின் கல்வி நிலைமை பற்றிய இந்தத் தகவல்களைச் சேகரித்துத் தந்ததில் இந்தப் பகுதியில் நீண்ட காலமாகத் தங்கியிருக்கும் திரு வீட்லிக்கு கடமைப்பட்டிருகிறேன் என்பதைச் சொல்லாமல் இந்தக் கடிதத்தை முடிக்க முடியாது.

கடப்பா கலெக்டரின் கச்சேரி ஜி.எம். ஒகில்வி

ராயசோட்டி துணை கலெக்டர்

11, பிப், 1825

(அறிக்கை அடுத்த பக்கங்களில்)

கடப்பா கலெக்டரேட்டில் உள்ள பாரம்பரியப் பள்ளிகள், கல்லூரிகள் மற்றும் மாணவர்களின் விரிவான எண்ணிக்கை

தாலுகாக்கள்	மௌஸா	பள்ளிகள்	பிராமண மாணவர்கள்			வைசிய மாணவர்கள்			சூத்திர மாணவர்கள்			பிற ஜாதி மாணவர்கள்		
			ஆ	பெ	மொ	ஆ	ஆ	பெ	மொ	ஆ	ஆ	பெ	மொ	ஆ
1. கம்பம்	16	34	89	-	89	121	-	121	116	17	133	16	-	16
2. தோபத்	14	14	44	-	44	42	-	42	10	17	27	14	-	14
3. பந்தவெலெ	9	14	27	-	27	58	-	58	11	-	11	32	3	35
4. ஜக்கம்மமேடு	31	35	149	-	149	108	-	108	60	2	62	205	6	211
5. தோ	25	41	155	-	155	216	-	216	39	-	39	130	8	138
6. காளிகண்டா	21	28	86	-	86	131	-	131	26	-	26	92	11	103
7. சித்வேல்	37	46	81	-	81	86	-	86	289	5	294	-	-	-
8. சித்தூர்	13	15	26	-	26	37	-	37	68	-	68	22	-	22
9. சென்னூர்	11	44	197	-	197	167	-	167	317	14	331	-	-	-
10. கமலாபூர்	17	20	65	-	65	89	-	89	24	-	24	55	11	66
11. குருகொண்டா	49	61	102	-	102	211	-	211	223	13	236	63	-	63
12. பழவேந்தா	67	70	184	-	184	251	-	251	316	11	327	-	-	-
13. ராய்ச்சூர்	18	26	50	-	50	80	-	80	86	-	86	18	-	18
14. புங்கனூர்	29	46	161	-	161	116	-	116	190	6	196	-	-	-
மொத்தம்	367	494	1416	-	1416	1713	-	1713	1775	68	1843	647	39	686

எனது கடிதத்தில் 9வது பத்தியில் குறிப்பிடப்பட்டிருக்கும் பள்ளிகளின் எண்ணிக்கை 8.

கலெக்டரேட் பெயர் (1)	மொத்த இந்து மாணவர் (7)			மொத்த முஸ்லிம் மாணவர் (8)			மொத்த இந்து முஸ்லிம் மாணவர் (9)			மொத்த மக்கள்தொகை (10)		
	ஆ	பெ	மொ	ஆ	ஆ	மொ	ஆ	பெ	மொ	ஆ	பெ	மொ
1. கம்பம்	342	17	359	34	-	34	376	17	393	39418	34985	74403
2. தோபத்	110	-	110	-	-	-	110	-	110	40153	34461	74614
3. பந்தவெலெ	128	3	131	13	-	13	141	3	144	29669	26704	56373
4. ஜக்கம்மமேடு	522	8	530	3	-	3	525	8	533	35836	30692	66528
5. தோ	540	8	548	12	-	12	552	8	560	32968	29886	62854
6. காளிகண்டா	335	11	346	5	1	6	340	12	352	38225	35385	73610
7. சித்வேல்	456	5	461	30	-	30	486	5	491	40594	35991	76585
8. சித்தூர்	153	-	153	5	-	5	158	-	158	22860	19729	42589
9. சென்னூர்	681	11	695	111	-	111	792	14	806	33590	31504	44308
10. கமலாபூர்	233	11	244	2	-	2	235	11	246	23619	20689	44308
11. குருகொண்டா	599	13	612	30	-	30	629	13	242	84091	74915	159066
12. பழவேந்தா	751	11	762	42	-	42	793	11	804	69052	61227	130279
13. ராய்ச்சூர்	234	-	234	32	-	32	266	-	266	52883	47490	100373
14. புங்கனூர்	467	6	473	22	-	22	489	6	495	35503	32341	67844
மொத்தம்	5551	107	5658	341	1	342	5892	108	6000	578461	515999	1094460

ராய்க்குடி கலெக்டர் அலுவலகம்
17, பிப், 1825

ஜி.எம்.ஒக்வி
துணை கலெக்டர்

XXVIII

மதராஸ் கலெக்டர் வருவாய்த்துறை துறைக்கு அனுப்பிய கடிதம் 12.2.1825

டி.என்.எஸ்.ஏ. பி.ஆர்.பி. தொகுதி 1011, ப்ரோ 14.2.1825, எண் 46, பக் 1193 - 94.

13, நவம்பர் 1822-ல் தங்களுக்கு நான் அனுப்பிய கடிதத்தோடு சேர்த்து இன்னொரு அறிக்கையை அனுப்புகிறேன். இந்த அறிக்கை முந்தையதைவிட மேலும் துல்லியமானது. எனவே முன்பு அனுப்பியதற்குப் பதிலாக இதைப் பரிசீலனைக்கு எடுத்துக் கொள்ளவும்.

மதராஸ் கச்சேரி | **எல்.ஜே.கே. முர்ரே**

12, பிப் 1825 | **கலெக்டர்.**

(அறிக்கை அடுத்த பக்கங்களில்)

மதராஸ் கலெக்டரேட்டில் உள்ள பாரம்பரியப் பள்ளிகள், கல்லூரிகள் மற்றும் மாணவர்களின் விரிவான எண்ணிக்கை

கலெக்டரேட் பெயர்	பள்ளி கல்லூரிகள்	பிராமண மாணவர்கள்			வைசிய மாணவர்கள்			சூத்திர மாணவர்கள்			பிற ஜாதி மாணவர்கள்		
		ஆ	பெ	மொ	ஆ	பெ	மொ	ஆ	பெ	மொ	ஆ	பெ	மொ
மதரா ஸ் கலெக்டரேட் பள்ளிகள்	305	358	1	359	789	9	798	3506	113	3619	313	4	317
பரோபகாரப் பள்ளிகள்	17	52	-	52	46	2	48	172	-	172	134	47	181
வீடுகளில் கல்வி பெற்றவர்களின் எண்ணிக்கை	-	7586	98	7684	6132	63	6195	7809	220	7809	3449	136	3585

	மொத்த இந்து மாணவர்கள்			மொத்த முஸ்லிம் மாணவர்			மொத்த இந்து முஸ்லிம் மாணவர்கள்			மொத்த மக்கள்தொகை		
	ஆ	பெ	மொ	ஆ	பெ	மொ	ஆ	பெ	மொ	ஆ	பெ	மொ
மதரா ஸ் கலெக்டரேட் பள்ளிகள்	4966	127	5093	143	-	143	5109	127	5236	28636	233415	462051
பரோபகாரப் பள்ளிகள்	404	49	453	10	-	10	414	49	463			
வீடுகளில் கல்வி பெற்றவர்களின் எண்ணிக்கை	24756	517	25273	1690	-	1690	26446	517	26963			

N.B.: 6, மே, 1823-ல் சூப்பரிண்டெண்டண்ட் ஆஃப் போலீஸ் எடுத்த மக்கள்தொகைக் கணக்கெடுப்பின் படி இந்த எண்ணிக்கை தரப்பட்டிருக்கிறது.

மதராஸ் கச்சேரி
12, பிப், 1825

எல்.ஜி.கே.முர்ரே
கலெக்டர்

XXIX

வருவாய்த்துறை அரசுத் தலைமைச் செயலருக்கு 21.12.1825

(டி.என்.எஸ்.ஏ. பி.ஆர்.பி. தொகுதி 1011, எண் 46, ப்ரோ 21.2.1825, பக் 1412 - 26).

1. 2 ஜூலை, 1822-ல் அரசு செயலர் வருவாய்த்துறைக்கு அனுப்பிய கடிதம் மற்றும் திரு ஸ்ட்ரோக்ஸ் 21ம் தேதி அனுப்பிய கடிதம் ஆகியவற்றுக்கு ஏற்ப கலெக்டர்களிடம் கேட்டுப் பெற்ற கல்வி தொடர்பான கீழ்க்கண்ட தகவல்களை கவர்னர் இன் கவுன்சிலுக்கு முன்பாகச் சமர்ப்பிக்கிறேன்.

அனைத்து கலெக்டர்களுக்கும் 25 ஜூலை 1822-ல் அனுப்பப்பட்ட சுற்றறிக்கை

கஞ்சம் கலெக்டரிடமிருந்து 27 அக்டோபர் அறிக்கைக்கான பதில்: 6 நவம்பர் 1823

விசாகப்பட்டனம் கலெக்டரிடமிருந்து 14 ஏப்ரல் அறிக்கைக்கான பதில்: 1 மே 1823

ராஜமுந்திரி கலெக்டரிடமிருந்து 19 செப்டம்பர் அறிக்கைக்கான பதில்: 2 அக்டோபர் 1823.

மசூலிப்பட்டனம் கலெக்டரிடமிருந்து 3 செப்டம்பர் அறிக்கைக்கான பதில்: 13 ஜனவரி 1823.

குண்டூர் கலெக்டரிடமிருந்து 9 செப்டம்பர் அறிக்கைக்கான பதில்: 14 ஜூலை 1823.

நெல்லூர் கலெக்டரிடமிருந்து 23 ஜூன் அறிக்கைக்கான பதில்: 30 ஜூன் 1823.

பெல்லாரி கலெக்டரிடமிருந்து 17 ஜூன் அறிக்கைக்கான பதில்: 25 ஆகஸ்ட் 1823.

கடப்பா கலெக்டரிடமிருந்து 11 ஜூன் அறிக்கைக்கான பதில்: 17 பிப்ரவரி 1825.

செங்கல்பட்டு கலெக்டரிடமிருந்து 3 ஜூன் அறிக்கைக்கான பதில்: 7 ஏப்ரல் 1823.

ஆற்காட்டின் வடக்குப் பகுதியின் பிரதான கலெக்டருக்கு 3 ஜூனில் அனுப்பிய அறிக்கைக்கான பதில்: 10 மார்ச் 1823.

ஆற்காட்டின் தெற்குப் பகுதியின் பிரதான கலெக்டருக்கு 29 ஜூனில் அனுப்பிய அறிக்கைக்கான பதில்: 7 ஜூலை 1823.

சேலம் கலெக்டரிடமிருந்து 8 ஜூன் அறிக்கைக்கான பதில்: 14 ஜூலை 1823.

தஞ்சாவூர் கலெக்டரிடமிருந்து 28 ஜூன் அறிக்கைக்கான பதில்: 3 ஜூலை 1823.

திருச்சி கலெக்டரிடமிருந்து 23 ஜூன் அறிக்கைக்கான பதில்: 28 ஆகஸ்ட் 1823.

மதுரா கலெக்டரிடமிருந்து 5 பிப் அறிக்கைக்கான பதில்: 13 பிப் 1823.

திருநெல்வேலி கலெக்டரிடமிருந்து 18 அக்டோபர், 28 அக்டோபர், 7 நவம்பர் அறிக்கைகளுக்கான பதில்: 18 நவம்பர் 1823.

கோயம்புத்தூர் கலெக்டரிடமிருந்து 23 நவம்பர் அறிக்கைக்கான பதில்: 2 டிசம்பர் 1822.

மலபார் கலெக்டரிடமிருந்து 5 ஆகஸ்ட் அறிக்கைக்கான பதில்: 14 ஆகஸ்ட் 1823.

கனரா கலெக்டரிடமிருந்து 27 ஆகஸ்ட் அறிக்கைக்கான பதில்: 5 செப்டம்பர் 1822.

ஸ்ரீரங்கபட்டனம் துணை கலெக்டரிடமிருந்து 29 அக்டோபர் அறிக்கைக்கான பதில்: 4 நவம்பர் 1822

மதராஸ் கலெக்டரிடமிருந்து 13 அக்டோபர், 14 நவம்பர், 12 அக்டோபர் அறிக்கைக்கான பதில்: 14 பிப்ரவரி 1825.

2. அரசாங்கம் கேட்டுக்கொண்ட தகவல்களைத் தொகுத்து ஒரே அறிக்கையாகத் தரும் நோக்கில் அனைத்து கலெக்டர்கள் அனுப்பிய தகவல்கள் ஒன்றுசேர்க்கப்பட்டு அதன் சாராம்சம் ஒற்றை அறிக்கையாக சமர்ப்பிக்கப்பட்டுள்ளது.

3. அரசாங்கம் கேட்டுக்கொண்ட வடிவத்திலேயே இந்த சாராம்ச அறிக்கையும் சமர்ப்பிக்கப்பட்டுள்ளது. கூடுதலாக அந்தந்தப் பகுதிகளின் மக்கள் தொகையும் சில கலெக்டர்களால் தனிப் பிரிவாகக் குறிப்பிடப்பட்டிருந்தன. சில கலெக்டர்கள் தந்த அறிக்கையில் இந்த எண்ணிக்கையில் சிறிது மாறுபாடு இருந்தது. அரசு கேட்டுக் கொண்டதற்கு இணங்கப் பள்ளிகளில் மாணவர்கள் எத்தனை மணி நேரம் படித்தனர், எத்தனை வருடங்கள் படித்தனர், மாதாந்திர அல்லது ஆண்டுக் கட்டணம் என்ன என்பது போன்ற தகவல்களும் சுருக்கமாகத் தரப்பட்டிருந்தன.

4. இன்று நாட்டில் செயல்பட்டுவரும் பள்ளிகள் எல்லாமே மாணவர்களின் பெற்றோர் தரும் பணத்தை வைத்தே பெருமளவுக்கு நடத்தப்படுகின்றன. மாவட்டங்களுக்கு ஏற்பவும் பெற்றோரின் பொருளாதார நிலைக்கு ஏற்பவும் அந்தக் கட்டணமானது ஒரு

அணாவில் இருந்து நான்கு ரூபாய் வரை வேறுபடுகிறது. ஏழைக் குழந்தைகளின் கட்டணம் நான்கு அணாவில் இருந்து அரை ரூபாய் வரை இருக்கிறது.

5. சில மாவட்டங்களில் மட்டுமே கல்லூரி மற்றும் பள்ளிக்கு நன்கொடைகள், நல்கைகள் இருக்கின்றன. ராஜமுந்திரியின் முன்னாள் ஜமீந்தார்கள் 69 ஆசிரியர்களுக்கு நிலமாகவும் 13 பேருக்கு பணமாகவும் நல்கைகள் வழங்கியிருந்தார்கள். நெல்லூரில் வேதம் முதலான பாடங்களும், உருது, பாரசீகம் போன்றவையும் கற்றுத் தருவதற்காக முறையே பிராமண மற்றும் இஸ்லாமிய ஆசிரியர்களுக்கு கர்நாடக அரசு நிலமாகவும் பணமாகவும் மாதத்துக்கு 1,467 ரூபாய் மானியம் தந்திருந்தது.

ஆற்காட்டின் வடக்கு பிராந்தியத்தில் 28 கல்லூரிகள் முந்தைய அரசாங்கத்திடமிருந்து ஆண்டுக்கு 516 ரூபாய் மானியம் பெற்று நடத்தப்பட்டன. ஆண்டுக்கு 1,861 ரூபாய்கள் ஆறு பாரசீகப் பள்ளிகளுக்குத் தரப்பட்டிருந்தது. சேலம் பகுதியில் ஆண்டுக்கு 1109 ரூபாய் வருமானம் வரக்கூடிய நிலங்கள் இறையியல் போன்ற பாடங்களைக் கற்றுத்தரும் 20 ஆசிரியர்களுக்கு மானியமாகத் தரப்பட்டிருந்தன. ஆண்டுக்கு 20 ரூபாய் கிடைக்கும் நிலமானது ஒரு முஸ்லிம் பள்ளிக்கு மானியமாகத் தரப்பட்டிருந்தது. தஞ்சாவூர் மஹாராஜாவின் ஆதரவுடன் 44 பள்ளிகளும் 71 கல்லூரிகளும் நடத்தப்பட்டன. பிரிட்டிஷ் அரசின் ஆதரவுடன் எந்தவொரு பள்ளியோ கல்லூரியோ இந்தப் பகுதியில் நடக்கவில்லை. எனினும் தஞ்சாவூரில் சர்வமானியம் பெற்ற கிறிஸ்தவ மிஷன் மூலம் சில இலவசப் பள்ளிகள் நடத்தப்படுகின்றன. அதன் ஆண்டு மானியத் தொகை 1100 ரூபாய்கள். திருச்சியில் சாமுத்திரி ராஜாவின் மூலம் 46 காணி மானியமாகப் பெற்று ஏழு பள்ளிகள் நடத்தப்படுகின்றன. முந்தைய அரசுகளிடம் இருந்தும் சில நல்கைகள் இந்தப் பள்ளிகளுக்குக் கிடைத்திருக்கின்றன. மலபாரில் இருக்கும் ஒரு பள்ளியும் இப்படி நடத்தப்படுகிறது.

6. சேலம், கோயம்புத்தூர் தவிர வேறு எந்தப் பகுதியிலும் முந்தைய அரசு அளித்த மானியமோ நல்கையோ பிரிட்டிஷாரால் எடுத்துக்கொள்ளப்பட்டதா தொடர்ந்து தரப்பட்டதா என்பது தொடர்பாக கலெக்டர்களிடமிருந்து எந்த அறிக்கையும் இல்லை. சேலத்தில் முன்பு கல்விக்காக ஒதுக்கப்பட்ட நிலத்தின் வருமானமான 384 ரூபாயானது பிரிட்டிஷார் இந்தப் பகுதியைக் கைப்பற்றியதும் நிறுத்தப்பட்டு அரசின் வருவாயாக எடுத்துக்கொள்ளப்பட்டது என்று அந்தப் பகுதியின் கலெக்டர் தெரிவித்திருக்கிறார். கோயம்புத்தூரில் 2,208 ரூபாய் அளவுக்கு கல்லூரிகளுக்கு முந்தையகாலத்தில் தரப்பட்ட மானியம் முஸல்மான் அல்லது பிரிட்டிஷ் அரசினால் தொடர்ந்து தரப்பட்டதாக கோயம்புத்தூர் கலெக்டர் தெரிவித்திருக்கிறார்.

7. இன்று நடைபெற்றுவரும் கல்விநிலையங்களில் எதுவுமே பிரிட்டிஷ் அரசிடமிருந்து எந்த ஆதரவையும் பெறவில்லை என்று தெரிவித்திருக்கும் பெல்லாரி கலெக்டர், மேலும் தெரிவிக்கையில், முந்தைய காலகட்டத்தில் குறிப்பாக இந்து அரசாங்கங்கள் கல்விக்காக நிலமாகவும் பணமாகவும் பெருமள வுக்கான மானியங்களைத் தந்திருந்தது என்பதில் எந்த சந்தேகமும் இல்லை என்றும் கூறியிருக்கிறார். yeomiah, shrotriums என இன்று பிராமணர்களுக்குக் கிடைத்துவரும் நல்கைகளுக்கான வேர்கள் இந்து அரசுகள் கொடுத்த மானியத்தில் இருப்பதைப் பார்க்கமுடியும் என்றும் தெரிவித்திருக்கிறார். ‘முந்தைய அரசுகள் கொடுத்த மானியத்தில் எந்த நிபந்தனைகளும் தெரிவிக்கப்பட்டிருக்கவில்லை. துறவிகள் அல்லது ஞானிகள் ஆகியோருக்கு அல்லது அவர்கள் நடத்திய மடாலயங்களுக்கு இந்தத் தொகை நன்கொடையாகத் தரப்பட்டிருக்கிறது. ஆனால், அந்த நல்கையைப் பெற்ற துறவிகள் அல்லது ஞானிகள் அனைவரும்எந்தவிதிவிலக்கும்இல்லாமல்பல்வேறுசாஸ்திரங்களை இலவசமாகவே கற்றுத் தந்திருக்கிறார்கள். மானியத்தில் கல்விக்கு என்று தனியாகக் குறிப்பிடப்பட்டிருக்கவில்லையே தவிர அவை உள்ளார்ந்த பொறுப்பாக இருந்திருக்கின்றன’ என்று தெரிவித்திருக்கிறார். எதன் அடிப்படையில் இப்படி ஆணித்தரமாக கேம்பெல் சொன்னார் என்று தெரியவில்லை. ஆனால், இதை அவர் விசாரித்து உறுதிப்படுத்திக்கொண்டு சொன்னதாகத் தெரியவில்லை. மேலும் கல்வியை மேம்படுத்த அவர் முன்வைத்திருக்கும் திட்டத் துக்குத் தேவையான பணத்தை பெறுவதற்கு ஒருவழியைச் சொல்கிறார். இப்படியான நல்கை பெற்றவர்கள் இறந்து போனால் அந்தப் பணத்தை அரசு நேரடியாக பள்ளிக்கான நிதி என்ற கணக்கில் சேர்த்துக்கொண்டுவிடலாம். மானியத்தில் வாரிசுகளுக்கும் தரப்பட வேண்டும் என்றோ பரம்பரையாகத் தரப்படவேண்டும் என்றோ குறிப்பிடவில்லையென்றால் அல்லது அரசுக்கு அப்படித் தோன்றினால் அந்தப் பணத்தை கல்வி நிதிக்காக எடுத்துக் கொண்டுவிடலாம் என்று தெரிவித்திருக்கிறார். கேம்பெல் சொல்லும்வகையில் செயல்பட்டால் அந்த நிலங்கள் அரசின் கீழ் வருவதோடு அதில் இருந்து கிடைக்கும் தொகையை முழுக்கவும் தனியாகக் கல்விக்கு என்றே ஒதுக்கிவைத்துவிடலாம் என்பது வருவாய்த்துறைக்கு நன்கு புரிகிறது. அரசின் திட்டப்படியான பள்ளிகளை முறைப்படி நாடு முழுவதிலும் ஏற்படுத்த இது உதவும். கல்விக்கென ஒதுக்கப்பட்ட மானியம் அதிகமா குறைவா என்பதையெல்லாம் சார்ந்திருக்காமல் அனைவருக்கும் முறையான கல்வி கிடைக்க இது வழி வகுக்கும்.

8. திரு கேம்பல் முன்வைத்திருக்கும் திட்டம் தொடர்பாக ஒருவிஷயம் சொல்ல வருவாய்த்துறை விரும்புகிறது. கல்வியை மேம்படுத்தவும் அதுதொடர்பான அவருடைய திட்டங்களைப்

பரிசீலிக்கவும் இது சரியான நேரமல்ல. இப்போதைக்கு அரசுக்குத் தேவைப்படுவதெல்லாம் இந்தியாவில் கல்வியின் யதார்த்த நிலை என்ன என்பதுதொடர்பான தரவுகள் மட்டுமே. அந்த விவரங்கள் கிடைத்த பிறகுதான் என்னென்ன குறைகள் இருக்கின்றன அவற்றை எப்படியெல்லாம் சரி செய்யலாம் என்பது குறித்து ஆலோசிக்க முடியும்.

9. ஒவ்வொரு கலெக்டரும் சமர்ப்பித்திருக்கும் அறிக்கையில் இருந்து இந்தியாவில் கல்வியின் நிலைமை மிகவும் பரிதாபகரமான நிலையிலேயே இருப்பது தெரிகிறது. 1.2 கோடி மக்கள் தொகை கொண்ட மதராஸ் பிரஸிடென்ஸியில் கல்வி பெற்றவர்களின் எண்ணிக்கை 1,88,000 அதாவது வெறும் 13.75 சதவிகிதம் மட்டுமே. இது போதவே போதாது.

10. கர்நாடகா (கனரா) பகுதியில் பள்ளிகள், கல்லூரிகள் தொடர்பாக எந்த அறிக்கையும் தரப்பட்டிருக்கவில்லை. இந்த மாவட்டத்தில் தனிப்பட்ட முறையில் கல்வி பெறுவதுதான் அதிகமாக இருக்கிறது. எனவே, அப்படியாக எத்தனை பள்ளிகள் இருக்கின்றன, எத்தனை மாணவர்கள் இருக்கிறார்கள் என்று சொல்வது எந்தப் பலனையும் தரப்போவதில்லை. மாறாக அந்த விவரங்கள் கல்வி பெறுபவர்களின் எண்ணிக்கை தொடர்பாக ஒரு தவறான பிம்பத்தையே தோற்றுவிக்கும். ‘விஞ்ஞானக் கோட்பாடுகளைக் கற்றுத்தர எந்தக் கல்லூரியும் இல்லை. முறையான பள்ளிகளோ ஆசிரியர்களோ இல்லை. முந்தைய அரசுகளிடமிருந்து ஆதரவு பெற்ற இப்படியான கல்விமையங்கள் எதுவும் இங்கு இல்லை’ என்று அவர் தெரிவித்திருக்கிறார்.

11. எனினும் திரு ஹேரிஸின் குறிப்புகளைப் பொருட்படுத்தாமல், வருவாய்த்துறையானது பிரதான கலெக்டரிடம் கனரா பகுதியில் நடக்கும் பள்ளிகள், கல்லூரிகள் பற்றிய விவரங்களை அரசு அனுப்பியிருக்கும் படிவத்துக்கு ஏற்பச் சேகரித்து அனுப்புமாறு கேட்டுக்கொள்கிறது. அந்த அறிக்கை கிடைத்ததும் அது கவர்னர் இன் கவுன்சிலுக்கு சமர்ப்பிக்கப்படும்.

செயிண்ட் ஜார்ஜ் கோட்டை
21, பிப்ரவரி, 1825.

ஜே.டெண்ட்,
செயலர்.

(அறிக்கைகள் அடுத்த பக்கங்களில்)

ஒவ்வொரு கலெக்டரேட்டிலும் உள்ள பாரம்பரியப் பள்ளிகள், கல்லூரிகள் மற்றும் மாணவர்களின் விரிவான எண்ணிக்கை

கலெக்டரேட் பெயர்	பள்ளி கல்லூரிகள்	பிராமண மாணவர்கள்			வைசிய மாணவர்கள்			சூத்திர மாணவர்கள்			பிற ஜாதி மாணவர்கள்		
		ஆ	பெ	மொ	ஆ	பெ	மொ	ஆ	பெ	மொ	ஆ	பெ	மொ
கஞ்சம்													
பள்ளிகள்	255	808	--	808	243	--	243	1001	2	1003	836	10	896
கல்லூரிகள்	--	--	--	--	--	--	--	--	--	--	--	--	--
விசாகப்பட்டணம்													
பள்ளிகள்	914	4448	99	4547	983	--	983	1999	73	2072	1885	131	2016
கல்லூரிகள்	--	--	--	--	--	--	--	--	--	--	--	--	--
ராஜமுந்திரி													
பள்ளிகள்	291	904	3	907	653	--	653	466	6	472	546	28	574
கல்லூரிகள்	279	1449	--	1449	--	--	--	--	--	--	5	--	5
மசூலிப்பட்டணம்													
பள்ளிகள்	484	1691	1	1692	1108	--	1108	1506	1	1507	470	29	499
கல்லூரிகள்	49	199	--	199	--	--	--	--	--	--	--	--	--
குண்டூர்													
பள்ளிகள்	574	3089	5	3094	1578	--	1578	1923	37	1960	775	57	832
கல்லூரிகள்	--	--	--	--	--	--	--	--	--	--	--	--	--
நெல்லூர்													
பள்ளிகள்	804	2466	--	2466	1641	--	1641	2407	55	2462	432	--	432
கல்லூரிகள்	--	--	--	--	--	--	--	--	--	--	--	--	--
பெல்லாரி													
பள்ளிகள்	533	1185	2	1187	981	1	982	2998	26	3024	1174	31	1205
கல்லூரிகள்	--	--	--	--	--	--	--	--	--	--	--	--	--

(Totals on next page)

கலெக்டரேட் பெயர்	மொத்த இந்து மாணவர்கள்			மொத்த முஸ்லிம் மாணவர்கள்			மொத்த இந்து முஸ்லிம் மாணவர்கள்			மொத்த மக்கள்தொகை			அரசுக்கு பிப் 3, மே 8, டிச 4 1823 தேதிகளில் சமர்ப்பிக்கப்பட்ட அறிக்கையின்படி மக்கள் தொகை.
	ஆ	பெ	மொ	ஆ	பெ	மொ	ஆ	பெ	மொ	ஆ	பெ	மொ	
கஞ்சம்													
பள்ளிகள்	2938	12	2950	27	--	27	2965	12	2977	196170	179111	375281	232015
கல்லூரிகள்	--	--	---	--	--	--	--	--	--				
விசாகப்பட்டணம்													
பள்ளிகள்	9315	303	9618	97	--	97	9412	303	9715	482852	458152	941004	772570
கல்லூரிகள்	--	--	--	--	---	--	--	--	--				
ராஜமுந்திரி													
பள்ளிகள்	2569	37	2606	52	--	52	2621	37	2658	393512	344796	738308	738308
கல்லூரிகள்	1454	--	1454	--	--	--	1454	--	1454				
மசூலிப்பட்டணம்													
பள்ளிகள்	4775	31	4806	275	2	277	5050	33	5083	289166	240683	529849	529849
கல்லூரிகள்	199	--	199	--	--	--	199	--	199				
குண்டூர்													
பள்ளிகள்	7365	99	7464	257	3	260	7622	102	7724	243859	210895	454754	454754
கல்லூரிகள்	--	--	--	--	--	--	--	--	--				
நெல்லூர்													
பள்ளிகள்	6946	55	7001	617	3	620	7563	58	7621	432540	406927	839467	839467
கல்லூரிகள்													
பெல்லாரி													
பள்ளிகள்	6338	60	6338	243	--	243	6581	60	6641	489673	438184	927857	927857
கல்லூரிகள்													

கலெக்டரேட் பெயர்	பள்ளி கல்லூரிகள்	பிராமண மாணவர்கள்			வைசிய மாணவர்கள்			சூத்திர மாணவர்கள்			பிற ஜாதி மாணவர்கள்		
		ஆ	பெ	மொ	ஆ	பெ	மொ	ஆ	பெ	மொ	ஆ	பெ	மொ
கடப்பா													
பள்ளிகள்	494	1416	--	1416	1713	--	1713	1775	68	1843	647	39	686
கல்லூரிகள்	--	--	--	--	--	--	--	--	--	--	--	--	--
செங்கல்பட்டு													
பள்ளிகள்	508	858	3	861	424	--	424	4809	79	4888	452	34	486
சமஸ் கல்லூரிகள்	51	398	--	398									
வட ஆற்காடு													
பள்ளிகள்	630	1116	1	1117	630	--	630	4856	32	4888	538	8	546
கல்லூரிகள்	69												
தென் ஆற்காடு													
பள்ளிகள்	875	997	--	977	370	--	370	7938	94	8032	862	10	872
கல்லூரிகள்	--	--	--	--	--	--	--	--	--	--	--	--	--
சேலம்													
பள்ளிகள்	333	783	--	783	324	--	324	1671	3	1674	1382	28	1410
கல்லூரிகள்	53	--	--	--	--	--	--	--	--	--	--	--	--
தஞ்சாவூர்													
பள்ளிகள்	884	3186	--	3186	222	--	222	10661	125	10786	2456	29	2485
கல்லூரிகள்	109	769	--	769	--	--	--	--	--	--	--	--	--
திருச்சி													
பள்ளிகள்	790	1198	--	1198	229	--	229	7745	66	7811	329	18	347
கல்லூரிகள்	9	131	--	131	--	--	--	--	--	--	--	--	--
மதுரா													
பள்ளிகள்	844	1186	--	1186	1119	--	1119	7247	65	7312	2977	40	3017
கல்லூரிகள்	--	--	--	--	--	--	--	--	--	--	--	--	--

(Remaining cols. On next page)

கலெக்டரேட் பெயர்	மொத்த இந்து மாணவர்கள்			மொத்த முஸ்லிம் மாணவர்கள்			மொத்த இந்து முஸ்லிம் மாணவர்கள்			மொத்த மக்கள்தொகை			அரசுக்கு பிப் 3, மே 8, டிச 4 1823 தேதிகளில் சமர்ப்பிக்கப்பட்ட அறிக்கையின்படி மக்கள்தொகை.
	ஆ	பெ	மொ	ஆ	பெ	மொ	ஆ	பெ	மொ	ஆ	பெ	மொ	
கடப்பா													
பள்ளிகள்	5551	107	5658	341	1	342	5892	108	6000	578461	515999	1094460	1094460
கல்லூரிகள்	--	--	--	--	--	--	--	--	--				
செங்கல்பட்டு													
பள்ளிகள்	6941	116	7057	186	--	186	7127	116	7243	190243	172886	363129	363129
சமஸ்கிருதப் பள்ளிகள்													
வட ஆற்காடு													
பள்ளிகள்	7140	41	7181	552	11	563	7692	52	7744	298539	278481	577020	892292
கல்லூரிகள்													
தென் ஆற்காடு													
பள்ளிகள்	10187	104	10271	252	--	252	10419	104	10523	217974	202556	420530	455020
கல்லூரிகள்	--	--	--	--	--	--	--	--	--	--	--	--	--
சேலம்													
பள்ளிகள்	4160	31	4191	432	27	459	4592	58	4650	542500	533485	1075985	1075985
கல்லூரிகள்	--	--	--	--	--	--	--	--	--				
தஞ்சாவூர்													
பள்ளிகள்	16495	154	16649	933	--	933	17428	154	17592	195522	187145	382667	901353
கல்லூரிகள்	769	--	769	--	--	--	769	--	769				
திருச்சி													
பள்ளிகள்	9501	84	9585	690	56	746	10191	140	10331	247569	233723	481292	481292
கல்லூரிகள்	131	--	131	--	--	--	131	--	131				
மதுரா													
பள்ளிகள்	12529	105	12636	1147	--	1147	13676	105	13781	401515	386681	788196	788196
கல்லூரிகள்	--	--	--	--	--	--	--	--	--				

கலெக்டரேட் பெயர்	பள்ளி கல்லூரிகள்	பிராமண மாணவர்கள்			வைசிய மாணவர்கள்			சூத்திர மாணவர்கள்			பிற ஜாதி மாணவர்கள்		
		ஆ	பெ	மொ	ஆ	பெ	மொ	ஆ	பெ	மொ	ஆ	பெ	மொ
திருநெல்வேலி													
பள்ளிகள்	607	2016	--	2016	--	--	--	28889	--	2889	3557	117	3674
கல்லூரிகள்	--	--	--	--	--	--	--	--	--	--	--	--	--
கோயம்புத்தூர்													
பள்ளிகள்	763	918	--	918	289	--	289	6379	82	6461	226	--	226
கல்லூரிகள்	173	724	--	724	--	--	--	--	--	--	--	--	--
கனரா													
பள்ளிகள்	--	--	--	--	--	--	--	--	--	--	--	--	--
கல்லூரிகள்	--	--	--	--	--	--	--	--	--	--	--	--	--
மலபார்													
பள்ளிகள்	759	2230	5	2235	84	13	97	3697	707	4404	2756	343	3099
கல்லூரிகள்	--	--	--	--	--	--	--	--	--	--	--	--	--
ஸ்ரீரங்கபட்டணம்													
பள்ளிகள்	41	48	--	48	23	--	23	298	14	312	158	--	158
கல்லூரிகள்	--	--	--	--	--	--	--	--	--	--	--	--	--
மதரா ஸ் கலெக்டரேட்													
பள்ளிகள்	305	358	1	359	789	9	798	3506	113	3619	313	4	317
பரோபகாரப் பள்ளிகள்	17	52	--	52	46	2	48	172	--	172	134	47	181
வீடுகளில் கல்வி பெற்றவர்களின் எண்ணிக்கை	--	7586	98	7684	6132	63	6195	7589	220	7809	3449	136	3585
Total	124498	42284	218	42502	19581	88	19669	83532	1868	85400	26379	1139	27516

கலெக்டரேட் பெயர்	மொத்த இந்து மாணவர்கள்			மொத்த முஸ்லிம் மாணவர்கள்			மொத்த இந்து முஸ்லிம் மாணவர்கள்			மொத்த மக்கள்தொகை			அரசுக்கு பிப் 3, மே 8, டிச 4 1823 தேதிகளில் சமர்ப்பிக்கப்பட்ட அறிக்கையின்படி மக்கள் தொகை.
	ஆ	பெ	மொ	ஆ	பெ	மொ	ஆ	பெ	மொ	ஆ	பெ	மொ	
திருநெல்வேலி													
பள்ளிகள்	8462	117	8579	796	2	798	9258	119	9377	283719	281238	564957	564957
கல்லூரிகள்	--	--	--	--	--	--	--	--	--				
கோயம்புத்தூர்													
பள்ளிகள்	7812	82	7894	312	--	312	8124	82	8206	316931	321268	638199	638199
கல்லூரிகள்	724	--	724	--	--	--	724	--	724				
கனரா													
பள்ளிகள்	--	--	--	--	--	--	--	--	--	--	--	--	--
கல்லூரிகள்	--	--	--	--	--	--	--	--	--				
மலபார்													
பள்ளிகள்	8767	1068	9835	3196	1122	4318	11963	2190	14153	458368	449207	907575	907575
கல்லூரிகள்	75	--	75	--	--	--	75	--	75				
ஸ்ரீரங்கபட்டணம்													
பள்ளிகள்	527	14	541	86	--	86	613	14	627	16761	14851	31612	31612
கல்லூரிகள்	--	--	--	--	--	--	--	--	--				
மதராஸ்													
பள்ளிகள்	4966	127	5093	143	--	143	5109	127	5236	233415	228636	462051	462051
பரோபகாரப் பள்ளிகள்	404	49	453	10	--	10	414	49	463				
வீடுகளில் கல்வி பெற்றவர்களின் எண்ணிக்கை	24756	517	25273	1690	--	26446	517	26963					
Total	171776	3313	175089	12334	1227	13561	184100	4540	188650	6502600	6091593	12594193	12850941

குறிப்புகள்

கஞ்சம்

சர்க்காரின் ஆதரவு பெற்ற பள்ளிகள், கல்லூரிகள் எதுவும் இந்த மாவட்டத்தில் இல்லை. நான்கு அணாவில் இருந்து ஒரு ரூபாய் வரை ஆசிரியர்களுக்கு மாதச் சம்பளம் ஒவ்வொரு மாணவராலும் தரப்படுகிறது. வேதங்கள், சாஸ்திரங்கள் எல்லாம் பிராமணர்களுக்கு மட்டுமே கற்றுத் தரப்படுகின்றன. இந்த அறிக்கை முழுமையானது அல்ல; மலைப் பிராந்திய ஜமீந்தாரி பகுதிகளின் தரவுகள் திருப்தி கரமான அளவுக்குக் கிடைக்கவில்லை.

விசாகப்பட்டனம்

இந்த மாவட்டத்தில் கல்லூரிகள் எதுவும் இல்லை. அரசு ஆதரவு எந்தப் பள்ளிக்கும் தரப்படவில்லை. ஆண்டுக்கு 50 ரூபாய் வீதம் நல்கையானது சமூது ஜமீந்தார் மூலம் இரண்டு பள்ளிகளுக்குக் கிடைக்கிறது. ஒரு மாணவருக்கு 1 அணாவில் இருந்து 1 ரூபாய் வீதம் வரை ஆசிரியர்களுக்கு மாதச் சம்பளம் கிடைக்கிறது. வீடுகளில் கல்வி பெறும் மாணவர்களின் பெற்றோர் எந்த அளவுக்குச் செல்வச் செழிப்புடன் இருக்கிறாரோ அதற்கு ஏற்ப அந்த ஆசிரியர்களுக்கு ஆண்டு அல்லது மாதச் சம்பளம் தரப்படுகிறது.

ராஜமுந்திரி

இந்தப் பிராந்தியத்தில் இருக்கும் பள்ளிகளில் சிலவற்றுக்கு அரசு ஆதரவு கிடைக்கிறது. ஒவ்வொரு மாணவரிடமிருந்தும் இரண்டு அணாவிலிருந்து ஒரு ரூபாய் வரை ஆசிரியர்களுக்குச் சம்பளம் கிடைக்கிறது. இப்படியாக சராசரியாக அவருக்குக் கிடைக்கும் மாதச் சம்பளம் 7 ரூபாய். ஆசிரியர்களின் எண்ணிக்கை 279. அதில் 69 பேருக்கு நில மானியம் இருக்கிறது. 13 பேருக்கு பண உதவி தரப் படுகிறது. இவை முந்தைய ஜமீந்தார்களால் தரப்பட்டிருந்தன. 196 ஆசிரியர்களுக்குச் சம்பளமோ வேறு எந்த மானியமோ இல்லை. மாணவர்கள் தரும் சொற்பத் தொகை மட்டுமே அவர்களுக்குக் கிடைக்கிறது. தற்போது பள்ளிகள் இல்லாத கிராமங்களில் வசிப்பவர்கள் தமது கிராமத்தில் பள்ளிக்கூடம் வரவேண்டும் என்று ஆர்வத்துடன் இருக்கிறார்கள். ஆசிரியர்களுக்குச் சிறிதளவே சம்பளம் கொடுத்து அரசே அங்கு பள்ளிகளை ஆரம்பித்துவிடமுடியும். அந்த கலெக்டரின் கூற்றுப்படி ஒரு ஆசிரியருக்கு மாதத்துக்கு 2 ரூபாயே போதுமானது.

மசூலிப்பட்டனம்

இந்த மாவட்டத்தில் இருக்கும் கல்வி நிறுவனங்கள் எந்தவொன்றுக்கும் முறையான அரசு உதவி எதுவும் கிடைப்பதாகத் தெரியவில்லை. எல்லூரில் இருக்கும் ஒரே ஒரு அறக்கட்டளைப் பள்ளிக்கு எல்லூர் ஜமீந்தார் மூலம் உதவி கிடைக்கிறது. அங்கு ஆசிரியருக்கு மாதச் சம்பளமாக 3 பகோடாக்கள் தரப்படுகிறது. ஐந்து வயதில் கல்வி கற்க ஆரம்பிக்கும் ஒரு மாணவர் 12-16 வயது வரை கல்வி பெறுகிறார். படித்து முடித்ததும் பெரும்பாலானவர்கள் அரசு அல்லது தனியார் வேலைகளில் சேருகிறார்கள். வைதிக பிராமண மாணவர்கள் மட்டும் இறையியல், வேதம் போன்றவற்றில் உயர்கல்வி பெறுவதற்காகக் கல்லூரிக்குச் செல்கிறார்கள். காகிதம், புத்தகம், எழுதுகோல் போன்றவற்றுக்கு சராசரியாக ஆறு அணாக்கள் வசூலிக்கப்படுகின்றன. ஆசிரியருக்கு நான்கு அணாவில் இருந்து 2 ரூபாய் வரை மாதச் சம்பளம் தரப்படுகிறது. மானியங்கள் பெறும் பிராமண ஆசிரியர்களே கல்லூரிகளில் கற்றுத் தருகிறார்கள். சில ஆசிரியர்களுக்கு மாணவர்களிடமிருந்து கிடைக்கும் தொகை மட்டுமே சம்பளமாக இருக்கிறது. அவர்களுக்கு வேறு எந்த நிர்ணயிக்கப்பட்ட சம்பளமோ மானியமோ கிடையாது. கல்லூரியில் படிக்கும் மாணவருக்கு உணவு, புத்தகங்கள், தங்குமிடம் என எல்லாச் செலவுகளுக்கும் ஆண்டுக்கு 60 ரூபாய் ஆகிறது. வேதம் போன்றவை பிராமணர்களுக்கு மட்டுமே கற்றுத் தரப்படுகின்றன.

பாரசீக மொழிகள் கற்றுத் தரப்படும் பள்ளிகளின் எண்ணிக்கை மிகவும் குறைவுதான். முஸ்லிம் மாணவர்கள் 6 முதல் 15 வயது வரை கல்வி பெறுகிறார்கள். ஒவ்வொரு ஆசிரியருக்கும் கால் பணத்தில் இருந்து ஒரு ரூபாய் வரை தரப்படுகிறது. மாணவர்களின் பிற செலவு மாதத்துக்கு நான்கு அணா ஆகிறது. சில இஸ்லாமிய ஆசிரியர்கள் கல்வியை இலவசமாகவே கற்றுத்தருகிறார்கள்.

குண்டூர்

இந்த மாவட்டத்தில் இருக்கும் பள்ளிகள் எதற்குமே அரசு உதவிகள் கிடைக்கவில்லை. உயர்கல்வி (அறிவியல்) கற்றுத் தரும் கல்லூரிகள் எதுவும் இங்கு இல்லை. உயர்கல்விகள் எல்லாமே கற்றறிந்த பிராமணர்களால் வீடுகளில் இலவசமாகக் கற்றுத் தரப்படுகின்றன. இந்த பிராமணர்களுக்கு முந்தைய அரசுகள், ஜமீந்தார்களால் பல்வேறு காரணங்களுக்காக நில மானியம், ஊக்கத்தொகை போன்றவை தரப்பட்டிருந்தன. ஆனால், கல்வி கற்றுத் தரும் ஆசிரியர்களுக்கு என்று தனியாக வரையறுக்கப்பட்ட மானியமோ நல்கையோ தரப்பட்டிருக்கவில்லை. ஒரு மாணவருக்கு

கல்விக் கட்டணமாக இரண்டு அணாவில் இருந்து 2 ரூபாய் வரை செலவாகிறது. உயர்கல்விகளைப் பயிலும்போது ஒரு மாணவருக்கு மாதத்துக்கு மூன்று ரூபாய் தேவைப்படுகிறது.

நெல்லூர்

அரசு உதவி பெறாமல் நடக்கும் பள்ளிகளின் எண்ணிக்கையை இந்த அறிக்கை தருகிறது. தனி அறிக்கை பி யில் 26 தனி நபர்களும் அவர்களிடம் படிக்கும் மாணவர்களின் விவரங்களும் குறிப்பிடப்பட்டிருக்கிறது. அது நீங்கலாக 15 பிராமணர்கள் 11 முஸல்மான்கள் ஆகியோருக்கு கர்நாடக அரசு நிலம் அல்லது பணம் மானியம் தருகிறது. வேதம் கற்றுத் தரவும் அரபிய, பாரசீக மொழிகள் கற்றுத் தரவும் 1467 ரூபாய் ஆண்டு மானியமாகத் தரப்படுகிறது. பொதுவாக ஐந்து வயதில் பள்ளிக்குச் செல்கிறார்கள். மூன்றில் இருந்து ஆறு வருடங்கள் படிக்கிறார்கள். ஒவ்வொரு மாணவரிடமிருந்தும் 2 அணாவில் இருந்து நான்கு ரூபாய் வரை ஒரு ஆசிரியருக்குக் கிடைக் கிறது. எழுதுகோல், பாடப் புத்தகங்கள் போன்றவற்றுக்கு மாதத்துக்கு ஒரு ரூபாய் தரவேண்டும். உணவு, தங்குமிடம் போன்றவற்றுக்கு ஒரு மாதத்துக்கு 3 ரூபாய் வரை செலவாகிறது. நிர்ணயிக்கப்பட்ட ஊக்கத்தொகை நீங்கலாக மாணவர்களின் பெற்றோர் அவ்வப்போது ஆசிரியர்களுக்குத் தானங்கள் தருவதுண்டு.

எல்லாப் பள்ளிகளுமே தொடர்ந்து நடப்பதில்லை. சில மாணவர்களின் பெற்றோர் தமது குழந்தைகளின் கல்விக்காகக் கூட்டாகச் செலவு செய்து ஒரு பள்ளியை நடத்துவார்கள். குழந்தை களின் படிப்பு முடிந்ததும் அந்தப் பள்ளி மூடப்பட்டுவிடும். இந்த அறிக்கையில் குறிப்பிடப்பட்டிருக்கும் மக்கள்தொகைக்கும் அரசு எடுத்த மக்கள்தொகைக் கணக்குக்கும் இடையில் வேறுபாடு இருக்கிறது. அதற்குக் காரணம், ஜமீந்தாரி பகுதிகளின் மக்கள் தொகை இந்த அறிக்கையில் கூடுதலாக இடம்பெற்றிருக்கிறது. அது அரசின் கணக்கெடுப்பில் இடம்பெறவில்லை.

பெல்லாரி

இங்கு நடக்கும் பள்ளிகளில் எதற்குமே அரசின் ஆதரவு இல்லை. முறையான கல்லூரிகள் எதுவும் இருப்பதாகத் தெரியவில்லை. பிராம ணர்கள் மட்டுமே படிக்கும் சில சாஸ்திரங்கள் எல்லாம் சமஸ்கிருத மொழியில் கற்றுத் தரப்படுகின்றன. அப்படியான கல்விமையங்கள் 23 இருக்கின்றன. சில மாணவர்கள் ஐந்து வருடங்கள் மட்டுமே படிக்கிறார்கள். வசதியானபெற்றோரின்குழந்தைகள்14-15வருடங்கள் படிக்கிறார்கள். வகுப்புக்கு ஏற்ப ஆசிரியருக்கு வேறுவேறுவிதமான தொகை தரப்படுகிறது. அடிப்படைப் பாடங்கள் படிக்கும்போது

ஒவ்வொரு மாணவரும் கால் பணம் தரவேண்டியிருக்கிறது. காகிதத்தில் எழுதவோ கணக்குப் பாடங்கள் படிக்கவோ ஆரம்பித்த பிறகு மாதத்துக்கு அரைப்பணம் தரவேண்டியிருக்கிறது. இவற்றைத் தாண்டிப் படிக்கப் போவதென்றால் அதற்கான தொகை மேலும் அதிகரிக்கும். பெரும்பாலான பெற்றோரால் அது முடிவதில்லை. அத்தகைய பெற்றோரின் குழந்தைகள் பாதியிலேயே படிப்பை முடித்துக்கொள்ளவேண்டிவருகிறது. இந்தக்கல்வியைக்கூட சிலரால் தமது குழந்தைகளுக்குத் தர முடிவதில்லை. முன்பு ஒருசில பள்ளிகள் இருந்த கிராமங்களில் இப்போது எதுவுமே இல்லை. முன்பு நிறைய, பெரிய பள்ளிகள் இருந்த பகுதிகளில் இப்போது ஒருசில மட்டுமே நடக்கின்றன. அங்கும் பணக்காரர்களின் குழந்தைகள் மட்டுமே படிக்க முடிகின்றது. எஞ்சியவர்கள் வறுமையினாலும் கல்விக் கட்டணம் தர முடியாததாலும் படிக்க முடிவதில்லை. கற்றறிந்த பிராமணர்கள் தமது சீடர்களுக்கு இலவசமாகக் கல்வி தருகிறார்கள்.

கடப்பா

அரசாங்கத்தின் நிலம் அல்லது பணம் மானியம் பெற்ற கல்விமையங்கள் எதுவுமே இங்கு இல்லை. முந்தைய அரசு களும் எதுவும் தந்ததாகவும் தெரியவில்லை. இங்கு நடக்கும் பள்ளிகள் எல்லாமே மாணவர்களின் பெற்றோர் தரும் பணத்தை வைத்தே நடக்கின்றன. ஆரம்பக் கல்வியில் இருந்து உயர் நிலைக் கல்விக்குச் செல்லச் செல்லக் கல்விக் கட்டணம் மாறுபடுகிறது. ஆரம்பக் கல்விக்கு மாதத்துக்கு கால் பணம் ஆகிறது. அது கொஞ்சம் கொஞ்சமாக அதிகரித்து ஒரு ரூபாய் அல்லது ஒன்றரை ரூபாய் என்ற நிலையை அடைகிறது. அதற்கு அதிகமாக அது போவதில்லை. பிராமணர்கள் ஐந்து ஆறு வயதில் பள்ளியில் சேர்க்கப்படுகிறார்கள். சூத்திர மாணவர்கள் ஆறிலிருந்து எட்டு வயதில் பள்ளியில் சேர்க்கப்படுகிறார்கள். பொதுவாக இரண்டு வருட காலம்தான் படிக்கிறார்கள். எழுதுதல், வாசித்தல், அடிப் படைக் கணிதம் ஆகியவற்றை அந்த இரண்டு வருடங்களில் கற்றுக்கொண்டுவிடுகிறார்கள். அதன் பிறகு வீடுகளில், கடைகளில் அல்லது அரசுப் பணிகளில் சேர்ந்து பயிற்சி பெற்றுத் தம்மை மேம்படுத்திக் கொள்கிறார்கள். இந்தப் பகுதியில் இருக்கும் பள்ளிகளில் அரசு ஆதரவுபெற்றவை என்று சொல்வதென்றால், கடப்பாவில் இருக்கும் அறக்கட்டளைப் பள்ளிகளைத்தான் சொல்லவேண்டும். அந்தப் பகுதிக்குப் பொறுப்பில் இருக்கும் ஐரோப்பியரின் ஆதரவுடன் அது நடத்தப்படுகிறது. அறிவியல் கல்வி தரும் எந்தப் பள்ளியோ கல்லூரியோ இந்தப் பகுதியில் இல்லை. இறையியல், சட்டம், வான சாஸ்திரம் போன்றவை தனிப்பட்ட முறையில் கற்றுத் தரப்படுகின்றன. மாணவர்கள் அந்தக் கல்வி

தரும் ஆசிரியரின் வீட்டிலேயே தங்கிப் படிக்கிறார்கள். பண வசதி படைத்தவர்கள் நீங்கலாக பிராமணர்களால் அவர்களுடைய சாதியைச் சேர்ந்த ஏழைக் குழந்தைகளுக்கு இலவசமாகக் கல்வி தரப்படுகிறது. ஏழை பிராமணக் குழந்தைகள் இதற்காகத் தங்கள் வீடுகளில் இருந்து புறப்பட்டு தொலைதூரத்தில் இருக்கும் ஆசிரியரின் வீட்டில் தங்கிப் படிக்கிறார்கள். அந்த ஆசிரியரின் கிராமத்தில் வசிக்கும் பிற பிராமணர்கள் அந்த ஏழை மாணவர்களுடைய தேவைகளைப் பூர்த்தி செய்ய உதவுகிறார்கள்.

செங்கல்பட்டு

கல்லூரி என்று சொல்லத்தக்க கல்விமையம் எதுவும் இங்கு இல்லை. எனினும் குறைவான எண்ணிக்கையிலான மாணவர்களுக்கு தனியார் இடங்களில் உயர்கல்வி கற்றுத் தரப்படுகிறது. ஒரு கிராமத்து ஆசிரியருக்கு மாதத்துக்கு மூன்றரை ரூபாயில் இருந்து 12 ரூபாய் வரை கிடைக்கிறது. சராசரியாக ஏழு ரூபாய் கிடைக்கிறது. பாரம்பரிய அரசு கல்வி மேம்பாட்டுக்காக எதுவும் தனியாக நல்கைகள், உதவிகள் தந்ததாகத் தெரியவில்லை. எனினும் சில கிராமங்களில் இறையியல் கல்விக்காக கால் காணி அல்லது 2 காணி நில மானியம் அந்த ஆசிரியர்களுக்குத் தரப்பட்டிருக்கிறது.

வட ஆற்காடு

தனி அறிக்கை எண் 2-ன் படி பார்க்கும்போது இந்தப் பகுதியில் இருக்கும் - இறையியலுக்கு 43, சட்டத்துக்கு 24 வான சாஸ்திரத்துக்கு 2 கல்லூரிகள் என மொத்தம் 69 கல்லூரிகள் இருக்கின்றன. இவற்றில் 28 கல்லூரிகளுக்கு ஆண்டுக்கு 516 ரூபாய் வருமானம் கிடைக்கும் படியான மானியங்கள் மற்றும் நல்கைகள் முந்தைய அரசுகளால் தரப்பட்டிருக்கின்றன. ஆரம்பப் பள்ளி ஆசிரியர்களுக்கு ஆண்டுக்கு 3-8 ரூபாய் ஊக்கத்தொகை தரப்பட்டிருக்கிறது. உயர் வகுப்புகளுக்கு 36-12 ரூபாய் தரப்பட்டிருக்கிறது. எஞ்சிய கல்லூரிகளில் பெரும் பாலானவை இலவசக் கல்வி தருகின்றன. எஞ்சியவை மாணவர்கள் தரும் சொற்ப பணத்தில் நடத்தப்படுகின்றன. கல்லூரிப் படிப்புக்கான காலம் 8-12 வருடங்கள். இந்துப் பள்ளிகளில் 3 மட்டுமே இலவசக் கல்வி தருகின்றன. எஞ்சியவற்றுக்கு மாணவர்கள் ஒவ்வொருவரும் மாதம் 1 அணா 3பைசாவில் இருந்து ஒரு ரூபாய் 12 அணா வரை ஆசிரியருக்குக் கட்டணமாகத் தருகிறார்கள். பாரசீகப் பள்ளிகளில் ஆறு அரசின் ஆதரவுடன் நடத்தப்படுகின்றன. ஆண்டு நல்கையாக 1,361 தரப்படுகிறது. பெரும்பாலான கல்லூரிகள் மாணவர்களின் கட்டணத்தின் மூலம் நடக்கின்றன. மாதத்துக்கு ஒவ்வொருவரும் 2 அணா 6 பைசாவில் இருந்து இரண்டு ரூபாய் வரை தருகிறார்கள். இந்துப் பள்ளிகளில் மாணவர்கள் ஐந்து முதல் ஆறு வருடங்கள்

படிக்கிறார்கள். முஸ்லிம் மாணவர்கள் ஏழு முதல் எட்டு வருடங்கள் படிக்கிறார்கள். மொத்தம் இருக்கும் ஏழு ஆங்கிலப் பள்ளிகளில் 3 இலவசமாக நடத்தப்படுகின்றன. எஞ்சியவற்றில் மாணவர்கள் பத்து அணாவில் இருந்து 3 ரூபாய் 3எட்டு அணா வரை தருகின்றனர். இந்த அறிக்கையைப் பார்க்கும்போது ஜமீந்தாரி பகுதிகள் பாளையப் பகுதிகள் ஆகியவற்றில் இருந்த மக்கள் தொகை அதில் சேர்க்கப்படவில்லை என்று தெரிகிறது. அந்த மாவட்டத்தில் அதுதான் அதிகமாக இருந்திருக்கிறது. கிட்டத்தட்ட 3 லட்சம் மக்கள் அங்கு வசித்திருக்கிறார்கள்.

தென் ஆற்காடு

இந்த மாவட்டத்தில் நடக்கும் பள்ளிகளுக்குப் பாரம்பரிய அரசு எந்த ஆதரவும் தந்திருக்கவில்லை. இறையியல், சட்டம், வான சாஸ்திரம் ஆகியவற்றைக் கற்றுத் தர எந்த அரசு அல்லது தனியார் கல்வி அமைப்புகளும் இருந்திருக்கவில்லை. அந்தப் பள்ளிகள் எல்லாமே மாணவர்கள் தரும் கட்டணத்தை வைத்தே நடத்தப்பட்டன. ஒவ்வொரு மாணவரும் மாதத்துக்கு ஒரு பணத்திலிருந்து ஒரு பகோடா வரை தந்தனர்.

சேலம்

இந்தப் பகுதியில் நடக்கும் எந்தவொரு இந்துப் பள்ளிக்கும் அரசின் ஆதரவு எதுவும் கிடைக்கவில்லை. இங்கிருக்கும் ஒரே ஒரு இஸ்லாமியப் பள்ளிக்கு மட்டும் ஆண்டுக்கு 20 ரூபாய் வருமானம் தரும் நிலம் மானியமாகத் தரப்பட்டிருகிறது. Yeomiah ஆக ஆண்டுக்கு 56 ரூபாய் இந்தப் பள்ளியின் ஆசிரியருக்குத் தரப்பட்டிருந்தது. அவர் இறந்ததும் அந்த நல்கை நிறுத்தப்பட்டுவிட்டது. ஏனென்றால் அது ஒரு ஆயுள் காலத்துக்கு மட்டும் என்றுதான் வழங்கப்பட்டிருந்தது. மாணவர்களின் பள்ளிக் காலகட்டம் மூன்றிலிருந்து ஐந்து வருடங்களாக இருந்தது. இந்துப் பள்ளிகளில் மாணவர்களுக்கான கல்விக் கட்டணம் 3 ரூபாய்க்குக் குறையாமல் இருந்தது. முஸல்மான் பள்ளிகளில் இந்தக் கட்டணம் 15லிருந்து 20 ரூபாயாக இருந்தது. தானமாகத் தரப்பட்ட நிலங்களில் இருந்து கிடைத்த ஆண்டு வருமானம் 1,109 ரூபாய் இறையியல், சட்டம், வான சாஸ்திரம் போன்றவற்றைக் கற்றுத்தரும் ஆசிரியர்கள் 20 பேருக்குப் பிரித்துத் தரப்பட்டது. இன்றும் அந்த நல்கை பெற்றவர்கள் அந்தப் பணியைத் தொடர்ந்து செய்துவருகிறார்கள். ஆனால், இதே பணிக்காக ஒதுக்கப்பட்ட நிலங்களில் இருந்து கிடைத்த தொகையான ரூ 384 பிரிட்டிஷார் இந்தப் பகுதியைத் தமது கட்டுப்பாட்டுக்குள் கொண்டுவந்ததும் நிறுத்தப்பட்டது. அந்த வருமானமானது அரசின் வருவாயில் சேர்க்கப்பட்டது.

தஞ்சாவூர்

இந்த மாவட்டத்தில் இருக்கும் பள்ளிகளில் 44 இலவசக் கல்வியைத் தருகின்றன. எஞ்சிய பள்ளிகள் மாணவர்களிடமிருந்து கிடைக்கும் கட்டணத்தை வைத்து நடத்தப்படுகின்றன. மாணவர் ஒவ்வொருவரும் மாதத்துக்கு 4 பணம் தருகின்றனர். இலவசக் கல்வி தரும் பள்ளிகளில் 19 மடாலயங்களுடையவை. ஆனால், அறிக்கையில் இடம்பெறாத வேறு பல இலவசப் பள்ளிகளும் நடத்தப்பட்டிருக்கும் என்று நம்ப இடமிருக்கிறது. 21 பள்ளிகளின் ஆசிரியர்களுக்கு ராஜாவிடமிருந்து சம்பளம் தரப்பட்டிருக்கிறது. எஞ்சிய 23 பள்ளிகளில் இருந்த ஆசிரியர்கள் இலவசமாகவே கல்வி தந்திருக்கிறார்கள். அரசின் முழு ஆதரவுடன் நடக்கும் பள்ளி என்று எதுவும் இல்லை.

ஆனால், தஞ்சாவூரில் இருக்கும் மடாலயங்களுக்கு சர்வ மானியம் என்ற நல்கை தரப்பட்டிருக்கிறது. ஆண்டுக்கு 1100 ரூபாய் இதன் மூலம் அவற்றுக்குக் கிடைக்கின்றது. இந்தப் பள்ளிகளில் குழந்தைகள் பொதுவாக ஐந்து வயதில் சேர்க்கப்படுகின்றனர். ஐந்து ஆண்டுகள் படிக்கின்றனர். இங்கு நடக்கும் 109 கல்லூரிகளில் 99-ல் இலவசக் கல்வி தரப்படுகிறது. அவற்றில் 71 கல்லூரிகள் இந்தப் பகுதியின் ராஜாவின் ஆதரவுடனும் அவருடைய ஆளுகையின் கீழ் இருக்கும் கிராமங்களின் ஆதரவுடனும் நடக்கின்றன. 16 கல்லூரிகளில் ஆசிரியர்கள் அரச சம்பளம் இன்றிக் கற்றுத் தருகின்றனர். ஒரே ஒருவருக்கு மட்டுமே நில மானியம் தரப்பட்டுள்ளது. ஏழுபேருக்கு பகோடா (மடாலய) ஆதரவு கிடைக்கிறது. 3 பேருக்கு தனி நபர்கள் அளித்த தானம் மூலம் 3 ஆசிரியர்களுக்குச் சம்பளம் தரப்படுகிறது. ஒருவருக்கு கிராமம் ஆதரவு தருகிறது. எஞ்சிய பத்துக் கல்லூரிகளில் ஆசிரியர்களுக்கு மாணவர்கள் தரும் பணம் மூலமே சம்பளம் தரப்படுகிறது. இவற்றில் இந்து சாஸ்திரங்கள் கற்றுத் தரப்படுகின்றன. கல்லூரிப் படிப்பு பிராமணர்களுக்கு மட்டுமேயானது. பள்ளிகள் இருக்கும் கிராமங்களின் மக்கள் தொகை மட்டுமே அறிக்கையில் தரப்பட்டிருக்கிறது. அது மாவட்டத்தின் ஒட்டுமொத்த மக்கள் தொகை அல்ல.

திருச்சி

இந்த மாவட்டத்தில் இருக்கும் பள்ளிகள், கல்லூரிகள் எதற்கும் அரச உதவி எதுவும் தரப்படவில்லை. ஜெயலூரி தாலுகாவில் மட்டும் முந்தைய அரசு ஏழு பள்ளிகளின் ஆசிரியர்களுக்காக 46-47 காணிகளை மானியமாகத் தந்திருந்தது. மாணவர்கள் ஏழு வயதில் இருந்து 15 வயது வரை படிக்கிறார்கள். கல்விக்கான ஆண்டு சராசரிச் செலவு ஒரு மாணவருக்கு 7 பகோடாக்கள்.

மதுரை

இந்த மாவட்டத்தில் நடக்கும் பள்ளிகளுக்கு எந்த அரசு மானியமும் தரப்பட்டதாகத் தெரியவில்லை. ஏழை மக்கள் ஒரு மாணவருக்கு அரை பணத்தில் இருந்து ஒரு பணம் வரை ஆசிரியருக்குக் காணிக்கையாகத் தருகிறார்கள். கொஞ்சம் வசதியானவர் களிடமிருந்து 2/3 பணத்திலிருந்து 5 பணம் வரை கிடைக்கிறது. அப்படியாக ஒரு ஆசிரியருக்கு மாத வருமானமாக 30-60 பணம் அல்லது இரண்டிலிருந்து 3.75 பகோடாக்கள் பெரிய கிராமங்களிலும் 10-30 பணம் சிறிய கிராமங்களிலும் ஒரு ஆசிரியருக்கு மாத வருமானமாகக் கிடைக்கிறது. ஐந்து வயதில் பள்ளியில் சேரும் மாணவர்கள் 12-15 வயது வரை கல்வி பெறுகிறார்கள். அக்ரஹாரங்களில் வேதம் கற்றுத் தரும் பிராமணர்களுக்கு சிறிய அளவு நிலம் மானியமாக ஒதுக்கப் பட்டிருக்கிறது. அந்த ஆசிரியர்கள் தமது மாணவர்களுக்கு இலவசமாகவே கல்வி தருகிறார்கள்.

திருநெல்வேலி

திருநெல்வேலியில் ஒரு கல்லூரியும் இருப்பதாகத் தெரியவில்லை.

கோயம்புத்தூர்

மாணவர்களிடமிருந்து பெறும் கட்டணத்தைக் கொண்டே இந்த மாவட்டத்தில் பள்ளிகள் நடத்தப்படுகின்றன. பெற்றோரின் வசதி வாய்ப்புகளுக்கு ஏற்ப ஒவ்வொரு மாணவருக்கும் மூன்று ரூபாயிலிருந்து 14 ரூபாய் வரை செலவாகிறது. ஆசிரியர்களுக்கு வரையறுக்கப்பட்ட ஊக்கத்தொகை நீங்கலாக ஒவ்வொரு மாணவரின் பெற்றோரும் அவ்வப்போது எதையேனும் தானமாகத் தருவதுண்டு. சில குறிப்பிட்ட விசேஷங்களுக்குத் தனிப்பட்ட தொகை தருவதும் உண்டு. மாணவர்கள் ஐந்து வயதில் சேர்க்கப்படுகிறார்கள். 13-14 வயதுவரை படிக்கிறார்கள். இறையியல், சட்டம் போன்றவற்றைப் படிப்பவர்கள் அதன் பிறகு 15 வயதில் கல்லூரியில் சேருகிறார்கள். கணிசமான அறிவு பெறும் வரையில் அல்லது வேலை கிடைக்கும் வரையில் படிக்கிறார்கள். முற்காலங்களில் இந்தக் கல்லூரிகள் நடத்தப்பட ரூ 2208-7 அளவுக்கு மானியங்கள் தரப்பட்டிருக்கின்றன.

கனரா

எந்த அறிக்கையும் இல்லை.

மலபார்

மலபார் பிராந்தியத்தில் ஒரே ஒரு கல்லூரிதான் இருக்கிறது. ஆனால், உயர்கல்வியெல்லாம் இங்கு தனியார் இடங்களில் கற்றுத் தரப்படுகின்றன. தனியார் ஆசிரியர்களுக்கு எந்தவித நிரந்தர

நிர்ணயிக்கப்பட்ட ஊதியத் தொகையும் தரப்படவில்லை. ஆனால், மாணவர்கள் படிப்பு முடித்ததும் ஆசிரியர்களுக்குக் காணிக்கை தருகிறார்கள். ஒவ்வொரு மாணவரிடமிருந்து மாதத்துக்கு கால் பணத்தில் இருந்து நான்கு ரூபாய்வரை ஒரு ஆசிரியருக்கு சம்பளமாகக் கிடைக்கிறது. இது தவிர பள்ளியை விட்டு நீங்கும்போது மாணவர்கள் ஆசிரியர்களுக்குத் தனியாக ஒருதொகை தருவதும் உண்டு. இங்கு நடக்கும் ஒரே ஒரு கல்லூரியானது சாமுத்திரி ராஜாவால் நிறுவப்பட்டு அவருடைய ஆதரவால் தொடர்ந்து நடத்தப்படுகிறது. மாணவர்களுடைய செலவுகளுக்கு 2000 ரூபாயும் ஆசிரியர்களுக்கு 200 ரூபாயும் தருகிறார். இதற்காக நிலங்களும் மானியமாகத் தரப்பட்டுள்ளன. ராஜாவால் தரப்பட்ட இந்தக் கல்லூரியின் வரலாறு இங்கு சமர்ப்பிக்கப்பட்டிருக்கிறது.

ஸ்ரீரங்கபட்டனம்

இந்த ஸ்ரீரங்கபட்டனத் தீவில் கல்லூரி அல்லது பள்ளிகள் நடத்த முந்தைய அரசுகள் மற்றும் தனியார்கள் நல்கைகள் எதுவும் தந்ததாக எந்த ஆவணமும் இல்லை. ஆசிரியர்களுக்கு மாணவர்களிடமிருந்து கிடைக்கும் தொகையே சம்பளமாக இருந்திருக்கிறது. ஒரு மாணவருடைய சராசரி மாதக் கல்விக் கட்டணம் ஐந்து அணா. ஆசிரியரின் சராசரி மாத வருமானம் 57 ரூபாய்.

மதராஸ்

இந்த கலெக்டர் அனுப்பிய அறிக்கையில் இரண்டு வகையான பள்ளிகள் பற்றிய குறிப்புகள் இடம்பெற்றுள்ளன. ஒன்று இந்து மற்றும் இஸ்லாமிய மாணவர்கள் தனியாகப் படிக்கும் பள்ளிகள். இன்னொன்று அனைத்துவகை மாணவர்களும் சாதி மத வித்தியாசம் இன்றிப் படிக்கும் அறக்கட்டளைப் பள்ளிகள். மாணவர்கள் பொதுவாக ஐந்து வயதில் பள்ளியில் சேர்க்கப்பட்டிருக்கிறார்கள். ஒவ்வொருவரும் எத்தனை வருடங்கள் படிக்கிறார்கள் என்பது சந்தர்ப்ப சூழல்களுக்கு ஏற்பத் தீர்மானமாகிறது. எனினும் 13 வயதுவரை படிக்கும் மாணவர்கள் பல்வேறு துறைகளில் கணிசமான அறிவு பெற்றுவிடுகிறார்கள். அறக்கட்டளைப் பள்ளிகளைத் தவிர வேறுவகைப் பள்ளிகள் எதற்கும் அரசின் உதவி எதுவும் கிடைக்கவில்லை. ஆசிரியரின் சம்பளம் ஆண்டுக்கு மாணவர் ஒருவருக்கு 12 பகோடாக்கள் என்ற அளவைத் தாண்டுவதில்லை. சில நேரங்களில் ஏழை பிராமணக் குழந்தைகளுக்கு சாஸ்திரங்கள் இலவசமாகக் கற்றுத் தரப்பட்டன. சில நேரங்களில் ஆசிரியர்களுக்கு ஊக்கத்தொகைகள் தரப்படுகின்றன. இந்த அறிக்கையில் குறிப்பிடப் பட்டிருக்கும் மக்கள்தொகை மிகவும் குறைவாக இருப்பதை ஒருவர் பார்க்கமுடியும். எனவே கல்வி பெறுபவர்கள், பள்ளிகள் ஆகியவற்றின் எண்ணிக்கையும் இந்த அறிக்கையில் குறைவாகவே குறிப்பிடப்பட்டிருக்கும்.

XXX

தாமஸ் மன்ரோ அறிக்கை, மார்ச், 10, 1826.

(செயிண்ட் ஜார்ஜ் கோட்டை, வருவாய் ஆய்வுகள், 10, மார்ச் 1826.)

1. அரசாங்கத்தின் மூலம் 2, ஜூலை 1822-ல் வருவாய்த்துறைக்கு ஓர் உத்தரவு பிறப்பிக்கப்பட்டது. ஒவ்வொரு பிராந்தியத்திலும் இருக்கும் பள்ளிகள், கல்வியின் நிலை பற்றி ஆராய்ந்து அறிக்கை சமர்ப்பிக்கும்படி கேட்டுக்கொண்டது. அதன்படி 21 பிப்ரவரியில் வருவாய்த்துறையில் இருந்து ஒரு கடிதமும் பல்வேறு கலெக்டர்களிடமிருந்து கிடைத்த தரவுகளைத் தொகுத்து ஓர் அறிக்கையும் அனுப்பப்பட்டுள்ளது. அந்த அறிக்கையின்படி பார்த்தால், இந்த பிரஸிடென்ஸியில் பள்ளிகள், கல்லூரிகள் என்று அழைக்கப்படுபவற்றின் மொத்த எண்ணிக்கை 12,498. மக்கள் தொகை 12,850,941. அதாவது சுமார் ஆயிரம் பேருக்கு ஒரு பள்ளி. மாணவிகளின் எண்ணிக்கை மிகவும் குறைவு என்பதால் 500 மாணவர்களுக்கு ஒரு பள்ளி என்றுகூடச் சொல்லலாம்.

2. மொத்த மக்கள் தொகையான 12.5 மில்லியனில் (1.2 கோடி) 1,88,000 பேருக்கு அதாவது 67 பேரில் ஒருவருக்கு மட்டுமே கல்வி கிடைத்திருக்கிறது. ஒட்டுமொத்த மக்கள்தொகையை வைத்துப் பார்க்கும்போது இது சரிதான். ஆனால், ஆண்களின் எண்ணிக்கையை மட்டும் கணக்கில்கொண்டு பார்த்தால் இந்தக் கணிப்பு சரியல்ல. ஆண்களில் கல்வி பெற்றவர்களின் விகிதம் இங்கு குறிப்பிடப்பட்டிருப்பதைவிட மிக அதிகம். ஏனென்றால் மொத்த மக்கள்தொகையான 1.2 கோடியில் பாதி பெண்கள் என்று வைத்துக்கொண்டால் ஆண்களின் எண்ணிக்கை 64,25,000 ஆகும். அதில் கல்வி பெறும் காலகட்டமான ஐந்தில் இருந்து பத்து வயதுவரையிலான ஆண் குழந்தைகளின் எண்ணிக்கையை எடுத்துக்கொண்டால் மொத்த ஆண்கள் எண்ணிக்கையில் 9-ல் ஒரு பங்கு வரும். அதாவது பள்ளிப் பருவத்தில் இருக்கும் ஆண் குழந்தைகள் அனைவருமே கல்வி பெற்றிருந்தால் அந்த எண்ணிக்கை 7,13,000 ஆக இருந்திருக்கும். ஆனால், கல்வி பெற்றவர்களின் எண்ணிக்கை 1,84,110 மட்டுமே அல்லது அதைவிட ஒரு கால் பங்கு அதிகம் இருக்கும். ஐந்து வயதில் இருந்து பத்து வயது வரையே கல்விக்கான வயதாக நான் மதிப்பிட்டிருக்கிறேன். பலர் 12 அல்லது 14 வயது வரை படித்ததுண்டு என்றாலும் பலர் பத்து வயதுக்குள் படிப்பை நிறுத்திவிடுவதும் உண்டு. எனவே பள்ளிக்குப் போகும் வயதில் இருக்கும் ஆண் குழந்தைகளில் மூன்றில் ஒரு பங்கு பேர் கல்வி பெற்றிருப்பதாகவே என் கணிப்பில் இருந்து தெரியவருகிறது.

வீடுகளில் கல்வி பெற்றவர்களின் எண்ணிக்கை குறித்து முழுமையான அறிக்கை கிடைத்திருக்கவில்லை. மதராஸில் வீடுகளில் கல்வி பெற்றவர்களின் எண்ணிக்கை 26,963. அதாவது பள்ளிகளில் கல்வி கற்றவர்களைவிட ஐந்துமடங்கு அதிகம். இந்த மதிப்பீட்டில் ஏதோ தவறு இருக்கிறது என்றே தோன்றுகிறது. எந்தப் பிராந்தியத்திலும் வீடுகளில் கல்வி பெற்றவர்களின் எண்ணிக்கை இந்த அளவுக்கு அதிகமாக இல்லை. எனினும் அங்கும் கணிசமானவர்கள் வீடுகளில் கல்வி கற்றிருக்கிறார்கள். ஏனென்றால் இந்த பிரஸிடென்சியில் உறவினர்களிடம் அல்லது தனியார்களிடம் அவர்களுடைய வீடுகளில் கல்விபெறுவது சகஜமாகவே காணப்படுகிறது. ஒவ்வொரு சாதியினரும் ஒவ்வொரு எண்ணிக்கையில் இப்படியான கல்வி கற்றிருக்கிறார்கள். சில சாதிகள் முழுமையாகக் கல்வி பெற்றிருக்கிறார்கள். வேறு சிலவற்றில் பத்தில் ஒரு பங்கு மட்டுமே கல்வி பெற்றிருக்கிறார்கள்.

3. இந்த பிரஸிடென்ஸியில் கல்வியின் நிலை நமது நாட்டுடன் ஒப்பிடுகையில் குறைவுதான் என்றாலும் பிற ஐரோப்பிய நாடுகளின் சமீப காலத்தோடு ஒப்பிடுகையில் மேலானதாகவே இருக்கிறது. முந்தைய காலகட்டத்தில் இந்தப் பகுதியில் கல்வி நிச்சயம் இதைவிட மேலாக இருந்திருக்கும் என்பதில் எந்த சந்தேகமும் இல்லை. ஆனால், கடந்த நூற்றாண்டில் பெரிதாக எந்த மாற்றமும் இருந்திருக்கவில்லை. போர், இடப்பெயர்ச்சி போன்ற காரணங்களால் மக்கள் தொகை ஒரு இடத்தில் அதிகரித்தும் வேறொரு இடத்தில் குறைந்து போனதும் நீங்கலாக எந்த மாற்றமும் இல்லை. பள்ளிகளின் எண்ணிக்கை அதிகமாக இருந்ததால் நல்ல கல்வி கொடுக்க முடியாமல் போய் விட்டிருக்கிறது. அதாவது திறமைசாலியான ஆசிரியர்களின் சேவை போதிய மாணவர்களுக்குக் கிடைக்க வழியில்லாமல் போய்விட்டிருக்கிறது.

ஒவ்வொரு மாணவரும் கல்விக் கட்டணமாகக் கொடுத்த தொகை நான்கில் இருந்து எட்டு அணாக்கள். ஆசிரியர்களுக்கு சராசரியாக மாத வருமானம் ஆறில் இருந்து ஏழு ரூபாய்க்கு மேல் இல்லை. இந்தத் தொகை திறமைசாலிகள் இந்த வேலையைத் தேடிவரப் போதுமானதல்ல. ஆசிரியர்களுக்குப் போதிய திறமை இல்லை என்பதால் அதிக மாணவர்களை அவர்களால் ஈர்க்க முடியவில்லை என்பதையும் குறிப்பிட்டாகவேண்டும். கல்வியின் நிலை மோசமாக இருப்பதற்கு முக்கிய காரணம் போதிய வரவேற்பு இல்லாததே. மக்களின் வறுமையே கல்விக்கு அப்படியான வரவேற்பு இல்லாமல் இருப்பதற்குக் காரணம்.

4. வறுமையினால் கல்விக்கு உருவாகியிருக்கும் இடர்பாடுகளை, பள்ளிகளுக்கு அரசு நல்கைகள் அளிப்பதன் மூலம் எளிதில் நாம் தீர்த்துவிடமுடியும். நல்ல கல்வியை எளிதில் அனைவருக்கும் கிடைக்கும்படி செய்தால் மக்களிடையே நல்ல வரவேற்பையும் எளிதில் பெற்றுவிடமுடியும். அரசுப் பணிகளுக்குத் திறமை சாலிகளை மட்டுமே தேர்ந்தெடுப்பதன் மூலம் இதை நடை முறைப்படுத்திவிடமுடியும். இப்போது இருப்பதைவிட சிறந்த ஆசிரியர்களைக் கொண்டுவராமல் எந்த முன்னேற்றமும் சாத்திய மில்லை. ஆனால், ஓரளவுக்கு வசதியான வாழ்க்கை வாழும் அளவுக்கு வருமானம் கிடைக்காமல் அப்படியான ஆசிரியர்களை உருவாக்கவும் முடியாது. அவர்களுடைய தேவைகள் எல்லாம் பூர்த்தியாவதற்கு அரசாங்கம் மிதமான ஊக்கத்தொகை தரவேண்டும். எஞ்சிய பணத்தை அவர்கள் பள்ளிகளில் இருந்தே பெற்றுக் கொண்டுவிட முடியும். இப்போது கிராமங்களில் இருக்கும் ஆசிரியர்களைவிட அரசு நியமிக்கும் ஆசிரியர்கள் திறமையும் அறிவும் மிகுந்தவர்களாக இருந்தால் நிறைய மாணவர்கள் போட்டி போட்டுக்கொண்டு அவர்களிடம் படிக்க முன்வருவார்கள். அதன் மூலம் அந்த ஆசிரியர் களின் வருவாய் அதிகரிக்கவும் செய்யும்.

5. எனவே, ஆசிரியர்களுக்குப் பயிற்சி தரும் பள்ளிதான் உடனடி யான தேவை. அதைத்தான் மதராஸ் ஸ்கூல் புக் சொசைட்டியினர் தமது இரண்டாவது அறிக்கையோடு சேர்த்து 25, அக், 1824-ல் எழுதிய கடிதத்தில் குறிப்பிட்டிருக்கிறார்கள். அவர்கள் சொல்லியிருக்கும் விஷயத்துக்காக அரசாங்கக் கருவூலத்தில் இருந்து மாதத்துக்கு 700 ரூபாய்கள் பணத்தை எடுத்துக்கொள்ளும் அதிகாரத்தை அவர்க ளுக்குத் தரவேண்டும். பள்ளிக் கட்டடம், ஆசிரியர்களின் சம்பளம் ஆகியவற்றுக்கு 500 ரூபாய். புத்தகங்களின் அச்சுச் செலவுகளுக்கு 200. ஒவ்வொரு கலெக்டரேட்டிலும் இந்துக்களுக்கு ஒரு பள்ளி, இஸ்லாமியர்களுக்கு ஒரு பள்ளி என இரண்டு பிரதான பள்ளிகளைத் தொடங்கவேண்டும். ஒரு தாசில்தாரிக்கு ஒரு ஆசிரியர் வீதம் ஒவ்வொரு கலெக்டரேட்டுக்கு 15 ஆசிரியர்கள் என்றவகையில் இந்துப் பள்ளிகளைப் பலப்படுத்தலாம். நமது இந்து பிரஜைகளுக்குக் கிடைக்கும் அதே வசதி வாய்ப்புகளை இஸ்லாமிய பிரஜைகளுக்கும் நாம் விரிவுபடுத்தவேண்டும். சிலநேரங்களில் அவர்களுக்குக் கூடுத லாகக் கூட செய்துதரலாம். ஏனென்றால், அவர்களில் பெரும்பா லானவர்கள் நடுத்தர உயர்வர்க்கத்தைச் சேர்ந்தவர்கள். ஆனால், அவர்களுடைய எண்ணிக்கை இந்துக்களின் எண்ணிக்கையில் இருபதில் ஒரு பங்குக்குக் கொஞ்சம்போல் கூடுதலாக மட்டுமே இருக்கும் என்பதால் ஒவ்வொரு கலெக்டரேட்டுக்கும் ஒரு பள்ளிக்கு மேல் அவசியமிருக்காது. பிற பகுதிகளைவிடக் கூடுதல் இஸ்லாமியர்

களைக் கொண்ட ஆற்காடு மாவட்டத்துக்கு மட்டும் கூடுதல் பள்ளிகள் தேவைப்படும்.

6. மதராஸ் பிரஸிடென்ஸியில் 20 கலெக்டரேட்கள் இருக்கின்றன. தாசில்தாரி பகுதிகளின் எண்ணிக்கையில் மாற்றம் இருக்கக்கூடும். எனினும் ஒரு கலெக்டரேட்டுக்கு 15 வீதம் மொத்தம் 300 தாசில்தாரிகள் இருக்கும் என்று எடுத்துக் கொள்ளலாம். இந்தக் கணக்கின்படி 40 கலெக்டரேட் பள்ளிகள், 300 தாசில்தாரி பள்ளிகள் ஆரம்பிக்கவேண்டும். மாதச் சம்பளமாக கலெக்டரேட் பள்ளிகளின் ஒரு ஆசிரியருக்கு 15 ரூபாய், தாசில்தாரி பள்ளியின் ஆசிரியருக்கு 9 ரூபாய் வீதம் தரவேண்டியிருக்கும். இந்தத் தொகை மிகவும் குறைவுபோல் தோன்றக்கூடும். ஆனால், 9 ரூபாய் சம்பளம் பெறும் தாசில்தாரி ஆசிரியருக்கு மாணவர்களிடமிருந்து அதே அளவு தொகை கிடைக்கும். அனைத்துச் சூழ்நிலைகளையும் கருத்தில் கொண்டு பார்த்தால், ஸ்காட்லாந்தில் இருக்கும் ஒரு பாரிஷ் பள்ளி ஆசிரியருடைய நிலைமையைவிட மதராஸ் தாசில்தாரி ஆசிரியரின் நிலைமை மேலானதாக இருக்கும்.

7. பள்ளிகளின் மொத்தச் செலவு:

மதராஸ் ஸ்கூல் புக் சொசைட்டி (மாதச் செலவு)	ரூ. 700
20 கலெக்டரேட் பள்ளிகள், இஸ்லாமியருக்கானது ஒன்றுக்கு 15 ரூபாய் வீதம்	ரூ. 300
20 கலெக்டரேட் பள்ளிகள், இந்துக்களுக்கானது ஒன்றுக்கு 15 ரூபய் வீதம்	ரூ. 300
தாசில்தாரி பள்ளிகள் 300 - 9 ரூபாய் வீதம்	ரூ. 2,700
மாதத்துக்கு	**ரூ.4,000**
ஆண்டுக்கு	**ரூ. 48,000**

இந்தச் செலவுகளை சிறிது சிறிதாகத்தான் செய்தாக வேண்டி இருக்கும். ஏனென்றால் தகுதி வாய்ந்த ஆசிரியர்கள் போதுமான எண்ணிக்கையில் கிடைக்கக் கணிசமான கால அவகாசம் தேவைப் படும். மதிப்புக்குரிய அரசரிடமிருந்து அனுமதி கிடைப்பதற்கு முன்பாக, இப்போதைக்கு மதராஸ் ஸ்கூல் புக் சொசைட்டி மற்றும் கலெக்டரேட் பள்ளிகளின் செலவுக்கான தொகை மட்டுமே உடனடியாகத் தேவைப்படும். அனுமதி பெற்றுச் செலவிடவேண்டிய தொகை அரை லட்சத்துக்கும் குறைவாகவே இருக்கும். இப்போது கலெக்டர்களின் அறிக்கையில் குறிப்பிடப் பட்டிருக்கும் மானியங்கள் எதுவுமே இதில் சேராது. அந்தத் தொகை 20,000க்கு அதிகம் இருக்காது. அதில் சொற்பத் தொகை மட்டுமே அரசாங்கத்தின் செலவாக இருக்கும். அவையெல்லாம் இறையியல், சட்டம், வானவியல்

ஆசிரியர்களுக்கான தொகைதான். மக்களின் கல்விக்காக அரசு செலவிடும் தொகைக்கு பிரதிபலனாக நாடு முன்னேற்றமடையும். கல்வி கிடைத்தால் அதைத் தொடர்ந்து ஒழுங்கு வளரும். தொழில்துறைகள் வளரும். வாழ்க்கை வசதிகள் மீது ஆர்வம் வரும். அவற்றை அடைவதற்கான முயற்சிகளை மேற்கொண்டு மக்களின் வாழ்க்கைத் தரம் மேம்படும்.

8. பொதுப் பள்ளிகள் அமைப்பதைக் கண்காணிக்கப் பொது கல்விக் குழுவை அமைக்கவேண்டும். பள்ளிக்கூடம் அமைக்கப் பொருத்தமான இடங்களைத் தீர்மானித்தல், பள்ளிகளில் பயன்படுத்த வேண்டிய பாடப் புத்தகங்களைத் தீர்மானித்தல், உள்ளூர் மக்களின் கல்வித் தரத்தை மேம்படுத்த எந்த வழிமுறைகளைப் பின்பற்ற வேண்டும் என்பவை போன்ற முக்கியமான விஷயங்கள் தொடர்பாக அரசுக்கு அறிக்கைகள் சமர்ப்பித்தல் ஆகிய பணிகளை அந்தக் குழு கவனிக்கவேண்டும்.

9. ஸ்கூல் புக் சொசைட்டியின் செயல்பாடுகளுக்கு உடனே பலன் கிடைத்துவிடும் என்று எதிர்பார்க்கக்கூடாது. ஆசிரியர்களுக்குப் பயிற்சிகொடுத்து மக்களின் கல்வித்தரத்தை மேம்படுத்தும் இந்த முயற்சியானது இப்போது பள்ளிக்கு வருபவர்களை மட்டுமே கவனத்தில் கொள்ளும். புதிய மாணவர்களைச் சேர்க்கும் முயற்சியானது அதற்கான தேவை அதிகரித்தால் மட்டுமே எடுக்கப்படும். அது, செல்வவளம் மிகுந்தவர்களுக்கு கல்வி கிடைக்கும்படி செய்வதன் மூலமும் கல்விக்கான கட்டணத்தைச் செலுத்தும் அளவுக்கு மக்களின் நிலையை மேம்படுத்துவதன் மூலமும் மட்டுமே சாத்தியமாகும். கல்வியின் அருமை தெரியாதவர்களுக்கும் கட்டணம் செலுத்த முடியாதவர்களுக்கும் கல்வி தர முடியாதே தவிர கல்வி பெறுபவர்களுக்குத் தரமான கல்வி தர ஸ்கூல் புக் சொசைட்டியால் முடியும். கல்வி மீதான ஆர்வத்தை உருவாக்கி வளர்த்தெடுத்தால் அது மறைமுகமாகக் கல்வியின் பரவலுக்கு வழிவகுக்கும். தரமான கல்வியை வழங்கும் நமது திட்டத்தை முறையாகச் செய்து, தாசில்தாரி பகுதிகளோடு நிறுத்திவிடாமல் சிறிய மாவட்டங்களுக்கும் நமது முயற்சிகளை விரிவுபடுத்தினால் நமக்கு நிச்சயம் வெற்றி கிடைக்கும் என்று உறுதியாக நம்புகிறேன். அதே நேரம் கல்கத்தா ஸ்கூல் புக் சொசைட்டி தனது ஐந்தாம் அறிக்கையில் தெரிவித்திருப்பதுபோல் புதிய தலைமுறை கண்ணால் பார்க்க முடிந்த முன்னேற்றத்தைக் காட்டினால்தான் அடுத்தகட்டப் பணிகளை முன்னெடுக்கவேண்டும். அதுவரை இந்தச் செயல்படுகள் மெதுவாகவே நடந்தாகவேண்டும் என்பதை முழுவதுமாக ஒப்புக்கொள்கிறேன்.

கையொப்பம்
தாமஸ் மன்ரோ

பின்னிணைப்பு B

இந்தியாவில் சிறுவர்களின் கல்வி பற்றி
ஃப்ரா பாலினோ தா பர்தால்மோ

ஃப்ரா பாலினோ தா பர்தால்மோ - ஆஸ்திரியாவில் ஹோஸ் பகுதியில் 1748ல் பிறந்தவர். இந்தியாவில் 1776லிருந்து 1789 வரை இருந்தவர். வாயேஜஸ் டு தி ஈஸ்ட் இண்டீஸ் என்ற இவரது படைப்பு 1796ல் ரோமில் வெளியானது. பெர்லினில் 1798லும் இங்கிலாந்தில் 1880லும் வெளியானது. இரண்டாம் புத்தகம் பர்த் அண்ட் எஜுகேஷன் ஆஃப் சில்ட்ரன். (பக் 253 - 268)

அனைத்து கிரேக்க வரலாற்றாய்வாளர்களும் இந்தியர்களைப் பற்றிச் சொல்லும்போது ஆஜானுபாகுவானவர்கள், பிற நாடுகளில் இருக்கும் மக்களைவிட வலுவானவர்கள் என்றே குறிப்பிட்டிருக் கிறார்கள். இது முழுவதும் உண்மையில்லை என்றாலும் தூய்மை யான காற்று, பொதுவான செழிப்பு, குண நலன்கள், மனோபாவம் மற்றும் உயர்வான கல்வி போன்றவை உடல் வலுவுக்கு பெரிதும் துணைபுரிபவையாக இருக்கின்றன. இந்தியாவில் பிறக்கும் குழந்தைகள் அநாதையாகக் கைவிடப்பட்டவைபோல் எப்போதும் தரையிலேயே போடப்பட்டிருக்கின்றன. ஐரோப்பாவில் செய்வது போல் அந்தக் குழந்தைகளைத் துணியால் சுற்றியோ கட்டியோ வைப்பதில்லை. இதனால் அந்தக் குழந்தைகளின் கால்கைகள் எந்தவித நெருக்கடியும் இல்லாமல் நன்கு விரிந்து வளர்கின்றன. அவர்களுடைய நரம்புகளும் எலும்புகளும் திடமாகின்றன. இந்தக் குழந்தைகள் இளவயதை எட்டும்போது அழகும் வலிமையும் மிகுந்தவர்களாக ஆகிறார்கள். குளிர்ந்த நீரில் குளிக்கிறார்கள். தேங்காய் எண்ணெய் கொண்டு உடம்பை நன்கு மசாஜ் செய்து கொள்கிறார்கள். இங்கியா செடியின் (*Ingia plant*) சாறைப்

பயன்படுத்துகிறார்கள். அவர்கள் செய்யும் உடற்பயிற்சிகள் நமது ஜுவேனிலியா (*Juvenilia*)போலவே இருக்கிறது. மலபாரில் அதை அதிகம் பார்த்திருக்கிறேன். இவையெல்லாம் அவர்களுடைய உடல் வலுவை அதிகரிக்க உதவுகின்றன. போதை, பெண் சகவாசம் அல்லது மிகக் கடினமான உழைப்பு போன்றவற்றுக்கு உள்ளானால் ஒழிய இவர்களின் உடல்வலு எந்தவகையிலும் குறைவதில்லை. சுருக்கமாகச் சொல்வதென்றால், இந்தியாவில் முடமாகவோ வேறு வகையில் சிதைவுற்றவர்களாகவோ யாரையுமே பார்த்ததில்லை. மேற்குக் கடலோரம் வசிக்கும் மலபார் மக்கள் கிழக்கு கடலோர கோரமண்டலப் பகுதியில் வசிப்பவர்கள் அல்லது தமிழர்களைவிட வனப்பும் வலுவும் மிகுந்தவர்களாகவே இருக்கிறார்கள்.

இந்தியர்களின் கல்வி மிகவும் எளிமையானது. ஐரோப்பாவைப் போல் செலவு வைக்கக்கூடியது அல்ல. மர நிழலில் அரை ஆடையுடன் சிறுவர்கள் கூடி அமர்ந்து படிக்கிறார்கள். தரையில் வரிசையாக அமர்ந்து மண்ணைக் குவித்துவைத்து வலது கை சுட்டுவிரலால் அகர வரிசை எழுத்துகளை எழுதிப் படிக்கிறார்கள். அதன் பிறகு இடது கையால் மண்ணைச் சரி செய்து அழித்துவிட்டு வேறு எழுத்துகளை எழுதிக் கொள்கிறார்கள். கல்வி கற்றுத் தருபவர் ஆசான் அல்லது எழுத்தச்சன் என்று அழைக்கப்படுகிறார். அவர் மாணவர்களுக்கு முன்னால் நின்றுகொண்டு அவர்கள் என்ன எழுதுகிறார்கள் என்பதை மேற்பார்வையிடுவார். தவறுகளைச் சுட்டிக் காட்டி எப்படி அதைச் சரி செய்யவேண்டும் என்று சொல்லித் தருவார். முதலில் நின்றபடியே வகுப்பை நடத்துவார். குழந்தைகள் ஓரளவுக்கு எழுதப் படிக்கக் கற்றுக்கொண்டதும் மான் தோல் அல்லது புலித்தோலின் மீது காலை மடித்து அமர்ந்துகொண்டு பாடம் எடுப்பார். சில நேரம் தென்னை ஓலைப் பாய் அல்லது வேறு வகைப் பாய்களின் மீது அமர்ந்தும் வகுப்பெடுப்பார். இப்படியான கல்வி இயேசு நாதர் பிறப்பதற்கு 200 ஆண்டுகளுக்கு முன்பிருந்தே இந்தப் பகுதிகளில் கற்றுத் தரப்பட்டிருக்கிறது என்று மெகஸ்தனிஸ் குறிப்பிட்டிருக்கிறார். இன்றும் அந்தக் கல்வி தொடர்கிறது. இந்தியர் களைப் போல் பாரம்பரியப் பழக்கவழக்கங்களைத் தொடர்ந்து பின்பற்றிவரும் சமூகம் உலகில் வேறு எதுவும் இருக்க முடியாது என்றே தோன்றுகிறது.

மலபாரில் இருக்கும் ஆசிரியர் ஒவ்வொரு இரண்டு மாதத்துக்கு ஒருமுறை தனது ஒவ்வொரு மாணவரிடமிருந்தும் இரண்டு பணம் பெற்றுக்கொள்கிறார். சில மாணவர்கள் பணமாகத் தருவதில்லை. அதற்குப் பதிலாக அரிசி தருகிறார்கள். குழந்தைகளின் பெற்றோருக்கு அது வசதியாக இருக்கிறது. சில ஆசிரியர்கள் தமது மாணவர்களுக்கு இலவசமாகக் கற்றுத்தருகிறார்கள். அந்த ஆசிரியர்களுக்கு கோவில்

நிர்வாகத்தினரிடமிருந்து அல்லது அந்த சாதித் தலைவரிடமிருந்து சம்பளம் கிடைத்துவிடுகிறது. குழந்தைகள் ஓரளவுக்கு எழுதப் படிக்கக் கற்றுக்கொண்டதும் ஏட்டுப் பள்ளிக்கு அனுப்பப்படுகிறார்கள். அங்கே அவர்கள் பனை ஓலைச் சுவடிகளில் எழுதப் படிக்கிறார்கள். அந்த ஓலைச் சுவடிகள் ஒன்றின் மேல் ஒன்றாக வரிசையாக அடுக்கப்பட்டு ஒரு நூலால் கோக்கப்பட்டிருக்கின்றன. இதுதான் இந்திய கிரந்தம் அல்லது புத்தகம். எழுதுகோலால் பனை ஓலைகளில் எழுதப்பட்ட புத்தகம் கிரந்தவாரி அல்லது லக்யா (Lakya) என்று அழைக்கப்படும். எதுவும் எழுதாத பனை ஓலைச் சுவடி அலக்யா எனப்படும்.

ஆசிரியர் அல்லது குரு வகுப்பறைக்குள் நுழையும்போது மிகுந்த மரியாதையுடன் வரவேற்கப்படுவார். மாணவர்கள் அவர் முன்னால் நெடுஞ்சாண்கிடையாக விழுந்து வணங்குகிறார்கள். இடதுகையை மார்புக்குக் குறுக்காகக் கட்டிக்கொண்டு வலதுகையால் வாயை மூடியபடி அமர்ந்திருப்பார்கள். ஆசிரியர்அனுமதி கொடுத்தாலொழிய யாரும் எதுவும் பேசமாட்டார்கள். எந்த மாணவன் அனுமதியின்றிப் பேசுகிறானோ ஆசிரியர் சொன்னதை மீறி நடந்துகொள்கிறானோ அவன் வகுப்பில் இருந்து வெளியே அனுப்பப்பட்டுவிடுவான். நாவடக்கம் இல்லாத மாணவனால் உயர் தத்துவங்களைக் கற்க முடியாது. இப்படியான கட்டுப்பாடுகளால் ஒரு ஆசிரியருக்கு அவருக்கு உரிய மரியாதை கிடைத்துவிடுகிறது. மாணவர்கள் மிகுந்த கீழ்படிதலுடன் நடந்துகொள்கிறார்கள். ஆசிரியர் வரையறுக்கும் விதிகளை ஒருபோதும் மீறுவதில்லை. ஆசிரியரால் கற்றுத் தரப்படும் முக்கியமான பாடங்கள்: முதலில் எழுத்துகள் மற்றும் கணக்குகளின் அடிப்படைகளைக் கற்றுத் தருகிறார். அதன் பிறகு இரண்டாவதாக, சமஸ்கிருத இலக்கணம். இதில் பெயர்ச் சொற்கள், வினைச் சொற்கள் போன்றவை கற்றுத் தரப்படும். மலையாளத்தில் இது சிதருபா என்று அழைக்கப்படுகிறது. வங்காளத்தில் சரஸ்வதா அல்லது நளினமாகப் பேசும் கலை எனப்படுகிறது. மூன்றாவதாக, இலக்கணத்தின் இரண்டாவது பாகம் அதில் வியாகரணம் அல்லது வாக்கிய அமைப்பு கற்றுத் தரப்படுகிறது. நான்காவதாக, அமரசின்ஹா அல்லது பிராமண கலைச்சொல் அகராதி. இது பிராமணர்களால் உயர்வாக மதிக்கப் படுகிறது. இது ஆண்டிக்யுல் டி பரோன் சொல்வதுபோல் மூன்று பாகங்களைக் கொண்டது அல்ல. நான்கு பாகங்களைக் கொண்டது. கடவுள்கள், சாஸ்திரங்கள், வண்ணங்கள், பூமி, கடல், ஆறுகள், மனிதர்கள், விலங்குகள், இந்தியக்கலைகள், கைவினைத்தொழில்கள் அனைத்தையும் உள்ளடக்கியது.

குரு அனைத்தையும் சமஸ்கிருதத்தில் சுலோக வடிவில் கற்றுத் தருகிறார். இந்த சுலோகங்கள் மொழியைக் கற்றுத் தருவதோடு

வாழ்க்கைக்கான ஒழுக்க விதிகளையும் உள்ளடக்கியவையாக இருக்கின்றன. அப்படியாக ஒரு மொழியைப் படிக்கும் போக்கிலேயே நல்லொழுக்கமும் எதிர்கால வாழ்க்கையில் எப்படி நடந்துகொள்ள வேண்டும் என்ற போதனையும் இளம் மனங்களில் பதியவைக்கப் படுகின்றன.

பிராமணர்கள் முன்வைக்கும் ஒழுக்கம் தொடர்பாக வாசகர்கள் நன்கு புரிந்துகொள்ளும் வகையில் சில வாக்கியங்களை இங்கு உதாரணமாகத் தருகிறேன்.

1. கல்வியின் பயன்தான் என்ன, உண்மையான ஞானத்தை அது போதிக்கவில்லையென்றால்?

2. நட்புணர்வுடன், அக்கம்பக்கத்தில் இருப்பவர்களுக்கு உதவி செய்து, புதியவர்களையும் நாடோடிகளையும் வரவேற்று உபசரித்து வாழவில்லையென்றால் காடுகளை விட்டு நகரங்களிலும் ஊர்களிலும் நாம் வசிக்கத் தொடங்கியிருக்கிறோமே அதனால் என்ன பயன்?

3. வாளாலும் தீயாலும் உருவாகும் புண்களைவிட நாவால் சுட்ட வடு வலி மிகுந்தது. எளிதில் ஆறாததும் கூட.

4. பெண்கள் (மனைவி) தமது கற்புக்குத் தாமே காவலாக இருக்காத பட்சத்தில் வீடுகளைப் பூட்டி வைத்து என்ன பயன்?

5. பழிக்குப் பழி வாங்குபவனுக்கு அந்த ஒரு நாள் மட்டுமே சந்தோஷம் கிடைக்கும். ஆனால், மன்னித்து மறப்பவருக்கோ வாழ் நாள் முழுவதும் இன்பம் கூடவே வரும்.

6. பணிவு எல்லாருக்குமே நல்ல குணம்தான். ஆனால், செல்வந்தரிடமும் கற்றறிந்தவரிடமும் இருக்கும் பணிவு அவர்களை அலங்கரிக்கும் ஆபரணமாகத் திகழும்.

7. கண்ணியம், கற்பு நெறி, பரஸ்பர அன்பு மிகுந்த தம்பதியின் வாழ்க்கை பல நூறு தவங்கள் செய்வதுபோல் கடுமையானது.

பள்ளிகள் அமைந்திருக்கும் தோட்டங்கள் அல்லது கோவில்களில் உருளை வடிவிலான லிங்கம் கட்டாயம் இருக்கும். சிவலிங்கம் இந்தியர்கள் அனைவராலும் வணங்கப்படும் தெய்வம் அல்ல. சைவர்கள் மட்டுமே அதை வணங்குகிறார்கள். இந்தப் பிரிவைச் சேர்ந்தவர்கள் சிவனை ஜோதி (தீ) வடிவமாக வணங்குகிறார்கள். உலகில் அனைத்தையும் உருவாக்கிய சக்தியின் வடிவமாகப் பார்க்கிறார்கள். சிவலிங்கம் நீங்கலாக வேறு இரண்டு சிலைகளும் பள்ளிகளில் இருக்கும். பொதுவாக அவை பள்ளியின் நுழைவாசல் அருகில் வைக்கப்பட்டிருக்கும். ஒன்று விநாயகரின் சிலை. சாஸ்திரங்கள் மற்றும் கற்றறிந்தவர்களைக் காக்கும் கடவுள். இன்னொன்று சரஸ்வதியின் சிலை. வாக்குக்கும் வரலாற்றுக்குமான

கடவுள். பள்ளிக்குள் நுழையும் ஒவ்வொரு மாணவரும் இந்த இரண்டு தெய்வங்களையும் வணங்குவார்கள். தலைக்கு மேல் கைகளைக் குவித்து சில ஸ்லோகங்களைச் சொல்லி பிரார்த்தனை செய்வார்கள். விநாயகரைப் பார்த்து 'சத் குருவே நமஹ' என்றோ 'கணபதியே நமஹ' என்றோ சொல்லி வணங்குவார்கள். இது துல்லியமான உருவ வழிபாடு. இந்தியர்கள் தமது குழந்தைகளைச் சிறுவயதிலேயே இறை நம்பிக்கை கொண்டவர்களாக ஆக்குவதன் அடையாளம் இது. கடவுள்களே தம்மைக் காப்பவர்கள் என்பதை சிறு வயதிலேயே கற்றுக் கொடுத்துவிடுகின்றனர். மதத்தின் வலிமையையும் மதக் கருத்துகள் ஏற்படுத்தும் தாக்கத்தையும் தெரிந்துகொள்ளவேண்டுமென்றால் ஒருவர் இந்தியாவுக்குச் சென்று பார்க்கவேண்டும் என்று கேலிப்ஸோ ஃப்ரிகேட்டின் தலைவரான மார்க்யுஸ் கெர்காரியோ சொல்லியிருக்கிறார். அவர் சொன்னது முற்றிலும் சரி. ஆயிரம் இந்தியர்களைப் பார்த்தாலும் அதில் ஒருவர்கூட தெய்வ நம்பிக்கை இல்லாமல் இருப்பதைப் பார்க்க முடியாது. கல்வியும் தட்பவெப்பநிலையும் இந்தியர்கள் தெய்வ நம்பிக்கையுடன் திகழ்வதற்கும் தெய்வத்திடம் தம்மைச் சரணடையச் செய்வதற்கும் காரணமாக இருக்கின்றன.

இந்திய இளைஞர்களுக்குக் கற்றுத் தரப்படும் பிற பாடங்கள்: கவிதை, காவியம், வாள் சண்டை, களரிப்பயறு, தாவரவியல் (மூலிகைக் கல்வி) மற்றும் மருத்துவம் (வைத்திய சாஸ்திரம்), கடல் பயணம், நவ சாஸ்திரம், பந்துகளி, சதுரங்கம், கோலடி, தர்க்க சாஸ்திரம், ஜோதிடம், சட்டம், ஸ்வாத்யா, மவுனம். பிராமண இளைஞர்கள் கல்வி கற்கும் பருவத்தில் பிரம்மசரியம் அனுஷ்டிக்க வேண்டும். கோவில் சுற்றுவட்டாரத்தில் பெண்வாசனை இன்றி வாழவேண்டும். ஐந்து வருடங்கள் கடுமையான மவுன விரதங்கள் மேற்கொள்ளவேண்டும். தத்துவப் பாடத்தின் முதல் படிநிலை அது. பிதகோரஸ் இந்தத் தத்துவக் கல்விமுறையை இந்தியத் தத்துவ ஆசிரியர்களிடம் இருந்துதான் கடன் வாங்கியிருக்கவேண்டும். ஏனென்றால் அவருடைய மாணவர்களையும் இதுபோல் ஐந்து வருடங்கள் மவுன விரதங்கள் இருக்கச் சொன்னார் (காண்க: டியோஜனெஸ் லாக்ரடஸ் லிப் VIII.10 மற்றும் ஒளல் கோலியஸ், 1ib, i9f) அறுவை சிகிச்சை, உடல்கூறு இயல், புவியியல் போன்ற பாடங்கள் இந்தப் பட்டியலில் இடம்பெறாததை வாசகர்கள் கவனித்திருப்பீர்கள்.

உலகிலேயேதமது நாடு மிகவும்அழகானது, மகிழ்ச்சியானது என்று இந்தியர்கள் நம்புகிறார்கள். இதனால் பிற சாம்ராஜ்ஜியங்களுடன் அதிகத் தொடர்பு வைத்துக்கொள்வதில் அவர்களுக்கு அக்கறை எதுவும் இல்லை. அவர்களுடைய மதம் பிராணிகளைக் கொல்வதைத்

தவறென்று சொல்கிறது. எனவே, அவற்றின் உடலை அறுத்துப் பரிசோதனை செய்வதில் அவர்கள் ஈடுபடுவதில்லை.

எனது சமஸ்கிருத இலக்கணப் புத்தகத்தில் இந்தியர்களின் கவிதைகள் பற்றிச் சொல்லியிருக்கிறேன். மேலும் சில விஷயங்களை பின்னர் சொல்கிறேன். நீர்வழிப் பயணமானது பெரிதும் ஆற்று வழிப் பயணத்தை அடிப்படையாகக் கொண்டதுதான். பூர்விக இந்தியர்களுக்கு கடல் என்றால் பயம். ஈட்டி, வாள் பயிற்சி, பந்து விளையாட்டு, டென்னிஸ் போன்றவை அவர்களுடைய கல்வியில் இடம்பெறுகின்றன. இவையெல்லாம் அந்த இளைஞர்களை வலுவானவர்களாக ஆக்கும் நோக்கில் பயன்படுத்தப்படுகின்றன. இந்த அனைத்துவகைப் பயிற்சிகள், கலைகள், சாஸ்திரங்கள் ஆகியவற்றுக்கென்று தனித்தனியாக ஆசான்கள் இருக்கிறார்கள். அவர்கள் அனைவருமே மேலே சொன்னதுபோல் மாணவர்களால் மிகுந்த மரியாதையுடன் நடத்தப்படுகிறார்கள். ஆண்டுக்கு இருமுறை அந்த ஆசான்களுக்குப் பட்டுத்துணி காணிக்கையாகத் தரப் படுகிறது. அதை அவர் உடுத்திக்கொள்கிறார். அது சன்மானம் என்று அழைக்கப்படுகிறது.

நாயர் (Nayris) மற்றும் சூத்திர ஜாதிப் பெண்களைத் தவிர மற்ற இந்தியப் பெண்கள் 12 வயதுவரை வீட்டிலேயே இருந்துவருகிறார்கள். வெளியே செல்வதென்றால் அம்மாவோ அத்தையோ யாரேனும் உறவினருடன் மட்டுமே வெளியே செல்வார்கள். வீட்டுக்குள்ளேயே அந்தர்கிரஹம் என்ற ஒரு தனி பகுதி இருக்கும். வீட்டு ஆண்கள்கூட அதனுள் நுழைய முடியாது. தந்தை எந்த சாதியைச் சேர்ந்தவரோ அந்த சாதியின் அல்லது தொழில் குழுவின் உறுப்பினராக ஆகும் சடங்கு ஒன்பது வயதில் ஆண் குழந்தைகளுக்கு நடத்தப்படும். அது மிக மிகக் கட்டாயமான சடங்கு. இந்த விஷயம் டிடோரஸ் சிகுலஸ், அரின் மற்றும் பிற கிரேக்க பயணிகளின் குறிப்புகளில் இடம்பெற்றிருக்கிறது. இது உண்மையிலேயே மிகவும் கறாரான நிகழ்வு. அதேநேரம் சமூக ஒழுங்குக்கும் கலைகளுக்கும் சாஸ்திரங்களுக்கும் ஏன் மதத்துக்கும் கூட இது மிகவும் அவசியம். இந்த விதிமுறையின் காரணமாக ஒரு சாதியைச் சேர்ந்தவர் இன்னொரு சாதியைச் சேர்ந்தவரைத் திருமணம் செய்துகொள்ள முடியாது. எனவே அனைத்துக் குழந்தைகளும் அனைத்துவகை வேலைகளுக்கும் செல்ல முடியும் என்ற வகையில் இந்தியாவில் கல்வி தரப்படுவதில்லை. ஒவ்வொரு சாதியினரும் அவரவர் சாதிக்கான கல்வியையே பெறுகிறார்கள். எதிர்காலத்தில் என்ன தொழிலில் ஈடுபடவேண்டும் என்பது சிறு வயதிலிருந்தே தீர்மானிக்கப்பட்டுவிடும். உதாரணமாக, ஒரு பிராமணக் குழந்தை எழுதப் படித்தல், மந்திரங்கள் ஓதுதல், சூரிய சந்திர கிரகணங்களைக் கணித்தல், சட்டம் மற்றும் மதச் சடங்குகளைப் படித்தல் சுருக்க

மாகச் சொல்வதென்றால், இந்தியர்களின் புனித நூலான வேதங்களில் சொல்லப்பட்டிருக்கும் விஷயங்கள் அனைத்தையும் தெரிந்துகொள்ளவேண்டும். வைசியர்கள் தமது குழந்தைகளுக்கு வாணிபம் மற்றும் விவசாயத்தைக் கற்றுத்தரவேண்டும். ஒரு சத்ரியர் தன் குழந்தைக்கு ஆட்சி நிர்வாகம், போர்க்கலைகள் முதலியவற்றைக் கற்றுத் தரவேண்டும். சூத்திரர்கள் கைவினைத் தொழில்கள் கற்றுத் தரவேண்டும். முக்குவர் தனது குழந்தைகளுக்கு மீன் பிடிக்கக் கற்றுத் தரவேண்டும். பனியாக்கள் வர்த்தகம் கற்றுத் தரவேண்டும். சயானர்கள் தோட்டப்பணி கற்றுத் தரவேண்டும்.

இப்படியான சமூக அமைப்பின் மூலம் சமூகத்தின் பல்வேறு வேலைகள் பரவலாகப் பகிர்ந்தளிக்கப்படுவதோடு வழிவழியாக அடுத்த தலைமுறைகளுக்குச் செல்கிறது. அவர்கள் அதை மேலும் வளர்த்தெடுக்கவும் முழுமைக்குக் கொண்டுசெல்லவும் வழி பிறக்கிறது. அலெக்சாண்டரின் காலகட்டத்தில் இந்தியர்கள் கைவினைத்தொழில்களில் இதுபோன்ற மேன்மையை எட்டியிருந்தனர். அவருடைய படைத்தளபதி நெபுகஸ், கிரேக்கப் படை வீரர்களின் பொருட்கள் அனைத்தையும் இந்தியக் கைவினைக் கலைஞர்கள் அப்படியே அதி அற்புதமாக உருவாக்கிக் காட்டியதைப் பார்த்து வியந்துவிட்டார். நானும் ஒருமுறை இந்தியர்களின் கைவினைக் கலைத்திறமையைக் கண்டு வியந்திருக்கிறேன். நான் போர்ச்சுகலில் தயாரான வேலைப்பாடு மிகுந்த விளக்கு ஒன்றை இந்திய கைவினைக் கலைஞர் ஒருவரிடம் தந்தேன். சில நாட்கள் கழித்து அவர் அதேபோல் ஒன்றை உருவாக்கிக் கொண்டுவந்து காட்டினார். எது அசல், எது நகல் என்று என்னால் கண்டுபிடிக்கவே முடியவில்லை. அவ்வளவு தத்ரூபமாக உருவாக்கிவிட்டிருந்தார். ஆனால், அந்நிய ஆட்சியாளர்கள் பாரம்பரிய இந்திய அரசர்களை வீழ்த்திய பிறகு இந்தியர்களின் கலை, அறிவியல் சாதனைகள் வீழ்ச்சியடைந்திருப்பதை மறுக்க முடியாது. பெரும்பாலான பகுதிகள் புறக்கணிக்கப்பட்டன. ஜாதிகளுக்கிடையே குழப்பங்கள் ஏற்பட்டுவிட்டன. அதற்கு முந்தைய காலகட்டத்தில் பல்வேறு சாம்ராஜ்ஜியங்கள் இந்த நாட்டைத் திறம்பட ஆட்சி செய்திருக்கின்றன. நாட்டில் வளம் பெருகியிருக்கிறது. சட்ட திட்டங்கள் மதிக்கப்பட்டன. நீதியும் சமூக ஒழுங்கும் நிலவியது. ஆனால், துரதிஷ்டவசமாக இப்போது பெரும்பாலான பிராந்தியங்களில் சர்வாதிகார ஆட்சி வந்துவிட்டது.

பின்னிணைப்பு C

பீட்டர் டெல்லா வலேயின் குறிப்புகளில் இருந்து மலையாள இலக்கியம், கல்வி இவற்றின் வரலாறு. சமஸ்கிருதத்தில் இருந்து மலையாளத்துக்கு மொழிபெயர்க்கப்பட்ட விதம், எழுத்துமுறை, ஓலைச் சுவடிகளில் எழுதும் முறை. லூசியாட்டிலிருந்து மேற்கோள். புத்தகங்களின் பட்டியல்.

(தேசிய நூலகம் ஸ்காட்லாந்து, எடின்பர்க், வாக்கர் ஆஃப் பவ்லாந்து பேப்பர்ஸ் 184, 3, அத்தியாயம் 31: பக்கம் 501 - 27).

மலபார் இலக்கியத்தின் வரலாற்றை நான் விரிவாகக் கூறப் போவதில்லை. மாறாக இந்தியாவில் அறிவுத்துறைகள் எப்படி ஆரம்பித்து, எப்படி வளர்ந்துள்ளன என்பதை முன்பு (1800-ல்) எனக்குக் கிடைத்த மலபார் பகுதி நூல்கள், ஆசிரியர்கள் ஆகியோரின் பட்டியலை அடிப்படையாக வைத்துச் சொல்லப் போகிறேன்.

எல்லா இந்து தேசங்களைப் போலவேதான் மலபார் இலக்கியமும் அதே அடித்தளத்தையும் அம்சங்களையுமே கொண்டிருக்கிறது. அவர்களுடைய அனைத்து மூலப் படைப்புகளும் சமஸ்கிருதத்திலேயே எழுதப்பட்டிருக்கின்றன. சமஸ்கிருதம் மிகப் பழமையான மொழி. அது இப்போது எங்கும் பேசப்படுவதில்லை. ஐரோப்பாவில் பேசப்படும் மொழிகள், ரோம், கிரேக்கம் மற்றும் கோதிக் மொழிகளின் வரலாற்றோடு சமஸ்கிருதத்துக்கு தொடர்பு உண்டு. ஐரோப்பாவில் கிரேக்கத்துக்கும் லத்தீனுக்கும் என்னவிதமான மரியாதை இருக்கிறதோ அதே மரியாதை இந்தியாவில் சமஸ்கிருதத்துக்கு இருக்கிறது. ஒரு மொழி பேச்சுவழக்கில் இருந்து வழக்கொழிகிறது என்றாலோ பயன்பாட்டை இழக்கிறது என்றாலோ அதற்கு நீண்ட நெடுங்காலம் ஆகியிருக்கும். ஏராளமான அரசியல் மாற்றங்கள் நடந்திருக்கும். அந்தவகையில் சமஸ்கிருதத்தின் மூலகாலகட்டத்தைக் கணிப்பதென்றால் ஆதிகாலத்துக்கே நம்மை அது இட்டுச் செல்லும். மனிதர்கள் தமது அடிப்படைத் தேவைகளுக்காக அதிகம் சிரமப்பட

வேண்டியிராத பகுதிகளில் வசித்தவர்களே அறிவுத்துறைகளில் சிறந்து விளங்கியிருப்பார்கள் என்று நாம் இயல்பாக யூகிக்கலாம். மிக அதிகமாகக் கிடைத்த ஓய்வுதான் அவர்களை அறிவையும் கலைகளையும் தேடிச் செல்ல உதவியிருக்கும். அதுதான் புத்தகங்கள் எழுதுதல், கற்றல் போன்றவற்றுக்கு வழிவகுத்துத் தந்திருக்கும்.

பழங்கால மனிதர்களைப் போலவே துரதிர்ஷ்டவசமாக இந்துக்களும் அறிவியல் அறிவென்பது யதார்த்த நிகழ்வுகளிலோ செய்து காட்டுவதிலோ இருப்பதாக நினைக்காமல் ஒழுக்கக் கோட்பாடுகள், லட்சிய சிந்தனைகள் ஆகியவற்றில் இருப்பதாகவே நினைத்தனர். வாழ்க்கையின் கடமைகளை வகுத்தனர். மனதின் செயல்பாடுகளை ஆராய்ந்தனர். ஆனால், இந்திய ஞானிகள், துறவிகளின் பிரதான இலக்கு என்பது இறையியல் மற்றும் தத்துவங்களையே பெரிதும் மையமாகக் கொண்டிருந்தது. அதோடு அவை மூட நம்பிக்கைகளையும் பிழையான கருதுகோள்களையும் அடித்தளமாகக் கொண்டிருந்தன. தர்க்கம், சொல்லியல் கலை, இலக்கணம் ஆகியவற்றுக்கு அதிக முக்கியத்துவம் தந்தனர். சமூகத்தில் பெரும் மதிப்பைப் பெறவேண்டும் என்று விரும்பியவர்கள் இந்தக் கல்வித்துறைகளில் தீவிரமாக ஈடுபட்டனர். தமது ஒட்டுமொத்த வாழ்க்கையையும் அதில் அர்ப்பணித்தனர். பரிசோதனைகளில் அதிக ஈடுபாடு காட்டவில்லை. எனினும் கணிதம், வான சாஸ்திரம், அல்ஜீப்ரா போன்ற மிகவும் கடினமான மனித சமூகம் அதிகம் பயணித்திராத துறைகளில் பரிச்சயம் பெற்றிருந்தனர். இந்த அறிவுத்துறைகளில் அவர்களுடைய திறமை என்பது அவர்களுடைய சுயமுயற்சியால் விளைந்தவையா நம்மால் இப்போது கண்டுபிடிக்க முடியாமல் மறைந்துவிட்ட வேறு ஏதேனும் புற சக்திகள் அல்லது சமூகங்களிடமிருந்து பெற்றுக் கொள்ளப்பட்டவையா என்று தெரியவில்லை. அவர்கள் வேறு சமூகத்தினரிடமிருந்து இந்த அறிவுகளைப் பெற்றார்கள் என்று நம்மால் நிரூபிக்க முடியவில்லை. எனவே, அவர்களிடம் இருக்கும் திறமைகளை அவர்களுடைய சொந்த சாதனை என்று கருதுவதே நியாயமாக இருக்கும். இத்தனை தலைமுறைகளாக அவர்கள் அதைக் கைமாற்றிக் கொடுத்துப் பாதுகாத்து வந்திருக்கிறார்கள். எனவே, அதை அவர்களே அத்தனை கடும் முயற்சிக்குப் பின்னரே உருவாக்கியிருக்கவும்கூடும்.

இந்தியாவின் மத்திய பகுதிகளில் வசித்த மக்களோடு ஒப்பிடுகையில் மலபார் பகுதி மக்களுடைய கல்வி கொஞ்சம் குறைவானதுதான். எனினும் அவர்கள் கல்வியில் ஆர்வம் குறைந்தவர்கள் அல்ல. தமது குழந்தைகளுக்கு எழுதப் படிக்கக் கற்றுக் கொடுப்பதில் மிகுந்த தீவிரத்துடன் இருக்கிறார்கள். ஒவ்வொரு குடும்பத்திலும் கல்வி என்பது மிக முக்கியமான இளவயதில் செய்தாகவேண்டிய

கடமையாகவே கருதப்படுகிறது. பெரும்பாலான பெண்களுக்கு எழுதப் படிக்கத் தெரிந்திருக்கிறது. பெரிதும் பிராமணர்களே ஆசிரியர்களாக இருக்கிறார்கள். எனினும், மரியாதைக்குரிய ஜாதிகள் அனைத்தில் இருந்தும் ஆசிரியர்கள் இருக்கிறார்கள். மாண வர்கள் எந்தவிதத் தண்டனைகளும் இல்லாமல் பயில்கிறார்கள். அவர்களுடைய கல்விமுறை மிக மிக எளிது. இந்தியாவில் இருந்த இந்த வழிமுறை பிராமணர்களிடமிருந்து கடன் வாங்கப்பட்டு ஐரோப்பாவில் அமல்படுத்தப்பட்டது. இதே வழிமுறை இந்தியாவில் பெல் சிஸ்டம், லன்காஸ்டர் சிஸ்டம் என்ற பெயரில் மறு அறிமுகம் செய்யப்பட்டபோது பெரும் விவாதத்தைக் கிளப்பியது. உண்மையில் அந்த திட்டத்தின் செயல்திறனுக்கு அந்த இரண்டு பேரில் யாரும் காரணமில்லை. இந்த வழிமுறையே விழிப்பு உணர்வு பெற்ற சமூகங்களின் ஒவ்வொரு பள்ளிகளிலும் கல்விக்கான அடித்தளத்தை அமைக்கப் பயன்படுத்தப்பட்டிருக்கிறது. அடித்தள மக்களுக்கு அதிக செலவில்லாமல் முறைப்படுத்தப்பட்ட (பிழைகளற்ற) கல்வியை வழங்குவதற்கான வழிமுறையை நமக்குக் கற்றுத் தந்ததற்காக இந்தியர்களுக்கு நாம் நன்றிக்கடன்பட்டிருக்கிறோம்.

மாணவர்களே இங்கு வகுப்பறையை மேற்பார்வை செய்யும் நபர்களாகவும் இருக்கிறார்கள். எழுத்துகளைக் குச்சியால் அல்லது கைவிரலால் மணலில் எழுதிப் படிக்கிறார்கள். எழுதவும் படிக்கவும் ஒரே நேரத்தில் ஒரே வழிமுறையில் கற்றுக் கொள்கிறார்கள். இத்தகைய எளியவகைக் கல்வி ஆரம்பகட்டத்தில் மட்டுமே வழங்கப்படுகிறது. ஒரு மாணவர் உயர்கல்வி பெற விரும்பினால் அவர் ஆரம்பப்பள்ளியை முடித்ததும் திறமை வாய்ந்த, முறையாகக் கற்றுத்தரும் ஆசிரியரின் கீழ் படிக்க அனுப்பப்படுகிறார். இந்த ஆரம்பப் பள்ளிகளில்தான் இந்திய சமுதாயத்தின் அடித்தள மக்கள் அனைவரும் கல்வி பெறுகிறார்கள். இந்தப் பள்ளிகளில் தரப்படும் கல்வியானது ஐரோப்பாவில் இதே நிலையில் இருக்கும் கடைநிலை மனிதர்களைவிடக் கூடுதல் அறிவைச் சேகரிக்க உதவுகிறது. அவர்களைவிட மேலான நிலையில் சமூகக் கடமைகளைத் திறமையாகச் செய்ய உதவுகிறது.

200 வருடங்களுக்கு முன்பாக, மலபாரில் கல்வி பற்றி பீட்டர் டெல்ல வலெ ஒரு படைப்பை வெளியிட்டார். 22 நவம்பர் 1623-ல் தேக்கடி பகுதியில் இருந்து அவர் எழுதியது...

பல்லக்குத் தூக்கிகள் பொருட்களை முறையாக அடுக்கிக் கொண்டிருக்கும் நேரத்தில் நான் கோயிலின் உள்ளே நடந்து கொண்டி ருந்த கணிதப் பாடத்தைக் கவனித்தேன். மிகவும் வித்தியாசமான முறையில் அது நடந்துகொண்டிருந்தது. நான்கு மாணவர்கள்

ஒரே பாடத்தைக் கற்றுக் கொண்டிருந்தனர். ஒரு மாணவர் ராகம் போட்டு படிக்கிறார்.[1] மற்றவர்கள் அதை அப்படியே பின்பற்றிச் சொல்கிறார்கள். அந்த ராகமானது சொல்லும் விஷயத்தை மனதில் நன்கு பதியவைக்கும் சக்தி கொண்டதாக இருக்கிறது. உதாரணமாக 'ஒரெண்ணு ஒண்ணு' என்று முதல் மாணவர் படிக்கிறார். அப்படி ராகமாகச் சொல்லும்போதே அதை எழுதிப் பார்க்கிறார். பேனா கொண்டோ காகிதத்திலோ அல்ல; அவர்கள் எழுதுவதற்குத் தோதாக தரையில் மணல் கொட்டி வைக்கப்பட்டிருக்கிறது.[2] கை விரலால் அல்லது ஒரு குச்சியால் எழுதுகிறார்கள். எழுதி முடித்ததும் அடுத்த பாகத்தை அதாவது 'ஈரொண்ணு ரெண்டு' என்று ராகத்துடன் பாடியபடியே எழுதுகிறார். எஞ்சிய மாணவர்களும் அதையே பின்தொடர்ந்து பாடியபடி தமக்கு முன்னாலிருக்கும் மணலில் எழுதுகிறார்கள். அப்படியே ஒவ்வொன்றாக எழுதிப் படிக்கிறார்கள். முன்னால் இருக்கும் மணல் முழுவதும் எழுதப்பட்டதும் இடதுகையால் மணலைச் சமப்படுத்தி அழித்துக்கொண்டு மீண்டும் எழுதுவதற்குத் தயார்படுத்திக் கொள்கிறார்கள். அப்படியாகத் தொடர்ந்து படிக்கிறார்கள். காகிதத்தைப் பயன்படுத்தாமல் பேனா பென்சில் இல்லாமல் அவர்கள் படிப்பதென்பது மிகவும் அருமையான வழிமுறையாக இருக்கிறது.

'ஏதாவது பாடம் மறந்துவிட்டாலோ தவறாக எழுதிவிட்டாலோ யார் திருத்துவார்கள். அருகில் ஆசிரியர் யாரும் இல்லையே. நீங்கள் எல்லாரும் மாணவர்கள்தானே' என்று கேட்டேன். அவர்கள் சொன்னார்கள், 'நாங்களே திருத்திக்கொள்வோம். நால்வருமே ஒரே தவறைச் செய்ய வாய்ப்பு இல்லை. ஒருவருக்குத் தெரியாத விஷயம் இன்னொருவருக்குத் தெரிந்திருக்கும். ஒருவர் செய்யும் தவறை இன்னொருவர் திருத்திவிடுவார்.' இந்த பதிலில் உண்மை இருக்கத்தான் செய்கிறது. இது சாமர்த்தியமான எளிய பாதுகாப்பான வழிமுறைதான்.[3]

இந்தியர்கள் கல்வித்துறையில் மெதுவாக அடைந்துவந்திருக்கும் முன்னேற்றங்களை நாம் விமர்சிக்கிறோம். அவர்கள் கல்விக்கு முக்கியத்துவம் தரவில்லை என்று குறைசொல்கிறோம். அதே அலட்சியம் ஐரோப்பியர்களிடையேயும் இருந்திருக்கிறது. இந்தக் கல்வி வழிமுறைகள் பற்றித் தெரியவந்து 200 ஆண்டுகள் கழிந்த பிறகும் நாம் அதை நடைமுறைப்படுத்த ஆரம்பித்திருக்க வில்லை. இந்தியர்களின் இந்த முந்தைய காலக் கல்வி முறையானது எந்த நன்றியறிவிப்பும் இன்றி நம் நாட்டில் அறிமுகப்படுத்தப் பட்டிருக்கிறது. அதோடு நம் நாட்டைச் சேர்ந்த இரண்டு தனி நபர்கள் ஏதோ இதைத் தமது புதிய கண்டுபிடிப்புபோலச் சண்டைகூடப் போடுகிறார்கள்.

கிறிஸ்தவ மிஷனரிகள்[4] ஐரோப்பாவில் அவர்கள் அறிமுகப் படுத்திய கல்வி முறையானது இந்தியக் கல்வி முறையில் இருந்து கடன் பெற்றுக் கொள்ளப்பட்டதுதான் என்பதை இப்போது நேர்மை யாக ஒப்புக்கொண்டிருக்கிறார்கள். நம்மால் அது மேம்படுத்தப் பட்டிருப்பது உண்மைதான். எல்லாக் கோட்பாடு களிலும் இப்படி யான செழுமைப்படுத்தல்கள் காலப்போக்கில் நடப்பது இயல்புதான். இரண்டாம் கட்டச் செயல்பாடுகளில் அசுரத்தனமான முன்னேற்றம் இருப்பது சாத்தியம்தான்.

இந்துக்கள் அளவுக்கு கல்வியின் முக்கியத்துவத்தை உணர்ந்த வர்கள் வேறு யாருமே இல்லை. எனவே, பள்ளிகளைத் தொடங்கு வதற்கு எதிர்ப்பும் தடைகளும் போடாமல் வறுமையையும் அறியாமையையும் தங்கள் அளவில் போக்க தமக்கான அமைப்பு களை உருவாக்கிக் கொண்டிருக்கிறார்கள். தேடலுக்கும் வாதப் பிரதிவாதங்களுக்கும் அவர்கள் சளைத்தவர்கள் அல்ல.[5] அவர்க ளுடைய அந்த உத்வேகத்தைத் தடுத்துச் சோர்வடையச் செய்யாத அரசு அவர்களுக்குத் தேவை, அவ்வளவுதான்.

மலபார் பகுதிகளில் ஆதிகால வழிமுறையிலேயே எழுதிப் படிக்கிறார்கள். மரங்களில் இருந்து இயற்கையாகப் பெறப்படும் ஓலை, பட்டைகள் போன்ற பொருட்களே காகிதமாகப் பயன்படு கின்றன. அவர்கள் மையைப் பயன்படுத்துவதில்லை. எழுத்துகளைப் பனைஓலைகளில் எழுதிப் படிக்கிறார்கள். ஒரு குறிப்பிட்ட வகைப் பனை ஓலைகள் காயவைத்து எழுத்துகளை அதில் பொறிக்கும் வகையில் பக்குவப்படுத்தப்படுகின்றன. இந்த ஓலைச்சுவடிகள் பல ஒன்றாகக் கோக்கப்பட்டு ஒரு புத்தகம் உருவாக்கப்படுகிறது. அவை ஒரு மரப் பலகையில் பொதிந்துவைக்கப்படுகின்றன. பார்ப்பதற்கு அழகாக கம்பீரமாக இருக்கும்வகையில் சில நேரங் களில் தங்க வேலைப்பாடுகளும் செய்யப்படுவதுண்டு. இதே பனை ஓலைகளில்தான் கடிதங்களை எழுதுகிறார்கள். அதை அவர்கள் முத்திரை குத்தி மூடுவதில்லை. 'பேசில் கவுன்சிலின் சட்டவிதிகள் இன்றைக்கு 900 வருடங்களுக்கு முன்பிருந்தே முத்திரை குத்தப்பட்டு பட்டுநூலால் கோக்கப்பட்டிருந்தன' என்று எவெலின் கூறியிருக்கிறார். மலபாரில் இருந்ததுபோலவேதான் அங்கும் இருந்ததாகத் தெரிகிறது.[6]

நார்வே, ஸ்வீடன் பகுதிகளில் மரப்பலகைகள், தகடுகளில் எழுதியிருக்கிறார்கள் அல்லது பொறித்திருக்கிறார்கள். மரச் சட்டங் களில் எழுதியிருக்கிறார்கள். கவிதைகளை செய்யுள் வடிவில் எழுதினார்கள். எனவே ஒரு கவிதையானது இன்றும் செய்யுள் என்றே அழைக்கப்படுகிறது.[7]

இலைகளில் எழுதுவது அல்லது பொறிப்பது ஒரு கட்டத்தில் இந்தியா முழுவதும் இருந்திருக்கிறது. 1442-ல் இந்தியாவில் பயணம் செய்த அப்துல் ரஸாக் பிஸ்நாகூர் (Bisnaghur)[8] அப்படி எழுதுவது சர்வ சாதாரண விஷயமாக இருந்திருப்பதாகச் சொல்லியிருக்கிறார்.

நிதி உதவிகள் மட்டும் தரப்பட்டால் இந்தியாவில் பள்ளிகளின் எண்ணிக்கையை அதிகரிப்பதில் எந்தச் சிரமமும் இருக்காது. ஆசிரியர்களை அனுப்பும்படி மிஷனரிகளை மக்கள் மிகுந்த ஆர்வத்துடன் கேட்கிறார்கள். கொஞ்சம் பொறுமையாக முயற்சி செய்தால் நாம் விரும்பும் எந்தவொரு புத்தகத்தையும் பள்ளிகளில் இடம்பெற வைத்துவிட முடியும். மாணவர்களுக்கு எந்தப் புத்தகம் மிகவும் முக்கியமானது, எது அவ்வளவு முக்கியத்துவம் இல்லாதது என்பதெல்லாம் தெரியாது.[9]

இது பாரம்பரிய கல்வி நிலைமை பற்றிய மிகவும் அசாதாரணமான புகழுரை. அதுவும் இதைச் சொன்னவர்களிடம் எந்தக் கனிவான முன்தீர்வும் இருந்திருக்க வாய்ப்பே இல்லை. ஆசிரியர்களின் உள் நோக்கங்கள் பற்றி இந்த மக்களுக்கு எந்த சந்தேகமும் கிடையாது. தங்கள் குழந்தைகளைத் திறந்த மனதுடன் உற்சாகத்துடன் பள்ளி களுக்கு அனுப்புகிறார்கள். வேதாகமத்தை பள்ளிகளில் நாசூக்காகப் புகுத்துவதில் எந்த சிரமமும் இருந்ததாக யாரிடமிருந்தும் தகவல் இல்லை.[10] செல்வம், குடும்ப கவுரவம், சாதிப் பெருமை இவை அனைத்தையும் கல்விக்காக தியாகம் செய்யத் தயாராக இருக்கிறார்கள். அனைத்து இந்துக்களின் மனங்களிலும் இந்த விஷயம் ஆழமாகப் பதிந்திருக்கிறது. அது அவர்களுடைய சமூக அமைப்பிலேயே பொதிந்திருக்கிறது. அதனால்தான் ஒவ்வொரு கிராமத்திலும் ஒரு பள்ளி இருக்கிறது. சின்சுரம் பகுதியைச் சேர்ந்த ஒரு மத போதகர் குறிப்பிட்டதுபோல், கற்றவர்களும் சரி கல்லாதவர்களும் சரி, தமது குழந்தைகளுக்குக் கல்வி கிடைக்க மிகுந்த அக்கறை எடுத்துக்கொள்கிறார்கள். பாரம்பரிய இலவசப் பள்ளிகள் ஒரு காலத்தில் இந்தியா முழுவதும் இருந்திருக்கின்றன.

சமஸ்கிருத இலக்கியங்களைப் பொது மலையாள மொழிக்கு மொழிபெயர்த்து அதிலிருந்து வட்டார வழக்குக்கு மாற்றிக் கொள்ளும் வழக்கம் நீண்ட நெடுங்காலமாகவே இருந்திருக்கிறது. அதாவது இதன் மூலம் அறிவு அந்தப் பகுதியைச் சேர்ந்தவர்களுக்கு எளிதில் சென்று சேர முடிந்திருக்கிறது. கல்வி எந்தவொரு ஜாதிக்கோ வர்க்கத்துக்கோ மட்டுமேயானதாக இருந்திருக்கவில்லை. எனவே, அனைத்துத் தரப்பு மக்களுக்கும் தமது மதத்தின் கோட்பாடுகள், புராணங்கள் எல்லாம் தெரிந்திருந்தன. சமூகத்தில் தேடலும் சுதந்தர மனநிலையும் பரவியிருப்பதற்கு சூதர்களே காரணம்.

பெருமளவிலான படைப்புகள் அவர்களால்தான் உருவாக்கப் பட்டுள்ளன. அவர்கள்தான் அதன் பிரதான உரிமையாளர் களாக, நம்பகமான தரப்பினராக இருந்திருக்கிறார்கள்.

மலபார் பகுதிக்கு என்றே விசேஷமான எழுத்து முறை இருக்கிறது. அதை, பொறித்தல் என்றே சொல்லலாம். குறிப்பிட்டவகையில் உலர வைத்துப் பதப்படுத்தப்பட்ட ஓலைச்சுவடிகளில் எழுதுகிறார்கள். பேனாவுக்குப் பதிலாக கூர்மையான முனைகொண்ட இரும்பாலான எழுத்தாணி கொண்டு எழுதுகிறார்கள். காகிதத்தில் எழுதும்போது பேனாவைப் பயன்படுத்துகிறார்கள். ஆனால், இது நம்மையும் முஹமதியர்களையும் பார்த்தபிறகு வந்த விஷயம்தான். கற்கள், தோல்கள், இலைகள், மரப்பட்டைகள் இவைதான் இந்தியாவில் பழங்காலத்தில் எழுதப் பயன்படுத்தப்பட்டிருக்கின்றன. இந்த இலைகள் மட்கிப்போவதில்லை. கரையான்களால் அரிக்கப்படுவதும் இல்லை. காகிதத்தை விட நீண்ட நெடுங்காலத்துக்கு இவற்றைப் பத்திரப்படுத்தி வைக்க முடியும். பொதுவாக இடமிருந்து வலமாக ஒரே ஒரு பக்கத்தில் மட்டுமே எழுதுகிறார்கள். பலதரப்பட்ட வடிவங்களில் அதை வெட்டி பல்வேறு தரத்தில் பதப்படுத்துகிறார்கள். அதைப் பல்வேறு வகைக் காகிதமென்றுகூடச் சொல்லலாம். பாடங்கள், கடிதங்கள், குறிப்புகள் இவை எழுத இவற்றையே பயன்படுத்துகிறார்கள். அந்த ஓலைச்சுவடிகளை பைண்ட் செய்வதோ தைப்பதோ கிடையாது. ஒரு நூலில் கோர்த்துக் கொள்கிறார்கள். ஒரு முனையில் நாம் மார்ஜினுக்கு இடம்விடுவதுபோல் இடம் விடுகிறார்கள். அதில்தான் ஒரு துளை போடப்பட்டு நூல் கொண்டு கட்டிக்கொள்கிறார்கள். இந்த நூல் பொதுவாக பட்டால் ஆனது. இந்தப் பட்டுநூல் மிகவும் இறுக்கமாகக் கட்டப்படும். அல்லது சுற்றிக் கட்டப்படுகிறது. நாம் நமது புத்தகங்களைத் திறந்து விரித்து வைத்துப் படிப்பதுபோல் இவர்களும் ஓலைச் சுவடிகளை எளிதில் பிரித்து வைத்து லாகவமாகப் படிக்கிறார்கள். மலபார் புத்தகங்கள் இரண்டு மரப் பலகைகளால் மூடப்பட்டிருக்கும். ரசனைக்கு ஏற்ப வார்னிஷ், வண்ணம் பூசப்பட்டிருக்கும்.

சுருக்கமாகச் சொல்வதென்றால் மலபார் பகுதியில் பேனாவோ மையோ காகிதமோ பயன்படுத்தப் படவில்லை. பனை ஓலைகள் புகை போட்டு உலர்த்தப்பட்டு காகிதம்போல் ஆக்கப்பட்டிருக் கின்றன. கூர்மையான எழுத்தாணி கொண்டு அதில், ஆதிகாலத்தில் மெழுகில் எழுத்துகளைப் பதித்தது போல் எழுதுகிறார்கள். மிக வேகமாக சரளமாக நம் நாட்டில் காகிதத்தில் வேகமாக எழுதுபவர்களுக்கு இணையாக எழுதுகிறார்கள் (சில பகுதிகள் விடுபட்டுள்ளன).

மலபார் பகுதியில் காணப்படும் புத்தகங்களின் பட்டியல் இது: இவற்றில் பல முஹம்மதிய ஆட்சியின் போது அழிக்கப்பட்டுவிட்டன அல்லது மறைந்துவிட்டன. எனினும் திருவிதாங்கூர் பகுதியில் அனைத்தும் பாதுகாத்து வைக்கப்பட்டுள்ளதாகச் சொல்லப்படுகிறது. மலபார் இலக்கியத்தின் பெரும்பகுதி அதில் இருக்கும். அவற்றில் 30- 40 படைப்புகள் சமஸ்கிருதத்தில் இருந்து மொழி மாற்றப் பட்டிருக்கின்றன. பெரும்பாலான சமஸ்கிருதச் சொற்கள் அப்படியே பயன்படுத்தப்பட்டிருக்கின்றன. இரு மொழிகளுக்கு இடையிலான பந்தம் அந்த சுதந்தரத்தையும் வசதியையும் தந்திருக்கிறது.

லூஸியாடுக்கான குறிப்பில் மலபார் படைப்புகள் பற்றிக் குறிப்பிடப்பட்டிருக்கிறது. பட்டியலின் 181 எண்ணில் அது இடம்பெற்றிருக்கிறது. ஏதோ ஒரு செயலர் அதை எழுதியிருக்கக் கூடும். இப்போது அது மறைக்கப்பட்டிருக்கிறது.

‘முன்னொரு காலத்தில் மலபாரில் ஒரு கவிஞர் (புலவர்) 900 நகைச்சுவைப் பாடல்கள் எழுதியிருக்கிறார். இப்போதும் அது மறையாமல் இருக்கிறது. ஒவ்வொன்றும் எட்டு வரிகள்கொண்டது. பிராமணர்களின் சடங்கு ஆசாரங்களைக் கேலி செய்து எழுதப் பட்டிருக்கிறது. பிராமணர்களின் மீது அவர் மிகுந்த வெறுப்பும் அதிருப்தியும் கொண்டிருந்தார். கீழைத்தேயப் படைப்புகள் தொடர்பான நம்முடைய தேடலும் ஆராய்ச்சிகளும் இந்தக் கவிஞரின் படைப்புகளின் ஆதாரபூர்வ மூலப் படைப்பைக் கண்டுபிடித்தால் நல்லது. அப்படி ஒருவர் அதைக் கண்டுபிடித்துவிட்டால் எழுத்துக் கலை உலகுக்கு அவர் செய்த மிகப் பெரிய உதவியாக அது இருக்கும்.’[11]

அந்தக் கவிஞர் ஒரு பகுத்தறிவுவாதியாக இருக்கக்கூடும். பெரும்பாலான பிராமணர்களின் ரகசிய கோட்பாடு இதுவே. தனிமையில் பேசும்போது பெரும்பாலானவர்கள் பல்வேறு இந்து தெய்வங்கள், சடங்குகள் மீதான அவநம்பிக்கையை வெளிப் படையாகப் பேசுவார்கள். நான் பல பிராமணர்களுடன் பேசிப் பார்த்திருக்கிறேன். அவர்களுக்கு அனைத்தையும் படைத்த ஒரே ஒரு பிரபஞ்ச சக்திமீது மட்டுமே நம்பிக்கை உண்டு. இந்தியாவில் பல்வேறு காலகட்டங்களில் பல்வேறு சீர்திருத்தவாதிகள் தோன்றி யிருக்கிறார்கள். வேதாந்த மரபில் மூட நம்பிக்கைகளுக்கு இடம் இல்லை.

மலபார் மக்களுக்கு நாடகங்கள், நாட்டியங்களில் மிகுந்த ஈடுபாடு உண்டு. நான் இதுபோன்ற பல கலை நிகழ்ச்சிகளில் பங்கெடுத்திருக்கிறேன். இவை பொதுவாகத் திறந்த வெளியில் அல்லது தற்காலிகக் கூரையின் (பந்தலின்) கீழ் நடக்கும். சில

நேரங்களில் ஆயிரக்கணக்கானவர்கள் அமர்ந்து பார்க்கும்படியும் இருக்கும். வரிசையாக நல்ல ஒழுங்குடன் அமர பெஞ்சுகள், நாற்காலிகள் போன்றவை இருக்கும். ஆண்களும் பெண்களும், நமது நாடக அரங்குகளைப் போலவே கலந்து அமர்கிறார்கள். இறுக்கமான சட்டதிட்டங்களைக் கொண்ட இந்தியாவின் பிற பகுதிகளை ஒப்பிடும்போது இது முற்றிலும் மாறுபட்ட செயல்தான். சுமார் 2000 ஆண்களும் பெண்களும் இதுபோல் அருகருகே அமர்ந்து நாடகங்கள் பார்ப்பதைப் பார்த்திருக்கிறேன்.

ராஜாவின் மகளுடைய திருமணத்தின்போது இப்படி நடந்தது. ஒன்றின் மேல் ஒன்றாகப் படிவரிசையில் இருக்கைகளைக் கொண்ட மிகப் பெரிய பந்தல் அமைக்கப்பட்டது. ஆண் பெண் கடவுள்கள், அரசர்கள், அவர்களின் பணியாளர்கள் போன்ற கதாபாத்திரங்களைக் கொண்ட நாடகம் நடிக்கப்பட்டது. நடிகர்கள் ஒவ்வொருவரும் தமது கதாபாத்திரத்துக்கு ஏற்ப ஆடை அலங்காரங்கள் செய்திருந்தனர். எந்த எந்திரத் தொழில்நுட்பங்களும் பயன்படுத்தப்பட்டிருக்கவில்லை. பின்னணிக் காட்சிகள் எல்லாம் வெறும் அட்டை அல்லது தட்டிகளால் அமைக்கப்பட்டிருந்தன.

நாடகத்தில் இடம்பெற்ற நாயகரான ராஜாவுக்கு இரண்டு மனைவிகள். அவர்கள் எப்போதும் போட்டியும் பொறாமையுமாக சண்டையும் சச்சரவுமாக அந்த மன்னரைத் தொந்தரவு செய்கிறார்கள். அவர்களிடமிருந்து தப்பிக்க அவர் கடவுளிடம் முறையிடுகிறார் கடவுள் ஒரு வரம் தருகிறார். அதன்படி அந்த ராஜா எந்த மனைவியைத் தூங்க வைக்கவேண்டுமென்று நினைக்கிறாரோ அவர் தூங்கிவிடுவார். ராஜாவுக்கு ஒரே சந்தோஷம். இனி நம் வாழ்நாளில் எப்போதுமே மகிழ்ச்சிதான் நிலவும் என்று உற்சாகம் கொள்கிறார். ஆனால், முழித்துக் கொண்டிருக்கும் மனைவியோ அந்த நேரம் முழுவதும், ராஜா இன்னொரு மனைவியிடம் கூடுதல் அன்புடன் இருப்பதாகச் சொல்லிச் சொல்லியே நிம்மதியைக் குலைக்கிறார். மாறி மாறி மனைவிகளைத் தூங்கவைத்தும் எந்தப் பலனும் இல்லை. அந்த மனைவிகள் முழித்திருக்கும் நேரமெல்லாம் மற்றவர் மீதான பொறாமையிலேயே இருக்கிறார்கள். அந்த நாடகம் எப்படி முடிந்தது என்பது நினைவில்லை. ஆனால், இந்தத் திருமணம் பற்றிய செய்தி 1793 செய்தித்தாள்களில் வெளியாகியிருக்கிறது. அந்தத் திருமணம் பற்றிய குறிப்புகளை இப்போது நான் தேடி எடுத்துப் பார்க்க முடியாது. அது உள்ளூர் பதிப்பு நிறுவனம் ஒன்றுக்குத் தரப்பட்டது. இரண்டு மனைவிகள் இருப்பதைவிட ஒரு மனைவி இருப்பதே நல்லது என்ற செய்திதான் அந்த நாடகத்தின் மூலம் சொல்லப்பட்டது என்று நினைக்கிறேன்.

அடிக்குறிப்புகள்

1. பச்சிளம் சிறாருக்கான நமது பள்ளிகளில் இப்படி நடக்கிறது.
2. நமதுதட்டுகளின்அளவில்சிறியபலகைகள்(சிலேட்டுகள்)வைத்திருக்கிறார்கள். மண் அல்லது சுண்ணாம்பால் ஆனது.
3. லெட்டர்ஸ், பீட்டர் டெல்ல வலே, பக் 100
4. ஜனவரி 1879க்கான மிஷினரி பதிவேடு.
5. அதே நூல்
6. ஈவ்லின் VI, பக் 277.
7. எடின்பர்க் ரிவ்யூ, எண் 67.
8. பார்க்க பக். 518
9. ஜனவரி 1822-க்கான மிஷினரி பதிவேடு.
10. அதே நூல்
11. லூசியாட், நூல் 8 பக்கம் 300

பின்னிணைப்பு D

1835-38-ல் வங்காளத்தில் கல்வி நிலைபற்றி வில்லியம் ஆடம் எழுதியவற்றில் இருந்து சில குறிப்புகள்

I

பாரம்பரிய ஆரம்ப நிலைப் பள்ளிகள் பற்றி டபிள்யூ ஆடம்

பொதுப் பள்ளிகள் (பக் 6-9)

மத அல்லது தனியார் பரோபகார அமைப்புகள் அல்லாமல் உள்ளூர் மக்களால் உருவாக்கப்பட்டு அவர்களுடைய ஆதரவுடன் நிர்வகிக்கப்படும்பள்ளிகளேபொதுப்பள்ளிகள்என்றுகுறிப்பிடப்படுகின்றன. வங்காளத்தில் அப்படியான பள்ளிகளின் எண்ணிக்கை மிக மிக அதிகம். பொதுக்கல்வி இயக்குநரகத்தின் மதிப்புக்குரிய ஒரு நபர் அரசுக் குறிப்பில் ஒரு விஷயம் சொல்லியிருந்தார். இப்படியான பாரம்பரியப் பள்ளிகளுக்கு ஒரு மாதத்துக்கு ஒரு ரூபாய் வீதம் செலவிடுவதாக இருந்தால் ஆண்டுக்கு சுமார் 12 லட்ச ரூபாய் செலவிட வேண்டியிருக்கும். அப்படியானால், வங்காளம், பீகாரில் இருக்கும் பள்ளிகளின் எண்ணிக்கை ஒரு லட்சத்தை எட்டும். இந்தப் பகுதிகளில் வசிப்பவர்களின் எண்ணிக்கை சுமார் 4 கோடி. அப்படியானால் 400 பேருக்கு ஒரு பள்ளிக்கூடம் இருக்கிறது. இந்த மக்கள் தொகையில் பள்ளிக்குப் போகும் அல்லது போக முடிந்த குழந்தைகளின் எண்ணிக்கை என்னவாக இருக்கும் அல்லது பொதுவாக எந்த வயதில் இந்தப் பகுதியில் பள்ளிக்குப் போவார்கள் என்ற எந்தப் புள்ளிவிவரமும் என் வசம் இல்லை.

பிரஸ்யாவில் ஒரு கோடியே 22 லட்சத்து 56 ஆயிரத்து 725 மக்கள் இருக்கிறார்கள். அவர்களில் 44 லட்சத்து 87 ஆயிரத்து 461 பேர் 14 வயதுக்குக் கீழே பள்ளிக்கூடம் போகும் வயதில் இருக்கிறார்கள் என்று கணக்கிடப்பட்டிருக்கிறது (பார்க்க: பிரஸ்யாவில் பொதுக்

கல்வியின் நிலை, பக் 140). அதாவது, ஆயிரம் பேருக்கு 366 பேர் அல்லது முப்பதுக்கு 11 பேர் பள்ளிக்குப் போகும் வயதினர். ஏழு வயது முடிந்ததும் பள்ளியில் சேர்ப்பதாக வைத்துக்கொண்டால். பிரஸ்யசிய சாம்ராஜ்ஜியத்தில் சுமார் 19 லட்சத்து 23 ஆயிரத்து 200 பேர் கல்வி பெறுகிறார்கள். ஆனால், இந்தியாவில் பள்ளியில் ஐந்து அல்லது ஆறு வயதில் சேர்ந்துவிடுகிறார்கள். 14 வயது வரை படிப்பதில்லை. 10-12 வயதிலேயே படிப்பு முடிந்துவிடுகிறது. அப்படியான இரண்டு விஷயங்களில் அந்தக் கணிப்பு பிழையாக வாய்ப்பு இருக்கிறது. ஆனால், பிரஸ்சியாவைவிட இந்தியாவில் சிறு வயதிலேயே சேர்க்கப்பட்டுவிடுகிறார்கள். இதனால் பிரஸ்யாவின் கணக்கின்படி பார்த்தால் இங்கு பள்ளிக்குச் செல்ல முடிந்த வயதினரின் எண்ணிக்கை குறைவாக இருக்கும். ஆனால், பிரஸ்யாவில் 12 வயதில் இருந்து 14 வயதில் இறப்பவர்களின் எண்ணிக்கையைக் கழித்துக் கணக்கிட்டதை இந்தியாவில் கழிக்கவேண்டிய அவசியம் வராது. இந்த இரண்டு வித்தியாசங்கள் ஒன்றை ஒன்று சமன் செய்துவிடுமென்று எடுத்துக் கொண்டால் பிரஸ்யாவின் அளவிலேயே இந்தியாவிலும் பள்ளிக்குச் செல்லும் வயதினர் இருப்பார்கள் என்று உத்தேசமாக எடுத்துக்கொள்ளலாம். அந்தவகையில் பார்த்தால் பள்ளிக்குப் போகும் வயதில் இருக்கும் 33 மாணவர்களுக்கு ஒரு பள்ளிக்கூடம் வங்காளத்திலும் பீஹாரிலும் இருக்கிறது. மாணவர்கள் என்று எடுத்துக் கொள்ளும்போது மாணவர்கள், மாணவிகள் இருவரையுமே குறிக்கும். அதுவும் இருவரும் சம விகிதத்தில் இருப்பதாகவே அர்த்தம்.

வங்காளம், பீகார் பகுதிகளில் ஒரு லட்சம் பள்ளிகள் இருக்கும் விஷயமானது அந்த இரண்டு பகுதிகளிலும் இருக்கும் கிராமங்களின் எண்ணிக்கைக்குப் பொருத்தமாகவே இருக்கின்றது. மொத்த கிராமங்களின் எண்ணிக்கை 1,50,748. எல்லாவற்றிலும் இல்லையென்றாலும் பெரும்பாலானவற்றில் ஒரு பள்ளிக்கூடம் கட்டாயம் இருக்கிறது. மூன்றில் ஒரு கிராமத்துக்குப் பள்ளிக்கூடம் இல்லை என்று வைத்துக்கொண்டாலும் ஒரு லட்சம் கிராமங்களில் நிச்சயம் ஒரு பள்ளிக்கூடம் இருக்கும். அதிகம் தெரிந்திராத பகுதிகளில் இருந்து கிடைத்த தகவல்கள் உண்மையாக இருக்காது என்றே வைத்துக்கொண்டாலும் கிராமப் பள்ளிகள் விரிவாக நாடுமுழுவதும் இருந்தன என்பதை மறுப்பதற்கில்லை. சமூகத்தின் அடித்தட்டு மக்கள் மத்தியிலும் தமது ஆண் குழந்தைகளுக்குக் கல்வி தரவேண்டுமென்ற எண்ணம் அழுத்தமாகப் பதிந்திருக்கிறது என்பதை மறுக்க முடியாது.

இந்தக் கல்விமையங்கள் எல்லாம் மக்களின் பழக்கவழக்கங்கள், வாழ்க்கைமுறைகள் ஆகியவற்றோடு பின்னிப் பிணைந்திருக்கின்றன.

இந்தக் கல்விமையங்களின் மூலமாக உள்ளூர் மக்களின் ஒழுக்க மதிப்பீடுகளையும் அறிவையும் நாம் எளிதில் மேம்படுத்த முடியும். அதன் வழியாக மட்டுமே செய்ய வேண்டுமென்றில்லை. ஆனால், இந்தக் கல்விமையங்களைப் பிரதான கருவியாகப் பயன்படுத்திக்கொள்ள முடியும்.

ஆனால், இன்றிருக்கும் நிலையில் இந்தக் கல்விமையங்களை அத்தகைய நோக்கங்களுக்குப் பெரிதாகப் பயன்படுத்திக்கொள்ள முடியாது. அந்த ஆசிரியர்களின் தரம் மிகவும் குறைவாக இருப்பதால் இப்போது அந்தக் கல்விமையங்களின் மூலம் கிடைக்கும் பலன் மிகவும் குறைவாகவே இருக்கிறது. மேலும் பெற்றோரின் வறுமை காரணமாகக் குழந்தைகள் சிறிய வயதிலேயே பள்ளிப் படிப்பை முடித்துக்கொள்கிறார்கள். முன்பே சொன்னதுபோல், வங்காளச் சிறுவர்கள் ஐந்து, ஆறு வயதில் பள்ளியில் சேர்க்கப்படுகிறார்கள். ஐந்து வருடகாலம் படித்து முடித்ததும் பள்ளியில் இருந்து நின்றுவிடுகிறார்கள். அதாவது, ஒருவருடைய மனம் விஷயங்களைப் புரிந்துகொண்டு தர்க்கரீதியாகச் சிந்திக்கத் தொடங்குவதற்கு முன்பாகவே பள்ளியில் இருந்து நின்றுவிடுகிறார்கள். மாணவர்களிட மிருந்து கிடக்கும் தொகையையே ஆசிரியர்கள் பெரிதும் நம்பி இருக்கிறார்கள். அப்படிக் குறைவான சம்பளமும் குறைவான மரியாதையும் மட்டுமே கிடைப்பதால் கல்வியிலும் ஆளுமையிலும் மேலான நபர்கள் ஆசிரியப் பணிக்கு விரும்பி வருவதில்லை.

உள்ளூரில் செல்வாக்கு மிகுந்தவர்களுடைய வீட்டில் வைத்து அல்லது அவர்களுடைய வீடுகளுக்கு அருகில்தான் இந்தப் பள்ளிகள் நடக்கின்றன. அனைத்துக் குழந்தைகளும் உள்ளூர் மொழியிலேயே கல்வி பெறுகின்றனர். ஆசிரியர்களுக்குக் கூடுதல் பணம் கிடைக்கும் என்பதால் அக்கம்பக்கத்து கவுரவமான குடும்பங்களில் இருக்கும் கல்வி பெறும் வயதிலான குழந்தைகள் அனைவருமே சேர்த்துக்கொள்ளப்படுகிறார்கள்.

மாணவர்கள் முதலில் மணலில் எழுத்துகளையும் சொற்களையும் எழுதிப் படிக்கிறார்கள். அதன் பிறகு சாக்குக்கட்டி அல்லது கரித்துண்டால் எழுதிப் படிக்கிறார்கள். இப்படியாக எட்டு பத்து நாட்கள் படிக்கிறார்கள். அடுத்ததாகப் பனை ஓலையில் எழுதிப் படிக்கிறார்கள். மூங்கிலால் செய்யப்பட்ட பேனாவை விரல்களால் அல்லாமல் உள்ளங்கைக்குள் பிடித்தபடி எழுதுகிறார்கள். கரியாலான மைகொண்டு எழுதுகிறார்கள். அதைப் படித்துமுடித்ததும் அழித்துவிடவும் முடிகிறது.

எழுத்துகள், வார்த்தைகள், வினைச்சொற்களை வாக்கியங்களில் சேர்த்தல், கடிதம் எழுதுதல், வாய்ப்பாடு, பணம் காசு கணக்குகள்,

எடை போன்ற பிற அளவுகள், ஆட்கள், ஜாதிகள், ஊர்களின் பெயர்களை எழுதிப் பழகுதல் எனக் கற்றுக்கொள்கிறார்கள். சுமார் ஒரு வருடத்துக்கு இப்படிக் கற்றுக்கொள்கிறார்கள். தற்போது ஆசிரியர்கள் மட்டுமே எழுத்தாணிகளைக் கொண்டு எழுதுகிறார்கள். அதைப் பார்த்து மாணவர்கள் பிரதி எடுத்துக்கொள்கிறார்கள்.

அடுத்ததாக வாழை இலையில் வண்டி மை கொண்டு எழுது கிறார்கள். கணிதத்தின் அடுத்தகட்டப் பாடங்களை இப்படியாகக் கற்றுக்கொள்கிறார்கள். இது ஆறு மாத காலம் நடக்கிறது. அப்போது கூட்டல், கழித்தல், வகுத்தல், பெருக்கல், நில அளவை, வணிக, விவசாயக் கணக்குவழக்குகள், பல்வேறு கடித வகைகள் கற்றுத் தரப்படுகின்றன. இந்தக் குறுகிய காலக் கல்வியின் இறுதிக் கட்டத்தில் காகிதத்தில் மை கொண்டு எழுதவும் விவசாய, வர்த்தகக் கணக்குவழக்குகளின் அடுத்த நிலைகளும், வேறு பல கடிதமாதிரிகள் எழுதுவதும் கற்றுத் தரப்படுகின்றன. கணிதப் பாடம் கிராமப் புறங்களில் விவசாய கணக்குவழக்குகளுக்கும் நகர்ப்புறங்களில் வியாபாரக் கணக்குவழக்குகளுக்கும் பயன்படுத்தப் படுகின்றன. இந்தப் பள்ளிகளில் கற்றுக் கொள்பவர்களில் ஒருசிலருக்குப் புகழ் பெற்ற செய்யுள், பாடல்களை எழுதப் படிக்கத் தெரிந்திருக்கும் என்றாலும் கையெழுத்துப் பிரதிகள் பிழைகள் மலிந்து காணப்படும் என்பதால் பிழையான வார்த்தை உச்சரிப்பில்தான் தேர்ச்சியே பெறுகிறார்கள்.

கற்றுக் கொடுக்கும் ஆசிரியருக்குப் பெரிதாக எதுவும் தெரியாதென்பதால் அவரும் எதையும் சரி செய்வதும் இல்லை. தனி நபர் ஒழுக்கவிதிகள், சமூக ஒழுங்குகள் முதலியவற்றில் எழுத்து இலக்கியம், வாய்மொழி இலக்கியம் என இரண்டு சார்ந்தும் எந்தவொரு பயிற்சியும் இல்லாமல்தான் இருக்கின்றனர். ஆசிரியர் களும் கல்வி மூலமோ ஆலோசனைகள் மூலமோ முன்னுதாரணமாக நடந்துகொள்வதன் மூலமோ மாணவர்களின் நடத்தையில் எந்தச் செல்வாக்கும் செலுத்துவதில்லை. வாங்கும் காசுக்கு ஏதாவது செய்ய வேண்டுமே என்று கடனுக்கு சில விஷயங்கள் கற்றுத்தருவார். ஒழுக்கவிதிகள், சுதந்தர சிந்தனை தொடர்பாக எந்தவிதப் பாடப் புத்தகங்களும் கிடையாது என்பதால் கணக்குப் பாடங்கள் மட்டுமே கற்றுத்தரப்படுகின்றன. மனிதர்களின்சிந்திக்கும்திறனைஅதிகரிக்கும் நோக்கிலோ மனதை விசாலப்படுத்தும் வகையிலோ எந்தப் பாடமும் கற்றுத் தரப்படுவதில்லை. எனக்குத் தெரிந்தவரையில் வங்காளம் முழுவதிலும் உள்ள பாரம்பரிய ஆரம்பப் பள்ளிகளின் நிலை இதுவாகத்தான் இருக்கிறது.

வங்காள ஆரம்பப் பள்ளிகள் (பக் 137 - 146)

ஐந்து வயதில் எழுதப் படிக்க ஆரம்பிக்கவேண்டும் என்று இந்து சம்பிரதாயத்தில் தெளிவாகச் சொல்லப்பட்டிருக்கிறது. அப்படிச் செய்யத் தவறினால் 7 வயது அல்லது 9 வயது அல்லது அதுபோன்ற ஒற்றைப்படை வயதில் கல்வியைத் தொடங்கவேண்டும். வருடத்தின் சில குறிப்பிட்ட மாதங்கள், குறிப்பிட்ட நாட்கள் கல்வி தொடங்குவதற்குச் சிறந்தது என்று இந்து சமயம் சொல்கிறது. அந்த விசேஷ நாளில் குடும்ப புரோகிதரை அழைத்து பூஜை செய்யப்படுகிறது. முக்கியமாகக் கல்விக்கு அதிபதியான சரஸ்வதி தேவிக்கு அன்று பூஜை செய்யப்படுகிறது. அதன் பிறகு புரோகிதர், குழந்தையின் கையைப் பிடித்து விரலால் எழுதச் சொல்லித் தருகிறார். அப்படியே அதை உச்சரிக்கவும் கற்றுத் தருகிறார். எல்லா இந்துக்களும் இப்படிச் செய்வதில்லை. எந்தப் பெற்றோருக்குத் தமது குழந்தைகளுக்கு நீண்ட காலக் கல்வி தரும் வசதியும் வாய்ப்பும் இருக்கிறதோ அந்தப் பெற்றோர் மட்டுமே இந்தச் சடங்கைச் செய்கிறார்கள். சில பகுதிகளில் கல்வியின் தொடக்க சம்பிரதாயமாக இது நடத்தப்பட்டு உடனேயே குழந்தை பள்ளிக்கு அனுப்பப்படுகிறது. ஆனால், இந்த மாவட்டத்தில் இந்தச் சடங்குக்கு எந்தக் குறிப்பிட்ட வயதும் நிர்ணயிக்கப்பட்டிருக்கவில்லை. பெற்றோரின் வசதிக்கும் குழந்தையின் திறமைக்கும் ஏற்ப இது நடத்தப்படுகிறது. எந்த வயதில் பள்ளியில் சேர்க்கப்படுகிறார்களோ அதற்கு ஏற்பத்தான் பள்ளியில் இருந்து நிற்கும் வயது தீர்மானமாகிறது.

வங்காளத்தில் நத்தோர் (Nattore) என்ற ஊரில் பத்துப் பள்ளிகள் இருக்கின்றன. அதில் 167 மாணவர்கள் படிக்கிறார்கள். ஐந்து வயதில் இருந்து பத்து வயதுவரையில் பள்ளியில் சேர்கிறார்கள். அதுபோல் 10 வயதில் இருந்து 16 வயதுவரை ஏதாவது ஒரு வயதில் பள்ளியில் இருந்து பள்ளிப் படிப்பை முடித்துக்கொள்கிறார்கள்.

ஒவ்வொரு ஆசிரியரும் தந்த தகவலின்படி ஒரு மாணவரின் பள்ளிக் காலகட்டம் ஐந்தில் இருந்து பத்து வருடங்களாக இருக்கிறது. இருவர் ஐந்து வருடங்கள் என்றும் ஒருவர் ஆறு வருடங்கள் என்றும் மூவர் ஏழு ஆண்டுகள் என்றும் இருவர் எட்டு வருடங்கள் என்றும் ஒருவர் 9 வருடங்கள் என்றும் ஒருவர் 10 வருடங்கள் என்றும் குறிப்பிட்டிருக்கிறார்கள். அதிகப் பாடங்கள் கற்றுக்கொடுப்பதால் மேல்நிலைப் படிப்புக்குக் கூடுதல் வருடங்கள் ஆகிறது.

ஆசிரியர்களாக இள வயதினரும் மத்திய வயதினரும் இருக்கிறார்கள். எளிய மனோபாவம் கொண்ட அவர்கள் ஏழைகளாகவும் அப்பாவிகளாகவும் இருக்கிறார்கள். அவர்களுடைய எதிர்பார்ப்புகளுக்கும் திறமைக்கும் ஏற்ற இந்த வேலையைத்

தேர்ந்தெடுத்திருக்கிறார்கள். அதில் இருந்து குறைவான சம்பளமே கிடைப்பதால் அவர்களுக்கு அதில் பெரிதாக மரியாதையும் இல்லை. அவர்கள் செய்யும் வேலையின் முக்கியத்துவம் அவர்களுக்குத் தெரிந்திருக்கவே இல்லை. தமது மாணவர்களின் மனதில் எந்தவிதப் பெரிய தாக்கத்தையும் அவர்கள் ஏற்படுத்துவதுமில்லை. அவர்களுக்குக் கூடுதல் திறமையும் அதிகாரமும் இருந்திருந்தால் என்னவெல்லாம் உயர்வாகச் செய்திருக்க முடியுமோ அவை எதையும் செய்ய இயலாதவர்களாகவே இருக்கிறார்கள்.

மாணவர்களின் கல்வித் தரமானது தற்போது யந்திரகதியில் கறாரான முறையில் மேம்படுத்தப்படுகிறது. சுயமாகச் சிந்திக்கும் திறனோ சுயமாகப் புரிந்துகொள்ளும் திறமையோ மேம்படுத்தப் படுவதில்லை. ஆசிரியர்கள் ஒழுக்கம் சார்ந்து மாணவர்கள் மீது எந்தவிதத் தாக்கமும் செலுத்துவதில்லை. மாணவர்களின் உணர்வுகளை ஒழுங்குபடுத்துதல், விருப்பு வெறுப்புகளை நேர்வழிப்படுத்துதல் போன்றவற்றில் எந்தவித வழிகாட்டுதலும் ஆசிரியரிடமிருந்து கிடைப்பதில்லை. அவருடைய கல்விக் கோட் பாட்டில் அப்படியான இலக்கும் இல்லை. எனவே ஒழுக்கம், நன்னடத்தை சார்ந்து ஒரு மாணவர் தனது அனுபவங்கள், மனநிலைக்கு ஏற்பவே நடந்துகொள்ளும்படி விடப்படுகிறார். ஆசிரியர்களின் தரத்தை மேம்படுத்தாமல் ஆசிரியர் தொழில் தொடர்பான அவர்களுடைய மனோபாவத்தையும் கடமைகள் குறித்த புரிதலையும் மாற்றாமல் வேறு எந்த நடவடிக்கைகளை எடுத்தாலும் இந்தப் பகுதிப் பள்ளிகளின் தரத்தை மேம்படுத்தவே முடியாது.

இந்த ஆசிரியர்களுக்கு சம்பளம் பல வழிகளில் வருகிறது. இரண்டு ஆசிரியர்களுக்கு முழுமையாகவும் ஒருவருக்கு ஒரு பகுதியும் இரண்டு தனி நபர்களிடமிருந்து கிடைக்கும் நன்கொடை மூலம் கிடைக்கிறது. அந்த இரு தனி நபர்களும் முழுக்க முழுக்க பரோபகார உந்துதலில் இந்த உதவியைச் செய்கிறார்கள். நான்காவது ஆசிரியருக்கு மாணவர்களிடமிருந்து கிடைக்கும் கட்டணம் மட்டுமே சம்பளமாக இருக்கிறது. எஞ்சிய ஆறு பேருக்கு மாணவர்களிடமிருந்தும் பிற மானியம் மூலமும் சம்பளம் கிடைக்கிறது.

மணல், பனை ஓலை, வாழை இலை, காகிதம் என எதில் எழுதுகிறார்கள் என்பதன் அடிப்படையில் கல்வியானது நான்கு நிலைகளைக் கொண்டதாக இருக்கிறது. ஒவ்வொரு நிலைக்கும் கூடுதல் பணம் கட்டணமாக வசூலிக்கப்படுகிறது. சில நேரங்களில் முதல் இரண்டு நிலைகளும் ஒன்றாகச் சேர்க்கப்படுகின்றன. வேறு சில நேரங்களில் மூன்றாம் நான்காம் நிலைகளுக்கு ஒரே கட்டணம் வசூலிக்கப்படுகிறது. சில இடங்களில் மூன்றுக்குமே சமமான தொகை

வசூலிக்கப்படுகிறது. ஆனால், நான் முதலில் சொன்னதுபோல் ஒவ்வொரு கட்டத்துக்கும் கொஞ்சம் கூடுதல் கட்டணம் என்பதுதான் பெரும்பாலான இடங்களில் நடைமுறையில் இருக்கிறது. வேறு இரண்டு இடங்களில் மாணவர்களின் பெற்றோருடைய வசதி வாய்ப்புக்கு ஏற்பக் கட்டணம் வசூலிக்கப்படுகிறது. ஒவ்வொரு படிநிலையிலும் செல்வந்தர்களுடைய மகன்களைவிட ஏழைகளின் குழந்தைகளுக்குப் பாதி, மூன்றில் ஒரு பங்கு அல்லது கால் பங்கு பணம் மட்டுமே கட்டணமாக வசூலிக்கப்படுகிறது.

ஆசிரியர்களின் மாத வருமானம் நான்கு அணாவில் இருந்து ஐந்து ரூபாய் வரையாக இருக்கிறது. முந்தைய நிலையில் துணி (வேஷ்டி), மற்றும் பல்வேறு தானங்கள் மாணவர்களின் பெற்றோரால் தன் விருப்பத்துடன் தரப்படுகின்றன. பிந்தைய நிலையில் உணவுமட்டும் அல்லது உணவு, துணி, துவைத்தல் போன்ற பிற செலவுகளுக்கான தொகை போன்றவை தரப்படுகின்றன. உணவைப் பெற்றுக் கொள்ளும் ஆசிரியர்கள், பள்ளிக்குப் பிரதான நன்கொடையாளராக இருப்பவரின் வீட்டில் தங்கி கற்றுத் தருகிறார்கள். அல்லது பல்வேறு மாணவர்களின் வீடுகளுக்கு முறை வைத்துச் சென்று உணவருந்திக் கொள்கிறார்கள். நிலையான சம்பளமாக இருந்தாலும்சரி. தானங்கள், உணவு போன்றவையோடு கட்டணம் பெறுவதாக இருந்தாலும் சரி. ஒரு ஆசிரியருக்கு மாத வருமானமாக எட்டு அணாவில் இருந்து ஏழு ரூபாய் வரை கிடைக்கிறது. சராசரியாக ஐந்து ரூபாய் கிடைப்பதாகச் சொல்லலாம்.

சமூகத்தின் அனைத்துத் தரப்பினரும் உதவுவதன் மூலம் நடக்கும் பள்ளிக்கு தாராயில் *(Dharail)* (எண் 34) பகுதியில் இருக்கும் பள்ளி சிறந்த எடுத்துக்காட்டாகும். அந்த கிராமத்தின் முக்கிய பிரமுகர்களாக நான்கு சவுத்ரி குடும்பங்கள் இருக்கின்றன. ஆனால், பிறருடைய ஆதரவு இல்லாமல் பள்ளியை நடத்தும் அளவுக்கு அவர்கள் செல்வந்தர்கள் அல்ல. பள்ளி நடப்பதற்குத் தமது வீட்டில் ஓர் அறையை ஒதுக்கிக் கொடுக்கிறார்கள். வெளி அறையில் பூஜை சடங்குகள் அல்லது வர்த்தகம் நடக்கும். வெளி ஆட்கள் வந்தால் அங்கு அமர்ந்து பேசிக்கொள்வார்கள். இந்த நான்கு குடும்பங்களில் ஒன்று மாதத்துக்கு நான்கு அணாக்கள் தருகின்றன. இன்னொரு குடும்பமும் அதே தொகையைத் தருகிறது. மூன்றாவது குடும்பம் எட்டு அணா தருகிறது. நான்காவது குடும்பம் 12 அணாக்கள் தருகிறது. ஆசிரியருக்கு இந்தத் தொகை மட்டுமே இவர்களால் சம்பளமாகத் தரப்படுகிறது. வேறு எந்த தானமோ உதவியோ தரப்படுவதில்லை. அந்த ஆசிரியரிடம் இவர்களுடைய ஐந்து குழந்தைகள் வங்காள மொழிக் கல்வி பெறுகிறார்கள். இந்தப் பணம் ஒரு ஆசிரியருக்குப் போதுமானதல்ல. எனவே, பிற குடும்பங்களைச் சேர்ந்த மாணவர்

களிடமிருந்தும் சொற்பத் தொகை வசூலித்துக் கொள்கிறார். ஒரு குழந்தை ஒரு அணா தருகிறது. இன்னொரு குழந்தை மூன்று அணாவும் வேறொரு குழந்தை ஐந்து அணாவும் தருகின்றன. இதோடு மாதத்துக்கு நான்கு அணா அளவுக்கு அரிசி, காய்கறி, மீன், வேஷ்டி, சட்டை, துண்டு என காணிக்கைகளும் தருகிறார்கள்.

ஒரு மைல் தொலைவில் உள்ள காக்பாரியாவில் *(Kagbariya)* இருந்து இரண்டு குடும்பத்தைச் சேர்ந்த ஐந்து குழந்தைகள் கல்வி கற்க வருகிறார்கள். மழைக்காலங்களில் நீர் பெருக்கெடுத்தோடும் நதியைக் கடந்தே பள்ளிக்கு வரவேண்டியிருக்கும். அந்த ஐந்து குழந்தைகளில் இருவருடைய குடும்பத்தினர் மாதத்துக்கு இரண்டு அணா தருகின்றனர். எஞ்சிய மூன்று குழந்தைகளின் பெற்றோர் நான்கு அணா தருகின்றனர். அப்படியாக ஒருவழியாகக் கணிசமான தொகை அந்த ஆசிரியருக்குக் கிடைத்துவிடுகிறது. ஓரளவு வசதி படைத்தவர்களும் வசதிக் குறைவானவர்களும் ஒன்றுசேர்ந்து செயல்பட்டால் ஒரு ஆசிரியருக்குப் போதுமான சம்பளம் தந்து கல்வி பெற்றுவிடமுடியும் என்பதை இந்தப் பள்ளி நிரூபித்துக் காட்டுகிறது. சமூகத்தின் அடித்தட்டில் இருப்பவர்களும் தாய்மொழிக் கல்வி பெறுவதில் ஆர்வத்துடன் இருக்கின்றனர் என்பதையும் அதற்காக அவர்கள் சில தியாகங்களைச் செய்யத் தயாராக இருக்கிறார்கள் என்பதையும் இது காட்டுகிறது.

ஆசிரியர்களுக்குக் கிடைக்கும் சம்பளம் மிகவும் குறைவு என்று சொன்னேன். ஆனால் அவர்களுடைய திறமையை ஒப்பிட்டுப் பார்த்தால் அல்லது அந்த மாவட்டத்தின் பிற வேலைகளுக்குக் கிடைக்கும் பணத்தோடு ஒப்பிட்டுப் பார்த்தால் அப்படிச் சொல்ல முடியாது. திறமைசாலியான ஆசிரியர்கள் இருந்தால் அவர்களுக்கு என்னசம்பளம்தரவேண்டியிருக்குமோஅதோடு ஒப்பிடும்போதுதான் குறைவானது என்று சொல்ல முடியும். இப்போதைய ஆசிரியர்களின் ஏழ்மை மற்றும் அவர்கள் செய்யும் சேவையின் தன்மையைப் புரிந்துகொள்ள வேண்டுமென்றால் நான் முன்பே சொன்ன, அன்றாட உணவுக்கு ஒவ்வொரு வீடாகச் சென்று வருகிறார்கள் என்ற விஷயமே அவர்களுடைய நிலையைப் புரிந்துகொள்ளப் போதுமானது. சமூகத்தின் பிற தொழில்களில் ஈடுபடுபவர்களுடன் ஒப்பிடுவதன் மூலமே இந்த ஆசிரியர்களின் சமூக அந்தஸ்து குறித்த சரியான சித்திரத்தை உருவாக்க முடியும். உதாரணமாக பட்வாரி, அமீனா, ஷமர்னாவிஸ், கமர்னாவிஸ் (*Patwari, Amin, Shumarnavis, Khamarnavis*) என பலவகைப் பணிகள் இருக்கின்றன.

ஜமீந்தாருக்குக் கிடைக்க வேண்டிய வாடகைப் பணத்தை பட்வாரி வீடு வீடாகச் சென்று சேகரித்து வருகிறார். தனது எஜமானரிடமிருந்து

இரண்டு ரூபாய் எட்டு அணாக்கள் அல்லது மூன்று ரூபாய் சம்பளமாகப் பெறுகிறார். இது தவிர ஒவ்வொரு பருவத்திலும் ரயத் விவசாயிகளிடமிருந்து முதல் அறுவடையை ஒட்டி மாதத்துக்கு எட்டு அணா வீதமான விளைபொருட்களைப் பெற்றுக் கொள்வார். அமீனா என்பவர் கிராமங்களில் நடக்கும் தகராறுகளை ஜமீந்தாரின் சார்பில் சென்று பேசித் தீர்த்துவைப்பார். நிலங்களை அளந்து கணக்கிடுவதும் இவருடைய பணியில் அடங்கும். இவருக்கு மூன்று ரூபாய் எட்டு அணாவில் இருந்து நான்கு ரூபாய் வரை மாத சம்பளமாகக் கிடைக்கும்.

பல்வேறு பட்வாரிகளிடமிருந்து கிடைக்கும் பணத்துக்கான கணக்குவழக்குகளை எழுதி நிர்வகிப்பவர் சமரனவிஸ். இவருக்கு ஐந்து ரூபாய் சம்பளம். கமனரவிஸ் ஜமீந்தாருடைய நிலங்களில் வளரும் பயிர்களின் தன்மை, அளவு, அவற்றின் மதிப்பு ஆகியவற்றை மதிப்பிட்டுகவனிக்கும்பணியைச்செய்கிறார். இவருக்கும்அதேஐந்து ரூபாய்சம்பளம்தரப்படுகிறது. இந்தவேலைகளைச்செய்பவர்களுக்கு சில இடங்களில் அதிகச் சம்பளமும் தரப்படுவதுண்டு. எனினும் நான் மேலே குறிப்பிட்டிருக்கும் நபர்கள் ஒரு பள்ளிக்கூட ஆசிரியரோடு ஒப்பிட முடிந்த நிலையில் இருப்பவர்கள். இவரால் அந்த வேலைகளைச் செய்ய முடியும். அவர்களால் இவருடைய வேலையைச் செய்ய முடியும். அந்த வேலைகளில் ஈடுபடுபவர்கள் சில அதிகாரபூர்வமற்ற ஆதாயங்களைப் பெற முடியும். ஒரு பள்ளி ஆசிரியரைவிடக் கூடுதல் மரியாதையையும் செல்வாக்கையும் பெற்றிருக்கிறார்கள். ஆனால், வேறு பல அம்சங்களில் ஆசிரியருக்கு சமமாகவே இருக்கிறார்கள். இந்தப் பணி செய்பவர்களுக்கு இருக்கும் சில ஆதாயங்கள் ஆசிரியருக்கு இல்லை என்பதால் அதை ஈடுகட்ட அவருக்குக் கூடுதல் சம்பளம் கிடைத்துவிடுகிறது. நத்தோர் பகுதியில் நான் பார்த்த ஆசிரியர்களில் யாருக்கும் 3 ரூபாய் 8 அணாவுக்குக் குறைவான சம்பளம் இல்லை. சிலருக்கு 7 ரூபாய் 8 அணா கூட சம்பளமாகக் கிடைக்கிறது.

கல்விக்குஎன்றுதனியாகக்கட்டப்பட்டகட்டடம்எதுவும்இல்லை. பள்ளி நடக்கும் கட்டடங்கள் அங்கு பள்ளி நடக்கவில்லையென்றால் வேறு பணிகளுக்குப் பயன்படுத்தப்படும். கிராமத்தின் முக்கியமான பிரமுகருக்குச் சொந்தமான வீட்டின் சாந்தி மண்டபத்தில் (*Chandi Mandap*) சில மாணவர்கள் கல்வி பெறுகிறார்கள். விசேஷ நாட்களில் அங்குதான் விழாக்கள் நடக்கும். ஆண்டுதோறும் நடக்கும் பெரிய விழாக்களில் வெளியூரில் இருந்து வரும் நபர்கள் பள்ளிகளில்தான் தங்கவும் வைக்கப்படுகிறார்கள். அந்த இடத்தில் வியாபாரமும் நடக்கும். வேறுசில இடங்களில் பள்ளியானது பைட்டக்கானா என்ற திறந்தவெளிக் குடிசையில் நடக்கும். இந்த இடத்தில் வைத்துத்தான்

பொதுவாக கிராம நலத்திட்டங்கள் கலந்தாலோசிக்கப்படும். கிராமத்தினரின் மனமகிழ் மன்றமாகவும் இது செயல்படும். வேறு சில இடங்களில் பள்ளிகளுக்கு பிரதான நன்கொடை தருபவருடைய வீட்டில் வைத்து பள்ளிகள் நடக்கும். ஆசிரியருடைய வீட்டுக்கு அருகில் பாதுகாப்புடன்கூடிய காலி மனை இருக்கவில்லையென்றால் வேறு இடங்களில் இதற்கென்று தனியாக எந்தக் கட்டடமும் இருக்காது.

நான்காம் எண் கொண்ட கிராமத்தில் கோடை காலங்களில் மாணவர்கள் திறந்தவெளியில் அமர்ந்து படிக்கிறார்கள். மழைக் காலங்களில் எந்த மாணவர்களின் பெற்றோருக்கு குடில்கள் கட்ட முடியுமோ அவர்கள் அதில் அமர்ந்து படித்துக்கொள்வார்கள். காய்ந்த புல், ஓலைகள் கொண்டு கூரை அமைக்கப்பட்டிருக்கும். பக்கவாட்டுகளில் திறந்ததாக இருக்கும். மழையில் இருந்து முழுப் பாதுகாப்பு கிடைக்குமென்று சொல்ல முடியாது. முப்பது நாற்பது சிறு ஊர்களில் ஐந்தாறு குடில்கள் இதுபோல் இருக்கின்றன. எஞ்சிய இடங்களில் இப்படியான குடில் வசதிகூட இருக்காது. மழை பெய்யும்போது பள்ளிகள் மூடப்படும். அல்லது மழையில் நனைந்துதான் ஆகவேண்டும். இங்கு நடக்கும் பள்ளிகளைப் பார்க்கும்போது மாணவர்களுக்கு வசதியான வகுப்பறை, கல்விக் கென்றே தனியான கட்டடம், முழு நேரமும் கவனிக்கும் ஆசிரியர் இந்த அம்சங்கள் எல்லாம் இவர்களுக்குப் பரிச்சயமே இல்லாத விஷயங்கள் என்றே தோன்றுகிறது.

இந்தப் பள்ளிகளில் கிடைக்கும் கல்வியின் தன்மை மற்றும் அளவைப் பொறுத்தவரையில் முதன்முதலாகக் குறிப்பிடப்பட வேண்டிய விஷயம் என்னவென்றால், உள்ளூர் மொழியில் அச்சடிக்கப்பட்ட புத்தகங்கள் எதுவுமே இல்லை. சில அரசு அதிகாரிகள் அல்லது செல்வந்தர் மட்டுமே கல்கத்தாவில் இருந்து வாங்கி வந்த புத்தகங்களை வைத்துப் படிக்கிறார்கள். அல்லது மூர்ஷிதாபாத்தில் இருக்கும் ஏதேனும் மிஷனரி அமைப்பு பிரம்மாண்ட நதியைக் கடந்து அவர்களைச் சென்றடைந்திருந்தால் அதன் மூலம் மட்டுமே அச்சுப் புத்தகங்களின் பரிச்சயம் கிடைத்திருக்கும். இந்த மூன்று வகைகளுக்கு உதாரணமாக ஒவ்வொன்றிலும் ஒரு பள்ளி இருந்ததாகத் தெரியவந்துள்ளது. ஆனால், எனக்குத் தெரிந்தவரை எந்தவொரு ஆசிரியரும் இதற்கு முன்னால் அச்சிட்ட புத்தகத்தைப் பார்த்ததே இல்லை என்பது உறுதி. கல்கத்தா ஸ்கூல் புக் சொசைட்டியில் இருந்து நான் கொண்டுபோய்க் கொடுத்த புத்தகங்களை அந்த ஆசிரியர்கள் கல்விக்கான பொருளாக அல்லாமல் ஏதோ விநோதமான வஸ்துவாகவே பார்த்தனர். அந்தப் புத்தக

சொசைட்டி தற்போது அச்சுப் புத்தகங்களை விற்க ஒரு ஏஜென்ஸியை பவுலா பகுதியில் (*Bauleah*) ஆரம்பித்துள்ளது. எனவே காலப்போக்கில் கல்விக்கான புத்தகங்கள் இந்த மாவட்டத்தில் பரவும் என்று நம்பலாம்.

அச்சுப் புத்தகங்கள் மட்டுமல்ல கையெழுத்துப் புத்தகங்கள் கூட இந்தப் பள்ளிகளில் பயன்படுத்தப்பட்டதில்லை. ஆசிரியர் வாசிப்பதைக் கேட்டு மாணவர்கள் படிக்கிறார்கள். எனினும் ஆசிரியரின் மனதில் பாடங்கள் ஆழமாகப் பதிந்திருப்பதுபோலவே மாணவர்களின் மனதிலும் அவை ஆழமாகப் பதிந்துவிடுகின்றன. என்றாலும் இப்படியான கல்விமுறையில் குறைவான விஷயங்களை மட்டுமே படிக்க முடியும். அவர்கள் இந்த முறையில் படிக்கும் பாடங்களில் மிகவும் முக்கியமானது கல்விக் கடவுளான சரஸ்வதி தேவிக்கான பிரார்த்தனைப் பாடல்தான். பல முறை திரும்பத் திரும்பச் சொல்லி இதை மனனம் செய்துகொள்கிறார்கள்.

தினமும் வகுப்புகள் முடிந்து வீட்டுக்குச் செல்வதற்கு முன்னால் மாணவர்கள் அனைவரும் முழங்காலில் அமர்ந்து தலை தரையைத் தொடும்படி குனிந்து வணங்கி இந்த ஸ்லோகத்தைச் சொல்கிறார்கள். மாணவர்களில் ஒருவர் தலைமைப் பொறுப்பில் இருந்து முதல் வரியை உரத்த குரலில் சொல்வார். மற்றவர்கள் கூட்டமாக அவர் சொல்வதைப் பின்தொடர்ந்து சொல்வார்கள். பல்வேறு இடங்களில் இருந்து கிடைத்த தகவல்களின்படி இந்த பிரார்த்தனையை இரண்டு வகைகளில் சொல்வது தெரியவந்துள்ளது. ஒரே பெயரில் சொல்லப் படுகின்றன என்றாலும் இரண்டுமே முற்றிலும் மாறுபட்டவை.

இந்தப் பள்ளிகளில் பயன்படுத்தப்படும் இன்னொரு பாடல் கணித வாய்ப்பாட்டுப் பாடல்தான். வங்காளத்தில் இதை எழுதிய சுபாங்கர் இங்கிலாந்தில் காக்கர் (*Cocker*) எவ்வளவு பிரபலமோ அவ்வளவு பிரபலம். இவர் எங்கு, எப்போது, எப்படி வாழ்ந்தார் என்பதெல்லாம் யாருக்கும் தெரியாது. இப்படி ஒருவர் வாழ்ந்திருக்கலாம் அல்லது இதை எல்லாம் அவர் ஒருவரே எழுதியிருக்காமலும் இருக்கலாம். எனினும் இந்தியாவில் பிரிட்டிஷாரின் ஆட்சி வருவதற்கு முன்பே முஹமதியர்களின் காலத்திலேயே உருவாக்கப்பட்டிருக்கும் என்று தெரிகிறது. ஏனென்றால், இந்த வாய்ப்பாட்டில் இந்துஸ்தானி, பாரசீக பதங்களே பயன்படுத்தப்பட்டிருக்கின்றன. முஹமதிய வார்த்தைப் பிரயோகங்களும் இருக்கின்றன. பிரிட்டிஷ் கணக்கு வழிமுறைகள் எதுவும் இதில் துளியும் இல்லை. சமீபத்திய உள்ளூர் எடிட்டர், துணை நூல் ஒன்றைப் பயன்படுத்தி அந்தக் குறையைத் தீர்க்க முயற்சி எடுத்திருக்கிறார்.

வங்காளக் கல்வியில் நான்குநிலைகள் இருப்பதாக முன்பே சொல்லியிருந்தேன்.

முதல் நிலை பத்து நாட்களுக்கு மேல் நீடிப்பதில்லை. இந்தக் கட்டத்தில் மாணவர்கள் ஒரு சிறுகுச்சியால் தரையில் எழுத்துகள் எழுதிப் பழகுகிறார்கள். செலவைக் குறைக்கும் நோக்கில் என்று நினைக்கிறேன். சிலேட்டு இந்த மாவட்டத்தில் உபயோகப்படுத்தப் படுவதில்லை. மாணவர்களின் திறமைக்கு ஏற்ப இரண்டாவது காலகட்டம் இரண்டரை வருடங்களில் இருந்து நான்கு வருடங்கள் வரை நீடிக்கின்றது. இந்தக் காலத்தில் பனை ஓலையில் எழுதிப் படிக்கிறார்கள். இந்தக் கட்டம் வரையில் எழுத்துகளின் அளவு ஒன்றுக்கொன்றான தொடர்பு போன்றவை பற்றி எந்தக் கவலையும் இல்லாமல் எழுதிப் படிக்கிறார்கள். ஆனால், பனைஓலையில் எழுத்தாணி கொண்டு எழுதும் ஆசிரியர் வரையறுக்கப்பட்ட, திட்டவட்டமான அளவில் எழுதுகிறார். மாணவர்கள் அதே பனை ஓலையில் மூங்கில் எழுதுகோல் கொண்டு கரியாலான மையால் அதன் மேலே எழுதிப் பழகுகிறார்கள். இப்படி எழுதுவதை எளிதில் அழித்துவிடமுடியும். இந்தப் பயிற்சி திரும்பத் திரும்பச் செய்யப்படுகிறது. மாணவர்கள் புதிய பனைஓலையில் தாமாகவே அந்த எழுத்துகளை வரையறுக்கப்பட்ட வடிவங்களில் எழுதும் திறன்பெறும் வரை இந்தப் பயிற்சி தொடருகிறது.

அதன் பிறகு மாணவர் கூட்டு வாக்கியங்கள், வினைச் சொற்கள் வாக்கியங்களில் பயன்படும் விதம், பொதுவான முக்கியமான நபர்களின் பெயர்கள் போன்றவற்றை எழுதவும் படிக்கவும் பயிற்சி பெறுகிறார். வேறு ஊர்களின், மனிதர்களின் பெயர்களோடு ஜாதிகள், நதிகள், மலைகள் இவற்றின் பெயர்களையும் எழுதிப் படிக்கிறார்கள். ஆனால், இந்தப் பகுதியில் மனிதர்களின் பெயர்கள் மட்டுமே கற்றுத் தரப்படுகின்றன. நூறு வரையான எண்கள், நில அளவை வாய்ப்பாடு, படி அளவு வாய்ப்பாடு போன்றவற்றை அடுத்ததாகப் படிக்கிறார். வேறு பகுதிகளில் வேறு அளவை வாய்ப்பாடுகளும் கற்றுத் தரப்படுகின்றன. ஆனால் இங்கு இவை மட்டுமே கற்றுத் தரப்படுகின்றன.

கல்வியின் மூன்றாவது காலகட்டம் இரண்டில் இருந்து மூன்று வருடங்கள் நீடிக்கிறது. இந்தக் காலத்தில் வாழை இலையில் எழுதிப் படிக்கிறார்கள். சில பகுதிகளில் மேலே சொன்ன வாய்ப்பாடுகள் இந்த மூன்றாம் கட்டத்தில் கற்றுத் தரப்படுகின்றன. ஆனால், இந்தப் பகுதியில் இரண்டாம் கட்டத்திலேயே கற்றுத் தரப்பட்டுவிடுகின்றன. வாழைஇலையில் முதன்முதலில் கடிதங்கள் எழுதக் கற்றுத் தருகிறார்கள். வார்த்தைகளை வாக்கியங்களில் அமைத்தல்

கற்றுத் தரப்படுகிறது. பேச்சு வழக்குக்கும் எழுத்து வழக்குக்கும் இடையிலான வேறுபாடு கற்றுத் தரப்படுகிறது. பேசும்போது சில எழுத்துகளை விட்டுவிட்டுப் பேசுகிறோம். அல்லது இரண்டு வார்த்தைகளைச் சேர்த்துச் சொல்வோம். மாணவர் அனைத்தையும் முழுமையாக எழுதக் கற்றுத் தரப்படுகிறது. வங்காள மொழியில் சமஸ்கிருத வார்த்தைகள் மிகுதியாகக் காணப்படுகின்றன. சாதாரண ஆசிரியர்களுக்கு அவற்றின் சரியான உச்சரிப்பு தெரிந்திருப்பதில்லை. இதே காலகட்டத்தில் ஒரு மாணவர் கூட்டல் கழித்தல் எனக் கணித விதிகள் அனைத்தையும் கற்றுக்கொள்கிறார். ஆனால், பெருக்கல், வகுத்தல் தனியாகச் சொல்லித் தரப்படுவதில்லை. இதன் பிறகு கற்றுத்தரப்படும் கணிதப் பாடங்கள் எல்லாம் 20 வரையிலான வாய்ப்பாடு மற்றும் கூட்டல் கழித்தல் ஆகியவற்றின் மூலமே செய்து முடிக்கப்படுகின்றன. இந்த வாய்ப்பாடுகள் தினமும் ஒட்டுமொத்தப் பள்ளியாலும் உரத்த குரலில் பாட்டாகப் படிக்கப்படுகிறது. அப்படியாக ஒவ்வொரு மாணவரும் இதைத் தனிப் பயிற்சியாகப் படிக்காமல் திரும்பத் திரும்பச் சொல்வதன் மூலமும் அடுத்தவர் சொல்வதைப் பார்த்துச் சொல்வதன் மூலமும் பயிற்சி பெறுகிறார்கள்.

கூட்டல், கழித்தல் விதிகளைப் படித்த பிறகு கணிதப் பாடமானது விவசாயக் கணக்கு, வாணிபக் கணக்கு என்று இரண்டாகப் பிரிக்கப்படுகிறது. இவற்றில் ஏதேனும் ஒன்று பற்றி அல்லது இரண்டுமே ஆசிரியரின் திறமைக்கும் பெற்றோரின் விருப்பத்துக்கும் ஏற்பக் கூடுதலாகவோ குறைவாகவோ கற்றுத் தரப்படுகிறது. விவசாயக் கணக்குப் பாடத்தில் வரவு செலவுக்கணக்கீடு பற்றிக் கற்றுத் தரப்படுகிறது. மாத, ஆண்டு கூலிக் கணக்கு, நிலங்களின் பரப்பு, எல்லைக் கணக்கு போன்றவை கற்றுத் தரப்படுகின்றன. நிலங்களின் நீள அகலம், நிலத்தின் பரப்பளவு போன்றவற்றைக் கணக்கிடும் முறைகள் கற்றுத் தரப்படுகின்றன. விவசாயம் தொடர்பாக வேறு பல ஏராளமான கணக்குகள் இருக்கின்றன. ஆனால், அவையெல்லாம் பள்ளிகளில் கற்றுத் தரப்படுவதாகத் தெரியவில்லை.

வாணிபம் சார்ந்த கணக்கில் படி அளவுகளும் அவற்றின் கொள்ளளவுக்கு ஏற்ப தானியத்தின் விலையும் எப்படிக் கணக்கிடுவது என்று கற்றுத் தரப்படுகின்றன. சேர், மாகாணி, முண்டானி, சதக், கவ்ரி, தோலா போன்ற அளவுகளும் அவற்றுக்கு இடையே இருக்கும் தொடர்புகளும் கற்றுத் தரப்படுகின்றன. ஒரு ரூபாய்க்கு எத்தனை அணா, ஒரு அணாவில் எத்தனை பைசா போன்றவை கற்றுத் தரப்படுகிறது. வட்டி விகிதம் கற்றுத் தரப்படுகிறது. பணப் பரிமாற்றத்தில் தள்ளுபடிக்கான விகிதங்கள் கற்றுத் தரப்படுகின்றன. வேறுவகையான வாணிபக் கணக்கு வழக்குகளும்

பொதுப் பயன்பாட்டில் இருக்கின்றன. ஆனால், அவையெல்லாம் பள்ளியில் கற்றுத் தரப்படுவதில்லை. கடைசிக் கட்டமான நான்காவது நிலை இரண்டு வருடங்கள் நீடிக்கிறது. சில நேரங்களில் குறைவான காலஅளவில் முடிவதும் உண்டு. ஆனால், இரண்டு வருடங்களுக்கு அதிகமாகப் போவது இல்லை. முந்தைய கட்டத்தில் மேலோட்டமாகச் சொல்லித்தரப்பட்ட கணக்குகள் எல்லாம் விரிவாக, ஆழமாக இந்தக் கட்டத்தில் சொல்லித் தரப்படுகின்றன. கூடவே, வியாபாரம் தொடர்பான கடிதங்கள், புகார் கடிதங்கள், விண்ணப்பக் கடிதங்கள், குத்தகை, கிரயப் பத்திரம், மானியங்கள், நல்கைகள் போன்றவற்றை எழுதும் முறைகள் கற்பிக்கப்படுகின்றன. மேலும் அரசு அதிகாரவர்க்கத்தின் படிநிலைகள், பொறுப்புகள், பதவிகள் இவையும் கற்றுத்தரப்படுகின்றன. காகிதத்தில் ஒரு வருட காலம் எழுதிப் பயிற்சி பெற்றதும் பிறருடைய உதவியின்றி வங்காளப் பகுதிக்கான வேலைகளைச் செய்யும் திறமை பெற்றுவிட்டதாகக் கருதப்படுகிறார்கள். ராமாயணம், மானஸ மங்கள் போன்ற பாரம்பரிய இலக்கியங்களின் வங்காள மொழிபெயர்ப்புகளைப் படிக்கும் திறமையும் பெற்றுவிடுகிறார்கள்.

வங்காளப் பள்ளிகளில் தரப்படும் கல்வியைப் பொறுத்தமட்டில் அவர்கள் என்னவெல்லாம் கற்றுத்தர விரும்புகிறார்கள் என்ற அளவில்தான் பார்க்கவேண்டும். உண்மையில் என்ன கற்றுத் தருகிறார்கள் என்றவகையில் பார்க்கக்கூடாது. ஏனென்றால், நான் பார்த்தவரையில் பெரும்பாலான ஆசிரியர்களுக்கு இங்கு சொல்லப் பட்டிருக்கும் இந்தப் பாடங்களை முழுமையாகக் கற்றுத்தரும் திறமை இருப்பதாகத் தெரியவில்லை. யாரும் முழுப் பாடத்தையும் கற்றுக்கொடுக்க முயற்சி செய்வதாகச் சொல்லிக் கொள்வதும் இல்லை.

சிலர் விவசாயக் கணக்கை மட்டுமே சொல்லித் தருவதாகத் தெளிவாகச் சொல்லிவிடுவார்கள். சிலர் வாணிபக் கணக்கு மட்டுமே சொல்லித் தருவதாகக் குறுக்கிவிடுவார்கள். இரண்டிலும் பெரும்பாலான ஆசிரியருக்கு மேலோட்டமான அறிவு மட்டுமே இருப்பதாகவே தெரிகிறது.

பெருக்கல்வாய்ப்பாடு, சரஸ்வதிவந்தனம், சுபாங்கரின்ராகத்தோடு கூடிய வாய்ப்பாடு இவற்றை மட்டுமே திரும்பத் திரும்பச் சொல்வதன் மூலம் கற்றுக்கொள்கிறார்கள். அதிலும் சரஸ்வதி வந்தனத்துக்கு என்ன அர்த்தம் என்பது தெரியாமலேயேதான் நீண்ட காலத்துக்கு வெறுமனே மனப்பாடம் மட்டுமே செய்துவருகிறார்கள். இவை தவிர பிற பாடங்கள் அனைத்தையும் எழுதித்தான் படிக்கிறார்கள். தாம் எழுதியதை ஆசிரியருக்கு அல்லது மூத்த மாணவர்களுக்குப் படித்துக்

காட்டுகிறார்கள். அப்படியாகக் கை, கண், காது என மூன்றுமே ஒரு பாடத்தைப் படிப்பதில் பயன்படுத்தப்படுகிறது. ஆரம்ப நிலைப் படிப்புகளுக்கு நம்மிடையே இருக்கும் வழிமுறையைவிட இது சிறந்ததாகவே தோன்றுகிறது. இப்போதைய நமது கல்வி முறையில் காதுக்கும் கண்ணுக்கும் மட்டுமே முதலில் பயிற்சி தரப்படுகிறது. கை கொண்டு எழுதுவதற்கான பயிற்சி அதன் பிறகே தரப்படுகிறது. எனவே, இந்தியக் கல்வி பெரிதும் செவிவழிக் கல்வி என்று சொல்வது தவறான கருத்துதான். ஏனென்றால், எழுதிப் படிக்கும்போது கைக்கும் கண்ணுக்கும் வேலை தரப்படுகிறது அல்லவா. அதைப் பயன்படுத்துவதில்லை என்று எப்படிச் சொல்ல முடியும்? மூத்த மாணவர்களை மேற்பார்வையாளர்களாக, ஆசிரியர்களாகப் பயன்படுத்திக்கொள்ளும் வழக்கம் இந்தியாவில் பழங்காலமுதலே இருந்து வந்திருக்கிறது. அதுபோலவே வங்காளத்திலும் அது விரிவாகப் பயன்படுத்தப்படுகிறது.

கல்விக்கு என்று தனியாகப் பள்ளிக்கூடங்களும் வசதியான வகுப்பறைகளும் இல்லாததால் ஏற்படும் பாதகங்கள் பற்றி முன்பே சொல்லியிருக்கிறேன். அப்படியான ஒரு நிலை இருப்பதற்கு அறியாமை அல்ல ஏழ்மையே காரணம். போதுமான பண வசதி இருந்தால் இந்த சிக்கன நடவடிக்கைகள் உடனே கைவிடப்படும். இந்தக் கல்வி முறையைப் பொறுத்தவரையில் ஒரு விஷயத்தைப் பாராட்டவேண்டும். இந்தக் கல்வி நடைமுறைத் தேவைகளைக் கணக்கில் கொண்டதாக இருக்கிறது. அனைத்தும் நன்கு கற்றுத் தரப்பட்டால் இந்தக் கல்வி பெறும் ஒரு மாணவர் உள்ளூர் சமுதாயத்தில் தன் பணியைத் திறம்படச் செய்யமுடிந்தவராக இருப்பார். வங்காளத்தில் குக்கிராமங்களில் தரப்படும் கல்விபோல அன்றாடத் தேவைகளுக்கு உதவும் அளவுக்கு ஸ்காட்லாந்து கிராமங்களில் தரப்படும் கல்வியும் இருப்பதாக என்னால் நிச்சயம் சொல்ல முடியாது.

பாரசீக ஆரம்ப நிலைப் பள்ளிகள் (பக் 148-153)

நத்தோர் பகுதியில் இருக்கும் பாரசீகப் பள்ளிகளின் எண்ணிக்கை நான்கு. அங்கு 23 மாணவர்கள் படிக்கிறர்கள். நான்கரை வயதில் இருந்து 13 வயதுவரை எந்த வயதில் வேண்டுமானாலும் பள்ளியில் சேர்கிறார்கள். பள்ளியை முடிக்கும் காலமானது 12-ல் இருந்து 17 வயதுவரை பள்ளியில் சேரும் காலத்துக்கு ஏற்ப இருக்கிறது. பொதுவாக ஒரு மாணவர் நான்கில் இருந்து எட்டு வருட காலம் பள்ளியில் படிக்கிறார். வங்காள மொழிப் பள்ளிகளைவிட இங்கிருக்கும் ஆசிரியர்களின் தரம் மேம்பட்டதாக இருக்கிறது. ஆனால், ஒரு நல்ல ஆசிரியரிடம் எதிர்பார்க்கும் அளவுக்கு

இருப்பதாகச் சொல்ல முடியாது. வங்காள மொழி ஆசிரியர்களைப் போலவே மாணவர்களின் ஆளுமை, நடத்தையில் குறைவான தாக்கம் செலுத்துபவராகவேதான் பாரசீகப் பள்ளி ஆசிரியரும் இருக்கிறார். அவர் மாணவர்களிடமிருந்து எந்தக் கட்டணமும் வசூலிப்பதில்லை. அவருக்கு மாதச் சம்பளமாகவும் ஊக்கத்தொகையாகவும் ஒரு குறிப்பிட்ட தொகை தரப்பட்டுவிடுகிறது. ஒரு ரூபாய் எட்டு அணாவில் இருந்து நான்கு ரூபாய் வரை சம்பளமாகக் கிடைக்கிறது. அந்தப் பள்ளிகளுக்கு முக்கியப் புரவலராக இருக்கும் மூன்று குடும்பத்தைச் சேர்ந்தவர்கள் இந்தப் பணத்தைக் கொடுத்துவிடுகிறார்கள். ஊக்கத் தொகையாக இரண்டு ரூபாய் எட்டு அணாவில் இருந்து ஆறு ரூபாய்வரை மாதத்துக்குத் தரப்படுகிறது. உணவு, துவைத்தல் போன்றவற்றுக்கானபணம்தரப்படுகிறது. சம்பளம்தரும்பெற்றோரே இதற்கான பணத்தையும் தருகின்றனர். அல்லது பிற மாணவர்களின் பெற்றோர் தருகிறார்கள். அப்படியாக ஒரு ஆசிரியருக்கு வருமானம் நான்கில் இருந்து பத்து ரூபாய்வரை கிடைக்கிறது. சராசரியாக ஏழு ரூபாய் கிடைப்பதாகச் சொல்லலாம்.

இந்தப் பள்ளிக்குப் பணம் கொடுக்கும் நபர்களின் முக்கிய நோக்கம் தமது குழந்தைகளுக்குக் கல்வி தருவதுதான். ஒரு இடத்தில் மட்டும் குழந்தை இல்லாத முதிய செல்வந்தரான முஸ்லிம் ஒருவர் கணிசமான பணத்தை ஊக்கத்தொகையாகத் தருகிறார். அது இல்லாவிட்டால் அந்த ஆசிரியருக்குப் பொருளாதாரரீதியில் நிச்சயம் சிரமம் இருக்கும். வேறொரு பள்ளியில் பணம் கொடுத்த பெற்றோரின் இரண்டு குழந்தைகள் நீங்கலாக வேறு பத்து மாணவர்களும் படிக்க அனுமதிக்கப்பட்டிருந்தனர். அந்தக் குழந்தைகளுக்கு கல்வி, பணம், துணிமணிகள் எனப் பலதும் இலவசமாகவே தரப்பட்டன. இரண்டு பள்ளிகளுக்குத் தனியாகக் கட்டடம் இருந்தது. அந்தப் பள்ளிக்குப் புரவலராக இருக்கும் பெற்றோரே அந்தக் கட்டடத்தையும் கட்டியிருந்தார்கள். எஞ்சிய இரண்டு பள்ளிகள் மாணவனின் வீட்டின் முன்வாசல் அறையில் வைத்து நடந்தன.

பாரசீகப் பள்ளிகளிலும் அச்சுப் புத்தகங்கள் பயன்படுத்தப் படவில்லை என்றாலும் கையெழுத்துப் பிரதிகள் பயன்படுத்தப் படுகின்றன. பள்ளிக் காலகட்டத்தைப் பிரித்து வகைப்படும்படியாக எந்த விசேஷமான அடையாளங்களும் இல்லை. இந்துக்களைப் போலவே முஸல்மான் பள்ளிகளிலும் எழுத்துகளைக் கற்பதில் இருந்தே கல்வி தொடங்குகிறது. ஆணோ பெண்ணோ நான்கு வயது நான்கு மாதம் நான்கு நாள் ஆனதும் குடும்பத்தினரும் உறவினர்களும் ஒன்றுகூடுகிறார்கள். அந்தக் குழந்தைக்கு புதிய உடை அணிவிக்கிறார்கள். அனைவரும் சுற்றி அமர்ந்துகொள்ள அந்தக் குழந்தையை நடுவில் உட்காரவைக்கிறார்கள். எழுத்துகள்,

குரானில் இருந்து சில பத்திகள், LV -ம் அத்தியாயத்தில் இருந்து சில வரிகள் , LXXXVII முழு அத்தியாயம் போன்றவை குழந்தையின் முன்னால் வைக்கப்பட்டு வாசிக்கச் சொல்லித் தரப்படுகிறது. குழந்தை அதைப் படிக்காமல் அடம்பிடித்தால் ‘பிஸ்மில்லா’ என்று ஒற்றை வார்த்தையை உச்சரிக்கும்படிச் சொல்கிறார்கள். அதுவே அனைத்தையும் சொன்னதற்குச் சமம். அந்த நாளில் இருந்து கல்வி ஆரம்பிக்கப்பட்டதாக அர்த்தம்.

நமது பள்ளிகளைப் போலவே கண் காதுகளைப் பயன்படுத்தி அகர வரிசை கற்றுத் தரப்படுகிறது. எழுதப்பட்ட வார்த்தைகள் காட்டப்பட்டு உச்சரிப்பு சொல்லித் தரப்படுகிறது. குழந்தைகள் அதைக் கேட்டு, பார்த்து அப்படியே சொல்கிறார்கள். எழுத்துகளைப் புரிந்துகொண்டு தானாகவே உச்சரிக்க ஆரம்பிக்கும்வரை இந்தப் பயிற்சி தரப்படுகிறது. அதன் பிறகு குர்ரானின் 13வது பகுதியைப் படிக்கக் கற்றுத்தருகிறார்கள். அதில் இருக்கும் அத்தியாயங்கள் மிகவும் சிறியவை. பிரார்த்தனையின் போதும் நல்லடக்க நிகழ்வின் போதும் சொல்லப்படும் பகுதிகள் அதில் இடம்பெற்றிருக்கும். வார்த்தைகள் ஒவ்வொன்றையும் பிரித்துக் காட்டும் அம்சங்கள் தெளிவாக இருக்கும். வார்த்தைகளின் உச்சரிப்பு, இணைப்புவிதிகள் போன்றவை நன்கு புரியும் வகையில் இருக்கும்.

அடுத்த புத்தகம் பந்தனாமே *(Pandanameh).* ஒழுக்கம் சார்ந்த பொன்மொழிகள் இதில் இடம்பெற்றிருக்கும். அதில் பலதும் மாணவர்களின் புரிதலுக்கு அப்பாற்பட்டவையே. எனினும் ஒழுக்கவிதிகளைப் புரிந்துகொள்வதற்காக அவை கற்றுக் கொடுக் கப்படவில்லை. எழுத்துகளைச் சரியான உச்சரிப்பு டன் வாசிக்கக் கற்றுக்கொடுக்கும் நோக்கிலேயே அவை கற்பிக்கப் படுகின்றன. இதன் பிறகே மாணவர்களுக்கு எழுதக் கற்றுத் தரப்படுகிறது. எழுத்துகள் வார்த்தைகள், வினைச்சொற்கள் போன்றவை எழுதக் கற்றுத் தரப்படுகின்றன. அடுத்த புத்தகம் அமத்னாமே. பாரசீக வினைச்சொற்கள், வாக்கியங்களை மாணவர்கள் ஆசிரியருக்கு வாசித்துக் காட்டி திரும்பத் திரும்பச் சொல்லி மனனம் செய்துகொள் கிறார்கள். சொல்லப்பட்டிருக்கும் விஷயத்தைப் புரிந்துகொண்டு படிக்கும் முதல் புத்தகமாக சாதிக் எழுதிய குலிஸ்தான் *(Gulistan)* என்பதைச் சொல்லலாம். இதைத் தொடர்ந்து அல்லது இதன் கூடவே அதே ஆசிரியர் எழுதிய பஸ்தான் என்ற புத்தகம் படிக்கப் படுகிறது. ஒவ்வொன்றில் இருந்தும் இரண்டு மூன்று பகுதிகள் படிக்கப்படுகின்றன. அதன் பிறகு நிற்றல், நடத்தல், உட்காருதல், ஓடுதல், அன்றாட வாழ்க்கையின் நிகழ்வுகள் போன்றவை தொடர்பான வாக்கியங்களை எழுதி விளக்கம் சொல்லித் தரப்படுகிறது.

அதன் பிறகு மாணவர்களுக்கு பாரசீகப் பிரமுகர்களின் பெயர்கள், அராபியப் பெயர்கள், ஹிந்திப் பெயர்கள் கற்பிக்கப்படுகின்றன. அழகான கையெழுத்து மிகச் சிறந்த சாதனையாக மதிக்கப்படுகிறது. இந்தக் கலையில் தேர்ச்சிபெற விரும்புபவர்கள் தினமும் மூன்றில் இருந்து ஆறு மணி நேரம் பயிற்சி செய்கிறார்கள். முதலில் ஒற்றை எழுத்துகள், அதன் பிறகு இரண்டு எழுத்துகள், வார்த்தைகள், வாக்கியங்கள் என எழுதிப் பயிற்சி பெறுகிறார்கள். முதலில் கனமான பேனாவினால் எழுதுகிறார்கள். அதன் பிறகு மெலிதாக, நுட்பமாக எழுதும் பேனா கொண்டு துண்டுக் காகிதங்களின் தொகுப்பில் எழுதுகிறார்கள். அதன் பிறகு பெரிய ஒற்றைக் காகிதத்தில் எழுதுகிறார்கள். இந்தக் கட்டத்தில் அல்லது இந்தப் படிப்பு முடிந்ததும் ஹீப்ரு புராணத்தில் ஜோசப், ஜுலேகா பற்றியும் லைலா மஜ்னு காதல் காவியம், அலெக்சாந்தர் பற்றிய சிக்கந்தர்நாமா போன்றவற்றையும் எழுதிப் படிக்கிறார்கள். அதன் பிறகு பத்துகள், நூறுகள், ஆயிரங்கள் போன்ற அலகுகளின் வரிசை கற்றுத் தரப்படுகிறது. பிறகு அந்த அலகுகளைக் குறிக்கும் அகரவரிசைச் சொற்கள் கற்பிக்கப்படுகின்றன. அராபிய எண்களைக் கொண்டு கணிதம் கற்பிக்கப்படுகின்றன. கடிதங்கள், புகார் மனுக்கள் போன்றவை எழுதக் கற்றுத்தரப்படுகின்றன. இப்படியாக பாரசீகப் படிப்பு முடிவு பெறுகிறது. ஆனால், இந்த மாவட்டத்தில் இருக்கும் பாரசீகப் பள்ளிகளில் இந்தப் பாடங்கள் மேலோட்டமாகவே கற்றுத் தரப்படுகின்றன. குலிஸ்தான், பஸ்தான் ஆகியவற்றைத் தாண்டி எதையும் சொல்லிக்கொடுக்கும் திறமை ஆசிரியர்களிடம் இல்லை.

பாரசீகப் பள்ளிகளில் சிறு பிராயம் முடிந்த பிறகு அதாவது மாணவர்கள் ஓரளவுக்கு ஒழுங்குகளுக்குக் கட்டுப்பட ஆரம்பித்த பிறகு பள்ளியானது காலையில் ஆறு மணிக்கு ஆரம்பித்து இரவு 9 மணி வரை நீடிக்கிறது. அவ்வப்போது இடைவேளைகளும் உண்டு. முதலில் காலையில் முந்தின தினம் படித்த பாடங்களைத் திரும்பப் படிக்கிறார்கள். அதன் பிறகு புதிய பாடம் மனனம் செய்யப்பட்டு ஆசிரியரிடம் சொல்லிக் காட்டப்படுகிறது. மதியம் உணவுக்குச் செல்கிறார்கள். ஒரு மணி நேரம் கழித்துத் திரும்பவும் பள்ளிக்கு வந்து எழுத்துப் பயிற்சி பெறுகிறார்கள். அதன் பிறகு மூன்று மணி அளவில் அன்றைய பாடத்தை மீண்டும் வாசித்துப் படித்து மனனம் செய்கிறார்கள். மாலையில் வகுப்புகள் முடிவதற்கு ஒரு மணி நேரம் முன்னதாக விளையாடப் போகிறார்கள். காலையிலும் மதியத்திலுமான வாசிப்புப் பயிற்சி நேரத்தில் ஒரு பாடத்தை முதலில் உரைநடையிலும் பின்னர் செய்யுளிலும் படித்துப் பயிற்சி பெறுகிறார்கள். அபுல் ஃபசல் எழுதியவை, சிகந்தர் நாமா போன்றவற்றில் காலையில் ஒன்றில் இருந்தும் மதியம்

மற்றொன்றிலிருந்தும் வகுப்புகள் நடக்கின்றன. ஒரு பாடத்தை நன்கு வாசிக்க முடியும்வரை காலையில் படித்ததையே மாலையில் மீண்டும் படித்துப் பார்க்கிறார்கள். அடுத்த நாள் பாடங்களுக்கான சில தயாரிப்புகளை மாலையில் செய்துவிட்டு அன்றைய வகுப்பை முடித்துக்கொள்கிறார்கள்.

ஒவ்வொரு வாரமும் வியாழக் கிழமைகளில் பழைய பாடங்களே திரும்பிப் பார்க்கப்படுகின்றன. அதன் பிறகு ஒவ்வொரு மாணவரும் தத்தமது விருப்பத்துக்கு ஏற்ப கவிதை, பாடல், பிரார்த்தனை என ஏதேனும் ஒன்றில் ஈடுபடுகிறார்கள். அன்று மாலை மூன்று மணியளவில் வேறு எந்தப் புதிய பாடமும் இல்லாமல் வீடுகளுக்குத் திரும்புகிறார்கள்.

இஸ்லாமியரின் புனித நாளான வெள்ளிக்கிழமையன்று பள்ளிக்கு விடுமுறை. பிற மாவட்டங்களில் மரியாதைக்குரிய அல்லது செல்வந்த இஸ்லாமியர் குடும்பங்களில் மியான் அல்லது அகுன் என்ற ஆசிரியர் நீங்கலாக வீடுகளுக்குச் சென்று கற்றுத் தரும் அதாலிக் என்பவரும் இருக்கிறார். அவர் ஒருவகையில் தலைமைப் பணியாளர் போன்றவர். குழந்தைகளுக்கு நன்னடத்தைகள், ஒழுங்கு விதிகள் போன்றவற்றை வீட்டில் இருந்து சொல்லித்தருவார். குழந்தைகள் தமக்குக் கொடுத்த பணிகளை முறையாகச் செய்கிறார்களா என்பதைக் கண்காணிப்பார். ஆனால், ராஜஷை பகுதியில் இப்படியான வழக்கம் எதையும் நான் பார்க்கவில்லை. பாரசீகப் பாட முறையில் புரிந்து படிக்கும் தன்மையும் சுதந்தர அணுகுமுறையும் ஓரளவுக்கு இருப்பதைக் காண முடிகிறது. இந்த மாவட்டத்தில் அந்தக் கல்வி முறை மேலோட்டமானதாகத்தான் இருக்கிறது என்றாலும் வங்காளப் பள்ளிகளைவிட நிச்சயம் மேம்பட்டே இருக்கிறது.

அச்சுப் புத்தகங்கள் இல்லையென்றாலும் கையெழுத்துப் பிரதிகள் பயன்படுத்தப்படுவதால், மாணவர்களுக்கு எழுத்துகள் குறித்த நல்ல புரிதல் கிடைக்கிறது. தவறுகளைத் திருத்த முடிகிறது. சிந்தனையை ஒழுங்குபடுத்த முடிகிறது. இதனால் அறிவும் ஈடுபாடும் ரசனையும் வளர்கிறது. இதில் கற்றுத் தரப்படும் பாடப் புத்தகங்களில் இருக்கும் ஒழுக்க விதிகள் அந்த மாணவர்களின் மனநிலையில் சிறிய அளவில் தாக்கத்தைச் செலுத்துவதாக எடுத்துக்கொள்ளலாம். ஆனால், எனக்குத் தெரிந்தவரையில் அந்தப் பாடங்கள் எல்லாம் வெறுமனே எழுத்துப் பயிற்சி, சொல் பயிற்சி, உச்சரிப்பு, வாக்கிய அமைப்பு முதலியவற்றைக் கற்றுக்கொடுக்கும் நோக்கிலேயே பயன்படுத்தப்படுகின்றன. ஒரு குழந்தையின் ஒழுக்க நம்பிக்கைகள், நன்னடத்தை, ஆளுமை போன்றவற்றை மேம்படுத்தும் நோக்கில் அவை சொல்லித் தரப்படுவதில்லை. பாரம்பரிய கல்வி முறையைப்

பொறுத்தவரையில் அவையெல்லாம் பள்ளியில் கற்றுத் தரவேண்டிய விஷயங்களே அல்ல என்ற எண்ணமே இருக்கிறது. எனவே, அது தொடர்பாகக் கற்றுத்தர எந்த முயற்சியும் எடுக்கப்படுவதில்லை. இவர்களைப் பார்க்கும் மற்றவர்கள், இந்தியாவில் இஸ்லாமிய குணாம்சமாக நாம் பார்க்கும் அம்சங்கள் கல்வியின் மூலம் கிடைத்தவையா இல்லையா என்பதை ஒருவர் ஆராய்ந்து பார்த்துப் புரிந்துகொள்ளட்டும். என்னைப் பொறுத்தவரையில் இரண்டு மாணவர்களில் ஒருவர் முழுவதும் இஸ்லாமியக் கல்வி பெற்றிருக்கிறார்; இன்னொருவர் இந்துக் கல்வி பெற்றிருக்கிறார் என்றால் முன்னவர் அறிவுரீதியாக மேம்பட்டிருக்கிறார். ஒழுக்கம் சார்ந்து அப்படி எந்த மேன்மையும் அவரிடம் இருப்பதாக எனக்குத் தெரியவில்லை.

அராபிய ஆரம்பப் பள்ளிகள் (பக் 152-153)

அராபியப் பள்ளிகள் அல்லது குரானின் சில பகுதிகளை கற்றுத் தரும் கல்விமையங்கள் இந்தப் பகுதியில் 11 இருக்கின்றன. அவற்றில் 42 மாணவர்கள் படிக்கிறார்கள். ஏழு வயதில் இருந்து 14 வயதுக்குள் பள்ளியில் சேருகிறார்கள். சேரும் வயதுக்கு ஏற்ப எட்டு வயதில் இருந்து 18 வயதுக்குள் படிப்பை முடித்துக்கொள்கிறார்கள். ஒரு வருடத்தில் ஆரம்பித்து ஐந்து ஆண்டுகள் பள்ளியில் படிக்கிறார்கள். ஆசிரியர்களுடைய அறிவுத்தரம் மிகவும் குறைவாகவே இருக்கிறது. சிலருக்கு அவர்களுடைய பெயரை எழுதக்கூடத் தெரிந்திருப்பதில்லை. அவர்கள் கற்றுக் கொடுப்பவை அவர்களுக்குப் புரிந்திருப்பதும் இல்லை. ஆட்களின் பெயர்கள், ஒலிகள், உச்சரிப்புகள், சிலவகைக் கடிதங்கள் எழுத மட்டுமே அவர்களுக்குத் தெரியும். அதை மட்டுமே கற்றுத் தருகிறார்கள். அவர்கள் எதைக் கற்றுக் கொடுக்கிறார்களோ அவை மட்டுமே அவர்களுக்கு எழுத்து வடிவில் தெரிந்த விஷயங்கள். அவற்றின் அர்த்தத்தைத் தெரிந்துகொள்ளவும் எந்தவித விசேஷ முயற்சியும் எடுத்துக்கொள்வதுமில்லை. இந்தப் பள்ளிகள் உண்மையான பள்ளிகளைக் கேலி செய்து உருவாக்கப்பட்டவைபோல் இருக்கின்றன. பள்ளி என்பதன் நோக்கமும் வழிமுறையும் எதுவுமே இவற்றில் இருப்பதில்லை. ஆசிரியர்கள் அனைவருமே கடைநிலையில் இருக்கும் இஸ்லாமிய முல்லாக்கள்தான். அவர்கள் மக்களின் ஏழ்மை, அறியாமையைப் பயன்படுத்தித் தமது வாழ்வாதாரத்தை வடிவமைத்துக் கொள்பவர்களாக இருக்கிறார்கள்.

LXXVIII அத்தியாயம் ஆரம்பத்தில் இருந்து முடிவுவரை கற்றுத் தரப்படுகிறது. முல்லாக்கள் குரானில் இந்தப் பகுதியைக் கற்றுத் தருவதோடு திருமணச் சடங்குகளையும் நடத்திவைக்கிறார்கள். ஒரு

அணாவில் இருந்து எட்டு அணா வரை இதற்காகத் தரப்படுகிறது. அதுபோல் நாற்பது நாட்கள் நடக்கும் இறந்தவர்களுக்கான சடங்குகளையும் அவர்கள் செய்துதருகிறார்கள். இதற்கு இரண்டு அணாவில் இருந்து ஒரு ரூபாய்வரை பெற்றுக்கொள்கிறார்கள். இந்தச் சடங்குகளில் குர்ரான் வாசிப்பு மிகவும் அவசியமானதாகக் கருதப் படுகிறது. இதே முல்லாக்கள் கிராமத்து கசாப்புப் பணியாளராகவும் இருக்கிறார். அவர் இஸ்லாமிய முறைப்படி ஹலால் செய்து கொடுக்கும் மாமிசத்தைத்தான் இஸ்லாமியர்கள் உண்ணவேண்டும். ஹலால் செய்யப்படாத மாமிசத்தை இஸ்லாமியர்கள் உண்ணக் கூடாது. ஆனால், இந்த ஹலாலுக்கு முல்லாக்கள் எந்தக் கட்டணமும் வசூலிப்பதில்லை. சில இடங்களில் முல்லாக்கள் கல்வியை இலவசமாகவே கற்றுத் தருகிறார்கள். திருமணம், இறப்புச் சடங்கு போன்றவற்றைச் செய்வதில் கிடைக்கும் பணத்தையே தனக்கான வருமானமாகப் பெற்றுக் கொள்கிறார்கள்.

ஒரு பள்ளியில், அதன் புரவலரிடமிருந்து முல்லா குறிப்பிட்ட ஊக்கத் தொகையைப் பெற்றுக்கொள்கிறார். சில மாணவர்களிட மிருந்து சொற்பக் கட்டணம் வசூலித்துக் கொள்கிறார். சில நன்கொடைகளும் கிடைக்கின்றன. இவை எல்லாம் மாதத்துக்கு நான்கு ரூபாய் எட்டு அணாவாகக் கிடைக்கிறது. இனிமேல் மாணவர்களுக்கு பாரசீக மொழிப்பாடம் மற்றும் வங்காளப் பாடங்களைக் கற்றுத் தரச் சொல்லியிருப்பதாகப் புரவலர் சொன்னார். வேறொரு பள்ளியில் புரவலர் ஆசிரியருக்கு உணவு, தங்குமிடம், துணிகள் மட்டுமே தருகிறார். வேறு எந்தப் பணமும் தரவில்லை. வேறு சில பள்ளிகளில் ஆசிரியருக்கு சலாமி என்ற வகையில் கிடக்கும் ஆறு ஏழு ரூபாய் பெறுமானமுள்ள சன்மானங்கள் மட்டுமே சம்பளமாகக் கிடைக்கின்றன. இது படிப்பை முடித்துவிட்டுச் செல்லும் மாணவர் தரும் அன்பளிப்புகளே சலாமி எனப்படும். முல்லாக்களாகச் செயல்படுவதன் மூலம் கிடைக்கும் வருமானம் நீங்கலாக சொந்தமாக இருக்கும் நிலத்தில் இருந்து கிடைக்கும் தொகையும் இரண்டு பள்ளிகளில் ஆசிரியருக்குக் கிடைத்தன. அவர்கள் தங்கள் வீடுகளில் அல்லது தனியான கட்டடங்களில் வைத்துச் சொல்லிக் கொடுக்கின்றனர். அந்தத் தனியான கட்டடங் களில்தான் பிரார்த்தனைகள், பொதுக்கூட்டங்கள், விருந்தினரை உபசரித்தல் போன்றவையும் நடக்கின்றன.

பள்ளிகள் என்ற அடிப்படையில் பார்த்தால் அரபுப் பள்ளி களைப்போல் தரமும் முக்கியத்துவமும் குறைந்த கல்வி மையங்கள் வேறு எதுவும் இல்லை. ஆனால், என்னதான் பயனற்ற வையாக இருந்தாலும் இந்தப் பகுதி இஸ்லாமியர்களின் மத்தியில் இவற்றுக்குக்

கணிசமான மதிப்பு இருக்கிறது. இந்த ஆசிரியர்களுக்கு சமூகத்தில் இருக்கும் மரியாதையும் அவர்களுக்குக் கிடைக்கும் வருமானமும் அதை நிரூபிக்கின்றன. பள்ளிக்கூடங்களைக் கட்டுவதற்குச் சமூகத்தினர் காட்டும் ஆர்வம், செலவிடும் தொகை ஆகியவற்றில் இருந்தும் இந்த முக்கியத்துவம் புலப்படுகிறது. மேலும் இந்தப் பலவீனமான பள்ளிகளில் படித்தவர்களுக்கு இஸ்லாமிய சமூகத்தில் எளிதில் வேலை கிடைக்கிறது. அதுவும் இந்தப் பள்ளிகளின் முக்கியத்துவத்தை உணர்த்துகிறது. ஒரு பரோபகாரி அல்லது அரசியல் ஆர்வம் கொண்டவரைப் பொறுத்தவரையில் சமூகத்துக்கு நன்மைபயக்கும் எந்தவொரு அமைப்பும் எவ்வளவு சிறியதாக இருந்தாலும் புறக்கணிக்கத் தக்கதல்ல. எவ்வளவுக்கு எவ்வளவு அறியாமை நிறைந்திருக்கிறதோ அதைப் போக்க என்னவெல்லாம் வழிகள் இருக்கின்றனவோ அதையே அவர் ஆர்வத்துடன் தேடுவார். யதார்த்தத்தில் இருக்கும் கல்விமையங்கள் அறியாமைக்குக் காரணமாக இருந்தாலும் அவற்றுக்கு மக்களிடையே மதிப்பும் மரியாதையும் இருந்தால் அதைப் பயன்படுத்திக் கொண்டு கல்வித்தரத்தை மேம்படுத்தும் வழியையே தேடுவார். அப்படியான வழிமுறைகளை நாமும் மேற்கொள்ளலாம் என்றே நினைக்கிறேன்.

எளிய, சிக்கனமான, அபாயமற்ற இந்தக் கல்விமையங்களைப் பயன்படுத்தி ஆசிரியர்களின் தரத்தையும் மேம்படுத்திக் கூடுதலான மக்களுக்கு மேலான கல்வியைத் தரமுடியும். இப்போது அந்த ஆசிரியர்களுக்குக் கிடைத்துவரும் மரியாதையையும் முக்கியத்துவத்தையும் எந்தகையிலும் குறைக்காமலேயே நாம் இதைச் செய்ய முடியும்.

II

இந்தியப் பள்ளிகளில் கல்வி பற்றி டபிள்யூ. ஆடம்

பொதுப் பள்ளிகள் (பக் 16-23)

இந்துக்களைப் பற்றிய தனது நூலில் வார்ட் இந்துக்களால் நிலைநிறுத்தப்பட்டிருக்கும் கல்விமையங்கள் மற்றும் கல்வியின் நிலை பற்றி மிகச் சரியான பார்வையையே தருகிறார். இந்து சாஸ்திரங்களில் ஞானம் பெறுவதே கல்வி; மேலும் இந்து சாஸ்திரங்களில் ஞானம் பெறுவது மதம் சார்ந்த ஒரு கடமை என்றே இம்மக்களால் கருதப்படுகிறது. இந்து மதம் நிலை பெற்றிருக்கும் வரையிலும் பெரும்பாலான மக்களாலும் செல்வந்தர்களாலும் அது

ஆதரிக்கப்படும் வரையிலும் இந்தக் கல்விமையங்களை நிலைபெறச் செய்யும் முக்கிய அம்சமாக அதுவே இருக்கும்; அந்த ஞானத்தை நேரடியாக வழங்குவது அல்லது ஆசிரியர்கள், மாணவர்களுக்கு நல்கைகள், மானியங்கள், தானங்கள் வழங்குவதன் மூலம் பரவச் செய்வது எல்லாம் ஒரு மதக் கடமையாகவே பார்க்கப்படும். எனவே, தங்குமிடம், உணவு, துணிமணிகள் போன்ற உதவிகள் இல்லாமல் ஆசிரியர்கள் கல்வியை இலவசமாகக் கற்றுத் தர ஆர்வமற்று இருப்பது, நீத்தார் சடங்குகள், திருமண விழாக்கள், பிற விருந்துகள் போன்றவற்றில் ஆசிரியர்களுக்கும் மாணவர்களுக்கும் நன்கொடைகள் வழங்குவது, பிறவகை தானங்கள், நில மானியங்கள் என நில உடமையாளர்களும் மற்றவர்களும் காட்டும் தாராள மனப்பான்மை போன்றவையே கல்வி அமைப்புகள் சார்ந்து நீடித்து வரும்.

நாட்டின் இந்தப் பிராந்தியத்தில் இருக்கும் இப்படியான கல்விமையங்களின் மொத்த எண்ணிக்கை நமக்குத் தெரியாது. அல்லது அவை பற்றிய ஒரு தெளிவான முடிவுக்கு வரும்படியாக எந்தத் தரவுகளும் நம்மிடம் இல்லை. தினாஜ்பூர் மாவட்டத்தில் டாக்டர் புக்கனன் ஆய்வு மேற்கொண்டதில் மொத்தம் 16 பள்ளிகள் மட்டுமே அங்கு இருந்ததாகக் குறிப்பிட்டிருக்கிறார். பர்ணியாவில் மொத்தப் பள்ளிகளின் எண்ணிக்கை 119. அக்கம்பக்கமாக இருக்கும் இரண்டு மாவட்டங்களில் இப்படியான வித்தியாசம் இருக்கிறதென்றால் ஆய்வுக் கணிப்பில் ஏதோ தவறு இருக்கிறது என்றே அர்த்தம். டாக்டர் புக்கனன் குறிப்பிட்டிருப்பவை நீங்கலாக வேறு மாவட்டங்களில் இருந்து கிடைத்திருக்கும் தரவுகள் எல்லாம் நேரடி ஆய்வின் மூலம் கிடைத்தவை அல்ல. எனவே, அவற்றை அதிகம் நம்ப முடியாது. வங்காளத்தில் இருக்கும் ஒவ்வொரு மாவட்டத்திலும் சுமார் 100 பள்ளிகள் இருக்கக்கூடும். மொத்த வங்காளத்தில் 1800 பள்ளிகள் அப்படியாக இருக்கக்கூடும். எத்தனை மாணவர்கள் இருக்கிறார்கள் என்ற கணிப்பீடானது எத்தனை பள்ளிகள் இருக்கின்றன என்பதைச் சரியாகக் கணிப்பதில்தான் இருக்கிறது. பின்வரும் தரவுகள் ஒவ்வொரு பள்ளியிலும் எத்தனை மாணவர்கள் இருந்திருப்பார்கள் என்பதைக் காட்டுகின்றன.

1818-ல் திரு வார்டு கல்கத்தாவில் 28 இந்துக் கல்விமையங்கள் இருந்ததாகவும் அதில் 173 மாணவர்கள் படித்ததாகவும் குறிப்பிட்டிருக்கிறார். சராசரியாக ஒரு பள்ளிக்கு ஆறு மாணவர்கள். நதேயா பகுதியில் 31 பள்ளிகள் இருப்பதாகவும் தெரிவித்திருக்கிறார். அவற்றில் 747 மாணவர்கள் கல்வி பெற்றிருக்கிறார்கள். சராசரியாக ஒரு பள்ளிக்கு 24 மாணவர்கள்.

1890-ல் திரு ஹெச்.ஹெச்.வில்சன் நதேயா பகுதியில் நேரடியாக ஆய்வு மேற்கொண்டார். அந்தப் பகுதியில் 25 பள்ளிகள் இருந்ததாகவும் ஐந்தில் இருந்து 600 மாணவர்கள் வரை கல்வி பெற்றதாகவும் தெரிவித்திருக்கிறார். மொத்தம் 550 பேர் இருந்ததாக எடுத்துக்கொண்டால் ஒரு பள்ளிக்கு 22 மாணவர்கள் இருந்திருக்கக்கூடும். இந்த மூன்று மதிப்பீடுகளின் சராசரி என்று பார்த்தால் ஒரு பள்ளிக்கு 17.5 மாணவர்கள் இருந்திருப்பார்கள். கல்கத்தாவின் மிகக் குறைவான சராசரி, ஒரு பள்ளிக்கு ஆறு மாணவர்கள் என்ற விகிதம்தான். இதுவே உண்மையாக இருக்கும் என்று நான் நம்புகிறேன். ஏனென்றால், பெரும்பாலான பள்ளிகளில் மூன்று நான்கு பேருக்கு மேல் இல்லை. கல்கத்தாவின் சராசரியையும் மொத்தப் பள்ளிகளின் எண்ணிக்கையையும் கணக்கில் கொண்டால், வங்காளம் முழுவதிலும் 10,800 மாணவர்கள் கல்வி பெற்றிருக்கக்கூடும். அப்படியாக ஆசிரியர்கள், மாணவர்களின் எண்ணிக்கை 12,600 ஆக இருக்கும்.

இந்த எண்ணிக்கையில் பண்டிதர்கள் என்ற பிரிவினரின் எண்ணிக்கை அடங்காது. ஏனென்றால், கற்றறிந்த அவர்கள் ஆசிரியராகப் பணிபுரிய முன்வருவதில்லை. மேலும் நாம் தீவிரமாக ஆராய்ந்து பார்த்தால், கல்லூரிப் படிப்பைப் பெறும், வழங்கும் நபர்களின் எண்ணிக்கை நிச்சயம் இதைவிட அதிகமாக இருக்கும் என்றே நம்புகிறேன்.

உயர்கல்வி வழங்கும் இந்துக் கல்லூரிகள் அல்லது பள்ளிகள் எல்லாமே பொதுவாக மண்ணால் கட்டப்பட்டவையே. சில இடங்களில் மூன்று அல்லது ஐந்து வகுப்பறைகள் மட்டுமே இருக்கும். சில கல்விமையங்களில் ஒன்பதில் இருந்து பதினோரு அறைகள் இருந்தன. ஒரே ஒரு வாசிப்பறையும் அதில் இருந்தது. அதுவும் மண்ணால் கட்டப்பட்டதுதான். இந்தக் குடிசைகள் எல்லாம் ஆசிரியரால் கட்டப்பட்டவையே. அவர் பலரிடம் நன்கொடை பெற்று இதைக் கட்டுகிறார். மாணவர்களுக்குப் பள்ளிக்காலத்தில் உணவும் அவரே தருகிறார். சில நேரங்களில் இந்தக் கல்விமையம் அமைந்திருக்கும் இடத்துக்கு வாடகை தரப்படுகிறது. ஆனால், பெரும்பாலான இடங்களில் பள்ளி அமைந்திருக்கும் இடமும் கட்டடத்துக்கான செலவுகளும் தானம் மூலமே பெறப்படுகின்றன.

வகுப்பறை, தங்குமிடம் போன்றவை கட்டி முடிக்கப்பட்டதும் ஆசிரியர் சில பிராமணர்களையும் அந்தப் பகுதியில் வசிக்கும் சில மரியாதைக்குரிய மனிதர்களையும் அழைத்து ஒரு சடங்கு நடத்துகிறார். அதன் முடிவில் பிராமணர்களுக்கு சொற்ப தானங்கள் தரப்படுகின்றன. மாணவர்கள் கிடைப்பது சிரமமாக

இருந்தால் ஆசிரியர் தனது உறவினர்களின் குழந்தைகளை வைத்து ஆரம்பிக்கிறார். அவர்களுக்குக் கற்றுக் கொடுப்பதன் மூலமும் பொது விழாக்களில் நடக்கும் வாதப் பிரதிவாதங்களில் தனது திறமையை வெளிப்படுத்துவதன் மூலமும் தனது மரியாதையை மக்கள் மத்தியில் நிலைநிறுத்துகிறார்.

தினமும் அதிகாலையில் பள்ளி ஆரம்பிக்கப்படுகிறது. ஆசிரியர்களும் மாணவர்களும் திறந்த வாசிப்பறை ஒன்றில் கூடுகிறார்கள். அங்கு ஒவ்வொரு வகுப்பும் முறை வைத்து நடக்கின்றன. மதியம் வரை வகுப்புகள் நடக்கின்றன. அதன் பிறகு குளிக்கவும் பிரார்த்தனை செய்யவும் சாப்பிடவும் தூங்கவும் செய்கிறார்கள். மூன்று மணி நேரம் இதற்குச் செலவிடப்படுகிறது. மூன்று மணி அளவில் மீண்டும் பள்ளிக்கு வருகிறார்கள். அதன் பிறகு மாலை சூரியன் அஸ்தமனம் ஆவது வரை வகுப்புகள் நடக்கின்றன. அதன் பிறகு இரவில் இரண்டு மணி நேரம் பிரார்த்தனை, சாப்பிடுதல், புகைபிடித்தல், சிறிது ஓய்வெடுத்தல் எனக் கழிக்கிறார்கள். அதன் பிறகு மீண்டும் அனைவரும் ஒன்றுகூடி அமர்ந்து இரவு 10 அல்லது 11 மணி வரை படிக்கிறார்கள்.

மாலை நேரப் படிப்புகளில் ஏற்கெனவே படித்த பாடங்களே திரும்பவும் படிக்கப்படுகின்றன. அப்போதுதான் அவை மாணவர்களின் மனதில் நன்கு பதியும் என்ற நோக்கில் அப்படிச் செய்யப்படுகின்றன. தர்க்கம் படிக்கும் மாணவர்கள் இதுபோல் படிக்கிறார்கள். அதிகாலை இரண்டு மூன்று மணி வரை கூட இதுபோல் அவர்கள் படிப்பதுண்டு.

வங்காளத்தில் மூன்றுவிதமான கல்லூரிகள் இருக்கின்றன. ஒன்றில் பிரதானமாக இலக்கணம், பொது இலக்கியம் மற்றும் சொல்லியல் கலை, சில நேரங்களில் புராணச் செய்யுள்கள், சட்டம் போன்றவையும் கற்றுத் தரப்படும். இரண்டாவது கல்லூரியில் சட்டமும் புராணச்செய்யுள்களும்கற்றுத்தரப்படுகின்றன. மூன்றாவது கல்லூரியில் தர்க்கமே பிரதானமாகக் கற்றுத் தரப்படுகிறது. எல்லாக் கல்லூரிகளிலும் குறிப்பிட்ட, தேர்ந்தெடுக்கப்பட்ட பாடங்கள் கற்றுத் தரப்படுகின்றன. அதன் அர்த்தம் விளக்கிக் கூறப்படுகிறது. ஆனால், பாடங்கள் விரிவுரைகள் போல் எடுக்கப்படுவதில்லை. கல்லூரியின் முதல் வகுப்பில் மாணவர்கள் இலக்கணத்தில் உள்ள பாடங்களை வாய்விட்டுப் படிக்கிறர்கள். அந்த விஷயங்கள் மனப்பாடம் ஆன பிறகு ஆசிரியர் அவற்றுக்கான விளக்கத்தைச் சொல்லித்தருகிறார்.

அடுத்த வகுப்புகளில் மாணவர்கள் அவர்களுடைய கல்வித் திறமைக்கு ஏற்பக் குழுவாகப் பிரிக்கப்படுகிறார்கள். ஒவ்வொரு குழுவின் மாணவர்களும் ஒன்று அல்லது பல புத்தகங்களைக் கையில்

வைத்துக் கொண்டு ஆசிரியர் முன்பாக அமர்ந்துகொள்கிறார்கள். ஒவ்வொரு குழுவிலும் இருக்கும் முன்னணி மாணவர் ஒரு பாடத்தை உரத்த குரலில் படிப்பார். மாணவர்களுக்குச் சந்தேகங்கள் வரும்போது ஆசிரியர் அதற்குப் பதில் சொல்லுவார். இப்படியாக ஒரு புத்தகம் முடியும்வரை படிப்பார்கள். இலக்கணப் பாடம் இரண்டு மூன்று அல்லது ஆறு வருடங்கள் கூட நீடிக்கும். பாணினியின் இலக்கண நூல்தான் கற்றுத் தரப்படுகிறது. ஆனால், பாணினியின் இலக்கணம் கற்றுத் தரப்படும் இடங்களில் 10 அல்லது 12 வருடங்கள் அதற்காக ஒதுக்கப்படுகின்றன. செய்யுள், சட்டப் புத்தகம், தத்துவ நூல் இவற்றைப் படித்துப் புரிந்துகொள்ளும் அளவுக்கு ஒரு மாணவர் இலக்கணத்தில் தேர்ச்சி பெற்றுவிட்டால், அவர் தொடர்ந்து தனக்கு விருப்பமானதைப் படிக்கலாம். கூடவே எஞ்சிய இலக்கணப் படிப்பையும் தொடரலாம்.

சட்டம் அல்லது தர்க்க சாஸ்திரத்தைப் படிப்பவர்கள் அதே கல்லூரியில் அல்லது வேறு கல்லூரியில் ஆறு முதல் எட்டு வருடங்கள் அல்லது பத்து வருடங்கள் தொடர்ந்து படிக்கிறார்கள். ஒரு ஆசிரியருக்கு என்னவெல்லாம் தெரியுமோ அவையெல்லா வற்றையும் ஒரு மாணவர் கற்றுக்கொண்டு முடித்ததும் மிகுந்த மதிப்புடனும் மரியாதையுடனும் அவரிடமிருந்து விடை பெற்றுக் கொண்டு வேறு ஆசிரியரிடம் படிக்கச் செல்கிறார்.

இங்கு குறிப்பிடப்பட்டிருக்கும் தகவல்களில் பெரும்பாலானவை திரு வார்ட் அவர்கள் எழுதியதில் இருந்து பெறப்பட்டிருக்கின்றன. அவர் சொல்கிறார்: ஒரு லட்சம் பிராமணர்களில் ஆயிரம் பேர் சமஸ்கிருத இலக்கணம் கற்றுக் கொள்கிறார்கள். அவர்களில் 400-500 பேர் காவியம் (செய்யுள் இலக்கியம்) கற்றுக் கொள்கிறார்கள். அவர்களில் ஐம்பது பேர் சொல்லியல் சாஸ்திரங்கள் கற்றுக் கொள்கிறார்கள். இந்த ஆயிரத்தில் 400 பேர் சில ஸ்மிருதிகளைப் (சட்டப் புத்தகங்களை) படிக்கிறார்கள். பத்துக்கு மேற்பட்டவர்கள் தந்திர சாஸ்திரம் (இந்து மதத்தின் புதிரான மந்திர வழிமுறை) கற்றுக்கொள்கிறார்கள். முன்னூறு பேர் நியாய சாஸ்திரம் படிக் கிறார்கள். ஐந்தோ ஆறு பேரோ மட்டுமே மீமாம்சை (வேதச் சடங்குகளின் விளக்க உரை) படிக்கிறார்கள். சாங்கியம் (லோகாதாய தத்துவம்), வேதாந்தம் (வேதங்களின் ஆன்மிகப் பகுதிகளின் விளக்கம்) பதஞ்சலி சூத்திரம் (தத்துவார்த்த துறவியல்), வைசேஷிகம் (தத்துவார்த்த எதிர்-லோகாதாயம்) அல்லது வேதம் (இந்துக்களின் மிகவும் புராதனமான புனிதமான நூல்) படிக்கிறார்கள்.

இந்த ஆயிரம் பிராமணர்களில் பத்துப் பேர் வான சாஸ்திரத்தில் தேர்ச்சி பெறுகிறார்கள். மேலும் பத்துப் பேர் இதை மிகவும்

தவறாகப் புரிந்துகொள்கிறார்கள். இந்த ஆயிரத்தில் ஐம்பது பேர் ஸ்ரீமத் பாகவதம் மற்றும் சில புராணங்கள் கற்றுக்கொள்கிறார்கள். இன்றைய காலகட்டத்தில் அலங்கார சாஸ்திரங்களும் தந்திர சாஸ்திரமும் இங்கே சொல்லப்பட்டிருக்கும் எண்ணிக்கைக்கு மேலாகப் படிக்கப்படுவதாகத் தெரிகிறது. வான சாஸ்திரமும் கூடுதல் பேர் படிக்கிறார்கள். பவுர்ணமி, அமாவாசைக்கு எட்டாம் நாள் கல்லூரிக்கு விடுமுறை விடப்படுகிறது. இடியுடன் கூடிய மழை பெய்யும் நாட்களில் விடுமுறை விடப்படும். ஆசிரியரும் மாணவரும் படித்துக் கொண்டிருக்கும்போது ஏதேனும் விலங்கோ மனிதரோ குறுக்கே புகுந்துவிட்டாலோ அன்றும் விடுமுறை விடப்படும். மதிப்புக்குரிய நபர்கள் வருகை தரும்போது, சரஸ்வதி பூஜையின்போது, மழைக்காலத்தில் சில நாட்கள், துர்கா பூஜை நடக்கும்போது சில நாட்கள் மற்றும் பிற விழாக் காலங்களில் எனக் கல்லூரிக்கு விடுமுறை விடப்படுகிறது.

ஒருவர் சட்டம் அல்லது தர்க்க சாஸ்திரம் படித்து முடிக்கும்போது அவருடைய சக மாணவர்கள் ஆசிரியரின் அனுமதி, ஆசியுடன் அந்த மாணவருக்கு அவர் படித்த பாடம் தொடர்பாக ஒரு கௌரவப் பட்டம் கொடுப்பார்கள். கல்வி ஞானம் பெற்ற முன்னோர்களுக்கு வைக்கப்பட்டிராத பட்டமாக இதை வழங்குவார்கள். சில இடங்களில் இந்த விழாவுக்காக வருகை தரும் பண்டிதர்களின் முன்னால் இந்தப் பட்டம் வழங்கப்படும். வேறு சில இடங்களில் இத்தகைய கல்வியை ஊக்கப்படுத்தும் ஆர்வம் உள்ள ஜமீந்தார்கள் அல்லது மன்னர்களின் சபையில் வைத்து இந்தப் பட்டமளிப்பு விழா நடக்கும். அந்த நேரத்தில் அந்த மன்னரோ ஜமீந்தாரோ பட்டம்பெறும் மாணவருக்கு கௌரவ அங்கி அணிவித்து நெற்றியில் திலகமிட்டு வாழ்த்துவார். படிப்பை முடித்து வாழ்க்கையைத் தொடரும்போது பொதுவாக அந்த மாணவரை அந்தப் பட்டத்துடன்தான் அனைவரும் அழைப்பார்கள்.

தங்களுடைய மத நம்பிக்கை, இன அடையாளங்களை நிலைநிறுத்த முஹமதியர்கள் மேற்கொள்ளும் முறைகள் இந்துக் களின் வழிமுறையளவுக்கு ஒழுங்குக்கு உட்பட்டதாகவோ முறைப்படுத்தப்பட்டதாகவோ இல்லை. மேலும் அவர்களால் எப்படியான வழிமுறைகள் பின்பற்றப்படுகின்றனவோ அவை குறித்து கூடுதல் ஆய்வும் செய்யப்படவில்லை. எனவே, அவர்களைக் குறித்துக் குறைவான தகவல்களே கைவசம் இருக்கின்றன.

மேற்குப் பிராந்தியங்களில் இஸ்லாமியருக்கான பல தனி நபர் பள்ளிகள் கல்வியில் ஆர்வமும் கற்றுக் கொடுத்தலையே தொழிலாகவும் கொண்டவர்களால் தொடங்கப்பட்டு நடத்தப் படுவதாகத் தெரிகிறது. கல்வியானது வெறும் வேலைக்கான படிப்பு

என்று அல்லாமல் தமக்கும் சமூகத்துக்கும் நன்மை தரக்கூடிய நோக்குடன் ஒழுக்கம், மதம் சார்ந்த அம்சங்கள் கற்றுத் தரப்படு கின்றன. அந்த வகையில் சில ஆசிரியர்கள் சொற்ப சம்பளம் பெற்றுக்கொண்டு கற்பிக்கிறார்கள். அவர்களுக்குக் கிடைக்கும் அல்லது அவர்கள் கேட்கும் தொகையானது மாணவர்களால் மிகுந்த பணிவுடனும் மரியாதையுடனும் அன்புடனும் தரப்படுகிறது. இப்படித் தனியாரிடம் கல்வி பெறுபவர்களின் எண்ணிக்கை அதிகம் இல்லை.

வகுப்புகளும் ஆசிரியர், மாணவர்களின் வசதிக்கு ஏற்ற நாட்களில் ஏற்ற நேரங்களில் நடக்கின்றன. எந்தவிதச் சட்டதிட்டமோ கண்காணிப்போ கிடையாது. ஒரு மாணவரின் கல்வி வளர்ச்சியானது அவருடைய விருப்பத்தை மட்டுமே சார்ந்ததாக இருக்கிறது. மிகவும் லேசான மனவருத்தம் அல்லது கருத்து வேறுபாடுகூடப் படிப்புக்கு முடிவு கட்டிவிடும். ஆசிரியரையோ மாணவர்களையோ நிர்பந்திக்கும் அல்லது கண்காணிக்கும் நிறுவனம் எதுவும் கிடையாது. ஆசிரியருக்கும் மாணவருக்கும் இடையில் பரஸ்பரம் கொடுத்துப் பெற்றுக்கொள்ளும் சாதாரண நன்மைகள் நீங்கலாக எந்தவித பந்தபாசமும் கிடையாது. இருக்கும் மெல்லிய நட்புறவும்கூட ஆயிரக்கணக்கான காரணங்களால் பலவீனப்பட்டு முறிந்துபோக வாய்ப்பு உண்டு.

மாணவர்களின் எண்ணிக்கை ஒரு வகுப்புக்கு ஆறுக்கு மேல் இருப்பதில்லை. சில இடங்களில் ஆசிரியர்களுடனே தங்கி இருந்து மாணவர்கள் கல்வி பெறுவதுண்டு. பிற இடங்களில் வீடுகளில் இருந்து வந்து படித்துவிட்டுச் செல்வதுண்டு. ஆசிரியருடன் தங்கிப் படிக்கும் முஸல்மான் குழந்தைகளின் அனைத்துச் செலவுகளையும் ஆசிரியரே கவனித்துக்கொள்கிறார். அப்படியான நேரங்களில் ஆசிரியரின் வீட்டுக்கான மளிகை, காய்கறிகள் வாங்கி வருதல், ஆசிரியர் யாரிடமேனும் எதையேனும் சொல்ல வேண்டியிருந்தால் அந்தச் செய்தியைப் போய் சொல்லிவிட்டு வருதல் போன்ற சிறிய பணிகளை மாணவர்கள் செய்து தருகிறார்கள். இதனால் மாணவர்கள் ஆசிரியர்களை அடிக்கடி மாற்றிக் கொள்கிறார்கள். பாரசீக மொழியின் அடிப்படை அம்சங்கள் ஒருவரிடம், பந்தனாமேயை வேறொரு ஆசிரியரிடம், குலிஸ்தானை வேறொரு ஆசிரியரிடம் எனக் கற்றுக் கொள்கிறார்கள்.

ஓரளவுக்கு எழுதப் படிக்கக் கற்றுக்கொண்டு முன்ஷி என்ற பட்டம் பெறும் அளவுக்கு கல்வி அறிவு பெற்றுவிட்டதாக அவர்கள் தாமாக நம்பிக்கை கொள்ளும்வரை கல்வி பெறுகிறார்கள். அதன் பிறகு பிரிட்டிஷ் அரசாங்கத்தில் நிரந்தர வேலை தேடிக் கொள்கிறார்கள்.

ஏதேனும் ஒரு வேலையைத் தேடிக்கொள்ளும் அளவுக்கு பாரசீக மொழியில் புலமை பெறவேண்டும் என்பதுதான் அவர்களுடைய கல்வியின் நோக்கமாக இருக்கிறது. சில நேரங்களில் அரபு மொழி, அதன் இலக்கியம், இலக்கணம், இஸ்லாமிய இறையியல், சட்டம் ஆகியவையும் கற்றுக்கொள்ளப்படுகின்றன. இப்படியான முறையற்ற சொற்பக் கல்வி குறித்த முழுமையான விவரங்களைச் சேகரிப்பது மிகவும் கடினம்.

கல்கத்தா மற்றும் 24 பர்கணாக்களில் இருக்கும் மொத்த இந்துப் பள்ளிகளின் எண்ணிக்கை சரியாகத் தெரியவில்லை. 1818-ல் கல்கத்தாவில் 28 பள்ளிகள் இருந்ததாக திரு வார்டு தெரிவித் திருக்கிறார். ஒவ்வொரு ஆசிரியரின் பெயரையும் பள்ளிகள் எந்தப் பகுதியில் அமைந்திருக்கின்றன என்பதையும் எத்தனை மாணவர்கள் படித்தார்கள் என்பதையும் குறிப்பிட்டிருக்கிறார். கல்கத்தாவில் இதுபோல் வேறு பல கல்விமையங்கள் இருப்பதாக வும், அவற்றில் நியாய சாஸ்திரம், ஸ்மிருதிகள் கற்றுத் தரப்படுவதாகத் தெரிவித் திருக்கிறார். கல்லூரிகளில் படிக்கும் மாணவர்களின் எண்ணிக்கை 173. ஒவ்வொரு ஆசிரியரிடமும் மூன்றுக்குக் குறையாமலும் 15க்கு மிகாமலும் மாணவர்கள் கற்றிருக்கிறார்கள். வார்டின் வார்த்தைகளிலேயே இதை தருகிறேன்:

கல்கத்தாவில் கீழ்க்காணும் சில கல்லூரிகள் பற்றி இங்கு குறிப்பிடுகிறேன். இவற்றில் நியாய சாஸ்திரம், ஸ்மிருதிகள் கற்றுத் தரப்படுகின்றன.

ஹதி பாகனின் அனந்து ராமு வித்யா வகீஸ¬	*15 மாணவர்கள்*
ராம குமார தர்க்காலங்காரு	*8*
ராம தோஷ்னு வித்யாலங்காரு	*8*
ராம துலாலு சுரமுனி	*5*
கோரு முனி நியாயாலங்காரு	*4*
கோசாலு பாகனின் காசி நாத தர்க்க வாகீஸ¬	*6*
ஷிக்தரே பாகனின் ராம தேவு கி வித்யா வாகீஸ¬	*4*
மிருத்யுஞ்சய வித்யாலங்காரு	*15*
ராம கிஷோரு தர்க்க சுரமுனி	*6*
ராம குமரு ஷிரோமணி	*6*
ஜோதி நாராயணு தர்க்க பஞ்சனம்	*4*
சம்போ வாசஸ்பதி	*6*
லால் பாகனின் சிவ ராமு நியாய வாகீஸ¬	*10*
குரு மோகன வித்யா பூஷண்	*4*
ஹாத்தி பாகனின் ஹரி பிரசாத தர்க்க பஞ்சானு	*4*

ராம நாராயணு தர்க்க பஞ்சானு	5
ராம ஹரீ வித்யா பூஷண்	6
கமலா காந்த வித்யாலங்காரு	6
கோவிந்த தர்க்க பஞ்சானு	5
பீதாம்பர நியாய பூஷணு	5
பார்வதி தர்க்க பூஷணு	5
காசி நாத தர்காலங்காரு	3
ராம நாத வாசஸ்பதி	9
ராம தனு தர்க்க சித்தாந்து	6
ராம தனு வித்யா வாகீஸு	5
ராம குமார தர்க்க பஞ்சாணு	5
காளி தாஸ வித்யா வாகீஸு	5
ராம தனு தர்க்க வாகீஸு	5

ஹாமில்டனின் கூற்றுப்படி 1801-ல் 24 பர்கணாக்களின் எல்லைக்குள் அதாவது என்னைப் பொறுத்தவரையில் கல்கத்தா டவுனின் எல்லைகளுக்கு அப்பால் 190 மடாலயங்களில் இந்துச் சட்டம், இலக்கணம், தத்துவம் போன்றவை கற்றுத் தரப்பட்டுள்ளன. இந்தக் கல்விமையங்கள் எல்லாம் செல்வந்த இந்துக்களின் தான தர்மங்களினாலும் மானியமாகத் தரப்பட்ட நிலங்களின் வருவாயில் இருந்தும் நடத்தப்பட்டிருக்கின்றன. ஆண்டுச் செலவு 19,500 ரூபாய். வேறு எந்தக் குறிப்புகளும் இல்லை என்றாலும் இந்தத் தரவுகள் அரசாங்கத்தின் ஆதாரபூர்வமான தகவல்களின் அடிப்படையில் குறிப்பிடப்பட்டிருப்பதாகப் புரிந்துகொள்ளலாம். ஆனால், இந்தக் கல்விமையங்கள் இடைப்பட்ட காலத்தில் குறையத் தொடங்கியுள்ளன. என்ன காரணங்கள் என்று தெரியவில்லை.

ஜெயநகர் மற்றும் முஜ்லிபுரத்தில் இப்படியான 17 அல்லது 18 பள்ளிகள் இருப்பதாக திரு வார்ட் தெரிவித்திருக்கிறார். அந்தோலி பகுதியில் 10 அல்லது 12 கல்விமையங்கள் இருக்கின்றன. இந்தக் கிராமங்கள் எல்லாம் எனது கணிப்பின்படி இந்த மாவட்டத்துக்குள் இருப்பவையே. ஆனால், இவையெல்லாம் ஹேமில்டன் குறிப்பிட்டு இருக்கும் பட்டியலில் சேர்க்கப்பட்டிருக்கும் என்றே நினைக்கிறேன்.

கல்கத்தாவில் அல்லது அதைச் சுற்றிய பகுதிகளில் முஹமதியக் கல்விமையம் எதுவும் இருப்பதாகத் தெரியவில்லை. 1801-ல் ஒரே ஒரு மதரஸா இருந்ததாக ஹேமில்டன் தெரிவித்திருக்கிறார். ஆனால், எந்த இடத்தில் என்பதை அவர் குறிப்பிட்டிருக்கவில்லை. அது ஒருவேளை வாரன் ஹேஸ்டிங்கின் ஆதரவுடன் நடந்த கல்விமையமாக இருக்க

வாய்ப்பு உண்டு. அது இப்போது பொதுக் கல்வியகத்தின் நிர்வாகத்தின் கீழ் இருக்கிறது. வங்காள மாவட்டங்களில் முஹமதியக் கல்விமையங்கள் பற்றிய அதிகாரபூர்வத் தரவுகள் எதுவும் இல்லை. ஆனால், தனியார்களால் நடத்தப்படும் சிறிய இஸ்லாமியக் கல்விமையங்கள் இங்கு இருப்பதை மறுப்பதற்கில்லை.

மிதிலாபூர் (பக் 50-51)

இந்த மாவட்டத்தில் இந்து அல்லது முஹமதியச் சட்டங்கள் கற்றுத்தரும் கல்விமையம் எதுவும் இல்லை என்று ஹேமில்டன் தெரிவித்திருக்கிறார். மிதிலாபூரில் முன்பு ஒரு முஹமதியக் கல்லூரி இருந்திருக்கிறது. இப்போதும் அந்தக் கல்விமையம் இருப்பதாகச் சொல்லப்படுகிறது. ஆனால், அங்கு இப்போது சட்டம் கற்றுத் தரப்படவில்லை. மவுல்விகள் பாரசீகம், அரபு மொழிகளைக் கற்றுத் தருகிறார்கள். அவர்களிடம் சொற்ப மாணவர்களே படிக்கிறார்கள். அவர்களுக்கு மவுல்விகள் தமது வீடுகளிலேயே தங்குமிடமும் உணவும் தந்து இலவசமாகவே கற்றுத் தருகிறார்கள். இந்தக் கல்வி பெறும் மாணவர்கள் செல்வச் செழிப்பான குடும்பத்தில் இருந்து வந்திருக்கும் நிலையிலும் இப்படியான தருமக் கல்வியையே பெறுவதாகத் தெரிகிறது. இந்த மாணவர்கள் புலனடக்கம் மிகுந்தவர் களாகவும் ஆடம்பர மோகம் இல்லாதவர்களாகவும் இருக்கிறார்கள்.

மக்கள்தொகையில் ஏழில் ஆறு பங்கு இருக்கும் இந்துக்களுக்குக் கல்விமையங்கள் எதுவுமே இங்கு இல்லை என்று சொல்வதை நம்பமுடியவில்லை. இத்தனைக்கும் பிற மாவட்டங்களில் இருக்கும் கல்விமையங்கள் பற்றித் தெரிந்திருக்கக்கூடிய கற்றறிந்த நபர்களும் செல்வந்தர்களும் இருக்கும் நிலையிலும் இந்தப் பிராந்தியத்தில் கல்விமையங்கள் இல்லை என்பது ஆச்சரியமாகவே இருக்கிறது. இஸ்லாமியர்களிடையே இருக்கும் ஏராளமான தனியான வீட்டுக் கல்விமையங்கள் அளவுக்கு இந்துக்களிடையே தனியார் கல்வி மையங்கள் இல்லைதான். ஆனால், முழுமையாகப் புறக்கணிக்கத்தகுந்த அளவுக்குக் குறைவாகவும் இருந்திருக்காது.

எனக்குக் கிடைத்த தகவலின்படி இந்த மாவட்டத்தில் 40 இந்துப் பள்ளிகள் இருக்கின்றன. இந்துப் பள்ளிகளைவிட இஸ்லாமியக் கல்விமையங்கள் தொடர்பாக ஐரோப்பியர்கள் காட்டிய அதிக ஆர்வம் இந்தப் பிழையான தகவல்களுக்குக் காரணமாக இருக்கக்கூடும். மேலும் கற்றறிந்த இந்துக்களின் உள்ளொடுங்கிய தன்மையும் இந்துக் கல்விமையங்கள் தொடர்பான அரசு அதிகாரிகளின் மேலோட்டமான பார்வைக்குக் காரணமாக இருந்திருக்கக்கூடும். இப்படியான ஒரு அதிகாரியிடமிருந்துதான் ஹேமில்டன் தனக்கான தரவுகளைச் சேகரித்திருக்கக்கூடும்.

கட்டாக் (பக் 54)

திரு ஸ்டெர்லிங் இந்த மாவட்டம் குறித்து விரிவான அறிக்கை எழுதியிருக்கிறார். அவர் எழுதிய குறிப்புகளில் இருந்துதான் மேலே சொல்லப்பட்ட சில தகவல்களைக் குறிப்பிட்டிருக்கிறேன். இந்த பிராந்தியத்தில் ஆரம்பப் பள்ளிகளோ உயர்கல்விமையங்களோ எதுவுமே இல்லை என்று குறிப்பிட்டிருக்கிறார். பூரி ஜெகந்நாதர் கோவில் அமைந்திருக்கும் இந்த ஊரில் பிரதான வீதியில் ஏராளமான மடங்கள் இருக்கின்றன. இந்தியாவின் மேற்கு, தென் பகுதிகளில் இருக்கும் துறவிகள் வாழும் பகுதிக்கு மடங்கள் என்று பெயர். இங்கு பல்வேறுவிதமான ஞான மார்க்கங்கள் கற்றுத் தரப்படுகின்றன. ஜகந்நாதபுரியிலும் மடம் என்பது அப்படியான ஒன்றைக் குறிக்கவே பயன்படுத்தப்பட்டிருக்கும்.

ஹூக்ளி (பக் 57-59)

இந்தப் பகுதியில் கணிசமான அளவில் இந்துக் கல்விமையங்கள் இருக்கின்றன. திரு வார்டு 1818-ல் ஹூக்ளியில் இருக்கும் வனசாவரியா என்ற கிராமத்தில் 12லிருந்து14 கல்லூரிகள் இருந்ததாகக் குறிப்பிட்டிருக்கிறார். அவற்றில் தர்க்க சாஸ்திரம் மட்டுமே கற்றுத் தரப்பட்டிருக்கிறது. திரிவேணி டவுனில் எட்டு அல்லது ஒன்பது கல்லூரிகள் இருந்திருக்கின்றன. அவற்றில் ஒன்றில்தான் 109 வயதில் உயிர் துறந்தவரும் மிகப் பெரிய பண்டிதருமான ஜகந்நாத தர்க்க பஞ்சனன் என்பவர் ஆசிரியராக இருந்திருக்கிறார். வேதத்தில் ஓரளவு நல்ல புலமை கொண்டவர் என்றும், வேதாந்தம், சாங்கியம், பதஞ்சலி யோகம், நியாய சாஸ்திரம், ஸ்மிருதி, தந்த்ரா, காவியம், புராணங்கள் மற்றும் பிற சாஸ்திரங்களையும் படித்தவர் என்றும் அவரைப்பற்றிச் சொல்லப்பட்டிருக்கிறது.

குண்டல்புரா, பத்ரேஷ்வர் ஆகிய இடங்களில் பத்து நியாய சாஸ்திர பள்ளிகள் இருந்திருக்கின்றன. வாலி பகுதியில் இரண்டு அல்லது மூன்று பள்ளிகள் இருந்ததாக திரு வார்டு தெரிவித்திருக்கிறார். 1801 வாக்கில் 150 தனியார் பள்ளிகள் இருந்ததாகவும் அவற்றில் பண்டிதர்கள் இந்துச் சட்டம் முதலியவற்றைக் கற்றுத்தந்ததாகவும் ஒவ்வொரு பள்ளியிலும் சுமார் ஐந்தில் இருந்து இருபது மாணவர்கள் இருந்ததாகவும் தெரிவித்திருக்கிறார். இப்போது அதைவிடப் பள்ளிகள் குறைவாக இருக்கும் என்று நம்ப எந்த முகாந்தரமும் இல்லை. 1824-ல் எடுத்த ஆய்வுகளின் அடிப்படையில் பார்த்தால் சில பள்ளிகளில் முப்பது மாணவர்கள் இருந்ததாகவும் தெரியவந்திருக்கிறது.

ஆசிரியரின் தகுதிக்கும் திறமைக்கும் ஏற்ப அதிக மாணவர்கள் இருந்திருக்கிறார்கள். எத்தனை அதிகம் மாணவர்கள் இருக்கிறார் களோ அத்தனை அளவுக்கு அவருக்கு இந்துப் பண்டிகைகளின்போது தானமாகப் பணமும் பொருளும் கிடைக்கின்றன. அப்படியான மாணவர்களின் எண்ணிக்கை இரண்டு விளைவுகளை உருவாக்கு வதாக இருக்கின்றன. பெரும்பாலும் அவர்களில் பலர் ஆசிரியரின் ஆதரவிலேயே படிக்கிறார்கள் என்பதால் அதிக மாணவர்கள் என்பது அதிகச் சுமை என்றும்கூடச் சில இடங்களில் இருக்கும். அதிக மாணவர்கள் இருப்பதன் மூலம் அந்த ஆசிரியருக்கு பணமும் மதிப்பும் மரியாதையும் அதிகமாகக் கிடைக்கும் என்பதால் அவருக்கு அதிக மாணவர்களைச் சமாளிக்கும் வலுவும் கிடைக்கும். எனினும் ஓரளவுக்கு வசதியான குடும்பத்தைச் சேர்ந்த மாணவர்கள் பள்ளி முடிந்ததும் வீடு திரும்பிவிடுவார்கள். ஆசிரியரின் வீட்டில் தங்கிப் படிப்பதில்லை. ஆசிரியரால் இலவச உணவும் தங்குமிடமும் கொடுக்க முடியாமல் இருக்கும் இடங்களில் அந்த ஊரில் இருக்கும் செல்வந்தர்கள் மாணவர்களுக்குத் தேவையான செலவுகளைக் கவனித்துக் கொள்வார்கள்.

முதல் மூன்று நான்கு வருடங்கள் சமஸ்கிருத இலக்கணம் கற்பதில் செலவிடப்படுகிறது. அதன் பிறகு ஆறு ஏழு வருடங்கள் சட்டம், தர்க்கம்ஆகியவைகற்றுத்தரப்படுகிறது. பொதுவாகப்பெரும்பாலான மாணவர்கள் இதனுடன் படிப்பை நிறுத்திவிடுவதுண்டு. அதன் பிறகு சமூகத்தினரால் கற்றறிந்த மனிதர்களாக மதிக்கப்படும் அவர்கள் விடைபெற்றுச் செல்லும்போது ஆசிரியரிடமிருந்து கவுரவப் பட்டம் ஒன்றைப் பெற்றுச் செல்வார்கள்.

இந்த மாவட்டத்தில் ஒருசில முகமதியப் பள்ளிகளும் இருக் கின்றன. ஹாஜி முஹம்மது மொஹிதீனுடைய ஆதரவில் ஹுக்ளியில் இருக்கும் பள்ளி பற்றி முன்பு பார்த்தோம். வருவாய்த்துறையின் வழிகாட்டுதல்களின்படி நடத்தப்படும் அந்தப் பள்ளி பொதுக் கல்வியகத்தின் மேற்பார்வையின்கீழ் விரிவுபடுத்தப் படவிருக்கிறது. இந்தப் பள்ளி நீங்கலாக இந்த மாவட்டத்தின் 22 மைல் உள் பகுதியில் அமைந்திருக்கும் சீதாபூரில் ஒரே ஒரு பள்ளி இருப்பதாகக் குறிப்பிடப்பட்டிருக்கிறது. அந்தப் பள்ளியின் நிறுவனரான அம்சுத்தீனின் விசுவாசமான சேவையைப் பாராட்டி பிரிட்டிஷ் அரசு கொடுத்த தினசரி மானியமான ஐந்து ரூபாய் எட்டு அணாவால் அந்தப் பள்ளி நிர்வகிக்கப்பட்டிருந்தது.

அவருடைய மரணத்துக்குப் பிறகு குடும்பச் சொத்து பலவாகப் பிரிக்கப்பட்ட நிலையில் அந்தப் பள்ளியை நிர்வகிக்கும் பொறுப்பில் இருந்தவருக்கு மானியம் மாதத்துக்கு ஐம்பது ரூபாயாகக் குறைக்கப்

பட்டது. எனக்குத் தெரிந்தவரை அந்த மானியம் இன்றுவரை தொடர்ந்து தரப்படுகிறது.

ஹேமில்டனின் குறிப்புகளின்படி பார்த்தால் இந்தக் கல்லூரியில் 1801-ல் 30 மாணவர்களுக்கு பாரசீக, அரபுமொழிக் கல்வி தரப்பட்டிருக்கிறது. 1824-ல் பொதுக் கல்விக்குழுவுக்கு சமர்ப்பித்த அறிக்கையின்படி பார்த்தால் இங்கு 25 மாணவர்களுக்கு பாரசீக மொழி மட்டுமே கற்றுத் தரப்பட்டிருக்கிறது. எந்தப் பொது அரசுக் குழுவின் கீழோ எந்தவொரு அரசு அதிகாரியின் நிர்வாகத்தின் கீழோ இந்தப் பள்ளி இருந்திருக்கவில்லை.

1824 அறிக்கையில் மதரஸாக்களுடைய நிர்வாகத்துக்காக இந்த மாவட்டத்தில்பண்டுவாபகுதியில்சிலநிலங்கள்மானியமாகஒதுக்கப் பட்டிருந்ததாகவும் தெரிவிக்கிறது. ஆனால், அவை இப்போது வேறு செயல்களுக்காகத் திருப்பிவிடப்பட்டிருக்கின்றன. பண்டுவாவில் இருக்கும் ஷா ஸஃபுத்தின் கான் ஷாஹித் பள்ளிவாசலின் மீர் குலாம் ஹைதர் மதுவாலி, மவுலானா தாஜ் உத்தீன் மீர் குலாம் முஸ்தஃபா ஆகியோரின் முன்னோர்களுக்கு நில மானியங்கள் தரப்பட்டதாகத் தெரிகிறது. அவர்களுக்கு இந்தக் கல்விமையங்களின் நிர்வாகத்தில் தற்போது எந்தப் பொறுப்பும் இல்லை.

இந்த மானியங்கள் சில கிராமத்து நிலங்களை மதரஸாக்களின் பராமரிப்புக்கு என்று ஒதுக்கி வைத்ததோடு அந்தத் தனி நபர்களின் சொந்த நலன்களுக்காகவும் தரப்பட்டிருக்கிறது. மதரஸாக்களுக்கு ஒதுக்கப்பட்ட நிலங்களின் வருமானம் ஓரிரு தலைமுறைக்கு கல்விப் பணிகளுக்குப் பயன்படுத்தப்பட்டிருக்கிறது. அதன் பிறகு அலட்சியத்தினால் அல்லது அந்த வருமானம் மீதான பேராசையினால் முடக்கப்பட்டுவிட்டது. எந்தெந்த நிலங்கள் மதரஸாக்களின் பராமரிப்புக்காக மானியமாகத் தரப்பட்டிருந்தன என்பதைத் தெளிவாகச் சொல்லிக்காட்ட முடிந்த நபர்கள் அப்போது உயிருடன் இருந்ததாக அந்த அறிக்கையில் குறிப்பிடப்பட்டிருக்கிறது. இந்த விஷயத்தை மேலும் விசாரித்துப் பார்த்து முறைகேடுகள் ஏதேனும் இருந்தால் 1810 சட்ட விதி XIX-ல் சொல்லப்பட்டிருப்பதுபோல் நடவடிக்கை எடுக்கவிரும்புவதாக அந்த கலெக்டர் தெரிவித் திருக்கிறார். அவர் மேற்கொண்ட விசாரணையில் தெரியவந்த முடிவு குறித்து எதுவும் அறியக் கிடைக்கவில்லை.

பர்த்வான் (பக் 70-72)

இந்துச் சட்டம் அல்லது முஹமதியச் சட்டம் குறித்து கற்றுத் தர இந்த மாவட்டத்தில் முறையான உயர்கல்விமையம் எதுவும் இல்லை என்று ஹேமில்டன் குறிப்பிட்டிருக்கிறார். ஹூக்ளி நதியின் மறுகரையில் இருக்கும் நதேயாவில் இருந்துதான் கற்றறிந்த

பண்டிதர்கள் அழைத்துவரப்பட்டிருக்கிறார்கள். மிதிலாபூரின் கல்வி பற்றிய அறிக்கையைப்போலவே இந்தக் குறிப்பையும் நாம் புரிந்து கொள்ளலாம். அதாவது, இந்தப் பகுதியில் பாரம்பரியப் பள்ளிகளே இல்லை என்று அர்த்தமில்லை. இந்த ஆய்வை எழுதிய பிரிட்டிஷ் அதிகாரிக்கு அல்லது அவர் அந்தப் பொறுப்பை ஒப்படைத்த நபருக்கு அவை இருக்கும் விவரம் தெரிந்திருக்கவில்லை. இந்த மாவட்டங்களின் அமைப்பை வைத்துப் பார்க்கும்போது முன்பே சொல்லப்பட்டதுபோன்ற முஹமதியப் பள்ளிகள் நிச்சயம் இருந் திருக்கும். அதோடு ஆறில் ஐந்து பங்கு இருக்கும் இந்துக்களுடைய கல்விமையங்கள் நிச்சயம் அதைவிட அதிகமாக இருந்திருக்கும்.

இந்தப் பகுதியில் இருக்கும் கல்விமையங்கள் குறித்த கல்கத்தா வருவாய்த்துறையின் அறிக்கையின் அடிப்படையில் சில விஷயங்கள் சொல்கிறேன். இந்த அறிக்கை இந்தியா ஹவுஸில் முதலில் சமர்ப்பிக்கப்பட்டது.

ராம வல்லப் பட்டாச்சார்யருக்கு ஒரு மடாலயத்தின் பராமரிப் புக்காக ஆண்டுக்கு 60 ரூபாய் மானியமாகத் தரப்படுவது தொடர்பாக விசாரணை செய்யும்படி 1818 செப்டம்பரில் பர்த்வான் கலெக்டரிடம் கேட்டுக்கொள்ளப்பட்டது. அந்த மடாலயம் தொடர்ந்து தன் கடமைகளைச் செய்து வருகிறதா என்பதை விசாரித்து அறிய கலெக்டர் தனது அமீனாவை அந்த ஊருக்கு அனுப்பிவைத்தார். அந்த மடத்தின் சார்பில் ஒரு கல்விமையம் தொடர்ந்து நடத்தப்பட்டுவருவதாகவும் அதில் ஐந்தில் இருந்து ஆறு மாணவர்கள் படித்துவருவதாகவும் ராம வல்லப் பட்டாச்சாரியருக்கும் மறைந்த அவருடைய சகோதரருக்கும் அந்த மானியம் வழங்கப்பட்டிருப்பதாகவும் அமீனா தெரிவித்தார். ராம வல்லப் பட்டாச்சாரியாருடைய வாழ்நாள் முழுவதும் அந்த மானியம் முழுவதுமாகத் தொடர்ந்து தரப்படும் அல்லது அந்த மானியம் என்ன நோக்கத்துக்காகத் தரப்பட்டதோ அது நிறைவேற்றப்படும்வரை தரப்படும் என்று வருவாய்த்துறை அறிவித்தது. அவருக்கு எதிர் காலத்திலும் தொடர்ந்து அந்த மானியம் தரப்படத் தேவையான உத்தரவுகளைப் பிறப்பித்ததோடு, அவருடைய சகோதரர் இறந்ததைத் தொடர்ந்து நிறுத்துவைக்கப்பட்ட மானியத்தின் அதுவரையிலான நிலுவைத்தொகையையும் சேர்த்து வழங்க உத்தரவிட்டது.

பர்த்வான் மாவட்டத்தில் இருக்கும் ஒரு மசூதி மற்றும் மதரஸாவுக்குத் தரவேண்டியதாகச் சொல்லப்படும் மானியம் தொடர்பாக மார்ச் 1819-ல் பர்த்வான் கலெக்டர் வருவாய்த்துறையிடம் ஒரு மனு சமர்ப்பித்தார். அந்த மானியம் தொடர்பாக கல்கத்தா நீதிமன்றத்தில் தொடரப்பட்ட வழக்கில் வரைமுறைச் சட்டம் XIX

*1810*ன் படி விசாரித்துச் சொல்லுமாறு நீதிமன்றம் கலெக்டரைக் கேட்டுக்கொண்டிருந்தது. அந்த மதரஸா முஸில் உத் தீன் என்பவரின் நிர்வாகத்தின் கீழ் இருந்தது. அவரிடமிருக்கும் கணக்குகளைக் கொண்டுவந்து காட்டும்படிக் கேட்டுக்கொள்ளப்பட்டது. ஆனால், அவர் காட்டிய கணக்குவழக்குகள் திருப்திகரமாக இல்லை. எனவே, அந்த மதராஸா எப்படி நிர்வகிக்கப்படுகிறது என்பதைப் பார்த்துவரத் தன் அமீனாவை கலெக்டர் அனுப்பிவைத்தார். அந்தப் பகுதியில் வசித்து வந்த மக்களிடம் விசாரித்ததன் அடிப்படையில் அந்த மதரஸா நன்கு பராமரிக்கப்படுவதாக அமீனா வந்து தெரிவித்தார். எனினும் அவரது கூற்றை உறுதிப்படுத்தும்படியான கணக்கு வழக்கு ஆவணங்கள் எதுவும் கிடைத்திருக்கவில்லை. எனவே, கலெக்டரை நேரில் சென்று பார்த்து ஒரு முடிவுக்கு வரும்படி வருவாய்த்துறை கேட்டுக்கொண்டது. அந்த மதரஸா குறித்து வேறு விவரங்கள் எதுவும் தெரியவில்லை.

1823 ஜூலையில் வருவாய்த்துறை பர்த்வானில் இருக்கும் கல்லூரிக்கு ஆண்டு மானியமாக ரூ *254* ரூபாய் ஒதுக்கியது. இந்தத் தகவலை அது பொதுக் கல்விக்குழுவுக்குத் தெரியப்படுத்தியது.

ஜெஸூர் (JESSORE) *(பக் 73)*

இந்த மாவட்டத்தில் எந்த ஆரம்பப் பள்ளியோ உயர்கல்வி மையமோ இருப்பதாக எனக்குத் தெரியவில்லை. அரசு ஆவணங்களைப் பொறுத்தவரையில் இந்த மாவட்டத்தில் பாரம்பரியக் கல்வி என்பது சுத்தமாக இல்லை. ஆனால், இந்துக்கள் மற்றும் முஸ்லிம்களிடையே இந்த இரண்டு வகைக் கல்விமையங்களும் நிச்சயம் கணிசமான எண்ணிக்கையில் இருக்கும் என்பதில் எந்தச் சந்தேகமும் இல்லை.

நதேயா (பக் 75-82)

முஹமதியர்களின் கைப்பற்றலுக்கு முன்பு வரை இந்துக்களின் பிரதான நகரமாக இது இருந்திருக்கிறது. சமீப காலங்களில் அது பிராமணக் கல்வியின் முக்கிய மையமாகத் திகழ்கிறது. மார்கிஸ் வெல்லஸ்லியின் வேண்டுகோளுக்கு இணங்க ஆய்வு மேற்கொண்ட நீதிபதி இந்த மாவட்டத்தில் இந்துச் சட்டம் மற்றும் இஸ்லாமியச் சட்டத்தைக் கற்றுத்தரும் எந்தவொரு மடாலயமும் இருப்பதாகத் தெரியவில்லை என்று தெரிவித்திருப்பதாக ஹேமில்டன் குறிப்பிட்டிருக்கிறார். பின்வரும் தரவுகள் இந்தக் கூற்றை மறுதலிக்கின்றன. இந்துக் கல்விமையங்கள் பற்றிய ஆய்வுகள் மேலோட்டமாக மேற்கொள்ளப்பட்டிருக்கின்றன என்ற உண்மையை அவை உறுதிப்படுத்துகின்றன.

பனாரஸ்போல் நதேயாகல்விமையத்துக்கு எந்தப் புனித பிம்பமும் இல்லை. முகமதியப் படையெடுப்புக் காலகட்டத்துக்கு முன்பாக வங்காளத்துக்கு இந்தப் பகுதியே தலைநகராக இருந்திருக்கிறது. அந்த அரசியல் முக்கியத்துவமே இந்தக் கல்விமையத்துக்குப் பின்பலமாக இருந்திருக்கக்கூடும். வங்காள அரசர்களும் பின்னாளில் நதேயா அரசர்களும் இந்தக் கல்விமையத்தில் கற்றுக் கொடுத்த ஆசிரியர்கள் சிலருக்கு நில மானியங்கள் தந்திருக்கிறார்கள். பள்ளி நிர்வாகத்துக்கும் மாணவர்களின் பராமரிப்புக்கும்கூட நன்கொடைகள் தந்திருக்கிறார்கள். இதனால் கவரப்பட்டு நிறைய பிராமணர்கள் இந்தப் பகுதிக்குக் குடிபெயர்ந்திருக்கிறார்கள். அதுவே இந்தப் பகுதிக்கு ஒரு முக்கியத்துவத்தை உருவாக்கித் தந்திருக்கிறது. அரசியல் சூழல் மாறியதாலும் மானியங்கள் நிறுத்தப்பட்டதாலும் இந்தப் பகுதியின் முக்கியத்துவம் வெகுவாகக் குறைந்துபோனது. எனினும் முக்கியக் கல்விமையமாக இதன் புகழ் இப்போதும் தொடருகிறது.

மிண்டோ பிரபு 1811-ல் நதேயாவிலும் திரிகூடத்திலும் ஒரு இந்துக் கல்லூரியை உருவாக்கத் திட்டமிட்டு அதற்கான நிதியையும் ஒதுக்கினார். ஆனால், கல்கத்தாவில் இப்போது இருக்கும் பெரிய சமஸ்கிருதக் கல்லூரியை உருவாக்க அந்த நிதி திருப்பிவிடப்பட்டதால் நதேயா, திரிகூடத்தில் கல்லூரி தொடங்கப்படவில்லை. நதேயாவில் கல்லூரி தொடங்குவதற்கான பணிகளை நிர்வகிக்கவென்று நியமிக்கப்பட்ட குழு ஆய்வு செய்து அரசுக்கு அப்போது ஒரு அறிக்கையைச் சமர்ப்பித்திருந்தது. அந்தப் பகுதியில் இருக்கும் நன்கு கற்றறிந்த மதிப்பும் மரியாதையும் மிகுந்த பண்டிதர்கள் சுமார் 46 பள்ளிகளை ஆரம்பித்து நிர்வகித்து வந்திருக்கிறார்கள். தங்களுடைய வீடுகளில் அல்லது வீடுகளோடு இணைக்கப்பட்டிருந்த பகுதிகளில் உயர்கல்வி கற்றுத் தந்திருக்கிறார்கள். சில மாணவர்களுக்குத் தங்குமிடமும் உணவும் இலவசமாகத் தரப்பட்டிருக்கிறது. சிலர் அதற்கான தொகையைக் கொடுத்திருக்கிறார்கள். மொத்தம் 380 மாணவர்கள் கல்வி பெற்றிருக்கிறார்கள். அவர்களுடைய வயது 25-லிருந்து 35க்குள் இருந்திருக்கிறது. சிலர் 21 வயதில் கல்வி கற்க ஆரம்பித்திருக்கிறார்கள். அதன் பிறகு 15 வருடங்கள் தொடர்ந்து பயின்றிருக்கிறார்கள். சாஸ்திரங்கள், பூஜைகள், அர்ச்சனைகள் முதலியவற்றில் நன்கு தேர்ச்சி பெற்றதும் தமது சொந்த கிராமத்துக்குச் சென்று அங்கு பண்டிதர்களாகவும் ஆசிரியர்களாகவும் ஆகியிருக்கிறார்கள்.

நதேயாவில் 1818-ல் 32 பள்ளிகள் இருந்ததாகவும் அதில் 747 மாணவர்கள் படித்ததாகவும் திரு வார்ட் தெரிவித்திருக்கிறார். ஒரு ஆசிரியரிடம் குறைந்தது ஐந்து மாணவர்களாவது படித்திருக்

கிறார்கள். ஒரு ஆசிரியரிடம் 125 மாணவர்கள் படித்ததாகவும் குறிப்பிடப்பட்டிருக்கிறது. ஆனால், வார்டின் இந்தக் குறிப்பு சரியா என்பது சந்தேகமாகவே இருக்கிறது. தர்க்கம், சட்டம் பிரதானமாகக் கற்றுத் தரப்பட்டிருக்கிறது. பொதுவான இலக்கியம், வான சாஸ்திரம், இலக்கணம் ஆகியவற்றுக்குத் தனித்தனிப் பள்ளிகள் இருந்திருக்கின்றன. திரு வார்டின் வார்த்தைகளில்:

நியாய சாஸ்திர கல்லூரிகள்

சிவ நாத வித்யா வாசஸ்பதி	*125 மாணவர்கள்*
ராம லஷ்மண நியாய விஷ்ணு	*20*
காசி நாத தர்க்க சூடாமணி	*30*
உபயானந்து தர்க்க அலங்காரு	*20*
ராம நாரண நியாய வாகீஸ¬	*15*
போலோ நாத ஷிரோமணி	*12*
ராதா நாத தர்க்க பஞ்சணு	*10*
ராம மோஹன வித்யா வாசஸ்பதி	*20*
ஸ்ரீ ராம தர்க்க பூஷண்	*20*
காளி காந்த சூடாமணி	*5*
கிருஷ்ண காந்த வித்யா வாகீஸ	*15*
தர்க்காலங்காரு	*15*
காளி பிரசன்னம்	*15*
மது தர்க்க சித்தாந்தம்	*25*
கமலா காந்த தர்க்க சூடாமணி	*25*
ஈஸ்வர தர்க்க பூஷண்	*20*
காந்த வித்யாலங்கார	*40*

சட்டக் கல்லூரிகள்

ராம நாத தர்க்க சித்தாந்தம்	*40*
கங்காதர ஷிரோமணி	*25*
தேவி தர்க்க அலங்காரம்	*25*
மோகன வித்யா வாசஸ்பதி	*20*
கங்குலி தர்க்காலங்காரம்	*10*
கிருஷ்ண தர்க்க பூஷண்	*10*
பிரசன்ன கிருஷ்ண தர்க்க வாகீஸ	*5*
புரோஹித்	*5*
காசி காந்த தர்க்க சூடாமணி	*30*
காளி காந்த தர்க்க சூடாமணி	*5*

வான சாஸ்திரங்கள் கற்றுக் கொடுக்கப்பட்ட இடங்கள்

குரு பிரசாத சித்தாந்த வாகீஸ	50

இலக்கணம் கற்றுத் தரப்பட்ட இடங்கள்

சம்பூ நாத சூடாமணி	5

நதேயாவில் கல்வி நிலைமை தொடர்பாகச் சில பொதுவான தகவல்களைப் பொதுகல்விக் குழுவின் செயலாளரான ஹெச். ஹெச். வில்சன் சேகரித்தார். அப்போது நதேயாவில் 25 கல்வி மையங்கள் இருந்திருக்கின்றன. அவை 'டோல்' (tol) என்று அழைக்கப்பட்டிருக்கின்றன. ஒரு குடிசை மற்றும் இரண்டு மூன்று மண் கட்டடங்களில் மாணவர்கள் தங்கிப் படித்தனர். பண்டிட் அந்த இடத்தில் வசிக்கவில்லை. பள்ளி நாட்களில் அதிகாலையில் அந்தக் கல்விமையத்துக்கு வரும் ஆசிரியர் மாலைவரை அங்கேயே இருப்பார். அந்தக் குடிசையும் கல்விமையமும் அந்த ஆசிரியராலேயே கட்டப்பட்டுப் பராமரிக்கப்பட்டன. மாணவர்களுக்கு இலவசமாகக் கற்றுத் தருவதோடு அவர்களுக்கு உணவும் உடையும்கூட அவரே தருகிறார். அதற்கான வருமானம் அவருக்கு நதேயா மன்னர்கள் கொடுத்த மானியத்தில் இருந்து கிடைக்கிறது. மத விழாக்களின் போது அக்கம்பக்கத்து ஜமீந்தார்கள் தரும் நன்கொடைகளில் இருந்தும் அவருக்கு வருமானம் கிடைக்கிறது. அந்த நன்கொடைகள் அந்த ஆசிரியருக்கு இருக்கும் மதிப்புக்கும் மரியாதைக்கும் ஏற்ப இருக்கும்.

மாணவர்கள் எல்லாரும் நன்கு வளர்ந்தவர்களே. சில முதியவர்கள் கூடக் கல்வி கற்றனர். ஒரு டோலில் படிக்கும் மாணவர்களின் எண்ணிக்கை 20லிருந்து 25 வரை இருக்கும். ஆசிரியர் மிகவும் முக்கியமானவராக இருந்தால் ஐம்பது அறுபது பேர் கூட அவரிடம் படிப்பதுண்டு. மொத்தக் கல்விமையங்களில் படித்தவர்களின் எண்ணிக்கை 500லிருந்து 600 வரை இருக்கும். பெரும்பாலானவர்கள் வங்காளத்தைச் சேர்ந்தவர்களே. எனினும் இந்தியாவில் தொலை தூரங்களில் இருந்தெல்லாம் கூட வந்து படிப்பதுண்டு. குறிப்பாகத் தென் இந்தியாவில் இருந்து வருவதுண்டு. நேபாளம், அஸ்ஸாம் மற்றும் பல கிழக்கு மாவட்டங்கள் குறிப்பாக திரிகூடம் போன்ற இடங்களில் இருந்தும் வந்து படிப்பதுண்டு.

சொற்ப மாணவர்கள் மட்டுமே தமது சொந்தச் செலவில் படித்தனர். தங்குமிட வசதியும் உணவும் உடைகளும் ஆசிரியரிட மிருந்தும் அந்த கிராமத்து கடைக்காரர்கள், நில உடமையாளர்கள் ஆகியோரிடமிருந்தும் கிடைத்தன. பிரதான திருவிழாக்களின்

போது மாணவர்கள் தேடிச் சென்று தானதருமங்கள் பெறுவதுண்டு. அடுத்த திருவிழா வரும்வரை சமாளித்துக்கொள்ளும் அளவுக்குச் சேகரிப்பார்கள். நதேயா பகுதியில் பிரதானமாக நியாய சாஸ்திரம், தர்க்கம் முதலியவற்றைப் படித்தனர். சில இடங்களில் சட்டமும் கற்றுத்தரப்பட்டது. நதேயாவின் பிரதான பண்டிதரான ரகுநந்தனாவின் படைப்புகள் கற்பிக்கப்பட்டன. ஓரிரு பள்ளிகளில் இலக்கணம் கற்றுத் தரப்பட்டது. தென்பகுதியில் இருந்து வந்த சில மாணவர்கள் சமஸ்கிருதத்தில் துல்லியமாகவும் சரளமாகவும் பேசினார்கள்.

திரு வில்சனின் கூற்றுகள் தான் நதேயாவின் கல்வி பற்றிய மிக சமீபத்திய மற்றும் மிகவும் சரியானவை. ஒவ்வொரு காலகட்டத்திலும் இருந்த கல்லூரிகள், மாணவர்களின் எண்ணிக்கையில் இருக்கும் வேறுபாடுகள் கவனத்தில் கொள்ளத்தக்கதுதான். நம்பத் தகுந்த அதிகாரபூர்வ தகவல்களின் அடிப்படையில் 1816-ல் 60 பள்ளிகள் இருந்திருக்கின்றன. அதில் 380 மாணவர்கள் கல்வி பயின்றிருக்கிறார்கள். 1818-ல் 31 பள்ளிகளும் 747 மாணவர்களும் இருந்திருக்கிறார்கள். 1829-ல் 25 பள்ளிகளும் 600 மாணவர்களும் இருந்திருக்கிறார்கள். கடந்த 20 வருடங்களில் மட்டும் பள்ளிகளின் எண்ணிக்கை குறையத் தொடங்கியிருக்கிறது. எனினும் ஒட்டு மொத்த மாணவர்களின் எண்ணிக்கை அதிகரித்திருக்கிறது. இதில் இருந்து இந்துக்களில் கல்வி கற்பவர்களின் எண்ணிக்கை அதிகரித் திருக்கிறது. ஆனால், அந்தக் கல்விமையங்களுக்கு ஆதரவாக இருந்த பிரிவினருக்கு செலவுகளைச் சமாளிக்கும் சக்தி குறைந்து போயிருக் கிறது; பெருகியிருக்கும் மாணவர்களுக்கு இணையாக டோல்களின் எண்ணிக்கையை அவர்களால் அதிகரிக்க முடியவில்லை என்பது தெரியவருகிறது.

நதேயாவில் இருந்த பள்ளிகளுக்கு பிரிட்டிஷ் அரசிடமிருந்து சொற்ப வருடாந்தர உதவித்தொகைகள் தரப்பட்டிருகின்றன. ராமசந்திர வித்யாலங்காரரர் என்பவருக்கு மடாலயம் ஒன்றை நிர்வகிக்க ஆண்டு மானியமாக 71 ரூபாய் தரப்பட்டிருந்தது. 1813-ல் அவர் இறந்ததும் அவருடைய வாரிசு என்ற பெயரில் ஒருவர் அந்த மாவட்டத்தின் கலெக்டருக்கு ஒரு மனு கொடுத்தார். அதை கலெக்டர் வருவாய்த்துறைக்கு அனுப்பிவைத்தார். ஆனால், அவர்தான் சரியான வாரிசு என்பதற்கான போதுமான ஆதாரங்கள் எதையும் தராததால் அந்த உபகாரத்தொகை அவருக்குத் தரப்படவில்லை. அந்த மடாலயத்தை அதன் பிறகு நிர்வகிக்க வந்த பால நாத சிரோமணி என்பவர் 1818-ல் ராமசந்திர வித்யாலங்காரருடைய வாரிசு என்று சொல்லி மானியம் கேட்டு விண்ணப்பித்தார். நதேயாவில் அவர் ஒரு மடாலயத்தை நிஜமாகவே நிர்வகிக்கிறாரா என்பதை விசாரித்துச்

சொல்லும்படி கலெக்டருக்கு உத்தரவு பிறப்பிக்கப்பட்டது. உண்மையில் அவர் நதேயாவில் ஒரு கல்விமையத்தை நிர்வகித்து வருவதாகவும் அதில் எட்டு மாணவர்கள் தர்க்கம், நியாய சாஸ்திரம் கற்று வருவதாகவும் தெரியவந்தது. அதைத் தொடர்ந்து அவருக்கு ஆண்டு மானியமாக ரூ 71 தரவேண்டும் என்றும் முன் வருடத்திய நிலுவைத் தொகையும் சேர்த்துத் தரப்படவேண்டும் என்று 1820-ல் பிரிட்டிஷ் அரசு உத்தரவு பிறப்பித்தது.

1820 ஜுன் மாதத்தில் சிவநாத வித்யா வாசஸ்பதி என்பவருக்கு ஆண்டு ஓய்வூதியத் தொகையாக 90 ரூபாய் தரும்படிக் கேட்டு நதேயா கலெக்டர் மூலமாக வருவாய்த்துறைக்கு விண்ணப்பிக்கப்பட்டது. அவருடைய தந்தை சுக்ர தர்க்கவாகிஸுக்கு நதேயாவில் ஒரு மடாலயத்தை நிர்வகிப்பதற்காக அந்த மானியம் முன்பு தரப்பட்டிருந்தது. வருவாய்த்துறை அந்த மானியத்தைத் தொடர்ந்து தரும்படியும் நிலுவைத்தொகையையும் சேர்த்துக் கொடுத்துவிடவேண்டும் என்றும் உத்தரவிட்டது.

1819 நவம்பரில் இதேபோல் ஸ்ரீராம் சிரோமணி என்பவருக்கு நதேயாவில் வேறொரு கல்விமையத்தை நிர்வகிப்பது தொடர்பாக ஆண்டுக்கு 36 ரூபாய் உதவித்தொகை தரும்படிக் கேட்டு நதேயா கலெக்டர் வருவாய்த்துறைக்கு ஒரு மனு சமர்ப்பித்தார். முற்காலத்தில் நத்தோர் ராஜா அதை நிறுவி மானியம் தந்துவந்தார். அந்தக் கல்விமையத்தில் மூன்று மாணவர்கள் தங்கிப் படித்துவருவது உறுதி செய்யப்பட்டது. அந்த மானியம் தொடர்ந்து தரப்படவேண்டும் என்றும் முன் வருடத்துக்கான தொகையும் சேர்த்துத் தரவேண்டும் என்றும் உத்தரவிடப்பட்டது.

அதுபோல் நதேயாவில் ஐந்து மாணவர்களுக்குக்கான கல்வி மையத்தை நடத்திவந்த ராமையா தர்க்க பங்கா என்பவருக்கு ஆண்டுக்கு 62 ரூபாய் உதவித்தொகை தரும்படி அரசு உத்தரவிட்டது.

நதேயாவில் ராமச்சந்திர தர்க்கவாகிஸ் என்பவரால் புராணங்கள் கற்பிக்க ஒரு கல்லூரி நதேயாவில் இருப்பதாகவும் அதை நிர்வகிக்க ஆண்டுக்கு 24 சர்க்கார் பணம் தரப்படவேண்டும் என்று கேட்டு 1823-ல் ஒரு மனு வருவாய்த்துறைக்கு விண்ணப்பிக்கப்பட்டது. அவருடைய தந்தை ராஜஷை பகுதியில் இருந்தபோது இந்த மானியம் தரப்பட்டிருந்ததால் அது நதேயாவிலும் தொடரவேண்டும் என்று கேட்டுக்கொள்ளப்பட்டிருந்தது. அவர் சொன்ன தகவல்கள் உண்மையா என்று சோதித்தறிய ஒரு அரசுப் பிரதிநிதியை வருவாய்த்துறை அனுப்பியது. நதேயாவில் ராமச்சந்திர தர்க்க வாகிஸ் ஒரு கல்விமையத்தை நடத்திவருவதாகவும் அதில் 31 மாணவர்கள் படித்துவருவதாகவும் அந்த அரசுப் பிரதிநிதி தெரிவித்தார். அந்த

மாணவர்களின் பெயர்ப்பட்டியலும் கூட இணைக்கப்பட்டிருந்தது. 9 வருடங்கள் அவர் அந்தக் கல்விமையத்தை நடத்திவருவதாகவும் தெரிவிக்கப்பட்டிருந்தது. இதைக் கேட்ட அரசு அவருக்கு அந்த உதவித்தொகையைத் தொடர்ந்து தரவேண்டும் என்றும் அவருடைய தந்தை இறந்ததைத் தொடர்ந்து நிறுத்தி வைக்கப்பட்டிருந்த நிலுவைத்தொகை மொத்தத்தையும் சேர்த்துக் கொடுக்கவேண்டும் என்றும் உத்தரவிட்டது.

நிறுத்திவைக்கப்பட்டிருக்கும் மாத உதவித்தொகை நூறு தொடர்ந்து தரப்படவேண்டும் என்று நதேயாவில் இருந்து சில மாணவர்கள் பொதுக் கல்விக் குழுவுக்கு 1829-ல் விண்ணப்பித்திருந்தனர். அரசு தனது இளநிலை அதிகாரி ஒருவரை அனுப்பி விசாரிக்கச் சொன்னது. அந்த மாணவர்கள் மூன்று நாள்களுக்கும் மேலான நடைப்பயண தூரத்தில் உள்ள பகுதிகளில் இருந்து அங்கு வந்து தங்கிப் படிப்பதாகவும் அரசின் இந்த உதவித்தொகை அவர்களுக்கு மிகவும் தேவை என்றும் அந்த இளநிலை அதிகாரி தெரிவித்தார். மாணவர்கள் ஒவ்வொருவருக்கும் 12 அணாவில் இருந்து ஒரு ரூபாய் வரை தரப்படுகிறது; அது அவர்களுடைய உணவுச் செலவுக்குப் போதுமானதாக இருக்கிறது என்று குறிப்பிட்டிருந்தார். அந்த நூறு ரூபாயில் 90 ரூபாய் மட்டுமே மாணவர்களுக்குச் செலவிடப்பட்டது. எஞ்சிய பத்து ரூபாய் ஒரு விழாச் சடங்குக்குச் செலவிடப்படுகிறது. வெளியூரில் இருந்து வந்து தங்கிப் படிப்பவர்களின் எண்ணிக்கை பொதுவாக சுமார் 100ல் இருந்து 150 ஆக இருக்கும். இந்த விண்ணப்பம் செய்யப்பட்டபோது அங்கு 150 பேர் இருந்தனர். அரசின் உதவித் தொகை கிடைக்கவில்லையென்றால் அவர்கள் கல்வியைப் பாதியில் விட்டுவிட்டு வீடு திரும்ப வேண்டியிருக்கும்.

மாணவர்கள் ஒவ்வொருவரிடமும் தனித்தனியாக திரு வில்சன் விசாரணை செய்திருக்கிறார். அவர்கள் அனைவருமே உதவித்தொகை முறையாகச் செலவிடப்படுவதாக ஒருமனதாகத் தெரிவித் திருக் கின்றனர். ஒரு கணக்காளருடன் மாணவர்களில் ஒருவரும் சேர்ந்து வந்து உதவித்தொகையை அரசுக் கருவூலத்திலிருந்து பெற்றுச் செல்கிறார்கள். அதன் பிறகு வெளியூரில் இருந்து வந்து தங்கிப் படிக்கும் மாணவர்கள் அனைவருக்கும் அந்தப் பணம் உரிய முறையில் பிரித்துத் தரப்படுகிறது. பணத்தை அரசிட மிருந்து பெற வரும் கணக்குப்பிள்ளை ஊரில் ஒரு மளிகைக் கடை வைத்திருக்கிறார். அவர்தான் மாணவர்களுக்கு தானியங்கள் கொடுக்கிறார். மாதத்துக்குத் தேவையான பொருட்களை கடனுக்கு முன்கூட்டியே கொடுக்கிறார். அவர்கள் எப்போதும் கடனில்தான் இருக்கிறார்கள். அவர் மிகவும் எளிய மனிதர். மேலும் மாணவர்களின்

எண்ணிக்கை மிகவும் அதிகம். பிராமணர்கள் மிகவும் செல்வாக்கு மிகுந்தவர்கள். எனவே அவர் எந்த முறைகேடும் செய்வதில்லை. அவர் அரசிடமிருந்து பெறும் தொகையை முறையாகப் பிரித்துக் கொடுக்கிறார். நதேயாவில் கிடைக்கும் கல்வி அப்படி ஒன்றும் ஐரோப்பியர்களால் உயர்வாக மதிக்கப்பட்டிருக்கவில்லை. எனினும் அந்தப் பகுதி மக்களால் பெரிதும் மதிக்கப்படுகிறது. அதற்குத் தரப்படும் உதவித்தொகை மிகவும் சிறியது என்றாலும் கருணை அடிப்படையில் மிகவும் பெரியது. அந்த மாணவர்களுக்கு வேறு எந்த ஆதரவும் கிடைப்பதில்லை. திரு வில்சனின் பரிந்துரையின் அடிப்படையில் அந்த மாணவர்களுக்குத் தொடர்ந்து உதவித்தொகை கிடைக்க உத்தரவிடப்பட்டது.

நான் மேலே குறிப்பிட்டிருக்கும் அரசு அதிகாரிகள் எல்லாம் நதேயாவுக்கு அப்பால் இருக்கும் பள்ளிகள் பற்றி எதுவும் பெரிதாகக் குறிப்பிட்டிருக்கவில்லை. ஆனால், சாந்திபூர், கிருஷ்ணாகர் மற்றும் மாவட்டத்தின் பிற பகுதிகளிலும் இப்படியான பள்ளிகள் இருந்திருக்கும் என்பதில் எந்தச் சந்தேகமும் இல்லை. குமாரகட்டா, பாத்பரா போன்ற கிராமங்களில் ஏழு அல்லது எட்டுப் பள்ளிகள் இருந்ததாக திரு வார்ட் தெரிவித்திருக்கிறார். சாந்திபூரில் முன்பு அரசு ஆதரவுடன் நடத்தப்பட்ட கல்விமையம் ஒன்று இருந்திருக்கிறது. ஆனால், அது தற்போது தற்காலிகமாக நிறுத்தப்பட்டிருக்கிறது.

1824-ல் நதேயா கலெக்டர் வருவாய்த்துறைக்கு ஒரு மனு அனுப்பியிருக்கிறார். முந்தின வருடம் இறந்துபோன காளி பிரசாத் தர்க்க சித்தாந்த பட்டாச்சாரியரின் சகோதரர் என்ற உரிமையில் தேவி பிரசாத் நியாய வாசஸ்பதி என்பவர் ஆண்டு உதவித்தொகையாக *156 - 11 -10* பணம் கேட்டு விண்ணப்பித்திருந்தார். சாந்திபூரில் ஒரு கல்விமையத்தைத் தொடர்ந்து நடத்த அந்த உதவித்தொகையைக் கேட்டிருந்தார்.

இறந்த நபரைப் பற்றி விசாரித்தறிய அரசு கேட்டுக்கொண்டது. அவர் மிகப் பெரிய பண்டிதர் என்றும் அவருடைய கல்விமையத்தில் பத்து மாணவர்கள் கல்வி பெற்றதாகவும் தெரியவந்தது. இப்போது உதவித்தொகையைக் கேட்டிருக்கும் நபர் இறந்த தனது சகோதரருக்குப் பள்ளி தொடர்பாக உதவிகள் செய்து வந்ததாகவும் தெரியவந்திருக்கிறது. தர்ம சாஸ்திரம், சட்டம் போன்றவற்றை அவர்கள் கற்றுத்தந்திருக்கிறர்கள். இந்தத் தகவல்கள் வருவாய்த் துறைக்குப் போதிய திருப்தியைத் தரவில்லை. எனவே இந்த உதவித்தொகை தொடர்பாக மேலும் கூடுதல் விசாரணைகள் செய்யும்படி வருவாய்த்துறை கேட்டுக்கொண்டது. ஆனால், அந்த இறுதி அறிக்கை பற்றி எதுவும் தெரியவில்லை.

இந்தப் பிராந்தியத்தில் எந்தவொரு இந்துப் பள்ளியோ முஹமதியக் கல்விமையமோ எதுவும் இருப்பதாகத் தெரியவில்லை என்று நீதிபதி சொன்னது தவறு என்று நான் முன்பே சொல்லியிருக்கிறேன். இந்துக்களின் எண்ணிக்கை கணிசமாகவும் இஸ்லாமியர்களின் எண்ணிக்கை புறக்கணிக்க முடியாதவகையிலும் இருக்கும் நிலையில் அக்கம்பக்கத்து கிராமங்களில் பள்ளிகள் இருக்கும் சூழலில் இங்கு பள்ளிகளே இல்லை என்பதை நம்பவே முடியாது.

டாக்கா மற்றும் ஜலால்பூர் (பக் 85)

இந்து மதம் மற்றும் சட்டம் தொடர்பாகக் கற்பிக்க கல்வி மையங்கள் இந்த மாவட்டத்தில் இருப்பதாக ஹேமில்டன் தெரிவித் திருக்கிறார். எனினும் அவை தொடர்பாகக் கூடுதல் விவரங்களை என்னால் தெரிந்துகொள்ளமுடியவில்லை. இந்தப் பகுதியில் ஏராளமான முஸ்லிம்கள் இருக்கிறார்கள். எனினும் முஹமதியக் கல்விமையங்கள் எதுவும் இருப்பதாகத் தெரியவில்லை. அரசு சார்பில் எந்த மானியமோ உதவித்தொகையோ தரப்பட்டதாக எந்த ஆவணமும் இல்லை என்று 1823-ல் பிரிட்டிஷ் அதிகாரிகள் பொது கமிட்டிக்குத் தெரிவித்திருக்கின்றனர்.

பேகர்கஞ்ச் (பக் 86)

இந்த மாவட்டத்தில் எந்தவொரு ஆரம்பப் பள்ளியோ உயர் நிலைப் பள்ளியோ இருப்பதாக எந்தத் தகவலும் எனக்குக் கிடைக்கவில்லை. வேறு மாவட்டங்களில் கல்விமையங்கள் இருப்பது தெரிந்திருக்கும் நிலையில் இங்கும் நிச்சயம் கல்விமையங்கள் இருக்கும். ஆனால், அது அரசு அதிகாரிகளின் கண்களில் படவில்லை என்றே தோன்றுகிறது. இந்த மாவட்டதில் கல்விக்காக எந்தவித மானியமும் தரப்பட்டதாக எந்த ஆவணமும் இல்லை என்று கலெக்டர் தெரிவித்திருக்கிறார்.

சிட்டகாங் (பக் 88 - 89)

1824-ல் எழுதப்பட்ட அதிகாரபூர்வ அறிக்கைகளில் இந்தப் பகுதியில் கல்விமையங்கள் பற்றி எதுவும் குறிப்பிட்டிருக்கவில்லை. எனினும் ஒருசில நிச்சயம் இருந்திருக்கும். சர்ச்களுக்கும் சில பரோபகாரச் செயல்களுக்கும் ஏழைகளுக்கும் உதவித்தொகைகள் தரப்பட்டிருப்பதாகத் தெரிவிக்கிறது. ஆனால், கல்விக்கு என்று எந்த உதவித் தொகையும் தரப்பட்டதாகக் குறிப்புகள் இல்லை.

1827-ல் அரசு உதவியுடன் நடத்தப்படும் கல்விமையங்கள் தொடர்பான தகவல்களைச் சேகரித்து அரசுக்கு அனுப்பும்படி கலெக்டருக்கு உத்தரவிடப்பட்டது. மீர் ஹஜ்னா என்பவருக்கு ஒரு மதரஸாவை நிர்வகிக்க மானியமாக நிலங்கள் தரப்பட்டிருந்தது. ஆண்டு வருமானமாக 1,570 ரூபாய் கிடைத்தது. அதில் மூன்றில்

இரண்டு பங்கு நிறுவனரின் குழந்தைகளுக்கு என்று 1790-ல் சட்டபூர்வமாகத் தீர்மானிக்கப்பட்டது. எஞ்சிய ஒரு பங்கை வைத்து கல்விமையத்தை நிர்வகிக்க முடியவில்லை என்று அப்போதைய மவுல்வி அலி மக்துல் கான் கிமோன் தெரிவித்தார். அதில் அப்போது 50 மாணவர்கள், அரபு மொழிக்கு ஒரு ஆசிரியர், பாரசீக மொழிக்கு 2 ஆசிரியர்கள் என மொத்தம் 3 ஆசிரியர்கள் இருந்தனர். தொடக்கத்தில் அந்தக் கல்விமையத்தில் இருந்த மாணவர்களின் எண்ணிக்கை 150. கல்விமையத்தில் நல்ல நிலையிலான ஒரு மசூதியும் ஆசிரியர்களும் மாணவர்களும் தங்கும்படியான இரண்டு வீடுகளும் இருந்தன.

அந்தக் கல்விமையத்துக்கு மானியமாகத் தரப்பட்டிருக்கும் நிலங்களை அதிகக் குத்தகை விலை கேட்பவருக்கு அரச உத்தரவின் பேரில் கொடுத்தால் அதில் இருந்து இரண்டு மடங்கு பணம் கிடைக்கும். எனவே அந்த நிலத்தை மறுகுத்தகைக்கு விடவேண்டும். அதில் கிடைக்கும் வருவாயை மவுல்விக்குத் தரவேண்டும். அவர் வருவாய்த்துறைக்கு கணக்குகளை முறையாகச் சமர்ப்பிக்க வேண்டும் என்று கலெக்டர் பரிந்துரைத்தார். அதை ஏற்றுக்கொண்ட கவர்னர் இன் ஜெனரல் அதற்குத் தகுந்தாற்போல் ஆணை பிறப்பித்தார்.

திபேரா (பக் 91)

இந்த மாவட்டத்தில் பொதுப் பள்ளிகளோ வேறு வகைக் கல்விமையங்களோ இருப்பதாக எந்தத் தகவலும் எனக்குக் கிடைக்கவில்லை. ஆனால், ஹேமில்டன் இந்தப் பகுதியில் இந்து மற்றும் முஹமதியச் சட்டங்களைக் கற்றுத் தரும்படியாகத் தொடர்ச்சியாக நடக்கும் பள்ளிகள் எதுவும் இல்லை என்று தெரிவித்திருக்கிறார். இந்த மாவட்டத்தில் பொது நலநிதியில் இருந்து எந்த மானியமும் தரப்பட்டதாக எந்த ஆவணமும் இல்லை அல்லது கல்விக்கு என்று எந்த ஊக்கத்தொகையும் அரசு தரப்பில் தரப்பட்டதாக எந்தத் தரவும் இல்லை என்று பொதுக்குழுவுக்கு 1823-ல் உள்ளூர் அரசுப் பிரதிநிதிகள் தெரிவித்திருக்கிறார்கள்.

மைமூன்சிங் (பக் 92)

முஹமதிய சட்டதிட்டங்களைக் கற்றுத்தர முறையான கல்விமையம் எதுவும் இந்தப் பகுதியில் இல்லை; ஆனால், இந்துக் கல்விமையங்கள் ஒவ்வொரு பர்கணாவுக்கும் இரண்டு மூன்று இருக்கின்றன என்று ஹேமில்டன் தெரிவித்திருக்கிறார். இந்த மாவட்டமானது 19 பர்கணாக்கள் மற்றும் ஆறு தாப்பாக்களாகப் பிரிக்கப்பட்டிருக்கிறது. அப்படியாக அந்த 25 துணைப் பிரிவுப் பகுதிகளில் 50-60 பள்ளிகள் இருந்திருக்கக்கூடும். கல்வி இலவசமாகவே கற்றுத் தரப்பட்டிருக்கிறது. கல்விக்குக்

காசு வாங்குவது மரியாதைக் குறைவான செயல் என்று கருதப்பட்டிருக்கிறது.

பாரம்பரிய கல்விமையங்கள் இருக்கின்றன என்றால் பாரம் பரிய ஆரம்பப் பள்ளிகள் இருக்கின்றன என்றே அர்த்தம். ஆனால், அவை குறித்து அரசு ஆவணங்கள் எதிலும் எதுவும் பதிவு செய்யப்பட்டிருக்கவில்லை. ஐந்து இந்துக்களுக்கு இரண்டு முஸல்மான்கள் என்ற விகிதத்தில் இருக்கும் இந்தப் பகுதியில் இஸ்லாமியக் கல்விமையங்கள் எதுவும் இல்லை என்று சொல்லப் பட்டிருப்பதை நம்பமுடியவில்லை.

சிலேட் (பக் 93)

இந்த மாவட்டத்தின் கல்வி தொடர்பான தரவுகள் மிக மிகக் குறைவு. இந்து மற்றும் இஸ்லாமியச் சட்டதிட்டங்களைக் கற்றுக் கொடுக்கும் முறையான பள்ளிகள் எதுவும் இங்கு இல்லை; ஆனால், பல்வேறு இடங்களில் தனி நபர் கல்விமையங்களில் குழந்தைகளுக்கு எழுதப் படிக்கக் கற்றுத் தரப்பட்டிருக்கிறது என்று ஹேமில்டன் தெரிவித்திருக்கிறார். மைமூன்சிங்கைப் பொறுத்தவரையில் நிலைமை தலைகீழாக இருப்பதாகத் தெரிவிக்கிறார். அங்கு உயர்கல்விமையங்கள் இருக்கின்றன. ஆனால், ஆரம்ப நிலைப் பள்ளிகள் இல்லை என்று குறிப்பிட்டிருக்கிறார். அதுபோலவே இங்கும் முந்தைய வகைக் கல்விமையங்கள் இருந்திருக்க வாய்ப்பு உண்டு. அவற்றின் எண்ணிக்கை மிகக் குறைவாகவும் கல்வித்தரம் சுமாராகவும் இருந்திருக்கக்கூடும்.

மூர்ஷிதாபாத் (பக் 94-96)

இந்தப் பகுதியில் முஹமதியக் கல்விமையம் ஒன்றே ஒன்று இருந்திருக்கிறது. எனினும் இந்து சட்டதிட்டங்களைக் கற்றுக் கொடுக்கும் கல்விமையங்கள் 20 இருந்திருக்கின்றன என்று 1801 அறிக்கையில் குறிப்பிடப்பட்டிருக்கிறது. ஆனால், அந்தக் காலகட்டத்தில் இந்து மற்றும் இஸ்லாமியக் கல்விமையங்களின் எண்ணிக்கை நிச்சயம் அதைவிட அதிகமாகவே இருந்திருக்கும்.

1818 டிசம்பரில் மூர்ஷிதாபாத் கலெக்டர் வருவாய்த்துறைக்கு ஒரு பரிந்துரைக் கடிதம் அனுப்பியிருந்தார். அதில் சுக்லா ராஜஷை பகுதியைச் சேர்ந்த ஜமீந்தார் மஹா ராணி பவானி என்பவர் ஜெயராம நியாய பஞ்சனன் என்பவருக்கு இந்துக் கல்விமையம் ஒன்றை நிர்வகிக்க மாத மானியமாக ஐந்து ரூபாய் தந்திருக்கிறார். ஜெய ராமனின் மகனான காளிகாந்த சர்மாவுக்கு அதே மானியத்தைத் தொடர்ந்து தரும்படிக் கேட்டு கலெக்டர் வருவாய்த்துறைக்கு விண்ணப்பித்திருந்தார். ஜெயராமருக்கு அந்த

மானியம் தரப்பட்டது உண்மைதான். 1796-ல் இருந்த கலெக்டரும் அதை உறுதிப்படுத்தியிருக்கிறார். காளிகாந்த சர்மா நன்னடத்தை கொண்டவர். ஒரு கல்விமையத்தை நிர்வகிக்கும் தகுதி உடையவர் என்று அந்தக் கடிதத்துடன் கூடவே கலெக்டர் தனது பரிந்துரையையும் அனுப்பி இருந்தார். வருவாய்த்துறை அந்தக் கடிதத்தை அரசுக்கு அனுப்பி வைத்திருக்கிறது.

1811லேயே அந்த மானியம் காலாவதி ஆகிவிட்டது என்றும் விண்ணப்பதாரருக்கு அன்றைக்கு கல்விமையத்தை நிர்வகிக்கும் தகுதி இருந்திருக்கவில்லை என்றும் அரசு பதில் அனுப்பியது. கூடவே, பொதுவாக, கல்விக்கு என்று கொடுக் கப்பட்ட அரசு உதவித்தொகைகள் அந்தக் கடமைக்காகச் செலவிடப் படவில்லையென்றால் அத்தகைய மானியங்களைத் தொடர்ந்து தரவேண்டாம் என்று அரசு முடிவெடுத்திருக்கிறது. ஆனால், வருவாய்த்துறை ஆய்வுசெய்து சமர்ப்பிக்கும் அறிக்கைகளைப் பார்த்து அரசு கல்விக்கான உதவித்தொகைகளை மகிழ்ச்சியுடன் தொடர்ந்து தரத் தயாராகவே இருக்கிறது. அந்த வகையில் இப்போதைய உங்கள் விண்ணப்பத்தை சாதகமான முறையில் பரிசீலிக்கும்படி அரசுக்கு விண்ணப்பித்திருக்கிறோம் என்று பதில் அனுப்பியது. இந்த உத்தரவாதத்தைத் தொடர்ந்து அரசு காளிகாந்த சர்மாவுக்கு ஊக்கத் தொகையைத் தொடர்ந்து தர முன்வந்தது. 1821-ல் அவர் இறந்ததைத் தொடர்ந்து அவருடைய சகோதரர் சந்திர சிவ நியாயாலங்காரருக்கு அந்த உதவித்தொகை அதே அரசு அதிகாரியால் கிடைக்கப்பெற்றிருக்கிறது. சந்திர சிவன் ஏழு மாணவர்களுக்குக் கல்வி தந்திருக்கிறார். அதில் ஐந்து பேர் அவருடைய வீட்டிலேயே தங்கியிருந்து படித்திருக்கிறார்கள்.

1822 ஜூலையில் முர்ஷிதாபாத் கலெக்டர் வருவாய்த்துறைக்கு ஒரு கடிதத்தை முன்மொழிந்து அனுப்பியிருந்தார். அதில், சோலாபூர் என்ற இடத்துக்கு அருகில் வியாசபுரியில் ஓர் இந்துக் கல்விமையம் இருக்கிறது. அதை நிர்வகிக்க 1793 அரசு ஆணைப்படி ராமகிஷோர் சர்மா என்பவருக்கு மாத மானியம் ஐந்து ரூபாய் தரப்பட்டு வந்தது. அவர் இறந்ததைத் தொடர்ந்து அந்த மானியத்தை அவருடைய மகனான கிருஷ்ணநாத நியாய பஞ்சனன் என்பவருக்குத் தொடர்ந்து தரவேண்டும் என்று பரிந்துரைத்திருந்தார். கிருஷ்ணநாதர் அந்த உதவித்தொகை பெற வாரிசு உரிமை கொண்டவர் என்றும் கல்விமையத்தை நிர்வகிக்கும் தகுதி உடையவர் என்றும் கலெக்டர் தெரிவித்திருந்தார். அதைத் தொடர்ந்து ராம கிஷோர் சர்மாவுக்குத் தரப்பட்ட மானியத்தை கிருஷ்ண நாதருக்குத் தரச் சொல்லி அரசு உத்தரவு பிறப்பித்தது.

பீர்போம் (பக் 98 - 100)

இந்த மாவட்டத்தில் கல்விமையங்கள் குறித்து எந்த அரசுக் குறிப்பும் இல்லை. ஹேமில்டன் இது குறித்து எதுவும் எழுத வில்லை. பொதுக்குழு கேட்டுக்கொண்டதற்கு இணங்க ஆய்வு கள் மேற்கொண்ட உள்ளூர் அரசுப் பிரதிநிதி ஓர் அறிக்கை அனுப்பி யிருந்தார். அதில் இளைஞர்களுக்குக் கல்வி தரும்படியாக அரசுப் பள்ளிகளோ தனியார் கல்விமையங்களோ எதுவும் இங்கு இல்லை என்று குறிப்பிட்டிருக்கிறார். அதாவது ஆரம்பப் பள்ளிகளும் இல்லை உயர்கல்விமையங்களும் இல்லை என்று அவர் சொன்னதாகப் புரிந்துகொள்கிறேன். இந்த அறிக்கை தவறென்று நான் சொல்ல முடியாது. ஏனென்றால் அந்த அரசுப் பிரதிநிதி உதவித் தொகை கொடுத்து ஊக்கப்படுத்தும் நிலையில் ஏதேனும் கல்விமையம் அங்கு இருக்கிறதா என்று மிகுந்த சிரமமெடுத்து தகவல்களைத் தேடிச் சேகரித்திருக்கிறார். எனினும் அக்கம்பக்கத்து மாவட்டங்களில் பள்ளிகள் இருக்கின்றன. முப்பது இந்துக்களுக்கு ஒரு இஸ்லாமியர் என்ற விகிதத்தில் மக்கள் தொகை இருக்கிறது. எனினும் இங்கு இந்துப் பள்ளிகள் எதுவும் இல்லை என்பது மிகுந்த ஆச்சரியத்தையே தருகிறது.

1820 சரபந்த என்ற இந்து ஒருவர் வைத்தியநாதர் கோவிலின் தலைமைப் பூசாரியாகத் தன்னை நியமிக்கவேண்டும் என்றும் அந்தக் கோவிலில் இருந்து கிடைக்கும் வருமானமான 5000 ரூபாயை அந்த மாவட்டத்தில் இருக்கும் ஒரு புதிய பள்ளிக்கூடம் அமைப்பதற்கான மானியமாக அரசுப் பிரதிநிதி மூலம் கொடுக்க சம்மதமென்றும் ஒரு விண்ணப்பம் அனுப்பியிருந்தார். இது தொடர்பான அரசுக் கடிதங்களில் இருந்து அவர் அந்தப் பணத்தை அரசுக்கு அனுப்பியிருப்பது தெரியவருகிறது. ஒரு பள்ளிக்கூடம் அமைப்பதோடு சூரி பகுதியில் ஒரு குளம் வெட்டித் தருவதாகவும் அந்தக் கடிதத்தில் உறுதியளித்திருந்தார். அந்த விண்ணப்பம் நிராகரிக்கப்பட்டது. தனது உரிமையை நீதிமன்றத்தில் நிரூபிக்கத் தயாராக இருப்பதாக சரபந்த தெரிவித்தார். ஆனால், அதுவும் ஏற்கப்படவில்லை.

அந்தக் கோவிலின் வருமானம் கல்விப் பணிக்கு மட்டுமே செலவிடப்படவேண்டும் என்று பீர்போம் கலெக்டர் நினைத்திருக் கிறார். ஆனால், எந்த அடிப்படையில் அந்த முடிவுக்கு வந்தார் என்பது தெரியவில்லை. பக்தர்கள் தாராளமாக வழங்கும் காணிக்கை யிலிருந்து ஆண்டு வருமானமாக அந்த கோவிலிலுக்கு சராசரியாக ரூ 30,000 கிடைக்கும் என்று ஒரு அறிக்கை தெரிவிக்கிறது. 1822

அரசுக் குறிப்பு ஒன்றின் படி அந்தக் கோவிலின் சொத்துமதிப்பு ரூ 1,50,000. குறிப்பிட்ட ஒரு குறிப்பு இரண்டு மாதங்களில் ரூ 15,000 வருமானம் கிடைத்ததாகத் தெரிவிக்கிறது. ஆனால், பக்தர்கள் அதிகமாக வரக்கூடிய இரண்டு மாதங்களின் வருமானமா என்று குறிப்பிடவில்லை. இப்போது அந்தக் கோவிலின் செலவு என்பது துறவிகளுக்கும் பக்தர்களுக்கும் செலவிடப்படுவதாகத் தெரிகிறது.

பல்வேறு மதக் கடமைகளை நிறைவேற்ற என்று தானமாகத் தரப்பட்ட நிலங்கள் குறித்து கலெக்டர் ஒரு அறிக்கை அளித்திருக் கிறார். அந்த நிலங்களில் இருந்து கிடைக்கும் வருவாயானது எந்த மதக் கடமைகளுக்காகத் தரப்பட்டதோ அதற்குச் செலவிடப் படவில்லையென்றும் உரிமையே இல்லாதவர்களால் அவை அனுப விக்கப்பட்டு வருவதாகவும் குறிப்பிட்டிருக்கிறார். இந்த மானியங்கள் கல்விக்கு ஒதுக்கப்பட்டிருப்பதாகவும் குறிப்பிட்டிருக்கிறார். ஆனால், எந்த அடிப்படையில் அப்படிச் சொன்னார் என்று தெரியவில்லை. பொது நில ஆவணங்களில் இருந்து இந்த நிலங்கள் தொடர்பான தகவல்கள் பெறப்பட்டிருக்கின்றன. அவற்றை முழுமையாக நான் இந்தக் கடிதத்துடன் இணைத்திருக் கிறேன். 22 பர்கணாக்களில் 8,348 பீகாகள் இருக்கின்றன. அதில் 39 தேவதான நிலங்கள் அல்லது மவுஸாக்கள் இருக்கின்றன. நாஸர் நிலங்கள் மொத்தம் 16,331 பீகாக்கள். சிராகி நிலங்கள் 5086 பிகாக்கள். பிரோதர் நிலங்கள் 1015 பிகாக்கள். மூர்ஷிதாபாத்தில் இருந்து பீர்போமுக்கு சமீபத்தில் மாற்றப்பட்ட 15 எஞ்சிய பர்கணாக்களில் தேவதான நிலங்கள் 1934 பிகாக்கள். 39 கிராமங்கள் நீங்கலாக பிரோத்தர் நிலங்கள் 162 பிகாக்கள் என மொத்தம் 32, 877 பிகாக்கள். மானிய நிலங்களின் பல்வேறு வகைகளைக் குறிப்பிடப் பயன்படுத்தப்படும் வெவ்வேறு வார்த்தைகளைக் குறித்து விரிவான விளக்கம் தந்திருக்கிறேன். அந்த மானியங்கள் அனைத்தையும் இங்கு குறிப்பிட்டிருக்கிறேன். ஏனென்றால் ஏதோ ஒரு காரணத்தினால் அந்த மானியங்கள் கல்விப் பணிக்கும் தரப்பட்டிருக்கும் என்று முந்தைய அரசுப் பிரதிநிதி குறிப்பிட்டிருப்பதால் விரிவாகக் குறிப்பிட்டிருக்கிறேன். ஆனால், நான் அந்தக் கருத்தை முழுவதுமாக ஏற்கவில்லை. அது உண்மையாக இருந்தால், அதைச் சட்டபூர்வமாக நாம் அங்கீகரித்துவிடலாம். என்னைப் பொறுத்தவரையில் அவையெல்லாம் மதக் கடமைக்கான வையே. கல்வியும் ஒரு மதக்கடமையே என்று எடுத்துக்கொண்டு அந்த மானியம் யாருக்குத் தரப்பட்டிருக்கின்றதோ அவர்களின் சம்மதத்தோடு அவற்றைக்கல்விக்கு ஒதுக்கலாம். ஆனால், அவர்களின் சம்மதம் இல்லை யென்றால் அதைக் கல்விக்குப் பயன்படுத்துவது முறையாகாது. தேசிய அளவில் அனைவருக்குமான கல்வி என்ற பெரிய லட்சியத்தை முன்னெடுக்கும் வேளையில் மக்களின் மத

உணர்வுக்கு எதிராக ஏதேனும் செய்வது புத்திசாலித்தனமான காரியமாக இருக்காது.

ராஜஷை (RAJSHAHY) *(பக் 103 - 104)*

இந்த மாவட்டத்தில் இந்துக் கல்விமையங்கள் இருக்கின்றன என்பதில் எந்த சந்தேகமும் இல்லை. ஆனால், இரண்டைத்தவிர வேறு எந்தக் கல்விமையத்துக்குமே அரச உதவி எதுவும் தரப்படவில்லை. 1813-ல் ராஜஷை பகுதியின் கலெக்டர் வருவாய்த் துறைக்கு ஒரு கடிதத்தை முன்மொழிந்திருந்தார். காசீஸ்வர வாசஸ்பதி, கோவிந்தராம் ஸ்ரீ மற்றும் ஹேராம் சர்ம பட்டாச்சார்யஜி ஆகியோர் அந்தக் கடிதத்தை எழுதியிருந்தனர். அதில் அவர்கள், தமது தந்தை ராணி பவானியிடமிருந்து கல்லூரி ஒன்றை நடத்த ஆண்டு உதவித்தொகையாக 90 ரூபாய் பெற்றிருக்கிறார்; அவர் இறந்ததைத் தொடர்ந்து அந்த உதவித் தொகை அவர்களுடைய மூத்த சகோதரருக்கு அவர் இறப்பதுவரை தரப்பட்டிருக்கிறது. அன்றிலிருந்து அந்தக் கல்விமையத்தை அவர்கள் தொடர்ந்து நடத்தி வந்திருக்கிறார்கள் என்பதால் அந்த மானியத்தைத் தொடர்ந்து தரவேண்டும் என்று கேட்டுக்கொண்டிருந்தனர்.

கலெக்டர் அந்த விண்ணப்பத்தை அங்கீகரித்து வேறு சில விஷயங்களும் குறிப்பிட்டிருந்தார். அதாவது காசீஸ்வர் நத்தோர் பகுதியில் ஒரு கல்விமையத்தை நிர்வகிப்பதாகவும் அவருடைய சகோதரர்கள் வேறு இரண்டு பள்ளிகளை நிர்வகிப்பதாகவும் தெரிவித்திருக்கிறார். விண்ணப்பதாரர் கல்வித் தகுதி உடையவர் என்றும் கல்வியை இலவசமாகத் தந்து வந்திருக்கிறார் என்றும் கலெக்டர் சான்று வழங்கியிருந்தார்.

நிறைய மாணவர்கள் வந்து தங்கியிருந்து கல்வி கற்றிருக்கிறார்கள். நத்தோர் பகுதியில் அவரைத் தவிர வேறு ஆசிரியர்கள் யாருமே இல்லை. அவருக்கு வேறு நிதி ஆதாரம் எதுவும் இல்லை; அரசு அவருக்கு முன்பு மானியம் வழங்கியிருப்பது உண்மைதான். எனவே, அந்த உதவித்தொகையைத் தொடர்ந்து தருவது மக்களுக்கு நன்மையே தரும் என்று வருவாய்த்துறை அரசுக்குத் தனது பரிந்துரையில் குறிப்பிட்டது. மேலும் அவருடைய வாரிசுகள் அந்தக் கல்விமையத்தைத் திறம்பட நிர்வகித்து வருகிறார்கள். பிரிட்டிஷ் அரசு பிரதிநிதியின் மேற்பார்வையின் கீழ் அந்தக் கல்விமையத்தைத் தொடர்ந்து நிர்வகிக்கத் தயார் என்றால் அவர்களுக்கு அந்த உதவித்தொகையைத் தரலாம் என்று வருவாய்த்துறை கேட்டுக் கொண்டது. அதைக் கேட்டு திருப்தியுற்ற வங்காள அரசு ஆண்டுக்கு 90 ரூபாய் மானியத்தை வருவாய்த்துறையின் ஆலோசனையை நிறைவேற்றவேண்டும் என்ற நிபந்தனையுடன் தந்தது.

ரங்கபூர் (பக் 106 - 107)

இந்த மாவட்டத்தின் கல்வி பற்றிக் குறிப்பிடும் ஹேமில்டன் ஒருசில பிராமணர்களுக்கு பஞ்சாங்கம் கணிக்கும் அளவுக்கு வான சாஸ்திரம் தெரிந்திருக்கிறது என்று குறிப்பிட்டிருக்கிறார். ஐந்து அல்லது ஆறு பண்டிதர்கள் ஆகமம் அல்லது மந்திரங்கள் கற்றுத் தருகிறார்கள். ஜோதிடம், கைரேகை பார்த்தல் போன்றவற்றையும் கற்பிக்கிறார்கள். பிந்தையதே உயர் அறிவியலாகக் கருதப்படுகிறது. அது புனிதமான பிரிவினரால் மட்டுமே செய்யப்படுகிறது. முஹமதியர்களில் இந்த விஷயங்களில் கற்றுத் தேர்ந்தவர்கள் யாரும் இல்லை என்பதால் இந்துக்களையே இந்த விஷயத்தில் நாடுகிறார்கள்.

அந்த அறிக்கையில் இடம்பெற்றிருக்கும் குறிப்புகள் சரியானவை அல்ல. ஆகம சாஸ்திரம் உண்மையில் ஜோதிடத்தையும் கை ரேகையையும் சொல்லித்தருவது அல்ல. நவீன இந்துமதத்தின் சடங்காசாரங்களைச் சொல்லித் தரக்கூடிய துறை. மேலும் இந்தப் பள்ளிகளில் வேறு விஷயங்களும் கற்றுத் தரப்படுகின்றன.

அந்த அறிக்கையில் இருந்து மேலும் பல விவரங்கள் தெரிய வருகின்றன. அந்த மாவட்டத்தில் இருக்கும் 9 துணைப் பிரிவுகளில் 41 சமஸ்கிருதப் பள்ளிகள் இருக்கின்றன. ஒவ்வொன்றிலும் ஐந்தில் இருந்து 25 மாணவர்கள் படித்திருக்கிறார்கள். இலக்கணம், பொது இலக்கியம், மொழியியல், சட்டம், புராண செய்யுள்கள், வான சாஸ்திரம், ஆகம சாஸ்திரம் ஆகியவை கற்றுத்தரப்பட்டன. 35 வயது வரை படிக்கிறார்கள். சிலர் 40 வயது வரை கூடப் படிக்கிறார்கள். அனைவருமே பிராமண மாணவர்களே. அந்த மாணவர்களுக்குப் பல வகைகளில் உதவிகள் கிடைக்கின்றன. ஆசிரியர் பல உதவிகள் செய்து தருகிறார். திருவிழாக்கள், வீட்டு விசேஷங்களுக்கு அழைக்கப்படும்போது அவர்களுக்கு நிறைய தானங்கள் கிடைக்கின்றன. மூன்றாவதாக அந்த மாணவர்களின் உறவினர்களிடம் இருந்து பல உதவிகள் கிடைக்கின்றன. இவை எதுவும் போதுமானதாக இல்லையென்றால் நான்காவதாக அந்த மாணவர்கள் யாசகம் கேட்டும் தமது தேவைகளைப் பூர்த்தி செய்துகொள்கிறார்கள். ஆசிரியர்கள் தமது சொந்த பணத்தில் இருந்து மாணவர்களுக்கு உதவுகிறார்கள். அல்லது விசேஷ நாட்களில் அவர்களுக்குக்கிடைக்கும்தானதருமங்களில்இருந்து உதவுகிறார்கள். அல்லது அரசிடமிருந்து கிடைக்கும் சிறிய ஊக்கத்தொகை மூலம் உதவுகிறார்கள். குறைந்தது பத்து ஆசிரியர்களுக்கு சிறிய ஊக்கத் தொகை கிடைக்கிறது. ஒருவருக்கு பிரம்ம தான நிலமாக 25 பிகாக்கள் இருக்கின்றன. இன்னொருவருக்கு லாகிராஜ் நிலமாக 176 பிகா

நிலம் இருக்கிறது. பிறருக்குக் கிடைத்திருக்கும் நில மானியங்கள் பற்றிய விவரங்கள் கிடைக்கவில்லை. ஆனால், எதுவும் குறிப்பிடப் படவில்லையென்றால் அவை பிரம்ம தான நிலமாக இருக்கும்.

பள்ளிக்கூடம் அமைந்திருக்கும் நிலத்துக்கு உரிமையாளர் பண்டிதருக்கு ஆண்டு நன்கொடையாக 32 ரூபாய் தந்திருக்கிறார். வேறொரு இடத்தில் மாத ஊக்கத் தொகையாக ஐந்தில் இருந்து எட்டு ரூபாய் கொடுத்திருக்கிறார். வேறொரு இடத்தில் ஆசிரியர் பள்ளியிலேயே வசித்திருக்கிறார். அதோடு அந்த நிலத்தின் உரிமை யாளரான ஜமீந்தாருக்கு குடும்பப் புரோகிதராகவும் இருந்திருக்கிறார்.

தினாஜ்பூர் (பக் 112 -114)

இந்த மாவட்டத்தின் 22 துணைப் பிரிவுகளில் 15-ல் எந்தக் கல்விமையமும் இல்லை. எஞ்சிய ஏழில் 16 பள்ளிகள் மட்டுமே இருக்கின்றன. பெரும்பாலான ஆசிரியர்களுக்கு நில மானியங்கள் இருக்கின்றன. அதில் கிடைக்கும் வருமானம் அவர்களுடைய வாழ்வா தாரத்துக்கும் மாணவர்களை கவனித்துக் கொள்ளவும் போதுமானதாக இருக்கிறது. மேலும் ஊரில் வசிக்கும் மரியாதைக்குரிய அனைத்து இந்துக்களிடமிருந்தும் தான தருமங்களும் இந்த ஆசிரியர்களுக்குக் கிடைக்கின்றன. ஆனால், இந்த நிலங்களை மானியமாகப் பெற்றவர்கள் யாருக்கும் கல்விமையம் நடத்த வேண்டும் என்று எந்த நிர்பந்தமும் கிடையாது. மேலும் ஏதேனும் செல்வாக்கு மிகுந்த ஆசிரியருக்கு மிகப் பெரிய மானியங்கள் கிடைத்தாலும் அவருடைய வாரிசுகளுக்கு அந்தச் சொத்துகளில் உரிமை உண்டே தவிர கல்வியைத் தொடர்ந்து தந்தாகவேண்டும் என்ற நிர்பந்தம் எதுவும் கிடையாது. எந்தவொரு கல்விமையத்தையும் நடத்தாமலேயே அவர்களுக்கு பண்டிதர் பட்டத்தை தக்க வைத்துக் கொள்ள முடியும். அல்லது அந்தச் சொத்தை இழக்காமலேயே சற்று தரம் குறைந்த உலகாயதப் பணிகளில் ஈடுபடவும் முடியும்.

ஆனால், பிராமணர்களின் கண்ணிய நடத்தையைப் பொறுத்த வரையில் அப்படியான அலட்சிய மனோபாவம் அவர்களில் இருப்ப தில்லை. குடும்பத்தில் ஏதேனும் ஒரு வாரிசு கல்விப் பணிகளைத் தொடர்ந்து நடத்திவருவது வழக்கம். பிற மகன்கள் வேறு பணிகளில் தமது விருப்பம் போல் ஈடுபட்டுக்கொள்வார்கள்.

இப்படியான ஒரு அமைப்பு அது என்னதான் சுதந்தரமானதாகத் தோன்றினாலும் ஒவ்வொரு பண்டிதருடைய திறமை என்னவாக இருந்தாலும் கல்விப் பணிகள் தொடர்ந்து ஆனால், மெதுவாகக் கட்டாயம் நடக்கும் என்ற நிலை இருந்தது. ஆசிரியருக்குக் கிடைக்கும் பரோபகார உதவிகள் கிடைக்காமல் போனால் கல்விமையம் மூடப்படும் நிலையும் இருந்தது.

ஆரம்பப் பள்ளிகளில் அடிப்படைப் பாடங்களைப் படித்த பிறகு மாணவர்கள் சுமார் 12 வயதில் சமஸ்கிருதக் கல்வியை ஆரம்பிக்கிறார்கள். வங்காளத்தின் பிற பகுதிகளைப் போலவே இங்கும் இலக்கணம், சட்டம், தத்துவம், வேதங்கள், இறையியல், நவீன இந்து மதத்தின் சடங்கு சம்பிரதாயங்கள், வான சாஸ்திரம் கூடவே மருத்துவம் அல்லது மந்திர தந்திரங்கள் போன்றவை கற்றுத் தரப்பட்டன.

வைத்தியர்கள் அல்லது மருத்துவ குலத்தினர் சில நேரங்களில் செல்வந்த காயஸ்தர்கள் போன்றோர் சமஸ்கிருத இலக்கியம் கற்க அனுமதிக்கப்பட்டிருக்கின்றனர். அதேநேரம் புனிதமானதும் தெய்விக மூல ஆதாரங்களைக் கொண்டதுமான விஷயங்களைக் கற்பதில் இருந்து விலக்கி வைக்கப்பட்டிருந்தனர். சமஸ்கிருத கல்வி அனைவருக்கும் தரப்படாதது தேசத்தில் பொதுவாக நிலவும் அறியாமை அதிகரிக்க வழிவகுத்திருக்கும் என்று சொல்லப்படுகிறது. இது எந்த அளவுக்கு உண்மை என்பது தெரியவில்லை. ஆனால், அதைக் கற்கும் உரிமை பெற்ற குழுவினருக்கு பிறரைவிட சமூகத்தில் கணிசமான ஆதாயங்கள் இருந்தன என்பதை மறுக்க முடியாது என்று டாக்டர் புக்கனன் தெரிவித்திருக்கிறார்.

பொதுவாக பிராமணர்கள் பிற இந்துக்களைவிட கூடுதல் புத்திசாலித்தனமும் திறமையும் கொண்டவர்களாக இருக்கிறார்கள். அவர்களிடம் கெட்ட பழக்கங்கள் குறைவாகவே இருக்கின்றன. கல்வி அறிவு பெற்றவர்கள் தமது நற்குணங்களை அதிகமும் வெளிப்படுத்தும் நிலையில் இருப்பார்கள். எல்லா இடங்களைப் போலவே இங்கும் கல்விப் பயிற்சிக்கும் ஒழுக்கத்துக்கும் இடையில் எந்த நேரடி சம்பந்தமும் இல்லை என்றாலும் கல்வி மீதான ஈடுபாடு ஒருவருடைய ஒழுக்க நடத்தைகளில் ஒருவித முன்னேற்றத்தைக் கொண்டுவரத்தான் செய்கிறது. ஒரு மனிதனை நல்வழிப்படுத்தும் பல்வேறு வழிகளில் ஒன்றை நாம் முழுவதுமாக நிராகரிக்கத் தேவையில்லை. நமது புரிதலுக்கு அப்பாற்பட்டதாக இருந்தபோதிலும் அனுபவங்கள் அவற்றின் தேவையை நிலை நிறுத்தியிருக்கின்றன. மேலும் அதுவே இந்த மண்ணின் ஆதார அம்சமாகவும் இருந்திருக்கிறது. இந்த தேசத்தைப் பல்வேறு அழிவுகள், முறைகேடுகள், அறியாமை, ஏழ்மை எனப் பலவற்றில் இருந்து காப்பாற்றியும் இருக்கிறது.

இந்த பிராந்தியத்தில் அரபுமொழி கற்றுக்கொடுக்கும் பள்ளியோ முஹமதியப் பள்ளியோ எதுவும் இருப்பதாகத் தெரியவில்லை. மிக அதிக அளவில் முஸ்லிம்கள் இந்த மாவட்டத்தில் வசிக்கும் நிலையிலும் இப்படியான நிலைமை ஆச்சரியமாகவே இருக்கிறது.

ஒரு சில முஹமதிய புரோகிதர்கள் குர்ரானில் இருந்து சில பகுதிகளை சில குறிப்பிட்ட சடங்குகளின் போது வாசிக்கிறார்கள். எனினும் அவர்களில் சொற்ப விகிதத்தினருக்கு மட்டுமே ஓரளவுக்கு அந்த மொழி தெரியும் என்றும் மற்றவர்கள் எல்லாம் பொருள் எதுவும் புரியாமலேயே மனப்பாடமாக அதை உருப்போட்டு வைத்திருக்கிறார்கள் என்றும் புக்கனனிடம் தெரிவித்திருக்கிறார்கள்.

பர்னேயா (பக் 119- 122)

இந்த மாவட்டத்தில் 119 பள்ளிகள் இருப்பதாகவும் ஒவ்வொன்றும் ஒவ்வொருவிதமான முக்கியத்துவத்தைப் பெற்றிருப்பதாகவும் டாக்டர் புக்கனன் தெரிவித்திருக்கிறார். இலக்கணம், சட்டம், தர்க்கம், வான சாஸ்திரம் மற்றும் நவீன சடங்கு ஆசாரங்கள் ஆகியவை கற்றுத்தரப்பட்டிருக்கின்றன. கடைசி இரண்டைக் கற்றுத்தரும் ஆசிரியர்கள் கற்றறிந்தவர்களாகச் சொல்லப்படுகிறார்கள் என்றாலும் முந்தைய பாடங்களைக் கற்றுத் தருபவர்களைவிட மரியாதை குறைந்தவர்களாகவே மதிக்கப்படுகிறார்கள். மிகவும் உயர்ந்தவர் களாக மதிக்கப்படுபவர்கள் கூட மேலோட்டமான திறமைகள் கொண்டவர்கள் மட்டுமே.

மாணவர்கள் பற்றி கல்வியில் அக்கறை குறைந்தவர்களாகவும் நீண்ட விடுப்புகள் எடுப்பவர்களாகவும் குறிப்பிடுகிறார். பருனே பகுதியில் இருந்து பல மாணவர்கள் வெளியூர்களுக்குச் சென்று கல்வி பெறுவதுபோலவே வெளியூர்களில் இருந்தும் பலர் இங்கு வந்து கல்வி பெறுகிறார்கள். எந்த பண்டிட்டிடமும் எட்டுப் பேருக்கு மேல் கல்வி பெறவில்லை. ஒவ்வொரு ஆசிரியரிடமும் பத்துப் பேர் படித்தார்கள். முறையான ஆசிரியர்கள் மற்றும் பண்டிட்கள் என இரு பிரிவினரையும் சேர்த்து இங்கு 247 பேர் இருக்கிறார்கள். அவர்கள் அந்தப் பட்டத்துக்குப் பொருத்தமானவர்களா என்பது சந்தேகத்துக்குரியதுதான். சுமார் 1800லிருந்து 1900 பேர் தம்மை பண்டிட்கள் என்று சொல்லிக்கொள்கிறார்கள். ஆனால் அவர்கள் உண்மையான பண்டிட்களிடமிருந்து வேறுபடுத்திக் காட்டும் நோக்கில் தாசகர்மாக்கள் (Dasakarma) என்று அழைக்கப்படுகிறார்கள். அவர்கள் சூத்திரர்களுக்கு புரோகிதர்களாக இருக்கிறார்கள். மேற்குப் பகுதிக்குச் செல்லச் செல்ல அவர்கள் மேலும் கீழான சாதியினருக்கும் புரோகிதம் செய்கிறார்கள். அந்தப் பகுதிகளில் ஒருசிலருக்கே எழுதப் படிக்கத் தெரியும். எனினும் புராண செய்யுள்களை அவர்களுக்குப் புரிந்துகொள்ள முடியும். பிரார்த்தனைப் பாடல்களை மனப்பாடம் செய்து வைத்திருக்கிறார்கள். அதைவைத்து பூஜை புனஸ்காரங்களை செய்ய அவர்களால் முடியும். கிழக்குப் பகுதிகளிலும் ஒருவகை பிராமணர்கள் சூத்திரர்களில் தாழ்ந்த சாதியினருக்கு புரோகிதம் செய்கிறார்கள். அவர்களுடைய அறிவுத்திறம் தாசகர்மாக்களுக்கு

இணையானதுதான். சூத்திரர்களில் உயர்பிரிவினருக்கு புரோகிதம் செய்யும் தாசகர்மாக்களுக்கு வாசிக்கத் தெரியும். பிரார்த்தனை புத்தகத்தில் இருந்து படிக்கவும் தெரியும். அவர்களில் ஒருசிலர் தேர்ந்த ஆசிரியர்களிடம் ஓரிரு வருடங்கள் கல்வி பெற்றிருப்பார்கள். இலக்கணம், சட்டம் முதலியவை பற்றி அடிப்படைப் புரிதல் இருக்கும். அவர்களில் ஒருசிலருக்கு அவர்கள் வாசிக்கும் சடங்கு ஸ்லோகங்களுக்குப் பொருளும் புரியும். ஒருசிலருக்குக் கை ரேகை பலன் பார்க்கவும் தெரியும். தென்கிழக்குப் பகுதியில் வசிக்கும் மருத்துவர் குலத்தைச் சேர்ந்த ஒருசிலருக்கு புனித நூல்களுடனான பரிச்சயமும் உண்டு.

கவுர் என அழைக்கப்படும் பழைய பிராந்தியம் மற்றும் காசிக்கு மேற்குப் பகுதியில் அமைந்திருக்கும் சிறிய பகுதி என மாவட்டத்தின் இரண்டு மூலைகளில் மட்டுமே அறிவியல் பாடங்களில் பயிற்சி தரப்பட்டது. முந்தைய பகுதியில் அந்தப் பயிற்சி கிடைக்க அங்கிருக்கும் அரசு அதிகாரி ஒருவர் காரணம். அவருக்கு அந்தப் பகுதியில் ஏராளமான நிலபுலன்கள் இருந்தன. டாக்டர் புக்கனன் ஆய்வு மேற்கொண்ட நேரத்தில் கூட அவரிடம் கணிசமான நிலங்கள் இருந்தன. அந்த அதிகாரி ஆறு பண்டிட்களை கல்வி கற்றுத்தர நியமித்திருந்தார். அவர்களுக்கு நிலங்கள் நீங்கலாக வேறு ஊக்கத்தொகைகளும் கொடுத்தார். அந்த பண்டிட்கள் அந்தப் பகுதியில் இருந்த பிற ஆசிரியர்களைவிட உயர்வாக ராஜ் பண்டிட் என்று மதிக்கப்பட்டார்கள். அங்கிருந்த 31 பண்டிட்கள் இலக்கணம், சட்டம், புராணச் செய்யுள்கள் போன்றவற்றைக் கற்றுத் தந்தனர். தர்க்க சாஸ்திரமும் தத்துவமும் கற்றுத் தரப்படவில்லை. அதுபோலவே வான சாஸ்திரமும் மந்திர தந்திரங்களும் கற்றுத் தரப்படவில்லை.

மாவட்டத்தின் மேற்குப் பகுதியில் 33 ஆசிரியர்கள் இருந்தனர். அங்கு ஜோதிடமும் தத்துவமும் கற்றுத் தரப்பட்டது. புராணச் செய்யுள்களும் மந்திரங்களும் கற்றுத் தரப்படவில்லை. தர்பங்கா ராஜாக்களுக்குத்தான் அந்தப் பகுதி சொந்தம் என்பதால் அந்தப் பகுதியில் இருந்த ஆசிரியர்களுக்கு அவரே புரவலராக இருந்திருக்கிறார். ஆனால், அந்த உதவிகளால் பெரிய நன்மைகள் எதுவும் கிடைத்திருக்கவில்லை. ஏனென்றால் அந்த 31 பண்டிதர்களில் எட்டுப் பேருக்கு மட்டுமே அந்தக் கல்வித் துறைகளில் நல்ல தேர்ச்சி இருந்தது. தர்க்க சாஸ்திரத்தில் ஒருவருக்கும் இலக்கணத்தில் மூவருக்கும் ஜோதிடத்தில் நால்வருக்கும் புலமை இருந்தது. இவர்கள் அனைவருமே மிதிலை பண்டிட்கள்.

அங்கு கற்றுத் தரப்பட்ட பல்வேறு கல்விப் பிரிவுகள் பற்றிய தகவல்களையும் டாக்டர் புக்கனன் குறிப்பிட்டிருக்கிறார். 11 பண்டிட்கள் தத்துவத்தைக் கற்றுத் தந்திருக்கிறார்கள். அதில் ஆறு

பேர் ஒரே ஒரு பிரிவுப் பாடங்களை மட்டுமே கற்பித்திருக்கிறார்கள். ஒருவர் இலக்கணமும் சேர்த்துக் கற்றுத் தந்திருக்கிறார். இன்னொருவர் சட்டமும் கற்றுத் தந்திருக்கிறார். சட்டமும் கற்றுத் தந்த வேறு இருவர் ஸ்ரீமத் பகவத் கீதையும் கற்றுத் தந்திருக்கின்றனர். இன்னொரு ஆசிரியர் இவை அனைத்தையுமே கற்பித்திருகிறார். சட்டம் கற்றுத் தரும் ஆசிரியர்களின் எண்ணிக்கை 31க்குக் குறையாமல் இருந்தது. அதில் ஒருவர் அதை மட்டுமே கற்றுத் தந்திருக்கிறார். 20 ஆசிரியர்கள் கூடுதலாக வேறொரு பாடமும் கற்பித்திருக்கிறார்கள். 19 பேர் இலக்கணம் கற்றுத் தந்திருக்கிறார்கள். ஒருவர் தர்க்கமும் இன்னொருவர் தத்துவமும் சொல்லித் தந்திருக்கிறார்கள். எட்டு ஆசிரியர்கள் கூடுதலாக வேறு இரண்டு பாடங்கள் கற்றுத் தந்திருக்கிறார்கள். அதில் மூவர் இலக்கணமும் பாகவதமும் பயிற்றுவித்திருகிறார்கள். இருவர் தர்க்கம் மற்றும் தத்துவத்தோடு பாகவதமும் கற்றுத் தந்திருக்கிறார்கள். இருவர் இலக்கணம், நவீன சடங்கு சம்பிரதாயங்களும் கற்றுத் தந்திருக்கிறார்கள். ஒருவர் இலக்கணமும் வான சாஸ்திரமும், இருவர் இலக்கணம், தர்க்கம், புராணச் செய்யுள்கள் ஆகியவற்றையும் கற்றுத் தந்திருக்கிறார்கள்.

வேறொருவர் தர்க்க சாஸ்திரத்துக்கு பதிலாக சமகால மந்திரங்கள் கற்றுத் தந்திருக்கிறார். வான சாஸ்திரம் கற்றுக் கொடுத்த பதினோரு ஆசிரியர்களில் 10 பேர் வேறு எதுவும் கற்றுத் தரவில்லை. நவீன சடங்கு மந்திரங்களைக் கற்பித்த ஏழு பேரில் ஒருவர் அதை மட்டுமே கற்றுக்கொடுத்திருக்கிறார். இருவர் சட்டமும் கற்றுத் தந்திருக்கிறார்கள். மூவர் இலக்கணமும் புராணச் செய்யுள்களும் கற்றுத் தந்திருக்கிறார்கள். ஆறு பேர் இலக்கியத்தில் தேர்ச்சி பெற்றிருக்கிறார்கள். ஐந்து பண்டிட்கள் மட்டுமே இலக்கணம் மட்டுமே படிப்பித்திருக்கிறார்கள்.

மருத்துவக் கல்வி மற்றும் சிகிச்சைமுறை குறித்து டாக்டர் புக்கனன் சில தகவல்கள் தந்திருக்கிறார். மந்திரங்கள் மூலம் சிகிச்சை தரும் 26 வங்காள மருத்துவர்கள் இருந்திருக்கிறார்கள். 37 மருத்துவர்கள் மந்திரங்களுக்குப் பதிலாக மருந்துகளைக் கொடுத்து சிகிச்சை தருகிறார்கள். இவர்கள் தவிர ஐந்து முஹமதிய மருத்துவர்கள் இருக்கிறார்கள். அவர்கள் இந்து மருத்துவர்களை விட சற்று மேலானவர்களாக இருக்கிறார்கள். இரண்டு பிரிவினரின் மருத்துவ அடிப்படைகளும் கிட்டத்தட்ட ஒரே மாதிரியானவையே. கிரேக்க கலேயின் கோட்பாடுகளையே (school of Galen) அடிப்படையாகக் கொண்டிருப்பதாகத் தெரிகிறது.

மருத்துவர்களின் மாத வருமானம் 10-20 ரூபாய். அவர்கள் தமது மருத்துவக் கோட்பாடுகள், மருந்துத் தயாரிப்பு முறைகளை ரகசியமாகவெல்லாம் மறைத்து வைப்பதில்லை. வெளிப்படையாக

அனைவருக்கும் தெரியும் வகையிலேயே சிகிச்சை தருகிறார்கள். எனினும் இவர்களுக்கு மக்கள் மத்தியில் அதிக மரியாதை எதுவும் இல்லை. இவர்களில் பெரும்பான்மையானவர்கள் செல்வந்தர்களின் வீடுகளில் பணியாட்களாக வேலை செய்கிறார்கள். பலருக்கு எழுதப் படிக்கத் தெரியாது. வேறொரு பிரிவு மருத்துவர்கள் இருக்கிறார்கள். அவர்கள் மந்திரங்களைத் தவிர்த்து மூலிகைகளைப் பயன்படுத்துகிறார்கள். எந்த மருத்துவ நூல்களும் கிடையாது. பெரும்பாலானவர்களுக்கு எழுதப் படிக்கத் தெரியாது. சில குறிப்பிட்ட நோய்களுக்கு குறிப்பிட்ட மூலிகைகளைப் பயன்படுத்த சொல்லித் தரப்பட்டிருக்கும். டாக்டர் புக்கனன் அப்படியான 450 மூலிகை வைத்தியர்களைச் சந்தித்திருக்கிறார். இந்துக்களில் மட்டுமே இப்படியான வைத்தியர்கள் இருந்திருக்கிறார்கள். இவர்களுடைய சமூக மரியாதையும் குறைவுதான். ஒருசில மருத்துவர்கள் தோல் வியாதிகளுக்கு சிகிச்சை தருகிறார்கள். ஆனால், அவர்களும் கல்வியறிவு இல்லாதவர்கள்தான். எந்தவித அறுவை சிகிச்சையும் செய்வதில்லை. பெரும்பாலும் மூலிகை எண்ணெய்களை மட்டுமே மருந்தாகத் தருகிறார்கள். அறுவை சிகிச்சையில் வயதான பெண் ஒருவர் ஈடுபடுகிறார். வயிற்றில் இருக்கும் கற்களைப் பழங்கால முறைப்படி இவர் சிகிச்சை செய்து நீக்குகிறார்.

அரபுக் கல்வி இந்த மாவட்டத்தில் முழுவதுமாகப் புறக்கணிக்கப் பட்டிருப்பதாக டாக்டர் புக்கனன் கூறுகிறார். வெகு சிலருக்கு மட்டுமே குர்ஆன் அல்லது அரபு இலக்கணம், சட்டம் அல்லது இஸ்லாமிய இறையியல் குறித்துத் தெரிந்திருக்கிறது. இவற்றில் எதையும் கற்றுத்தரும் அளவுக்கு யாருக்குமே தேர்ச்சி இருந்ததாக புக்கனனுக்குத் தகவல் கிடைத்திருக்கவில்லை. மேலும் முஹலாய சட்டத்தைக் கற்றுத்தர நியமிக்கப்பட்ட ஒருவர்கூட அந்தத் துறையில் நல்ல தேர்ச்சி பெற்றிருப்பார் என்றோ இங்கிலாந்தின் கிராமப்புறத்தில் இருக்கும் சாதாரண வழக்கறிஞர் அளவுக்காவது கல்வி பெற்றிருப்பார் என்ற நம்பிக்கையோ தனக்கு இல்லை என்று டாக்டர் புக்கனன் தெரிவித்திருக்கிறார்.

III

பாரம்பரிய மருத்துவப் பயிற்சி பற்றி டபிள்யூ. ஆடம் (பக் 195 - 200)

ராஜஷை மாவட்டத்தின் மருத்துவ நடைமுறைகள் உள்ளூர் மக்களின் நலன்களோடு பிணைக்கப்பட்டுள்ளதாக இருப்பதால் அதைப் புறக்கணித்துவிட முடியாது. நான் ஆய்வு மேற்கொண்டு சேகரித்திருக்கும் தகவல்கள் அவற்றின் தன்மை மற்றும் தற்போதைய

நிலையைத் தெளிவுபடுத்துகின்றன. அந்த ஆய்வுத் தரவுகள் நிபுணத்துவத்தோடு சேகரிக்கப்பட்டுள்ளன. எனவே நிபுணத்துவத்தோடு தீர்மானங்கள் தீட்ட அவை மிகவும் அவசியம்.

நத்தோர் பகுதியில் மருத்துவ சிகிச்சை தந்தவர்களில் முன்னணியில் இருந்தவர்களின் எண்ணிக்கை 123. அவர்களில் 89 பேர் இந்துக்கள். 34 பேர் முஹமதியர்கள். வைத்ய பேல்காரியா பகுதியில் இருக்கும் மருத்துவப் பள்ளி முக்கியத்துவம் வாய்ந்ததாகும். எனக்குத் தெரிந்தவரை அப்படியான வேறு பள்ளி எதுவும் இந்தப் பகுதியில் இல்லை. வங்காளம் முழுவதிலும்கூட வெகு குறைவாகவே இருக்கின்றன. அங்கு மருத்துவக் கல்வி கற்றுத்தரும் இரண்டு ஆசிரியர்கள் இரண்டு செல்வந்தக் குடும்பத்தின் வீட்டு மருத்துவராகவும் இருக்கிறார்கள். கூடவே மக்களுக்கு அடிப்படை மருத்துவமும் செய்கிறார்கள். வீட்டு மருத்துவராக இருப்பதற்கு இளநிலை மருத்துவருக்கு மாதச் சம்பளமாக ரூ 25 தரப்படுகிறது. முதுநிலை மருத்துவருக்கு வெறும் 15 ரூபாய் மட்டுமே மாதச் சம்பளமாகத் தரப்படுகிறது. பொதுவாக யாருக்கேனும் உடல்நிலை குறைவாக இருக்கும்போது மட்டுமே அவருடைய சேவை பயன்படுத்திக் கொள்ளப்படுகிறது.

செல்வந்தக் குடும்பங்கள் என்று அவர்களைச் சொன்னது இந்தப் பகுதியில் இருக்கும் பிறருடன் ஒப்பிட்டுச் சொல்லப்பட்டதுதான். அங்கு பணி புரியும் மருத்துவருக்குக் கிடைக்கும் சொற்ப சம்பளத்தை வைத்துப் பார்த்தால் வேறுவிதமாகத்தான் சொல்ல வேண்டியிருக்கும்.

வேறொரு இடத்தில் அதாவது ஹஜ்ரா நத்தோர் பகுதியில் மூன்று இந்து மருத்துவர்கள் இருக்கிறார்கள். அவர்கள் மூவரும் பிராமணர்கள்; சகோதரர்கள். ஓரளவுக்கு சமஸ்கிருதம் தெரிந்தவர்கள். பேஜ்பார அமத்தி (*Bejpara Amhatti*) பகுதியில் இருந்தபோது சமஸ்கிருத இலக்கணம் கற்றிருக்கிறார்கள். அந்த மொழியில் எழுதப்பட்டிருக்கும் மருத்துவ நூல்களைப் படித்துப் புரிந்துகொண்டிருக்கிறார்கள். அவர்களில் மூத்தவர் 18 வயதில் இருந்தே மருத்துவ சிகிச்சை தந்து வருகிறார். இப்போது அவருக்கு 60 வயது ஆகிறது. ஓய்வு நேரங்களில் தனது மருமகன்களுக்கு அந்த வித்தையைக் கற்றுத் தருகிறார்.

சராசரி மாத வருமானமாக அவருக்கு ஐந்து ரூபாய் கிடைப்பதாகச் சொல்கிறார். அவரைவிட சற்று குறைவான முக்கியத்துவம் உடைய சகோதரருக்கு மூன்று ரூபாய் வருமானம் கிடைக்கிறது.

ஹரிதேவ் கலாஸி என்ற பகுதியில் நான்கு இந்து மருத்துவர்கள் இருக்கிறார்கள். மூன்றுபேர் மிகுந்த தேர்ச்சி பெற்றவர்களாகத் தெரிகிறார்கள். நான் அங்கு போயிருந்தபோது மூவருமே அங்கு இல்லை. எனவே, அவர்களுடன் பேசிப் பார்க்கும் வாய்ப்பு

கிடைக்கவில்லை. ஆனால், அக்கம்பக்கத்து நபர்கள் அவர்களுடைய மாத வருமானம் எட்டு, பத்து, பன்னிரண்டு என்று சொன்னார்கள்.

நத்தோர் பகுதியில் அதிகபட்சம் இரண்டு அல்லது மூன்று மருத்துவர்கள் மட்டுமே இருக்கிறார்கள். எஞ்சியவர்கள் அனைவரும் முறையான கல்வி பெற்றவர்கள் அல்ல. அவர்கள் படித்தவை எல்லாம் சமஸ்கிருத மருத்துவ நூல்களின் வங்காள மொழிபெயர்ப்புகள் மட்டுமே. அவை பிரதான நோய்கள் என்னென்ன, அவற்றுக்கான மூலிகைகள் என்னென்ன, எப்படி மருந்து தயாரிக்கப்படவேண்டும் என்பவை பற்றிச் சொல்கின்றன.

நத்தோர் பகுதியில் முறையான கல்வி பெற்ற ஒற்றை முஸ்லிம் மருத்துவரைக் கூட நான் பார்க்கவில்லை. நான் முன்பு சொன்ன 34 முஹமதிய மருத்துவர்கள் அனைவருமே இந்து மருத்துவர்களில் முறையான கல்வியறிவு இல்லாதவர்களைப் போலவே இருக்கி றார்கள். அவர்களும் சமஸ்கிருத மருத்துவ நூல்களின் வங்காள மொழிபெயர்ப்புகளைப் பார்த்தே சிகிச்சை தருகிறார்கள்.

முறையாகக் கற்றவர்களுக்கும் கல்லாதவர்களுக்கும் இடை யிலான முக்கிய வித்தியாசமாக நான் பார்ப்பது என்னவென்றால், முந்தையவர்கள் மிகுந்த தன்னம்பிக்கையுடன் துல்லியமாக மருந்துகளைப் பரிந்துரை செய்ய முடிகிறது. பிந்தையவர்கள் மேலோட்டமான மொழிபெயர்ப்பு நூல்களைப் படித்துவந்ததால் தயக்கத்துடனும் சந்தேகத்துடனும்தான் மருந்துகளைப் பரிந் துரைக்க முடிகிறது. இருவரும் ஒவ்வொரு நோய்க்கும் ஒரே மாதிரியே சிகிச்சை தருகின்றனர். நோயின் அறிகுறிக்கு அதிக முக்கியத்துவம் தரப்படுகிறது. நோயாளியின் உடம்பில் தென்படும் நோய்க்கூறுகளுக்கும் மருத்துவப் புத்தகத்தில் அந்த நோயின் அறிகுறிகளாகவும் விளைவுகளாகவும் சொல்லப்படுபவற்றையும் ஒப்பிட்டுப் பார்க்கிறார்கள். இரண்டு அடையாளங்களும் ஒரே மாதிரியாக இருந்தால் புத்தகத்தில் சொல்லப்பட்டிருக்கும் சிகிச்சையை அப்படியே இம்மி பிசகாமல் மேற்கொள்கிறார்கள். வேறுவிதமான மருந்து தருவது என்ற பேச்சுக்கே இடமில்லை. ஒருவேளை நோய் அடையாளங்கள் லேசாக மாறுபட்டிருந்தால் மருந்திலும் சிறிய மாற்றம் செய்துகொள்ள அனுமதி உண்டு. ஆனால், அந்த மருந்து எப்படி உட்கொள்ளப்படும் என்பதைப் பொறுத்தே இதுவும் தீர்மானிக்கப்படும்.

மருந்துகள் பொதுவாக இயற்கைத் தாவரங்கள் அல்லது உலோகத் தனிமங்களால் தயாரிக்கப்பட்டிருக்கும். தாவரவகையில் மூலிகைப் பட்டைகள், இலைகள் வேர்கள், சில கனிகள் முதலியவை அடங்கும். இவை நாட்டுமருத்துக் கடைகளில் விற்கப்படுகின்றன.

அவை நேரடியாக அல்லது மருந்து மாத்திரை, பொடி, சாறு போன்ற வடிவங்களில் உட்கொள்ளப்படுகின்றன.

இந்த மருத்துவர்களுக்கெல்லாம் மருத்துவம் குறித்த முறையான கல்வி எதுவும் கிடையாது. பழக்கத்தின் அடிப்படையில் வழிவழியாகச் செய்துவருகிறார்கள். எனினும் கிராமத்து நாட்டு வைத்தியர்களைவிட மதிப்பும் மரியாதையும் மிகுந்தவர்களாக இருக்கிறார்கள். அப்படியான முறைசாரா மருத்துவர்கள் நத்தோர் பகுதியில் 205 பேர் இருக்கிறார்கள். இவர்களில் யாருக்குமே மருத்துவ அறிவு சிறிதும் கிடையாது. மருந்துகளாக அவர்கள் தருபவை எல்லாம் எளிய மூலிகைத் தயாரிப்புகள் மட்டுமே. மருந்துகளைத் தருவதற்கு முன்பாக அல்லது தந்த பிறகு உடம்பைத் தடவிக் கொடுத்து சில மந்திரங்களை உச்சரிக்கிறார்கள். அவ்வளவுதான். அவர்களுடைய எண்ணிக்கை அதிகமாக இருப்பதில் இருந்து அவர்களுக்கு கிராமங்களில் நல்ல மரியாதை இருக்கிறது என்பது புரிகிறது. மூட நம்பிக்கை கொண்ட மக்களின் மனங்களில் தமக்குத் தெரிந்த மந்திரங்கள் மூலமாக மிகுந்த செல்வாக்கைச் செலுத்துகிறார்கள். ஆண்கள் பெண்கள் என இரு பாலரும் மருத்துவர்களாக இருக்கிறார்கள். பெரும்பாலானவர்கள் முஹமதியர்கள்.

இந்தப் பொது மருத்துவர்களுக்கு அடுத்தபடியாக முக்கியத்துவம் வாய்ந்தவர்களாக அம்மை நோய்த் தடுப்பு சிகிச்சையாளர்களைச் சொல்லலாம். அவர்கள் மொத்தம் 21 பேர் இருக்கிறார்கள். அவர்களில் பெரும்பாலானவர்கள் பிராமணர்கள். முறையான கல்வி எதுவும் பெறாதவர்கள். அந்த சிகிச்சையை வெறும் பரம்பரைப் பயிற்சி மூலம் செய்துவருகிறார்கள். ஒரே நாளில் 100லிருந்து 500 குழந்தைகளுக்கு அம்மை நோய்ச் சிகிச்சையளிக்கிறார்கள். ஒரு அணாவில் இருந்து இரண்டு அணா வரை ஒவ்வொரு சிகிச்சைக்கும் குறிப்பிட்ட பணம் பெற்றுக்கொள்கிறார்கள். தடுப்பு மருந்து கொடுக்கிறார். குழந்தைகளின் எண்ணிக்கை அதிகமாக இருந்தால் குறைவான தொகை பெற்றுக்கொள்கிறார். எண்ணிக்கை குறைவாக இருந்தால் அதிகப் பணம் பெற்றுக்கொள்கிறார். கோமாரி அம்மைத் தடுப்பு மருத்துவர்கள் தலைமைப் பகுதியில் மட்டுமே அறிமுகப்படுத்தப்பட்டிருக்கிறார்கள். எஞ்சிய இடங்களில் எல்லாம் சின்னம்மைத் தடுப்பு சிகிச்சையாளர்களே அதிகம் இருக்கிறார்கள். பிரிடிட்ஷ் அரசு சார்பில் தடுப்பு மருந்து போட கிராமங்களுக்குச் செல்பவர்கள் பாரம்பரிய மருத்துவர்களிடமிருந்து எதிர்ப்பைச் சந்தித்திருக்கிறார்கள்.

எனக்குத் தெரிந்தவரை அவர்களுடைய எதிர்ப்பு நியாயமானதாகத் தெரியவில்லை. ஏனென்றால் கோமாரி நோய்த் தடுப்புக்கான

மருந்துகள் அவர்களுக்கு நன்மையே செய்யும். கோமாரி நோய்க்குத் தடுப்பு மருந்து பயன்படுத்துவது தொடர்பான தயக்கமே இந்த பிரச்னைக்குக் காரணம். பசுக்கள் மிகவும் புனிதமாகக் கருதப்படுவதால் அதற்கான சிகிச்சை என்பது அதற்குத் துன்பம் தருமோ என்று அஞ்சப்படுகிறது. எனவே கோமாரி நோய்க்கான மருத்துகளை முஸல்மான் சிகிச்சையாளர்கள் முன்னெடுத்து அதில் கிடைக்கும் வெற்றியை வைத்து பிராமண தடுப்பூசிப் பணியாளர் களுக்கு அவர்களுடைய தவறுகளைப் புரியவைக்க முடியும்.

இதற்கு அடுத்ததாக செவிலியர் என்ற மருத்துவப் பிரிவினர் வருகிறார்கள். இந்துக்களில் அப்படி யாரும் இல்லை. சீனாவில் செவிலியர்களே இல்லை என்று ஒரு புகழ் பெற்ற லண்டன் மருத்துவர் ஹவுஸ் ஆஃப் காமன்ஸின் மருத்துவக் குழுவிடம் அறிக்கை சமர்ப்பித்திருக்கிறார். மேலும் ஆப்பிரிக்க நாடுகளிலும் இந்துகளிடமும் இதுதான் நிலைமை என்றும் கூறியிருக்கிறார். ஆனால், எனக்குத் தெரிந்தவரை நத்தோர் பகுதியில் 297 பெண் மருத்துவ உதவிப் பணியாளர்கள் இருக்கிறார்கள். அவர்களுக்கு மருத்துவம் சார்ந்த கல்வி அறிவு கிடையாது. பெரும்பாலான செவிலிப் பணியாளர்கள் வீடுகளில் பணிபுரிபவர்களே.

கிராமத்து மருத்துவர்களைவிட மரியாதைக் குறைவான நிலையில் வசியம், மந்திர வித்தைகள் மூலம் மருத்துவம் செய்யும் நபர்கள் இருக்கிறார்கள். இவர்களில் பெரும்பாலானவர்கள் பாம்புப் பிடாரர்கள். நத்தோர் காவல் எல்லைக்குள் மட்டும் சுமார் 722 பாம்புப் பிடாரர்கள் இருக்கிறார்கள். எந்த கிராமத்தை எடுத்துக்கொண்டாலும் ஒரு பிடாரராவது கட்டாயம் இருப்பார். சில கிராமங்களில் பத்துப் பேர் கூட இருக்கிறார்கள். தேவை என்றால் ஒவ்வொரு கிராமத்தின் பெயரைச் சொல்லி எத்தனை பிடாரர்கள் இருக்கிறார்கள் என்பதை என்னால் குறிப்பிட முடியும். ஆனால், அப்படியான அட்டவணை ஒன்றைத் தயாரிப்பதற்குப் பதிலாக இந்தப் பகுதியில் இருக்கும் மொத்தப் பிடாரர்களின் எண்ணிக்கையைச் சொன்னாலே போதும் என்று நினைக்கிறேன்.

பாம்புக் கடிகளுக்கு அவர்கள் மந்திரங்கள் சொல்லியும் சித்து வேலைகள் செய்து மூலிகை தந்தும் குணப்படுத்துகிறார்கள். மழைக்காலத்தில் மக்கள் நடுங்கும் அளவுக்கு இந்த மாவட்டத்தில் பாம்புகள் அதிகம். கங்கைச் சமவெளியில் அமைந்திருக்கும் இந்தப் பகுதி மிகவும் தாழ்வானது. மழைக்காலங்களில் கங்கையின் நீர் மட்டம் உயர்ந்து பொந்துகள் எல்லாம் நீரில் மூழ்கிவிடும் என்பதால் பாம்புகள் எல்லாம் அடைக்கலம் தேடி மனிதர்கள் வசிக்கும் வீடுகளுக்கு வந்துவிடுகின்றன.

மந்திரங்கள் மாயங்கள் செய்வதன்மூலம் பாம்புக்கடியில் இருந்து விடுதலை பெற முடியும் என்று மக்கள் நம்புகிறார்கள். பிடாரர்கள் இந்த மந்திரதந்திரங்கள் செய்வதற்கு எந்தப் பணமும் பெற்றுக் கொள்வதில்லை. குணப்படுத்தப்பட்டாலும் எதுவும் வாங்கிக் கொள்வதில்லை. இந்தச் சடங்குகள் எல்லாம் இலவசமாகவே செய்துதரப்படுகின்றன. எனினும் பிடாரர்களுக்கு வேறு பல ஆதாயங்கள் கிடைக்கின்றன. எனவே, அவர்கள் இந்தச் சடங்குகளை இலவசமாகவே செய்துதருகிறார்கள்.

ஏதாவது கிராமத்தில் இதுவரை பாம்புப் பிடாரர்கள் இல்லையென்றால் பக்கத்து கிராமத்தில் இருந்து அந்தக் கலையில் தேர்ந்த ஒருவரை அழைத்துவருகிறார்கள். எப்படியும் அங்கு ஒன்றுக்கு மேல் இருப்பார்கள். அவருக்கு சிறிது நிலம் கொடுத்து வேறு பல வசதி வாய்ப்புகளைச் செய்து தருகிறர்கள். பிடாரருக்கு அந்த கிராமத்தில் மிகுந்த மரியாதை தரப்படுகிறது. ஊரில் ஏதேனும் இருவருக்கிடையில் சண்டை மூண்டால் இவர் சென்று மத்தியஸ்தம் செய்து சுமுகமாகத் தீர்த்து வைப்பார். வேறு யார் சொன்னாலும் கேட்காத நபர்கள் இவர் சொன்னால் கேட்பார்கள். பிடாரருடைய நிலத்தை உழுவது, அறுவடை செய்வது போன்ற உதவிகளுக்கு அக்கம் பக்கத்து நபர்களைக் கூப்பிட்டால் அவர்கள் தமது வேலைகளை விட்டு விட்டு இவருக்கு வந்து உதவுகிறார்கள்.

இந்தத் தொழில் பரம்பரையாகவோ ஏதேனும் ஒரு ஜாதிக்கு மட்டுமானதாகவோ இல்லை. நான் சந்தித்த ஒரு பிடாரர் படகோட்டி. இன்னொருவர் சவ்கிதார். மூன்றாவது நபர் ஒரு நெசவாளி. கற்றுக் கொள்ளும் யார் வேண்டுமானாலும் அந்தத் தொழிலைச் செய்யலாம். அதாவது, யாருடைய பிறப்பில் கிரக நிலைகள் இந்தத் தொழிலுக்குப் பொருத்தமாக இருக்கிறதோ அவர்கள் இந்தத் தொழிலில் ஈடுபடலாம்.

ஒவ்வொரு பிடாரரும் ஒவ்வொரு வழிமுறையைப் பின்பற்றுகிறார். நான் பார்த்தவரையில் ஒரே வழியை இருவர் பயன்படுத்தவில்லை. ஆர்வத்துடன் நாம் கேட்டால் எந்தத் தயக்கமும் இன்றி அதைச் செய்து காட்டுகிறார்கள். அந்த வழிமுறைகள், மந்திரங்களை எழுதிக் கொள்ளவா என்று நான் கேட்டபோது அதற்கும் ஆர்வத்துடன் சம்மதம் தெரிவித்தார்கள். அந்தத் தொழிலில் ஈடுபடுபவர்களிடையே எந்தப் பொறாமையும் இல்லை. ஒவ்வொருவரும் மற்ற ஒருவருடைய மந்திர வழிமுறைகளை தாராளமாக அனுமதிக்கவே செய்கிறார்கள்.

சில நேரங்களில் பாம்புக்கடிக்குச் சிகிச்சை தந்து காப்பதாகச் சொல்லப்படும் இவர்கள் பேய், பிசாசு, பில்லி, சூனியங்களையும் விரட்டும் சக்தி கொண்டவராகவும் நம்பப்படுகிறார்கள். சில

நேரங்களில் பேய் ஓட்டும் மந்திரவாதி பிடாரரிடமிருந்து தன்னை வேறுபடுத்தி அடையாளப்படுத்திக்கொள்கிறார். நத்தோர் பகுதியில் பேய் ஓட்டுபவர்களின் எண்ணிக்கை குறைவுதான். புலிக் கடிக்கு சிகிச்சை தரும் நபர்களும் இந்த பிராந்தியத்தில் குறைவுதான். அடர்ந்த காடுகள் இருக்கும் பகுதியில் கொடிய விலங்குகள் அதிகம் இருக்கும். அப்படியான சிகிச்சை தரும் நபர்கள் கூடுதலாக இருக்கிறார்கள்.

இந்த மூன்று வகை மந்திரவாதிகள் நீங்கலாக விளைச்சலைப் பாதிக்கும் தீயசக்திகளை விரட்டும் சக்தி கொண்ட வேறொரு மந்திரவாதி இருக்கிறார். கடும் பனிப்பொழிவில் இருந்து பயிர்களைக் காக்கும் இன்னொரு பிரிவு மந்திரவாதியும் இருகிறார். அவர்கள் குனி (guni) என்று அழைக்கப்படுகிறார்கள். எந்தப் பருவத்திலாவது பனிப்பொழிவு அதிகமாக இருக்கும் என்ற பயம் இருந்தால், அந்த மந்திரவாதிகளில் ஒருவர் விளைநிலத்துக்கு திரிசூலத்தையும் எருமைக் கொம்பையும் எடுத்துக்கொண்டு செல்கிறார். திரிசூலத்தை தரையில் நட்டு அதைச் சுற்றி ஒரு வட்டம் போடுகிறார். கொம்பை முழக்கிக்கொண்டு நிர்வாணமாக ஓடியபடியே சில மந்திரங்களைச் சொல்கிறார். இப்படியான சடங்கின் மூலம் அந்தப் பயிரானது பனிப்பொழிவில் இருந்து காப்பாற்றப்படுவதாக அந்த மக்கள் நம்புகிறார்கள். இந்த மந்திரச் சடங்கை ஆண்கள், பெண்கள் இருவருமே செய்கிறார்கள். நத்தோர் பகுதியில் சுமார் 12 பேர் இந்தச் சடங்கைச் செய்கிறார்கள். பிடாரர்களைப் போலவே இவர்களுக்கும் எல்லா வசதிகளும் மரியாதையும் செய்து தரப்படுகின்றன.

இங்கு சொல்லப்பட்டிருக்கும் சில தகவல்கள் முக்கியத்துவம் அற்றவையாகத் தோன்றலாம். ஆனால், இந்தப் பகுதி எளிய மக்களின் வாழ்க்கை பற்றிய சில புரிதல்களை இவை தருகின்றன. இவ்வகை எளிய மக்களே பெரும்பான்மையாக இருக்கிறார்கள். இவர்களின் சந்தோஷமும் முன்னேற்றமும்தான் நாட்டின் முன்னேற்றமாக ஆகவும் செய்யும். இந்த மக்களிடையே மூடநம்பிகைகள் அதிகம் இருக்கின்றன என்றாலும் அவை ஏமாற்று, வஞ்சகம் போன்றவற்றை அடிப்படையாகக் கொண்டவை அல்ல. எளிய இயற்கை விதிகளைப் பற்றிய குழந்தைத்தனமான அறியாமையே காரணம். மிக எளிய கல்வி அல்லது சிந்தனைப் போக்கின் அறிமுகம் இருந்தாலே போதும், இந்த மூட நம்பிக்கைகள் எல்லாம் மறைந்துபோய்விடும். இந்த மூட நம்பிக்கைகள் எல்லாம் இந்துக்களுடையது என்றோ முஸல்மான்களுடையது என்றோ முத்திரை குத்த முடியாது. இரு மதங்களையும் சேர்ந்த கல்வி அறிவு பெற்றவர்கள் இவற்றை நிராகரிக்கவே செய்கிறார்கள்.

இந்த இரண்டு மத நம்பிக்கைகளுக்கும் வெகு முந்தைய காலத்து நம்பிக்கைகள் அவை என்றே தோன்றுகிறது. விவசாயத் தொழிலில் ஈடுபட்டு வந்த பழங்குடிகளிடம் இருந்து தலைமுறை தலைமுறையாகக் கைமாற்றித் தரப்பட்டு வந்த நம்பிக்கைகள் இவை. இந்தப் பகுதியானது எத்தனையோ மாற்றங்களை அடைந்திருக்கிறது. யார் யாரோ வென்று ஆட்சி புரிந்திருக்கிறார்கள். எனினும் இந்த மக்கள் தங்களுடைய அதே பழங்குடி நிலையிலேயே இன்றும் இருந்துவரும்படியாக விடப்பட்டிருக்கிறார்கள் என்றே தோன்றுகிறது.

(a) மாணவர்களின் ஜாதிவாரியான பட்டியல் - பெங்கால், பீஹார் பற்றி ஆடம்மின் அறிக்கையில் இருந்து.

மாணவர்களின் ஜாதி	முர்ஷிதாபாத் (ப.230-1)	பீர்போம் (ப.236-7)	பர்த்வான் (ப.241)	தெற்கு பிகார் (ப.244-5)	திரிகூடம் (ப.247)
1. ஆய்வு மேற்கொள்ளப்பட்ட பள்ளிகள்		412	629	285	80
2. (i) ஆய்வின் போது வயது (வருடம்)	10.1	10.05	9.9	9.3	9.2
(ii) பள்ளியில் சேர்ந்த வயது	6.03	--	5.7	7.9	5.03
(iii) படிப்பை முடிக்கும் வயது	16.5	--	16.6	15.7	13.1
3. மொத்த மணவர்கள் (அவர்களில்)	1,080	6,383	13,190	3,090	507
முஸ்லிம்கள்	82	232	769	172	5
கிறிஸ்தவர்கள்	--	20	13	--	--
ஹிந்துக்கள்	(998)	(6,131)	(12,408)	(2,918)	(502)
சாதிவாரியான பிரிவு					
பிராமணர்கள்	181	1,853	3,429	256	25
சத்ரியர்கள்	129	487	1,846	220	51
கைவரதர்கள்	96	89	223	--	2
ஸ்வர்ணபனியா	62	184	261	31	--
தந்தி	56	196	249	1	--
சுனரி	39	164	188	56	72
தெலி	36	38	371	271	29
மைரா	29	248	281	--	28
திலி	6	35	200	--	--
அகுரி	5	28	787	21	17
சடகோப	2	290	1,254	--	--
கந்த வணிகர்	59	529	606	540	32
வைத்யர்	14	71	125	--	--
சூதர்	13	50	108	--	2
கம்மார்	9	109	262	--	4
ராஜபுத்திரர்	7	68	21	150	62
சத்ரியர்	9	24	35	1	--
பைராயி	4	62	32	1	--

ஸ்வர்ணகர்	11	53	81	51	25
நாவிதர்	75	79	192	39	4
கோலர்	19	560	311	38	8
தமிழி	22	127	242	16	4
கலு	1	258	207	--	--
ககர்	2	--	2	102	2
தம்	--	23	61	--	--
பாகி	2	14	138	--	--
கைரி	1	--	--	200	5
மகதர்	--	1	--	468	18
கௌமாரர்	8	43	95	10	--
சத்திரியர்	26	52	161	18	7
குர்மி	24	7	8	565	11
வைஷ்ணவா	24	161	189	2	--
யுகி	10	9	134	8	--
கன்சாய வணிகர்	7	9	34	20	--
கல்வைகர்	4	1	66	--	--
தைவஜ்னா	4	17	33	--	--
சண்டாளர்	4	1	61	--	--
ஜாலியா	2	1	28	--	--
லாஹ்ரி	2	5	3	13	2
பாஷி	1	-1	22	5	--
தோபா	1	28	24	1	--
பத்தி	--	13	16	1	--
பட்டா	--	9	11	15	--
மாலி	4	4	26	16	--
கண்டு	--	--	1	9	18
கலவார்	3	--	--	18	--
வைசியர்	1	11	--	--	--
மசி	1	3	16	--	--
மாலா	--	--	--	1	6
ஹரி	--	13	11	--	--
வனியர்	5	--	--	21	9
சங்க்ய வணிகர்	--	--	9	27	--
காதிகி	--	--	--	2	1
அக்ரதணி	--	1	8	--	--
சன்யசி	--	1	--	14	--
பாரகி	--	--	--	35	--
மலா	16	--	--	--	--
ஒசவல்	12	--	--	--	--

கர் வணிகர்	3	--	--	--	--
கோண்டு	3	--	--	--	--
கையாலி	3	--	--	1	--
மஹரி	--	--	--	42	--
கரார்	--	--	2	--	--
மலா	--	12	2	--	--
மாதியா	--	--	1	--	--
பரசா	--	--	--	--	2
தனுக்	--	2	--	--	5
தஸத்	--	--	--	23	--
கரேரி	1	--	--	--	--
கலல்	--	--	--	--	40
கன்சாரி	--	--	--	--	4
சூரிஹரா	--	--	--	1	--
முசார்ஹர்	--	--	--	1	--
பனரா	--	23	--	--	--
கியோட்	--	15	--	--	--
சாபிகர்	--	--	--	--	2
பன்வார்	--	--	--	14	--
பேல்தார்	--	--	--	8	--
பந்தேலா	--	--	--	4	--
நட்வர்	--	8	--	--	--
லோஹர்	--	--	--	13	--
சரகர்	--	7	--	--	--
பதவர்	--	--	--	4	--
பாஹிலா	--	4	--	--	--
பூமியா	--	2	--	--	--
கொனரா	--	2	--	--	--
கன்ரார்	--	2	--	--	--
மதியா	--	2	--	--	--
பவுரி	--	1	--	--	--
துலியா	--	1	--	--	--
பவதா	--	1	--	--	--
தங்கர் (கோல்)	--	3	--	--	--
சந்தால்	--	3	--	--	--
தியோர்	--	--	4	--	--
கன்யார்	--	--	3	--	--

(b) மாணவர்கள், ஆசிரியர்களின் ஜாதி வாரியான பட்டியல்

ஜாதி	முர்ஷிதா பாத் (ப.228)	பீர்போம் (ப.234)	பர்த்வான் (ப.239)	தெற்கு பிகார் (ப.243)	திரி கூடம் (ப.246)	மிதிலாபுரி (ப.222)
மொத்த ஆசிரியர்	67	412	639	285	80	778
(சராசரி வயது)	44.3	39.3	39.05	36	34.8	
காயஸ்தர்	39	256	369	278	77	
பிராமணர்	14	86	107		1	
அகுரி	3	2	30			
சடகோபர்	1	12	50			
வைஷ்ணவர்		8	13			
பட்டர்		4	9			
தெலி			10	1		
கைவரதர்	2	4	5			
சுனரி	2	2	1			
வைத்யர்	1	2	1			
ஸ்வர்ண வணிகர்	1	5	2			
சத்ரியர்	1					
சாத்ரி	1	1				
சண்டாளர்	1	1	4			
கந்த வணிகர்		5	6	1	2	
மைரா		4	1			
கோலா		3	2			
யுகி		2	1			
தந்தி		2	1			
கலு		2	1			
ஸ்வர்ணகர்		1				
ராஜபுத்		1	1			
நாவிதர்		1	3			
பாரயி		1	1			
தோபா		1	1			
மாலா		1				
குமார்			3			
பாகதி			2			
நாகர்			1			
தைவஜர்			1			
கமார்			1			
மகதர்				2		
சோனார்				1		
கைரி				1		
முஸ்லிம்	1	4	9	1		
கிறிஸ்தவர்		1	3			

(c) ஆரம்பப் பள்ளியில் பயன்படுத்தப்பட்ட நூல்கள்★

விரிவாக்கம் : முர்ஷிதாபாத் = MD; பீர்போம் = BM;
தெற்கு பிஹார் = SB; பர்த்வான் = Bun; திரிகூடம் = TT

புத்தகங்களின் பெயர்	விவரம்	Used in Disticts
தன லீலா	கிருஷ்ண லீலா (ஹிந்தி)	MD;SB;TT
தாதி லீலா	,, ,, ,, ,,,	MD;SB
குரு பந்தனா		MD
சுபாங்கர்	விகட கவிகள்	MD;BM
குரு தட்சிணா	கணித விதிகள்	MD
அமர சிங்	விகட கவிகள்	MD
சப்த சுபந்தா	சமஸ்கிருத அதங்கள்	MD
சாணக்கியா	சமஸ்கிருத இலக்கணம்	MD;BM
உக்ர பலராம்	சமஸ்கிருத நீதி ஓதனைகள்	MD
சரஸ்வதி பந்தனா	கணிதம்	MD
மன் பஜன்		MD
கலங்க பந்தன்	ராதா கிருஷ்ண பிரெமை	MD
ஹிதோபநிஷதம்	,, ,,	MD
நீதிக் கதை	ஸ்ரீராம்பூர் பள்ளி நூல்	MD
ஜோதிட விபரண்	புத்தக சங்க நூல்	MD
திக் தர்ஷன்	ஸ்ரீராம்பூர் பள்ளி நூல்	MD
நீதி வாக்யா	,, ,,	MD
கீத கோவிந்தம்	ஸ்ரீராம்பூர் மிஷனரி நூல்	BM;TT
அஷ்ட தாது		BM
அஷ்ட சப்தி	சமஸ்கிருத வினைச்சொற்கள்	BM
கங்கா பந்தனம்	சமஸ்கிருத பெயர்ச்சொற்கள்	BUN*
யுகாதய பந்தனம்	கங்கையின் மகிமை	BUN
தத கர்ணா	தேவி துர்கையின் மகிமை	BUN
ஆஅதி பர்வம்	கர்ணன் கதை	BUN
சுதாமா சரித்திரம்	மகாபாரதத்தில் இருந்து	SB
ராம ஜன்மம்		SB;TT
சுந்தர காண்டம்	துளதிதாஸ ராமாயணம்	SB
சூர்ய புராணம்	,, ,,	TT
சுந்தர சுதாமா	புராணத்தில் இருந்து	TT

★ முர்ஷிதாபாத்திலும் பீர்போமிலும் பயன்படுத்தபப்ட்ட புத்தகங்களில் பெரும்பாலானவை பர்த்வானிலும் பயன்படுத்தப்பட்டன.

(d) வங்காளத்திலும் பிஹாரிலும் உள்ள சமஸ்கிருத உயர் கல்வி மையங்கள் (ஆடம்மின் அறிக்கையில் இருந்து)

	முர்ஷிதாபாத் (ப.182)	பீர்போம் (ப.185)	பர்த்வான் (ப.190)	தெற்கு பிகார் (ப.192-93)	திரிகூடம் (ப.195)
1.மொத்த மக்கள்தொகை	9,69,447	12,67,067	11,87,580	13,40,610	16,97,700
2. பள்ளிகளின் எண்ணிக்கை	24	56	190	27	56
3. ஆசிரியர்களின் எண்ணிக்கை	24	58	190	27	56
அவர்களில்					
(i) *வீரேந்திர பிராமணர்கள்*	13	4	4		-
(ii) *ரார்ஹி பிராமணர்கள்*	8	53	180		-
(iii) *வைதிக பிராமணர்கள்*	3	-	2	27	56
(iv) *வைத்யர்கள்*		1	4		
4. மாணவர்கள் எண்ணிகை	153	393	1,358	437	214
அவர்களில்:					
(i) *பிராமணர்கள்*	152	380	1,296	437	214
(ii) *காயஸ்தர்*	1				
(iii) *வைஷ்யர்கள்*		3	6		
(iv) *துவிஜர்கள்*		1	11		
(v) *வைத்யர்கள்*		9	45		
5.மாணவர்கள் பாட வாரியாக:					
இலக்கணம்	23	274	644	356	127
மொழியியல்	4	2	31	8	3
இலக்கியம்	2	8	90	16	4
சட்டம்	64	24	238	2	8
தர்க்கம்	52	27	277	6	16
புராணங்கள்	8	8	43	22	1
சொல்லியல்		9	8	2	
வேதம்		3	3	5	2
மருத்துவம்		1	15	2	
ஜோதிடம்		5	7	13	53
தந்த்ரம்		1	2	2	
மீமாம்சை				2	
சாங்கியம்				1	

(e) சில பெங்கால் மற்றும் பிஹார் மாவடங்களில் பயன்படுத்தப்பட்ட்ட புத்தகங்கள்★

(1835-1838 டபிள்யூ ஆடம்மின் அறிக்கையில் இருந்து)

விரிவாக்கம் : *முர்ஷிதாபாத்* = MD; *பீர்போம்* = BM;
தெற்கு *பிஹார்* = SB; *பர்த்வான்* = Bun; *திரிகூடம்* = TT

புத்தகங்கள்	ஆசிரியர் பற்றிய விவரம்	ஊர் பெயர்
இலக்கணம்		
முக்த போதா	ராம தர்க்கவாசியுடைய உரை	MD
கலபா	திரிலோச்சன தாஸரின் உரை	MD
பாணினி	கௌமுதியின் உரை	BM
சங்கீத சாரம்	கோபிசந்திரர் உரை	BM
முக்த போதா	துர்க்கா தாஸ் மற்றும் ராமதர்க்க வாகீஸியின் உரை	BUN
ஹரி நாமாமிருதம்	மூலஜீவ கோஸ்வாமி	BUN
சப்த கௌஸ்துபம்	பட்டாஜி தீட்சிதர்	SB;TT
மஹா பாஷ்யம்	பதஞ்சலி	SB;TT
சித்தாந்த கௌமுதி	பட்டாஜி தீட்சிதர்	SB;TT
மனோரமா	பட்டாஜி தீட்சிதர்	SB;TT
சப்த சாகரம்	நகோஜி பட்	SB;TT
வியாகரண பூஷணம்	கோண்ட பட்	SB
சப்த ரத்னம்	ஹரி தீட்சிதர்	SB
பரிபசரித சங்க்ரஹா	ஸ்வயம் பிரகாசானந்தா	SB
சண்டிகா	நகோஜி பட்ட	SB;TT
பரிபசந்து சாகர		SB
சித்தாந்த மஞ்சரி		SB;TT
சரஸ்வதி பரிக்ரஹா	அனுபூதி ஸ்வரூபாச்சாரியர்	SB;TT
லகுகௌமுதி		TT
வியாகரண சித்தா மஞ்ஜுஷா	நகோஜி பட்ட	SB
மொழியியல்		
ஹிதோபதேசம்		MD
பத்தி காவ்யம்		MD;BM
சாகுந்தலம்		BM
ரகுவம்சம்		BM;SB;TT
நைஷாதம்		BM

குமாரசம்பவம்		BUN
மஹா காவ்யம்		BM;SB;TT
பதங்க தூதாம்		BUN
கிராத காவ்யம்		SB;TT
பூர்வ நைஷாதம்		SB
பாரதம்		SB
சட்டம்		
திதி ததவம்	ரகு நந்தனரின் உரை	MD;BM
பிராயசி தத்வம்	,,	MD;BM
உத்பவ தத்வம்	,,	MD;BM
சுத்தி தத்வம்	,,	MD;BUN
ஸ்ராத தத்வம்	,,	MD;BUN
அஹனிக தத்வம்	,,	MD;BUN
ஏகாதசி தத்வம்	,,	MD;BM
மாலமாச தத்வம்	,,	MD;BUN
சம்யாசிசு தத்வம்	,,	MD;BUN
ஜ்யோதிஷ தத்வம்		MD;(MD)
தயாபாகம்		MD;BUN
ப்ராயசித்த விவேகா		MD;BM
கிதாக் ஷரா		BUN;SB;TT
சரோஜ கனிகா		SB
ஸ்ராத விவேகா		TT
விவாஹ தத்வம்		TT
தயா தத்வம்		TT
சொல்லியல் கலை		
காவ்ய பிரகாசம்		BM;TT
காவ்ய சந்திரிகா		BM
சஹிதி தர்பணா		BM
வேதாந்தம்		BM;TT
வேதாந்த சாரம்		BUN
சங்கர பாஷ்யம்		BUN
பஞ்ச தஸி		SB
வேதாந்த பரிபாஷா		
மீமாம்சை		
ஆதிகர்ணமாலா		SB

சாங்க்யம்		
சாங்க்ய தத்வம் கௌமுதி		SB
தந்த்ரா		
தந்த்ர சாரம்		BUN
சரத திலகா		SB
தர்க்கம்		
வ்யாப்தி பஞ்சகா	மாதிரி உரை	MD;BM;BUN;SB;TT
பூர்வ பக்ஷம்	ஜகதீஷ உரை	MD
சர்வசாரம்	,,	MD;BUN
கேவல ந்யாயா	,,	MD;BUN
அவயவா	கதாதாரி உரை	MD;BUN
சத்பாதி பக்ஷம்	,,	MD
சப்தகோடி ப்ரகாஸா	,,	MD;TT
சித்தாந்த லட்சணம்	ஜகதீஷ் உரை	TT
சிங்க வ்யாஹரா		BUN
அவசோதச தனிருக்தி		BUN;TT
வ்யாப்தி கரணம்		BUN
சமன்ய லக்ஷனா		BUN;TT
பக்ஷதம்		BUN
பரமரஸம்		BUN;TT
சமன்ய நிக்ருதி		BUN
தர்க்கம்		BUN
அனுமிருதி		BUN
சதப்ராதி பக்ஷம்		BUN
வைசேய வ்யாப்தி		BUN
ஹேத்வபாஷா		BUN
சப்தசக்தி ப்ரகாசா		BUN;TT
சக்திபதா		BUN
முக்தி போதம்		BUN;TT
பவுத்த அதிகாரம்		BUN
பிரமாண்ய பாதம்		BUN
லீலாவதி		BUN
கௌசுமஞ்சலி		BUN
பாஷா பரிசேதம்		SB
சித்தாந்த முக்தாவலி		SB
பிரத்யக்ஸ காண்டம்		TT

புராணவியல்		
பாகவத புராணம்		MD;BM;TT
பகவத் கீதை		MD;BUN
ராமாயணம்		BUN
ஹரிவம்சம்		SB
சப்தசதி		SB
மருத்துவம்		
நிதனா		BM
சாரங்கதார சம்ஹிதா		BUN
சரகர்		BUN;SB
வியாக்ய மதுகோஷம்		BUN
சக்ரபாணி		BUN
ஜோதிடம் / ஜோதிட சாரம்		
சமய ப்ரதிபா		BM
தீபிகா		BM
முகூர்த்த சிந்தாமணி		SB
முக்குர்த கல்ப தர்மா		SB
லீலாவதி		SB
சிங்கார போதம்		SB
முகூர்த்த மார்க்கம்		SB
நிகந்தல தனிகம்		TT
லகு ஜாதகம்		TT
வைஜ சந்தம்		TT
கிரஹ லக்னம்		TT
சித்தாந்த சிரோமணி		TT
ஸ்ரீபாதி பதஹதி		TT
சர்வ சங்காராம்		TT
சூர்ய சித்தாந்தம்		TT
ரத்ன சாரம்		TT
பிரம சித்தாந்தம்		TT
பால போதம்		TT

★ மேலே இருக்கும் தகவல் லாங் வெளியிட்ட ஆடம்மின் அறிக்கையில் இருந்து எக்கப்பட்டிருக்கிறது. பக்கம் 181 (முர்ஷிதாபாத்), 185 பீர்போம், பக்கம் 190-191 (பர்த்வான்), பக் 193-94 (தெற்கு பிஹார்), பக் 195 (திரிகூடம்)

(f) பாரசீக அரபு கல்வி மையங்கள்
(ஆடம்மின் அறிக்கையில் இருந்து)

	மூர்ஷிதா பாத்		பீர்பூம்		பர்த்வான்		தெற்கு பிகார்		திரிகூடம்	
	மா	ஆ	மா	ஆ	மா	ஆ	மா	ஆ	மா	ஆ
1. பாரசீகப் பள்ளிகள்	17	17	71	73	93	93	279	279	234	236
2. அரபுப் பள்ளிகள்	2	2	2	2	8	12	12	12	4	4
3. குர் ஆன் பள்ளிகள்			3	3						
4. பாரசீகப் பள்ளிகள்										
i) முஸ்லிம் ஆசிரியர்கள்		17		66		86		278		235
ii) பிராமண ஆசிரியர்கள்				3		2				
iiii) காயஸ்த ஆசிரியர்கள்				1		4		1		1
iv) தைவஞு ஆசிரியர்கள்				1						
v) காந்தபானிக் ஆசிரியர்						1				

(A)* அரபு மாணவர்களைக் குறிக்கிறது

	மூர்ஷிதா பாத்	பீர்பூம்	பர்த்வான்	தெற்கு பிகார்	திரிகூடம்
5. ஆசிரியர்களின் சராசரி வயது	36.5	36.3	39.5	34.2	33.9
6. மொத்த மாணவர்கள்	109	490	971	1,486	598
முஸ்லிம்கள்	47	245	519	559+60(A)*	126+27(A)*
(இந்துக்கள்)	(62)	(245)	(452)	(867) (867)	(470)
பிராமணர்கள்	27	111	153	11	30+1(A)*
காயஸ்தர்கள்	15	83	172+1(A)*	711+12(A)*	349+1(A)*
அகுரி	4	1	42+2(A)*	1	
சடகோபர்		6	50		
கைரி				90	
மகதர்				55	20

ராஜபுத்திரர்			1	30	22
சத்ரியர்				13	6
ஸ்வர்ணபனிக்	2	8	8		
கைவர்தா	4	11	2		
வைத்யர்		10	4		
கர்மி					
கந்தபனிக்		4	2	11	1
கமர்		4	1		
சந்தி		2	3	2	
ஸ்வர்ணகர்		1	2	4	1
தெலி			1+1(A)*	4	
நபில்	1		1	1	
பரனவர்					
வைஷ்ணவர்		2			1
கோலா		2			4
கலல்			3		
சத்ரியர்				3	
மாஹுரி				3	
பந்தேல					
மாலி	1				
சதர்	1				
கர்மி				1	
மைரா			1		
குமார்			2		
தந்தி			1		
உமாயிர்(?)				1	

(g) பெங்கால் பிஹாரில் பயன்படுத்தப்பட்ட பாரசீக அரபு புத்தகங்களில் சில

Murshedabad = MD; South Beerbhoom = Bm; S, Bihar = SB; Burdwan = Bun; Tirhoot = TT

பாரசீக புத்தகங்கள்	புத்தக விவரம்	இடம்
பத்னாமே		MD
குல்திஸ்தான்		MD
பஸ்தான்		MD
பந்தே பேக்	கடித வடிவிலான உரை	MD
இன்ஷா - இ - மதலப்	கடித வடிவம் மற்றும் விதிகள்	MD
ஜோசஃப் - சுலேக்		MD
அஸ்ஃபி	செய்யுள்கள்	MD
சிக்கந்தர் நாமா		
பஹார் - இ- தனிஷ்	கதைகள்	MD
அலாமி	அக்பர், ஷாவின் கடிதங்கள்	MD
அமதமே	வினைச்சொற்கள்	BM[1]
திதிநாமே	கிளிக்கதைகள்	BM
ரஹத் - இ அலமி	ஆலம்கீரின் கடிதங்கள்	BM
இன்ஷா இ யாசஃபி	கடித வகைகள்	BM
முஸ்தஃபா	அழகிய எழுத்துக் கலை	BM
டோக்ரா	காஷ்மீர் பற்றிய குறிப்பு	BM
ஜஹீர்	செய்யுள்கள்	BM
நாஸிர் அலி	செய்யுள்கள்	BM
சையப்	செய்யுள்கள்	BM
தீஸ் தக்தி	சொற்களஞ்சியம்	BUN[2]
ரார்ஸி நாமா	சொற்களஞ்சியம்	BUN
தோகா		
இன்ஷா இ ஹர்கேன்	கடித வகைகள்	BUN
நல் தமன்	சமஸ்கிருதத்திலிருந்து	BUN
உர்ஃபி	செய்யுள்கள்	BUN
ஹஃபீஸ்	செய்யுள்கள்	BUN
வாஹ்சாதி	செய்யுள்கள்	BUN
கனி	செய்யுள்கள்	BUN

பதர்	செய்யுள்கள்	BUN
கஹானி	செய்யுள்கள்	BUN
வகுய நியமத் கான் அலி	அவுரங்கசீப்பின் எழுத்துகள்	BUN
ஹதிகத் உல் பகத்	சொல்லியல் இலக்கணம்	BUN
ஷா நாமா	ஃபிர்தோஸியின் எழுத்து	BUN
ஹலிதத் இ ஹுஸ்ரு	குஸ்ருவின் படைப்புகள்	BUN
மமகிமா	ஆரம்பநிலை நூல்	SB
நிஷாப் அஸ் சபயன்	சொற்கள்	SB
சவால் ஜவாப்	உரையாடல்கள்	SB
பக்வன் தாஸ்	இலக்கணம்	SB
இன்ஷா இ மது ராம்	கடித வகைகள்	SB
இன்ஷா இ முசல்லா	கடித வகைகள்	SB
முதாசர் அல் இபாரத்	கடித வகைகள்	SB
இன்ஷா இ குர்த்	கடித வகைகள்	SB
முஃப்தி அல் இன்ஷா	கடித வகைகள்	SB
இன்ஷா இ முமித்	கடித வகைகள்	SB
இன்ஷா இ பிரமன்	கடித வகைகள்	SB
முராதி இ ஹஸில்		SB
அல்கப் நாமே	செய்யுள்கள்	SB
ஹிலாலி	செய்யுள்கள்	SB
காலிம்	தக்காண அரசர்கள் பற்றிய குறிப்பு	SB
ஜஹுரி	கதைகள்	SB
கவுசிக் நாமே	கதைகள்	SB
கிசே சுல்தான்	கடவுளின் பெயர்கள் குணங்கள்	SB
நமி ஹக்	கடவுளின் பெயர்கள் குணங்கள்	SB
கவுஹா இ முராத	இஸ்லாமியக் கோட்பாடுகள்	SB
கிரானஸ் சதின்	குஸ்ருவின் செய்யுள்கள்	SB
மிஸான் உத் தபி	மருத்துவ நூல்	SB
திபாஇ அக்பர்	மருத்துவ நூல்	SB
முஹம்மது நாமே	ஆரம்பப் பாடம்	TT[3]
ஹுஷால் அ சபயான்	சொற்கள்	TT
நிஷாப் இ முசலாஸ்	அகராதி	TT
மஹ்சுஃப் அல் ஹரஃப்	இலக்கணம்	TT

ஜவாஹிர் அர் தர்ஹீப்	இலக்கணம்	TT
தஸ்துர் அர் மர்தாபி	இலக்கணம்	TT
முஃஃபித் அல் இன்ஷ	கடித வகைகள்	TT
ஃஃபிஸ் பக்ஸ்	கடித வகைகள்	TT
முபாரிக் நாமே	கடித வகைகள்	TT
அமனுல்லா ஹுசேன்	கடித வகைகள்	TT
ஃஃபாஹிமி	செய்யுள்கள்	TT
ரஹத் இ அபுல் ஃஃபசல்	அபுல் ஃஃபசலின் கடிதங்கள்	TT
அராபிய புத்தகங்கள்		
மிஸான்	இலக்கணம்	MD
தஸ்ரீஃப்	இலக்கணம்	MD
ஸுப்தா	இலக்கணம்	MD
சாரா இ மியத் அமில்	அரபுச் சொற்கள்	MD
குர் ஆன்		BM[4]
முன்ஷாப்	அரபு வாக்கிய அமைப்பு	BM
சராஃபிர்	அரபு வேர்ச் சொல்	BM[5]
திதயத் அல் சரஃப்	அரபு சொல் மூலம்	BUN
மியாத் அமில்	அரபு வாக்கிய அமைப்பு	BUN
ஜமுல்	அரபு வாக்கிய அமைப்பு	BUN
ததமா	அரபு வாக்கிய அமைப்பு	BUN
சிதாயத் அன் நவே	அரபு வாக்கிய அமைப்பு	BUN
மிஸ்பா	அரபு வாக்கிய அமைப்பு	BUN
ஜாவா	வாக்கிய அமைப்பு	BUN
காஃபிய	வாக்கிய அமைப்பு	BUN
ஷா இ முல்லா	வாக்கிய அமைப்பு	BUN
மிஹான் இ மந்திக்	தர்க்கம்	BUN
தாஸீத்	தர்க்கம்	BUN
குதாபி	தர்க்கம்	BUN
மீர்	தர்க்கம்	BUN
முல்லா ஜலால்	தர்க்கம்	BUN
சாரா இ வஹியா	இஸ்லாமின் முக்கியக் கூறுகள்	BUN
நூருல் அன்வர்	இஸ்லாமின் அடிப்படைகள்	BUN
சிராஜியா	ஷரியத்தின் சாரம்	BUN
ஹிதயா	வாரிசுரிமைச் சட்டம்	BUN

மிஸ்ஹத் அல்	இஸ்லாமியச் சடங்குகள்	BUN
சம்ஸ் இ பாஸிகா	இஸ்லாமிய இறையியல்	BUN
சத்ரா	இயற்பியல்	BUN
சாரா இ சங்கானி	வானவியல்	BUN
	தாலமியின் கோட்பாட்டு அடிப்படையிலானது	BUN
தவ்ஜி	இறையியல் கோட்பாடு	BUN
தல்பி	இறையியல் கோட்பாடு	BUN
ஃபராக்	இறையியல் கோட்பாடு	BUN
ஃபசூஉல் அக்பரி	உச்சரிப்பு பற்றிய நூல்	SB
ரஹ் வி மீர்	வாக்கிய அமைப்பு பற்றி	SB
ஹரீரி	வாக்கிய அமைப்பு பற்றி	SB
ஸாராஇ தஸிப்	தர்க்கவியல்	SB
முக்தாஸர் அல் மினி	மொழியியல் கலை	SB
மைபாதி	இயற்பியல்	SB
யூக்ளிட்	எலமெண்ட்ஸ்	SB
சாரா இ தாஜ்கிரா	வானவியல்	SB
சஸ்ராதியா	வாரிசு உரிமைச் சட்டங்கள்	SB
தஹிர்	இஸ்லாம் கோட்பாடுகள்	SB
அல்ம்ஜாஸ்தி	வானசாஸ்திரம்	SB
மீர் சாஹித் ரிஷலே	தர்க்கம்	TT[6]
அகிதேஷ் நிஸ்வி	இஸ்லாமியக் கோட்பாடுகள்	TT
கன்சுத் தாஹிக்	முஹமதுவின் பொன்மொழிகள்	TT
கலமுல்லா மஸ்ஜித்	குர் ஆன்	TT

1 முர்ஷிதாபாத்தில் பயன்படுத்தப்பட்ட புத்தகங்களில் பெரும்பாலா னவை பீர்போமிலும் பயன்படுத்தப்பட்டன.

2 அந்த இரண்டு இடங்களில் பயன்படுத்தப்பட்ட புத்தகங்கள் பர்த்வானிலும் பயன் படுத்தப்படன.

3 மேலே குறிப்பிடப்பட்டுள்ள இடங்களில் பயன்படுத்தப்பட்ட புத்தகங்கள் திரிகூடத்திலும் பயன்படுத்தப்பட்டன

4 முர்ஷிதாபாத்தில் பயன்படுத்தப்பட்ட புத்தகங்கள் பீர்போமிலும் பயன்படுத்தப்பட்டன.

5 முர்ஷிதாபாத்திலும் பீர்போமிலும் பயன்படுத்தப்பட்ட புத்தகங்கள் பர்த்வானிலும் பயன் படுத்தப்பட்டன.

6 பிற மாநிலங்களில் பயன்படுத்தப்பட்ட புத்தகங்களில் சில திரிகூடத்திலும் பயன் படுத்தப்பட்டன.

(h) பாடங்கள் மற்றும் மாவட்டவாரியான பாட நேரங்கள்*

பாடமும் மாவட்டமும் (1)	மாணவர்களின் எண்ணிக்கை (2)	பள்ளியில் சேர்ந்த போது வயது (3)	ஆடம்மின் ஆய்வின் போதான வயது (4)	படிப்பை முடிக்கும் உத்தேச வயது (5)	குறிப்புகள் (6)
		இலக்கணம்			
முர்ஷிதாபாத்	23	11.9 yrs	15.2 yrs	18.8 yrs	20.7 yrs
பீர்போம்	274				
பர்த்வான்	644	11.4 yrs	16.2 yrs	20.7 yrs	
தெற்கு பிஹார்	356	11.5 yrs	17.3 yrs	24.4 yrs	
திரிகூடம்	127	9.0 yrs	16.6 yrs	24.3 yrs	
	1,424				
		நிகண்டு			
முர்ஷிதாபாத்	4	18 yrs	19.2 yrs	20.2 yrs	
பீர்போம்	2				
பர்த்வான்	31	15.7 yrs	16.4 yrs	17.8 yrs	
தெற்கு பிஹார்	8	15.5 yrs	19.6 yrs	23.8 yrs	
திரிகூடம்	3	20.6 yrs	20.5 yrs	22.6 yrs	
	48				
		இலக்கியம்			
முர்ஷிதாபாத்	2	16 yrs	25 yrs	26.5 yrs	
பீர்போம்	8				
பர்த்வான்	90	18.6 yrs	21.4 yrs	24.9 yrs	
தெற்கு பிஹார்	16	16.6 yrs	18 yrs	23.4 yrs	
திரிகூடம்	4	20.2 yrs	21 yrs	25.5 yrs	
	120				
		சட்டம்			
முர்ஷிதாபாத்	64	23.6 yrs	28.7 yrs	33.2 yrs	
பீர்போம்	24				
பர்த்வான்	238	23.2 yrs	27.5 yrs	33.5 yrs	
தெற்கு பிஹார்	2	18.5 yrs	21 yrs	26.5 yrs	
திரிகூடம்	8	21.8 yrs	25.2 yrs	31.2 yrs	
	336				

தர்க்கம்					
முர்ஷிதாபாத்	52	21 yrs	26.5 yrs	34.6 yrs	
பீர்போம்	27				
பர்த்வான்	227	17.8	22.2 yrs	29 yrs	
தெற்கு பிஹார்	6	22.1 yrs	24.1 yrs	28.5 yrs	
திரிகூடம்	16	17.5 yrs	26.2 yrs	35.5 yrs	
	378				
புராணங்கள்					
முர்ஷிதாபாத்	8	29.1 yrs	31.1 yrs	33.6 yrs	
பீர்போம்	8				
பர்த்வான்	43	24.6 yrs	27.7 yrs	31.6 yrs	
தெற்கு பிஹார்	22	19.6 yrs	21.9 yrs	26.8 yrs	
திரிகூடம்	1	20 yrs	20 yrs	24 yrs	
	82				
மொழியியல்					
முர்ஷிதாபாத்					
பீர்போம்	9				
பர்த்வான்	8	23.6 yrs	23.8 yrs	27.1 yrs	
தெற்கு பிஹார்	2	20 yrs	22 yrs	24	
திரிகூடம்					
	19				
வேதாந்தம்					
முர்ஷிதாபாத்					
பீர்போம்	3				
பர்த்வான்	3	24.3 yrs	31.3 yrs	34.6 yrs	
தெற்கு பிஹார்	5	13.2 yrs	13.8 yrs	16.6 yrs	
திரிகூடம்	2	15 yrs	15 yrs	21 yrs	
	13				
மீமாம்சை					
முர்ஷிதாபாத்					
பீர்போம்					
பர்த்வான்					
தெற்கு பிஹார்	2	22.5 yrs	24.5 yrs	28.5 yrs	
திரிகூடம்	2				
	4				

சாங்க்ய					
முர்ஷிதாபாத்					
பீர்போம்					
பர்த்வான்					
தெற்கு பிஹார்	1	21 yrs	23 yrs	28 yrs	
திரிகூடம்					
	1				
மருத்துவம்					
முர்ஷிதாபாத்					
பீர்போம்	1				
பர்த்வான்	15	16.2 yrs	20.5 yrs	24.2 yrs	
தெற்கு பிஹார்	2	18 yrs	25 yrs	29 yrs	
திரிகூடம்					
	18				
ஜோதிடம்					
முர்ஷிதாபாத்					
பீர்போம்	5				
பர்த்வான்	7	23.4 yrs	26.7 yrs	30.5 yrs	
தெற்கு பிஹார்	13	17 yrs	19.8 yrs	20.1 yrs	
திரிகூடம்	53	12.3 yrs	18.4 yrs	26.2 yrs	
	78				
தந்த்ரம்					
முர்ஷிதாபாத்					
பீர்போம்					
பர்த்வான்	2	27.5 yrs	32 yrs	32.5 yrs	
தெற்கு பிஹார்	2	26.5 yrs	27.5 yrs	33 yrs	
திரிகூடம்					
	4				
பாரசிகம்					
முர்ஷிதாபாத்	102	9.5 yrs	13.5 yrs	20.8 yrs	
பீர்போம்	485				
பர்த்வான்	899	10.3 yrs	15.6 yrs	26.5 yrs	
தெற்கு பிஹார்	1,424	7.8 yrs	11.1 yrs	21.5 yrs	
திரிகூடம்	569	6.8 yrs	10.8 yrs	19.3 yrs	
	3,479				

அரபு மொழி					
முர்ஷிதாபாத்	7	11.0 yrs	17.4 yrs	21.1 yrs	
பீர்போம்	5				
பர்த்வான்	55	16.3 yrs	16.3 yrs	28.1 yrs	
குர் ஆன் படிப்பு	17	8.7 yrs	8.7 yrs	13.2 yrs	
தெற்கு பிஹார்	62	12.3 yrs	12.3 yrs	24.2 yrs	
திரிகூடம்	29	12.1 yrs	12.1 yrs	25.4 yrs	
	175				
சாதாரன பள்ளிகள்					
முர்ஷிதாபாத்	1,080	6.03 yrs	10.1 yrs	16.5 yrs	
பீர்போம்	6,383		10.05		
பர்த்வான்	13,190	5.7 yrs	5.7 yrs	16.6 yrs	
தெற்கு பிஹார்	3,090	7.9 yrs	7.9 yrs	15.7 yrs	
திரிகூடம்	507	5.03 yrs	9.2 yrs	13.1 yrs	
	24,250				

★ டபிள்யூ ஆடமின் அறிக்கையில் இருந்து ஏ.பாசு. கல்கத்தா, 1941, பக் 227 - 290

பின்னிணைப்பு E

பிரிட்டிஷ் சாம்ராஜ்ஜியத்துடன் இணைக்கப்பட்டதிலிருந்தும் 1882-லுமான பஞ்சாபின் கல்வியின் நிலை

பஞ்சாபில் கல்வி நிலை பற்றி லெய்ட்னர்

பொதுப் பள்ளிகள்

ஐரோப்பிய நாகரிகத்தின் ஒரு வடிவத்துக்கும் ஆசிய நாகரிகத்தின் ஒரு வகைக்கும் இடையிலான கலப்பினால் நிகழ்ந்த மாற்றங்கள் குறித்து எந்தவொரு தீய உள்நோக்கமும் இன்றிச் சில விஷயங்கள் சொல்லப்போகிறேன். எவ்வளவோ நல்லெண்ணங்கள் இருந்தும், எத்தனையோ துடிப்பான அரசு அதிகாரிகள் இருந்தபோதும், எவ்வளவோ தாராள மனம் கொண்ட அரசாங்கம் இருந்தபோதும் பஞ்சாபின் கல்வியானது எப்படிக் கழுத்து நெரிக்கப்பட்டு, தடுக்கப்பட்டு, முடக்கப்பட்டு, அழிக்கப்பட்டுவிட்டிருக்கிறது என்பதைச் சொல்லப்போகிறேன். மறுமலர்ச்சிக்கும் மீட்சிக்குமான வழிமுறைகள் எல்லாம் எப்படியெல்லாம் புறக்கணிக்கப்பட்டன... சீரான மேம்பாடும் வளர்ச்சியும் எப்படியெல்லாம் திரிக்கப்பட்டன என்பதைச் சொல்லப்போகிறேன். தனிப்பட்ட அதிகாரியின் பிழையையும் மீறி, ஒரு அதிகாரபூர்வச் செயல்பாட்டின் பிழை என்பதையும் தாண்டி, நமது பிரிட்டிஷ் அமைப்பு எப்படி மோசமாக நடந்துகொண்டிருக்கிறது என்பதையும் சொல்லப் போகிறேன். இதுநாள் வரையில் இத்தனை விசுவாசமான மக்கள் கூட்டம் இந்த அளவுக்கு ஏமாற்றப்பட்டிருக்கவே முடியாது. அந்த மக்களின் சார்பாக அவர்களுடைய கல்வி முறையை மீட்டெடுக்க முடியுமா என்பதற்கு ஒரு எல்லைவரைதான் பதில் சொல்ல முடியும். உள்ளூர் சுய நிர்வாகம் என்று தற்போது சொல்லப்படும் வகையில் அந்த நிர்வாக அமைப்பிடம் கல்விப் பொறுப்பை ஒப்படைத்தால் அதுவே

மிகவும் பாதுகாப்பான வழிமுறையாக இருக்கும். மிக அதிக அரசியல் நன்மையும் அதில் இருந்தே கிடைக்கும்.

உலகின் ‘கிழக்குப்’ பகுதிகளில் கல்விக்கான ஆர்வம் எப்போதுமே இருந்துவந்திருக்கிறது. பஞ்சாப்பும் அதற்கு விதிவிலக்கல்ல. அந்நியப் படையெடுப்புகளாலும் உள்நாட்டுப் போர்களாலும் அது தொடர்ந்து பாதிக்கப்பட்ட நிலையிலும் கல்விக்கான ஊக்க நடவடிக்கைகளை அது தக்கவைத்துக்கொண்டதோடு வளர்த்தெடுத்தும் வந்திருக்கிறது. மிக மோசமான குழுத் தலைவர், பேராசை மிகுந்த வட்டிக்கடைக்காரர், ஏன் ஒரு நாடோடி கூட நில உடமையாளர் ஒருவருடன் கூட்டுச் சேர்ந்து பள்ளிகளுக்கு நிதி உதவி தருகிறார், அல்லது படித்தவர்களுக்கு தானதருமங்கள் செய்கிறார். இந்தப் பிரந்தியத்தில் இருக்கும் மசூதி, கோவில், தர்மசாலா என எதை எடுத்துக்கொண்டாலும் அவற்றுடன் ஒரு பள்ளிக்கூடம் கட்டாயம் இணைந்திருக்கிறது. அங்கு மாணவர்கள் கூட்டம் கூட்டமாகச் சென்று மதக் கல்வி பெறுகிறார்கள். தனது மகனுக்கும் கூடவே நண்பர்கள் மற்றும் தன்னைச் சார்ந்திருப்பவர்களின் குழந்தைகளுக்கும் சேர்த்துக் கல்வி தரும் வகையில் மவுல்வி, பண்டிட், குரு என யாராவது ஒருவரை போஷிக்காத செல்வந்தர் இந்தப் பகுதியில் யாரும் இல்லை என்றே சொல்லலாம்.

தனிப்பட்ட எந்த மதமும் சாராத பொதுக் கல்வியை வழங்கும் ஆயிரக்கணக்கான பள்ளிகளும் இங்கு இருக்கின்றன. முஹமதியர்கள், இந்துக்கள், சீக்கியர்கள் என அனைவரும் அங்கு சென்று பாரசீகம் அல்லது லந்தே (Lunde) மொழியைக் கற்றுக்கொள்கிறார்கள். நூற்றுக் கணக்கான அறிஞர்கள் ‘லிலா’ என்ற கடவுளின் சார்பில் தமது சக மதத்தினருக்கும் சில நேரங்களில் அனைவருக்கும் கல்வியை இலவசமாகத் தருகிறார்கள்.

இந்தப் பகுதியில் வசிக்கும் கிராமத்து மக்களில் தமது வருமானத்தில் ஒரு பகுதியை யாரேனும் ஒரு ஆசிரியருக்கு சன்மானமாகக் கொடுக்காதவர்களே இல்லை என்று சொல்லலாம். கண்ணியமான முஹமதியக் குடும்பங்களில் கணவன்மார்கள் தமது மனைவிகளுக்கும் குழந்தைகளுக்கும் கற்றுத் தருகிறார்கள். சீக்கியர்களும் ‘ஞானிகளுக்கும் சீடர்களுக்கும்’ மரியாதை செய்வதில் சளைத்தவர்கள் அல்ல.

மிக மேலோட்டமாகக் கணக்கிட்டால்கூட 3,30,000 மாணவர்கள் (இன்றைய தேதியில் 1,90,000க்கு கொஞ்சம் அதிகம் மட்டுமே) பல்வேறு வகுப்புகளில் எழுதவும் படிக்கவும் கணித அடிப்படைகளைக் கற்றுக் கொள்ளவும் செய்திருக்கிறார்கள். சமஸ்கிருத, அரபுக் கல்லூரிகளில் கீழைத்தேய சட்டம், தர்க்கம், தத்துவம், மருத்துவம் போன்றவை உயர்தரத்துடன் கற்றுத் தரப்

பட்டிருக்கிறது. அந்தக் கல்லூரிகளில் ஆயிரக்கணக்கானோர் கல்வி பெற்றிருக்கிறார்கள். ஆயிரக்கணக்கானோர் பாரசீக மொழியில் புலமை பெற்றிருக்கிறார்கள். அந்தக் கல்வித்தரத்தை அரசு மற்றும் அரசின் உதவி பெற்றும் நடத்தப்படும் நம் பள்ளிகள், கல்லூரிகள் இன்னும் எட்டியிருக்கவே இல்லை.

கடந்தகாலப் பாரம்பரியக் கல்விமையங்களின் மூலமாக, பொதுவான கல்வியும் ஒழுக்க நெறிகளும் மதக் கலாசாரமும் மக்களுக்கு போதிக்கப்பட்டுள்ளன. பனியாக்களின் குழந்தைகள் தமது வேலைக்குத் தேவையான கணக்குவழக்குகளை மட்டுமே கற்றிருந்தாலும் அவர்களும் கல்வி பெற்றவர்களாக மரியாதையுடனே சமூகத்தால் நடத்தப்பட்டனர். அவர்களும் தமக்கு அடிப்படை விஷயங்களைக் கற்றுக் கொடுத்த ஆசிரியர்களை மரியாதையுடன் பார்த்திருக்கிறார்கள். நாம் இவை அனைத்தையும் தலைகீழாக மாற்றிவிட்டிருக்கிறோம். பிரிட்டிஷ் சாம்ராஜ்ஜியத்துடன் பஞ்சாபைச் சேர்த்ததை இந்தப் பகுதியில் வாழும் மக்கள் பதற்றமாக, பாதகமான விஷயமாக உணருகிறார்கள். இந்தப் பகுதியில் முக்கியமானதாக மதிக்கப்பட்டவற்றையெல்லாம் நம்முடைய இணைப்பு மாற்றி விட்டிருக்கிறது. நமக்கு முன்பே எத்தனையோ பேர் இந்த மண்ணை ஆக்கிரமித்திருக்கிறார்கள். ஆனால், அத்தனை அந்நியப் படையெடுப்புகளையும் தாக்குப்பிடித்து நீடித்து வந்திருந்த அவை இன்று நிலைகுலைந்துவிட்டன.

பாரம்பரியப் பள்ளிகளின் வகைகள்

I. சீக்கிய பாரம்பரியப் பள்ளிகள்

1. குர்முகி பள்ளிகள்

II. முஹமதிய பாரம்பரியப் பள்ளிகள்

2. மக்தப்கள்.
3. மதரஸாக்கள் (மதம் சார்ந்தவையும் மதம் சாராதவையும்)
4. குர் ஆன் பள்ளிகள்

III. இந்து பாரம்பரிய பள்ளிகள்

5. சத்சாலாக்கள் (வாணிபப் பிரிவினருக்கு)
6. பாடசாலைகள் (மதம் சார்ந்தவை)
7. பாடசாலைகள் (பாதி மதம் சார்ந்தவை)
8. பல்வேறு வகையான மதம் சாராப் பள்ளிகள்

IV. கலப்புப் பாரம்பரியப் பள்ளிகள்

9. பாரசீகப் பள்ளிகள்

10. வட்டாரப் பள்ளிகள்

11. ஆங்கிலோ இந்தியப் பள்ளிகள்

V. பாரம்பரியப் பெண்கள் கல்வி

12-அ. சீக்கியப் பெண்களுக்கான மகளிர் பள்ளிகள்

13-ஆ. முஹமதியப் பெண்களுக்கான பள்ளிகள்

14-இ. இந்துப் பெண்களுக்கு வீடுகளில் கிடைத்த கல்வி.

பாரம்பரியப் பள்ளிகளை இன்னும் நுட்பமாக வகைப்படுத்தியும் சொல்லலாம்.

I. மக்தபாக்கள் அல்லது மதரஸாக்கள்

1. அராபியப் பள்ளிகள், கல்லூரிகள் (பல்வேறு வகுப்புகள், பாடங்கள்)
2. பாரசீக அரபுப் பள்ளிகள், கல்லூரிகள் (பல்வேறு வகுப்புகள், பாடங்கள்)
3. குர் ஆன் பள்ளிகள் (பிரதானமாக இங்கு குர் ஆன் மட்டுமே கற்றுத் தரப்படும்)
4. பாரசீக குர் ஆன் பள்ளிகள்
5. குர் ஆன் அரபுப் பள்ளிகள்
6. பாரசீக குர் ஆன் அரபுப் பள்ளிகள்
7. பாரசீகப் பள்ளிகள்
8. பாரசீக உருதுப் பள்ளிகள்
9. பாரசீக உருது அரபுப் பள்ளிகள்
10. அரபு மருத்துவப் பள்ளிகள்
11. பாரசீக அரபு மருத்துவப் பள்ளிகள்

II. குர்முகி பள்ளிகள்

12. குர்முகி பள்ளிகள்
13. குர்முகி மற்றும் லந்தே பள்ளிகள்

III. மஹாஜனி பள்ளிகள்

14. லந்தே பள்ளிகள் பல்வேறு வகையிலான சத்சாலைகள்
15. நகரி லந்தே பள்ளிகள் (சத்சாலைகள்)
16. பாரசீக லந்தே பள்ளிகள்

IV. பாடசாலைகள்

17. நகரி சமஸ்கிருதப் பள்ளிகள்
18. சமஸ்கிருத மதப் பள்ளிகள்
19. மதம் சாரா சமஸ்கிருத பொதுக் கல்வி நிலையங்கள் (பல்வேறு பாடப் பிரிவுகள்)

20. பாதி மத நம்பிக்கைகள் சார்ந்த சமஸ்கிருதப் பள்ளிகள்
21. சமஸ்கிருத மருத்துவப் பள்ளிகள் (பிரதானமாக)
22. ஹிந்தி சமஸ்கிருதப் பள்ளிகள்
23. சமஸ்கிருத ஜோதிட, வான சாஸ்திரப் பள்ளிகள் (பிரதானமாக)

V. பெண்களுக்கான பாரம்பரியப் பள்ளிகள்

(மேலே வகைப்படுத்தப்பட்டது போலவே)

சமஸ்கிருதப் புத்தகங்களின் பட்டியல்

பால பூத்	அக்ஷர் தீபிகா

1. இலக்கணம்

சரஸ்வத்	*மனோரமா*
சந்திரிக	*பாஷ்யா*
லகு கௌமுதி	*பாணினிய வியாகரன்*
கௌமுதி	*சித்தாந்த கௌமுதி*
சேகர்	*ப்ரக்ரிதா பிரகாஸா*

2. மொழியியல்

அமர்கோஷ்	*மாலினி கோஷ்*
ஹலாயுதா	

3. செய்யுள், நாடகம் மத வரலாற்று நூல்கள்

ரகுவம்சம்	*மஹாபாரதம்*
மேத தூதம்	*சாகுந்தலம்*
மேக	*வேணி சங்கரா*
கிராத அர்ஜுனன்	*நிஷாத சரித்திரம்*
ராமாயணம்	*மிருச்சகடிகம்*
ஸ்ரீமத் பாகவதம்	*குமார சம்பவம்*
மற்றும் பிற புராணங்கள்.	

4. மொழியியல் கலை

காவ்ய தீபிகா	*காவ்ய பிரகாசம்*
சாஹித்ய தர்ப்பணா	*தச ரூபா*
கைவல்யானந்தா	

5. கணிதம் வான சாஸ்திரம் ஜோதிடம்

சித்பந்த ஷிரோமணி	*நீல காந்தி*
மஹுர்த்த சிந்தாமணி	*பிருஹத் ஜாதக்*
கர்ப லக்னம்	*பராசரியா*

6. மருத்துவம்

சாம ராஜ	*நிகண்டு*
சுஷ்ருத	*சாரங்க தாரா*
சரஹ	*பாஷ்ய பரிசேஷத்*
மாதவ	*நிதான வாகபத்*

7. தர்க்கம்

நியாய சூத்ர வ்ருத்தி	*கதா தாரி*
வ்யத்பதிவாத	*தர்க்காலங்காரம்*
தர்க்க சங்க்ரஹ	*காரிகாவலி*

8. வேதாந்தம்

ஆத்ம போத சாரீரகம்	பஞ்ச தர்ஷி

9. சட்டம்

மனு ஸ்மிருதி	பராசர ஸ்மிருதி
யக்ஞ வல்க கவுதமா	மிதக்ஸர ஸ்மிருதி

10. தத்துவம்

சாங்க்ய தத்வ கௌமுதி	பதஞ்சலி சூத்ர விருத்தி உரையுடன்
சாங்க்ய ப்ரவசன பாஷ்யம்	வேதாந்தம், வேதாந்த சாரம்
யோக சூத்ரம்	மீமாம்சை சூத்ரங்கள்
வைசேஷிக சித்தாந்தம்	முக்தாவலி சூத்ரங்கள்
பாஷ்ய அர்த்த சங்க்ரஹ	

11. செய்யுள்

ஸ்ருதி போதம்	விருத்த ரத்னாகரம்

12. உரைநடை இலக்கியம்

ஹிதோபநிஷதம்	தச குமர சரித்திரம்
வாசவதத்தா	

13. மதம்

ரிக்வேத சங்ஹிதா	சாமவேதம், மந்த்ர பாகா,
யஜுர்வேதம், சுக்ல யஜுர்	சந்தாஸ்ய அர்ச்சிகா
வாசஸ்நேயி சங்ஹிதா	

பின்னிணைப்பு F

மகாத்மா காந்திக்கும் சர் ஃபிலிப் ஹெர்டாக்குக்கும் இடையிலான கடிதப் பரிமாற்றங்கள்

இந்தியப் பாரம்பரியக் கல்வி பற்றி மகாத்மா காந்தி

...விஷயம் அதோடு முடிந்துவிடவில்லை. எதிர்காலக் கல்வி பற்றியும் நாம் கவனிக்க வேண்டியிருக்கிறது. நான் கூறும் இந்தக் கருத்து பொய் என்று நிரூபிக்கப்பட்டுவிடக்கூடும் என்ற பயம் துளியும் இன்றிச் சொல்கிறேன். இந்தியாவின் இப்போதைய கல்வி நிலை முந்தைய ஐம்பது அல்லது நூறு வருடங்களுக்கு முந்தைய கல்வி நிலையைவிட மிகவும் மோசமாக இருக்கிறது. பர்மாவிலும் இதே நிலைதான். ஏனென்றால் பிரிட்டிஷ் நிர்வாகிகள் இந்தியாவுக்கு வந்தபோது, இங்கு நிலவிய அமைப்புகளைப் புரிந்துகொண்டு அதை வளர்த்தெடுப்பதற்குப் பதிலாக அவற்றை அப்புறப்படுத்தத் தொடங்கினார்கள். மண்ணைத் தோண்டி வேரை எடுத்து ஆராய்ந்தார்கள். அதன் பிறகு அந்த வேரை அப்படியே மட்கி வாடும்படி விட்டுவிட்டார்கள். அந்த அழகிய மரம் அழிந்துவிட்டது.

பிரிட்டிஷ் நிர்வாகிகளுக்கு இந்தியப் பரம்பரியப் பள்ளிகள் போதுமானதாக இருக்கவில்லை. எனவே, அவர்கள் அவர்களுக்கான செயல்திட்டத்தை முன்வைத்தார்கள். ஒவ்வொரு பள்ளிக்கும் இத்தனை கட்டடங்கள் இருக்கவேண்டும்... இன்ன இன்ன உபகரணங்கள் இருக்கவேண்டும் என்பதுபோல் பல விஷயங்களை முன்வைத்தார்கள். அப்படியான பள்ளிகள் எதுவும் இந்தியாவில் நிச்சயம் இருந்திருக்கவில்லைதான். பிரிட்டிஷ் அதிகாரிகள் செய்த ஆய்வுகளில் கிடைத்த தரவுகள் எல்லாம் நம் முன் இருக்கின்றன. இந்தியப் பாரம்பரியப் பள்ளிகளை அவர்கள் ஒரு பள்ளியாகவே மதிக்கவில்லை என்பதால் அவையெல்லாம் அழிந்துவிட்டன. அதோடு ஐரோப்பிய பாணி பள்ளிகள் அதிகக் கட்டணம்

வசூலிப்பவையாக இருந்ததால் மக்களால் அதன் முழுப் பலனைப் பெற முடியவில்லை. ஒரு நூற்றாண்டுக்கு உள்ளாக இந்திய மக்கள் அனைவருக்கும் அடிப்படைக் கல்வி என்ற இலக்கை யாராலும் அடைய முடியாது என்றே சொல்கிறேன். எனது பாவப்பட்ட தேசம் அவ்வளவு செலவு அதிகமான ஐரோப்பிய பாணி கல்வியைப் பெறும் நிலையில் இல்லை. எனவே, பிரிட்டிஷ் அரசு இந்திய பாரம்பரியப் பள்ளி ஆசிரியர்களை மீட்டெடுத்து ஒவ்வொரு கிராமத்திலும் ஆண், பெண் குழந்தைகள் இருவருக்குமான பள்ளிகளைத் தொடங்க வழி செய்ய வேண்டும்.

கேள்வி (சர் பிலிப் ஹெர்டாக்): கடந்த ஐம்பது அல்லது நூறு ஆண்டுகளில் இந்தியாவில் கல்வியின் தரம் தாழ்ந்துவிட்டதாகச் சொல்லியிருக்கிறீர்களே... அதற்கு ஆதாரங்கள் ஏதேனும் தர முடியுமா?

பஞ்சாப் அரசு ஆவணங்கள்தான் அதற்கான ஆதாரம் என்று காந்தி பதில் சொன்னார். 'யங் இந்தியா'வில் பஞ்சாப் மாகாணக் கல்வி பற்றிய அந்தத் தரவுகளை வெளியிட்டிருப்பதாகவும் சொன்னார்.

சர் பிலிப் ஹெர்டாக்: ஆண்களின் கல்வி சதவிகிதம் 14. பெண்களின் கல்வி விகிதம் வெறும் 2 மட்டுமே என்று இருப்பது ஏன்? பிரிட்டிஷ் இந்தியாவைவிட காஷ்மீர் மற்றும் ஹைதராபாத்தில் கல்வி நிலை மோசமாக இருக்க என்ன காரணம் என்பதை காந்தி விளக்கிச் சொல்ல முடியுமா?

காந்தி சொன்னார்: பெண்களின் கல்வி புறக்கணிக்கப்பட்டது மிகவும் அவமானத்துக்குரிய விஷயம்தான். அரசரின் அலட்சியம் அல்லது முஸ்லிம்கள் அதிகமாக இருப்பதுதான் காஷ்மீரின் மோசமான கல்வி நிலைக்குக் காரணமாக இருக்கக்கூடும் என்று காஷ்மீர் தரவுகளில் இருந்து யூகிக்கலாம்.

- இண்டர்நேஷனல் அஃபயர்ஸ், லண்டன், நவம்பர் 1931. மகாத்மா காந்தி ஆற்றிய நீண்ட உரை. அக் 20, 1931-ல் ராயல் இன்ஸ்டிடியூட் ஆஃப் இண்டர்நேஷனல் அஃப்யர்ஸ், சாத்தம் ஹவுஸ், லண்டன்.

அந்தக் கூட்டத்துக்கு செல்வாக்கு மிகுந்த ஆங்கிலேய சீமான் சீமாட்டிகள் வந்திருந்தனர். வட்ட மேஜை மாநாட்டில் ஒரு பிரதிநிதி யான ஓதியன் பிரபு அந்தக் கூட்டத்துக்கு தலைமை தாங்கினார்.

(மேலே இடம்பெற்றிருக்கும் உரைக்குக் காண்க: மகாத்மாவின் படைப்புகளின் தொகுப்பு, அத்தியாயம் 48, பக் 199 - 200, 201 - 2.)

* * *

5, இன்வெர்ன்ஸ் கார்டன், டபிள்யூ - 8.
21, அக்டோபர், 1931

எம்.கே.காந்தி. எஸ்க்யூ,
வட்டமேஜை மாநாடு,
செயிண்ட் ஜேம்ஸ் அரண்மனை
எஸ்.டபிள்யூ.1.

டியர் மிஸ்டர் காந்தி,

கடந்த ஐம்பது அல்லது நூறு ஆண்டுகளில் பிரிட்டிஷ் இந்தியாவில் கல்வியின் நிலை மிகவும் மோசமடைந்துவிட்டிருக்கிறது; இதை ஆதாரபூர்வமாக நிரூபிக்க முடியும் என்று ராயல் இன்ஸ்டிட்யூட் ஆஃப் இண்டர்நேஷனல் அஃப்பயர்ஸ் கருத்தரங்கில் சொல்லியிருந்தீர்கள். அப்படிச் சொன்னதற்கான ஆதாரம் ஏதேனும் இருக்கிறதா என்று நான் கேட்ட கேள்விக்கு பதில் அளிக்கும் முகமாக பஞ்சாப் அரசாங்கத்தின் நிர்வாக அறிக்கையைப் பற்றிக் குறிப்பிட்டிருக்கிறீர்கள். பஞ்சாபில் என்ன நடந்ததோ அதுதான் இந்தியாவின் பிற பகுதிகளிலும் நடந்திருக்கும் என்றும் சொல்லியிருக்கிறீர்கள். ஆனால், அந்த அறிக்கையின் வருடம் தேதி போன்ற விவரங்கள் எதையும் நீங்கள் அளிக்கவில்லை. 'யங் இந்தியா'வில் வெளியான ஒரு கட்டுரையையும் ஆதாரமாகச் சொல்லியிருக்கிறீர்கள். அதன் வருடம், தேதி பற்றியும் எதுவும் தெரிவித்திருக்கவில்லை.

இந்தியக் கல்வி தொடர்பான ஆராய்ச்சியில் மிகுந்த ஆர்வத்துடன் சில காலமாக ஈடுபட்டுவருகிறேன். எனவே, உங்கள் கூற்றுக்கு ஆதாரமாக நீங்கள் குறிப்பிட்டிருக்கும் ஆவணங்களின் தேதி பற்றி எனக்கு அறியத் தந்தால் நான் அவற்றைப் பார்த்துப் புரிந்துகொள்ள வசதியாக இருக்கும். மேலும் நீங்கள் என்னைத் தவறாக நினைக்காவிட்டால் நான் ஒரு விஷயம் சொல்ல விரும்புகிறேன். பஞ்சாபில் கல்வி தொடர்பாக என்ன நடந்திருக்கிறதோ அதுதான் இந்தியாவின் பிற பகுதிகளிலும் நடந்திருக்கும் என்ற உங்கள் கூற்று தவறானது என்றே நினைக்கிறேன். கடந்த பத்துப் பதினைந்து வருடங்களில் பஞ்சாப் இந்தியாவின் பிற பகுதிகளைவிட அதிவேகமான முன்னேற்றத்தைக் கண்டிருக்கிறது என்பது பலருக்கும் தெரிந்த விஷயமே.

இந்தியாவின் மிகப்பெரிய மாநிலங்களான காஷ்மீர் (பெரும்பான்மை மக்கள் முஸ்லிம்கள், மன்னர் ஓர் இந்து) மற்றும் ஹைதராபாத் (பெரும்பான்மை மக்கள் இந்துக்கள், மன்னர் ஓர் முஸ்லிம்) பகுதிகளில் கல்வியின் நிலை மிக மோசமாக இருப்பது ஏன் என்று நான் கேள்வி எழுப்பியிருந்தேன். அதற்கு நீங்கள், காஷ்மீரில் கல்வியின் நிலை பின்தங்கியதாக இருப்பதற்கு அங்கு

முஹமதியர்கள் அதிகம் இருப்பது காரணமாக இருக்கக்கூடும் என்று பதில் சொல்லியிருக்கிறீர்கள். ஆனால், இந்துக்கள் அதிகமாக இருக்கும் ஹைதராபாத்தின் கல்வி நிலை பிரிட்டிஷ் இந்தியாவை விடப் பின்னடைந்து இருப்பதற்கான காரணத்தை நீங்கள் சொல்லவில்லை. இந்த விஷயங்கள் உங்கள் பார்வைக்கு முன்பே கொண்டுவரப்பட்டிருக்கவில்லை என்று நினைக்கிறேன்.

நீங்கள் சொன்னதிலிருந்தே ஒருவிஷயம் உங்களுக்குப் புரிந் திருக்கும்: இந்தியாவில் கல்வி நிலை மோசமாக இருப்பதற்கு பிரிட்டிஷ் நிர்வாகம்தான் காரணம் என்ற உங்கள் கூற்று நியாயப்படுத்த முடியாதது. எனவே, நீங்கள் உங்கள் பிழையைச் சரி செய்துகொள்வீர்கள் என்று உறுதியாக நம்புகிறேன்.

தங்கள் உண்மையுள்ள
பிலிப் ஹொர்டாக்,

எம்.கே.காந்தி. எஸ்க்யூ,
வட்டமேஜை மாநாடு,
செயிண்ட் ஜேம்ஸ் அரண்மனை
எஸ்.டபிள்யூ.1.

* * *

88, நைட்ஸ்பிரிட்ஜ்
லண்டன் வெஸ்ட்
23, அக், 1931

அன்பு நண்பருக்கு,

தவறுதலாக நீங்கள் உங்கள் கடிதத்தின் கீழே கையொப்பம் இட மறந்துவிட்டிருக்கிறீர்கள் என்று நினைக்கிறேன். ஆனால், முகவரி முழுமையாகத் தரப்பட்டிருப்பதால் இந்தக் கடிதம் உங்கள் கைகளுக்குக் கிடைக்குமென்று நம்புகிறேன்.

நீங்கள் கேட்டபடி அந்த ஆதாரங்களின் தேதியை நினைவில் இருந்து சொல்ல என்னால் முடியவில்லைதான். ஆனால், நீங்கள் இது தொடர்பாக விரிவாக ஆராய விரும்புவதால், 'யங் இந்தியா'வில் எந்த இதழ்களில் அவை வெளியாகின என்ற விவரங்களை நிச்சயம் உங்களுக்கு அனுப்பிவைக்கிறேன். பஞ்சாபின் நிலைமையை வைத்து மட்டுமே அல்லாமல் பிற பிராந்தியங்களின் கல்வி நிலையை அடிப்படையாக வைத்தும் நான் சொன்னதை நிரூபிக்க என்னால் முடியும். ஆனால், பஞ்சாபிலும் பர்மாவிலும் நடந்தவற்றின் அடிப்படையில் இந்தியாவின் பிற பகுதிகளிலும் அப்படியே நடந்திருக்க வாய்ப்பு உண்டு என்ற என் தீர்மானத்துக்கு எந்தச்

சிரமமும் தயக்கமும் இல்லாமல் வர என்னால் முடியும். நீங்கள் கடந்த சில வருடங்களில் பஞ்சாபில் மட்டும் நடந்திருக்கும் மாற்றங்கள் குறித்துச் சொல்லியிருப்பவை முன்பு நடந்ததாக நான் சொன்ன விஷயத்தை எந்தவகையிலும் பாதிக்கப் போவதில்லை.

காஷ்மீர் பற்றி நான் சொன்னது உத்தேசமான யூகம்தான். நீங்கள் இது தொடர்பாக விரிவாக ஆராய விரும்புவதால் காஷ்மீரின் உண்மைநிலையைத் தெரிந்துகொண்டு சொல்கிறேன். நான் சொன்ன தரவுகளில் அல்லது என் தீர்மானத்தில் ஏதேனும் தவறுகள் இருந்தால் அதை நான் திருத்திக்கொள்ளவேண்டும் என்று நீங்கள் சொன்னது முற்றிலும் சரியே. நான் எனது கூற்றுகளை உறுதிப்படுத்தக் கூடுதல் தரவுகளை நிச்சயம் சேகரித்து உங்களிடம் தருகிறேன். அதேபோல் உண்மை நிலையைப் புரிந்துகொள்ள உதவும் தரவுகள் ஏதேனும் உங்களிடம் இருந்தால் அதையும் எனக்கு அனுப்பிவையுங்கள்.

தங்கள் உண்மையுள்ள
எம்.கே.காந்தி

* * *

5, இன்வெர்ன்ஸ் கார்டன், டபிள்யூ - 8.
27, அக்டோபர், 1931

அன்புக்குரிய திரு காந்திக்கு,

23 அக்டோபரில் நீங்கள் அனுப்பிய நட்பார்ந்த கடிதம் கிடைத்தது. மிகுந்த நன்றி. 22-ம் தேதியன்று நான் அனுப்பிய கடிதத்தில் கையொப்பம் இட மறந்துவிட்டேன். மன்னிக்கவும். உங்களுக்கு அனுப்பிய பிரதியில் கையெழுத்திடுவதற்குப் பதிலாக கார்பன் நகலில் கையெழுத்து இட்டுவிட்டிருக்கிறேன் போலிருக்கிறது.

'யங் இந்தியா'வில் வெளியான கட்டுரைகள் தொடர்பான தகவல்களை எனக்கு அனுப்பித் தந்தால் மிகுந்த நன்றியுடையவனாக இருப்பேன். அதைப் பரிசோதித்துப் பார்த்து என் கருத்தைத் தங்களுக்கு அனுப்பிவைக்கிறேன்.

	ஐந்து வயதுக்கு மேற்பட்ட ஆண்களில் கல்வி கற்றவர்களின் %	ஐந்து வயதுக்கு மேற்பட்ட பெண்களில் கல்வி கற்றவர்களின் %
திருவிதாங்கூர் ஸ்டேட்	*38.0*	*17.3*
கொச்சின் ஸ்டேட்	*31.7*	*11.5*
பரோடா ஸ்டேட்	*24.0*	*4.7*
பிரிட்டிஷ் இந்தியா	*14.4*	*2.0*

ஒட்டு மொத்த இந்தியா	13.9	2.1
மைசூர் ஸ்டேட்	14.3	2.2
ஹைதராபாத் ஸ்டேட்	5.7	0.8
ராஜஸ்தான் ஏஜென்ஸி	6.8	0.5
காஷ்மீர் ஸ்டேட்	4.6	0.3

இந்தியக் கல்வி வரலாறு தொடர்பாக என் வசம் இருக்கும் தரவுகள் தொடர்பாக நீங்கள் கேட்டிருந்தீர்கள். நான் சேர்மனாக இருந்த கல்கத்தா யுனிஃவர்சிட்டி கமிஷனின் சார்பாக வெளியிடப் பட்டிருக்கும் அறிக்கைகளை உங்களுக்கு அனுப்புகிறேன் (இந்திய ஸ்டாச்சுடரி கமிஷனின் இடைக்கால அறிக்கை ஹெச்.எம். ஸ்டேஷனரி அலுவலகம், 3407, 1929). குறிப்பாக மக்கள்தொகைக் கணக்கெடுப்பில் கல்வி கற்றவர்களின் எண்ணிக்கை தொடர் பாகக் குறிப்பிடப்பட்டிருப்பவற்றை அனுப்புகிறேன். சைமன் அறிக்கை தொகுதி 1, பக் 382. அதை நான் இந்தக் கடிதத்துடன் இணைத் திருக்கிறேன்.

1911-ல் பிரிட்டிஷ் இந்தியாவில் கல்வி கற்றவர்களின் எண்ணிக்கை 12%. 1881-ல் அது 8%. இரண்டு கோடிப் பழங்குடிகள், மலைவாசிகள் மற்றும் பெருமளவிலான தீண்டப்படாதவர்கள் இருப்பதால் கல்வி அறிவு பெற்றவர்களின் எண்ணிக்கை இந்த அளவுக்குக் குறைவாகவே இருக்கிறது.

1881-ல் (ஐம்பது ஆண்டுகளுக்கு முன்பாக) பிரிட்டிஷ் இந்தியாவில் கல்வி பெற்ற ஆண்களின் எண்ணிக்கை 8%. அது 1911-ல் 12%ஆகவும் 1921-ல் 14.4% ஆகவும் அதிகரித்திருக்கிறது.

திருவிதாங்கூர், கொச்சி பகுதிகளில் இந்திய கிறிஸ்தவர்களின் எண்ணிக்கை அதிகம். பரோடாவில் மேற்கத்திய பாணியிலான கட்டாய ஆரம்பக் கல்வியானது 1893-ல் அறிமுகப்படுத்தப்பட்டது.

இந்த மக்கள்தொகைக் கணக்கெடுப்பு விவரங்கள் கடந்த ஐம்பது வருடங்களில் பிரிட்டிஷ் இந்தியாவில் கல்வி அறிவு குறைந்து விட்டதாக நீங்கள் சொன்னதற்கு முற்றிலும் மாறாக இருப்பதைப் பார்க்க முடியும்.

ஹைதராபாத்தின் தரவுகள் (மன்னர் முஹமதியர் மக்களில் இந்துக்கள் அதிகம்) மற்றும் காஷ்மீரின் தரவுகள் (மக்களில் முஸ்லிம்கள் அதிகம் மன்னர் இந்து) ஆகியவை கல்வி அறிவு குறைவாக இருப்பதற்கு பிரிட்டிஷ் நிர்வாகமே காரணம் என்று சொல்வதை மறுதலிக்கக்கூடியவையாக இருக்கின்றன.

மாடர்ன் இந்தியா (ஆக்ஸ்ஃபோர்டு யுனிவர்சிட்டி பிரஸ், *1931)* என்பதில் கல்வி பற்றி நான் எழுதியிருக்கும் ஒரு அத்தியாயம் மற்றும் இந்திய அரசியல் சிந்தனையாளரான மறைந்த லாலா லஜபதி ராய் எழுதிய ஒரு ஆக்கம் ஆகியவற்றை உங்களுக்கு அனுப்புகிறேன். லஜபதி ராய் உங்களுடைய கருத்துகளுடன் பல நேரங்களில் முரண்படக்கூடியவர். எனினும் அவருடைய கூற்றுகள் உங்களுக்கு நிச்சயம் ஆர்வமூட்டுபவையாக இருக்கும் என்று நம்புகிறேன்.

அன்று சொன்னது தவறென்று புரிந்துவிட்டால் அதைச் சரிசெய்து கொள்வேனென்று நீங்கள் எடுத்திருக்கும் முடிவை வரவேற்கிறேன். நீங்கள் அப்படிச் செய்வீர்கள் என்பது எனக்கு முன்பே தெரியும். அப்படி உங்களைத் திருத்திக் கொள்ளும் நாளை எதிர்பார்த்துக் காத்திருக்கிறேன்.

என்னை நம்புங்கள்.

தங்கள் உண்மையுள்ள
பிலிப் ஹொர்டாக்

* * *

5, இன்வெர்னஸ் கார்டன், டபிள்யூ 8
13, நவம்பர் 1931

மேதகு எம்.கே.காந்தி
88, நைட்ஸ்பிரிட்ஜ், மே

அன்புக்குரிய திரு காந்தி,

உங்கள் அக் *23*-ம் தேதி கடிதத்துக்கு அக் *27*-ல் பதில் எழுதியிருந்தேன். ஆனால், பிரிட்டிஷ் இந்தியாவில் கல்வி விகிதம் குறைந்துவிட்டதாக நீங்கள் சொன்னதற்கு ஆதாரமாகக் குறிப்பிட்ட ஆவணங்களை எனக்கு இன்னும் அனுப்பிவைக்கவில்லை. ஒருவேளை நான் அனுப்பிய *27*ம் தேதி கடிதம் உங்களுக்குக் கிடைக்காமல் இருந்திருந்தால் இந்தக் கடிதத்துடன் அதன் நகலை இணைத்து பதிவுத் தபாலில் அனுப்புகிறேன்.

தங்கள் உண்மையுள்ள
பிலிப் ஹொர்டாக்

* * *

88, நைட்ஸ்பிரிட்ஜ் எஸ்.டபிள்யூ.ஐ.
(போஸ்ட் மார்க் நவம்பர் 14, 1931)

திரு சர் பிலிப் ஹெர்டாக்குக்கு

அன்பு நண்பருக்கு,

நீங்கள் அக் 27-ல் அனுப்பிய கடிதம் திரு காந்திக்கு கிடைத்திருக்கிறது. 'யங் இந்தியா' 1920க்கான கட்டுரைகள் இப்போதுதான் அவருக்குக் கிடைத்தன. இந்தக் கடிதத்துடன் உங்களுக்கு அனுப்பிவைக்கும்படிக் கேட்டுக்கொண்டிருக்கிறார்.

தங்கள் உண்மையுள்ள
மகாதேவ தேசாய்

8, டிசம்பர், 1920 - 'யங் இந்தியா' கட்டுரை

இந்தியாவில் பொதுக் கல்வியின் வீழ்ச்சி

(தவுலத்ராம் குப்தா, எம்.ஏ.)

1854-ல் நாடாளுமன்றத்தில் எடுக்கப்பட்ட முடிவின்படி இந்தியர்களுக்குக் கல்வி கொடுக்கும் பொறுப்பை பிரிட்டிஷ் அரசு எடுத்துக்கொண்டதைத் தொடர்ந்து இந்தியா கல்வியில் முன்னேறியிருக்கிறது; பள்ளிகளின் எண்ணிக்கை அதிகரித்திருக்கிறது, மாணவர்களின் எண்ணிக்கையும் கல்வியின் தரமும் அதிகரித்திருக்கிறது என்று பொதுவாக நம்பப்படுகிறது. ஆனால், அப்படியான முன்னேற்றம் எதுவும் நம்மால் முன்னெடுக்கப்பட்டிருக்கவில்லை என்பதை நான் சொல்லப் போகிறேன். சிலருக்கு அது அதிர்ச்சியைத் தரலாம்... வேறு சிலருக்கு புதிய தகவலாக இருக்கலாம். பொதுமக்களின் கல்வியைப் பொறுத்த வரையில் இந்தியா பிரிட்டிஷாரின் கைகளுக்கு வந்ததைத் தொடர்ந்து இறங்குமுகமாகவே இருந்திருக்கிறது.

நீண்ட நெடும் பாரம்பரியமும் பழமையும் கொண்ட இந்தியர்களின் கல்வித்துறையானது இந்துக்கள், முஹமதியர் என இருவருடைய மத நிறுவனங்களுடனும் நெருக்கமாகப் பின்னிப்பிணைந்து இருந்திருக்கிறது. இந்தியாவில் எந்தவொரு கோவில், தர்மசாலை, மசூதி என எதுவாக இருந்தாலும் அதனுடன் ஒரு பள்ளி கட்டாயம் இருக்கும். கற்றுத் தருவதும் கல்வி பெறுவதும் ஒரு மதக்கடமையாக உயர்வாக மதிக்கப்படுகிறது. உயர் சாதியினர் மிகுதியாக

வசிக்கும் இடங்களில் கல்விமையங்கள் அமைந்திருக்கின்றன. அங்கு சமஸ்கிருத மொழியில் இலக்கணம், தர்க்கம், தத்துவம், சட்டம் என பண்டிட்களால் கற்றுத் தரப்பட்டிருக்கின்றன.

தாழ்ந்த ஜாதிகளைச் சேர்ந்தவர்களுக்கு நாடு முழுவதும் கிராமப் பள்ளிகள் இருந்திருக்கின்றன. சிறு வியாபாரிகள், விவசாயிகள், நில உடமையாளர்கள் என அனைவருக்கும் நல்ல அடிப்படைக் கல்வி தரப்பட்டிருக்கிறது. ஒவ்வொரு துவிஜர் குடும்பத்தினருக்கும், ஒவ்வொரு கலப்புத் தொழில் குலங்களுக்கும், ஒவ்வொரு முக்கிய கிராமத்துக்கும் ஒவ்வொரு பூசாரிகள் இருக்கிறார்கள். மதம் சார்ந்த சடங்கு சம்பிரதாயங்கள் நீங்கலாக கல்வி கற்றுத்தரும் பொறுப்பும் ஒவ்வொரு பூசாரியிடம் ஒப்படைக்கப்பட்டிருக்கிறது. அதன் அடிப்படையில் நாடுமுழுவதும் கல்வி விரிவாகப் பரவியிருப்பதை ஒருவர் எளிதில் நன்கு புரிந்துகொள்ள முடியும்.

முஸல்மான்களின் உயர்கல்வியானது கற்றறிந்த அறிஞர்கள் வசம் விடப்பட்டிருந்தது. கோவில்கள் மசூதிகளுடன் பள்ளிகள் இணைக்கப்பட்டிருந்தன. அரசிடமிருந்து அல்லது தனி நபர் தந்த தான தருமங்களில் இருந்து அந்தப் பள்ளிகளை நிர்வகிக்க பணமாக அல்லது நில மானியமாக உதவிகள் தரப்பட்டன. இலக்கணம், மொழியியல், தர்க்கம், இலக்கியம், சட்டம், விஞ்ஞானம் முதலியவை முஸ்லிம் மதரஸாக்களில் கற்றுத் தரப்பட்டிருக்கின்றன.

தாமஸ் மன்ரோ 1826-ல் மேற்கொண்ட ஆய்வின்படி 1826-ல் மதராஸில் 11,778 இந்தியப் பள்ளிகளும் 740 கல்லூரிகளும் இருந்திருக்கின்றன. அவற்றில் 1,57,664 ஆண்கள், 4,023 பெண்கள் கல்வி பெற்றிருக்கிறார்கள் (காண்க: மதராஸ் ப்ராவின்சியல் கமிட்டி 1884 அறிக்கை). அப்போதைய மக்கள்தொகையான 1,23,50,941 பேரில் பள்ளிக்குச் செல்லும் வயதில் இருந்தவர்களின் எண்ணிக்கையில் நான்கில் ஒரு பங்கினருக்குக் கல்வி தரப்பட்டிருக்கிறது. கல்வி பெற்ற மாணவிகளின் எண்ணிக்கை மிகவும் குறைவு என்பதால் 500 பேருக்கு ஒரு பள்ளி இருந்திருப்பதாகச் சொல்லலாம் என்று சொல்லியிருக்கிறார்.

இந்த அறிக்கையோடு நில்லாமல் தாமஸ் மன்ரோ அன்று கல்வி வெகுவாகப் பரவி இருந்தது என்ற தனது மதிப்பீட்டை வலுப்படுத்தும் வகையில் மேலும் சொல்கிறார்:

> வீடுகளில் கல்வி பெறுபவர்களின் எண்ணிக்கை நம்மிடம் இல்லை. எனவே, அதையும் சேர்த்துப் பார்த்தால் கல்வி பெற்றவர்களின் எண்ணிக்கை மூன்றில் ஒரு பங்கு இருக்கும் என்றே சொல்லலாம்.

நூறு ஆண்டுகளுக்கும் மேலாக பிரிட்டிஷாரின் செல்வாக்கின் கீழ் இருந்த மதராஸ் பிரஸிடென்ஸியில் 1826 வாக்கிலான பாரம்பரியக் கல்வியின் நிலை அதுவே. மேலும் அந்தப் பரம்பரிய கல்விமையங்கள் மெல்ல இடம்பெயர்க்கப்பட்டு புதிய கல்விமையங்கள் அங்கு பெருக ஆரம்பித்திருந்தன.

வங்காளம் முழுவதிலும் வட்டாரமொழிப் பள்ளிகள் நிறைந்து காணப்பட்டன என்று இதுபோலவே திரு டபிள்யூ. ஆடம் 1835-ல் தெரிவித்திருக்கிறார். அந்தப் பள்ளிகளின் எண்ணிக்கை ஒரு லட்சம் இருக்கும் என்றும் குறிப்பிட்டிருக்கிறார். அப்படியான பள்ளிகளை வளர்த்தெடுக்க எந்த முயற்சியும் எடுக்கப்படவில்லை என்று சாட்லர் கமிஷன் தெரிவித்திருக்கிறது. மேற்கத்தியக் கல்வியானது மேல்தட்டு மக்களுக்குக் கொடுக்கப்பட்டால் அது அப்படியே கசிந்து கீழ்தட்டு மக்களுக்கும் சென்று சேரும் என்ற தீர்மானத்தின் அடிப்படையில் பிரிட்டிஷ் ஆட்சியில் உயர்நிலை மற்றும் மேல்நிலைப் பள்ளிகளுக்கு மட்டுமே அதிக முக்கியத்துவம் தரப்பட்டது. பிரிட்டிஷ் அரசு ஆரம்பித்து நிர்வகித்த பள்ளிகளுக்கு மட்டுமே நிதி உதவிகள் அனைத்தும் தரப்பட்டன. இந்தியப் பாரம்பரியப் பள்ளிகளுக்குச் செலவிடப்பட்ட தொகை முழுவதும் முடக்கப்பட்டது. அந்தப் பள்ளிகளின் நிர்வாகத்துக்காக வரி இல்லாமல் மானியமாகத் தரப்பட்டிருந்த நிலங்கள் முழுவதும் அரசால் கையகப்படுத்தப்பட்டன. இந்தியப் பாரம்பரியப் பள்ளி களுக்கு எந்தப் பொருளாதார உதவிகளும் கிடைக்காததால் அவை நிலைகுலைந்தன.

இந்த நடவடிக்கைகள் அனைத்துமே அரசியல் நோக்குடனே முன்னெடுக்கப்பட்டிருக்கின்றன. சர் சங்கரன் நாயர் தனது புகழ்பெற்ற அறிக்கையில் எழுதியது:

> செல்வந்தக் குடும்பத்தில் பிறந்தவர்களுக்கு மட்டுமே கல்வி கிடைக்கும் வகையில் உயர்நிலை, மேல்நிலைக் கல்விக்கு மட்டுமே அரசின் கவனம் திருப்பிவிடப்பட்டது. குறிப்பாக, ஏழைகளுக்குக் கல்வி கிடைக்கவிடாமல் தடுக்கும் வகையில் கல்வியின் பரவலாக்கம் தடுக்கப்பட்டது. மானியங்கள் தர பல்வேறு நிபந்தனைகள், கெடுபிடிகள் விதிக்கப்பட்டு அமல் படுத்தப்பட்டன. அவற்றில் ஏதேனும் ஒன்று பூர்த்தி செய்யப் படாவிட்டாலும் கடுமையான பின்விளைவுகளைச் சந்திக்க நேர்ந்தது. ஏழைகள் கட்ட முடியாத வகையில் பள்ளிக் கட்டணங்கள் உயர்த்தப்பட்டன. அதற்கு எதிர்ப்புத் தெரிவிக்கப் பட்டபோது, 'இப்படியான உயர்கல்வியைப் பெறும் அவசியம் அவர்களுக்கு இல்லை' என்று திமிராகப் பதில் சொல்லப்பட்டது.

அந்தக் கட்டணங்களைச் சேகரித்துக் கட்டிய தனியார் பள்ளி நிர்வாகிகள் தாமதமாகவோ குறைவாகவோ கட்டினால் அவர்களுக்குத் தரப்பட்ட மானியம் உடனே குறைக்கப்பட்டது.

அப்படியாக கல்வியானது உயர் வகுப்பினருக்கு மட்டுமே கிடைக்கும் வகையில் திட்டமிட்டுச் செய்யப்பட்டது. அதுதான் அரசுக்கு எந்தக் கெடுதலையும் விளைவிக்காது என்று நம்பப்பட்டதாக சர் சங்கரன் நாயர் மேலும் தெரிவிக்கிறார்:

> பொது மக்களுக்கு ஆங்கிலக் கல்வியும் உயர் வகுப்பினருக்கு உயர்கல்வியும் அரசியல் காரணங்களினால் தடை செய்யப் பட்டன என்று பொதுவாக நம்பப்படுகிறது. கிடைத்திருக்கும் ஆதாரங்களும் அதையே நிரூபிக்கவும் செய்கின்றன. இங்கிலாந்து நிறுவனங்களில் இங்கிலாந்தினருக்கு மட்டுமே வேலைகள் கிடைக்க வழி செய்யும் வகையில் உயர், தொழில் நுட்பக் கல்வியானது இந்தியாவில் உயர் வகுப்பினருக்குக் கிடைக்கவிடாமல் தடுக்கப்பட்டது.

பஞ்சாபில் பாரம்பரியக் கல்வியின் நிலை மிகவும் நன்றாக இருக்கிறது. அதற்குக் காரணம், மஹாராஜா ரஞ்சித் சிங்கின் தனிப்பட்ட முயற்சிகள்தான். லாகூரில் இருக்கும் ஓரியண்டல் காலேஜ் மற்றும் அரசுக் கல்லூரியின் பிரின்சிபலான டாக்டர் லெய்ட்னர் சில காலம் பஞ்சாப் பொதுக்கல்வி இயக்குநரகத்தின் இயக்குநராகவும் இருந்திருக்கிறார். அவர் பஞ்சாபில் பாரம்பரியக் கல்வி தொடர் பாக மிக விரிவான ஆய்வு ஒன்றை மேற்கொண்டிருக்கிறார். பஞ்சாபில் இந்திய பாரம்பரியக் கல்வியின் வரலாறு என்று நூலில் அவர் கூறுகிறார்:

> ஐரோப்பிய நாகரிகத்தின் ஒரு வடிவத்துக்கும் ஆசிய நாகரிகத்தின் ஒரு வகைக்கும் இடையிலான கலப்பினால் நிகழ்ந்த மாற்றங்கள் குறித்து எந்தவொரு தீய உள் நோக்கமும் இன்றிச் சில விஷயங்கள் சொல்லப்போகிறேன். எவ்வளவோ நல்லெண்ணங்கள் இருந்தும், எத்தனையோ துடிப்பான அரசு அதிகாரிகள் இருந்தபோதும், எவ்வளவோ தாராள மனம் கொண்ட அரசாங்கம் இருந்தபோதும் பஞ்சாபின் கல்வியானது எப்படிக்கழுத்துநெரிக்கப்பட்டு, தடுக்கப்பட்டு, முடக்கப்பட்டு அழிக்கப்பட்டிருக்கிறது என்பதைச் சொல்லப்போகிறேன். மறுமலர்ச்சிக்கும் மீட்சிக்குமான வழிமுறைகள் எல்லாம் எப்படியெல்லாம் புறக்கணிக்கப்பட்டன, சீரான மேம்பாடும் வளர்ச்சியும் எப்படியெல்லாம் திரிக்கப்பட்டன என்பதைச் சொல்லப்போகிறேன். தனிப்பட்ட அதிகாரியின் பிழையையும்

> மீறி, ஒரு அதிகாரபூர்வச் செயல்பாட்டின் பிழை என்பதையும் தாண்டி நமது பிரிட்டிஷ் அமைப்பு எப்படி மோசமாக நடந்துகொண்டிருக்கிறது என்பதையும் சொல்லப் போகிறேன்.

மேலும் அவர் சொல்கிறார்:

> பஞ்சாபில் இந்திய பாரம்பரியக் கல்வியின் அழிவு தொடர்பான என் கருத்துகள் சில முன்தீர்மானங்களையும் சில குறுகிய நலன்களையும் மறுதலிக்கக்கூடியதாக இருக்கும். ஆட்சியாளர்கள் தம்மால் ஆளப்படுபவர்களின் உணர்வுகளைப் புரிந்துகொள்ளவேண்டுமென்றால் ஆளப்படுபவர்களின் இடத்தில் தம்மை வைத்துப் பார்க்க வேண்டும். இப்படியான விஷயங்களை எழுதுபவர்களும் அதை வாசிப்பவர்களும் தங்களுடைய முன் அனுமானங்களில் இருந்து தம்மை விடுவித்துக்கொண்டாகவேண்டும். பொதுவாக வேட்டை பற்றி நம்மிடம் இருப்பதெல்லாம் வேட்டைக்காரன் வரைந்த சித்திரம் மட்டுமே. வேட்டையாடப்படும் விலங்கு ஓவியராக இருந்து ஒரு சித்திரம் வரையும் என்றால் அது வேட்டை பற்றிய உண்மையான பார்வையைத் தரக்கூடியதாக இருக்கும்.

பிரிட்டிஷாருடன் இணைக்கப்படுவதற்கு முந்தைய பஞ்சாபின் பாரம்பரியக் கல்வி பற்றி மேலும் கூறுகையில்:

> உலகின் 'கிழக்குப்' பகுதிகளில் கல்விக்கான ஆர்வம் எப்போதுமே இருந்துவந்திருக்கிறது. பஞ்சாப்பும் அதற்கு விதிவிலக்கல்ல. அந்நியப் படையெடுப்புகளாலும் உள்நாட்டுப் போர்களாலும் அது தொடர்ந்து பாதிக்கப்பட்ட நிலையிலும் கல்விக்கான ஊக்க நடவடிக்கைகளை அது தக்க வைத்துக்கொண்டதோடு வளர்த்தெடுத்தும் வந்திருக்கிறது. மிக மோசமான குழுத் தலைவர், பேராசை மிகுந்த வட்டிக்கடைக்காரர், ஏன் ஒரு நாடோடி கூட நில உடமையாளர் ஒருவருடன் கூட்டுச் சேர்ந்து பள்ளிகளுக்கு நிதி உதவி தருகிறார், அல்லது படித்தவர்களுக்கு தானதருமங்கள் செய்கிறார். இந்தப் பிரந்தியத்தில் இருக்கும் மசூதி, கோவில், தர்மசாலா என எதை எடுத்துக்கொண்டாலும் அவற்றுடன் ஒரு பள்ளிக்கூடம் கட்டாயம் இணைந்திருக்கிறது. அங்கு மாணவர்கள் கூட்டம் கூட்டமாகச் சென்று மதக் கல்வி பெறுகிறார்கள். தனது மகனுக்கும் கூடவே நண்பர்கள் மற்றும் தன்னைச் சார்ந்திருப்பவர்களின் குழந்தைகளுக்கும் சேர்த்துக் கல்வி தரும்வகையில் மவுல்வி, பண்டிட், குரு என யாராவது ஒருவரை போஷிக்காத செல்வந்தர் இந்தப் பகுதியில் யாரும் இல்லை என்றே சொல்லலாம்.

தனிப்பட்ட எந்த மதமும் சாராத பொதுக்கல்வியை வழங்கும் ஆயிரக்கணக்கான பள்ளிகளும் இங்கு இருக்கின்றன. முஹமதியர்கள், இந்துக்கள், சீக்கியர்கள் என அனைவரும் அங்கு சென்று பாரசீகம் அல்லது லந்தே (Lunde) மொழியைக் கற்றுக்கொள்கிறார்கள். நூற்றுக்கணக்கான கற்றறிந்தோர் 'லிலா' என்ற கடவுளின் சார்பில் தமது சக மதத்தினருக்கும் சில நேரங்களில் அனைவருக்கும் கல்வியை இலவசமாகத் தருகிறார்கள்.

இந்தப் பகுதியில் வசிக்கும் கிராமத்து மக்களில் தமது வருமானத்தில் ஒரு பகுதியை யாரேனும் ஒரு ஆசிரியருக்கு சன்மானமாகக் கொடுக்காதவர்களே இல்லை என்று சொல்லலாம். கண்ணியமான முஹமதியக் குடும்பங்களில் கணவன்மார்கள் தமது மனைவிகளுக்கும் குழந்தைகளுக்கும் கற்றுத் தருகிறார்கள். சீக்கியர்களும் 'ஞானிகளுக்கும் சீடர் களுக்கும்' மரியாதை செய்வதில் சளைத்தவர்கள் அல்ல.

மிக மேலோட்டமாகக் கணக்கிட்டால்கூட 3,30,000 மாண வர்கள் (இன்றைய தேதியில் 1,90,000க்கு கொஞ்சம் அதிகம் மட்டுமே) பல்வேறு வகுப்புகளில் எழுதவும் படிக்கவும் கணித அடிப்படைகளைக் கற்றுக்கொள்ளவும் செய்திருக் கிறார்கள். சமஸ்கிருத, அரபுக் கல்லூரிகளில் கீழைத்தேய சட்டம், தர்க்கம், தத்துவம், மருத்துவம் போன்றவை உயர்தரத்துடன் கற்றுத் தரப்பட்டிருக்கிறது. அந்தக் கல்லூரி களில் ஆயிரக்கணக்கானோர் கல்வி பெற்றிருக்கிறார்கள். ஆயிரக்கணக்கானோர் பாரசீக மொழியில் புலமை பெற்றிருக் கிறார்கள். அந்தக் கல்வித்தரத்தை அரசு மற்றும் அரசின் உதவி பெற்றும் நடத்தப்படும் நம் பள்ளிகள், கல்லூரிகள் இன்னும் எட்டியிருக்கவே இல்லை.

கடந்தகாலப் பாரம்பரியக் கல்விமையங்களின் மூலமாக, பொதுவான கல்வியும் ஒழுக்க நெறிகளும் மதக் கலா சாரமும் மக்களுக்கு போதிக்கப்பட்டுள்ளன. பனியாக் களின் குழந்தைகள் தமது வேலைக்குத் தேவையான கணக்குகளை மட்டுமே கற்றிருந்தாலும் அவர்களும் கல்வி பெற்றவர்களாக மரியாதையுடனே சமூகத்தால் நடத்தப் பட்டனர். அவர்களும் தமக்கு அடிப்படை விஷயங்களைக் கற்றுக்கொடுத்த ஆசிரியர்களை மரியாதை யுடன் பார்த்திருக்கிறார்கள்.

பஞ்சாபின் கல்வி தொடர்பான மனநிலையை டாக்டர் லெய்ட்னர் விவரிக்கையில்:

> பஞ்சாப் மிகவும் அருமையான இடம். சட்லெஜுக்கும் யமுனைக்கும் இடையில் இருக்கும் பகுதி மட்டுமல்ல. ஒட்டுமொத்தப் பகுதியுமே மிக கண்ணியமான அம்சங்களால் நிறைந்து காணப்படுகிறது. இந்தப் பகுதியின் கலாசார வரலாறு மிக அற்புதமான குடிமை அம்சங்களைக் கொண்டு விளங்குகிறது. குழுத் தலைவர்மீது மக்கள் வீரம் செறிந்த விசுவாசம் கொண்டவர்கள். தன்னாட்சிப் பண்பில் உலகிலேயே தலைசிறந்தவர்கள். எல்லவற்றுக்கும் மேலாகக் கல்வி, அதன் பரவலாக்கம் மீது அனைவருக்கும் இருக்கும் மரியாதை வேறெங்கும் காணக்கிடைக்காதது.
>
> கோவில் பூசாரி பேராசிரியராகவும் கவிஞராகவும் திகழ்கிறார். மதம், சமூகம் சார்ந்த கடமையாகவும் ஒரு தனித் தொழிலாகவும் கல்வி விளங்குகிறது.

எனவே, அதிகாரபூர்வமான வரலாற்றுத் தரவுகளின் அடிப்படையில் பார்த்தால், பிரிட்டிஷாருடன் இணைக்கப்படுவதற்கு முன்பாக பஞ்சாபில் ஒவ்வொரு கிராமத்திலும் அதற்கேயான ஒரு பள்ளி இருந்திருக்கிறது.

> தனது முந்தைய வடிவத்தை முற்றிலும் இழக்காத ஒவ்வொரு இந்திய கிராமத்திலும் அடிப்படைக் கல்வியானது கற்றுத் தரப்பட்டிருக்கிறது. தீண்டப்படாதவர்கள் நீங்கலாக எந்தவொரு குழந்தையும் எழுதப் படிக்கத் தெரியாமல் இருந்திருக்கவில்லை. கல்விப் பருவத்தின் கடைசிக் கட்டத்தை எட்டியவர்கள் மிகுந்த நிபுணத்துவம் மிகுந்தவர்களாக இருந்திருக்கிறார்கள். (காண்க: பிரிட்டிஷ் இந்தியா - லுட்லோ)

1854-55 வாக்கில் 30 ஆயிரம் பள்ளிகள் இருந்ததாக டாக்டர் லெய்ட்னர் தெரிவித்திருக்கிறார். ஒரு பள்ளிக்குக் குறைந்தது 13 மாணவர்கள் என்று நாம் கணக்கிட்டால் மொத்த மாணவர்களின் எண்ணிக்கை 4 லட்சத்தை எட்டும்.

கிராமப் பள்ளிகளில் 3 லட்சம் பேர் படித்திருப்பார்கள். ஆனால், இந்த எண்ணிக்கை அதிகமாக இருக்கவும் வாய்ப்பு உண்டு. அதோடு பின்தங்கிய மாவட்டங்களான ஹஸ்ரியாபூர் போன்ற இடங்களில் கூட 1,965 ஆண்களுக்கு (பெரியவர் சிறியவர் உட்பட) ஒரு பள்ளி இருந்திருப்பதாக 1852 செட்டில்மெண்ட் அறிக்கை கூறுகிறது. இன்றைய அரசு அல்லது அரசின் உதவி பெற்று நடத்தப்படும் பள்ளியானது 2818.7 பேருக்கு ஒரு பள்ளி என்ற விகிதத்தில்தான் இருக்கிறது என்பதோடு இதை ஒப்பிட்டுப் பார்க்காலாம். 1849-ல் அதாவது சில குழப்பங்களுக்கும் போருக்கும் பிறகு பிரிட்டிஷாரின்

ஆளுகையின் கீழ் பஞ்சாப் கொண்டுவரப்பட்ட காலகட்டத்தில் கூட 1,783 பேருக்கு ஒரு பள்ளி என்ற விகிதத்தில் இருந்திருக்கிறது.

1882-ல் இதுதான் நிலை. ஆனால், 'யங் இந்தியா'வில் வெளியாகி யிருக்கும் தகவல்களைப் பார்த்தால் இந்த வேறுபாடு இன்னும் அழுத்தமாகத் தெரியும்.

இந்தியப் பாரம்பரியக் கல்வியானது எப்படி நசிந்தது... 1882லிருந்து 1918-19க்கான காலகட்டத்தில் எப்படித் தேக்கமுற்றுக் கிடந்தது என்பதை அந்த அறிக்கையை மேலோட்டமாகப் பார்த்தாலே புரிந்துகொள்ள முடியும். பொதுக்கல்விக்கு அரசு அந்த 37 வருட காலகட்டத்தில் ஒன்றுமே செய்திருக்கவில்லை. இதற்கும் குறைவான காலத்தில் இங்கிலாந்து தனது ஒட்டுமொத்த மக்கள் கூட்டத்துக்கும் கல்வியைக் கொண்டு சேர்த்துவிட்டிருந்தது. இதைவிட மிகக் குறைவான காலகட்டத்தில் எந்தவிதக் கல்வியறிவும் நாகரிகமும் இல்லாதிருந்த மக்கள் கூட்டத்துக்கு அமெரிக்காவால் கல்வியைக் கொடுக்க முடிந்திருந்தது. இத்தனை வருடங்களில் ஜப்பான் தனது தலையெழுத்தையே மாற்றி அமைத்துக்கொண்டுவிட்டது. ஆனால், இந்தியாவிலோ அந்தக் காலகட்டத்தில் ஒன்றிலிருந்து இன்னொன்றுக்கு மாற்றுவது மட்டுமே நடந்திருக்கிறது. அதாவது ஒரு இடத்திலிருந்து இன்னொரு இடத்துக்கு மாற்றுவது, கல்விக் கான பொருளாதார மூலத்தை மாற்றுவது, பொறுப்புகளை ஒருவரிடமிருந்து இன்னொருவருக்கு மாற்றுவது என்ற விஷயங்கள் மட்டுமே நடந்திருக்கின்றன. வேறு எந்த முன்னேற்றமும் கல்வியில் நடந்திருக்கவில்லை.

இந்திய பாரம்பரியக் கல்வி வீழ்ச்சியுற்ற சுருக்கமான வரலாறு இவ்வளவுதான். பஞ்சாபில் அது எப்படி அழிக்கப்பட்டது என்பதை அடுத்த கட்டுரையில் சொல்கிறேன்.

* * *

'யங் இந்தியா'வில் இருந்து எடுக்கப்பட்ட கட்டுரையின் நகல்.
29. டிசம்பர் 1920.

பஞ்சாபில் இந்திய பாரம்பரியக் கல்வி அழித்தொழிக்கப்பட்டவிதம் *1849-1886*

இந்தியாவில் ஆங்கிலேயரின் கட்டுப்பாட்டுக்குள் வந்த கடைசி பிராந்தியம் பஞ்சாப்தான். குமரி முனையில் இருந்து யமுனை நதி தீரம்வரையிலுமாக கடந்த 200 ஆண்டுகளில் மதிப்புக்குரிய கிழக்கிந்திய கம்பெனி தனது செல்வாக்கை விரிவு படுத்தியுள்ளது. ஆனால், முகலாய ஆட்சியாளர்களை மீறி ஆட்சிப்

பொறுப்பைக் கைப்பற்றவேண்டும் என்று ஒருபோதும் அவர்கள் நினைத்திருக்கவில்லை. முஹலாய ஆட்சியாளர்களும் கூட காபூலுக்கான நுழைவாயிலாக இருக்கும் வட பகுதியில் எந்தவித ஆக்கிரமிப்புகளுக்கும் இடம் கொடுக்க விரும்பியிருக்கவில்லை. ஏனென்றால் காபூலையே அவர்கள் தமது பூர்விக பூமியாக இன்றும் மதிக்கிறார்கள்.

அவுரங்கசீப்பின் வழித்தோன்றல்கள் தமக்குள் கலகங்களை மூட்டத் தொடங்கிய காலகட்டத்தில் வடக்கிலிருந்து ஆக்கிரமிப் பாளர்களும் உள்ளுக்குளே இருந்த அதிருப்தியாளர்களும் ஆட்சியைக் கையில் எடுத்துக்கொண்டு நிலைமையை மோசமாக்கத் தொடங்கினர். இப்படியான காலகட்டத்தில் வலிமை மிகுந்த சீக்கியர்கள் தமது முக்கியத்துவத்தையும் தனித்தன்மையையும் முன்னிறுத்திச் செயல்பட ஆரம்பித்தனர். அதன் பிறகு 1849 வரையில் பியாஸ் நதியின் கரைகளில் அமைந்திருந்த பகுதிகளை அனைத்துவித அரசியல்ரீதியான ராணுவரீதியான தாக்குதல்கள் மற்றும் செல்வாக்கு களில் இருந்து விடுவித்துத் தாமே ஆளத்தொடங்கினர். தமது மத உணர்வுகளுக்கு இடைஞ்சலும் சுதந்தரத்துக்கு நெருக்கடியும் தரும் ஆட்சிக்குப் பதிலாக சுயமாகத் தம்மை ஆள விரும்பினர்.

இந்துக்களைப் போலவே சீக்கியர்களும் மத விசுவாசம் மிகுந்த வர்கள். அந்த விசுவாசம் எப்போதும் அவர்களைப் பழமையின் பக்கமே நகர்த்திச் செல்லும். பழமை மீதான மரியாதை, தனது பாரம்பரியங்கள் பழங்கால சமூக முறைகள், அமைப்புகள் ஆகிய வற்றின் மீதான மரியாதை என அவர்கள் இருந்தனர். எனவே, எப்போது ஆட்சிப் பொறுப்பு சீக்கியர்களின் கைகளுக்கு வந்ததோ புதியதைத் தேடும் உத்வேகமின்மையினாலும் நாகரிக நிர்வாகத் திறமையின்மையாலும் பழங்கால அமைப்புகளை அப்படியே விட்டுவைத்தனர். இந்தியாவின் வேறு பகுதிகளில் பிரிட்டிஷார் தமது நலன்களுக்கு உகந்தவகையில் பழைய வாழ்க்கை முறையையும் சமூக அமைப்புகளையும் மாற்றியமைத்துவந்தனர். சீக்கியத் தலைவர்களோ தமது வருவாய்க்கு எந்த இடைஞ்சலும் இல்லாதவரையில் தமது பழைய பாதையிலான பயணத்திலேயே மன நிறைவு அடைந்து வந்தனர். இதனால், கடந்த ஆயிரம் ஆண்டுகளாக இந்தியா முழுவதும் விரிவாகப் பரவியிருந்த கல்விமுறையானது பஞ்சாபில் அதன் முழு வலிமையுடன் செயல்படத் தொடங்கியது. பண்டிட், மவுல்வியோடு கிராந்தி அல்லது பாய் போன்ற ஆசிரியர்களைக் கூடுதலாக உருவாக்கியதே அவர்கள் செய்த ஒரே மாற்றம். இதனால், இரண்டு பாரம்பரிய ஆசிரியர்களுக்குப் பதிலாக மூன்றாவதாக இன்னொரு ஆசிரியர் கிடைத்தார்.

கிராமக் கல்வி என்பது கிராம நிர்வாகத்தில் முக்கிய அங்கமாக இருந்தது. கல்விக்கான தொகை கிராமச் செலவினங்களில் உட்படுத்தப் பட்டிருந்தது. பள்ளி ஆசிரியருக்கான நிலம், காவல்காரருக்கான நிலம் என்ற வகைப்பாடுகள் இல்லாத கிராமக் கணக்குப் புத்தகமே இல்லை என்று சொல்லலாம். பஞ்சாபில் ஒவ்வொரு கிராமத்திலும் ஓர் ஆசிரியர் இருந்தார். மதம் சாராத பொது அடிப்படைக் கல்வி இலவசமாகவோ குறைவான மாதக் கட்டணத்துக்கோ தரப்பட்டது. இந்தப் பள்ளிகள் நீங்கலாக அங்கு 'கல்லூரி'களும் இருந்தன. அங்கு கல்வி தொடர்பான பழம்பெரும் கருத்தாக்கங்களுக்கு உகந்த பல்வேறு பாடப்பிரிவுகள் கற்றுத் தரப்பட்டன. தத்துவம், வானசாஸ்திரம், கணிதம், இலக்கணம் மற்றும் பல்வேறு பாடப்பிரிவுகள் கற்றுத் தரப்பட்டன.

இந்தப் பாரம்பரியப் பள்ளிகளின் மூலம் சமூகத்தின் அனைத்துத் தரப்பினரின் நலன்களும் பூர்த்திசெய்யப்பட்டன. இந்தப் பாரம் பரியக் கல்வி அமைப்பு மீது கடும் விமர்சனம் உள்ளவர்கள் கூட ஒப்புக்கொள்ளும் விஷயம் இது. அரபு, சமஸ்கிருத மொழிகளின் செவ்வியல் கல்வி தரப்பட்ட கல்லூரிகள், அடிப்படைப் பள்ளிகளாக மஹாஜ்ஞானி, ஷராஃபி, லந்தே பள்ளி எனப் பலவகைப் பள்ளிகள், மற்றும் பகுதி செவ்வியல்-வட்டாரப் பள்ளிகள், தொழில்நுட்பப் பள்ளிகள் எனப் பலவேறு கல்விமையங்கள் இருந்தன.

ஒவ்வொரு மாணவரின் தனிப்பட்ட திறமைகள் மற்றும் அவர்கள் எந்தத் தொழிலுக்குப் பயிற்சி பெறுகிறார்கள் என்பதைக் கணக்கில் கொண்டே ஆசிரியர்கள் பாடம் நடத்தினர்.

நமது பள்ளிகளில் இருப்பதுபோல், எல்லாரையும் ஒரே அறிவு மட்டத்துக்குக் கொண்டுவந்து, அதிபுத்திசலிகளை அறிவுத்திறம் குறைந்தோருக்கு இணையாக நடத்தும் தவறை அவர்கள் செய்ததில்லை.

சமஸ்கிருத ஸ்லோகங்களின் ஒப்பித்தல், பள்ளி முடியும் தறுவாயில் அனைத்து மாணவர்களும் கூட்டாகச் சேர்ந்து பாடங்களை உரத்த குரலில் படித்தல் போன்றவை அடிப்படையான கல்விக்கு உதவின. மேலும் திறமை வாய்ந்த மாணவர்களுக்கான தனியான கவனம், ஆசிரியருடன் சேர்ந்து படிக்காதபோது ஒவ்வொரு மாணவனும் காட்டிய தனிப்பட்ட ஈடுபாடு போன்றவையெல்லாம் தனி நபர் கல்வி போன்ற வசதிகளை உருவாக்கித் தந்தன. நம் இன்றைய பள்ளிகளில் அப்படியான அணுகுமுறைதான் போதுமான அளவுக்கு இல்லை. சர்வதேச சட்டம் பற்றிப் படிக்க ஹெய்டல்பர்க்குக்கும் பேண்டக்ட்ஸ் பற்றிப் படிக்க பெர்லினுக்குமாக மாணவர்கள் செல்வதுபோலவே இந்தியாவிலும் தத்துவ உயர்கல்வி பெற ஓரிடத்துக்கும் சட்டம் கற்க வேறொரிடத்துக்கும் செல்கிறார்கள்.

அடிப்படைக் கல்வியில் ஆரம்பித்து இந்து தத்துவங்கள் போன்ற உயர்வகைக் கல்வி வரையிலுமான பயிற்சிகளில் மிக உயரிய ஞானம் வெளிப்படுத்தப்பட்டது என்பதை மறுக்கமுடியாது. கிண்டர்கார்டன் வகுப்பு முறை இதுவரை ஆரம்பிக்கப்படவில்லை. வகுப்புகளை கவனிக்க வைத்தல் போன்றவற்றுக்கு எளிய வழிமுறைகளே பின்பற்றப்படுகின்றன. மாணவர்களின் மனநிலை, ஒழுக்கம், வாழ்க்கை முறை ஆகியவை கணக்கில்கொள்ளப்பட்டு அதற்கேற்பவே பயிற்சிமுறைகள் வடிவமைக்கப்பட்டன. பயிற்சி வழிமுறைகளில் நடைமுறை சார்ந்த அம்சங்களில் இருந்து லட்சிய எதிர்பார்ப்புகள் வரை அனைத்தும் கவனத்தில் கொள்ளப்பட்டன.

நான் மேலே சொன்ன கூற்றுக்கு ஆதாரம் இருக்கிறது. *3 ஜூன் 1814*-ல் இயக்குநர்கள் அவைக்கு அனுப்பிய முதல் கல்வி அறிக்கையில் இருந்து ஒரு பத்தியை நான் இங்கு குறிப்பிட விரும்புகிறேன்.

‘இந்திய பாரம்பரிய கிராமக் கல்விமையங்கள் எல்லாம் கிராம அமைப்பின் ஓர் அங்கமாகவே இருந்திருக்கின்றன. இங்கிலாந்துப் பள்ளிகளுக்கு முன்மாதிரியாகவும் அவை இருந்திருக்கின்றன’ என்று அந்த இயக்குநர்கள் தெரிவித்திருக்கிறார்கள். இந்துக்களின் இந்த பரோபகர, மரியாதைக்குரிய கல்வி அமைப்பானது எத்தனையோ தலைகீழ் மாற்றங்களையெல்லாம் தாங்கிக் கொண்டிருக்கிறது. உள்ளூர் மக்களின் அறிவுத்திறத்துக்கு ஏற்ப இவை நன்கு செயல்பட்டிருக்கின்றன.

1848-ல் பஞ்சாபின் ஆட்சிப் பொறுப்பு கிழக்கிந்திய கம்பெனியின் வசம் வந்து சேர்ந்தது. முதல் நிர்வாக அமைப்பு, அழிந்துகொண்டிருந்த சீக்கிய சமூகத்தின் கைகளில் இருந்து பெற்றுக்கொண்ட பஞ்சாபின் பாரம்பரிய கல்வி அமைப்பின் முக்கியத்துவத்தைப் புரிந்துவைத் திருந்தது. அந்தக் கல்வி அமைப்பின் பரவலாக்கத்தையும் பழங்கால அமைப்புகளை உயிர்ப்புடன் தக்கவைப்பதன் அவசியத்தையும் புரிந்துவைத்திருந்த சர் ஜான் ஹென்றி லாரன்ஸ் கல்வி தொடர்பான கொள்கையைக் கீழ்கண்ட வார்த்தைகளில் விவரித்திருக்கிறார்:

ஒவ்வொரு கிராமத்தில் இல்லையென்றாலும் ஒவ்வொரு வட்டாரத்திலும் ஒரு பள்ளியை நிறுவ விரும்புகிறோம். அப்போது தான் நாடு முழுவதிலும் கல்வி பரவலாகக் கிடைக்கும். சிறுவர்கள் அடிப்படைக் கல்வியைப் பெற முடியும்.

இந்த இலக்கு எப்படி நிறைவேற்றப்பட்டது என்பது வேறொரு கட்டுரையில் விவரிக்கப்படும்.

* * *

5, இன்வெர்னஸ் கார்டன், டபிள்யூ 8
17, நவம்பர், 1931.

திரு காந்தி,

உங்கள் சார்பில் திரு எம்.தேசாய் அனுப்பிய தேதியிடப்படாத கடிதம் எனக்கு நவ 14-ல் கிடைத்தது என்பதை நன்றியுடன் தெரிவித்துக்கொள்கிறேன். 'யங் இந்தியா'வில் டிச 1920 மற்றும் 29 டிசம்பர் 1920 ஆகிய தேதிகளில் இந்தியக் கல்வி பற்றி திரு டி.ஆர். குப்தா எழுதிய கட்டுரைகளின் நகல்கள் அந்தக் கடிதத்துடன் இணைக்கப்பட்டிருந்தன.

இந்தக் கட்டுரைகளில் இருந்து கிடைக்கும் ஆதாரங்கள் மற்றும் பஞ்சாப் நிர்வாக அறிக்கை (இதற்கான வருடம், தேதி விவரங்களை நீங்கள் தரவில்லை) ஆகியவற்றின் அடிப்படையில்தான் பிரிட்டிஷ் இந்தியாவில் கடந்த ஐம்பது ஆண்டுகளில் கல்வியின் நிலை மோசமாகிவிட்டது என்ற உங்கள் தடாலடிக் கருத்தை (sweeping statement) முன்வைத்திருக்கிறீர்கள் என்று புரிந்துகொள்கிறேன்.

அந்தக் கட்டுரைகளை நன்கு படித்துவிட்டேன். நீங்கள் சொன்னதை மெய்ப்பிக்கும் வகையில் எந்த ஆதாரமும் அதில் இல்லை. கல்வி தொடர்பான எந்தவொரு சதவிகிதத் தரவையும் அதில் பார்க்க முடியவில்லை. பஞ்சாப் அரசு அதிகாரியான டாக்டர் ஜி.டபிள்யூ. லெய்ட்னர் எழுதிய பஞ்சாபில் இந்திய பாரம்பரியக் கல்வியின் வரலாறு என்ற அறிக்கைதான் பிரதானமாகச் சுட்டிக் காட்டப்பட்டிருக்கிறது. அந்த அறிக்கை ஐம்பது ஆண்டுகளுக்கு முன்பாக அதாவது 1882-ல் எழுதப்பட்டது என்ற விவரம் நீங்கள் 1931-ல் பேசியபோது உங்களுக்குத் தெரிந்திருக்காது என்றே நினைக்கிறேன். திரு குப்தா இந்த விஷயத்தைச் சொல்லவில்லை. அதோடு மத்திய பிராந்தியங்கள் மற்றும் வங்காளத்தின் தென்பகுதிகள் ஆகியவற்றோடு ஒப்பிட்டு பஞ்சாபின் கல்வி சார்ந்த பாதகங்கள் பற்றி லெய்ட்னர் எழுதியிருக்கிறார் என்பதையும் அவர் சொல்லவில்லை. கடந்த பத்து பதினைந்து ஆண்டுகளில்தான் பஞ்சாப் ஆரம்பக் கல்வியில் அதிவேகமான முன்னேற்றங்களை அடைந்திருக்கிறது. இதை நான் அக் 21 கடிதத்திலேயே குறிப்பிட்டுமிருக்கிறேன்.

பஞ்சாப் நிர்வாக அறிக்கை தொடர்பான முழு விவரங்கள் உங்களிடமிருந்து எனக்கு இன்னும் கிடைக்கவில்லை. நான் சமீபத்திய பஞ்சாப் நிர்வாக அறிக்கைகளை அலசிப் பார்த்துவிட்டேன். பிரிட்டிஷ் இந்தியாவில் கல்வி பற்றிய எந்தப் புள்ளிவிவரமும் எனக்குக் கிடைக்கவில்லை. எந்தவொரு பஞ்சாப் அறிக்கையும் இதுபற்றி எதுவும் குறிப்பிட்டிருக்காது என்றே நினைக்கிறேன். எனவே, அக் 23ம் தேதியன்று நீங்கள் எழுதிய கடிதத்தில் கடைசிப்

பத்தியில் குறிப்பிட்டிருப்பதுபோல் உங்கள் கூற்று தவறென்பதை ஒப்புக்கொண்டு நீங்கள் சொன்னதை பின்வாங்கிக்கொள்ளவேண்டும்.

தங்கள் உண்மையுள்ள
பிலிப் ஹொர்டாக்

குறிப்பு: திரு.குப்தா அவர்களின் கட்டுரையில் குறிப்பிடப்பட்டிருக்கும் சர் சங்கரன் நாயரின் அறிக்கை எந்த அறிக்கை பற்றிப் பேசுகிறது என்ற தகவலை எனக்குத் தருகிறீர்களா? அந்த கட்டுரையில் அது தொடர்பான எந்த தகவலும் இல்லை.

சர் பிலிப் ஹொர்டாக். (கையொப்பம்)

மேதகு எம்.கே.காந்தி
88, நைட்ஸ் பிரிட்ஜ், டபிள்யூ

* * *

88, நைட்ஸ் பிரிட்ஜ்
லண்டன், எஸ்.டபிள்யூ.ஐ.
நவம்பர் 19, 1931.

டியர் சர் பிலிப்,

17ம் தேதியன்று நீங்கள் அனுப்பிய கடிதத்துக்கு நன்றி.

சாத்தம் ஹவுஸில் நான் சொன்ன கூற்றைப் பின்வாங்கிக் கொள்ள விரும்பவில்லை. நீங்கள் குறிப்பிட்டிருக்கும் ஆவணங்களைத் தேடிக் கொடுக்கும் நிலையில் நான் இல்லை. ஆனால், நான் அதை மறக்கமாட்டேன் என்று உறுதி தருகிறேன். நான் அங்கு சொன்னதை நிரூபிக்கும் ஆவணங்கள் கிடைக்கவில்லையென்றால், அந்த அறிக்கைக்கு உலக அளவில் என்ன முக்கியத்துவமும் கவனமும் கிடைத்ததோ அதைவிட அதிக முக்கியத்துவம் கிடைக்கும்வகையில் அந்தக் கருத்தைப் பின்வாங்கிக்கொள்வேன்.

நீங்கள் கேட்கும் ஆவணங்களைத் தேடும் முயற்சியில் தொடர்ந்து ஈடுபடுகிறேன்.

தங்கள் உண்மையுள்ள்
எம்.கே.காந்தி

சர் பிலிப் ஹொர்டாக், கே.பி.இ.
5, இன்வெர்னஸ் கார்டன், டபிள்யூ 8

* * *

5, இன்வெர்னஸ் கார்டன், டபிள்யூ 8
20, நவம்பர், 1931.

அன்புக்குரிய திரு காந்தி,

நேற்றைய தேதியிட்ட கடிதம் கிடைத்தது. நன்றி.

உங்களுடைய விலை மதிப்பு மிக்க நேரத்தை எனக்கு ஒதுக்கித் தரமுடியும் என்றால் அது மிகவும் உபயோகமாக இருக்கும். ஒரு மணி நேரம் உங்களைச் சந்தித்துப் பேச விரும்புகிறேன். என்று சந்திக்கலாம் என்பதையும் தாங்களே சொல்லுங்கள்.

தங்கள் உண்மையுள்ள

பிலிப் ஹெர்டாக்.

மேதகு எம்.கே.காந்தி

88, நைட்ஸ் பிரிட்ஜ், வெஸ்ட்

* * *

5, இன்வெர்னஸ் கார்டன், டபிள்யூ 8
22, நவம்பர், 1931.

அன்புக்குரிய திருமதி நாயுடு,

அக் 27 மற்றும் நவ 17ம் தேதிகளில் காந்திக்கு அனுப்பிய கடிதங்களின் நகல்களைத் தாங்கள் கேட்டுக்கொண்டதன் பேரில் தங்களுக்கு அனுப்பியிருக்கிறேன். நான் அனுப்பிய பிற கடிதங்களில் வேறு விரிவான தகவல்கள் எதுவும் இல்லை. தங்கள் வசதிக்கு உகந்தவகையில் இணைப்புக் கடிதங்களை திருப்பி அனுப்பித்தருகிறீர்களா?

தங்கள் உண்மையுள்ள
சர் பிலிப் ஹெர்டாக்

திருமதி சரோஜினி நாயுடு
7, பார்க் ப்ளேஸ்
செயிண்ட் ஜேம்ஸ், எஸ்.டபிள்யூ. ஐ.

* * *

ஸ்கர் டாப்,
போர்ஸ் ஹில், ஆக்ஸ்ஃபோர்டு
நவம்பர் 23, 1931.

அன்புக்குரிய திரு பிலிப் ஹெர்டாக்,

நான் இந்திய பாரம்பரியக் கல்வியைப் பற்றிக் குறைத்து மதிப் பிட்டிருக்கிறேன் போலிருக்கிறது; அது இந்த அளவுக்குப் பெரிய

அளவில் இருந்திருக்கும் என்று ஒருநாளும் எதிர்பார்த்திருக்கவில்லை. என் கருத்து தேசியவாதி ஒருவரின் மிகையான கூற்று அல்ல. மிகவும் மிதமான ஒன்றுதான்.

எஃப்.இ.கே எழுதிய ஏன்சியண்ட் இந்தியன் எஜுகேஷன், ஆக்ஸ்ஃபோர்ட் பல்கலை அச்சகம், 1918, குறிப்பாக பக்கம் 51, 57, 107 ஆகியவற்றில் உங்களுக்குத் தேவையான தகவல்கள் கிடைக்கும்.

டாக்டர் லெய்ட்னர் எழுதிய ஹிஸ்டரி ஆஃப் இண்டீஜினஸ் எஜுகேஷன் இன் பஞ்சாப், பக் 14,21 மற்றும் அந்த நூல் முழுவதும்

1882-ல் வெளியிடப்பட்ட பஞ்சாப் அரசுக்கான அறிக்கை.

ஏ.பி.ஹோவெல், எஜுகேஷன் இன் பிரிட்டிஷ் இந்தியா ப்ரியர் டு 1854, மற்றும் லூட்லோ எழுதிய பிரிட்டிஷ் இந்தியா.

பள்ளிக்கூடம் போகும் வயதில் இருந்தவர்களில் ஆறில் ஒரு பங்கினர் எதாவது ஒருவகைக் கல்வியைப் பெற்றிருந்ததாக, 1822-26-ல் மதராஸ் பிரஸிடென்ஸி மேற்கொண்ட ஆய்வில் தெரியவந்திருக்கிறது. பம்பாய் பிரசிடென்ஸி 1823 - 28 ஆய்வில் எட்டில் ஒரு பங்குப்பேர் கல்வி பெற்றதாகத் தெரிவிக்கிறது. வங்காளத்தில் 13.2 சதவிகிதம் (ஆடம்மின் அறிக்கை - 1835). வில்லியம் வார்டு வங்காளத்தின் ஐந்தில் ஒரு பங்கு ஆண்களுக்கு வாசிக்கத் தெரிந்திருந்ததாகக் குறிப்பிட்டிருக்கிறார்.

எனக்கு இதில் இருக்கும் சிரமங்கள் புரிகின்றன. கடந்த 12 வருடங்களாக மட்டுமே கல்வி தொடர்பாகச் சில முயற்சிகள் எடுத்துவருகிறோம். ஆனால், அதற்கு முன்புவரை பாராட்டிக் கொள்ளும் அளவுக்கு நாம் எதுவுமே செய்திருக்கவில்லை. நீங்களும் இதை ஒப்புக்கொள்வீர்கள் அல்லவா? கல்கத்தா பல்கலைக்கழகம் மிகவும் மோசமான ஒன்று. வட்டார இடைநிலைப் பள்ளிகளும் அப்படியானவையே.

தங்கள் உண்மையுள்ள
எட்வர்டு தாம்ஸன்

(பின் குறிப்பு: இந்திய பள்ளிகள், இந்திய பாரம்பரியத் தொழில்கள் இவற்றை நாம் திட்டமிட்டு ஒன்றும் அழிக்கவில்லை (அமெரிக்கா பற்றியும் இந்தியா பற்றியும் தற்போது அப்படித்தான் சொல்லப்படுகிறது.) ஆனால், அந்த அழிவு தவிர்க்கமுடியாதது.

* * *

திரு காந்தியுடனான பேட்டி, டிச. 2, 1931.

ராயல் இன்ஸ்டிட்யூட் ஆஃப் இண்டர்நேஷனல் அஃபெயர்ஸில் அக் 20-ல் இந்தியாவில் கல்வி கடந்த ஐம்பது நூறு ஆண்டுகளில் குறைந்துவிட்டதாக திரு காந்தி சொல்லியிருந்தார் (காண்க இண்டர்நேஷனல் அஃபயர்ஸ் ஜர்னல் நவம்பர் 1931, பக் 727, 728, 734, 735). நான் அவரிடம் இது தொடர்பாகப் பேச நேரம் ஒதுக்கும்படி கேட்டிருந்தேன். எழுத்து வடிவில் எந்தப் பதிலும் கிடைக்கவில்லை. ஆனால், நான் இது விஷயமாக ஏற்கெனவே பேசியிருந்த திருமதி சரோஜினி நாயுடு இன்று பேட்டிக்கு ஏற்பாடு செய்து தொலைபேசி வாயிலாக அந்தத் தகவலைத் தெரிவித்தார். மதியம் நான்கு மணி அளவில் 88, நைட்ஸ் பிரிட்ஜ், 88-ல் தங்கியிருந்த திரு காந்தியைச் சந்திக்கச் சென்றேன். ஐந்துமணி வரை அங்கு இருந்தேன். ஒரு பெரிய கணப்பு அடுப்பின் முன்பாக இருந்த சோபாவில் துண்டு (ஷால்) போர்த்தியபடி படுத்திருந்தார். மிகவும் களைத்துப் போயிருந்தார். எனினும் நான் உள்ளே நுழைந்தபோதும் வெளியே புறப்பட்டபோதும் சிரமப்பட்டு எழுந்து நின்றார்.

தனக்கு எதையும் தாங்கிக்கொள்ளும் அபரிமிதமான சக்தி இருந்ததாக நினைத்திருந்ததாகவும் இப்போது அந்த சக்தியெல்லாம் தீர்ந்துபோய்விட்டதாக நினைப்பதாகவும் சொன்னார். இப்போது எதைப்பற்றியும் விவாதிக்க முடியாத நிலையில் அவர் இருக்கக்கூடும் என்று சொன்னேன். இல்லை உங்களைச் சந்தித்ததில் மிக்க மகிழ்ச்சியே; உங்களுக்குப் பேட்டி தொடர்பாக கடிதம் எழுதித் தகவல் தெரிவிக்க முடியாததற்கு மன்னிக்கவும் என்று கேட்டுக்கொண்டார்.

தனது கூற்றுகளை நியாயப்படுத்தும் ஆதாரங்கள் எதுவும் தற்போது தன் வசம் இல்லை என்பதை உடனடியாக ஒப்புக்கொண்டார். தவுலத் ராம் குப்தா 1920, டிச 8, டிச 29 தேதிகளில் ‘யங் இந்தியா’வில் எழுதிய கட்டுரைகளில் அன்றைய மக்கள்தொகை எவ்வளவு, அதில் எத்தனை சதவிகிதம் பேர் கல்வி பெற்றிருந்தார்கள் என்பது தொடர்பான புள்ளிவிவரங்கள் எதுவும் இருந்திருக்கவில்லை. மேலும் பஞ்சாப் பாரம்பரியக் கல்வி பற்றிய டாக்டர் ஜி.டபிள்யூ லெய்ட்னரின் ஆய்வறிக்கை 1882-ல் தயாரிக்கப்பட்டது. அதற்குப் பிந்தைய ஐம்பது ஆண்டுகளில் இந்தியாவின் கல்வி வளர்ந்திருக்கிறதா வீழ்ச்சி அடைந்திருக்கிறதா என்பதை உறுதிப்படுத்தும்படியாக எந்த ஆதாரமும் காந்தியால் தரப்பட்டிருக்கவில்லை என்ற என் வாதங்களுக்கு அவர் பதில் சொல்லவில்லை.

தற்போது திரு மகாதேவ் தேசாய் பிரிட்டிஷ் மியூஸியத்தில் இது தொடர்பாக ஆராய்ச்சி செய்துவருவதாகச் சொன்னார். புதிதாக எந்தத் தரவும் கிடைக்கவில்லை என்று தேசாய் ஒப்புக்கொண்டார்.

'யங் இந்தியா'வில் கட்டுரை எழுதியவரிடம் அது தொடர்பாகக் கேள்விகள் கேட்கிறேன். இது தொடர்பாக என் நண்பர்களிடமும் தகவல்கள் சேகரிக்கிறேன். அவர்களிடம் இருந்து கிடைக்கும் தரவுகளுக்கு ஏற்ப ஒரு கேபிள் கிராம் அனுப்புகிறேன் என்று காந்தி சொன்னார். அந்தக் கடிதத்தில் அவரது கூற்று சரி என்று நான் ஏற்றுக் கொள்ளும்படியான தரவுகள் இருந்தால் அது பற்றிச் சொல்வதாகவும் அப்படி எதுவும் இல்லையென்றால் சாத்தம் ஹவுஸில் சொன்ன கூற்றுக்கு எந்த அளவுக்கு விளம்பரம் கிடைத்ததோ அதைவிடக் கூடுதல் கவனம் உலக அளவில் கிடைக்கும் வகையில் தனது மன்னிப்பைத் தெரிவிப்பதாகவும் சொன்னார்.

லெய்ட்னரின் அறிக்கையை காந்திக்கு சுட்டிக்காட்டி, மூன்றாம் பக்கத்தில் இருக்கும் குறிப்பில் 'பஞ்சாபானது இந்தியாவின் துல்லியமான வகைமாதிரி அல்ல; மத்திய பகுதிகள் மற்றும் வங்காளத்தின் தென் பகுதிகளை ஒப்பிடும்போது மக்கள்தொகைக்கும் மாணவர்களுக்குமான விகிதத்தில் மிகவும் பின்தங்கிய நிலையில் இருக்கிறது என்று லெய்ட்னர் குறிப்பிட்டிருப்பதைச் சுட்டிக் காட்டினேன். திரு குப்தா இந்தத் தகவலைத் தனது கட்டுரையில் குறிப்பிட்டிருக்கவில்லை. எனினும் அவர், பக்கம் இரண்டில் இருந்து ஹஸரியாபூர் தொடர்பான தகவல்களைச் சுட்டிக் காட்டியிருக்கிறார் என்று காந்தியிடம் சொன்னேன். 1882-ல் பிரிட்டிஷ் இந்தியாவின் மக்கள்தொகை சுமார் 21 கோடி. அது 1931வாக்கில் 27 கோடியாக உயர்ந்திருக்கிறது. அதாவது 30% வளர்ச்சி. இதே காலகட்டத்தில் மாணவர்களின் எண்ணிக்கை இருபத்தைந்து லட்சத்தில் இருந்து ஒரு கோடியே பத்து லட்சமாக அதிகரித்திருக்கிறது. அதாவது சுமார் நான்கு மடங்கு அதிகரித்திருக்கிறது. எனவே இந்த ஐம்பது ஆண்டுகளில் கல்வி வீழ்ச்சி அடைந்திருக்கிறது என்று சொல்வது சரியல்ல என்று காந்தியிடம் எடுத்துச் சொன்னேன்.

எத்தனை மாணவர்கள் படிக்கிறார்கள் என்ற தரவில் இருந்து கல்வியின் நிலை மற்றும் தரம் பற்றி எந்த முடிவுக்கும் வரமுடியாது என்பதையும் எடுத்துச் சொன்னேன். மாணவர்கள் சிறு வயதிலேயே பள்ளிப் படிப்பை முடித்துவிடுவதால் அவர்களுக்குக் கிடைக்கும் கல்வி எதற்கும் உதவாததாகவே இருக்கிறது என்று ஹோவெல் சொன்னத்தைச் சுட்டிக்காட்டினேன். பிரிட்டிஷ் இந்தியாவில் கல்வி பற்றிய தனது படைப்பில் அவர் இங்கு கிடைத்த கல்வி

எதற்கும் பயனற்றதாக இருந்தது என்பதற்கான காரணங்களில் ஒன்றாக மாணவர்கள் சிறு வயதிலேயே பள்ளிப் படிப்பை முடித்துக்கொண்டுவிடுவதைச் சொல்லியிருக்கிறார்.

நான் கூட, *1917-1927* காலகட்டத்தில் வங்காளத்தில் பள்ளியில் சேர்ந்த மாணவர்களின் எண்ணிக்கை மூன்று லட்சத்துக்கு மேல் இருந்தது (சரியான மதிப்பு *3,70,000*). எனினும் நான்காம் வகுப்பை எட்டும் நிலையில் *30,000* பேர் படிப்பை நிறுதிக்கொண்டுவிட்டனர். இன்றைய மதிப்பீட்டின்படி நான்காம் வகுப்பை எட்டியிருப்பவர்களுக்குத்தான் ஓரளவுக்குக் கல்வி என்ற ஒன்று கிடைக்க ஆரம்பித்ததாகவே கருத முடியும்.

1921 மக்கள்தொகைக் கணக்கெடுப்பு தொகுதி ஐந்து பக்கம் *302*-ல் இருந்த தரவுகளை *1835-38* ஆண்டுகளில் வட்டாரக் கல்வி தொடர்பாக ஆடம் தயாரித்த அறிக்கையோடு ஒப்பிட்டுக்காட்டினேன். பர்மா, வங்காளம், மதராஸ் போன்ற பகுதிகளில் கல்வியில் கணிசமான முன்னேற்றம் இருந்திருக்கிறது. பஞ்சாப், பிஹார், பம்பாய், யுனைட்டட் ப்ராவின்சஸ் போன்ற இடங்களில் மட்டும் வெகு குறைவான வளர்ச்சி அல்லது எந்தவித முன்னேற்றமும் இல்லை என்பதைச் சுட்டிக்காட்டினேன். ‘இந்த விவரங்கள் எல்லாம் எனக்குத் தெரியாது’ என்று காந்தி தன் தவறை ஒப்புக்கொள்ளும் தொனியில் சொன்னார். அதை ஆமோதிக்கும்வகையில் வேறு பல விஷயங்கள் அவருடைய கவனத்தை ஆக்கிரமித்திருப்பதால் அது அப்படியாகிவிட்டிருக்கும் என்று சொன்னேன்.

இப்போது எந்தக் குழப்பமும் இந்த விஷயத்தில் அவருக்கு இருக்க வாய்ப்பில்லை என்று பேட்டி முடிவில் சொன்னேன். முன்பு சொன்ன கருத்துநிலையிலேயே தான் இருப்பதாகச் சொன்னார். பிரைம் மினிஸ்டரின் தீர்மானத்தை மீண்டும் மீண்டும் படிக்க வேண்டியிருக்கிறது; காங்கிரஸுக்கு ஆலோசனை வழங்கும் பெரும் பொறுப்பு தனக்கு இருப்பதைச் சொன்னார். நாடாளுமன்ற விவாதக் காலத்தில் (புதன், வியாழன்) தனியாகப் பேச நேரம் இருக்காது என்று சர் சாமுவேல் சொல்லியிருக்கிறார். வெள்ளிக்கிழமையன்றுதான் அவரைச் சந்தித்துப் பேச முடியும். அதற்காகத் தனது பயணத்தைத் தள்ளிப்போட்டிருப்பதாக காந்தி சொன்னார். ஆங்கிலேயர்கள் இந்தியாவுக்குத் தங்களால் முடிந்த அதிகபட்ச நன்மையைச் செய்யத் தயாராக இருப்பதாக நீங்கள் புரிந்துகொண்டிருப்பீர்கள் என்று சொன்னேன். ஆமாம். ஆனால், ஆங்கிலேயர்கள் திடமாக நம்பும் ஒரு விஷயத்தைத்தான் என்னால் புரிந்துகொள்ள முடியவில்லை. நிபுணர்களின் உதவியைப் பெற்றுக்கொண்டுகூட எங்களால் எங்களை நிர்வகித்துக்கொள்ள முடியாது என்று ஆங்கிலேயர்கள் நம்புகிறார்கள். நான் இளைஞனாக இருந்தபோது எனது தந்தை

ஒரு மாநிலத்துக்கு அமைச்சராக இருந்தார். எனக்கு இன்னொரு மாநிலத்தின் அமைச்சரை (ஜுனாகாட்) நன்கு தெரியும். அவருக்கு தனது கையெழுத்தைப் போடக்கூடத் தெரியாது. எனினும் அவர் மாநிலத்தை மிக அருமையாக நிர்வாகம் செய்தார். எந்தெந்த விஷயங்களுக்கு ஆலோசனை சொல்ல யார் யார் தகுதியானவர்கள் என்பது அவருக்குத் தெரியும். அவர்களின் ஆலோசனையை அவர் பெற்றுக்கொண்டு நாட்டை மிக அருமை யாக நிர்வாகம் செய்தார். உங்களுடைய பிரதம மந்திரியிடம் ஒருமுறை பணப் பரிமாற்ற மதிப்பு பற்றிப் பேசியபோது தனக்கு அவையெல்லாம் தெரியாது என்று சொன்னார். பிரதமர் பெயரில்தான் எல்லா வேலைகளும் செய்யப்படுகின்றன. எனினும் அனைத்துக்கும் நிபுணர்களைச் சார்ந்தே அவர் இருந்தாக வேண்டியிருக்கிறது. கடந்த காலத்தில் எங்களை நாங்களே ஆண்டுகொண்டிருக்கிறோம். இப்போதும் அது எங்களால் முடியும் என்றார்.

பிரிட்டிஷார் இந்தியாவுக்குள் காலடி எடுத்து வைத்த காலத்தில் இந்தியாவின் அரசியல் சூழல் எப்படியான குழப்பங்களுடன் இருந்தது என்பது பற்றியெல்லாம் நான் பேச விரும்பியிருக்கவில்லை. எனது முக்கியமான நோக்கம் கல்வி தொடர்பாக திரு காந்தி சொன்ன கூற்றை திரும்பப் பெறவைக்கவேண்டும் என்பது மட்டுமே. நான் எனது கூற்றில் மிகவும் தெளிவாக உறுதியாக இருக்கிறேன். வேறு எந்தவித மோதலுக்கும் தயாரில்லை; எனினும் இண்டர்நேஷனல் அஃபயர்ஸ் ஜர்னலில் உண்மைகளை எடுத்துச் சொல்வேன் என்று காந்தியிடம் சொன்னேன். அவர் அதை ஒப்புக்கொண்டார். இந்தியாவுக்குத் திரும்பிச் செல்லும் பயணம் இனிமையாக இருக்க வாழ்த்தினேன். நான் அவருக்கு தொந்தரவு எதுவும் செய்து விடவில்லையே என்று கேட்டேன். என்னைச் சந்தித்துப் பேசியது மிகுந்த மகிழ்ச்சியைத் தந்ததாகவும் என்னுடன் தொடர்ந்து தொடர்பில் இருக்க விரும்புவதாகவும் சொன்னார்.

இந்தச் சந்திப்பின்போது திரு தேசாய் உடன் இருந்தார். வேறொரு உயரமான மனிதர் இருந்தார், அவர் பெயர் எனக்குத் தெரியவில்லை. திருமதி ஸ்லேட் இருந்தார். எனக்கு அவரை அறிமுகம் செய்து வைத்தார்கள். எனினும் அவர், சந்திப்பு நடந்த நேரம் முழுவதும் பின் அறை ஒன்றிலேயே இருந்தார். இன்னொரு இளம் ஆங்கிலேயர் இருந்தார். பேட்டி முடியும் நேரத்தில் காந்திக்கு சில பழங்கள் கொண்டுவந்து தந்தார். எங்கள் உரையாடல் யாருடைய குறுக்கீடும் இன்றி நடந்தது. ஓரிரு முறை திரு தேசாயிடம் காந்தி சில தகவல்கள் கேட்டுத் தெளிவுபடுத்திக்கொண்டார். பிரிட்டிஷ் மியூசியத்துக்குச் சென்று சில தரவுகளைச் சேகரித்து வரும்படி காந்தி அவரிடம் கேட்டுக்கொண்டிருந்திருக்கிறார். ஆனால், தேடிய

தரவுகள் தேசாய்க்குக் கிடைத்திருக்கவில்லை. எனவே, காந்தி சொன்ன கூற்றை நியாயப்படுத்தும் தரவுகள் எதையும் அவரால் தர முடியவில்லை. தேசாய் என்னை வழியனுப்பக் கீழே இறங்கிவந்தார். பிரிட்டிஷ் மியூசியத்தில் சென்று தரவுகள் தேடியதற்கான ரசீதுகளைக் காட்டினார். 1859-ல் வெளியான ஒரு புத்தகம், 1867-68-ல் வெளியான இன்னொரு புத்தகம், வில்மாட் எழுதிய இந்தியாவில் இந்தியக் கல்வி (அது வெளியான வருடம் தெரியவில்லை) ஆகிய புத்தகங்களுக்கான ரசீதுகளைக் காட்டினார்.

ஒரு முக்கியமான தகவலைச் சொல்ல மறந்துவிட்டேன். இந்திய பாரம்பரியப் பள்ளிகளை பிரிட்டிஷார் சிதைத்து அழித்தார்கள் என்று சொல்லவில்லை. ஆனால் தேவையான ஆதரவு நல்காமல் அதை அழியவிட்டார்கள் என்று திரு காந்தி சொன்னார். உதவிகள் செய்து தந்து தக்கவைத்துக் கொள்ளும் அளவுக்கு அந்தக் கல்வியில் முக்கியமான அம்சம் எதுவும் இருந்திருக்கவில்லை என்பதால் அதை அழியவிட்டிருப்பார்கள் என்று சொன்னேன்.

நான் தலைவராக இருந்த கமிட்டியில் யுனைட்டட் பிராவின்ஸைச் சேர்ந்த முஹமதியர் ஒருவர் என்ன சொன்னாரென்றால், அரசு உதவி பெறாத முஹமதியப் பள்ளிகள் உண்மையில் முஸ்லிம்களின் முன்னேற்றத்துக்குத் தடையாகவே இருக்கின்றன என்று சொன்னார். தேசத்தின் பிற பகுதிகளில் இருக்கும் பள்ளிகள் குறித்தும் இதுவே உண்மை என்பது எனக்கும் தெரியும்.

இந்தியாவின் ஆரம்பக் கல்வி தொடர்பான என்னுடைய ஆர்வம் புதிய விஷயம் ஒன்றுமல்ல. சாட்லர் கமிட்டி உறுப்பினராக நான் இருந்தபோது மாண்டேகு பிரபுவையும் செம்ஸ்ஃபோர்டு பிரபுவையும் 1918-ல் சந்தித்திருக்கிறேன். பல்கலைக் கழக உயர்கல்வி தொடர்பான சீர்திருத்தங்கள் மிகவும் முக்கியம்தான் என்றாலும் இந்தியாவைப் பொறுத்தவரையில் ஆரம்பக் கல்வி தொடர்பான சீர்திருத்தங்களே மிகவும் அடிப்படையாகத் தேவை என்று அவர் களிடம் சொன்னேன். ஆலோசனையாக, பரிந்துரையாக என்னால் அப்போது அதைச் சொல்ல முடிந்திருக்கவில்லை. ஒரு விவசாயியை கிளர்க்காக ஆக்குவதற்குப் பதிலாக மிகச் சிறந்த வெற்றிகரமான விவசாயியாக ஆக்கும்படியான ஒரு கல்வியைத் தருவதற்கான வழியை இந்தியா இன்னும் கண்டடைந்திருக்கவில்லை என்பதைச் சொன்னேன். ஆனால், கடந்த பத்துப் பதினைந்து ஆண்டுகளில் பஞ்சாபின் கல்வி மிகப் பெரிய முன்னேற்றத்தை அடைந்திருக்கிறது. மறைந்த திரு ரிச்சியின் உந்துதலால் சர் ஜார்ஜ் ஆண்டர்ஸன் மூலம் முன்னெடுக்கப்பட்ட முயற்சிகள் நல்ல பலனைத் தந்திருக்கின்றன.

பஞ்சாபில் நடந்துவரும் விஷயங்கள் பற்றிச் சொன்னேன். காந்தி அந்தப் பகுதியில் சமீப காலங்களில் நடந்துவரும் முன்னேற்றங்கள் பற்றிக் கேள்விப்பட்டிருப்பதாகச் சொன்னார். டாக்டர் பராஞ்சபே ஆரம்பித்துவைத்த கல்வி அமைப்பின்படி பம்பாய் பள்ளிகள்தான் மிகச் சிறப்பாகச் செயல்படுவதாகத் தோன்றுகிறது. ஆனால், அவருக்குப் பின்னால் வந்தவர், முழுக் கட்டுப்பாட்டையும் உள்ளூர் அரசு அமைப்புகளின்வசம் கைமாற்றித் தந்திருப்பது மோசமான விளைவுகளையே ஏற்படுத்தியிருக்கிறது. பெரும்பாலான மாவட்ட போர்டுகள் கல்வியைவிட அரசியல் விஷயங்களிலேயே கூடுதல் அக்கறை செலுத்துகின்றன.

அனைவருக்குமான ஆரம்பக் கல்வி கிடைக்க அதிக காலம் ஆகும் என்று காந்தி சொன்னதை நான் மறுத்துக்கூறினேன். 19 கோடி ரூபாய் செலவில் 80% குழந்தைகளுக்கு இப்போதே கல்வி கொடுத்துவிட முடியும் என்று எனது கமிட்டி கணக்கிட்டிருக்கிறது என்று சொன்னேன். ஆரம்பக் கல்வி பெறும் மாணவர்கள் நடுநிலைப் பள்ளிக்குச் சென்று படிக்கவில்லையென்றால், அந்தக் கல்வியால் பெரிய பலன் எதுவும் இருக்காது என்று காந்தி சொன்னார். அது அடுத்த கட்டமாகச் செய்யப்படவேண்டிய விஷயமே என்று சொன்னேன்.

வட்டார நடுநிலைப் பள்ளிகளுக்குக் கூடுதல் முக்கியத்துவம் தரவேண்டியது அவசியமே. மாணவர்களுக்காக மட்டுமல்லாமல் அந்தப் பள்ளிகளில் இருந்துதான் ஆரம்பப் பள்ளிகளுக்கான ஆசிரியர்கள் உருவாகிவருவார்கள் என்பதால் நிச்சயம் அதற்குக் கூடுதல் ஆதரவு தரவேண்டும் என்று சொன்னேன். தாய்மொழிக் கல்வியிலான வங்காள வட்டாரப் பள்ளிகளை விட்டுவிட்டு ஆங்கில வழியில் கற்றுத்தரும் பள்ளிகளில் பயில மக்கள் அதிக ஆர்வம் காட்டுவது குறித்த என் வருத்தத்தைச் சொன்னேன். எனது கமிட்டி கல்வி தொடர்பான தன்னுடைய அனைத்துச் செயல் திட்டங்களிலும் பெண்குழந்தைகளுக்குக் கூடுதல் முக்கியத்துவம் தரவேண்டும் என்று தீர்மானித்திருப்பதைச் சொன்னேன். காந்தி அதை முழுவதுமாக ஏற்றுக்கொண்டார். ஆனால், அந்த ஆரம்பக் கல்வியானது அந்தக் குழந்தைகளை நல்ல தாயாகவும் ஆக்கவேண்டும் என்று சொன்னார்.

எனது கமிட்டியின் அறிக்கையைப் படித்திருக்கவில்லை என்று காந்தி சொன்னார். திரும்பிச் செல்லும்போது பயண நேரத்தில் படிக்க விரும்புகிறீர்களா என்று கேட்டேன். கட்டாயம் படிக்கிறேன் என்றார். அறிக்கையின் ஒரு பிரதியை அனுப்பிவைப்பதாக உறுதியளித்தேன்.

(இந்தக் குறிப்புகள் டிச 2, டிச 4 தேதிகளில் எழுதப்பட்டன.)

* * *

5, இன்வர்னஸ் கார்டன், டபிள்யூ 8
2, டிச. 1931

அன்புக்குரிய திரு தாம்சன்,

நவம்பர் 23 தேதியிட்ட தங்களுடைய கடிதம் கிடைத்தது. அது தொடர்பாகத் தங்களுக்கு பதில் அனுப்பாதது குறித்த என் வருத்தங்களைத் தெரிவித்துக்கொள்கிறேன். ஆடம்மின் அறிக்கை டாக்டர் லெய்ட்னரின் அறிக்கை, ஹோவெல் கூறியவை - இவை பற்றி எனக்கு முன்பே தெரியும். கே (Keay) எழுதியதையும் படித்திருக்கிறேன். ஆனால், அவர் சொன்னவை என்னை ஈர்க்க வில்லை. எஃப்.டபிள்யூ. தாமஸிடம் அந்தப் புத்தகம் பற்றி அவர் என்ன நினைக்கிறார் என்று கேட்கவேண்டும். ஆனால், அதில் இருக்கும் தகவல்கள் எல்லாம் நேரடி ஆய்வில் கிடைத்தவையாக அல்லாமல் பிறர் மூலம் கேட்டறிந்தவையாக இருப்பதாகவே எனக்குத் தோன்றுகின்றன.

நீங்கள் அனுப்பியிருக்கும் தரவுகளைப் படித்த பிறகும் என் சந்தேகம் தீரவில்லை. இந்திய மீட்டுருவாக்கம் (Reconstruction of India) என்ற படைப்பில் பக்கம் 255-ல் ‘தரம் குறைந்த கல்விதான் என்றாலும், கடந்த பத்து வருடங்களைவிட முந்திய காலகட்டத்தில் அதிகம் பேருக்கு அந்தக் கல்வி கிடைத்திருந்தது’ என்ற உங்களுடைய கூற்று சரிதானா என்ற சந்தேகம் இருக்கிறது. பம்பாய் மற்றும் வங்காள பள்ளிகள் தொடர்பான தரவுகளைத் தந்திருக்கிறீர்கள். என் அனுபவத்தில் இருந்து சொல்கிறேன், இந்தியப் பள்ளிகளைப் பொறுத்தவரையில் கல்வியின் தரம் அல்ல, தொடர்ந்து கல்வி பெற்றவர்களின் எண்ணிக்கை குறைவு என்பதுதான் வேதனைக்குரிய விஷயம்.

1917-27 காலகட்டத்தில் வங்காளத்தில் 3,70,000 மாணவர்கள் புதிதாகச் சேர்ந்திருக்கிறார்கள். ஆனால், ஓரளவுக்குக் கல்வி கிடைத்ததாக நம்பமுடிந்த நான்காம் வகுப்பிற்கு வந்து சேர்வதற்குள் 30,000 பேர் படிப்பை நிறுத்திவிட்டனர். (காண்க: சைமன் கமிஷன் அறிக்கை, பக் 59, அட்டவணை 34)

இந்தியப் பாரம்பரியக் கல்வி தொடர்பான ஆடம், ஹொவெல், லெய்ட்னர் ஆகியோரின் அறிக்கைகளைப் படித்துப் பார்த்ததில் இருந்து இப்படியான ஒரு விஷயம் எனக்குப் புதிதாகத் தெரிய வில்லை.

ஆடம் அறிக்கை பற்றிய லாங் அவர்களின் பிரதியில் ஒரு விஷயத்தை நீங்கள் கவனித்தீர்களா? *1819 அக் 25* தேதியிட்ட மோண்ட்ஸ்டார்ட் அறிக்கையில் இருந்து பக்கம் *268*-ல் ஒரு மேற்கோள் காட்டப்பட்டிருந்தது.

தக்காணத்தில் பெரும்பாலான கிராமங்களிலும் அனைத்து நகர்களிலும் பள்ளிகள் இருக்கின்றன. ஆனால் பிராமணர்கள், வைசியர்கள், விவசாயப் பிரிவினர் போன்றோருக்கு மட்டுமே கல்வி கிடைத்திருந்தது. அதுவும் கணக்குவழக்குகள் தொடர்பான அடிப்படைக் கல்வி மட்டுமே கிடைத்திருந்தது.

1835-ல் வங்காளத்தில் ஒரு லட்சம் பள்ளிகள் இருந்ததாகச் சொன்ன ஆடமின் அறிக்கை, மற்றும் பம்பாய், மதராஸ் தொடர்பான இத்தகைய அறிக்கைகள் பற்றி ஹோவெல் தனது நூலில் ஏழாம் பக்கத்தில் ஒரு விஷயம் குறிப்பிட்டிருக்கிறார்: கல்வி தொடர்பாக மக்களிடையே பெரும் ஆர்வம் இருந்ததை இந்த அறிக்கைகள் குறிப்பிடுவதாக அனைத்து அதிகாரிகளுமே சொல்லியிருக்கிறார்கள். எனினும் ஆசிரியர்களின் திறமையின்மை, புத்தகங்கள் முதலான உபகரணங்கள் இல்லாத நிலை, சிறு வயதிலேயே பள்ளியில் இருந்து நின்றுவிடுதல் போன்ற காரணங்களினால் அந்தப் பள்ளிகளில் கிடைத்த கல்வியானது எதற்கும் பயனற்றதாகவே இருந்தது' என்றே குறிப்பிட்டிருக்கிறார். கிராமப் பள்ளிகளை அடிப்படையாகக்கொண்டு அரசு புதிய கல்வி அமைப்பை உருவாக்கவேண்டும் என்றே அந்த அதிகாரிகள் அனைவரும் சொல்லியிருக்கிறார்கள். ஆடம் எந்தப் பகுதியில் இருந்து இந்தத் தரவுகளைச் சேகரித்திருக்கிறாரோ அந்தப் பகுதியின் மக்கள்தொகை பற்றிய விவரங்களை ஆய்வு செய்ய விரும்புகிறேன்.

தங்கள் உண்மையுள்ள
பிலிப் ஹெர்டாக்

* * *

டிச, 5, 1931

ஸ்கோர் டாப்.,
போர்ஸ் ஹில், ஆக்ஸ்ஃபோர்ட்

டியர் சர் பிலிப் ஹெர்டாக்

நாம் எது குறித்து விவாதிக்கிறோம் என்பது தொடர்பாக எனக்கு எந்தத் தெளிவும் இல்லை.

என் கூற்று மிகவும் மிதமானது. அதன் நோக்கம் மிகவும் தெளிவானது. தவறான கூற்றுகள் என்று நான் கருதுபவற்றில் உண்மைகள் நமக்கு அளிக்கும் சலுகைகளின் உச்சபட்ச எல்லைவரை போக விரும்புகிறேன். ஒரு விவாதத்தை முன்னெடுத்துச் செல்ல அது ஒன்றே வழி என்று எனக்குத் தோன்றுகிறது. பிரிட்டிஷ் ஏகாதிபத்தியவாதியானாலும் சரி, இந்திய தேசியவாதியாக இருந்தாலும் சரி, எதிர்த்தரப்பைச் சிறுமைப்படுத்துவதில் எனக்கு எந்த நம்பிக்கையும் இல்லை. இந்தியப் பள்ளிகள் பெரிய அளவில் இருந்திருக்கும் என்று

நான் ஒருபோதும் கருதியதில்லை. அதே நேரம் இந்தப் பத்தியை எழுதியபோது என் மனதில் என்ன இருந்தது என்பது இன்றும் என் நினைவில் இருக்கிறது. கடந்த பத்தாண்டுகளாகத்தான் இந்தியக் கல்வி தத்தித் தத்தி மேலேறி வருவதாக நான் நினைக்கவில்லை. கடந்த பத்தாண்டுகளைவிட மேலான நிலையில் அதற்கு முந்தைய ஆண்டுகளில் அது இருந்திருக்கிறது.

கல்வித் தரத்துக்கும் பள்ளிக்கு வருபவர்களின் எண்ணிக்கைக்கும் இடையில் எந்த சம்பந்தமும் இல்லை என்பது எனக்கும் தெரியும். இன்றும் கல்வி பெறுபவர்களின் எண்ணிக்கையை வைத்து கல்வியின் தரத்தைப்பற்றி எந்த முடிவுக்கும் வந்துவிட முடியாது. அது துல்லியமாக மதிப்பிட முடியாத ஒரு விஷயம். அதைப் பற்றிப் பேசிப் பலனில்லை. அதைப் பற்றித்தான் பேசியாக வேண்டுமென்றால் வெறும் அடிப்படைக் கல்வியே போதுமானது என்றுதான் சொல்வேன். குறைந்தபட்ச நாகரிகத்தைத் தக்கவைப்பதில்கூட கடந்த பத்தாண்டுகளில் நாம் வெகுவாகத் தோற்றுத்தான் போயிருக்கிறோம். நான் அதிக மனச்சோர்வில் இதைச் சொல்கிறேனோ என்னவோ. அமெரிக்காவின் கற்றறிந்த சமூகம் கல்வியின் மூலம் பெற்றிருக்கும் ஒரே ஆதாயம் என்பது செய்தித்தாள் வாசிப்பதுதான். ஆனால் இந்த ஊரில் பார்த்தால், டெய்லி மெயில், டெய்லி எக்ஸ்பிரஸ் ஆகியவை வாங்குவாரற்று நிறுத்தப்பட்டுவிட்டன. அல்லது நிறுத்தப்படப் போகின்றன. அவையும் ஞாயிறுகளில் வெளியாகும் செய்தித்தாள்களும் எல்லாம் மிகவும் மேலோட்டமானவையே. 'காம்படிஷன்ஸ்' மிகவும் பிரபலமான இதழாக இருப்பதாக நினைக்கிறேன். புல்லட்ஸ் அல்லது குறுக்கெழுத்துப் புதிர்கள்தான் மிகப் பெரிய அறிவார்ந்த பொழுதுபோக்குச்செயல் என்று நினைக்கும் ஒரு கூட்டம் அதை வாங்கிப் படிக்கிறது. இதற்கு நேர்மாறாக, மிகப் பெரும் நிர்வாகியாக இருந்த அக்பர் ஒரு 'தற்குறி'!

இந்தியாவில் பள்ளிக்கே செல்லாமல் வாசிக்கக் கற்றுக் கோண்டோர் உண்டு. அவர்களின் எண்ணிக்கை குறைவுதான். ஏதாவது மாணவர்களுக்கு சொற்பக் காசு கொடுத்து தமக்குக் கற்றுத் தரச் சொல்லி வாசிக்கக் கற்றுக் கொள்கிறார்கள். பள்ளிகளில் படித்தவர்களின் எண்ணிக்கையாக நமக்குக் கிடைத்திருக்கும் தரவுகள் நீங்கலாக அதைவிடக் கூடுதலானோர் இதுபோல் கல்வி பெற்றிருக்கக்கூடும். அப்படி இல்லையென்றால், ராம் பிரசாத் எழுதிய நூல்கள், சந்திதாஸ், கிருத்திபாஸின் ராமாயணம் (போருக்கு முன்னால் ஆண்டுக்கு இரண்டு லட்சம் பிரதிகள் அச்சிடப்பட்டதாக தினேஷ் சென் கூறியிருக்கிறார்) பாது பாடல்கள் (Bhadu songs) (இரண்டே மாவட்டங்களில் பாடப்படுபவை) இவையெல்லாம் பெருமளவில் அச்சிடப்பட்டிருக்கின்றனவே அதை எப்படி ஒருவர்

விளக்கமுடியும். 1921-ல் சரத் சட்டர்ஜி என்னிடம் சொன்னார், 12 அணா விலை கொண்ட அவருடைய புனைவுப் படைப்பின்மூலம் 12 ஆயிரம் ராயல்டி கிடைத்ததாகச் சொன்னார். அப்படியானால், 2 லட்சம் பிரதிகள் அது விற்றிருக்கவேண்டும். பள்ளியில் கல்வி பெற்றவர்களின் எண்ணிக்கைக்கு சற்றும் பொருந்தாதவகையில் பாதி மதம் சார்ந்த படைப்புகள் ஏராளமாக வெளியாகியுள்ளன.

அடுத்த வசந்த காலத்தில் நான் இந்தியாவுக்குச் செல்லும் போது இது பற்றிக் கூடுதல் தகவல்களைச் சேகரிப்பேன். ஆனால், நமது முதல் ஆக்கபூர்வ செயல்பாடுகள் 1917 வாக்கில்தான் ஆரம்பித்தன என்ற என்னுடைய நம்பிக்கை வலுப்படத் தொடங்கி யிருக்கிறது.

முதல் உலகப் போருக்கு முன்னதாக அதிகாரவர்க்கம் எந்த அளவுக்கு முடங்கிப் போயிருந்தது என்பதைச் சொன்னால் நம்பவே மாட்டீர்கள். வங்காளத்தில் நான் முதன்முதலாகக் கல்விப் பணிகளை ஏற்றுக்கொண்டபோது எம்.வி பள்ளிகள் நமது நான்காம் வகுப்புப் பிரிவில் கொண்டுவந்து குவித்த மாணவர்களைப் பார்த்தால் அவர்கள் இல்லாமல் இருந்தாலே நன்றாக இருந்திருக்கும் என்றே தோன்றியது. கல்வித்துறை பெரும் அதிர்ச்சியைத் தருவதாகவே இருந்தது. பொறுப்பில் இருந்த கவர்னர் ஸ்லாக் தனது செயல்திறமின்மைக்காகப் பெயர் போனவர். பொதுக் கல்வித்துறையோ சோம்பேறி கச்லரின் பொறுப்பில் இருந்தது.

ஒரு நூற்றாண்டுக்கு முன்னதாக இந்தியாவில் கல்வி பரவலாக இருந்ததாக நான் நம்பவில்லை. அதுபோலவே 1917க்கு முன்னதாக கல்வி தொடர்பாக நாம் செய்தவை எந்த உருப்படியான மாற்றத்தைக் கொண்டுவந்ததாகவும் நான் நினைக்கவில்லை. நம்மை நாமே புகழ்ந்துகொண்டு கொடுத்துக்கொள்ளும் பாராட்டுரைகள் எதிலும் எந்த நியாயமும் கிடையாது. எனினும் நேர்மையற்ற முறையில் விமர்சிக்கப்பட்ட மாண்டேகு செம்ஸ்போர்டு சீர்திருத்தங்களைத் தொடர்ந்து நாம் செய்தவற்றை நிச்சயம் ஆதரிக்கவே செய்வேன்.

1917க்கு முன்னதாகக் கல்வி பெற்றவர்களின் எண்ணிக்கை என்ன? ஒட்டுமொத்த மக்கள்தொகையில் நான்கு, ஐந்து சதவிகிதம் இருக்குமா? ஒரு நூற்றாண்டு முன்னதாக அதிகமாக இருந்திருக் கக்கூடும். இதைக் கண்டுபிடிப்பதற்கான ஒரே வழி அந்தக் குறைவான மக்கள்தொகையில் (1871-ல் தானே முதன்முதலாக மக்கள் தொகை கணக்கெடுக்கப்பட்டது... இல்லையா?) அன்றைய பிரபல செவ் வியல் படைப்புகள் எந்த அளவுக்கு விற்பனையாகியிருக்கின்றன என்பதைக் கண்டுபிடிப்பதுதான்.

தங்கள் உண்மையுள்ள
எட்வர்டு தாம்சன்

(தட்டச்சு செய்த பிரதிக்குக் கீழே கையெழுத்தில்)

பின்குறிப்பு: பன்யன்கள் என்று கிழக்கிந்திய கம்பெனி ஆவணங்களில் சொல்லப்படுவது பனியா (வைசிய) சாதியினரைத்தான்.

உங்கள் கடிதத்தை மீண்டும் கவனமாகப் படித்துப் பார்த்தேன். நாம் ஒத்த கருத்து கொண்டவர்கள் என்றே தோன்றுகிறது.

1. புகழ்ந்து சொல்லப்படும் அளவுக்கு ஒரு நூற்றாண்டுக்கு முன்பாக இந்தியாவில் கல்வி விரிவாக ஒன்றும் இருந்திருக்கவில்லை.

2. போருக்கு முந்தைய எம்.இ., எம்.சி. பள்ளிகளின் சராசரிக் கல்வித் தரம் என்பது கேலிக்குரியதுதான். எம்.வி. பள்ளிகளின் தலைமை ஆசிரியர் இண்டர் ஆர்ட்ஸ் அல்லது மெட்ரிக் தேர்வில் தோற்றவராக இருந்தாலும் அவர்களை அப்படியே தக்கவைத்துக்கொண்டே அந்தப் பள்ளிகளின் பொறுப்பை ஏற்றுக்கொள்ளச் சொல்லியிருந்தோம். அந்த மாணவர்களின் தரத்தைப் பார்த்தால் அதிர்ச்சியில் உறைந்து விடுவீர்கள். நமது உயர்நிலைப் பள்ளி மாணவர்களின் தரமும் மோசமாகத்தான் இருக்கும். ஆனால், அது எப்படியிருக்கும் என்று சொல்கிறேன். போருக்கு முந்தைய இந்தியாவில் நிர்வாகம் மிகவும் மோசமாகத்தான் இருந்தது. அந்தக் காலகட்டத்து சிரமங்களை என்னால் புரிந்துகொள்ள முடிகிறது. ஆனால், இந்திய நிர்வாகத்தின் குறை என்ன என்று சொல்கிறேன்.

சிப்பாய் கலகத்துக்கு முந்தைய ஆவணங்கள் சிலவற்றைப் படித்துப் பார்த்தேன். காங்கிரஸ்வாலாக்களுக்கு நிர்வாகம் என்றால் என்ன என்று புரிந்துகொள்ளவே முடியாது என்றே தோன்றுகிறது. ஆக்ஸ்ஃபோர்டில் முன்னாள் ஐ.சி.எஸ்.கள் குவிகிறார்கள். நான் அவர்களைப் பெரிதும் மதிக்கிறேன். விரும்புகிறேன். ஆனால், ஐ.சி.எஸுக்கு முன்பாக அவர்களுடைய அறிவுத்தரம் என்னவாக இருந்தது? இந்தியர்களைக் கடைத்தேற்றும் பணி நம்மைப் பெரிதும் முடக்கிவிட்டது போலிருக்கிறது. ஓர் ஆங்கிலேயன் என்ன செய்திருக்கவேண்டுமோ அதை நாம் செய்திருக்கவில்லை.

நான் பொதுவாக எதையும் அவசர அவசரமாகச் செய்து முடிப்பதில்லை. எனினும் இந்தக் கடிதத்தை சுருக்கமாக வேகமாக முடிக்கிறேன். டிசம்பர் 24-ல் கடல் பயணம் மேற்கொள்ள விருக்கிறேன். நினைத்துப் பார்க்க முடியாத அளவுக்கு வேலை நெருக்கடிகள் சூழ்ந்துகொண்டிருக்கின்றன.

* * *

இண்டர்நேஷனல் அஃபயர்ஸ் - ஆசிரியருக்கு (ராயல் இன்ஸ்டிடியூட் ஆஃப் இண்டர்நேஷனல் அஃப்யர்ஸ், ஜனவரி 1932, பக் 151)

சார்,

கடந்த அக்-20-ல் திரு. காந்தி பெருமளவிலான மக்கள் கூடியிருந்த சாத்தம் ஹவுஸில் சொன்னார்: 'நான் கூறும் இந்தக் கருத்து பொய் என்று நிரூபிக்கப்பட்டுவிடக்கூடும் என்ற பயம் துளியும் இன்றிச் சொல்கிறேன். இந்தியாவின் இப்போதைய கல்வி நிலை முந்தைய ஐம்பது அல்லது நூறு வருடங்களுக்கு முந்தைய கல்வி நிலையைவிட மிகவும் மோசமாக இருக்கிறது. பர்மாவிலும் இதே நிலைதான். ஏனென்றால் பிரிட்டிஷ் நிர்வாகிகள் இந்தியாவுக்கு வந்தபோது, இங்கு நிலவிய அமைப்புகளைப் புரிந்துகொண்டு அதை வளர்த்தெடுப்பதற்குப் பதிலாக அவற்றை அப்புறப்படுத்தத் தொடங்கினார்கள். மண்ணைத் தோண்டி வேரை எடுத்து ஆராய்ந்தார்கள். அதன் பிறகு அந்த வேரை அப்படியே மட்கி வாடும்படி விட்டுவிட்டார்கள். அந்த அழகிய மரம் அழிந்துவிட்டது.'

ஆனால், தனது கூற்றை நியாயப்படுத்தும் வகையிலாக எந்தப் புள்ளிவிவரங்களையும் அவர் சொல்லிக் காட்டவில்லை. கடந்த ஐம்பது ஆண்டுகளில் கல்வி வீழ்ச்சி அடைந்திருப்பதாகச் சொல்லியிருக்கிறீர்களே அதற்கான அதிகாரபூர்வ தரவுகளைத் தரமுடியுமா என்று கேட்டேன். அதற்கு அவர் சொன்னார்: பஞ்சாப் அரசின் நிர்வாக ஆய்வறிக்கையின் அடிப்படையில்தான் அந்தக் கூற்றை முன்வைத்ததாகவும் அந்த ஆய்வறிக்கையை 'யங் இந்தியா'வில் வெளியிட்டிருப்பதாகவும் சொன்னார்.

நான் அந்தத் தரவுகளின் தேதி,வருடம் போன்ற துல்லியமான விவரங்களைத்தரும்படிக்கேட்டேன். பொதுக்கல்வியின்வீழ்ச்சி என்ற தலைப்பில் டாக்டர் தவுலத் ராம் குப்தா எழுதி 'யங் இந்தியா'வில் 1920 டிசம்பர் 8, டிசம்பர் 29 தேதிகளில் வெளியான கட்டுரைகளின் தட்டச்சு நகல்களை எனக்கு அனுப்பித் தந்தார். ஆனால், அந்தக் கட்டுரையில் இந்தியாவில் கல்வி பெற்றவர்களின் எண்ணிக்கையோ பஞ்சாப், பர்மாவின் கல்வி பற்றிய புள்ளிவிவரங்களோ எதுவுமே இல்லை. அதுமட்டுமல்லாமல் பஞ்சாப் நிர்வாக அறிக்கைகளின் வருடம், தேதி பற்றிய குறிப்புகள் எதுவும் இல்லை. எனினும் பஞ்சாபின் கல்வித்துறை அதிகாரியான டாக்டர் ஜி.டபிள்யூ லெய்ட்னர் எழுதிய பஞ்சாபில் இந்தியப் பாரம்பரியக் கல்வி என்ற தலைப்பிலான அறிக்கையைப் பற்றி அந்தக் கட்டுரை குறிப்பிடுகிறது. அதில் வேறு சில அறிக்கைகள் பற்றிய குறிப்புகளும் இடம்பெற்றிருக்கின்றன.

ஆனால், டாக்டர் லெய்ட்னரின் அறிக்கை 49 வருடங்களுக்கு முன்பாக வெளியானது. அதாவது 1882-ல் வெளியானது. அதில் கல்வி பெற்றவர்களின் சதவிகிதம் குறித்த எந்தப் புள்ளிவிவரமும் இல்லை.

நான் காந்தியிடம் இந்தத் தகவல்களைச் சொன்னேன். தான் அன்று கூறிய கூற்றை நியாயப்படுத்தும் வகையில் எந்தவித அதிகாரபூர்வ ஆதாரமும் அவரிடம் இல்லை என்பதுதான் இப்போதைய நிலை. அவருடனான நட்பார்ந்த கடிதத் தொடர்பிலும் டிசம்பர் 2-ல் நேரடியாக சந்தித்து உரையாடியபோதும் அவர் ஒரு விஷயத்தைச் சொல்லியிருக்கிறார். அதாவது, அவர் சொன்னதைப் புள்ளிவிரங்களுடன் நியாயப்படுத்த முடியவில்லையென்றால் அதைப் பின்வாங்கிக் கொள்வதாகக் கூறியிருக்கிறார். அவரிடமிருந்து உறுதியான பதில் கிடைக்கும்வரை இந்த விஷயத்தை இதோடு நிறுத்திக்கொள்வதே நல்லது என்று எனக்குத் தோன்றுகிறது.

தங்கள் உண்மையுள்ள
சர் பிலிப் ஹெர்டாக்

5, இன்வெர்னஸ் கார்டன்ஸ்
விகரேஜ் கேட், டபிள்யூ 8
டிசம்பர் 14, 1931.

* * *

சர் பிலிப் ஹெர்டாகுக்கு காந்தி அனுப்பிய கடிதம் (நகல்)

அன்பு நண்பரே,

என் கட்டுப்பாடுகளை மீறி நடக்கும் செயல்களால் பிரிட்டிஷாருக்கு முந்தைய இந்தியாவில் ஆரம்பக் கல்வியின் நிலை தொடர்பாக நான் சொன்ன கூற்றுக்கு ஆதாரமாகத் தருவதாகச் சொன்ன புள்ளிவிவரங்களை என்னால் தரமுடியவில்லை. மன்னிக்கவும். நான் இந்தியா வந்து சேர்ந்ததும் பம்பாய் பல்கலை செனட்டின் உறுப்பினரான வழக்கறிஞர் முன்ஷியிடம் இது தொடர்பாக ஆராய்ந்து சொல்லும்படி கேட்டுக்கொண்டிருந்தேன். ஆனால், அவரும் என்னைப் போலவே சட்ட மறுப்பு இயக்கத்தில் ஈடுபட்டு சிறையில் இருக்கிறார். வழக்கறிஞர் முன்ஷியை உங்களுடன் நேரடித் தொடர்பில் இருக்கும்படி கேட்டுக்கொண்டிருந்தேன். ஆனால், நான் கைதான உடனேயே அவரும் கைதாகிவிட்டதால் அவரால் உங்களுக்குப் பதில் எதுவும் தந்திருக்க முடியுமா என்று தெரியவில்லை. அரசியல் சாராத கடிதப் பரிமாற்றங்கள் செய்து

கொள்ள எனக்கு அனுமதி தரப்பட்டிருப்பதால் பேராசிரியர் ஷா அவர்களை இது தொடர்பாக ஆராய்ச்சி செய்து உங்களுக்கு முடிவுகளைத் தெரிவிக்கும்படி கேட்டுக்கொண்டிருந்தேன். என்னைப் போலவே சத்தியத்தின் மீது நம்பிக்கை கொண்டவராக நீங்களும் இருப்பதால், உங்களுக்கு ஏற்புடைய ஆதாரங்களைத் தந்தாக வேண்டும், முடியவில்லையென்றால் முதல் கூற்றுக்கு உலக அளவில் கிடைத்த அதே அளவிலான கவன ஈர்ப்புடன் அதைப் பின்வாங்கிக் கொள்ளவேண்டும் என்பதில் மிகுந்த உறுதியுடன் இருக்கிறேன். எனது வாக்குறுதியை நிறைவேற்றும் பொருட்டு நான் என்ன செயல்களைச் செய்திருக்கிறேன் என்பதை உங்களுக்குச் சொல்ல விரும்பினேன்.

உங்களுடைய சொந்த முகவரி என்னிடம் இல்லை. எனவே இந்தக் கடிதத்தை உங்களுக்கு இந்தியா ஆஃபீஸின் மூலம் அனுப்பி வைக்கிறேன்.

தங்கள் உண்மையுள்ள
எம்.கே.காந்தி

ஏர்வாடா மத்திய சிறை
பூனா. *15.2.32.*

* * *

45, சௌபாத்தி சாலை, பம்பாய் (7)
20 பிப்ரவரி, 1932

அன்புள்ள சர் பிலிப்,

சமீபத்தில் லண்டனுக்குச் சென்றிருந்தபோது ஒரு பொதுக் கூட்டத்தில் பேசுகையில், இந்தியாவில் பிரிட்டிஷார் நுழைவதற்கு முன்பாக கல்வித்தரம் உயர்வாக இருந்ததாகக் குறிப்பிட்டதாக மகாத்மா காந்தி என்னிடம் சொன்னார். நீங்கள் அந்தக் கூற்றின் துல்லியத்தன்மை தொடர்பாகக் கேள்வி எழுப்பியதாகவும் அவரை நேரில் சந்தித்து அதற்கான புள்ளிவிவரங்களைக் கேட்டதாகவும் சொன்னார். 'யங் இந்தியா'வில் வெளியான சில கட்டுரைகளை மகாத்மா உங்களுக்கு அனுப்பித் தந்ததாகத் தெரிகிறது. ஆனால், நீங்கள் அதைப் போதுமான ஆதாரமாகக் கருதவில்லையென்பதால், நீங்கள் ஏற்றுக்கொள்ளும்படியான தரவுகள் எதையேனும் நான் தரமுடியுமா என்று என்னைக் கேட்டுக்கொண்டிருக்கிறார். எனவே கைவசம் இருக்கும் ஆவணங்கள் அனுமதிக்கும் எல்லைவரையில் அந்தக் கூற்றுக்கான ஆதாரங்களைத் தரும் நோக்கில் இந்தக் கடிதத்தை எழுதியிருக்கிறேன்.

நீங்கள் இது தொடர்பாக மகாத்மாஜிக்கு ஏதேனும் பதில் அனுப்புவதாக இருந்தால் அதன் நகல் ஒன்றை எனக்கும் அனுப்பித் தருகிறீர்களா?

எடுத்த எடுப்பிலேயே உங்களிடம் ஒரு விஷயத்தைச் சொல்லிவிட விரும்புகிறேன். இதுபோன்ற விவாதங்களில் ஆதாரபூர்வமான புள்ளிவிவரங்கள் என்று நாம் ஏற்றுக்கொள்ளும்படியான துல்லிய மான அதிகாரபூர்வ தரவுகள் எல்லாம் நாம் விவாதத்துக்கு எடுத்துக் கொண்டிருக்கும் காலகட்டத்தில் உலகில் எந்த நாட்டிலுமே இருந்திருக்கவில்லை. ஒருவேளை இந்தியாவின் ஒவ்வொரு பகுதியிலும் இந்தத் தரவுகளையெல்லாம் காலகாலமாக முறையாகப் பதிவு செய்துவந்ததாக வைத்துக்கொண்டாலும் இந்தியாவின் சிதறுண்ட தன்மையினால் (distracted state) தேசம் முழுவதற்குமான தரவுகளைத் தருவது சாத்தியமே இல்லை. மகா அக்பரின் அமைச்சர் எழுதிய அய்னி அக்பரி மிகவும் விரிவான தரவுத் தொகுப்புதான். அது பிரிட்டிஷார்வருவதற்குவெகுமுன்னதாகவேதயாரிக்கப்பட்டிருந்தது. மேலும் அந்தப் படைப்பு இன்றைய விமர்சன நோக்கில் வரலாற்றை அறிவியல்பூர்வமாக ஆராயும் ஒருவருக்கு ஏற்புடையதாக இருக்காது என்பதால் அதை ஒரு ஆவணமாகச் சொல்ல எனக்குத் தயக்கமாக இருக்கிறது. எனவே அப்படியான காலகட்டத்து யதார்த்த நிலையைப் பற்றித் தெரிந்துகொள்ளவேண்டுமென்றால், சாதாரண மனிதர்களைவிட மேலான சிந்தனைப் போக்கும் அறிவியல்பூர்வமாக விஷயங்களை ஆராயும் திறமையும் கொண்ட உயர் அதிகார வர்க்க நபர்களின் மனப்பதிவுகளைத்தான் ஆதாரமாக எடுத்துக்கொள்ள வேண்டியிருக்கும்.

கம்பெனியின் (charter) அதிகார அங்கீகாரச் சட்டங்கள் 1793, 1813, 1833, 1853 போன்ற காலகட்டங்களில் உருவாக்கப்பட்டபோது, அதற்கு முன்பாக நடத்தப்பட்ட நாடாளுமன்ற ஆய்வுக் குழுக்களின் அறிக்கைகளில் சில தரவுகள் இருக்கின்றன. எனினும் அந்தத் தரவுகளிலும் பல பிழைகள் இருக்கும். அதாவது அத்தகைய அரசு ஆவணங்கள், ஆய்வு அறிக்கைகள் போன்றவற்றின் நோக்கம் வேறு. நாம் இப்போது பேசிக்கொண்டிருக்கும் விஷயம் வேறு. கல்வி தொடர்பான ஆய்வுகள், புள்ளிவிவரங்கள் எல்லாம் அதை மையமாகக்கொண்டு சேகரிக்கப்பட்டிருக்க வேண்டும். பிற நோக்கங்களுக்காக மேற்கொள்ளப்பட்ட ஆய்வுகளில் இருந்து நமது ஆய்வுக்குத் தேவையான தரவுகளை எடுத்துக்கொண்டால் அவற்றில் பல போதாமைகள் இருக்கத்தான் செய்யும்.

பிரிட்டிஷார் முதன்முதலாக ஆட்சிப் பொறுப்பை ஏற்றுக் கொண்டதும் அந்தப் பகுதிகளில் மேற்கொண்ட ஆய்வுகள்

சிலவற்றைக் குறிப்பிட்டுச் சொல்ல விரும்புகிறேன். அதற்கு முன்பாக மாக்ஸ்முல்லர், வரலாற்று ஆசிரியர் லுட்லோ ஆகிய இருவரின் கூற்றுகளை முதலில் சொல்கிறேன். இருவருடைய கூற்றுகளும் கெய்ர் ஹார்டியின் படைப்பில் குறிப்பிடப்பட்டுள்ளன. அரசு ஆவணங்கள், மிஷனரி அறிக்கைகள் அடிப்படையில் பிரிட்டிஷாருக்கு முந்தைய வங்காளப் பகுதியின் கல்வி பற்றி மாக்ஸ்முல்லர் சொல்கிறார்: *வங்காளத்தில் அப்போது 80,000 பள்ளிகள் இருந்திருக்கின்றன. அல்லது நானூறு பேருக்கு ஒரு பள்ளிக்கூடம் இருந்திருக்கிறது.*

ஹிஸ்டரி ஆஃப் பிரிட்டிஷ் இந்தியா என்ற தனது நூலில் லுட்லோ சொல்கிறார்: *பழமைய சமூக அமைப்பைத் தக்கவைத்துக் கொண்டிருக்கும் ஒவ்வொரு கிராமத்திலும் சிறுவர்கள் அனைவருக்கும் எழுதப் படிக்கத் தெரிந்திருக்கிறது. ஆனால், எங்கெல்லாம் பழைய கிராம அமைப்புகள் சிதைக்கப்பட்டனவோ அங்கெல்லாம் பழைய கிராமப் பள்ளிகள் அழிக்கப்பட்டுவிட்டன (பி.டி.பாசு, எஜுகேஷன் இன் இந்தியா அண்டர் த ஈஸ்ட் இந்தியா கம்பெனி, பக் 18).*

1818-ல் பெஷாவரிகளின் வீழ்ச்சிக்குப் பிறகு பிரிட்டிஷாரின் ஆளுகையின் கீழ் வந்த பம்பாயில், 1819-ல் வெளியான பம்பாய் கல்வி சொசைட்டியின் அறிக்கை சொல்கிறது: *ஐரோப்பிய தேசங்களில் இருப்பதுபோலவே அதிக எண்ணிக்கையிலான இந்தியர்கள் எழுதப் படிக்கவும் எளிய கணக்குவழக்குகளைக் கவனிக்கவும் தெரிந்தவர்களாக இருக்கிறார்கள்.*

அடுத்த ஆண்டில் வெளியான அதே சொசைட்டியின் அறிக்கை சொல்கிறது: *இந்தியர்கள் மத்தியில் பள்ளிகள் பெருமளவில் இருக்கின்றன. தேசம் முழுவதுமே நிறையப் பள்ளிகள் இருக்கின்றன.*

பம்பாய் அரசின் நிர்வாகக் கமிட்டி உறுப்பினரான திரு பிரெண்டர் காஸ்ட் 1821 ஏப்ரலில், தானா அல்லது பேன்வெல் தாலுக்காக்களில் இரண்டு ஆங்கிலப் பள்ளிகள் அமைப்பது தொடர்பான விண்ணப்பம் பற்றிய அவைக் குறிப்பில் சொல்லியிருக்கும் விஷயம்: *இந்தக் குழுவின் உறுப்பினர்கள் அனைவருக்கும் தெரிந்த விஷயம்தான். இதை நான் தனியாகச் சொல்லவேண்டிய தேவையில்லை. இந்த பிராந்தியத்தில் எவ்வளவு சிறிய கிராமமாக இருந்தாலும் அங்கு ஒரு பள்ளி கட்டாயம் இருக்கிறது பெரிய கிராமங்களில் ஒன்றுக்கு மேல் பல பள்ளிகள் இருக்கின்றன. சிறிய, பெரிய நகரங்களில் இருக்கும் இள வயது இந்தியர்கள் அனைவருக்கும் எழுதப் படிக்கவும் எளிய கணிதப் பாடங்களும் கற்றுத் தரப்படுகின்றன. இவற்றுக்கான கட்டணமாக ஓரிரு கைப்பிடி தானியம் அல்லது மாதத்துக்கு ஒரு ரூபாய் என மாணவர்களின் பெற்றோருடைய நிலைமைக்கு*

ஏற்பத் தரப்படுகின்றன. அதேநேரம் அந்தக் கல்வியானது மிகவும் எளிமையானதாகவும் நேர்த்தியானதாகவும் இருக்கிறது. எந்த வொரு சிறிய வியாபாரியானாலும் எளிய விவசாயியானாலும் தம்முடைய கணக்குவழக்குகளைத் துல்லியமாக கவனித்துக் கொள்கிறார்கள். அவர்கள் என்னைப் பொறுத்தவரையில் நமது ஐரோப்பிய தேசங்களில் கடைநிலை மக்களைவிட மேலான கல்வி அறிவு பெற்றவர்களாக இருக்கிறார்கள். அதேநேரம் உயர் நிலை வர்த்தகர்கள், வங்கியாளர்கள் எல்லாம் நமது பிரிட்டிஷ் வர்த்தகர்களுக்கு இணையாக கணக்குவழக்குகளை மிக அருமையாக, தெளிவாக மிக எளிதில் நிர்வகிக்கிறார்கள். (காமன்ஸ் அறிக்கை, 1832, பக் 468).

மதராஸ் பற்றிச் சொல்வதற்கு முன்பாக டாக்டர் லெய்ட்னர் பஞ்சாபில் இந்திய பாரம்பரியக் கல்வி பற்றி எழுதியிருக்கும் புகழ்பெற்ற அறிக்கையைச் சொல்கிறேன். அந்த அறிவுத் திறம் மிகுந்த டாக்டர் (முனைவர்), அரசுக் கல்லூரியின் பிரின்சிபலாக இருந்திருக்கிறார். அவரே நேரடியாக மேற்கொண்ட ஆய்வின் அடிப்படையில் தனது முடிவுகளைத் தெரிவித்திருக்கிறார். இந்திய பாரம்பரியப் பள்ளிகளில் கல்வி பெற்றவர்களின் எண்ணிக்கையாக அவர் குறிப்பிட்டிருக்கும் எண்ணிக்கைக்கும் பொதுக்கல்வி இயக்குநரகத்தின் இயக்குநர் 1882-ல் இந்தியக் கல்வி கமிட்டிக்குக் கொடுத்த அறிக்கையில் இருக்கும் எண்ணிக்கைக்கும் இடையிலான மிகப் பெரிய வித்தியாசத்தைச் சுட்டிக்காட்டும் நோக்கிலேயே இங்கு அதைத் தருகிறேன். தனது அறிக்கையின் முன்னுரையில் லெய்ட்னர் சொல்கிறார்: குறைத்து மதிப்பிட்டாலும் 3,30,000 பேர் (தற்போது வெறும் 1,90,000 பேர் மட்டுமே) பள்ளிகளில் பல்வேறு வகுப்புகளில் கல்வி பெறுகிறார்கள். அவர்கள் எழுதப் படிக்கவும் எளிய கணித அறிவும் பெற்றிருக்கிறார்கள். மேலும் அவர்களில் கீழைத்தேய சட்டம், தர்க்கம், தத்துவம், மருத்துவம் போன்றவை கற்பிக்கப்படும் அரபு, சமஸ்கிருதக் கல்லூரிகளில் படிப்பவர்கள் உயர் தரத்துடன் கற்பிக்கப்படுகிறார்கள்.'

இந்தியக் கல்வி கமிட்டியின் தலைவரான டாக்டர் சர் வில்லியம் ஹண்டர் அந்தக் குழுவுக்குச் சமர்ப்பிக்கப்பட்ட அறிக்கைக்குப் பதிலாகத் தெரிவித்த முக்கியமான மினிட்டில் ஒரு விஷயம் சொல்லியிருக்கிறார். அதை உங்கள் கவனத்துக்குக் கொண்டுவருவது மிகவும் அவசியம் என்று கருதுகிறேன். அதாவது, 'டாக்டர் லெய்ட்னர் பஞ்சாபில் 1,20,000 மாணவர்கள் பற்றி எழுதியிருந்த குறிப்பு உண்மையில் குறைவான மதிப்பீடுதான். அதைவிட 15,000 பேர் அதிகமாகக் கல்வி பெற்றிருக்கிறார்கள். அதேநேரம் பொதுக் கல்வி இயக்குநரகம் கல்வி பெற்றவர்களின்

எண்ணிக்கையாகச் சொல்வது உண்மை மதிப்பைவிட 80,000 எண்ணிக்கை குறைவு'. இதில் இருந்து அன்றைய காலகட்டத்து அதிகாரபூர்வ புள்ளிவிவரங்களேகூட எந்த அளவுக்கு நம்ப முடியாத தாகவும் பிழையானதாகவும் துல்லியமற்றதாகவும் இருக்கின்றன என்பதை ஒருவர் புரிந்துகொள்ளமுடியும்.

புள்ளிவிவரங்களின் முக்கியத்துவத்தைத் துளியும் குறைத்து மதிப் பிடாமலேயே ஒரு விஷயம் சொல்கிறேன். அந்தப் புள்ளிவிவரங்கள் எல்லாம் எந்தச் சூழ்நிலையில் தொகுக்கப் பட்டிருக்கின்றன, அந்த ஆய்வுகளை மேற்கொண்ட பிரிட்டிஷ் அதிகாரிகளின் பயிற்சி, மனோபாவம் இவற்றையெல்லாம் கணக்கில்கொண்டு பார்த்தால் அன்றைய காலகட்டத்தில் கிடைத்த இதுபோன்ற புள்ளிவிவரங்கள் எல்லாம் ஒருவகையில் துளியும் பயனற்றவையே. இப்போது பிரிட்டிஷாரின் ஆரம்பகட்டக் குடியேற்றங்களில் ஒன்றும் பிரிட்டிஷ் சாம்ராஜ்ஜியத்திலேயே அதிகக் கல்வி பெற்ற பகுதியுமான மதராஸ் பற்றிப் பேசுகிறேன். 10.3.1826 தேதியிட்ட மினிட்டில் சர் தாமஸ் மன்ரோ ஒரு விஷயம் தெரிவித்திருக்கிறார்: மக்கள்தொகையில் கல்வி பெறும் வயதில் இருந்த குழந்தைகளின் எண்ணிக்கையை மட்டும் கணக்கில் எடுத்துக்கொண்டு அதாவது 5-10 வயதிலான குழந்தைகளின் எண்ணிக்கையை மட்டும் கணக்கில் எடுத்துக்கொண்டு பார்த்தால் (மொத்த மக்கள்தொகையில் ஒன்பதில் ஒரு பங்காக இருக்கலாம் என்று உத்தேசமாகக் கருதப்படுகிறது) 7,13,000 பேர் பள்ளியில் இருந்திருக்கவேண்டும். அங்கீகாரம் பெற்ற பள்ளிகளில் சுமார் 1,84,110 குழந்தைகள் கல்வி பெற்றதாகச் சொல்கிறார். அதாவது, பள்ளி செல்லும் வயதில் இருக்கும் குழந்தைகளில் நான்கில் ஒரு பங்கு குழந்தைகள் கல்வி பெற்றிருக்கிறார்கள். எனினும் தாமஸ் மன்றோ இது தொடர்பாக இன்னொரு விஷயமும் சொல்கிறார். அதாவது, 'அன்றைய காலகட்டத்தில் வீடுகளில் கல்வி பெற்றவர்களின் எண்ணிக்கையை இதில் சேர்க்கவில்லை. அதையும் சேர்த்தால் கல்வி பெற்ற குழந்தைகளின் எண்ணிக்கை மூன்றில் ஒரு பங்காக இருந்திருக்கும்.'

வங்காளத்தில் (1838, ஆடம் அறிக்கை) 5-14 வயது நிரம்பிய குழந்தைகளின் எண்ணிக்கை 87,629. இவர்களில் 6,786 பேர் அங்கீ காரம் பெற்ற பள்ளிகளில் கல்வி பெற்றிருக்கிறார்கள். அதாவது 7.7% பேர். இதில் ஆண், பெண் குழந்தைகள் அடங்குவர். மதராஸ் புள்ளிவிவரத்தில் ஆண் குழந்தைகள் மட்டுமே கணக்கில் எடுத்துக்கொள்ளப்பட்டிருந்தனர். அப்படிப் பார்த்தால், வங்காளத்தில் இந்த சதவிகிதத்தை 15% என்று தாராளமாகக் கணக்கிடலாம். ஏனென்றால், இந்த ஆய்வுகள் மேற்கொள்ளப்பட்ட காலகட்டத்தில்

பெண்குழந்தைகள் பள்ளிகளுக்குச் சென்று கல்வி பெறுவது சாத்தியமாகியிருக்கவில்லை. பள்ளியில் கல்வி பெற்றவர்களில் பெரும்பாலும் ஆண்குழந்தைகளே இருந்திருப்பார்கள். எனவே, கல்வி பெற்றவர்களின் எண்ணிக்கை என்று சொல்லப்படுவது உண்மையில் ஆண்குழந்தைகளின் எண்ணிக்கையையே பெரிதும் குறிக்கும். மேலும் தீண்டத்தகாதவர்கள் என்று சொல்லப்படும் பிரிவினர் மக்கள்தொகையில் கணிசமான அளவு இருக்கின்றனர். அவர்கள் பொதுக் கல்விமையங்களுக்குள் அனுமதிக்கப்படவில்லை. இதைக் கருத்தில்கொண்டு பார்த்தால், ஒட்டுமொத்தக் குழந்தைகளின் எண்ணிக்கையோடு ஒப்பிடுகையில் கல்வி பெறுபவர்களின் சதவிகிதமானது மிகவும் அதிகமாகவே இருந்திருக்கும்.

பம்பாய் பிரஸிடென்ஸியைப் பொறுத்தவரையில், *1829*-ல் மொத்த மக்கள்தொகை *46,81,735*. பள்ளியில் இருந்த மாணவர்களின் எண்ணிக்கை *35,153*. சர் தாமஸ் மன்றோ சொல்வதுபோல் ஒன்பதில் ஒரு பங்கு எண்ணிக்கையிலானோர் கல்வி பெறும் வயதினராக இருப்பார்கள் என்பதை ஏற்றுக்கொண்டு பார்த்தால், இந்த எண்ணிக்கை *5,20,190* ஆக இருந்திருக்கும். ஆக அதில் ஏழு சதவிகிதம் பேர் கல்வி பெற்றதாகத் தெரிகிறது. ஆண்குழந்தைகளே அதிகம் இருந்திருப்பார்கள் என்பதால் ஆண்குழந்தைகளில் *14%* பேர் கல்வி பெற்றதாகச் சொல்லலாம். இந்த பிராந்தியத்தில் *9* மாவட்டங்களைப் பற்றிய *1841* ஆண்டு அறிக்கையும் இந்த விஷயத்தை உறுதிப்படுத்துகின்றது.

இன்று கல்வி பெற்றவர்களின் சதவிகிதம் மற்றும் *100* வருடங்களுக்கு முன் கல்வி பெற்றவர்களின் விகிதத்தை இப்போது அறியத்தருகிறேன். இது முழுக்க முழுக்க உண்மை அல்ல எனினும் *1921*-ல் பள்ளிக்குச் செல்லும் வயதுக் குழந்தைகளில் கல்வி பெற்றவர்களின் சதவிகிதம் மற்றும் *100* ஆண்டுகளுக்கு முன் அந்த விகிதம்:

மதராஸ் *42.5%* *33%*

பம்பாய் *45.1%* *14%* (சில பகுதிகளில் அதிகபட்சமாக *28%*)

வங்காளம் *37.2%* *16%* (சில இடங்களில் *32%*)

முந்தைய காலகட்டத்துக்கான புள்ளிவிவரங்கள் எல்லாம் நம்பத் தகுந்தவை அல்ல என்று முன்பே சொல்லியிருக்கிறேன். ஏனென்றால், முதலாவதாக, தனியாக வீடுகளில் கல்வி பெற்றவர்களின் எண்ணிக்கை இதில் சேர்க்கப்படவில்லை. இரண்டாவதாக தங்களால் விளக்கியோ நியாயப்படுத்தியோ சொல்ல முடியாத தகவல்களைப்

பகிர்ந்துகொள்வதில் மக்கள் தயக்கம் காட்டியிருக்கலாம். மூன்றாவதாக இந்தத் தரவுகளைச் சேகரித்தவர்கள் அதற்குத் தேவையான திறமையோ அறிவுக்கூர்மையோ கொண்டிருக்க வில்லை. நான்காவதாக பெருமளவிலான மக்கள் திரளானது இந்த ஆய்வுகளுக்கு உட்படுத்தப்படாமல் விலக்கப்பட்டிருக்கிறது. எனவே, இந்த ஆவணங்களில் சொல்லப்பட்டிருக்கும் புள்ளி விவரங்கள் துல்லியமானவை அல்ல. எனவே, அவற்றால் எந்தப் பயனும் இல்லை. டாக்டர் லெய்ட்னர் போன்றவர்கள் மேற்கொண்ட ஆய்வுகளும் உயர் பதவிகளில் பல்வேறு அம்சங்களைத் தெரிந்து கொண்டு தெளிவான முடிவுக்கு வரும் நிலையில் இருக்கும் நபர்களின் மனப்பதிவுகளும் இவற்றைவிட நம்பத் தகுந்தவை.

இந்த நபர்களும் தங்களுடைய ஆளுகைக்கு உட்பட்ட பகுதிகளில் தாங்கள் பார்த்தவற்றின் அடிப்படையிலேயே இந்த முடிவுகளுக்கு வந்திருக்கிறார்கள். மேலும் அவர்கள் நில வருவாய் தொடர்பான ஆய்வுகளை மேற்கொண்டபோது தாங்கள் பார்த்தவற்றைப் பதிவு செய்து அதன் அடிப்படையில் ஒரு முடிவுக்கு வந்திருக்கிறார்கள். இந்தியாவில் கல்வியின் நிலை என்ன என்று தனியாக ஆய்வு எதையும் மேற்கொண்டிருக்கவில்லை. எனவே, அவர்கள் தரும் தரவுகள் எல்லாம் உண்மை நிலையைக் குறைத்து மதிப்பிடுபவையாக இருக்கவே வாய்ப்புகள் அதிகம்.

தங்கள் உண்மையுள்ள
கே.டி.ஷா.

* * *

5, இன்வெர்னஸ் கார்டன்ஸ்,
விகரேஜ் கேட், லண்டன், டபிள்யூ - 8
9, மார்ச், 1932.

மேதகு எம்.கே.காந்தி
ஏர்வாடா மத்திய சிறை
பூனே
இந்தியா

அன்புக்குரிய திரு காந்திக்கு,

ஃபிப்ரவரி 15 தேதியிட்ட கடிதத்துக்கு நன்றிகள் பல. அந்தக் கடிதம் நேற்று இரவு வந்து சேர்ந்தது. கொடுத்த வாக்குறுதியை நிறைவேற்றுவதில் தங்களுக்கு இருக்கும் சிரமத்தை முழுவதுமாகப் புரிந்துகொள்கிறேன். தங்களுடைய கடிதத்தின் கூடவே, பேராசிரியர் கே.டி.ஷா பிப் 20-ல் எழுதிய நீண்ட கடிதமும் வந்து

சேர்ந்தது. அதை அவர் நிச்சயம் உங்களுக்குத்தான் அனுப்பியிருப்பார் என்று நம்புகிறேன். ஆனால், அந்தக் கடிதத்தில் கடந்த ஐம்பது ஆண்டுகளில் இந்தியக் கல்விநிலை மேம்பட்டிருக்கிறதா சீரழிந் திருக்கிறதா என்ற எந்தப் புள்ளிவிவரமும் அதில் இல்லை. அதில் எந்தவொரு கல்வி சார்ந்த புள்ளிவிவரமும் இல்லை. எனக்கு வேறு வேலைச்சுமை அதிகமாக இருக்கிறது. எனினும் கடந்த நூறு ஆண்டுகளில் வங்காளத்தின் கல்விநிலை குறித்த இரண்டு மூன்று முக்கிய கட்டுரைகள் எழுதும் அளவுக்கான தகவல்களைச் சேகரித்து வைத்திருக்கிறேன். அவற்றை எழுதி முடித்ததும் தங்களுக்கும் பேராசிரியர் கே.டி.ஷாவுக்கும் அனுப்பிவைக்கிறேன். அக் 20, அன்று ராயல் இன்ஸ்டிட்யூட் ஆஃப் இண்டர்நேஷனல் அஃபயரஸில் நீங்கள் ஆற்றிய உரையில் சொன்ன கூற்றுக்கு ஆதாரமாக எந்தப் புள்ளிவிவரத்தையும் உங்களால் தர முடியவில்லை. எனது கட்டுரையில் நான் சொல்லவிருக்கும் உண்மைகள் பேரா. ஷாவினால் சொல்லப்படாதவை என்பதை நீங்கள் படித்துப் பார்க்கும்போது புரிந்துகொள்வீர்கள் என்று நம்புகிறேன். பேராசிரியர் ஷாவுக்கு அனுப்பியிருக்கும் கடிதத்தின் நகலையும் இந்தக் கடிதத்துடன் இணைத்திருக்கிறேன். கூடவே டிசம்பர் 14 தேதியிட்டு ராயல் இன்ஸ்டிடியூட்டின் ஜனவரி மாத ஜர்னலில் வெளியாகியிருக்கும் கடிதத்தின் நகலையும் இணைத்திருக்கிறேன்.

தங்கள் உண்மையுள்ள
பிலிப் ஹெர்டாக்

* * *

5, இன்வெர்னஸ் கார்டன்ஸ்
லண்டன், டபிள்யூ.8
மார்ச் 10, 1932/

பேராசிரியர் கே.டி.ஷா
45, சௌபாத்தி சாலை
பம்பாய் (7)

அன்புக்குரிய பேராசிரியர் ஷா,

ஃபிப் 20 தேதியிட்ட கடிதம் கிடைத்தது. இந்த விஷயத்தில் இத்தனை சிரமங்கள் எடுத்துக் கொண்டதற்கு நன்றி. மகாத்மா காந்தியிடமிருந்து 15 பிப் தேதியிட்ட கடிதமும் தங்கள் கடிதத்துடன் சேர்ந்து கிடைத்தது. அவருக்கு அனுப்பிய பதிலின் நகலைத் தங்களுக்கும் அனுப்பியிருக்கிறேன். அவருக்கு அனுப்பிய கடிதத் தில் 1932 ஜனவரி மாத இண்டர்நேஷனல் அஃப்யர்ஸில் (தி ஜர்னல்

ஆஃப் தி ராயல் இன்ஸ்டிட்யுட் ஆஃப் இண்டர்நேஷனல் அஃப்யர்ஸ்) வெளியான என்னுடைய ஒரு கட்டுரையின் நகலையும் அனுப்பி வைத்திருக்கிறேன்.

எந்த அடிப்படையில் கடந்த ஐம்பது ஆண்டுகளில் இந்தியாவில் கல்வியின் நிலை வீழ்ச்சி அடைந்திருக்கிறது என்று சொல்லியிருக்கிறீர்கள் என்று நான் காந்தியிடம் கேட்ட முக்கியமான கேள்வியைப் பற்றி உங்கள் கடிதம் எந்தப் பதிலும் சொல்லவில்லை என்பதை நீங்கள் இந்த ஆவணங்களைப் படித்துப் பார்த்ததும் புரிந்துகொள்வீர்கள். நீங்கள் ஆதாரமாகக் காட்டும் டாக்டர் லெய்ட்னரின் அறிக்கை 1881-ல் அதாவது ஐம்பது ஆண்டுகளுக்கு முன்பாக வெளியான ஒன்று. மேலும் உங்கள் கடிதத்தில் எந்த இடத்திலும் அன்றைய மக்கள் தொகை என்ன... கல்வி பெற்றவர்களின் சதவிகிதம் என்ன.. இன்றைய மக்கள் தொகை என்ன... கல்வி பெற்றவர்களின் சதவிகிதம் என்ன என்பதுபோன்ற எந்தவொரு புள்ளிவிவரத்தையும் தெரிவித்திருக்கவில்லை.

அதேநேரம் பள்ளிகளின் எண்ணிக்கைக்கு ஏற்ப கல்வி பெற்றவர்களின் எண்ணிக்கையும் அதிகமாக இருக்கும் என்று நீங்கள் நம்புவதாகத் தெரிகிறது. அப்படி யூகிப்பது இயல்புதான் என்பதை ஏற்றுக்கொள்கிறேன். ஆனால், நான் தலைவராக இருந்த எஜுகேஷன் கமிட்டி ஆஃப் தி இந்தியன் ஸ்டாச்சுடரி கமிஷனின் ஆய்வறிக்கை என்ன சொல்கிறதென்றால், 1917-ல் இருந்து 1927 வரையான காலகட்டத்தில் வங்காளத்தில் இருந்த ஆரம்பப் பள்ளிகளின் எண்ணிக்கை 11 ஆயிரம் அதிகரித்தது. மாணவர்களின் எண்ணிக்கை 3,70,000 ஆக உயர்ந்தது. ஆனால், இன்றைய சூழலில் ஓரளவுக்கு கல்வி கிடைத்ததாகச் சொல்ல முடிந்த நான்காம் வகுப்பை எட்டும்போது அந்த மாணவர்களின் எண்ணிக்கையில் 30,000 குறைந்துவிட்டிருக்கிறது. எனவே, கடந்த நூறு ஆண்டுகளில் வங்காளப் பகுதியின் கல்வி வரலாறு குறித்த உங்கள் கருத்துகளை நான் ஏற்க முடியாத நிலையில் இருக்கிறேன். அது குறித்து வேறு பல விஷயங்கள் சொல்லப்படவேண்டியிருக்கிறது.

இது உங்கள் கடிதத்துக்கான முதல் கட்ட பதில்தான். உங்களுக்கும் திரு காந்திக்கும் இன்னும் விரிவான ஒரு கடிதத்தை விரைவில் அனுப்புவேன்.

தங்கள் உண்மையுள்ள
சர் பிலிப் ஹெர்டாக்.

* * *

20, மார்ச், 1939.

அன்புக்குரிய திரு காந்திக்கு,

வட்டமேஜை மாநாட்டுக்காக சுமார் ஏழு ஆண்டுகளுக்கு முன்னதாக நீங்கள் இங்கிலாந்து வந்திருந்தபோது இந்தியாவில் கல்வி பற்றி நாம் நட்பார்ந்த விவாதம் ஒன்றை நிகழ்த்தியது தங்களுக்கு நினைவிருக்கும் என்று நம்புகிறேன். ராயல் இன்ஸ்டிட்யூட் ஆஃப் இண்டர்நேஷனல் அஃபயர்ஸில் நடந்த கருத்தரங்கில் இந்தியாவில் கல்விநிலை கடந்த ஐம்பது அல்லது நூறு ஆண்டுகளில் வெகுவாக வீழ்ச்சி அடைந்துவிட்டதாக நீங்கள் சொன்னதைத் தொடர்ந்தே நாம் அந்த விவாதத்தை மேற்கொண்டிருந்தோம். நைட்ஸ்பிரிட்ஜில் நீங்கள் தங்கியிருந்த அறைக்கு நான் நேராக வந்து 1931-டிசம்பரில் இது தொடர்பாக உரையாடியதையும் நீங்கள் மறந்திருக்கமாட்டீர்கள் என்று நம்புகிறேன். நீங்கள் சொன்ன கூற்றுக்கு போதிய ஆதாரங்கள் கிடைக்கவில்லையென்றால் அந்தக் கூற்றுக்குக் கிடைத்த அதே விளம்பரமும் முக்கியத்துவமும் உலக அரங்கில் கிடைக்கும் வகையில் தங்களுடைய கூற்றைப் பின்வாங்கிக் கொள்வேன் என்று சொல்லி இருந்தீர்கள். பின்னர் ஏர்வாடா ஜெயிலில் இருந்தபோது இது தொடர்பாக எனக்கு ஒரு கடிதமும் எழுதியிருந்தீர்கள். தாங்கள் பிப் 15, 1932-ல் அனுப்பிய கடிதத்துக்குப் பதிலாக மார்ச் 9-ல் நான் அனுப்பிய கடிதத்தோடு இது தொடர்பான நம்முடைய கடிதப் பரிமாற்றங்கள் முடிவுக்கு வந்துவிட்டன. அதை நமது கடிதங்களைத் தொகுத்து அனுப்பியிருக்கும் கோப்பு உங்களுக்கு அறியத் தரும் என்று நம்புகிறேன்.

வேறு முக்கியமான பணிகள் வந்துவிட்டதால் நான் இந்த விஷயத்தைக் கொஞ்சம் தள்ளிப்போடவேண்டியதாகிவிட்டது. ஆனால், நீங்களும் பேராசிரியர் ஷாவும் ஆதாரங்களாகக் கொடுத்த வற்றை முழுவதுமாகப் பரிசீலித்துப் பார்த்து சம் ஆஸ்பெக்ட்ஸ் ஆஃப் இந்தியன் எஜுகேஷன் - பாஸ்ட் அண்ட் பிரசன்ட் என்ற தலைப்பில் ஒரு புத்தகமாக வெளியிட்டிருக்கிறேன். அந்த நூலின் முன்னுரையில் நம்மிடையே நடந்த விவாதத்தைப் பற்றி மட்டுமல்லாமல் தங்களுடைய வார்தா திட்டம் பற்றியும் எழுதியிருக்கிறேன். அந்தத் திட்டத்தில் நான் மிகுந்த ஆர்வத்துடன் இருக்கிறேன். நான் எழுதியிருக்கும் நூலை நுட்பமாகப் பரிசீலித்துப் பார்த்தால் ராயல் இன்ஸ்டிட்யூட் ஆஃப் இண்டர்நேஷனல் அஃப்யர்ஸில் 1931, அக் 20-ல் நீங்கள் ஆற்றிய உரையில் சொன்ன தகவல் பிழையானது என்பதைப் புரிந்துகொள்வீர்கள் என்பதில் எனக்கு எந்த சந்தேகமும் இல்லை. எனவே நீங்கள் உங்கள் கூற்றை எந்தத் தயக்கமும் இன்றிப் பின்வாங்கிக் கொள்ளலாம். 15, பிப் 1932 கடிதத்தில், நாம் இருவருமே சத்தியத்தை தேடுவதில் தீவிர நாட்டமுடையவர்கள் என்று

சொல்லியிருந்தீர்கள். இந்திய மக்களுக்கும் பிரிட்டிஷ் அரசுக்கும் இடையிலான தடைகளை நீக்கி இரு தரப்புக்கும் இடையில் நல்ல புரிதலை ஏற்படுத்துவதே நம் இருவருடைய நோக்கம் என்பதையும் கூடுதலாகச் சேர்த்துச் சொல்லவிரும்புகிறேன்.

பூரண நல்லாசிகளுடன்
தங்கள் உண்மையுள்ள
சர் பிலிப் ஹெர்டாக்

மகாத்மா காந்தி
தி ஆஸ்ரம்
வார்தா, இந்தியா.

பின் குறிப்பு: நான் எனது புத்தகத்தின் ஒரு பிரதியை பேரா.கே.டி.ஷாவுக்கு அனுப்ப விரும்புகிறேன். ஆனால், அவருடைய தற்போதைய முகவரியை என்னால் தேடி கண்டுபிடிக்கமுடியவில்லை. அவருடைய நிலைமை குறித்து எனக்கு அறியத் தாருங்கள்.

* * *

2, மே, 1939

பேரா. கே.டி.ஷா
45, சவ்பாதி சாலை
பம்பாய்

பேராசிரியர் திரு ஷா அவர்களுக்கு,

ஆக்ஸ்ஃபோர்டு யுனிவர்சிட்டி பிரஸ் சமீபத்தில் வெளியிட்ட, சம் ஆஸ்பெக்ட்ஸ் ஆஃப் இந்தியன் எஜுகேஷன் பாஸ்ட் அண்ட் பிரசண்ட் என்ற தலைப்பிலான என் புத்தகத்தின் பிரதி ஒன்றை உங்களுக்கு அனுப்பியிருந்தேன். அது கிடைத்திருக்கும் என்று நம்புகிறேன். நான் உங்களுக்கு விரிவாக ஒரு கடிதம் எழுதவேண்டும் என்று விரும்புகிறேன். ஆனால், வேலைப்பளு காரணமாக முடியவில்லை.

அந்தப் புத்தகத்தில் இன்ஸ்டிட்யூட் ஆஃப் எஜுகேஷனில் நான் ஆற்றிய பேய்ன் அரங்க உரைகள் மூன்று இடம்பெற்றிருப்பதைப் பார்க்கலாம். கல்வி தொடர்பான சரித்திரபூர்வ மற்றும் நடைமுறை சார்ந்த பொதுவான பிரச்னைகள் பற்றி அதில் விரிவாகப் பேசியிருக்கிறேன். மேலும் மகாத்மா காந்தி சாத்தம் ஹவுஸில் ஆற்றிய உரையில் கடந்த ஐம்பது நூறுஆண்டுகளில் பிரிட்டிஷ் இந்தியாவில் கல்வியின் நிலை வீழ்ச்சி அடைந்துவிட்டிருக்கிறது என்று சொன்னதை நியாயப்படுத்தும் வகையில் எனக்கு ஒரு கடிதம் அனுப்பியிருந்தீர்கள். காந்தியின் வேண்டுகோளின் பேரில் 1932 பிப்ரவரியில் நீங்கள் அதில் அனுப்பிய அந்தக் கடிதத்தில் சொல்லியிருப்பவற்றை அலசி ஆராய்ந்து

மூன்று மெமொரண்டாக்களில் பதில் சொல்லியிருக்கிறேன். அதுவும் இந்தப் புத்தகத்தில் இடம்பெற்றிருக்கிறது.

முந்தைய ஐம்பது ஆண்டுகளில் கல்வியின்நிலை என்ன என்ற என் கேள்விக்கான பதிலை நீங்கள் சொல்லியிருக்கவே இல்லை என்று சுட்டிக்காட்டி நான் மார்ச் 10, 1932-ல் எழுதிய கடிதம் உங்களுக்கு நினைவிருக்கும் என்று நினைக்கிறேன். மேலும் அந்தக் கடிதத்தில் நீங்கள் வங்காளத்தின் கடந்த நூறு ஆண்டு கல்வி பற்றிச் சொல்லியிருக்கும் தீர்மானங்களை என்னால் ஏற்றுக்கொள்ள முடியாது. அதில் நிறைய விடுபடல்கள் இருக்கின்றன என்றும் அந்தக் கடிதத்தில் சொல்லியிருந்தேன். இது தொடர்பாக உங்களுக்கு நான் கடிதம் எழுதுவதாகச் சொல்லியிருந்தேன். பல்வேறு வரலாற்று ஆவணங்களை ஆராய்ந்து பார்த்துச் சொல்ல வேண்டிய விஷயம் என்பதால் அதை ஒரு கடிதத்தில் எழுத முடிந்திருக்கவில்லை. வேறு வேலைப்பளுவும் இருந்ததால் அந்தப் பணியைத் தள்ளிப் போட்டிருந்தேன். இப்போது அதையெல்லாம் இந்தப் புத்தகத்தில் விளக்கமாக எழுதியிருக்கிறேன்.

தங்கள் உண்மையுள்ள
சர் பிலிப் ஹெர்டாக்

* * *

தங்கள் பார்வைக்கு மட்டும் (கான்ஃபிடென்ஷியல்)

திரு காந்தியிடமிருந்து சர். பிலிப் ஹெர்டாக்குக்கு அனுப்பப்பட்ட கடிதம். இந்தக்கடிதத்தின்தேதியை யூகிக்க முடியவில்லை. ஆனால், 16 ஆகஸ்ட் 1939 என்று முகப்பு உறையில் முத்திரையிடப்பட்டிருக்கிறது.

சீகன், வார்தா

அன்புள்ள சர். பிலிப்,

பிரிட்டிஷ் காலகட்டத்தில் இந்தியக் கிராமங்களின் கல்வி எப்படி இருந்தது என்பது தொடர்பான என் ஆராய்ச்சியைத் தொடர்ந்து மேற்கொண்டுதான் வருகிறேன். எனக்கு இது தொடர்பாக பதில் சொல்லியிருப்பவர்கள் அனைவருமே நான் சொன்னது சரியென்றே சொல்லியிருக்கிறார்கள். ஆனால், ஆதாரம் என்று ஏற்றுக்கொள்ளத்தகுந்த புள்ளிவிவரங்கள் எதையும் தர அவர்களால் முடியவில்லை. சாத்தம் ஹவுஸில் நான் அன்று சொன்னது சரி என்றே இப்போதும் என் மனதுக்குத் தோன்றுகிறது. ஹரிஜன் பத்திரிகையில் அந்தக் கூற்றைப் பின்வாங்கிக்கொண்டு எதையும் எழுத வேண்டிய அவசியம் இருப்பதாக நான் நினைக்கவில்லை. என் மனதில் நம்பத்தகுந்த ஆதாரமாக இருப்பவற்றை நீங்கள் கேள்விக்குட்படுத்திவிட்டதாக நினைக்கவேண்டாம். மாடர்ன்

ரிவ்யூவில் இது தொடர்பாக வெளியான கட்டுரை ஒன்றை உங்கள் பார்வைக்கு அனுப்புகிறேன். நேரம் கிடைத்து உங்களால் எழுத முடிந்தால் அது தொடர்பான உங்கள் பதிலை எதிர்பார்க்கிறேன்.

தங்கள் உண்மையுள்ள
எம்.கே.காந்தி.

(குறிப்பு: திரு காந்தி எனக்கு அனுப்பிய கட்டுரை என்னைப் பொறுத்தவரையில் எந்த மதிப்பும் இல்லாததுதான் - சர் பிலிப் ஹொர்டாக்)

* * *

10, செப், 1939

மகாத்மா காந்தி
சேகன், வார்தா
மத்திய பிராந்தியம், இந்தியா

அன்புள்ள திரு காந்திக்கு,

என் புத்தகம் தொடர்பான தங்களுடைய கடிதத்துக்கு நன்றி.

எனக்கு வேலைப்பளு குறைந்ததும் இந்த விஷயம் தொடர்பாக தங்களுக்கு விரிவாக எழுதுவேன். வைசிராயுடனான சந்திப்பில் இன்றைய போர் தொடர்பாக நீங்கள் எடுத்திருக்கும் முடிவுக்கு என் மனமார்ந்த நன்றியைத் தெரிவித்துக்கொள்கிறேன். டைம்ஸ் இதழில் வெளியாகியிருக்கும் அந்தச் சந்திப்பு தொடர்பாக உலகம் முழுவதிலும் இருக்கும் எனது சக நாட்டினரின் அபிப்ராயமும் அதுவே.

போருக்கு ஆதரவாக ஒரு விஷயத்தை நீங்கள் சொன்னால் அதற்கு நீங்கள் எவ்வளவு விலை கொடுக்க வேண்டியிருக்கும் என்பது எனக்கு நன்கு தெரியும். உங்களைப் போலவே நானும் போரை வெறுக்கத்தான் செய்கிறேன். ஆனால், கெட்டவன் ஒருவனுடைய பிடியில் இருந்து பச்சிளம் குழந்தையை விடுவிக்க ஒரு காவலர் மேற்கொள்ளும் வன்முறை நடவடிக்கை நியாயமானதுதான். போலந்துக்கு ஆதரவாக பிரிட்டனும் ஃப்ரான்ஸும் மேற்கொண்டிருக்கும் இன்றைய போரை அப்படித்தான் பார்க்கிறேன்.

நல்லெண்ணங்களுடன்,

தங்கள் உண்மையுள்ள
சர் பிலிப் ஹொர்டாக்

பின்னிணைப்பு G

மானியம் பெறும் தஞ்சாவூர் கோவில்களின் பட்டியல் 14.4.1843 விளக்கெரிக்க வருடாந்திர மானியம் பெறும் கோவில்கள் பற்றிய குறிப்பு - 1222

எண்	பெயர்		இடம்	Ch	Fs	C
1.	கும்பேஸ்வர ஸ்வாமி	கோவில் உள்ள இடம்	கும்பகோணம்	1,349	8	8
2.	நாகேஸ்வர ஸ்வாமி	”	”	666	6	16
3.	சோமேஸ்வர ஸ்வாமி	”	”	100	“	“
4.	கைலாசநாத ஸ்வாமி	”	”	90	“	“
5.	விஸ்வேஸ்வர ஸ்வாமி	”	”	22	2	24
6.	கௌதம ஈஸ்வா ஸ்வாமி	”	”	22	5	“
7.	சதாசிவலிங்க ஸ்வாமி	”	”	18	“	“
8.	காசி விஸ்வநாத ஸ்வாமி	”	”	125	“	“
9.	அமுதேஸ்வர ஸ்வாமி	”	”	18	“	“
10.	சாரங்கபாணி ஸ்வாமி	”	”	2,120	2	24
11.	சக்ரபாணி ஸ்வாமி	”	”	766	6	20
12.	ராம ஸ்வாமி	”	”	666	6	20
13.	நாராயன ஸ்வாமி	”	”	270	6	20
14	கிருஷ்ண ஸ்வாமி	”	”	36	“	“
15.	ஹனுமந்த ஸ்வாமி	”	”	50	“	“
16.	அமிர்தகடேஸ்வர ஸ்வாமி	”	திருக்குளசை நல்லூர்	77	8	28
17.	நந்தநாதப் பெருமாள்	”	நந்தவனம்	53	5	16
18.	கரவலநாத ஸ்வாமி	”	கீரன்குடி	36	“	“
19.	ஹனுமந்த ஸ்வாமி	”	சதகோட்டை	138	“	“

20.	ஈஸ்வர ஸ்வாமி	,,	வர்ணத்துறை	33	"	"
21.	சேவா குருநாத ஸ்வாமி	,,	சேவாபுரம்	48	3	6
22.	பிரவுதேஸ்வர ஸ்வாமி	,,	தனகாபுரம்	240	"	"
23.	சுப்த கீசேச்வர ஸ்வாமி	,,	சாஸ்வதம்பாக்கம்	1,575	"	"
24.	மஹாலிங்க ஸ்வாமி	,,	மருதையூர்	3,000	"	"
25.	பானுபுரீஸ்வர ஸ்வாமி	,,	கோவிந்தபுரம்	240	"	"
26.	வெங்கடாசலபதி ஸ்வாமி	,,	கோவிந்தபுரம்	120	"	"
27.	மங்களநாத ஸ்வாமி	,,	திருநல்ல குடி	240	"	"
28.	சட்ஜனேஸ்வர ஸ்வாமி	,,	காரவளை	18	"	"
29.	சம்பஹரேஸ்வர ஸ்வமி	,,	திருபுவனம்	1,000	"	"
30.	நாகநந்த ஸ்வாமி	,,	உப்பிலியப்பன் கோவில்	291	6	20
31.	வெங்கடாசலபதி ஸ்வாமி	,,	உப்பிலியப்பன் கோவில்	144	9	"
32.	ஏகநாத ஸ்வாமி	,,	வொற்றியூர் நம்மூர்	18	"	"
33.	சோமநாத ஸ்வாமி	,,	புண்டரீகபுரம்	6	"	"
34.	ராஜகோபால ஸ்வாமி	,,	,,	9	"	"
35.	நாமஸ்வாமி	,,	ஆதனூர்	54	"	"
36.	வேலாயுத ஸ்வாமி	,,	திருவேல நல்லூர்	226	8	14
37.	சோலாபுரேஸ்வர ஸ்வாமி	,,	திருப்புறம்பியம்	38	5	"
38	சூட்சுமநாத ஸ்வாமி	,,	தீலசரக்குடி	2	"	"
39.		,,	தோகையச்சி	36	"	"
40.	கோதண்டராம ஸ்வாமி	,,	,,	18	"	"
41.	கணேஸ்வர ஸ்வாமி	,,	கோட்டைவாசல்	36	5	16
42.	உத்தர ஸ்வாமி	,,	குற்றாலம்	466	6	20
43.	சோலேஸ்வர ஸ்வாமி	,,	,,	240	"	"
44.	வெங்கடேஸ்வர ஸ்வாமி	,,	,,	12	"	"
45.	நடேஸ்வர ஸ்வாமி	,,	,,	6	"	"
46.	சுப்த் ரட்சஸ்வர ஸ்வாமி	,,	,,	1	5	"
47.	காசி விஸ்வநாதேஸ்வர ஸ்வாமி	,,	,,	4	5	"
48.	ஆதி கேசவ ஸ்வாமி	,,	,,	25	"	"

49.	சோம நாத ஸ்வாமி	,,	தேவ மங்கலம்	18	"	"
50.	வரதராஜ பெருமாள்	,,	,,	28	1	16
51.	விருபாட்ச ஸ்வாமி	,,	சரகோபி	18	"	"
52.	திருமூல நாத ஸ்வாமி	,,	பாலகூடம்	15	"	"
53.	சுந்தரேஸ்வர ஸ்வாமி	,,	நாகநாதன்பதி	15	"	"
54.	வெங்கடாசலபதி ஸ்வாமி	,,	நாகநாதன்பதி	7	5	"
55.	பிரம்மபுரேஸ்வர ஸ்வாமி	,,	அபிராமபுரம்	30	"	"
56.	சாமுண்டேஸ்வர ஸ்வாமி	,,	சோழநிலகம்	7	5	"
57.	நாரதவேதப் பெருமாள்	,,	குடிலங்குடி	75	"	"
58.	சுந்தரேஸ்வர ஸ்வாமி	,,	அதே	73	"	"
59.	சிங்காரப் பிள்ளையார்	,,	கடலங்குடி	9	"	"
60.	நடனபுரீஸ்வர ஸ்வாமி	,,	மனேமதி	30	"	"
61.	நாகநாத ஸ்வாமி	,,	திருச்சிற்றம்பலம்	9	9	24
62.	ரத்னநாத ஸ்வாமி	,,	திருவழுந்தூர்	75	"	"
63.	வைத்யநாத ஸ்வாமி	,,		18	"	"
64.	வரதராஜப் பெருமாள்	,,	பார்ப்பான் குடி	18	"	"
65.	விஸ்வநாத ஸ்வாமி	,,	சாத்தங்குடி	1	5	"
66.	நீலகண்டேஸ்வர ஸ்வாமி	,,	கோவிலடி	75	"	"
67.	கைலாசநாத ஸ்வாமி	,,	மருகுமங்கலம்	12	5	"
68.	ஜம்புநாத ஸ்வாமி	,,	வேயல்	5	"	"
69.	வாமமஹேஸ்வர ஸ்வாமி	,,	திரிநிலம்	37	3	12
70.	வீரேஸ்வர ஸ்வாமி	,,	விரகம்	18	"	"
71.	பாசுபதாஸ்வர ஸ்வாமி	,,	பந்தநல்லூர்	666	6	20
72.	ஆதிகேசவப் பெருமாள்	,,	அதே	144	"	"
73.	ஹனுமந்த ஸ்வாமி	,,	புது நல்லூர்	18	"	"
74.	பிள்ளையார்	,,	அதே	18	"	"
75.	விஸ்வநாத ஸ்வாமி	,,	அதே	7	5	"
76.	பிரம்மபுரீஸ்வர ஸ்வாமி	,,	வடதோடி	35	6	16
77.	வெங்கடாசலபதி ஸ்வாமி	,,	கோவனூர்	3	"	"
78.	துளசீவார ஸ்வாமி	,,	கோவனூர்	2	"	"

79.	சுந்தரேஸ்வர ஸ்வாமி	,,	திரிலோகி	13	5	"
80.	நாராயணப் பெருமாள்	,,	அதே	20	"	"
81.	பலராம ஸ்வாமி	,,	திருவப்பாதி	149	8	16
82.	கோதண்டராம ஸ்வாமி	,,	குறிச்சி	62	1	16
83.	அமிர்தகடேஸ்வர ஸ்வாமி	,,	குறிச்சி	5	"	"
84.	யஸ்ரமனேஸ்வர ஸ்வாமி	,,	கீழக்கட்டூர்	5	"	"
85	கீழ்கோடியூர் ஸ்வாமி	,,	கீழக்கட்டூர்	5	"	"
86	அகஸ்தீஸ்வர ஸ்வாமி	,,	மேலக் கோட்டியூர்	90	"	"
87	வெங்கடாசலபதிப் பெருமாள்	,,	,,	150	"	"
88	தா்மபுரீஸ்வர ஸ்வாமி	,,	தர்மபுரம்	60	"	"
89	சுப்ரமண்ய ஸ்வாமி	,,	கோவித நல்ல சேரி	3	"	"
90	வெங்கடாசலபதி ஸ்வாமி	,,	திருவேத நல்லூர்	12	5	"
91	அருணஜதேஸ்வர ஸ்வாமி	,,	திருப்பணந்தாள்	533	3	8
92	சப்தநாத ஸ்வாமி	,,	சிங்கநல்லூர்	14	"	"
93	பஞ்சவர்ணேஸ்வர ஸ்வாமி	,,	மன்னார்குடி	30	"	"
94	பிராணநாத ஸ்வாமி	,,	பரவேதங்குளம்	220	"	"
95	வேதபுரீஸ்வர ஸ்வாமி	,,	திரிகாலம்	9	"	"
96	ஆதிநாத ஸ்வாமி ஸ்வாமி	,,	திருமண் சேரி	90	"	"
97	சூர்ய நாராயண ஸ்வாமி	,,	சூரியனர் கோவில்	288	6	20
98	ஜலகண்டேஸ்வர ஸ்வாமி	,,	,,	9	"	"
99	வேதாந்தப் பெருமாள்	,,	வேதப் பெருமாள் கோவில்	3	9	"
100	கர்நாடகேஸ்வர ஸ்வாமி	,,	கருநாடபுரம்	30	"	"
101	கைலாசநாத ஸ்வாமி	,,	அரசூர்	50	"	"
102	வரதராஜப் பெருமாள்	,,	,,	58	"	"
103	அக்னி ஈஸ்வர ஸ்வாமி	,,	கஞ்சனூர்	216	"	"

104	கோதண்டராம ஸ்வாமி	”	”	90	“	“
105	விஸ்வநாத ஸ்வாமி	”	”	18	“	“
106	திரிகடேஸ்வர ஸ்வாமி	”	திரிகோட்ட வயல்	47	5	“
107	சுந்தரேஸ்வர ஸ்வாமி	”	நாகமங்கலம்	12	5	“
108	பத்ரகாளி	”	கண்டியூர்	18	“	“
109	விஸ்வநாத ஸ்வாமி	”	வயலூர்	7	2	“
110	பஜ சோழேஸ்வர ஸ்வாமி	”	கூத்தனூர்	4	6	“
111	கைலாசநாத ஸ்வாமி	”	கொடிநிலம்	2	4	“
112	பிரம்மபுரீஸ்வர ஸ்வாமி	”	நல்ல ஓடை	6	7	16
113	கைலாசநாத ஸ்வாமி	”	”	2	1	24
114	விஸ்வநாத ஸ்வாமி	”	அன்னக்கொடி	107	5	“
115	கோபால ஸ்வாமி	”	திருக் கொளம்பியம்	270	“	“
116	குமார ஸ்வாமி	”	ராமேஸ்வரபுரம்	480	“	“
117	போதேஸ்வர ஸ்வாமி	”	தாரணி	19	1	“
118	தத்வசார ஸ்வாமி	”	நைனாசல்	1	“	“
119	சுந்தரேஸ்வர ஸ்வாமி	”	தேவஸ்தானபுரம்	266	5	24
120	வெங்கடாசலபதி ஸ்வாமி	”	அதே	18	“	“
121	கைலாசநாத ஸ்வாமி	”	சோழவனம்	97	5	“
122	வெங்கடாசலபதி ஸ்வாமி	”	சோழவனம்	13	5	“
123	நாகநாத ஸ்வாமி	”	மவுனம்பாடி	9	“	“
124	சுந்தரராஜப் பெருமாள்	”	கடுகம்பாடி	106	6	20
125	ராமஸ்வாமி	”	வலங்கம்	48	“	“
126	சந்திரசேகர ஸ்வாமி	”	சந்திரசேகரபுரம்	36	“	“
127	கிருஷ்ண ஸ்வாமி	”	திரிசரா	24	“	“
128	சாரநாத ஸ்வாமி	”	திரிசேரம்	300	5	“
129	வைத்யநாத ஸ்வாமி	”	விரூபாட்சிபுரம்	36	“	“
130	வரதராஜப் பெருமாள்		விரூபாட்சிபுரம்	33	2	16
131	கைலாசநாத ஸ்வாமி	”	கைலாசநாதபுரம்	8	5	16
132	வைத்யநாதப் பெருமாள்	”	நதியோரக் கோவில்	37	9	28
133	அப்பா ஸ்வாமி	”	ஆலங்குடி	33	2	8

134	துந்தபேஸ்வர ஸ்வாமி	,,	சிங்கலபுரம்	4	5	"
135	கைலாசநாத ஸ்வாமி	,,	வாகபுரம்	14	5	4
136	ஜம்புநாத ஸ்வாமி	,,	கூட்டூர்	"	9	28
137	விலவநாத ஸ்வாமி	,,	திரிகாலம்பூர்	36	"	"
138.	பந்தலேஸ்வர ஸ்வாமி	,,	கந்தமங்கலம்	33	"	"
139.	வரதராஜப் பெருமாள்	,,	,,	4	9	28
140.	குமார ஸ்வாமி	,,	அறவூர்	18	"	"
141.	சத்யநாத ஸ்வாமி	,,	நாவலூர்	9	6	24
142.	பரேஸ்வர ஸ்வாமி	,,	நல்லூர்	18	"	"
143.	ஞானேஸ்வர ஸ்வாமி	,,	திருமங்கலம்	33	2	4
144.	ஜம்புநாத ஸ்வாமி	,,	அந்தணர் கோவில்	56	9	8
145.	மயூரநாத ஸ்வாமி	,,	மாயவரம்	1,725	"	"
146.	சுப்ரமணிய ஸ்வாமி	,,	,,	525	"	"
147.	விஸ்வநாத ஸ்வாமி	,,	,,	18	"	"
148.	திருக்கோட்டிநல்லூர்	,,	வளநகர்	100	"	"
149.	வரதராஜப் பெருமாள்	,,	,,	40	"	"
150.	இந்திரநாத ஸ்வாமி	,,	செம்பனார் கோவில்	14	3	16
151.	அக்னீஸ்வர ஸ்வாமி	,,	கீழேயனூர்	40	"	16
152.	சிதம்பரநாத ஸ்வாமி	,,	சிற்றம்பல நகர்	4	"	"
153.	வீரேச்வர ஸ்வாமி	,,	வயலூர்	150	"	"
154.	மருதீஸ்வரர்	,,	மூவலூர்	36	"	"
155.	அபர்ண ஈஸ்வரி	,,	ஆலந்தூர்	4	"	"
156.	சுப்ரமணிய ஸ்வாமி	,,	பாவனூர்	75	"	"
157.	வைத்தீஸ்வரர்	,,	தேவஸ்தான பரஞ்சேரி	30	"	"
158.	ராமஸ்வாமி	,,	திருவேலன்குடி	75	"	"
159.	சோழேஸ்வரர்	,,	,,	18	"	"
160.	கோபாலகிருஷ்ண ஸ்வாமி	,,	திருவேலன்குடி	18	"	"
161.	வைத்யநாதபுரிஸ்வரர்	,,	கோலயம் பேட்டை	2	7	"
162.	வரதராஜப் பெருமாள்	,,	,,	7	4	"
163.	ரங்கநாத ஸ்வாமி	,,	தேரழுந்தூர்	833	3	20
164.	ராமஸ்வாமி	,,	,,	240	"	"

165.	தண்டனேஸ்வரர்	,,	தேரழுந்தூர்	29	2	16
166.	சுந்தரேஸ்வரர்	,,	பாலாறு பேட்டை	11	5	4
167.	சோமநாதீஸ்வரர்	,,	நெடு ஊர்	32	5	"
168.	சுந்தரேஸ்வரர்	,,	மணக்குடி	10	8	"
169.	சத்யபுரீஸ்வரர்	,,	கைலாசநாதபுரம்	22	5	"
170.	வைத்யநாதர்	,,	வள்ளுவர் கோவில்	240	"	"
171.	கைலாசநாதர்	,,	சோழ சேவக நல்லூர்	2	7	16
172.	நாக நாதேஸ்வரர்	,,	பணகுடி	17	2	16
173.	கைலாசநாதர்	,,	கண்ண நத்தம்	120	"	"
174.	பால கண்டேஸ்வரர்	,,	திருமங்கலம் கோவில்	21	4	22
175.	செல்வகண்டேஸ்வரர்	,,	மணக்குடி	5	9	24
176.	தந்தேஸ்வரர்	,,	சோழம்பேட்டை	12	5	"
177.	அழகுநாதேஸ்வரர்	,,	,,	18	5	"
178.	ஸ்ரீனிவாசப்பெருமாள்	,,	,,	4	"	"
179.	நடுவணேஸ்வர ஸ்வாமி	,,	திருமஞ்சரக் கோவில்	34	5	14
180.	மதனேஸ்வர ஸ்வாமி	,,	திருமஞ்சரம்	12	5	"
181.	மணவாள ஈஸ்வரர்	,,	திருவேலன்குடி	90	"	"
182.	கைலாசநாத ஈஸ்வரர்	,,	மூலன்குடி	2	9	8
183.	வரதராஜப் பெருமாள்	,,	,,	2	9	"
184.	வெங்கடேஸ்வரர்	,,	காரகோவில்	90	"	"
185.	மார்கண்டேஸ்வரர்	,,	வரகடை	15	"	"
186.	ஆபத் ஸகாய ஈஸ்வரர்	,,	அன்னியூர்	60	"	"
187.	கூத்தம்பல ஈஸ்வரர்	,,	தலை ஞாயிறு	52	3	16
188.	கைலாசநாத ஈஸ்வரர்	,,	வாதனூர்	7	2	28
189.	வெங்கடாசலபதி ஸ்வாமி	,,	,,	7	2	28
190.	வேலம்புர ஸ்வாமி	,,	திருவேலம்பூர்	180	"	"
191.	நாகநாத ஸ்வாமி	,,	நாகநாதன் கோவில்	9	"	"
192.	எல்லம்மா தேவி	,,	முடிகண்ட நல்லூர்	23	7	24
193.	பராசர ஸ்வாமி	,,	செம்பனார் கோவில்	33	7	24

194.	குமாரஸ்வாமி	,,	மஹாராஜபுரம்	3	"	"
195.	மருதீஸ்வரர்	,,	பராநல்லூர்	47	5	30
196.	அக்னீஸ்வரர்	,,	நல்லூர்	38	"	16
197.	மதன ஈஸ்வரர்	,,	இலுப்பையூர்	2	5	"
198.	கங்கப் பெருமாள்	,,	பெருமாள் கோவில்	26	2	8
199.	சோமநாத ஸ்வாமி	,,	வளவன்குடி	3	"	"
200.	அமிர்தகடேஸ்வரர்	,,	திருக்கோட்டியூர்	1,157	8	15
201.	அமிர்த நாராயணப் பெருமாள்	,,	,,	38	"	24
202.	சுயம்புநாத ஸ்வாமி	,,	பரல்கோட்டை	450	"	"
203.	வரதராஜப் பெருமாள்	,,	கூத்தன்குடி	1	9	28
204.	விஸ்வநாத ஈஸ்வரர்	,,	அழகியபுரம்	1	9	28
205.	பர்வதீஸ்வரர்	,,	அய்யன்குடி	60	1	22
206.	கேசவப் பெருமாள்	,,	,,	4	5	"
207.	திரிகண்ட ஈஸ்வரர்	,,	திருச்சூர்	296	"	"
208.	அகஸ்திய ஸ்வாமி	,,	,,	27	9	30
209.	மகதீஸ்வரர்	,,	மவுனகுடி	9	9	30
210.	சரபுரீஸ்வரர்	,,	கீவனூர்	240	"	"
211.	பஞ்சபூதப் பெருமாள்	,,	சரபுலியூர்	188	7	"
212.	பாலவரத ஈஸ்வரர்	,,	,,	1	9	28
213.	கைலாசநாத ஈஸ்வரர்	,,	கைலாசநாத கடலன்குடி	15	"	"
214.	நித்யமணவாள ஈஸ்வரர்	,,	நடுங்குளம்	7	"	"
215.	பர்வத ஈஸ்வரர்	,,	திருக்கோட்டியூர்	15	"	"
216.	சுப்ரமணிய ஈஸ்வரர்	,,	கோவில் கொண்டான்குடி	24	9	30
217.	நாகநாத ஈஸ்வரர்	,,	மன்னார்குடி	15	4	28
218.	அமிர்தகடேஸ்வரர்	,,	ஏர்வாடி	1	8	30
219.	செல்வகந்தேஸ்வரர்	,,	கூத்தப்பட்டி	19	"	4
220.	ஆதிலிங்க ஈஸ்வரர்	,,	பரநெல்லூர்	7	8	"
221.	பிரம்மபுரீஸ்வரர்	,,	பலகுடிகோவில்	2	5	4
222.	வேதாந்தப் பெருமாள்	,,	கீழக்காடன்குடி	15	"	"
223.	பிரம்மபுரீஸ்வரர்	,,	அம்பல்	150	"	"
224.	வேதாந்தப் பெருமாள்	,,	,,	18	"	"

225.	மங்கள ஈஸ்வரர்	,,	கோவிலேர் மூலம்	240	"	"
226.	சூர்யராஜப் பெருமாள்	,,	திருக்கண்ணபுரம்	1,125	"	"
227.	அக்னீஸ்வர ஸ்வாமி	,,	திருப்புகழூர்	1,020	"	"
228.	வேதபுரி ஈஸ்வரர்	,,	திருங்செ ங்கோடன் குடி	533	3	8
229.	ராமநாத ஸ்வாமி	,,	நாமநாதன் குடி	20	"	"
230.	திருவேலம்பூர் ஈஸ்வரர்	,,	பாணன்குடி	4	5	"
231.	சோமநாத ஈஸ்வரர்	,,	பந்தருவவதா	3	6	"
232.	ரத்ன நாகேஸ்வரர்	,,	திருமருங்கூர்	133	3	14
233.	சூர்ய நாகேஸ்வரர்	,,	மங்கலம்	30	"	"
234.	அனந்த ஈஸ்வரர்	,,	அனந்த நல்லூர்	2	5	"
235.	வளநாடு ஈஸ்வரர்	,,	தந்தம் புலியூர்	20	"	"
236.	கல்யாண சுந்தரப் பெருமள்	,,	,,	3	"	"
237.	சயனீஸ்வரர்	,,	கோண்டகம்	8	2	"
238.	ராமஸ்வாமி	,,	,,	4	8	"
239.	ஆபத் ஸகாய ஈஸ்வரர்	,,	குற்றாலம்	9	"	"
240.	கோமதி ஈஸ்வரர்	,,	திருவாடுதுறை	416	6	28
241.	விஸ்வநாத ஸ்வாமி	,,	கரியங் கொண்டான்	25	"	4
242.	வாதநாராயணப் பெருமாள்	,,	திருவாலங்காடு	82	5	"
243.	சுயம்புநாத ஈஸ்வரர்	,,	நரசிங்கபட்டனம்	9	"	"
244.	பௌபதீஸ்வரர்	,,	நல்லூர்	20	"	"
245.	வாதபுரீஸ்வரர்	,,	தேரழுந்தூர் ஈஸ்வரன் கோவில்	90	"	"
246.	அருணவப் பெருமாள்	,,	பரமகோவில்	85	"	"
247.	கோவிந்த ராஜப் பெருமாள்	,,	பூந்துறை	18	"	"
248.	கணேஸ்வரர்	,,	திருமங்கலம்	36	"	"
249.	வைத்ய ஈஸ்வரர்	,,	மராத்தாகுடி	90	"	"
250.	பர்வத ஈஸ்வரர்	,,	,,	36	"	"
251.	ஆபத் ஸகாய ஈஸ்வரர்	,,	நடுவண்புரம்	36	"	"
252.	சட்டநாத ஈஸ்வரர்	,,	சேலையூர்	1,153	1	8
253.	நாகேஸ்வரர்	,,	சம்பன்குடி	1	"	"

254.	வளநாடு ஈஸ்வரர்	,,	திருக்கழுகாவூர்	1	"	"
255.	வதன ஈஸ்வரர்	,,	தில்லைநாடு	2	5	"
256.	லட்சுமி நாராயணப் பெருமாள்	,,	சத்யபுரம்	3	7	"
257.	தென்னலக்கோட்ட ஈஸ்வரர்	,,	தென்னலக்குடி	2	5	"
258.	கைலாசநாத ஈஸ்வரர்	,,	உறையூர்	6	5	"
259.	முந்நூலதீஸ்வரர்	,,	நன்னலம் கிராமம்	1	5	"
260.	விஸ்வநாத ஈஸ்வரர்	,,	எரவூர்	1	"	"
261.	லட்சுமி நாராயணப் பெருமாள்	,,	,,	2	5	"
262.	கைலாச நாதர்	,,	சதய குடி	2	4	"
263.	வரதராஜப் பெருமாள்	,,	,,	1	6	"
264.	சுந்தரேஸ்வர ஸ்வாமி	,,	திருமழுந்தி	225	"	"
265.	ஆபத் ஸகாய ஈஸ்வரர்	,,	சவும்யன்	3	"	"
266.	திருநல்ல ஈஸ்வரர்	,,	பழங்குடி	50	"	"
267.	வேதபுரீஸ்வரர்	,,	வடவன்குடி	1	8	"
268.	நாகார்ப்பண ஈஸ்வரர்	,,	ஏகாந்த நாதர் கோவில்	3	"	"
269.	தலபுரீஸ்வரர்	,,	திரிகோளகம் கோவில்	7	5	"
270.	வளவநாடு ஈஸ்வரர்	,,	கோல நாதர் கோவில்	9	"	"
271.	தேவராம ஸ்வாமி	,,	தடரன் கோவில்	220	"	"
272.	ராமஸ்வாமி	,,	,,	80	"	"
273.	அகஸ்தீஸ்வரர்	,,	ஆலஞ்சேரி	9	"	'
274.	கொண்டல நாராயணேஸ்வரர்	,,	திரிகோளகம்	9	8	"
275.	முதலீஸ்வரர்	,,	மதுரவேலூர்	18	"	"
276.	ரங்கநாத ஸ்வாமி	,,	அட ரங்கம்	112	5	"
277.	கங்கா பரமேஸ்வரர்	,,	அப்பர் கோவில்	9	8	"
278.	செல்வ கண்ட ஈஸ்வரர்	,,	திருப்பண்கூர்	125	"	"
279.	திருமண அழகர்	,,	மனப்பள்ளம்	5	"	"
280.	வைத்யநாத ஸ்வாமி	,,	வாழூர்	4,050	"	"
281.	புரந்தரேஸ்வரர்	,,	பாறசாலை	4	"	"
282.	ஏகாத ஸ்வாமி	,,	யோகேஸ்வரம்	6	5	"
283.	பிரம்மபுரீஸ்வரர்	,,	கண்டத்தூர்	3	"	"

284.	லட்சுமணேஸ்வரர்	,,	திருமந்தியூர்	15	"	"
285.	உடையார் ஈஸ்வரர்	,,	குறவன் குடி	4	"	"
286.	கிருஸ்ண ஸ்வாமி	,,	மருதூர்	3	"	"
287.	லட்சுமி நாராயணப் பெருமாள்	,,	கஞ்சுமனூர்	2	"	"
288.	கோமேதேஸ்வரர்	,,	கீழனூர்	18	"	"
289.	புகழேஸ்வரர்	,,	,,	1	"	"
290.	ஸ்வேதாரண ஸ்வாமி	,,	திருவெண்காடு	1,628	6	16
291.	அருண ஈஸ்வரர்	,,	திருக்காட் டுப்பள்ளி	5	9	"
292.	ராமஸ்வாமி	,,	,,	6	1	16
293.	கோபால ஸ்வாமி	,,	காவலம்பதி	21	2	16
294.	பர்வதீஸ்வரப் பெருமாள்	,,	பிரதம் பள்ளி	12	5	"
295.	நரசிம்மப் பெருமாள்	,,	மங்கலம்	35	"	"
296.	பர்வதீஸ்வரர்	,,	பாரத் தோட்டம்	12	5	"
297.	ஆதிகேசவப் பெருமாள்	,,	பாரக்கோட்டம்	7	5	"
298.	காமேஸ்வரர்	,,	சாயாவனம்	50	"	"
299.	புலவனேஸ்வரர்	,,	மலையூர்	12	5	"
300.	குமார ஸ்வாமி	,,	,,	4	"	"
301.	ப்ரியம்வத ஸ்வாமி	,,	,,	4	"	"
302.	அப்பர் ஸ்வாமி	,,	,,	2	"	"
303.	ராஜநாராயணப் பெருமாள்	,,	,,	6	"	"
304.	ரங்கநாதப் பெருமாள்	,,	,,	3	"	"
305.	அகஸ்தீஸ்வரர்	,,	கீஜயூர்	3	"	"
306.	துளசிநாத ஈஸ்வரர்	,,	,,	2	"	"
307.	லட்சுமி நாராயணப் பெருமாள்	,,	,,	1	"	"
308.	சேகர ஈஸ்வரர்	,,	நதேயன் கோவில்	17	5	"
309.	திருநாட ஈஸ்வரர்	,,	வந்தயவாதா	25	5	"
310.	நர்த்தனேஸ்வரர்	,,	பஞ்ச	15	5	"
311.	நாராயண ஸ்வாமி	,,	கீழ நாகூர்	92	"	"
312.	புருஷோத்தம ஸ்வாமி	,,	,,	162	"	"
313.	பள்ளிகொண்ட பெருமாள்	,,	,,	75	"	"

314.	ஏழுகொண்டலவாடு ஸ்வாமி	,,	,,	24	"	"
315.	நாராயணப் பெருமாள்	,,	,,	25	"	"
316.	வரதராஜப் பெருமாள்	,,	,,	10	"	"
317.	கூத்தூர் பெருமாள்	,,	,,	37	5	"
318.	மதங்க ஈஸ்வரர்	,,	,,	8	"	"
319.	பிள்ளையார்	,,	,,	3	5	"
320.	குமார ஸ்வாமி	,,	மலைநாகூர்	6	2	16
321.	நாகநாத ஸ்வாமி	,,	செம்பவள நாராயணர்பதி	18	"	"
322.	அன்ன லட்சுமிப் பெருமாள்	,,	மலைசூழா	78	5	"
323.	மாதவப் பெருமாள்	,,	கீழ சூலம்	130	"	"
324.	திருமங்கையாழ்வார்	,,	திரிநகரி	337	5	"
325.	நரசிங்கப் பெருமாள்	,,	சென்னை மலையம்பதி	2	5	"
326.	திகம்பரனாத ஸ்வாமி	,,	வேலு பள்ளம்	2	5	"
327.	நரசிங்கப் பெருமாள்	,,	குறவலூர்	2	"	"
328.	மார்க்கண்டேஸ்வரர்	,,	மனமதோ	5	7	4
329.	பிரம்மபுரீஸ்வரர்	,,	திருமண் காடு	47	5	30
330.	முக்தீஸ்வரர்	,,	பிள்ளைப் பெரும நல்லூர்	3	"	"
331.	தோடரபட்டீஸ்வரர்	,,	கயிலையப்ப நல்லூர்	2	5	"
332.	ராஜகோபாலஸ்வாமி	,,	,,	70	"	"
333.	அகஸ்தீஸ்வரர்	,,	பஹஹாரி	2	5	"
334.	சுப்பிரமண்ய ஸ்வாமி	,,	திருவேதபுரம்	125	"	"
335.	வரதராஜப் பெருமாள்	,,	,,	18.	"	"
336.	சோழீஸ்வரர்	,,	கூடலூர்	3	"	"
337.	தண்டன ஈஸ்வரர்	,,	அச்சூர்	21	4	6
338.	ராஜ கோபால ஸ்வாமி	,,	,,	40	4	17
339.	நாகநாத ஸ்வாமி	,,	பறைக்குல சேரி	45	"	"
340.	நித்ய வேணுகான ஸ்வாமி	,,	சாத்தனூர்	25	"	"
341.	தர்ப்பணேஸ்வரர்	,,	திருநிலம்	1,100	"	"
342.	நாராயணப் பெருமாள்	,,	,,	17	"	"
343.	திரிலோக நாத ஸ்வாமி	,,	துகளூர்	16	"	"

344.	அகஸ்தீஸ்வரர்	,,	சேலூர்	17	4	"
345.	காகுத்த ஈஸ்வரர்	,,	காகுமலை	3	6	"
346.	வேலநாத ஸ்வாமி	,,	வழுதையூர்	12	6	"
347.	புத்துருப் பெருமாள்	,,	,,	8	4	"
348.	தண்டன ஈஸ்வரர்	,,	நுலம்பலம்	24	"	"
349.	சேகரேஸ்வரர்	,,	தென்னன்குடி	20	"	"
350.	மருதீஸ்வரர்	,,	மடையூர்	28	"	"
351.	ஏகாம்பர ஈஸ்வரர்	,,	கோவில்பட்டி	36	"	"
352.	மாற நாத ஸ்வாமி	,,	இளையான்குடி	16	"	"
353.	சித்ஹடேஸ்வரர்	,,	சாத்தூர்	120	"	"
354.	ராஜகோபால ஸ்வாமி	,,	,,	60	"	"
355.	தண்டனேஸ்வரர்	,,	நடுக்காடு	36	"	"
356.	கைலாசநாத ஸ்வாமி	,,	ராம மங்கலம்	18	"	"
357.	பிரம்மதீஸ்வ்வரர்	,,	அன்பகரம்	60	"	"
358.	நாகநாத ஸ்வாமி	,,	காசுகுடி	36	"	"
359.	வரதராஜப் பெருமாள்	,,	வராஹி குடி	12	"	"
360.	திருமண அழகர்	,,	திருவடகுடி	36	"	"
361.	சித்த நாத ஸ்வாமி	,,	பூவம்	6	"	"
362.	மூல நாத ஸ்வாமி	,,	திருமழை வாசல்	125	"	"
363.	வரதராஜப் பெருமாள்	,,	,,	10	"	"
364.	ராஜகோபால ஸ்வாமி	,,	மன்னார்குடி	3,333	3	10
365.	ஈஸ்வர உடையார்	,,	,,	4	8	"
366.	நீலகண்டேஸ்வர ஸ்வாமி	,,	,,	4	8	"
367.	சொக்கநாத ஸ்வாமி	,,	,,	5	1	"
368.	ஜெயங்கொண்ட நாத ஸ்வாமி	,,	சிங்கனார் கோவில்	120	"	"
369.	நாக நாத ஸ்வாமி	,,	பாமணி	120	"	"
370.	கைலாசநாத ஸ்வாமி	,,	கைலாசநாத கோவில்	35	1	"
371.	சோமநாத ஸ்வாமி	,,	செங்குளம்	1	2	"
372.	சக்திபுரி ஸ்வாமி	,,	திருச்சிற்றம்பலம்	6	"	"
373.	அணாமலை நாத ஸ்வாமி	,,	அண்ணாமலை நாத கோவில்	30	"	"
374.	விண்ணேஸ்வர உடையார்	,,	சாரமங்கலம்	5	"	"

375.	வல்லபுரீஸ்வரர்	”	பூவனூர்	140	“	“
376.	வரதராஜப் பெருமாள்	”	”	104	“	“
377.	கற்பகப் பிள்ளையார்	”	நரசிங்கமங்கலம்	1	8	“
378.	ராமநாத ஸ்வாமி	”	சோலை	6	“	“
379.	அகஸ்தீஸ்வரர்	”	கொப்பு சேரி	3	“	“
380.	கைலாசநாத ஸ்வாமி	”	கீழயூர்	2	2	16
381.	விஸ்வநாத ஸ்வாமி	”	”	3	7	16
382.	வரதராஜ ஸ்வாமி	”	கீழனூர்	3	1	8
383.	வனநாத ஸ்வாமி	”	சின்ன கோட்ட நல்லூர்	18	“	“
384.	அமிர்தீஸ்வர ஸ்வாமி	”	வேட்டையன் காடு	15	“	“
385.	ராம ஸ்வாமி	”	ராமநாதபுரம்	6	2	16
386.	ரத்ன புரீஸ்வர ஸ்வாமி	”	நாடன்குடி	5	7	16
387.	அழகுநாத ஸ்வாமி	”	அழகுநாதன்	7	7	16
388.	அகஸ்தீஸ்வர ஸ்வாமி	”	சின்னவாசல்	5	“	“
389.	அனந்த சயன ஸ்வாமி	”	”	5	“	“
390.	விஸ்வநாத ஸ்வாமி	”	அகரம்	7	5	“
391.	லட்சுமி நாராயணப் பெருமாள்	”	மனுலா	9	“	“
392.	வரதராஜப் பெருமாள்	”	திட்டச்சேரி	3	“	“
393.	திருநாகேஸ்வர ஸ்வாமி	”	சந்தன்குடி	2	2	16
394.	மதுகண்டேஸ்வர ஸ்வாமி	”	கோவில்பட்டி	6	“	“
395.	சிவநாத ஸ்வாமி	”	சிவநாத கோவில்	5	“	“
396.	கண்ண ஈஸ்வர ஸ்வாமி	”	மணக்கரை	2	5	“
397.	அவதூத ஸ்வாமி	”	செம்பூர்	30	“	“
398.	ரங்கநாத ஸ்வாமி	”	”	15	“	“
399.	தட்சிண கருணேஸ்வர ஸ்வாமி	”	வலிவலம்	360	“	“
400.	வெங்கடாசலபதி ஸ்வாமி	”	”	360	“	“
401.	கைலாசநாத ஸ்வாமி	”	வயலூர்	7	5	“
402	கைலாசநாத ஸ்வாமி	”	கிளங்குடி	18	“	“
403.	தியாகராஜ ஸ்வாமி	”	திருவல்லூர்	5,050	“	“
404.	கந்த ஸ்வாமி	”	”	26	7	16

405.	பர்வதன்குட்டி ஈஸ்வரர்	,,	,,	18	"	"
406.	வேட வன ஈஸ்வரர்	,,	,,	30	"	"
407.	கற்பூர ஈஸ்வரர்	,,	,,	6	"	"
408.	திரிகண்ட ஈஸ்வரர்	,,	,,	20	"	"
409.	காமாட்சி அம்மன்	,,	,,	12	5	16
410.	நடுவநாத ஸ்வமி	,,	,,	9	"	"
411.	விஸ்வநாத ஸ்வாமி	,,	,,	3	"	"
412.	விக்னேஸ்வர ஸ்வாமி	,,	,,	18	"	"
413.	விஸ்வநாத ஸ்வாமி	,,	பாவனூர்	140	"	"
414.	விஸ்வநாத ஸ்வாமி	,,	தென்கரை	18	"	"
415.	சுப்பிரமணிய ஸ்வாமி	,,	,,	6	"	"
416.	விஸ்வநாத ஸ்வாமி	,,	,,	9	"	"
417.	வெள்ளைப் பிள்ளையார்	,,	தென்கரை	3	"	"
418.	தவ ஸ்வாமி	,,	,,	27	"	"
419.	விருபாட்ச ஸ்வாமி	,,	,,	3	2	16
420.	விஸ்வநாத ஸ்வாமி	,,	,,	180	"	"
421.	கைலாச நாத ஸ்வாமி	,,	,,	3	"	"
422.	விஸ்வநாத ஸ்வாமி	,,	,,	288	"	"
423.	ராம ஸ்வாமி	,,	,,	252	"	"
424.	மோக்ஷ ஈஸ்வர ஸ்வாமி	,,	மருதன் பேட்டை	12	"	"
425.	கோதை நாச்சியார்	,,	விஜய புரம்	180	"	"
426.	திருமங்களேஸ்வர ஸ்வாமி	,,	,,	6	"	"
427.	ஆனந்தப் பிள்ளையார்	,,	,,	1	5	"
428.	கபாலீஸ்வரர்	,,	,,	1	"	"
429.	திருநடேஸ்வரர்	,,	பிள்ளையார்பட்டி	6	"	"
430.	கைலாசநாத ஸ்வாமி	,,	வன குடி	12	"	"
431.	லட்சுமி நாராயணப் பெருமாள்	,,	தியாகராஜபுரம்	6	"	"
432.	காவேரிநாத ஸ்வாமி	,,	கருவீரன்குடி	54	"	"
433.	அகஸ்தீஸ்வர ஸ்வாமி	,,	நாக குடி	12	"	"
434.	கைலாசநாத ஸ்வாமி	,,	மங்கலகுடி	9	"	"
435.	வரதராஜப் பெருமாள்	,,	,,	9	"	"

436.	ராமநாத ஸ்வாமி	,,	ராமலிங்க கோவில்	18	"	"
437.	வேணுகோபால ஸ்வாமி	,,	மடப்புரம்	180	"	"
438.	ராமஸ்வாமி	,,	,,	27	"	"
439.	ருத்ரகடேஸ்வர ஸ்வாமி	,,	ருத்ரகுடி	180	"	"
440.	பதஞ்சலி ஈஸ்வரர்	,,	வடமலை	36	"	"
441.	விஸ்வநாத ஸ்வாமி	,,	கீழக்கரை	36	"	"
442.	பிரம்மபுரீஸ்வர ஸ்வாமி	,,	பவித்ர மங்கலம்	"	7	16
443.	விஸ்வநாத ஸ்வாமி	,,	சேந்த மங்கலம்	12	"	"
444.	சுப்ரமணிய ஸ்வாமி	,,	தனபுரம்	4	5	"
445.	கைலாசநாத ஸ்வாமி	,,	மேல மங்கலம்	6	"	"
446.	கைலாசநாத ஸ்வாமி	,,	பள்ளிவீர ஸ்வாமி	6	"	"
447.	கருணேஸ்வர ஸ்வாமி	,,	வந்தம் பள்ளி	6	"	"
448.	சொக்கநாத ஸ்வாமி	,,	வீரகுடி	6	"	"
449.	ஈஸ்வர ஸ்வாமி	,,	புதுப்புத்தூர்	8	"	"
450.	வரதராஜப் பெருமாள்	,,	புதுப்புத்தூர்	1	"	"
451.	கேசவப் பெருமாள்	,,	திருமயபுரம்	9	"	"
452.	சுந்தரேஸ ஸ்வாமி	,,	மலையூர்	6	"	"
453.	விஸ்வநாத ஸ்வாமி	,,	கண்ணையூர்	3	"	"
454.	சோமநாத ஸ்வாமி	,,	நம்பிபடை	15	"	"
455.	நாகேஸ்வர ஸ்வாமி	,,	கூடநல்லூர்	3	"	"
456.	கருநாத ஸ்வாமி	,,	கருநாடன் கோவில்	1	5	"
457.	கைலாசநாத ஸ்வாமி	,,	பூசலன் குடி	"	7	16
458.	மத்வபுரீஸ்வரர்	,,	பொன்வாசல்	24	"	"
459.	விஸ்வநாத ஸ்வாமி	,,	பனத்தியூர்	18	"	"
460.	சுந்தரேஸ்வர ஸ்வாமி	,,	திருப்பண் பேட்டை	12	"	"
461.	சுந்தரேஸ்வர ஸ்வாமி	,,	வேதபுரம்	3	"	"
462.	ருத்ரகடேஸ்வர ஸ்வாமி	,,	வேளுக்குடி	6	"	"
463.	ராஜகோபால ஸ்வாமி	,,	,,	6	"	"
464.	லட்சுமி நாராயணப் பெருமாள்	,,	பூசலன் குடி	3	"	"
465.	லட்சுமி நாராயணப் பெருமாள்	,,	கண்ணாளபுரம்	3	"	"
466.	காலகடேஸ்வரர்	,,	வாடக்குடி	23	"	"

467.	சொக்கநாதஸ்வாமி	,,	குறவனூர்	3	"	"
468.	ஜோதி ஈஸ்வரர்	,,	கோடிமங்கலம்	18	"	"
469.	சுப்ரமணிய ஸ்வாமி	,,	எங்கன்	50	"	"
470.	விருதாசல ஸ்வாமி	,,	மலைக் கண்ணன்	1	2	"
471	.நாகநாத ஸ்வாமி	,,	கீழப் புலியூர்	18	"	"
472.	பிரம்மபுரீஸ்வர ஸ்வாமி	,,	தண்டலை	"	6	"
473.	நாகேஸ்வர ஸ்வாமி	,,	பறைநாடன்குடி	"	6	"
474	வெங்கடாசல ஸ்வாமி	,,	அம்மையப்பன் குடி	"	6	"
475.	கைலாசநாத ஸ்வாமி	,,	கீழ் முகுந்த நல்லூர்	"	6	"
476.	பக்தவத்சல ஸ்வாமி	,,	திருக்கண்ண மங்கலம்	484	2	8
477.	சுந்தரேஸ்வர ஸ்வாமி	,,	கூட்டூர்	18	"	"
478.	தர்மபுர ஸ்வாமி	,,	வடகண்டம்	10	"	"
479.	வரதராஜ ஸ்வாமி	,,	இளைய நல்லூர்	6	"	"
480.	அமுதகடேஸ்வர ஸ்வாமி	,,	பேட்டை	9	"	"
481.	வைகுந்த நாராயணப் பெருமாள்	,,	,,	3	"	"
482.	அகஸ்தீஸ்வரர்	,,	மணல்காயல்	3	"	"
483.	சதபுரீஸ்வரர்	,,	ரூபதீஸ்வரம்	3	"	"
484.	அகஸ்தீஸ்வரர்	,,	தேவன்குடி	"	6	"
485.	கைலாசநாத ஸ்வாமி	,,	பரமனையூர்	10	5	"
486.	பெருமாள் நாத ஸ்வாமி	,,	,,	1	5	"
487.	நர்த்தனபுரீஸ்வர ஸ்வாமி	,,	தலையன்காடு	6	"	"
488.	நீலமேகப் பெருமாள்	,,	மலையூர்	9	"	"
489.	சுந்தரேஸ்வரர்	,,	கண்ணமங்கலம்	9	"	"
490.	சோமநாத ஸ்வாமி	,,	அட்சயமங்கலம்	12	"	"
491.	வாஞ்சிநாத ஸ்வாமி	,,	ஸ்ரீவம்சம்	666	6	20
492.	வரதராஜப் பெருமாள்	,,	ஸ்ரீவம்சம்	18	"	"
493.	ஆதிபுரீஸ்வர ஸ்வாமி	,,	கீழகம்	3	"	"
494.	சுந்தரேஸ்வரர்	,,	சார நந்துகூர்	6	"	"
495.	கைலாசநாத ஸ்வாமி	,,	நந்தன் சேரி	5	"	"
496.	கைலாசநாத ஸ்வாமி	,,	கோவில்பட்டி	3	"	"

497.	கைலாசநாத ஸ்வாமி	,,	அந்தியூர்	6	"	"
498.	சோமநாத ஸ்வாமி	,,	செங்கானூர்		6	"
499.	சுப்ரமணிய ஸ்வாமி	,,	சென்ன நல்லூர்	4	5	"
500.	பசுபதீஸ்வர ஸ்வாமி	,,	திருகண்டேஸ் வரம்	180	"	"
501.	கடம்பவன நாத ஸ்வாமி	,,	கூத்தூர்	18	"	"
502.	சுந்தரேஸ்வர ஸ்வாமி	,,	திருப்பனையூர்	18	"	"
503.	ராமஸ்வாமி	,,	மதுகண்டன்	25	"	"
504.	அபயஹஸ்த ஸ்வாமி	,,	ருத்ர கனகம்	18	"	"
505.	வரதராஜப் பெருமாள்	,,	பூந்தோட்டம்	4	5	"
506.	அகஸ்தீஸ்வர ஸ்வாமி	,,	,,	4	5	"
507.	வடபுற ஈஸ்வரர்	,,	பிள்ள மங்கலம்	3	"	"
508.	மூலவன ஈஸ்வர ஸ்வாமி	,,	நன்னிலம் கோவில்	6	"	"
509.	கைலாசநாத ஸ்வாமி	,,	நாவலூர்	3	"	"
510.	ஜம்புநாத ஸ்வாமி	,,	வைப்பூர்	6	"	"
511.	சௌரிராஜப் பெருமாள்	,,	,,	6	"	"
512.	அகஸ்தீஸ்வரர்	,,	மலைநாடன் குடி	12	5	"
513.	விஸ்வநாத ஸ்வாமி	,,	வடபாதி மங்கலம்	12	5	"
514.	திருகாளஹஸ்தீஸ்வர ஸ்வாமி	,,	திரு மயிலம்	6	"	"
515.	வீர ஈஸ்வர ஸ்வாமி	,,	வேரகுடி	18	"	"
516.	காளஹஸ்தீஸ்வர ஸ்வாமி	,,	பறைக்கண்ணு மங்கலம்	3	"	"
517.	காளஹஸ்தீஸ்வரர்	,,	பொற்கொல்ல குடி	4	5	"
518.	அகஸ்தீஸ்வரர்	,,	கிழச்சூரனூர்	"	5	"
519.	நாகநாத ஸ்வாமி	,,	வெங்கடன் கோவில்	6	"	"
520.	வீர ராகவப் பெருமாள்	,,	,,	6	"	"
521.	திருபுவநாத ஸ்வாமி	,,	திருப்பயன் குடி	9	"	"
522.	வரதராஜப் பெருமாள்	,,	கடம்பன் குடி	3	"	"
523.	சிவலோக நாத ஸ்வாமி	,,	திருவேத மங்கலம்	6	"	"
524.	கச்சீஸ்வரர்	,,	கச்சனேந்தல்	110	"	"

525.	வரதராஜப் பெருமாள்	’’	’’	18	“	“
526.	சுந்தரேஸ்வர ஸ்வாமி	’’	குளப்பாடு	18	“	“
527.	அகஸ்தீஸ்வர ஸ்வாமி	’’	பிள்ளையன்குடி	36	“	“
528.	நாகநாத ஸ்வாமி	’’	பம்ப நல்லூர்	3	“	“
529.	சுந்தரேஸ்வர ஸ்வாமி	’’	பனகல்	2	4	“
530.	காளஹஸ்தீஸ்வர ஸ்வாமி	’’	குரும்பையூர்	2	4	“
531.	வரதராஜப் பெருமாள்	’’	அதே	2	4	“
532.	அருணாச்சல ஈஸ்வரர்	’’	கீழையூர்	60	“	“
533.	கைலாசநாத ஸ்வாமி	’’	’’	12	“	“
534.	ரங்கநாத ஸ்வாமி	’’	’’	143	“	“
535.	சொக்கநாத ஸ்வாமி	’’	வலக்கரை	60	“	“
536.	தியாகராஜ ஸ்வாமி	’’	திருச்சோழம்	250	“	“
537.	வரதராஜ ஸ்வாமி	’’	’’	18	“	“
538.	தியாகராஜ ஸ்வாமி	’’	திருவயம்பூர்	100	“	“
539.	ஈஸ்வர ஸ்வாமி	’’	வடூர்	6	“	“
540.	அமராவதீஸ்வரர்	’’	கந்தனூர்	3	“	“
541.	நாகநாத ஸ்வாமி	’’	மறச்சேரி	1	2	“
542.	கனகாம்பரண ஈஸ்வரர்	’’	பனையூர்	40	“	“
543.	காளஹஸ்தீஸ்வரர்	’’	செம்பவளூர்	1	2	“
544.	சுந்தரேஸ்வரர்	’’	நிமலூர்	1	2	“
545.	அருணாச்சல ஈஸ்வர ஸ்வாமி	’’	மன்னேந்த கண்டம்	1	2	“
546.	மஹாலிங்க ஈஸ்வர ஸ்வாமி	’’	திருக்கடை மருதூர்	1	2	“
547.	வர்த்தமான ஈஸ்வரர்	’’	சாகல்	58	7	16
548.	நங்கநாத ஸ்வாமி	’’	ஆதி ரங்கம்	25	“	“
549.	அழகுநாத ஸ்வாமி	’’	பீமபட்டனம்	3	“	“
550.	ஜோதீஸ்வர ஸ்வாமி	’’	மடப்புரம்	1	2	“
551.	ஜம்புநாத ஸ்வாமி	’’	இளையன்குடி	6	“	“
552.	நாயகி அம்மன்	’’	சகல்	36	“	“
553.	ஆடசித்தீஸ்வர ஸ்வாமி	’’	திருத்துறைப் பூண்டி	220	“	“
554.	நர்த்தன நாத ஸ்வாமி	’’	தண்டலச்சேரி	24	“	“
555.	காளஹஸ்தீஸ்வர ஸ்வாமி	’’	பமணி	5	5	“

556.	கைலாசநாத ஸ்வாமி	,,	,,	5	5	"
557.	சொக்கநாத ஸ்வாமி	,,	,,	5	5	"
558.	ஏகாம்பர ஈஸ்வர ஸ்வாமி	,,	,,	5	5	"
559.	சொர்ண நாகேஸ்வர ஸ்வாமி	,,	வயலூர்	3	"	"
560.	ஈஸ்வர ஸ்வாமி	,,	பள்ளன் கோவில்	3	"	"
561.	சிவலோக நாத ஸ்வாமி	,,	கோவலன் களந்தை	3	"	"
562.	மது தண்ட ஈஸ்வரர்	,,	பறையன் குடி	3	"	"
563.	வரதராஜப் பெருமாள்	,,	பறையன் குடி	3	"	"
564.	விஸ்வநாத ஸ்வாமி	,,	வேதகுளம்	3	"	"
565.	காளஹஸ்தீஸ்வரர்	,,	கூட்டூர்	135	"	"
566.	மங்கள பாலநாத ஸ்வாமி	,,	,,	18	"	"
567.	வெங்கடாசலபதி ஸ்வாமி	,,	,,	18	"	"
568.	பாரிஜாத ஈஸ்வரர்	,,	திருக்காவலூர்	75	"	"
569.	ரங்கநாத ஸ்வாமி	,,	வளன் குடி	18	"	"
570.	நாகநாத ஸ்வாமி	,,	தோளச்சேரி	3	"	"
571.	பிரம்மபுரீஸ்வரர்	,,	திருவளவன் குடி	24	"	"
572.	சப்த ஹலேஸ்வரர்	,,	இளத்தூர்	45	"	"
573.	விஸ்வநாத ஸ்வாமி	,,	பனைக்கோட்ட மங்கலம்	90	"	"
574.	லட்சுமண நாராயண ஸ்வாமி	,,	,,	36	"	"
575.	அபராஜித ஈஸ்வரர் ஸ்வாமி	,,	திருதெங்கூர்	90	"	"
576.	அக்ரஸ்வர ஸ்வாமி	,,	திருக்குளக்காடு	30	"	"
577.	சுந்தரேஸ்வர ஸ்வாமி	,,	ஆதனூர்	3	"	"
578.	வரதராஜ ஸ்வாமி	,,	வளநாடு	3	"	"
579.	கைலாசநாத ஸ்வாமி	,,	அந்தன் துறை	3	"	"
580.	அருணாசலேஸ்வர ஸ்வாமி	,,	அலிவளம்	3	"	"
581.	அமுத ஈஸ்வரர்	,,	திருநெல்லிக் கோவில்	3	"	"
582.	திரிகால சுந்தர ஈஸ்வரர்	,,	பொறையூர்	60	"	"

583.	ராமநாத ஸ்வாமி	,,	புத்தூர்	3	"	"
584.	வெங்கடாசலபதி	,,	,,	3	"	"
585.	பழவேற்நாத ஸ்வாமி	,,	தண்ணீர்க்குளம்	3	"	"
586.	ராமநாத ஸ்வாமி	,,	திருராமேஸ்வரம்	3	"	"
587.	மயூரநாத ஸ்வாமி	,,	கரைசெந்தூர் புரம்	95	"	"
588.	அகஸ்தீஸ்வர ஸ்வாமி	,,	சின்னக் காவேரி	6	"	"
589.	அருணாச்சலேஸ்வர ஸ்வாமி	,,	அம்மனூர்	3	"	"
590.	சுந்தரேஸ்வர ஸ்வாமி	,,	கூட்டூர்	3	"	"
591.	அம்பலநாத ஸ்வாமி	,,	தலை ஞாயிறு	60	"	"
592.	பரம நாயகப் பெருமாள்	,,	தலை ஞாயிறு	20	"	"
593.	மஹாகாலேஸ்வரர்	,,	திருக்காகுளம்	60	"	"
594.	அந்தனேஸ்வரர்	,,	மணக்குடி	18	"	"
595.	விஸ்வநாத ஸ்வாமி	,,	வாமனன் சேரி	6	2	16
596.	லோகநாத ஸ்வாமி	,,	வாட்டாக்குடி	3	"	"
597.	காசிநாத ஸ்வாமி	,,	கந்த நல்லூர்	3	"	"
598.	வடீஸ்வர உடையார்	,,	வேம்பலச் சேரி	7	5	"
599.	வரதராஜ ஸ்வாமி	,,	கோப நாடு புரம்	10	"	"
600.	கைலாசநாத ஸ்வாமி	,,	,,	10	"	"
601.	அபய ஈஸ்வர ஸ்வாமி	,,	பரமலை	3	"	"
602.	அகஸ்தீஸ்வர ஸ்வாமி	,,	வாணியம் நாடு	3	"	"
603.	ஷட்கணேஸ்வர ஸ்வாமி	,,	கடம்பவனம்	37	5	"
604.	கற்பகநாத ஸ்வாமி	,,	கற்பகனார் கோவில்	18	"	"
605.	அகஸ்தீஸ்வர ஸ்வாமி	,,	திருப்பூண்டி	150	"	"
606.	களநாத ஸ்வாமி	,,	,,	15	"	"
607.	காமேஸ்வர உடையார்	,,	,,	7	"	"
608.	ஸ்கந்த வன ஈஸ்வர ஸ்வாமி	,,	புஷ்பவனம்	65	"	"
609.	காளஹஸ்தீஸ்வர ஸ்வாமி	,,	படப்பள்ளி	10	5	"
610.	எனையாளும் கண்ண பெருமாள்	,,	கோவில்பட்டி	22	"	"
611.	அமராவதீஸ்வரர்	,,	நாவலம் புத்தூர்	7	5	"

612.	ஏகாம்பரேஸ்வர ஸ்வாமி	,,	வெள்ளியம் பலம்	7	5	"
613.	அகஸ்தீஸ்வரர்	,,	பிரதாப ராம பட்டணம்	7	5	"
614.	சிவலோக நாத ஸ்வாமி	,,	வடகரை	7	5	"
615.	அலகுநாத ஸ்வாமி	,,	நவகாலம்	18	"	"
616.	ஆனைக்கோட்டைப் பெருமாள்	,,	,,	12	"	"
617.	கைலாசநாதபுரம்	,,	கோவில்பாலம்	12	"	"
618.	கங்காதீஸ்வர ஸ்வாமி	,,	பாண்டி	6	"	"
619.	வேணு கோபால ஸ்வாமி	,,	,,	3	"	"
620.	ஏகாம்பர ஸ்வாமி	,,	அம்மானையூர்	3	"	"
621.	வீரேஸ்வர ஸ்வாமி	,,	குறக்காடு	20	4	"
622.	திருவேங்கடப் பெருமாள்	,,	,,	9	"	"
623.	பாசுபதாஸ்திர ஸ்வாமி	,,	ஆயமூர்	9	"	"
624.	ஆத்மநாத ஸ்வாமி	,,	தலைக்காடு	72	"	"
625.	சுப்பிரமணிய ஸ்வாமி	,,	,,	6	"	"
626.	வெங்கடாசலபதி	,,	,,	12	"	"
627.	சோமநாத ஸ்வாமி	,,	வேரத்தி	9	"	"
628.	ஞானபுரீஸ்வரர் ஸ்வாமி	,,	திருமயம் கோட்டை	12	"	"
629.	ரங்கநாத ஸ்வாமி	,,	,,	6	"	"
630.	மந்திர ஈஸ்வரர்	,,	கோவில் கோட்டை	44	2	16
631.	ஈஸ்வர ஸ்வாமி	,,	களத்தூர்	12	"	"
632.	அழகுநாத ஸ்வாமி	,,	ஆயகரும்பலம்	6	"	"
633.	எல்லம்ம ஈஸ்வர உடையார்	,,	,,	9	"	"
634.	தட்சிண காசி விஸ்வநாதர்	,,	பஞ்சநாதி குளம்	6	"	"
635.	சுப்ரமணிய ஸ்வாமி	,,	,,	9	"	"
636.	வடபுரோஸ்வர ஸ்வாமி	,,	குளமடு	6	"	"
637.	பைரவநாத ஸ்வாமி	,,	தகடூர்	18	"	"
638.	வரதராஜப் பெருமாள்	,,	,,	6	"	"
639.	வட நாராயண ஸ்வாமி	,,	வட ஊரணி	341	2	22

640.	அகஸ்தீஸ்வரர்	,,	,,	90	"	"
641.	வரதராஜ ஸ்வாமி	,,	,,	119	9	26
642.	அமிர்தகடேஸ்வர ஸ்வாமி	,,	,,	90	"	"
643.	சோமநாத ஸ்வாமி	,,	,,	5	6	8
644.	விஸ்வநாத ஸ்வாமி	,,	திருவள்ளூர்	54	"	"
645.	சூரிய நாராயண ஸ்வாமி	,,	,,	54	"	"
646.	ஹனுமந்த ஸ்வாமி	,,	மன்னார்குடி	36	"	"
647.	ஹனுமந்த ஸ்வாமி	,,	சாரங்குளம்	90	"	"
648.	எல்லம்மா தேவி	,,	மாதவப் பட்டணம்	18	"	"
649.	வெள்ளைப் பிள்ளையார்	,,	,,	9	"	"
650.	ஹனுமந்த ஸ்வாமி	,,	,,	9	"	"
651.	சம்போமஹாதேவ ஸ்வாமி	,,	,,	54	"	"
652.	விஸ்வநாத ஸ்வாமி	,,	,,	36	"	"
653.	கீழவாதி விஸ்வநாத ஸ்வாமி	,,	மாதவப்பட்டனம்	36	"	"
654.	மேலவாதி விஸ்வநாத ஸ்வாமி	,,	,,	18	"	"
655.	மேலவாச்சி அம்மன்	,,	,,	420	"	"
656.	ஸ்வாஹ வேணு ஸ்வாமி	,,	திருவாலன் ஜோதி	273	3	10
657.	வைத்யநாத ஸ்வாமி	,,	தீர்த்தத்துறை	43	7	16
658.	ஜகத் ரட்சக ஸ்வாமி	,,	ஆடுதுறை	12	5	"
659.	சுந்தரேஸ்வர ஸ்வாமி	,,	ஆதனூர்	4	5	"
660.	ரங்கநாத ஸ்வாமி	,,	,,	9	"	"
661.	ராம ஸ்வாமி	,,	பிள்ளைக்குடி	62	"	"
662.	ராமலிங்க ஸ்வாமி	,,	,,	1	5	"
663.	கருட ஈஸ்வரர்	,,	மருக நல்லூர்	1	9	16
664.	ரங்கநாத ஸ்வாமி	,,	ஆழ்வார் கோவில்	9	"	"
665.	சத்யநாத ஸ்வாமி	,,	திருப்புறம்பியம்	525	"	"
666.	நாக ஸ்வாமி	,,	வேளி மங்கலம்	15	"	"
667.	வில்வநாத ஸ்வாமி	,,	திருவாரூர்	30	"	"

668.	சட்டநாத ஸ்வாமி	,,	ஸ்வாமி மலை	250	7	"
669.	சிவநாத ஸ்வாமி	,,	கல்லணை	4	5	"
670.	மலை நாட ஸ்வாமி	,,	ராஜபுரம்	4	5	"
671.	கைலாசநாத ஸ்வாமி	,,	திங்களூர்	20	"	"
672.	வரதராஜப் பெருமாள்	,,	,,	22	5	"
673.	சுந்தரராஜப் பெருமாள்	,,	பரம்புலியூர்	37	5	"
674.	விக்ரபுரீஸ்வரர்	,,	,,	35	"	"
675.	க்ராதபுரிஸ்வரர்	,,	தில்லை மங்கலம்	36	"	"
676.	பிரம்மபுரீஸ்வரர்	,,	பரம்பூர்	3	"	"
677.	பிரம்மபுரீஸ்வரர்	,,	பிள்ளை மங்கலம்	36	"	"
678.	பாசுபதாஸ்திர ஸ்வாமி	,,	பசவகுடி	12	"	"
679.	மருதீஸ்வரர் ஸ்வாமி	,,	மாத்தூர்	9	"	"
680.	கல்யாண சுந்தர ஸ்வாமி	,,	மேலூர்	240	"	"
681.	சுந்தர ராஜப் பெருமாள்	,,	சந்திரப் பெருமாள் குடி	102	"	"
682.	கர்மநேயப் பெருமாள்	,,	படைவீடு	9	"	"
683.	பாசுபதாஸ்திரர்	,,	ஆவூர்	75	"	"
684.	தனபூரண ஈஸ்வரர்	,,	பட்டீஸ்வரம்	195	"	"
685.	விஸ்வநாத ஸ்வாமி	,,	மலையூர்	6	"	"
686.	பரசுராம ஸ்வாமி	,,	ராமநாடன் கோவில்	18	"	"
687.	ராமநாதஸ்வாமி	,,	கைலாசநாதன் கோவில்	4	5	"
688.	கைலாசநாத ஸ்வாமி	,,	கோபி நந்தன் கோவில்	3	"	"
689.	கோபிநாதப் பெருமாள்	,,	கீழப்புலியூர்	9	"	"
690.	சோமநாத ஸ்வாமி	,,	திருமேலகம்	12	"	"
691.	லிங்க கைலாஸ நாத ஸ்வாமி	,,	வேணு கோவில்	5	5	"
692.	தர்மபுரீஸ்வர ஸ்வாமி	,,	ஹரிசந்திரபுரம்	4	5	"
693.	ஹரிசந்திரேஸ்வர ஸ்வாமி	,,	நாடன் கோவில்	1	5	"
694	ஜெகநாத ஸ்வாமி	,,	திருச்சிற்றம்பலம்	45	"	"
695	சிவலோக நாத ஸ்வாமி	,,	பாபநாசம்	47	"	"
696	ஸ்ரீனிவாசப் பெருமாள்	,,	வேங்கடம் பேட்டை	375	"	"

697	கிருஷ்ண ஸ்வாமி	,,	வேங்கடம் பேட்டை	18	"	"
698	ராமலிங்க ஸ்வாமி	,,	மூல நத்தம்	100	"	"
699	மஹா புருஷ ஸ்வாமி	,,	கோவில் பேட்டை	12	"	"
700	நவனீத கிருஷ்ண ஸ்வாமி	,,	தோவாளை	166	6	24
701	மூல வன நாத ஸ்வாமி	,,	திருக் கருகாவூர்	270	"	"
702	மலையத்த சுந்தர ஸ்வாமி	,,	மேட்டுத் திடல்	10	"	"
703	சின்ன கிருஷ்ணஸ்வாமி	,,	திட்டை	90	"	"
704	வசிஸ்ட ஈஸ்வர ஸ்வாமி	,,	,,	12	5	"
705	கைலாச நாத ஸ்வாமி	,,	சோல மலை	4	5	"
706	வெங்கடேசப் பெருமாள்	,,	நாச்சியார் குடி	4	5	"
707	ஸ்ரீனிவாச ஸ்வாமி	,,	திருநாரையூர்	666	6	24
708	சித்த நாத ஸ்வாமி	,,	,,	133	3	8
709	நாமநாத ஸ்வாமி	,,	அப்பன் கோவில்	75	"	"
710	அப்பம் பெருமாள்	,,	அழக புத்தூர்	2	"	"
711	சொர்ணபுரி ஈஸ்வர ஸ்வாமி	,,	தென்கரையூர்	18	"	"
712	அகர ஈஸ்வர ஸ்வாமி	,,	அம்ருதஸ்வரம்	18	"	"
713	ஆதி மூல ஸ்வாமி	,,	கூடலூர்	90	"	"
714	சொக்க நாத ஸ்வாமி	,,	கரட்டன் குடி	270	"	"
715	வசிஸ்ட ஸ்வாமி	,,	நாகனூர்	157	5	"
716	பக்தவத்சல ஈஸ்வர ஸ்வாமி	,,	வடபாதி	30	"	"
717	வெங்கடேச ஸ்வாமி	,,	கீழ மலை	54	"	"
718	நாகநாத ஸ்வாமி	,,	மலை நெமிலி	162	"	"
719	வரதராஜப் பெருமாள்	,,	வடவூர்	36	"	"
720	கோதண்டராம ஸ்வாமி	,,	நல்ல தோப்பு	333	3	12
721	பிரம்மபுரீஸ்வர ஸ்வாமி	,,	,,	90	"	"
722	பசுபதி ஈஸ்வர ஸ்வாமி	,,	பூண்டி	12	5	"
723	வஜ்ரபுரீஸ்வர ஸ்வாமி	,,	அரவிந்தபுரம்	12	5	"
724	வனநாத ஸ்வாமி	,,	சடையார் கோவில்	3	"	"

725	வேதபுரீஸ்வர ஸ்வாமி	,,	திருவண்குடி	15	"	"
726	ரங்கநாத ஸ்வாமி	,,	திரிபுவனம்	12	5	"
727	காளஹஸ்தீஸ்வர ஸ்வாமி	,,	நத்தம்	9	9	30
728	,,	,,	சேலமங்கலம்	15	"	"
729	பிரம்மபுரீஸ்வர ஸ்வாமி	,,	ஆலன்குடி	144	"	"
730	ஈஸ்வர ஸ்வாமி	,,	வட கோடில்	15	"	"
731	மதன ஈஸ்வர ஸ்வாமி	,,	மருதூர்	54	"	"
732	வரதராஜப் பெருமாள்	,,	,,	18	"	"
733	வசிஸ்ட ஈஸ்வர ஸ்வாமி	,,	,,	36	"	"
734	காளிங்க நர்த்தன கிருஷ்ண ஸ்வாமி	,,	ஒட்டன் சத்திரம்	108	"	"
735	லட்சுமி நாராயணப் பெருமாள்	,,	,,	36	"	"
736	கீர்த்தி ஸ்வாமி	,,	சோழமங்கலம்	54	"	"
737	வரதராஜப் பெருமாள்	,,	,,	36	"	"
738	வரதராஜப் பெருமாள்	,,	திருக்காவலூர்	54	"	"
739	ராஜகோபால ஸ்வாமி	,,	நல்லி சேரி	20	"	"
740	மதங்க ஈஸ்வர ஸ்வாமி	,,	அடையாறு	18	"	"
741	ஸ்ரீவத்ச ஈஸ்வ்வர ஸ்வாமி	,,	நேமம்	18	"	"
742	கரம்ப ஈஸ்வர ஸ்வாமி	,,	திருக்கமூர்	18	"	"
743	சுந்தரேஸ்வர ஸ்வாமி	,,	செந்தளம்	240	"	"
744	அனந்த பத்மனாப ஸ்வாமி	,,	,,	37	5	"
745	கைலாசநாத ஸ்வாமி	,,	வெங்கட சமுத்திரம்	25	"	"
746	அக்னீஸ்வர ஸ்வாமி	,,	திருக்காட்டுப் பள்ளி	150	"	"
747	வீர ஹனுமந்த ஸ்வாமி	,,	,,	36	"	"
748	வேத மூல ஈஸ்வர ஸ்வாமி	,,	திருவழும்பதி	18	"	"
749	கைலாசநாதர்	,,	பரம்பூர்	54	"	"
750	வரதராஜப் பெருமாள்	,,	,,	45	"	"
751	ஏகாம்பரேஸ்வர ஸ்வாமி	,,	பரம்பூர்	36	"	"
752	மங்கள ஈஸ்வர ஸ்வாமி	,,	கீழ மங்கலம்	18	"	"

753	சிவநாத ஸ்வாமி	,,	சித்திரக்குடி	27	“	“
754	அபய ஈஸ்வர ஸ்வாமி	,,	பூதலூர்	108	“	“
755	ராமஸ்வாமி	,,	,,	36	“	“
756	சுந்தரேஸ்வர ஸ்வாமி	,,	ஆளூர்	18	“	“
757	சுப்ரமணீஸ்வர ஸ்வாமி	,,	செல்லப்பன் பேட்டை	18	“	“
758	கணேஸ ஸ்வாமி	,,	பிள்ளையார் பட்டி	5	“	“
759	பிரம்ம ஸ்வரண ஈஸ்வரர்	,,	கந்தூர்	37	“	“
760	ஹரி கேசவப் பெருமாள்	,,	,,	25	“	“
761	பவன ஈஸ்வர ஸ்வாமி	,,	திருப்பண் துறை	87	“	“
762	வரதராஜப் பெருமாள்	,,	,,	18	“	“
763	ரங்கநாத ஸ்வாமி	,,	கோவிலடி	180	“	“
764	தேவ ஞான ஈஸ்வர ஸ்வாமி	,,	,,	18	“	“
765	பிரதாப வீர ஹனுமந்தா	,,	கல்லணை	72	“	“
766	ஜம்புகேஸ்வர ஸ்வாமி	,,	காசநாடு	90	“	“
767	பாஸ்கர ஈஸ்வர ஸ்வாமி	,,	கீழ வெங்கி நாடு	93	“	“
768	சுந்தரேஸ்வர ஸ்வாமி	,,	சுந்தர நாடு	36	“	“
769	அருணாசலேஸ்வர ஸ்வாமி	,,	வைகரைநாடு	18	“	“
770	வல்லப ஈஸ்வர ஸ்வாமி	,,	ஒரத்தநாடு	34	6	24
771	அகிலாண்ட ஈஸ்வரி அம்மன்	,,	ஜம்புகேஸ்வரம்	36	“	“
772	பிரகதீஸ்வர ஸ்வாமி	,,	தஞ்சாவூர் கோட்டை	5,550	“	“
773	பிரஹதீஸ்வர ஸ்வாமி	,,	,,	1,694	8	28
774	பிரசன்ன வெங்கடேஸ்வரர்	,,	,,	780	“	“
775	ஈஸ்வர ஸ்வாமி	,,	,,	72	“	“
776	குலசிங்கப் பெருமாள்	,,	,,	120	“	“
777	சங்கர நாராயணர்	,,	,,	322	“	“
778	ஈஸ்வர ஸ்வாமி ஸ்வாமி	,,	தஞ்சாவூர் கோட்டை	90	“	“
779	சிவகங்கைப் பிள்ளையார்	,,	,,	3	7	16

780	வாமப் பிள்ளையார்	,,	,,	3	7	16
781	நாக நாதப் பிள்ளையார்	,,	,,	7	2	12
782	சுந்தரசந்தானப் பிள்ளையார்	,,	,,	90	0	0
783	சுப்ரமணிய ஸ்வாமி	,,	,,	36	"	"
784	பத்ரகாளி	,,	,,	17	2	16
785	காசி விஸ்வநாத ஸ்வாமி	,,	,,	90	"	"
786	சுந்தரப் பிள்ளையார்	,,	,,	54	"	"
787	சீலைப் பிள்ளையார்	,,	,,	3	7	16
788	தெப்பம் பிள்ளையார்	,,	,,	7	2	12
789	எல்லம்மா தேவி	,,	,,	126	"	"
790	வீரபத்ரர்	,,	,,	9	"	"
791	மன்னார் ஸ்வாமி	,,	,,	18	"	"
792	சிவநாத ஸ்வாமி	,,	,,	3	7	16
793	அனந்தப் பிள்ளையார்	,,	,,	3	7	16
794	கற்பூரப் பிள்ளையார்	,,	,,	3	7	16
795	விஸ்வநாதர்	,,	,,	45	"	"
796	விஜய ராமச்சந்திர ஸ்வாமி	,,	,,	214	"	28
797	நவனீத கிருஷ்ண ஸ்வாமி	,,	,,	90	"	"
798	மதன கோபால ஸ்வாமி	,,	,,	17	4	24
799	லட்சுமி தேவி	,,	,,	3	7	16
800	பிரதாப வீர ஹனுமந்தர்	,,	,,	640	"	"
801	ராமஸ்வாமி	,,	,,	180	"	"
802	வெங்கடேசப் பெருமாள்	,,	,,	90	"	"
803	குருநாத ஸ்வாமி	,,	,,	3	7	16
804	கோவிந்த ராஜ ஸ்வாமி	,,	,,	60	"	"
805	பால கிருஷ்ண ஸ்வாமி	,,	,,	13	5	"
806	அமிர்த வெங்கடேஸ்வரர்	,,	,,	3	7	16
807	சதுர்புஜ வரதராஜ ஸ்வாமி	,,	,,	3	7	16
808	சஞ்சீவராயர்	,,	தஞ்சைக் கோட்டை	3	7	16

809	கோதண்டராம ஸ்வாமி	,,	,,	3	7	16
810	சஞ்சீவப் பெருமாள்	,,	,,	7	2	12
811	ஆதிகேசவப் பெருமாள்	,,	,,	17	4	24
812	வரதராஜ ஸ்வாமி	,,	,,	180	"	"
813	பட்டாபி ராம ஸ்வாமி	,,	,,	9	"	"
814	ஜனார்த்தன ஸ்வாமி	,,	,,	6	8	8
815	வட மருத செ ங்கணராயர்	,,	,,	3	7	16
816	தட்சிண செங்கணராயர்	,,	,,	3	7	16
817	ரங்கநாத ஸ்வாமி	,,	,,	3	7	16
818	தீர்த்த சென்ன பெருமாள்	,,	,,	3	7	16
819	பெருமாள்	,,	,,	6	8	8
820	ஆனந்தவல்லித் தாயார்	,,	தஞ்சைக் கோட்டை	958	2	28
821	காசிநாத ஸ்வாமி	,,	,,	102	9	"
822	சித்த ஏண்டு ஸ்வாமி	,,	,,	90	"	"
823	சுந்தரேஸ்வரர்	,,	,,	54	"	"
824	காளஹஸ்தீஸ்வரர்	,,	,,	17	4	24
825	சுந்தரேஸ்வரர்	,,	,,	36	"	"
826	பெருமாள்	,,	,,	9	"	"
827	சொக்கநாத ஸ்வாமி	,,	,,	7	2	"
828	மலை சிங்கப் பெருமாள்	,,	,,	800	"	"
829	நீலமேக ஸ்வாமி	,,	,,	495	4	24
830	மணிகண்டப் பெருமாள்	,,	,,	163	"	12
831	ஹனுமந்த ஸ்வாமி	,,	,,	90	"	"
832	கல்யாண வெங்கடேச ஸ்வாமி	,,	,,	72	"	"
833	வெங்கடேசப் பெருமாள்	,,	,,	3	7	16
834	கோதண்டராம ஸ்வாமி	,,	,,	360	"	"
835	மாரியம்மா தேவி	,,	,,	250	"	"
836	சந்திர சேகர ஸ்வாமி	,,	,,	54	"	"
837	காசி விஸ்வநாத ஸ்வாமி	,,	,,	18	"	"

838	கைலாசநாத ஸ்வாமி	,,	புதுக்கோட்டை	16	5	"
839	எனை ஆளும் கண்ண பெருமாள்	,,	,,	36	"	"
840	நாடி அம்மன்	,,	,,	52	5	"
841	மலை மாரி அம்மன்	,,	,,	1	5	"
842	மருதீஸ்வரர் ஸ்வாமி	,,	நெய்வேலி	10	6	28
843	மாரி அம்மன்	,,	,,	"	5	8
844	ராமஸ்வாமி	,,	,,	5	2	16
845	ராமலிங்க ஸ்வாமி	,,	,,	330	"	"
846	திருமண நாத ஸ்வாமி	,,	,,	13	5	"
847	திருப்பண உடையார்	,,	வடதெரு	13	5	"
848	முத்து மாரியம்மன்	,,	,,	2	2	16
849	காசி விஸ்வநாதர்	,,	,,	180	"	"
850	வீரமாகாளி	,,	வேட்டுவன் கோட்டை	135	2	"
851	சுந்தரராஜப் பெருமாள்	,,	,,	65	1	"
852	பால ஹனுமான்	,,	,,	6	3	"
853	வீர ஹனுமான்	,,	அறந்தாங்கி	12	9	16
854	பொன்னம்பலநாதர்	,,	,,	50	4	"
855	மருதம்மா	,,	,,	3	1	16
856	பிள்ளையார்	,,	அறந்தாங்கி	3	1	16
857	ராஜேந்திர சோழ ஈஸ்வரர்	,,	,,	1	4	"
858	பொன்வாசல் ஈஸ்வரர்	,,	பொன்வாசல்	24	"	"
859	பின்ன மாரியம்மன்	,,	,,	"	5	8
			மொத்தம்	**85,149**	**6**	**27**
			ஸ்டார் பகோடாக்களுக்கு சமம்	**35,479**	**2**	**39**
860	வேதாரண்ய ஸ்வாமி	,,	வேதாரண்யம் (உப்பளங்கள்)	1,848	"	"
			மொத்த மானியம் ஸ்டார் பகோடா	**37,327**	**2**	**39**

தஞ்சை தானிய மானியம்

எண்	பெயர்		இடம்	Garee	M	M
861	கும்பதீஸ்வர ஸ்வாமி	கோவில் உள்ள இடம்	திருப்புவனம்	69	328	“
862	கோதண்டராம ஸ்வாமி	,,	மாரியம்மன் கோவில்	69	328	“
863	சனீஸ்வர பகவான்	,,	திருநள்ளாறு	12	356	6
864	நல்ல நாராயண பெருமாள்	,,	,,	“	119	5
865	பிள்ளையார்	,,	நின சேரி	“	79	6
866	பேட்டைப் பிள்ளையார்	,,	பேட்டை	“	79	6
867	கீழ மனப் பிள்ளையார்	,,	கீழ்மனம்	“	39	7
868	மூலப் பிள்ளையார்	,,	புது பொன் மலை	“	39	7
869	மூப்ப ஈஸ்வரர்	,,	மூப்பன் குடி	“	39	7
870	அருகன்குடி பிள்ளையார்	,,	அருகன் குடி	11	19	7 7½
871	வலது மங்கலப் பிள்ளையார்	,,	வலது மங்கலம்	“	19	7½
872	சுப்புராயபுரம் பிள்ளையார்	,,	சுப்புராயபுரம்	“	19	7½
873	நல்ல தந்த ஈஸ்வரர்	,,	நல்லூர்	“	79	6
874	அம்பிகா ஈஸ்வரர்	,,	அம்பகாவதியூர்	“	79	6
875	கண்ணபுர ஈஸ்வரர்	,,	கண்ணபுரம்	“	19	7½
876	புதுக்காடு ஈஸ்வரர்	,,	புதுக்குடி	“	79	6½
877	தனும்மபுரி ஈஸ்வரர்	,,	தேவ மஹாபுரம்	“	59	6½
878	சடகோபப் பெருமாள்	,,	சடகோபி	“	79	6
879	காசர்குடி பிள்ளையார்	,,	காசர்குடி	“	19	7½
880	கூத்தன்குடிப் பிள்ளையார்	,,	கூத்தன்குடி	“	19	7½
881	காரம்பகாரப் பிள்ளையார்	,,	காரம்பகம்	“	39	7
882	,,	,,	புது அகரம்	“	39	7
883	கோவில்பட்டி ஈஸ்வரர்	,,	கோவில்பட்டி	“	39	7
884	முத்தால ஈஸ்வரர்		கோவில் முத்தாலன் குடி	.	39	7
885	கீழையனூர் ஈஸ்வரர்	,,	கீழையனூர்	“	39	7

886	பம்பதீஸ்வரர்	,,	பம்பட்டி	"	79	6
887	வட மட்ட ஈஸ்வார்	,,	வடமட்டம்	"	39	7
888	அபிஷேக ஈஸ்வரர்	,,	அபிசேக கட்டு	"	79	6
889	கோட்டைக்கரை ஈஸ்வரர்	,,	கோல குடி	"	39	7
890	கோட்டைக்கரை ஈஸ்வரர்	,,	கோட்டை சேரி	"	99	5½
891	திரிலோக நாத ஸ்வாமி	,,	திருக்காளூர்	"	99	5½
892	அகஸ்தீஸ்வரர்	,,	செவத்தூர்	"	199	3½
893	காகதீஸ்வரர்	,,	காகமலை	"	59	6½
894	வேலாயுதன்	,,	வேலடியான்	"	179	3½
895	தன ஈஸ்வர ஸ்வாமி	,,	நிலம்பலம்	"	179	3½
896	சுந்தரேஸ்வர ஸ்வாமி	,,	தென்னன் குடி	"	158	4½
897	மேட்டு கோவில்	,,	திருநள்ளாறு	9	39	7
898	முத்து மாரியம்மன்	,,	வேடுவன் கோட்டை	"	9	5½
899	நெய்வேலி மாரியம்மன்	,,	நெய்வேலி	"	2	3½
900	ஐய்யனார்	,,	,,	"	19	1
901	தஞ்சாவூர் மாரியமன்	,,	தஞ்சாவூர்	"	3	3¾
902	வேளாண்குல மாரியம்மன்	,,	வேளாண் குளம்	"	1	2¼
			மொத்த தானிய மானியம்	**167**	**200**	**4**
				S.Pgs	**F**	**C**
			@19 14 84 ஸ்டார் பகோடாக்கள் per Garee	**3,238**	**33**	**29**
			முன் பக்கத்தில் இருந்து	37,327	2	39
			தஞ்சையில் ஸ்டார் பகோடாக்களில் மொத்த பணம் மற்றும் தானிய மானியம்	**40,565**	**35**	**68**

ஐரோப்பாவின் வசமிருந்த நாகூர் பண மானியம்						
903	நாகநாத ஸ்வாமி	கோவில் உள்ள இடம்	நாகூர்	360	"	"
904	பிரசன்ன வெங்கடேசப் பெருமாள்	,,	,,	360	"	"
905	அச்சுதநாத ஸ்வாமி	,,	கீழலூர்	491	2	14
906	படித்துறை விஸ்வநாத ஸ்வாமி	,,	,,	3	"	"
907	அனந்த ஈஸ்வரர்	,,	,,	3	6	"
908	அண்ணாமலை ஈஸ்வரர்	,,	,,	5	4	"
909	வெங்கடேசப் பெருமாள்	,,	,,	40	"	"
910	தர்மபுரீஸ்வரர்	,,	புத்தூர்	7	2	"
911	வேதபுரீஸ்வரர்	,,	கோவில்வடசேரி	5	2	"
912	சிதம்பரேஸ்வரர்	,,	அத்திப் புலியனூர்	13	6	"
913	நாகநாத ஸ்வாமி	,,	நிலப்பாடு	3	2	"
914	கட்கபுரீஸ்வரர்	,,	கொப்பரக்குடி	16	"	"
915	அகஸ்தீஸ்வரர்	,,	ஆத்தூர்	1	8	"
916	வில்வநாத ஸ்வாமி	,,	இறையூர்	1	2	"
917	உதயபுரீஸ்வரர்	,,	உதயபுரம்	19	6	"
918	பழகடேஸ்வரர்	,,	பழங்குடி	1	2	"
919	பிரம்மபுரீஸ்வரர்	,,	துவரங்குடி	2	"	"
920	நவனீத ஈஸ்வரர்	,,	சிக்கல்	203	"	28
921	வாமனப் பெருமாள்	,,	,,	28	"	"
922	விஸ்வநாத ஸ்வாமி	,,	வரதூர்	16	"	"
923	வரதராஜப் பெருமாள்	,,	,,	12	"	"
924	நடன ஈஸ்வரர்	,,	புதுச்சேரி	24	"	"
925	அனந்த நராயணப் பெருமாள்	,,	மலபார் நாடு	28	"	"
926	ஆலங்குடி ஈஸ்வரர்	,,	ஆலங்குடி	12	"	"
927	காளஹஸ்தீவரர்	,,	திருக்கணகுடி	24	"	"

928	தாமோதர நாராயணப் பெருமாள்	,,	,,	88	"	"
929	கோவூர் ஈஸ்வரர்	,,	கோவூர்	16	"	"
930	கடம்பேஸ்வரர்	,,	பறைக் கடம்பனூர்	12	"	"
931	தேவப்புரீஸ்வரர்	,,	தாவூர்	233	8	24
932	பாசுபதீஸ்வரர்	,,	கோவில்பட்டி	15	2	"
933	உத்தர ஈஸ்வரர்	,,	பந்தளவதி	14	"	"
934	தேவ நாராயணப் பெருமாள்	,,	,,	17	6	"
935	இலுப்பையூர் ஈஸ்வரர்	,,	இலுப்பையூர்	12	"	"
936	பெருமாள் கோவில்	,,	இளையூர்	12	"	"
937	சுகவனேஸ்வரர்	,,	சட்டனம்	2	4	"
938	இடக்குடீஸ்வரர்	,,	இடக்குடி	16	"	"
939	பட்டுமங்கலேஸ்வரர்	,,	பட்டு மங்கலம்	2	5	"
940	வடகளத்தூர் ஈஸ்வரர்	,,	வடகுளத்தூர்	13	6	"
941	வட குளத்துப் பெருமாள்	,,	,,	12	"	"
942	திருக்களத்து ஈஸ்வரர்	,,	திருவழுதூர்	4	"	"
943	ராதா மங்கல ஈஸ்வரர்	,,	ராதா மங்கலம்	1	2	"
944	எருதீஸ்வரர்	,,	உணூஞ்சிச்	24	8	"
945	கீழ்வெண்மணீஸ்வரர்	,,	கீழ்வெண்மணி	1	2	"
946	அனகுடீஸ்வரர்	,,	அன குடி	1	4	"
947	மதனூர் ஈஸ்வரர்	,,	மதன கூடல்	1	2	"
948	பாசுபத ஈஸ்வரர்	,,	அதிமங்கலம்	10	6	"
949	வெங்கடாசலப் பெருமாள்	,,	,,	4	"	"
950	விஸ்வநாத ஸ்வாமி	,,	,,	40	8	"
951	நடுக்குடி ஈஸ்வரர்	,,	நடுக்குடி	6	4	"
952	புதுச்சேரி ஈஸ்வரர்	,,	புதுச்சேரி	4	"	"
953	குன்னூர் ஈஸ்வரர்	,,	குன்னூர்	2	"	"
954	சமங்கலப் பெருமாள்	,,	சமங்கலம்	4	"	"
955	வலிவலம் ஸ்வாமி	,,	வலிவலம்	263	4	"
956	சக்கரப் பெருமாள்	,,	,,	6	"	"
957	காரக்குடி பெருமாள்	,,	காரக்குடி	1	2	"
958	தியாகராஜ ஸ்வாமி	,,	திருக்கலி வாசல்	720	"	"

959	கோவில் கண்ண ஈஸ்வரர்	,,	கண்ண புரம்	72	"	"
960	நாக ஈஸ்வரர்	,,	,,	2	"	"
961	கீழக்குடி ஈஸ்வரர்	,,	கீழக்குடி	23	8	4
962	கீழக்குடிப் பெருமாள்	,,	,,	4	6	"
963	வேத முதல்வர் ஈஸ்வரர்	,,	வேத முதலூர்	36	"	"
964	வேதபுரீஸ்வரர்	,,	செட்டிக்குடி	55	6	"
965	மணலூர் ஈஸ்வரர்	,,	மணலூர்	3	6	"
966	மணலூர் பெருமாள்	,,	,,	3	6	"
967	கீழக்காவல்குடி ஈஸ்வரர்	,,	கீழக்காவல்குடி	36	"	"
968	கைலாய சுந்தர ஸ்வாமி	,,	செம்பியம் மகாதேவி	166	3	"
969	ராஜகோபாலப் பெருமாள்	,,	ராஜகோபாலபுரம்	17	5	"
970	திருமங்களூர் ஸ்வாமி	,,	அய்யனூர்	36	"	"
971	விஸ்வநாத ஸ்வாமி	,,	சின்ன தம்பியூர்	16	"	"
972	சிங்க மங்கல ஈஸ்வரர்	,,	சிங்க மங்கலம்	30	5	24
973	வடலூர் ஈஸ்வரர்	,,	வடலூர்	12	"	"
974	வடலூர் பெருமாள்	,,	,,	12	"	"
975	இருஞ்சியூர் ஈஸ்வரர்	,,	இருஞ்சியூர்	2	4	"
976	மங்கல ஈஸ்வர ஸ்வாமி	,,	மாகலி	21	3	"
977	மாங்கல்யப் பெருமாள்	,,	,,	6	2	"
978	சிந்தாமணி ஈஸ்வரர்	,,	சிந்தாமணி	1	2	"
979	கற்பக ஈஸ்வரர்	,,	கற்பகம்	4	"	"
980	மடிப்புரம் பெருமாள்	,,	மடிப்புரம்	1	2	"
981	ஆனந்தபுரப் பிள்ளையார்	,,	ஆனந்தபுரம்	"	7	"
982	கொண்டியூர் ஈஸ்வரர்	,,	கொண்டியூர்	2	8	"
			மொத்த தானிய மானியம்	**3,813**	"	**30**
			ஸ்டார் பகோடாக்களுக்கு சமம்	1,588	33	11
			முன் பக்கத்தில் இருந்து	**40,565**	**35**	**68**
				42,153	**68**	**79**

நாகப்பட்டனம் பண மானியம்

983	அம்மன் கோவில்	கோவில் இடம்	நாகப்பட்டனம்	394	1	19
984	தியாகராஜ ஸ்வாமி	’’	’’	89	2	“
985	படித்துறை விஸ்வநாதர்	’’	’’	10	8	14
986	அப்பர் ஸ்வாமி	’’	’’	6	8	14
987	குமார ஸ்வாமி	’’	’’	77	“	16
988	அழகிய சுந்தரனார்	’’	’’	11	8	14
989	வீரபத்திர ஸ்வாமி	’’	’’	6	8	14
990	அமரநாத ஈஸ்வரர்	’’	’’	31	8	10
991	ஹேமாவதி ஈஸ்வரர்	’’	’’	6	8	14
992	நடுவ நாத ஸ்வாமி	’’	’’	54	3	20
993	சேத்தியப்பர்	’’	’’	32	8	24
994	சுந்தர ராஜப் பெருமாள்	’’	’’	45	2	20
995	அகஸ்தீஸ்வரர்	’’	’’	109	1	21
996	கிருஷ்ண ஸ்வாமி	’’	’’	7	5	“
997	கைலாசநாதர் கோவில்	’’	’’	45	4	24
998	ஈஸ்வர ஸ்வாமி	’’	’’	9	2	“
999	கைலாசநாத ஸ்வாமி ஸ்வாமி	’’	’’	3	1	“
1000	குமார ஸ்வாமி	’’	’’	4	9	“
1001	கமலநாத ஸ்வாமி	’’	’’	4	“	“
1002	மகேஸ்வர பிள்ளையார்	’’	’’	7	2	“
1003	சட்டநாத ஸ்வாமி	’’	’’	12	9	“
1004	வேதபுரீஸ்வரர்	’’	’’	2	6	“
1005	மணிப் பிள்ளையார்	’’	’’	3	6	“
1006	திலகேஸ்வரர்	’’	’’	1	2	“
1007	அண்ணாமலைநாத ஸ்வாமி	’’	’’	“	3	“
			மொத்த தானிய மானியம்	**979**	**1**	“
			ஸ்டார் பகோடாக்களுக்கு சமம்	**407**	**40**	**20**
			முன் பக்கத்தில் இருந்து	**42,153**	**68**	**79**
				42,561	**08**	**99**

தேவகோட்டை பண மானியம்						
1008	சிவலோக ஈஸ்வரர்	கோவில் உள்ள இடம்	செயபுரம்	12	"	"
			ஸ்டார் பகோடாக் களுக்கு சமம்	5	"	"
			முன் பக்கத்தில் இருந்து	**42,561**	**08**	**99**
				42,566	**08**	**99**
தானிய மானியம்						
				Garee	**M**	**M**
1009	சிவலோக நாத ஸ்வாமி	கோவில் உள்ள இடம்	அஞ்சுபுரம்	15	262	3
1010	கோதண்ட ராம ஸ்வாமி	,,	நெல்லூர்	3	74	5
1011	திருமங்கல ஈஸ்வரர்	,,	மகேந்தரபள்ளி	2	295	4
1012	கோதண்ட ராம ஸ்வாமி	,,	தேவகோட்டை	2	121	7
1013	சபாபதி	,,	,,	"	173	5
			மொத்த தானிய மானியம்	24	128	"
			@19 14 84 ஸ்டார் பகோடாக்கள் per Garee	471	20	40
			முன் பக்கத்தில் இருந்து	**42,566**	**08**	**99**
			மொத்தம்	**43,037**	**29**	**39**

தஞ்சாவூர் கலெக்டர் கச்சேரி
14, ஏப்ரல் 1813

ஜான் வாலஸ்,
கலெக்டர்

தரம்பால் பற்றிய குறிப்பு

1922-ல் பிறந்தார். எட்டு வயதில் *1929*-ல் லாகூரில் நடந்த காங்கிரஸ் மாநாட்டுக்கு தந்தை அழைத்துச் சென்றபோது மகாத்மா காந்தியை முதன் முதலாகப் பார்த்தார். அதற்கு அடுத்த வருடத்தில் சர்தார் பகத் சிங்கும் அவருடைய சக போராளிகளும் பிரிட்டிஷாரால் தூக்கிலிடப்பட்டனர். பிரிட்டிஷ் அரசின் அந்த அராஜகச் செயலுக்கு எதிராக லாகூரில் தரம்பாலின் வீட்டுக்குப் பக்கத்தில் நடந்த போராட்டங்கள் அவர் மனதில் ஆழமாகப் பதிந்தன.

பிரிட்டிஷார் இந்தியாவைத் தொடர்ந்து ஆட்சி புரியலாமா வெளியேறிவிடவேண்டுமா என்பது தொடர்பாக பள்ளிக்கூடங்களில் பரபரப்பான விவாதங்கள் அந்தக் காலகட்டத்தில் நடந்தன. சிலர் இந்திய சுயராஜ்ஜியத்துக்கு எதிராக இருந்தனர். பிரிட்டிஷார் போய்விட்டால் ஆப்கானியப் பழங்குடியினர் மற்றும் பலர் படையெடுத்து வந்து இந்தியாவை ஆக்கிரமித்துவிடுவார்கள் என்று அவர்கள் பயந்தனர். ஆனால், தரம்பால் அவருடைய காலகட்டத்தில் இருந்த பெரும்பாலான வர்களைப்போலவே சுயராஜ்ஜியத்துக்கு ஆதரவாகவே நகர ஆரம்பித்தார். பள்ளி, கல்லூரிகளில் மேற்கத்திய கல்வி பெற்ற நிலையிலும் பிரிட்டிஷ் ஆட்சி மீதான வெறுப்பு நாளுக்கு நாள் தரம்பாலின் மனதில் அதிகரித்தது. *1940* வாக்கில் கதர் உடை அணியத் தொடங்கியவர் கடைசி காலம்வரை அதையே அணிந்தார். ராட்டை நூற்பிலும் சில காலம் ஈடுபட்டார்.

1942-ல் வெள்ளையனே வெளியேறு போராட்டத்தில் தீவிரமாகப் பங்கெடுத்தார். *1943*-ல் சிறையில் அடைக்கப்பட்டார். இரண்டு மாதங்கள் கழித்து விடுதலை செய்யப்பட்டார். பிரிட்டிஷார் வெளியேற்றப்பட்டதும் நாட்டில் ஒழுங்கும் முன்னேற்றமும் ஏற்படும். வறுமை ஒழியும் வளம் பெருகும் என்றெல்லாம் நம்பிய ஏராளமானோரில் தரம்பாலும் ஒருவராக இருந்தார்.

1944-ல் மீரா பெஹனுடனான அறிமுகம் நண்பர்கள் மூலம் கிடைத்தது. ரூர்க்கிக்கும் ஹரித்துவாருக்கும் இடையில் அமைந்திருக்கும் கிஸான் ஆஸ்ரமத்தில் அவருடன் இணைந்து பணியாற்றினார். தரம்பால்

1947-48-ல் டில்லிக்குச் சென்ற காலம், 1948-1949-ல் இங்கிலந்துக்குச் சென்ற காலம் நீங்கலாக 1953-ல் மீரா பெஹன் அந்த ஆஸ்ரமத்தில் இருந்தவரை தரம்பால் அவருடன் இருந்தார். மீரா பெஹன் அதன் பிறகு இமயமலைக்கும் பின்னர் ஐரோப்பாவுக்கும் இடம்பெயர்ந்தார். ஜூலை 1982-ல் வியன்னாவில் மறைந்தார். அவர் இறப்பதற்கு இரண்டு வாரம் முன்பாக தரம்பால் அவரைச் சந்தித்து வியன்னா காடுகளின் அமைதியான சூழலில் பல மணிநேரங்கள் உரையாடினார்.

கமலாதேவி சட்டோபாத்யாய, டாக்டர் ராம் மனோகர் லோகியா போன்ற இளைய தலைமுறையினருடன் 1947-48 காலகட்டத்தில் இருந்தே தரம்பால் நெருங்கிய நண்பராக இருந்தார். பாகிஸ்தானில் இருந்து வந்த அகதிகளுக்கு மறுவாழ்வு ஏற்படுத்திக் கொடுக்கும் பணிகளில் ஈடுபட்டார். கமலாதேவியைத் தலைவராகக் கொண்டு 1948-ல் ஆரம்பிக்கப்பட்ட இந்திய கோ-ஆப்பரேட்டிவ் யூனியனில் உறுப்பினராக இருந்தார்.

1949-ல் இங்கிலாந்தில் இருந்தபோது ஆங்கிலேயரான பிலிஸ் என்பவரை தரம்பால் மணம் புரிந்துகொண்டார். இருவரும் இந்தியாவில் வசிக்க முடிவெடுத்தனர். ரிஷிகேஷில் பசுலோக் பகுதியில் பாபு கிராம் 1950-ல் நிர்மாணிக்கப்பட்டது. தரம்பாலும் பிலிஸும் 1953 வரை அங்கு வசித்தனர். 1954-ல் இருவரும் இங்கிலாந்து சென்று வசிக்க ஆரம்பித்தனர். லண்டன் போவதற்கு முன் இருவரும் இஸ்ரேல் முதலான பல நாடு களுக்குச் சென்றனர். பிறகு மகன், மகள் மற்றும் மனைவியுடன் 1958-ல் இந்தியா திரும்பி வந்து 1964 வரை டில்லியில் வசித்தார். அசோஷியேஷன் ஆஃப் வாலிண்டரி ஏஜென்சீஸ் ஃபார் ரூரல் டெவலப்மெண்ட் (AVARD) அமைப்பின் ஜெனரல் செகரட்டரியாகப் பணிபுரிந்தார். அதன் பிறகு ஜெயபிரகாஷ் நாராயணன் அந்தப் பொறுப்பை ஏற்றுக்கொண்டார்.

1964, 1965-ல் அனைத்து இந்திய பஞ்சாயத் பரிஷதின் ஆய்வுத்துறை இயக்குநராக தரம்பால் பணிபுரிந்தார். தமிழ்நாட்டில் தங்கியிருந்து கிராம பஞ்சாயத்துகள் பற்றி ஏராளமான தகவல்களைச் சேகரித்தார். அவற்றை 'மதராஸ் பஞ்சாயத்து அமைப்பு' என்ற பெயரில் நூலாக வெளியிட்டார். 'இந்திய அரசியல் சாசனத்தின் அடிப்படை அலகாக பஞ்சாயத்து அமைப்புகள்; என்ற தலைப்பில் ஒரு சிறிய நூல் ஒன்றை அதற்கு முன்பே 1962-ல் தரம்பால் வெளியிட்டிருக்கிறார்.

1966களின் ஆரம்பகட்டத்தில் அவருடைய மகன் விபத்தில் சிக்கியதால் லண்டனுக்குத் திரும்பினார்.

இதனிடையில் 18-19-ம் நூற்றாண்டுகளில் இந்திய-பிரிட்டிஷார் தொடர்புகள்பற்றித் தீவிர ஈடுபாடு கொள்ள ஆரம்பித்திருந்தார். 1982 வரை லண்டனில் தங்கியிருந்தார். இடையிடையே இந்தியா வந்து போனார். இங்கிலாந்தில் அவருக்கு நிலையான வருமானம் இல்லை.

குடும்பத்தையும் கவனித்துக் கொள்ளவேண்டியிருந்தது. எனினும் இந்த நெருக்கடிகளால் சிறிதும் மனம் தளராமல் இந்தியன் ஆபீஸ், பிரிட்டிஷ் மியூசியங்களுக்குத் தொடர்ந்து சென்றுவந்து தன் ஆய்வை மேற்கொண்டார். ஆவணங்களை ஒளி நகல் எடுக்க வேண்டுமென்றால் அதற்கு பணம் தேவைப்பட்டது. அதோடு பல அரிய ஆவணங்களை ஒளி நகல் எடுக்க அனுமதியும் இருந்திருக்கவில்லை. எனவே, ஆயிரக் கணக்கான பக்கங்களை ஒவ்வொரு நாளும் கைப்பட எழுதி எடுத்தார். அதன் பிறகு அவற்றைத் தட்டச்சு செய்தார். அப்படியாக பிரிட்டிஷ் ஆவணக்காப்பகத்தில் இருந்து அரிய பல ஆவணங்களைத் தனி ஒருவராக எந்த நிறுவனப் பின்புலமும் இன்றிச் சேகரித்தார். இந்தியா திரும்பிய போது ஏராளமான டிரக்கு பெட்டிகளில் இருந்த இந்த ஆவணங்களே அவருடைய ஒரே சொத்தாக இருந்தது.

1958-லிருந்தே சேவா கிராம் அமைப்புடன் தரம்பாலுக்குத் தொடர்பு இருந்தது. குறிப்பாக அன்னா சாஹிப் சஹஸ்ரபுத்தேவுடன் நெருங்கிய நட்பு இருந்தது. 1967-ல் ஒரு மாத காலம் சேவாகிராமில் தங்கினார். 18-19-ம் நூற்றாண்டு இந்தியா பற்றி அவர் பிரிட்டிஷ் ஆவணக் காப்பகங்களில் இருந்து சேகரித்த தகவல்களை சேவாகிராமில் இருந்தபோதுதான் தொகுத்து எழுதிக்கொண்டார். 1980 டிசம்பரில் இருந்து 1981 மார்ச் வரை சேவாகிராமில் தங்கியிருந்த காலகட்டத்தில் ‘அழகிய மரம் - 18ம் நூற்றாண்டு இந்தியாவில் பாரம்பரியக் கல்வி’ நூலை எழுதி முடித்தார். 1982-ல் இருந்து 1987 வரை சேவாகிராமிலேயே இருந்தார். அவ்வப்போது சென்னை வந்து போனார்.

பேட்ரியாட்டிக் அண்ட் ப்யூபிள் ஓரியண்டட் சயின்ஸ் அண்ட் டெக்னாலஜி என்ற அமைப்பின் தலைவராக இருந்தார். சென்னையில் இருந்த செண்டர் ஃபார் பாலிஸி ஸ்டடீஸ் என்ற அமைப்புடன் நெருங்கிய தொடர்பில் இருந்தார்.

அவருடைய மனைவி 1986-ல் லண்டனில் இறந்தார்.

1993-ல் இருந்து சேவா கிராமின் ஆஸ்ரம் பரிஸ்தானில் வசித்துவந்த தரம்பால் 2006-ல் மறைந்தார்.

●